'जागतिक जिहाद आणि अमेरिका'ची प्रशंसा

जगभरातील मुस्लीम आक्रमकतेसंबधीच्या विपुल अभ्यासांमध्ये प्राध्यापक ताज हाश्मी यांचे उत्कृष्ट लेखनकार्य वेगळे उठून दिसते. "इस्लामी आक्रमणाच्या वाढत्या त्रासाचा" वेध घेण्याचा प्रयत्न करतानाच हा अभ्यास या समस्येला एकीकडे इस्लामगंड आणि दुसरीकडे पाश्चात्त्यगंड या द्वैताच्या विभाजनाच्या पलीकडे घेऊन जातो. या दोन्ही बाजूंना प्रस्तुत अभ्यासामध्ये संदर्भ दिले असून सध्याच्या चर्चेत बऱ्याचदा गृहीत धरल्या जाणाऱ्या त्यांच्या तयार प्रतिमांवर प्रश्नचिन्ह उपस्थित केले आहे. वर्तमानाचे वस्तुनिष्ठ आणि अचूक आकलन करून देण्यासाठी हाश्मी आपल्याला इतिहासात खोलवर घेऊन जातात. या अभ्यासाची खोली आणि अस्सलपणा सध्याच्या सिद्धान्तांपेक्षा फार वेगळा ठरतो.

— **हरबन्स मुखिया**
माजी गृहपाल आणि इतिहासाचे प्राध्यापक
जवाहरलाल नेहरू विद्यापीठ (जेएनयू), नवी दिल्ली

ताज हाश्मी यांचे सखोल विद्वत्तापूर्ण नवे पुस्तक हे हनिंग्टन यांच्या "क्लॅश ऑफ सिव्हिलायझेशन्स" सिद्धान्ताने अत्यंत निष्काळजीपणे गढूळ केलेले वातावरण स्पष्ट करण्यास मदत करते. अमेरिका आणि तिच्या पाश्चात्त्य सहकारी राष्ट्रांची, संघर्षाची गुंतागुंत आणि गतिकी समजून घेण्यातील असमर्थता आणि परिणामतः तथाकथित "जागतिक जिहाद"ला त्यांनी दिलेली चुकीची प्रतिक्रिया यांमुळे प्रत्यक्षात जग अधिक असुरक्षित आणि हिंसाचारप्रवण बनले आहे, असा युक्तिवाद ते मांडतात. इस्लामी व इस्लामेतर, विकसित आणि विकसनशील, उत्तरेकडील किंवा दक्षिणेकडील असे सर्व समाज हिंसाचाराच्या तीव्र धोक्याला सामोरे जात असल्याचा निष्कर्ष या बांधीव, मुद्देसूद आणि चांगल्या प्रकारे मांडलेल्या प्रबंधामध्ये हाश्मी काढतात. त्यांचा निष्कर्ष थरकाप उडवणारा असला, तरी त्याकडे दुर्लक्ष करता येत नाही: राष्ट्रपुरस्कृत दहशतवाद आणि छुप्या युद्धांनी—राष्ट्रेतर घटकांकडून होणाऱ्या दहशतवादाने नव्हे—तिसऱ्या जगासमोर

सर्वांत मोठा धोका निर्माण केला आहे; राष्ट्रेतर दहशतवाद्यांनी अमेरिकेच्या सुरक्षेसमोर सर्वांत मोठे आव्हान उभे केले आहे. एकविसाव्या शतकातील सुरक्षात्मक धोके समजून घेण्यात स्वारस्य असलेल्या कोणीही हे पुस्तक वाचलेच पाहिजे.

— **गौहर रिझवी**
सुप्रतिष्ठ प्राध्यापक
युनिव्हर्सिटी ऑफ व्हर्जिनिया

वाचलाच पाहिजे असा हा विद्वत्तापूर्ण आणि विचारप्रवर्तक अभ्यास, मुस्लीम-पाश्चात्त्य संघर्ष नाही, तर मुस्लिमांतर्गत संघर्ष येणाऱ्या भविष्याचे वैशिष्ट्य ठरेल, हा युक्तिवाद खात्री पटेल अशा रीतीने मांडतो. हाश्मी यांनी दर्शवलेला, सहिष्णू कुराणने सर्व सश्रद्धांचा केलेला स्वीकार आणि मुल्लांनी मुस्लिमेतरांना राक्षसी ठरवण्यासाठी शरियाचा काढलेला विनाशकारी अन्वयार्थ यांच्यातील विरोधाभास अत्यंत ज्ञानदायी असला, तरी तितकाच खोलवर अस्वस्थ करणाराही आहे.

— **चार्ल्स बी. सॅमन, ज्युनियर**
राजदूत (निवृत्त)
परराष्ट्र धोरण सल्लागार
आशिया-पॅसिफिक सेंटर फॉर सिक्युरिटीस्टडीज् (एपीसीएसएस)
होनोलुलू, हवाई

हे पुस्तक म्हणजे इस्लामी-पाश्चात्त्य आदानप्रदान आणि संबंध या विषयातील सर्वांत सक्षम अभ्यासक आणि विश्लेषकांपैकी एक असणाऱ्या हाश्मी यांनी अत्यंत योग्य वेळी दिलेले योगदान आहे. 9/11 च्या प्रलयंकारी दहशतवादी हल्ल्यांपूर्वी इस्लामी आणि पाश्चात्त्य संस्कृती या सोव्हिएत साम्यवादाविरोधात एकत्र आल्या होत्या, याची आठवण ते आपल्याला करून देतात. त्याचप्रमाणे, या संस्कृती आपसातील गंभीर आव्हानांपासून आणि दऱ्यांपासून मुक्त कोणत्याही काळात नव्हत्या. जगभरात शांतता आणि एकोप्याचा प्रसार करू शकतील अशा तत्त्वांचा शोध घेताना, दोन्ही संस्कृतींनी गांभीर्याने आत्मपरीक्षण करण्याची आणि परस्परांशी संवाद साधण्याची विनंती ताज हाश्मी करतात.

— **इश्तियाक अहमद**
सुप्रतिष्ठ प्राध्यापक
स्टॉकहोम युनिव्हर्सिटी

अमेरिकेच्या दहशतवादाविरुद्धच्या युद्धाभोवतीने सर्वसामान्यपणे स्वीकारले जाणारे साचेबद्ध समज आणि कॅसेंड्रासारखे इशारे यांच्या आतमध्ये ताज हाश्मी यांचे पुस्तक प्रवेश करते.

महत्त्वाच्या मुद्द्यांवर ते अभ्यासपूर्ण दृष्टिकोन आणि बारकावे सादर करतात, जे लोकप्रिय टिप्पणीमध्ये अभावानेच आढळतात. भविष्यातील हिंसाचाराचा मुख्य घटक हा पंथीय भेदभाव असेल, हे गृहीतक ते नामंजूर करतात आणि त्याउलट सुप्रशासन, न्याय आणि मानवी प्रतिष्ठा आदींची जोपासना करण्यात राष्ट्रांना येणारे अपयश हे खरे हिंसाचाराला गती देणारे घटक ठरतील, असे ते सांगतात. या विस्तृत विवेचनामध्ये त्यांनी परिणामकारक धोरणात्मक प्रतिसाद विकसित करण्याची महत्त्वाची गुरुकिल्ली दिली आहे.

— **कर्नल डेव्हिड शॅनाहन (निवृत्त)**
अमेरिकन लष्कर
होनालुलू, हवाई

जागतिक जिहाद आणि अमेरिका

जागतिक जिहाद आणि अमेरिका

इराक आणि अफगाणिस्तान पलीकडील शंभर वर्षांचे युद्ध

ताज हाश्मी

SAGE | bhasha

Los Angeles | London | New Delhi
Singapore | Washington DC | Melbourne

Originally Published in 2014 in English by
SAGE Publications India Pvt Ltd as *Global Jihad and America: The Hundred-Year War beyond Iraq and Afghanistan*

This edition published in 2019 by

SAGE | bhasha

SAGE Publications India Pvt Ltd
B1/I-1 Mohan Cooperative Industrial Area
Mathura Road, New Delhi 110 044, India
www.sagepub.in

SAGE Publications Inc
2455 Teller Road
Thousand Oaks, California 91320, USA

SAGE Publications Ltd
1 Oliver's Yard, 55 City Road
London EC1Y 1SP, United Kingdom

SAGE Publications Asia-Pacific Pte Ltd
18 Cross Street #10-10/11/12
China Square Central
Singapore 048423

Published by Vivek Mehra for SAGE Publications India Pvt Ltd, typeset in 13/15 pt Kokila by AG Infographics, Delhi and printed at Repro India Ltd., Mumbai.

ISBN: 978-93-532-8241-7 (PB)

Translator: Sanket Lad
SAGE Team: Mahesh Sachane

सर्व अन्यायकारक युद्धे आणि दहशतवादाचे बळी ठरलेल्यांना.
त्यांनी मला सत्य बोलण्याची, न्यायाला उचलून धरण्याची
आणि शांततेवर प्रेम करण्याची सर्वाधिक प्रेरणा दिली.

Thank you for choosing a SAGE product!
If you have any comment, observation or feedback,
I would like to personally hear from you.

Please write to me at **contactceo@sagepub.in**

Vivek Mehra, Managing Director and CEO, SAGE India.

Bulk Sales

SAGE India offers special discounts
for purchase of books in bulk.
We also make available special imprints
and excerpts from our books on demand.

For orders and enquiries, write to us at

Marketing Department
SAGE Publications India Pvt Ltd
B1/I-1, Mohan Cooperative Industrial Area
Mathura Road, Post Bag 7
New Delhi 110044, India

E-mail us at **marketing@sagepub.in;**
sagebhasha@sagepub.in

Subscribe to our mailing list

Write to **marketing@sagepub.in**

This book is also available as an e-book.

अनुक्रमणिका

या आवृत्तीची प्रस्तावना

सर्व प्रकारच्या योग्य व अयोग्य कारणांसाठी इस्लामी दहशतवाद हा "जागतिक जिहाद" या काल्पनिक संकल्पनेचा समानार्थी शब्द बनला असला, तरी हा अभ्यास केवळ सध्या इस्लामच्या नावाखाली सुरू असलेला अराजकतावादी आणि विनाशवादी हिंसाचार समजून घेण्याविषयी नाही. हा अभ्यास इस्लाम समजून घेण्याविषयी आणि सर्वांत महत्त्वाचे म्हणजे अलीकडच्या वर्षांमध्ये लाखो मुस्लिमांबाबत आणि त्यांच्या उर्वरित जगासोबतच्या संबंधांबाबत काय चुकत गेले, हे समजून घेण्याविषयी आहे. या पुस्तकात अ) इस्लामच्या नावाखाली होणारा दहशतवाद आणि अराजकतेची समस्या ही या धर्माच्या शिकवणीमध्ये अंगभूत नाही आणि ब) अलीकडच्या वर्षांमध्ये इस्लामी दहशतवादी हल्ल्यांचे प्रमुख लक्ष्य असलेले पाश्चात्त्य जग हे काही इस्लामवादी आणि मुस्लीम प्रक्षोभ, द्वेष, संशय आणि हिंसक हल्ल्यांचे निष्पाप बळी नाही, हे मुद्दे मी मांडले आहेत. इस्लामवादी दहशतवादाबाबत इस्लामविषयक, आधुनिकपूर्व किंवा मध्ययुगीन असे काहीही नसल्याने, इस्लामच्या नावाने होणारी हिंसक अराजकता आणि विनाशवाद या प्रामुख्याने प्रशासनाच्या व अस्मितेच्या समस्या, तसेच जागतिकीकरणाच्या प्रक्रियेशी संबंधित समस्या आहेत. मुस्लीम समाज हा मुख्यत्वे कुप्रशासन आणि वर्चस्ववादी नव-वसाहतवादी पाश्चात्त्य शक्तींचा मागास दिसणारा बळी बनून राहिला आहे. मोठ्या प्रमाणावर उत्तरेकडील विकसित देशांना लाभदायक ठरलेले, एका बाजूला झुकलेले जागतिकीकरण आणि दक्षिणेकडील देशांचा वाढता क्रोध आणि निराशा यांमध्ये सकारात्मक परस्परसंबंध आहे. विविध कारणांमुळे मुस्लीम हे दक्षिणेकडील देशांमध्ये सर्वांत दुर्लक्षित, तळागाळातील आणि प्रक्षुब्ध लोकगटांपैकी आहेत. मुस्लीम आणि पाश्चिमात्य ख्रिश्चन यांच्यातील हिंसक संघर्षाचा इतिहास हा क्रुसेड्सच्याही आधीचा असून 1492 मध्ये स्पेनमधून मूरिश मुस्लिमांची झालेली हकालपट्टी आणि जवळपास संपूर्ण मुस्लीम जगताचे झालेले पाश्चात्त्य वसाहतीकरण यांनी या अविश्वासाला अधिक चालना दिली. पाश्चात्त्य वसाहतवादी शोषणाचा सुमारे तीन शतकांचा वारसा आणि स्पेनमधील मूर्स, पूर्व युरोपमधील ऑटोमान तुर्क यांसारख्या मुस्लिमांनी अनेक शतके ख्रिश्चनांचे केलेले शोषण व छळ हे सध्याच्या मुस्लीम-ख्रिश्चन शत्रुत्वामागील महत्त्वाचे योगदान देणारे घटक आहेत. 'शतकभराचे युद्ध' ही संकल्पना याच वारशातून घेण्यात आली आहे. तथापि, 1948 साली इस्रायलची झालेली स्थापना, ज्यामध्ये पॅलेस्टिनी नागरिकांना पॅलेस्टाईनमधील त्यांच्या पूर्वजांच्या जन्मभूमीवरून हुसकावून लावण्यात आले व त्यांच्याकडून मालकी काढून घेण्यात आली, त्याने या संघर्षामध्ये आणखी एका परिमाणाची भर पडली. पाश्चात्त्य ख्रिश्चनांबरोबरच ज्यू हे केवळ अरब जगतातीलच नव्हे, तर अरब सीमारेषांच्या पलीकडील मुस्लिमांचेही नवे शत्रू बनले.

येथे मी दहशतवाद ही संकल्पना म्हणजे काहीतरी स्थायी, बलाढ्य किंवा शीतयुद्धाच्या अखेरीपासून जगाच्या इतिहासाला आकार देणारा सर्वांत प्रबळ घटक असण्यावर प्रश्न उपस्थित केले आहेत. दहशतवाद हे मूलभूत पातक किंवा मूळ उद्दिष्ट वगैरे अजिबात नसून तो विशिष्ट सामाजिक-आर्थिक आणि राजकीय अव्यवस्थेचा परिणाम आहे; तो ज्वालामुखीप्रमाणे उफाळून येतो, वादळाप्रमाणे घोंगावत येतो आणि अखेरीस मरून जातो. ते कमकुवतांचे शस्त्र आहे. दहशतवाद्यांनी मोजक्या लढाया वगळता इतिहासामध्ये कोणतेही युद्ध जिंकलेले नाही. या पुस्तकामध्ये मी काही ठरावीक भुवया उंचावणारी निरीक्षणे नोंदवली आहेत, उदाहरणार्थ जगाने अगोदरच इतिहासाच्या दहशतवादोत्तर आणि इस्लामवादोत्तर टप्प्यामध्ये प्रवेश केला आहे; आणि आतापर्यंत दहशतवादाने नाही, तर दहशतवादप्रतिबंधक तथाकथित 'वॉर ऑन टेरर'ने जगभरात सर्वत्र आणि प्रामुख्याने मुस्लीम जगतामध्ये, मोजक्या इस्लामवादी दहशतवाद्यांना मागील दोन दशकांमध्ये शक्य झाले, त्यापेक्षा अधिक निष्पाप नागरिकांना ठार मारले आहे. जागतिक जिहादने विकसित उत्तरेसमोर आव्हान उभे केलेले नाही, तर तथाकथित जिहाद किंवा इस्लामवादी दहशतवाद हा अगोदरच दुसऱ्या महायुद्धाच्या अखेरीपासून संपूर्ण वसाहतोत्तर जगतामध्ये सुरू असलेल्या बंडखोरीचा भाग बनला आहे. साम्यवादातील हवा निघून गेल्यानंतर आणि तो पर्यायी व्यवस्था म्हणून जागतिक भांडवलवादासमोर कोणताही धोका निर्माण करण्यास दुर्बल आणि असंबद्ध बनल्यानंतर इस्लामवाद हा सहाजिक आणि रचनेनुसारही जगामध्ये सर्वत्र श्रीमंत आणि शक्तिशाली लोकांच्या वर्चस्वाला आव्हान देण्यासाठी पर्यायी विचारधारा म्हणून उदयास आला.

2011 मध्ये झालेल्या तथाकथित अरब स्प्रिंगनंतरच्या घडामोडी, विशेषतः 2014 मध्ये या पुस्तकाच्या इंग्रजी आवृत्तीच्या प्रकाशनानंतर झालेला गूढ इस्लामिक स्टेटचा (आयसिस) उदय (आणि गृहीत अस्त), या पार्श्वभूमीवर न्यूयॉर्कमध्ये ट्विन टॉवरवर झालेले हल्ले हे अमेरिका आणि तिच्या सहकाऱ्यांनी अफगाणिस्तान, इराक, सीरिया, लिबिया, सोमालिया, येमेन, बाहरिन, पाकिस्तान आणि अन्यत्र इतक्या संख्येने निष्पाप पुरुष, स्त्रिया आणि लहान मुलांच्या (बहुतांश मुस्लीम) क्रूर, अनावश्यक आणि प्रचंड प्रमाणावर केलेल्या हत्यांच्या तुलनेत फक्त टोचलेले सुईच टोक आहे, असे कोणालाही वाटू शकते. आणि हत्याकांडाचा हा सपाटा अद्यापही संपलेला नाही!

जर प्रत्युत्तर म्हणून किंवा कोणत्याही कारणाविना इस्लामी कट्टरवाद्यांनी निष्पाप नागरीक आणि फौजांवर केलेले हल्ले हे दहशतवादी स्वरूपाचे असतील, तर बराक ओबामांच्या अलीकडच्या काळातील अफगाणिस्तान, पाकिस्तान, येमेन, लिबिया, सीरिया आणि अन्यत्र शेकडो निरपराध लोकांचा (आणि मोजक्या दहशतवाद्यांचा) जीव घेणाऱ्या संशयास्पद ड्रोन हल्ल्यांचे वर्गीकरण कसे करावे, असा प्रश्न कोणालाही पडू शकेल! ओबामा यांनी एकट्या 2016 मध्ये 26,171 बॉम्ब टाकले, असे गार्डियनचा अहवाल

(9 जानेवारी 2017) सांगतो. 2011 मध्ये लिबियामध्ये अमेरिकापुरस्कृत सत्ताबदलाच्या मोहिमेमध्ये अध्यक्ष मुअम्मर गदाफी आणि सुमारे 60,000 लोकांना मारल्यानंतर हिलरी क्लिंटन यांनी केलेले 'आम्ही आलो, आम्ही पाहिले आणि तो मेला', हे घृणास्पद जाहीर विधान मुस्लीम जगताबाबतच्या पाश्चात्त्य दुटप्पीपणाबद्दल बरेच काही सांगून जाते.

मी पहिल्या आवृत्तीमध्ये किंवा आताच्या आवृत्तीमध्येही आयसिसच्या परिस्थितीची चर्चा का केलेली नाही, असा प्रश्न काही वाचकांकडून उपस्थित केला जाऊ शकतो. जून, 2014 च्या सुरुवातीस, म्हणजेच आयसिसने मोसूलचा ताबा घेण्याआधीच खूप दिवस माझे संपूर्ण हस्तलिखित छापण्यासाठी सुपूर्द करण्यात आल्यामुळे पहिल्या आवृत्तीमध्ये या महत्त्वपूर्ण घडामोडीचा कोणताही उल्लेख नाही. आणि या आवृत्तीत मी हेतुपुरस्सर या इस्लामी दहशतवादी गटाचा वेगवान उदय आणि ऱ्हास यांची चर्चा करण्याचे टाळले आहे, कारण ही संघटना अल कायदाइतकीच दुर्बल आणि बिनमहत्त्वाची बनत असून ती लवकरच संपून जाईल, असे मला वाटते. अखेरचे आणि तितकेच महत्त्वाचे म्हणजे, इस्लामच्या नावाखाली पर्यायी सामाजिक-राजकीय आणि आर्थिक व्यवस्थेद्वारे जग बदलणारे नव्या सहस्रकातील कार्यक्रम असणाऱ्या आयसिस, अल कायदा आणि यांसारख्या इतर दहशतवादी संघटनांच्या पुनरुत्थानाविषयी कोणत्याही आत्मसंतुष्टतेला जागा नाही. अल कायदा किंवा आयसिसच्या अखेरीचा अर्थ, मुस्लीम जगतातील विशिष्ट राष्ट्रीय आणि बिगरराष्ट्रीय घटक आणि अध:पतित पाश्चात्त्य जग (व त्यांचे प्रतिनिधी) यांच्यामध्ये सुरू असलेल्या 'शतकभराच्या युद्धा'ची अखेर, असा नाही. अलीकडे बांगला देशमध्येही इस्लामी दहशतवादी हल्ले घडत असून ते आयसिस हल्ल्यांच्या धर्तीवरील आहेत किंवा प्रत्यक्षात मध्य-पूर्वस्थित इस्लामवादी संघटनांशी संबंधित आहेत.

दरम्यान, जुलै 2016 मध्ये ढाक्यामधील होली आर्टिसन कॅफेमध्ये पाच बंदुकधारी, जे सुखवस्तू कुटुंबातील होते व ज्यांचे शिक्षण इंग्रजी माध्यमांतील शाळांमध्ये झालेले होते, त्यांच्यासह 29 जणांना ठार मारणाऱ्या बहुचर्चित हल्ल्यानंतर बांगला देशमध्ये झालेले आत्मघातकी दहशतवादी हल्ले, तसेच नागरीक व सुरक्षा दलातील लोकांच्या हत्यांसह अनेक हल्ल्यांची जबाबदारी आयसिसने स्वीकारली आहे.

तथापि, काही विचित्र कारणांसाठी—आयसिसच्या दहशतवादी हल्ल्यांचा प्रतिकार करण्याची आपली अकार्यक्षमता आणि असमर्थता लपवण्यासाठी—बांगला देश सरकारने देशातील कोणत्याही दहशतवादी हल्ल्यामध्ये आयसिसचा सहभाग असल्याचा सरळसरळ इन्कार केला. विशेष म्हणजे, बंदुकधाऱ्यांनी अद्याप कॅफेमध्ये ओलिसांना ठेवले असतानाच आयसिसने या हल्ल्याची जबाबदारी स्वीकारली होती आणि त्यांचे प्रचारकी वृत्त संकेतस्थळ अमाक अल-अखबरियावर मृत्युमुखी पडलेल्या अनेक बळींची छायाचित्रेही प्रसिद्ध केली होती.

इस्लामवादी किंवा फुटिरतावादी दहशतवादी गट इराक, सीरिया, पाकिस्तान, तुर्कस्तान किंवा अफगाणिस्तानमध्ये नियमितपणे बॉम्बहल्ले करून शेकडो लोकांना ठार करत असले, तरीही पाश्चात्त्य प्रसारमाध्यमांमध्ये क्वचितच यासंबंधीच्या वृत्तांना ठळकपणे प्रसिद्धी मिळते आणि अवघ्या काही तासांमध्येच अशा हल्ल्यांविषयीच्या बातम्या पाश्चात्त्य प्रसारमाध्यमांमधून गायब होतात. पश्चिमेकडे, म्हणजेच लंडन किंवा बोस्टन, कोपनहेगन, माद्रिद, पॅरिस किंवा ब्रुसेल्स येथे होणाऱ्या दहशतवादी हल्ल्यांबाबत मात्र असे घडत नाही. पश्चिमेकडील लोक आणि प्रसारमाध्यमे जोपर्यंत दहशतवादाच्या सर्व बळींबाबत सारखीच सहानुभूती दाखवत नाहीत आणि सर्व ठिकाणच्या दहशतवादाचा प्रतिकार करण्यासाठी काहीतरी सकारात्मक करत नाहीत, तोपर्यंत जगात दीर्घकालीन शांतता आणि सामंजस्य नांदण्याची आशा खूप कमी आहे.

युरोपमध्ये पुन्हा एकदा, आणखी एक देशांतर्गत आयसिसचा दहशतवादी हल्ला झाला. नोव्हेंबर, 2015 मध्ये पॅरिस हल्ल्यामध्ये 130 निरपराध अनोळखी लोकांचे जीव घेतल्यानंतर चार महिन्यांच्या आतच, 22 मार्च 2016 रोजी ब्रुसेल्समध्ये दहशतवाद्यांनी तीसहून अधिक जणांना ठार आणि अनेक जणांना गंभीर जखमी केले. विशेष म्हणजे, जगाला हादरवून टाकणाऱ्या या रक्तपातामध्ये आयसिसच्या एकमेकांचे भाऊ असलेल्या दोन आत्मघातकी बॉम्बर्ससह केवळ तीन दहशतवादी सहभागी झाले होते. ब्रुसेल्समधील सर्वांत नव्या दहशतवादी हल्ल्यानंतर तीन दिवसांपर्यंत पाश्चात्त्य माध्यमसमूहांमध्ये या हल्ल्याशिवाय अन्य कोणत्याही वृत्ताचा संपूर्ण अभाव असल्याचे दिसत होते. हा माहितीचा अभाव इतका होता, की अमेरिकन टीव्ही या वाहिनीवरील “सुपर ट्यूसडे” या कार्यक्रमात अमेरिकन अध्यक्षीय निवडणुकीच्या प्राथमिक फेरीबाबतचे काहीच वार्तांकन नव्हते. मला याविषयी केवळ दोन टिप्पण्या करायच्या आहेत: अ) दहशतवादी हल्ल्यांच्या विस्तृत वार्तांकनामुळे दहशतवाद्यांना फुकटची प्रसिद्धी मिळते—मार्गारेट थॅचर एकदा यथार्थपणे म्हणाल्या होत्या, “आपण दहशतवाद्यांना प्रसिद्धीच्या प्राणवायूपासून वंचित ठेवले पाहिजे”, आणि ब) पाश्चात्त्य सरकार आणि प्रसारमाध्यमांकडून निवडक दहशतवादी हल्ल्यांना दिली जाणारी प्रसिद्धी ही त्यांच्या पूर्वग्रहाची सूचक आहे आणि म्हणूनच ती सर्व ठिकाणच्या दहशतवादाचा प्रतिकार करण्याच्या उद्दिष्टप्राप्तीत अडथळा आणणारी आहे.

अलीकडेच ‘यूएसए टुडे’ने पश्चिमेकडील देश आणि मुस्लीम जगतामध्ये होणाऱ्या दहशतवादी हल्ल्यांबाबतचा पाश्चात्त्य दुटप्पीपणा उघड केला. अफगाणिस्तान, इराक, तुर्कस्तान, लिबिया, सीरिया, पाकिस्तान, माली, ट्युनिशिया, सोमालिया, बुर्किना फासो, इंडोनेशिया, आयव्हरी कोस्ट आणि अन्य देशांच्या विविध भागांमध्ये अक्षरशः शेकडो दहशतवादी हल्ले होत आहेत आणि “पॅरिस किंवा ब्रुसेल्सवरील दहशतवादी हल्ले हे

पाश्चात्त्य प्रसारमाध्यमांकडून अनुक्रमे पहिल्या व दुसऱ्या क्रमांकाचे सर्वाधिक वार्तांकन करण्यात आलेले हल्ले असले, तरी, हा मागील चार महिन्यांत घडलेला पहिला किंवा दुसरा दहशतवादी हल्ला नव्हे", हे त्यांनी ठामपणे मांडले. ब्रुसेल्स, सॅन बर्नाडिनो आणि पॅरिसमध्ये झालेल्या दहशतवादी हल्ल्यांना पाश्चात्त्य प्रसारमाध्यमांमध्ये प्रामुख्याने प्रसिद्धी मिळाली असताना, तुर्कस्तानमध्ये ऑक्टोबर 2015 पासून झालेल्या दहशतवादी हल्ल्यांमध्ये दोनशेहून अधिक लोक ठार झाले असून आयव्हरी कोस्ट, इराक, लिबिया, लेबनॉन, येमेन, ट्युनिशिया येथे झालेल्या हल्ल्यांमध्ये आणखी 400 लोक मारले गेले, ही बाब कधीच पाश्चात्त्य माध्यमांमध्ये प्रकाशात आली नाही.

27 मार्च, 2016 रोजी 'ईस्टर संडे'च्या दिवशी जमातुल-आहरारच्या (पाकिस्तानी तालिबानची सहयोगी संघटना) आत्मघातकी हल्लेखोराने लाहोर येथील एका सार्वजनिक उद्यानामध्ये 70 हून अधिक लोकांना ठार मारले व 300 हून अधिक लोकांना जखमी केले. यांमध्ये प्रामुख्याने महिला व लहान मुलांचा समावेश होता. या हल्ल्याला पाश्चात्त्य प्रसारमाध्यमांकडून जलद प्रसिद्धी मिळाली, याचे कारण हा पाकिस्तानातील "एकाकी" अल्पसंख्याक ख्रिश्चनांवरील इस्लामी दहशतवादी हल्ला होता, हे असू शकेल. तथापि, सुरुवातीला 10 सेकंदांपेक्षा कमी वेळेत हे वृत्त प्रसिद्ध करणाऱ्या सीएनएन वाहिनीने त्यानंतर याविषयी कोणतीही टिप्पणी किंवा सविस्तर माहिती दिली नाही.

धार्मिक असो किंवा धर्मनिरपेक्ष, आयसिस असो किंवा पीकेके, कोणत्याही दहशतवादाचे वस्तुनिष्ठ मूल्यांकन करण्यासाठी या विकृतीचे आकलन आवश्यक असते. दहशतवाद हा साध्यापर्यंत पोहोचण्यासाठीचे साधन आहे आणि तो स्वतःच साध्य नाही. आणि दहशतवाद हे मूलभूत उद्दिष्ट किंवा 'मूळ पातक' अजिबात नसून तो बळींकडून होणारा प्रत्युत्तरादाखल, प्रतिक्रियात्मक हिंसाचार आहे. एकुणात, हे "कमकुवत लोकांचे शस्त्र" असून ते काही स्वर्गातून पडलेले नाही. दहशतवादी हे निरपराध लोकांचे बळी घेत असल्याने आपण बहुतांश वेळा याकडे दुर्लक्ष करतो की दहशतवादीसुद्धा छळ, द्वेष आणि अपमानाचे बळी आहेत. आयसिस, पीकेके, तालिबान आणि लष्कर-ए-तय्यबाच्या अलीकडील दहशतवादी हल्ल्यांच्या पार्श्वभूमीवर आपण दहशतवाद आणि बंडखोरी यांच्यामधील पुसट रेषेकडे दुर्लक्ष करता कामा नये. हे कदाचित वाचताना नीरस वाटेल, परंतु राजकीयदृष्ट्या प्रेरित हिंसाचाराचे तीन भिन्न प्रकार असतात, असे मला वाटते: अ) दहशतवाद; ब) बंडखोरी आणि क) बंडखोर-दहशतवाद. वरकरणी तालिबान आणि आयसिस या दोन्ही संघटनांचे स्वरूप इस्लामवादी असले, तरी त्या प्राथमिकतः सुन्नी पश्तून आणि सुन्नी अरब अस्मिता उचलून धरणाऱ्या राष्ट्रवादी संघटना आहेत.

सोव्हिएत रशियाने अफगाणिस्तानवर केलेला कब्जा आणि अफगाण "जिहाद"ला असलेला पाश्चात्त्य, सौदी आणि पाकिस्तानी पाठिंबा यातूनच अखेरीस अफगाण तालिबान

निर्माण झाले, त्याचप्रमाणे पाश्चात्त्य देशांनी इराक, सीरिया आणि लिबियामध्ये केलेले आक्रमण/विध्वंस यातून आयसिसची निर्मिती झाली. 2001 मध्ये तालिबान राजवट उलथवल्यामुळे अनेक तालिबानी लढवय्ये हे बंडखोर-दहशतवादी झाले, त्याचप्रमाणे अलीकडे इराक व सीरियामध्ये आयसिसच्या झालेल्या पराभवामुळे आयसिसचे अनेक लढवय्ये हे बहुराष्ट्रीय बंडखोर-दहशतवादी बनले आहेत. 9–11 च्या हल्ल्यानंतर पाच वर्षांनी अल कायदाने स्वतःला जसे बनवले होते, तशीच आयसिस बनत आहे. तथापि, आयसिस ही निव्वळ दहशतवादी संघटना असण्यापेक्षा अजून अधिक बंडखोर-दहशतवादी संघटना आहे.

विशेष म्हणजे पाश्चात्त्य प्रसारमाध्यमे आणि विश्लेषकांनी ब्रुसेल्स हल्ल्याच्या केलेल्या पंचनाम्यामधून आपल्याला केवळ बेल्जियन गुप्तचर संस्था आणि पोलीस दल कसे या हल्ल्याची पूर्वपरीक्षा करण्यात अपयशी ठरले, इतकेच ऐकायला मिळते. बेल्जियममधील मुस्लीम स्थलांतरितांची बहुतांश दुसरी आणि तिसरी पिढी स्वतःला बेल्जियन का मानत नाही, हे आपल्याला ऐकायला मिळत नाही. सीरियामध्ये अध्यक्ष बशर अल असद यांना उलथवण्यासाठी सौदी आणि तुर्कस्तानच्या सीरियातील आयसिसला असलेल्या पाठिंब्याविषयी पाश्चात्त्य प्रसारमाध्यमे आणि एकूणच विश्लेषक आपल्याला सांगत नाहीत. सौदी आणि तुर्कस्तानने इराण, शिया अरब आणि कुर्द राष्ट्रवादी या त्यांच्या सामाईक शत्रुंविरोधात इस्लामवादी बंडखोर-दहशतवाद्यांना दिलेल्या छुप्या पाठिंब्यामुळे येणाऱ्या वर्षांमध्ये मध्य पूर्व आणि उत्तर आफ्रिकेमध्ये स्थैर्य नांदणार नाही.

मोठी युद्धे ही छोट्या युद्धांना संपवत नाहीत, हे आपल्याला माहीत आहे. महायुद्धे, कोरिया आणि व्हिएतनाममधील युद्धे, अरब-इस्रायल आणि भारत-पाकिस्तान युद्धे, तसेच अफगाणिस्तान, इराक, लिबिया आणि सीरियासारखी कुठेही केलेली लष्करी आक्रमणे यांनी अजिबात दीर्घकालीन शांतता आणली नसून त्यांनी जगाला आणखी अस्थिर केले आहे. एका विश्लेषकाने नमूद केल्याप्रमाणे अमेरिकेच्या नेतृत्वाखाली 2003 मध्ये इराकवर आक्रमण होईपर्यंत त्या देशात एकही आत्मघातकी हल्लेखोर नव्हता, मात्र या आक्रमणापासून जानेवारी 2016 पर्यंत इराकमध्ये सुमारे 2000 आत्मघातकी स्फोट झाले आहेत. विविध ग्राहक राष्ट्रे किंवा संरक्षित देश त्यांच्या माजी आश्रयदात्यांचे भस्मासूर बनल्याची उदाहरणेही आपल्यासमोर आहेत. ज्याप्रमाणे इस्रायलने एकेकाळी पंखाखाली घेतलेली हमास ही संघटना नंतर त्याची कडवी शत्रू बनली, त्याचप्रमाणे तालिबान आणि अल कायदा या त्यांचे माजी आश्रयदाते असलेल्या अमेरिका आणि पाकिस्तानच्या विरोधात गेल्या. आयसिस ही अगोदरच पाश्चात्त्यविरोधी बनली असून ती आता तिच्या अरब आणि तुर्की प्रवर्तकांच्या पालकत्वाखाली राहिलेली नाही. आयसिसच्या सीरिया आणि इराकमधील पराभवावरून जगातील इस्लामवादी दहशतवादाच्या मृत्यूचे संदेश

मिळणार नाहीत. शेवटचे आणि तितकेच महत्त्वाचे म्हणजे, मी इस्लामी दहशतवाद आणि "जागतिक जिहाद" ही संकल्पना, या दोन्ही गोष्टी समांतर दाखवत नाही. जागतिक जिहाद ही पाश्चात्त्य देश व मुस्लीम जगतातील, तसेच त्याबाहेरील त्यांच्या सहकाऱ्यांच्या नव-वसाहतवादी संचरनांवरील सुरू असलेली हिंसक व अहिंसक प्रतिक्रिया आहे. याच गोष्टीला मी पराक्रमी पाश्चात्त्य आणि कमकुवत, विखुरलेले आणि प्रक्षुब्ध मुस्लीम यांच्यातील "शतकभराचे युद्ध" म्हणून दर्शवले आहे.

पाश्चात्त्य देश धादांत खोटारडेपणा, फसवी युद्धे व आक्रमणे आणि सर्वव्यापी दुटप्पीपणा आदी माध्यमांद्वारे गेल्या काही काळापासून जे करत आले आहेत, त्याप्रमाणे "त्यांच्या दहशतवाद्यां"विरुद्ध "आपल्या दहशतवाद्यांना" प्रोत्साहन देणे, इस्लामगंड किंवा वंशभेदाला प्रोत्साहन देऊन "इतरांचे" दहशतवादी म्हणून राक्षसीकरण करणे आणि अखेरचे व महत्त्वाचे म्हणजे, दहशतवादाच्या धोक्याची अतिशयोक्ती करून "आपल्याला" दहशतवादाचे निष्पाप बळी म्हणून चितारणे, यातून ना दहशतवाद संपणार आहे, ना पाश्चात्त्य आणि मुस्लीम जगादरम्यान परस्परविश्वास आणि आदर पुनर्प्रस्थापित होणार आहे. एकुणात न्यूयॉर्क टाइम्समधील व्यंगचित्राने (28 मार्च, 2017) युरोपमधील घडामोडींची अवस्था मार्मिकपणे स्पष्ट केली आहे. एकसारखी भीती विकणे आणि तळागाळातील दुर्लक्षित मुस्लिमांचे दहशतवादी म्हणून राक्षसीकरण करणे, यातून आयसिसला युरोपमध्ये त्यांचे 'स्टेट' मिळू शकते आणि ते म्हणजे 'स्टेट ऑफ इमर्जन्सी' (आणीबाणीची अवस्था)!

अखेरचे आणि तितकेच महत्त्वाचे म्हणजे हास्यास्पद अरब स्प्रिंगची अखेर आणि केवळ तिसऱ्या जगतातच नाही, तर पाश्चात्त्य जगतामध्येही, विशेषतः डोनाल्ड ट्रम्प यांची निवड झाल्यानंतरच्या अमेरिकेमध्ये लोकशाहीवादी तत्त्वे आणि संस्थांची झीज होत असल्याच्या सद्यस्थितीने आपल्याला सातत्यपूर्ण संघर्ष आणि मोठी युद्धे यांच्या धोकादायक उंबरठ्यावर आणून ठेवले आहे. एकीकडे अमेरिका, इस्रायल, ब्रिटन, फ्रान्स, सौदी अरेबिया आणि त्यांची सहकारी राष्ट्रे व दुसरीकडे रशिया, उत्तर कोरिया, तुर्कस्तान, इराण, चीन आणि पाकिस्तान (काही प्रमाणात) व आणखी काही देश यांच्यामध्ये अल्पकालीन आणि दीर्घकालीन शत्रू म्हणून टोकाचे ध्रुवीकरण होत आहे. लिबिया, अफगाणिस्तान, येमेन, सोमालिया, वायव्य आफ्रिका, सीरिया आणि अन्य काही ठिकाणच्या छुप्या कारवाया आणि छुपी युद्धे यांनी, फारशा आकारहीन नसलेल्या पाश्चात्त्य आणि मुस्लीम जगतातील भेगांच्या खूप पलीकडे बहुध्रुवीय जगाचे आणखी ध्रुवीकरण केले आहे. आता मुस्लीम जगताचेही तथाकथित नेमस्त आणि कट्टरवादी देशांमध्ये टोकाचे ध्रुवीकरण होत आहे. मध्य पूर्व, मध्य आणि दक्षिण आशियामध्ये इराणचा प्रभाव रोखण्यासाठी झालेल्या अमेरिका-सौदी पुरस्कृत विविध मुस्लीमबहुल देशांच्या आघाडीमुळे परिस्थिती आणखीच गंभीर बनली आहे. अरब स्प्रिंगनंतरचे जग हे काही नव्या आघाड्यांच्या उदयाचे साक्षीदार आहे. यांपैकी काही

आघाड्यांची यापूर्वी कल्पनाही करण्यात आली नव्हती, जसे की फारसे लपून न राहिलेले सौदी-इस्रायली सामंजस्य, तुर्की-इराणी आणि तुर्की-रशियन पुनर्विलोकन, या अनिष्टसूचक घडामोडी आहेत. एकुणात, जगाचे मुस्लीम जगताअंतर्गत, तसेच त्यापलीकडेही अनेक ध्रुवांमध्ये वेगाने ध्रुवीकरण होत आहे. अमेरिकेच्या नेतृत्वाखाली 2003 मध्ये पूर्णपणे असत्य आणि वास्तवाच्या विपर्यासावर आधारित इराकवरील आक्रमण हे सपशेल उलटले. अमेरिकेने इराकमधून माघार घेतल्यापासून तो देश जवळपास इराणचा विस्तारित भाग बनला असून इराण हा या प्रदेशात आपला प्रभाव निर्माण करण्यासाठी इराकी भूभागाचा वापर आपला सीरिया व लेबनॉनकडे जाण्याचा महामार्ग म्हणून करतो. ही चिन्हे अशुभ आहेत. शतकभराचे युद्ध हे 2048 नंतरही सुरू राहील का, आणि पुढील वर्षांमध्ये आणखी काही अण्वस्त्रसज्ज देश निर्माण होण्याची शक्यता असलेले मुस्लीम जगत हे येणाऱ्या दशकांमध्ये त्याच्या स्वतःच्या अपायकारकतेमध्ये आणि जगाच्या सर्वोत्तम हितामध्ये महत्त्वाची भूमिका बजावत असेल का, याची कोणालाच कल्पना नाही.

या निमित्ताने मी या प्रकल्पाबद्दल, तसेच माझ्या पुस्तकाची हिंदी व मराठी आवृत्ती प्रकाशित केल्याबद्दल सेज पब्लिकेशनचे आभार मानू इच्छितो. माझे पुस्तक हिंदी/मराठी भाषेमध्ये अनुवादित करण्याचा प्रकल्प हाती घेतल्याबद्दल सेजच्या नीतू छाब्रा आणि सुमोना कुंडू यांचा मी विशेष ऋणी आहे.

ताज हाश्मी
ऑस्टिन पे स्टेट युनिव्हर्सिटी
क्लार्क्सव्हिल, टेनेसी, यूएसए
19 मार्च, 2018

प्रस्तावना आणि ऋणनिर्देश

> कोणतेही लांबलेले युद्ध हे लोकशाही देशाच्या स्वातंत्र्याला निश्चित धोक्यात घालते....जर युद्धातून आकस्मिक हिंसाचाराच्या मार्गाने हुकूमशाही आली नाही, तर ते अधिक सौम्यपणे लोकांच्या सवयींच्या माध्यमांतून त्यांना हुकूमशाहीसाठी तयार करते. लोकशाहीवादी राष्ट्राचे स्वातंत्र्य नष्ट करण्यास प्रयत्नशील असलेल्या सर्वांना हे माहिती असले पाहिजे, की युद्ध हे ही कामगिरी यशस्वी करण्याचे सर्वांत खात्रीशीर आणि सर्वांत जवळचे साधन आहे.
>
> — अलेक्सिस डी टॉक्विल (डेमोक्रसी इन अमेरिका, 1835)

इस्लाम आणि आधुनिक दक्षिण आशियाई इतिहास व राजकारण—निम्नस्तरीय शेतकरी, कामगार वर्ग आणि महिला—हे माझ्या संशोधन आणि अध्यापनाचे मूलभूत विषय राहिले असल्यामुळे सप्टेंबर 2001 च्या खूप आधी मी पाकिस्तान आणि बांगला देशमधील इस्लामी बंडखोरी आणि दहशतवादाविषयी पुस्तक लिहिण्याचा विचार केला होता. तथापि, 9/11 नंतर जग बदलले आहे; त्यामुळे 'दहशतवादी इस्लाम' या सिंड्रोमविषयीचा माझा रसही वाढला. हा अभ्यास म्हणजे अमेरिकेला इस्लामी धोका असल्याचे पाहिले/रचले जाण्याच्या संदर्भात इस्लाम, इस्लामवाद, इस्लामी बंडखोरी, अमेरिकेचे देशांतर्गत सुरक्षात्मक मुद्दे यांविषयीच्या माझ्या सैद्धान्तिक आणि व्यावहारिक ज्ञानाचे मिश्रण आहे. होनोलुलूतील हवाईस्थित आशिया-पॅसिफिक सेंटर फॉर सिक्युरिटी स्टडीज् (एपीसीएसएस) या आशिया-पॅसिफिक प्रदेशातील लष्करी आणि नागरी अधिकाऱ्यांसाठी असलेल्या प्रशिक्षण अकादमीशी 2002 मध्ये माझा पहिल्यांदा परिचय झाला. या अकादमीमुळे माझ्या दहशतवादाविषयीच्या दृष्टिकोनाला आणि आकलनाला नवे परिमाण प्राप्त झाले. 'एपीसीएसएस'ने दक्षिण आशियातील धर्म आणि सुरक्षा या विषयावरील परिषदेसाठी मला आमंत्रित केल्याबद्दल मी त्यांचा सदैव ऋणी राहीन.

त्यानंतर, सुरक्षा अभ्यास या विषयाचा प्राध्यापक म्हणून एपीसीएसएससोबतच्या चार वर्षांच्या (2007–2011) कार्यकाळात जागतिक दृष्टिकोनातून इस्लामी बंडखोरी आणि दहशतवादाविषयीचे माझे आकलन लक्षणीयरीत्या वाढले. एपीसीएसएसमध्ये सुमारे 40 देशांमधील लष्करी, पोलीस दलातील, राजनैतिक प्रशिक्षणार्थी/अभ्यासवृत्तीधारकांशी झालेल्या चर्चेतून मला सर्वाधिक लाभ झाला. ऑस्ट्रेलिया ते अफगाणिस्तान आणि इराक; पाकिस्तान ते पापुआ न्यू गिनी; आणि फिजी, इंडोनेशिया, मार्शल बेटे ते वानुआतू इत्यादी देशांमधील दहशतवादविरोधी (सीटी) आणि बंडखोरविरोधी (सीओआयएन) कारवायांच्या त्यांच्या प्रत्यक्ष अनुभवांमधून त्यांनी इस्लामवाद, दहशतवाद आणि देशांतर्गत सुरक्षेविषयीचे माझे आकलन समृद्ध केले. एपीसीएसएस येथील माझे सहकारी, नागरीक

आणि लष्करी प्राध्यापकांशी झालेल्या चर्चेतून अमेरिकन देशांतर्गत सुरक्षाविषयक गुंतागुंत आणि गतिशास्त्रही मला शिकता आले.

तथापि, मी 2009 मध्ये पाकिस्तान आणि बांगला देशमधील राजकीय इस्लामच्या अनन्यसाधारण वैशिष्ट्यांवर काम करण्यास सुरुवात केल्यानंतर, आम्ही नयनरम्य कावाई येथे कौटुंबिक सहलीसाठी गेलो असताना आमची धाकटी मुलगी सब्रिनाने मला विचारले: “अब्बू, आपल्याला विमानात चढण्यापूर्वी बूट काढावे लागतात, त्यामागील कारणांवर लक्ष केंद्रित करणारे काही लेखन तुम्ही का करत नाही?” केवळ आंतरराष्ट्रीय सबंध आणि जागतिक इतिहास विषयाच्या अभ्यासकांना वाचायला आवडेल, असे नाही तर त्याचसोबत (तिच्यासारख्या) व्यवसाय विषयातील पदवीधरांनाही स्वारस्यपूर्ण वाटेल, असे काहीतरी मी लिहिलेले तिला हवे होते. त्यामुळे पुस्तकाचा दृष्टिकोन आणि आशय यांत बदल केला आहे, आता हे पुस्तक जागतिक जिहादची भारदस्त संकल्पना आणि तिचे अमेरिकेच्या परराष्ट्र आणि देशांर्तगत धोरणांवर होणारे परिणाम, तसेच उलटपक्षी या धोरणांचा जिहादवरील परिणाम यावर लक्ष केंद्रित करते. हे पुस्तक मी केवळ पाश्चात्त्य देशांतील अभ्यासक, संरक्षणक्षेत्राशी संबंधित व्यक्ती आणि धोरणकर्त्यांसाठी लिहिले नसून विद्यार्थी, सामान्य लोक आणि पश्चिमेकडील व पूर्वेकडील देशांमधील सर्वसाधारण शांतताप्रेमी लोक यांच्यासाठीही लिहिले आहे. अमेरिकन, युरोपियन, आशियाई आणि मुस्लिमांना या लेखनकार्याचा सर्वाधिक लाभ होईल, असे मला वाटते. या पुस्तकामध्ये काही लोकांसाठी बऱ्याच नव्या संकल्पना व माहिती असून, त्याउलट बहुतांश लोकांसाठी काही नव्या संकल्पना व माहिती आहे.

हे पुस्तक कशाशी संबंधित आहे आणि मी ते का लिहिले आहे, हे स्पष्ट करण्यापूर्वी मी माझ्या वाचकांना आगाऊ इशारा देऊ इच्छितो की, हे पुस्तक म्हणजे जागतिक जिहाद विरुद्ध दहशतवादाविरुद्धचे युद्ध या विषयावर सातत्याने वाढत असलेल्या साहित्याच्या संग्रहामध्ये आणखी एक भर नाही. मला या दोन्ही संकल्पना अत्यंत गुळगुळीत, राजकीयदृष्ट्या प्रेरित आणि म्हणून पूर्वग्रहदूषित वाटतात. प्रलयंकारी 9/11 च्या हल्ल्याने क्रौर्य, द्वेष, दंभ आणि सर्वांत जास्त म्हणजे असत्य आणि दुराचाराकडील नैसर्गिक कल यांसारख्या मूलभूत मानवी प्रवृत्ती उघड केल्या. 9/11 नंतरची शेकडो पुस्तके, निबंध आणि मुद्रित व इलेक्ट्रॉनिक प्रसारमाध्यमांतील लेखन अपायकारकरीत्या उलट परिणाम करणारे, विभाजनवादी, आणि जागतिक शांतता व सुव्यवस्थेसाठी हानिकारक आहे, असे मला वाटते. दुर्दैवाने अशा प्रकारचे अनेक सुप्त इस्लामगंड असणारे आणि दिखाऊ अभ्यासक असणारे लेखक आणि विश्लेषक यांनी पाश्चात्त्य जगामध्ये अगोदरच स्वतःला इस्लाम आणि दहशतवादाचे तज्ज्ञ म्हणून प्रस्थापित केले आहे. अनिष्टसूचक गोष्ट म्हणजे, पाश्चात्त्य धोरणकर्ते सातत्याने त्यांचा सल्ला घेतात आणि त्यानुसार वागतात, आणि दहशतवादाच्या

प्रतिकारासाठी, धोका निर्माण होण्यापूर्वीच देशांवर हल्ले किंवा अनधिकृत आक्रमणे करतात. दहशतवाद, विशेषत: इस्लामी दहशतवाद हा पाश्चात्त्य संस्कृतीसाठी जणू सर्वांत मोठा धोका असल्याप्रमाणे प्रतिमा हे लेखक निर्माण करतात!

दुर्दैवाची बाब म्हणजे, मुस्लीम जगही पूर्वग्रहदूषित, राजकीयदृष्ट्या प्रेरित आणि धर्मांध अमेरिकाविरोधी/पाश्चात्त्यविरोधी धर्मगुरू, लेखक आणि विश्लेषकांनी भरलेले आहे. ते 9/11 च्या हल्ल्यांमागे ज्यू होते किंवा 9/11 चा हल्ला हा अमेरिकेमधीलच कोणीतरी केला होता, यांसारख्या निरर्थक सिद्धान्तांवर विश्वास ठेवून त्यांचा प्रसार करतात एवढेच नव्हे, तर ते पाश्चात्त्यांचे वर्णन दुष्ट, इस्लामला नष्ट करण्याचा आणि मुस्लीम जगतातील त्यांनी गमावलेल्या वसाहती पुन्हा मिळवण्याचा कार्यक्रम हाती घेतलेले, असे करतात. बऱ्याच इस्लामवाद्यांचा रागरंग हा पूर्णपणे फॅसिस्ट आहे. सर्व मुस्लिमेतरांचे एकतर बळजबरीने इस्लाममध्ये धर्मांतर करण्यासाठी किंवा मुस्लिमेतर आणि वाट चुकलेले मुस्लीम यांचे *कत्ल* म्हणजेच सामूहिक हत्याकांड करण्यासाठी जागतिक जिहाद किंवा संपूर्ण युद्धाच्या संकल्पनेवर ते विश्वास ठेवतात आणि त्याचा प्रसार करतात. लक्षवेधक बाब म्हणजे, पाश्चात्त्य जगातील इस्लामद्वेष्टे आणि पूर्वेकडील इस्लामवादी यांच्या मतांमध्ये साधर्म्य आहे. इस्लामी हे जागतिक जिहादमध्ये सामील आहेत, आणि मुस्लीम-पाश्चात्त्य संघर्ष हा दररोज होणाऱ्या सूर्योदयाइतका अटळ आणि आवश्यक आहे, असे हे दोन्ही गट मानतात.

सध्या सुरू असलेला इस्लाम-पाश्चात्त्य संघर्ष हा शीतयुद्धानंतरचा प्रमुख संघर्ष आहे का आणि जग हे पाश्चात्त्य व इस्लामी संस्कृतींदरम्यान असणाऱ्या सांस्कृतिक संघर्षांमधून जात आहे का, असा प्रश्न हा अभ्यास उपस्थित करतो. मुस्लीम जग हे आकारहीन एकसंध अस्तित्व असून ते सदैव एकात्म, सक्षम आणि अमेरिका व पाश्चात्त्य हितसंबंधांना आव्हान देण्यास इच्छुक आहे का, हा आणखी एक महत्त्वाचा प्रश्न आहे. मुस्लीम ब्रदरहूड, एन्नाहदा आणि जमात-ई-इस्लामी यांसारखे इस्लामी पक्ष लोकशाहीवादी होऊ शकतात का, की इस्लामोफॅसिझमच्या सिद्धान्ताला अनुसरून ते फॅसिस्टवादी आहेत हे माझ्या शोधाचे महत्त्वाचे क्षेत्र आहे. इस्लामवादी पक्ष केवळ निवडणुकीच्या माध्यमातून सत्तेवर येऊ इच्छितात, एवढ्याच कारणासाठी त्यांना प्रोत्साहन देणे सुज्ञपणाचे आहे का, हा प्रश्न आता माझ्यासह अनेक अभ्यासक विचारत आहेत.

मी पुढील मुद्द्यांवर विवेचन केले आहे: (अ) वसाहतोत्तर इस्लामी दहशतवाद आणि अराजकता हा युरोपियन वसाहतींच्या राजवटीचा वारसा आहे का; (ब) दहशतवाद असंबद्ध ठरतो, अशा इतिहासाच्या दहशतवादोत्तर टप्प्यामध्ये जगाने अगोदरच प्रवेश केला आहे का; (क) अमेरिका किंवा कोणत्याही पाश्चात्त्य राष्ट्रासाठी दहशतवाद हा कधीच अस्तित्वमूलक धोका नव्हता/नाही का; (ड) इस्लाम हा शांततेचा धर्म आहे का आणि तो इस्लामी अराजकता आणि दहशतीसाठी जबाबदार नाही का; (ई) जागतिकीकरणाच्या

प्रक्रियेने पाश्चात्त्य आणि मुस्लीम राष्ट्रांसाठी असमान कार्यक्षेत्र निर्माण केले आहे का; (फ) मुस्लीम-पाश्चात्त्य दरीसाठी अमेरिकेची लष्कर-उद्योग युती आणि इस्रायल दबावगट जबाबदार आहे का; (ग) अमेरिका हे साम्राज्य आहे का आणि तिचे साम्राज्यवादी वर्तन हे जागतिक शांततेसाठी सर्वांत मोठा धोका आहे का; (ह) अमेरिका आणि इतर यांच्यातील वर्चस्ववादाच्या पुरातन संघर्षामध्ये इस्लामवादी हे रशिया, चीन आणि अन्य दावेदारांच्या सहायकांची भूमिका बजावत आहेत का?

माझे मित्र आणि सहकाऱ्यांच्या ऋणांबाबत कृतज्ञता व्यक्त करण्यापूर्वी मला माझ्या आनंददायी मुलींचे आभार मानले पाहिजेत. या लेखनाच्या काही मूलभूत संकल्पना आणि युक्तिवादांची मांडणी करण्यामध्ये आमची मोठी मुलगी शकिला आणि लहान मुलगी सब्रिना यांनी महत्त्वाची भूमिका बजावली आहे. या लेखनाची प्रगती आणि त्याच्या प्रसिद्धीबाबत त्यांनी सातत्याने दाखवलेले प्रोत्साहन आणि जिज्ञासा यासाठी मी त्यांचे आभार मानतो. त्यांची तितकीच छान आई आणि माझी पत्नी निलोफर हिचाही मी ऋणी आहे. तिने केवळ मला अधिक परिश्रम करण्यासाठी प्रेरितच केले नाही, तर मागील साडेतीन वर्षे जवळपास सर्व घरगुती कामकाजातून मला सूट दिली. आमचा जावई राल्फ रँक याने नेहमीच मला लेखनासाठी पाठिंबा दिला आहे. हे लेखन प्रत्यक्षात येण्यासाठी त्यांचे आभार मानावे तितके कमीच आहेत.

अखेर आणि तितकेच महत्त्वाचे म्हणजे मला सर्वाधिक प्रेरणा देणारे माझे आई-वडील यांचे मी कितीही आभार मानले तरी थोडेच आहेत. माझ्या दिवंगत वडिलांनी सहिष्णुता आणि मुस्लीम व मुस्लिमेतरांच्या शांततापूर्ण सहअस्तित्वाचा प्रसार करणाऱ्या उदारमतवादी सुफी इस्लामशी माझा परिचय करून दिला. इच्छाशक्ती, नैतिक धैर्य आणि एकात्मता काय असते, हे मी त्यांच्याकडून, विशेषतः त्यांनी माझ्या आजोबांविषयी सांगितलेल्या विविध प्रसंगांमधून शिकलो. माझी आई ही माझी इतिहासाची पहिली शिक्षिका आहे. तिने माझ्यासाठी संगीत, सुफीवाद, रामायण, "अलीबाबा आणि चाळीस चोर", ब्रिटिश साम्राज्यवाद, महात्मा गांधी आणि सुभाषचंद्र बोस या विश्वांची कवाडे खुली केली.

हे पुस्तक लिहिण्यासाठी मला विविधांगांनी मदत करणारे माझे मित्र व सहकारी, विशेषतः लुथ्फर आणि हुमायरा चौधरी, वली मोंडल, एनाम चौधरी, गौहर रिझवी, मुस्तफा चौधरी, हसनाथ हुसेन, सद्रुल आमीन, हसन रहीम, हसन महमूद, शम्स चौधरी, थिओडोर राइट, चिन बॅनर्जी, रहनुमा अहमद, फरिदा माजिद, सज्जाद हुसेन, शाह जहान, सज्जाद करीम, अबुल कलाम आझाद, बरकत-ए-खुदा, कर्नल अझिझ अहमद (निवृत्त), बिलाल बॅनर्जी, आहरार अहमद, अहमद कमाल, जावेद हेलाली, मंझुर मन्नान, मुफाखार भाई, रशिदुझ्झमान, हरबन्स मुखिया, मुमताझ अहमद, मुमताझ इक्बाल, रॉजर डी. लाँग, डेव्हिड लॉडेन, पीटर बार्टोसी, जोआन्ना कर्कपॅट्रिक, मुनिरुझ्झमान मियाँ, मेजर जनरल

मुनिरुझ्झमान (निवृत्त), लेफ्टनंट जनरल ताहीर काझी (निवृत्त), ब्रिगेडियर झहीर, बाबर, रशीद मलिक, इश्तियाक अहमद, परवेझ सलाहउद्दीन, आणि ब्रिगेडियर ताहा अल जबुरी; दिवंगत इनायतुल्ला खान, स्व. हरी शर्मा, स्व. जो ऑ'कॉनेल, सईद कमालुद्दीन (वीकली हॉलिडेचे संपादक) आणि नुरुल कबीर (न्यू एज दैनिकाचे संपादक) यांचे मी अतिशय कृतज्ञभावाने आभार मानतो आणि त्यांचा ऋणाईत असल्याची मला जाणीव आहे.

एपीसीएसएसमधील माझ्या सहकारी आणि मित्रांचा मी आभारी आहे. रॉबर्ट विर्सिंग, राजदूत चार्ली सॅमन, राजदूत लॉरेन मॉरियार्टी, लेफ्टनंट जनरल एड स्मिथ (निवृत्त), ब्रिगेडियर जनरल जिम हिराई (निवृत्त), कर्नल डेव्ह शॅनहान (निवृत्त), लेफ्टनंट कर्नल बच फिनले (निवृत्त) आणि लेफ्टनंट कर्नल मायकेल मोलोहान (अमेरिकन लष्कर); कॅप्टन कार्लटन क्रॅमर (निवृत्त), कॅप्टन जेम्स कॅम्पबेल (निवृत्त) आणि कमांडर मारिओ डीऑलिव्हिएरा (अमेरिकन नौदल); एहसान अहरारी, रोऊबेन अझिझन, डेव्हिड फॉस, स्टिव्हन किम, मिमी बर्ड, रॉली लाल, व्हर्जिनिआ वॉर्सन, एलिझाबेथ डॅव्हिएस, टॉम पीटरमन, बिल विनिंजर, जस्टिन आणि केरी नॅन्कीवेल, स्कॉट हॉगर, श्याम तेकवानी, अलेक्स व्हुविंग आणि अल्फ्रेड ओएहलर्स या सर्वांचा मी विशेष ऋणी आहे.

अखेर आणि तितकेच महत्त्वाचे म्हणजे सेज प्रकाशनाच्या रेखा नटराजन, सुगता घोष, रुद्र नारायण आणि श्रेया चक्रवर्ती यांनी माझे लेखन प्रकाशित केल्याबद्दल मी त्यांचे आभार मानतो. माझ्या हस्तलिखितांचे वाचन करून त्याची प्रकाशनासाठी शिफारस करणाऱ्या अनाम वाचकांचाही मी ऋणी आहे.

या लेखनातील त्रुटी, मर्यादा आणि अपुरेपणाची जबाबदारी अन्य कोणाचीही नाही, तर पूर्णपणे माझ्या एकट्याची आहे.

ताज हाश्मी

1 परिचय

ते आपल्याला का मारत आहेत? आपण कोठेतरी कोणाशी काहीतरी नक्की चुकीचे वागलो असणार.

— एक बारा वर्षांचा अमेरिकन मुलगा (सीएनएन न्यूज, 11 सप्टेंबर 2001)

गेल्या दशकामध्ये वॉशिंग्टनने 'वॉर ऑन टेरर'च्या नावाखाली सहा देशांमध्ये लाखो मुस्लिमांना ठार मारले, पंगू केले, स्थलांतरित केले, सहा देशांमधल्या लाखोंना विधवा आणि अनाथ केले. वॉशिंग्टनने या देशांवर केलेले हल्ले ही उघडउघड आक्रमणे होती. या हल्ल्यांचा प्रामुख्याने स्थानिक नागरीक आणि पायाभूत सुविधांवरच परिणाम झाला आणि त्यामुळेच, हे हल्ले युद्धगुन्हे ठरतात. आज वॉशिंग्टन जे करत आहे, अगदी त्याचसाठी नाझींना देहान्त शासन झाले आहे.

— पॉल क्रेग रॉबर्ट्स (रिगन यांचे अर्थ उपमंत्री, 30 सप्टेंबर 2011)

आढावा

इस्लामिक दहशतवाद किंवा जागतिक जिहाद पूर्व आणि पश्चिमेतील आधुनिक मानवी संस्कृतीसमोरील सर्वांत मोठा धोका आहे, या गृहीतकावर हा अभ्यास प्रश्नचिन्ह उपस्थित करत आहे. पाश्चिमात्य आणि इस्लामिक संस्कृती परस्परांशी विसंगत आहेत आणि त्या अनिश्चित काळापर्यंत एकमेकांशी झुंजत राहणार, हेच दैवाने लिहिले असेल, तर तो एका वेगळ्या संशोधनाचा विषय आहे. अमेरिकेवर झालेल्या 9/11 च्या महाप्रलयंकारी दहशतवादी हल्ल्याचा, अमेरिकन जनतेच्या सामूहिक मनावर झालेला परिणाम समजणे, त्याचे मूल्यमापन करणे आणि तो सौम्य करणे, हे आजही आपल्यासाठी कष्टप्रद ठरत आहे. अमेरिकेच्या अर्थव्यवस्थेने त्याची किंमत निदान तीन हजार अब्ज डॉलर एवढी मोजली आहे. जग इतिहासातील आधुनिक दहशतोत्तर टप्प्यामध्ये प्रवेश करत असताना, जागतिक दहशतवाद सूचीमध्ये अमेरिका खूप खालच्या स्थानावर आहे. मात्र, अमेरिकेच्या हस्तक्षेपी आणि वर्चस्ववादी परराष्ट्र धोरणांच्या कृपेमुळे, येणाऱ्या दशकांमध्ये अमेरिका मोठ्या दहशतवादी हल्ल्यांपासून पूर्वीसारखी सुरक्षित राहणार नाही.

तिसऱ्या जगातील देशांना सरकारपुरस्कृत दहशतवाद आणि छुप्या युद्धांपासून—'गैरसरकारी (नॉन स्टेट) कारकांच्या'च्या दहशतवादापासून नव्हे—सर्वांत मोठा धोका आहे. मात्र, अमेरिकेच्या सुरक्षेसमोर या 'गैरसरकारी' दहशतवाद्यांचे सर्वांत मोठे आव्हान आहे. शीतयुद्धानंतरच्या काळात अमेरिका हीच एकमेव महासत्ता राहिली आहे परंतु या एकध्रुवीय व्यवस्थेपासून जग आता दूर जात आहे. या परिस्थितीमध्ये, येणाऱ्या दशकांमध्ये अमेरिका आणखी एखाद्या महायुद्धामध्ये सहभागी होण्याची शक्यता नाकारता येत नाही आणि हे युद्ध मुस्लीम जगताबरोबरच असेल, असेही नाही. पुन्हा मुस्लीम आणि पाश्चिमात्य देशांमध्ये

सर्वकाही आलबेल आहे, अशीही परिस्थिती नाही. या दोन्ही बाजूंमध्ये संघर्षाची शक्यता आहे आणि हा संघर्ष त्यांच्यातील सांस्कृतिक मतभेदांमुळे नव्हे, तर त्यांच्या परस्परविरुद्ध हितसंबंध आणि दादागिरीतून निर्माण होणार आहे. थोडक्यात, अमेरिका (आणि त्यांचे मित्रदेश) आणि गैरमुस्लीम आश्रयदाते असणारे मुस्लीम जगतातील त्यांचे शत्रू यांच्यातील सध्याच्या 'शंभर वर्षांच्या युद्धा'च्या प्रलयंकारी परिणामांचे भाकीत हा अभ्यास करतो.

अंतिमतः जगाचे भवितव्य कड्याच्या एका टोकाला पोहोचले आहे आणि परतीचे दोर कापलेले आहेत, असे हा अभ्यास सुचवत नाही. हा महाप्रलय टाळण्यासाठी अमेरिका आणि मुस्लीम देश दोघेही महत्त्वाची भूमिका बजावू शकतात. दरम्यान, गरिबांची गरज आणि श्रीमंत व सत्ताधीशांची हाव यांच्यातील दरी (गांधीजींनी म्हटल्याप्रमाणे) वाढत आहे. इतिहासामध्ये पाहिले असता, शांतता व न्याय, धर्म आणि स्वातंत्र्याच्या नावाखाली श्रीमंत आणि सत्ताधीशांनीच युद्ध आणि विध्वंस करत मानवी संस्कृतीसमोर मोठी अरिष्टे आणली आहेत. या पार्श्वभूमीवर, आज समोर ठाकलेला प्रश्न आहेः अमेरिका व तिच्या मित्र देशांनी 'वॉर ऑन टेरर'च्या लढाईची घोषणा केलेली असताना आणि त्यांचे मुस्लीम शत्रू प्रतिष्ठा आणि धर्माचे संरक्षण करत असल्याचे प्रतिपादन करत असताना, आपण हा विध्वंस रोखू शकणार आहोत का? या अभ्यासामध्ये इस्लाम विरुद्ध पाश्चिमात्य नावाचे तत्त्व आणि येणाऱ्या दशकांतील त्याचे विविध कंगोरे उलगडून दाखविण्यासाठी ऐतिहासिक पद्धती आणि सत्यस्थिती यांची मदत घेतली आहे.

युद्ध कोणाला हवे आणि का?: 9/11 चे लाभधारक

शीतयुद्ध संपल्यानंतर पूर्वीचे मित्र—मुस्लीम आणि पाश्चिमात्य—परस्परांचे शत्रू झाले आहेत, त्याची कारणे कोणती, हा या अभ्यासाचा विषय आहे. येथे पुढील प्रश्नांची उत्तरे शोधण्याचाही प्रयत्न आहे: (अ) 9/11 हा या संघर्षाचा उत्कर्षबिंदू असल्याचे संकेत मिळाले आहेत की या घटनेतून दीर्घ काळ चालणाऱ्या संघर्ष किंवा जागतिक जिहाद किंवा मुस्लीम व पाश्चिमात्य जगतातील 'शंभर वर्षांचे युद्धा'ची सुरुवात झाली आहे? (ब) मुस्लीम आणि पाश्चिमात्य हे परस्परांचा तिरस्कार आणि संघर्ष करणारे एकजिनसी घटक आहेत का? (क) इस्लामिक कट्टरतावाद किंवा पाश्चिमात्य हाव व नववसाहतवादी दादागिरीची रचना हे घटक या संघर्षाच्या मुळाशी आहेत का? आणि (ड) जग इतिहासातील दहशत-पश्चात कालखंडामध्ये पोहोचले असताना, जगाच्या शांततेला दहशतवाद नव्हे, तर एक संपूर्ण युद्ध हाच धोका म्हणून समोर येत आहे का?

आता एका प्रश्नाचे पटण्याजोगे उत्तर आपल्याला मिळायला हवे, अशी वेळ आली आहे: अमेरिकेने 9/11 च्या हल्ल्यानंतर विमानतळावरील सुरक्षानियम कडक करताना देशांतर्गत विमानप्रवासापूर्वी प्रवाशांना पादत्राणे काढून तपासण्याची पद्धत सुरू केली. आता आणखी किती काळ विमानप्रवासापूर्वी अशा प्रकारे पादत्राणे काढावी लागणार

आहेत? एकीकडे आपल्याला दहशतवादाविरुद्धचे (किंवा कट्टरतावादाविरोधातील) युद्ध सुरू झाल्याचे ऐकायला मिळत असतानाच, दुसरीकडे मात्र मुस्लिमांच्या प्रतिरोधाचे किंवा अगदी जागतिक जिहादचे रणशिंग का फुंकले जात आहे, याचे स्पष्टीकरण कोणीतरी द्यायला हवे. अन्य अनेक विषयांप्रमाणेच—व्यक्ती, श्रद्धा, तत्त्वज्ञान आणि घटनांच्या पातळीवर—जागतिक जिहाद किंवा इस्लामिक दहशतवाद/उच्छेदवाद, इस्लामिक दहशतवाद व निर्नायकी यांसंबंधातील अमेरिकेचे परराष्ट्र धोरण यांविषयी दोन अगदी विरुद्ध टोकाच्या भूमिका आहेत. आपण इस्लामिक दहशतवादाचे बळी ठरलो आहोत, अशी बहुतांश पाश्चिमात्य नागरिकांची धारणा आहे. तर, याच्या बरोबर उलट्या गोष्टीवर मुस्लीम, आफ्रिका-आशियायी आणि लॅटिन अमेरिकेतील बहुसंख्यांचा विश्वास आहे. युरोपीय वसाहतवादाच्या अस्तानंतरही, पाश्चिमात्य देश आजही आक्रमक आहेत आणि मुस्लीम आणि तिसऱ्या जगातील जनता अमेरिकेच्या नेतृत्वाखालील पाश्चिमात्यांच्या नव-साम्राज्यवादी दादागिरी व पिळवणुकीची पीडित आहे, असा त्यांचा विश्वास आहे.

शीतयुद्धाच्या काळामध्ये अमेरिका आणि त्यांचे मित्रदेश एकापाठोपाठ एका देशामध्ये आक्रमण करत होते आणि साम्यवादाला रोखण्याच्या किंवा त्याला विरोध करण्याच्या नावाखाली एकापाठोपाठ एक राजवटी खाली खेचत होते. अर्जेंटिनापासून चिली आणि हैतीपर्यंत, सीरिया, लेबनॉनपासून इराण, पाकिस्तान आणि बांगला देश, व्हिएतनामपासून लाओस, कंबोडिया, इंडोनेशिया, आणि फिलिपिन्स, ही त्यातील अगदीच मोजकी नावे आहेत. सोव्हिएत महासंघाला पूरक असणाऱ्या किंवा आपला मित्र नसणाऱ्या देशांमध्ये पाश्चिमात्यांचे हितसंबंध जपणारी राजवट आणण्यासाठी ते ही आक्रमणे करत होते. या आक्रमणांमध्ये त्यांनी अनेक देशांमध्ये लाखो जणांचे बळी घेतले. शीतयुद्ध संपल्यानंतरही, अमेरिकेची अन्य देशांमधील, विशेषतः मुस्लीम जगतातील, आक्रमणे थांबण्याची चिन्हे नाहीत. अमेरिका आणि त्यांच्या मित्रदेशांनी शीतयुद्धानंतरच्या कालखंडामध्ये इराक, अफगाणिस्तान, लिबिया, माले आणि सीरिया या देशांमध्ये (सौदी अरेबिया, इस्लामवादी आणि अल-कायदाचा पाठिंबा असणाऱ्या सशस्त्र संघटनांच्या माध्यमातून) केलेल्या आक्रमणांचे आणि इराणवर सध्या चालू असलेल्या धमक्यांचे समर्थन करताना पुढे केली जाणारी कारणे अशी: (अ) दहशतवाद आणि इस्लामिक कट्टरतावादाविरोधातील लढा; (ब) महासंहारक अस्त्रे नष्ट करण्यासाठी; आणि (क) स्वातंत्र्य आणि लोकशाही पुनर्स्थापित करण्यासाठी. अमेरिकेने 1991 मध्ये इराकवर आक्रमण केले—पहिले आखाती युद्ध—आणि शीतयुद्धोत्तर कालखंडातील मुस्लीम जगतातील कारवायांची सुरुवात झाल्याचे संकेत दिले होते. पहिले आखाती युद्ध हे नव्या जागतिक रचनेचे शकुन असल्याचा महिमा जॉर्ज बुश (थोरले) यांनी गायला होता तर हे युद्ध म्हणजे सर्व लढायांची जननी असल्याचे चित्र सद्दाम हुसेन यांनी रंगवले होते. मुस्लीम जगत आणि अमेरिका व मित्रदेश यांच्यातील सध्याच्या 'शंभर वर्षांच्या युद्धा'ची सुरुवात 1948 च्या इस्रायल-अरब युद्धातून झाली, हे

अनेक कारणांमुळे आपण मानू शकतो. शीतयुद्धोत्तर कालखंडामध्ये पाश्चिमात्य देशांनी इराक, अफगाणिस्तान आणि लिबिया या देशांमध्ये आक्रमणे केली आहेत. सीरिया आणि इराणमध्येही आक्रमण करण्याची धमकी देत आहेत. यातून या 'शंभर वर्षांच्या युद्धा'ची व्याप्ती वाढणार असून, ते 2048 नंतरही सुरूच राहील, अशी शक्यता निर्माण होते. यापूर्वी झालेल्या मोठ्या युद्धांप्रमाणे अन्य देशही या रिंगणात उतरण्याची शक्यता आहे. यामध्ये रशिया, चीन, उत्तर कोरिया, पाकिस्तान, इजिप्त, तुर्कस्तान, इस्रायल असे देश आणि हिज्बुल्ला, अल-कायदा, लष्करे तय्यबा यांसारखे 'गैरसरकारी कारक'ही असतील.

आदर्शवादी सुन्नी खिलाफत किंवा शिया मुस्लिमांची इमामशाही राजवट यांच्या पुनरुज्जीवनाला या इस्लामिक चळवळी पाठिंबा देतील, असा युक्तिवाद हा अभ्यास करत नाही. तुर्कस्तानपासून ट्यूनिशियापर्यंत, अल्जीरियापासून इजिप्त, सीरिया, पाकिस्तान, इंडोनेशियापर्यंत इस्लामिक संघटना आणि चळवळींचे जवळपास सर्वच नेते पारंपरिक उलेमा किंवा इस्लामिक विद्वान आणि धर्मगुरू आहेत. मात्र, ते आधुनिक शिक्षण घेतलेले मध्यवर्गीय नेते आहेत आणि मध्यम वर्ग, कनिष्ठ मध्यमवर्ग त्यांचे अनुयायी आहेत. इराणमधील इस्लामिक क्रांतीनंतरच्या काळामध्ये, धर्मगुरूंच्या एकतंत्री पालकत्वाखाली धर्म आणि जबाबदारी हे समाज आणि राजकारण पाहिजे तसे वाकवू शकते, अशा पद्धतीच्या व्यवस्थेसाठी हा प्रयत्न नाही. तर, या नेत्यांना धार्मिकता आणि मानवाधिकार (स्वातंत्र्य, समानता आणि बंधुता) यांची सांगड घालणाऱ्या तत्त्वांवर आधारित इस्लामवाद-पश्चात लोकशाही रचनेसाठीची तत्त्वे निश्चित करायची आहेत.[1] थोडक्यात, हा मुस्लीम-पाश्चिमात्य किंवा मुस्लिमांच्या अंतर्गत संघर्षाचा अभ्यास नाही, तर आपल्या इतिहासातील दहशत-पश्चात कालखंडातील इस्लामवाद-पश्चात प्रेरकशक्तीचा हा अभ्यास आहे. इस्लामवाद-पश्चात आणि दहशत-पश्चात, दोन्ही शीतयुद्धाच्या निष्पत्ती आहेत आणि जगामध्ये माहिती तंत्रज्ञान, जागतिक अर्थव्यवस्था आणि जागतिक राजकारण आणि राजनय यांमध्ये 1990 च्या दशकाच्या अगदी सुरुवातीपासूनच मूलभूत बदल होऊ लागले होते. 9/11 आणि त्यानंतरचे दहशतवादाविरुद्धचे युद्ध यांमुळे केवळ स्थानिक, राष्ट्रीय आणि जागतिक स्तरावर दहशतवाद व हिंसाचार वाढला एवढेच नाही, तर त्यांनी जागतिक मुस्लीम समाजाच्या विविध गटांनाही सखोल विचार करायला भाग पाडले. या इस्लामवाद-पश्चात, दहशत-पश्चात ही याच प्रागतिकतेची अनुषंगिक फले आहेत. मुस्लीम जगतामध्ये पाकिस्तान, बांगला देश आणि इंडोनेशिया यांसारख्या देशांमध्ये 1990 आणि 2000 च्या दशकामध्ये अनेक लोकशाही राजवटींचा आणि अल्जीरिया, ट्यूनिशिया, लिबिया, इजिप्त, येमेन, बहारीन, इराण आणि मुस्लीम जगतातील अन्य ठिकाणीही लोकशाही आणि मानवाधिकारासाठी मुस्लिमांच्या धडपडीचा प्रयत्न (यामध्ये ते अपयशी ठरले आणि त्याचा फटकाही बसला.) हेच सूचित करतात की प्रयत्नशील इस्लामवाद-पश्चात आणि दहशत-पश्चात हे विचार आता फक्त कल्पनेच्या भराऱ्या उरल्या नाहीत.

जगाने आता इतिहासातील दहशत-पश्चात कालखंडामध्ये प्रवेश केला आहे का अशा चर्चेची वेळ आली असल्याने, दहशतवाद हा एकच सर्वांत मोठा सुरक्षाविषयक धोका आधुनिक नागरी संस्कृतीसमोर आहे, याचे समर्थन फार काळ करता येणार नाही. शीतयद्धाच्या अंतानंतर दहशतवाद नव्हे, तर मुस्लीम जगतातील छुपी युद्धे, वांशिक-राष्ट्रीय संघर्ष (वास्तवात आहे रे आणि नाही रे यांच्यातील वर्गसंघर्ष) आणि सरकारपुरस्कृत दहशतवादी कारवाया याच गोष्टी अस्थिरतेसाठी कारणीभूत ठरत आहेत. जागतिक दहशतवाद सूचीच्या 2012 च्या अहवालातून पुढील गोष्टी समोर येतातः (अ) सातत्याने दहशतवादी हल्ले होत असले, तरीही दहशतवाद्यांच्या कारवाया टिपेला पोहोचल्या होत्या. 2007 या वर्षाच्या तुलनेमध्ये हे प्रमाण 25 टक्क्यांनी कमी झाले आहे; (ब) अमेरिकेने इराकमध्ये दुसऱ्यांदा आक्रमण केल्यानंतर जगभरातील दहशतवादी हल्ल्यांचे प्रमाण चौपट झाले आहे. तरीही 'उत्तर अमेरिका खंड हा दहशतवादी हल्ल्यांची सर्वांत कमी झळ पोहोचलेला विभाग ठरला आहे.... अमेरिकेचे जागतिक दहशतवाद सूचीतील स्थान एकवरून घसरत 41पर्यंत आले आहे. या सूचीतील 2002–2011 या काळातील अमेरिकेची ही सर्वांत मोठी प्रगती असून, 9/11 चा परिणाम ओसरत आहे.[2] सर्वाधिक दहशतवादी हल्ले होणाऱ्या पहिल्या दहा देशांमध्ये इराक, पाकिस्तान, अफगाणिस्तान, भारत, येमेन, सोमालिया, नायजेरिया, थायलंड, रशिया आणि फिलिपिन्स यांचा समावेश होतो. जागतिक दहशतवादी सूचीचा अहवाल डिसेंबर 2012 मध्ये प्रसिद्ध झाला असून, या यादीत अमेरिका 41 व्या, ब्रिटन 28 व्या आणि फ्रान्स 63 व्या स्थानी आहे.[3] जागतिक दहशतवादी सूचीचा 2012 चा अहबाल पाहता, उत्तर आफ्रिकेतील दहशतवादापासून ब्रिटन आणि फ्रान्सचे संरक्षण करण्यासाठी, जानेवारी 2013 मध्ये अमेरिकेच्या पाठिंब्याने फ्रान्स आणि ब्रिटन यांनी मालेवर आक्रमण केले. त्यामुळे, आफ्रिकेतील मुबलक खनिज संपत्ती लुटण्याच्या दृष्टीने इस्लामिक दहशतवादाचे नाव पुढे करण्यात येत आहे, असे मानण्यास आपल्याला हे पुरेसे कारण आहे.[4] 2012 च्या सुरुवातीपासून 'नाटो' मालेपासून सीरियापर्यंत अल-कायदाला निधी व शस्त्रास्त्र पुरवठा आणि त्याच वेळी त्यांच्याशी संघर्ष करत आहे, असे मानले जाते.[5] मालेतील फ्रान्सच्या आक्रमणाचे समर्थन करण्यासाठी अमेरिकेकडून अल-कायदाला देण्यात येणारी ही गुप्त मदत धक्कादायक आहे. सीरियामध्ये इस्लामिक जमात अल-नुसरालाही—असद यांच्याविरोधात लढणारी अल-कायदाशी संलग्न संघटना—अमेरिकेची असणारी गुप्त मदत क्लेशकारी आहे.

आयरिश रिपब्लिकन आर्मी, ख्मेर रूज, लिबरेशन टायगर्स ऑफ तमीळ ईलम (एलटीटीई), रिव्होल्युशन आर्म्ड फोर्सेस ऑफ कोलंबिया- पीपल्स आर्मी (एफएआरसी), एउस्कादी ता अस्कतासुना किंवा बास्क होमलँड अँड फ्रीडम (स्पेनमधील बास्क फुटीरतावादी चळवळ) (ईटीए), भारतातील बब्बर खालसा इंटरनॅशनल (बीकेआय) आणि युनायटेड लिबरेशन फ्रंट ऑफ आसाम (उल्फा), बांगला देशातील हरकत-उल-जिहाद-अल-इस्लामी-बांगला

देश (हुजी-बी) आणि जमात-उल-मुजाहिदीन (जेएमबी), फिलिपिन्सच्या दक्षिणेतील मिंदानाओतील अबू सय्यफ ग्रुप (एएसजी), पीएफएलपी (पॉप्युलर फ्रंट फॉर द लिबरेशन ऑफ पॅलेस्टाईन), फिलिपिन्समधील मोरो इस्लामिक लिबरेशन फ्रंट (एमआयएलएफ), पॅलेस्टाईन/इस्रायलमधील फताह आणि पीएफएलपी यांसारख्या अनेक दहशतवादी संघटनांची गेल्या काही वर्षांमध्ये अखेर झाली आहे किंवा आपल्या मागण्यांसाठी त्यांनी शांततापूर्ण मार्ग स्वीकारला आहे. नोव्हेंबर 2011 मध्ये कोलंबियाच्या लष्कराकडून 'एफएआरसी'चा नेता अल्फोन्सो कॅनोला मारला गेल्यामुळे ही संघटना आता जवळपास संपल्यात जमा आहे. त्याचप्रमाणे कदाचित ओसामा बिन लादेनच्या मृत्यूनंतर अल-कायदाही संपुष्टात येईल. सद्यस्थितीला अल-कायदा ही दहशतवादी संघटनेपेक्षाही एक चळवळ किंवा फ्रँचायजी उरली आहे. जग सध्या इतिहासातील दहशत-पश्चात कालखंडापर्यंत पोहोचले आहे का, आणि ते वेगाने सरकारपुरस्कृत छुपी युद्धे आणि आणखी विनाशकारी जागतिक संघर्षाच्या टप्प्यामध्ये किंवा आणखी एका महायुद्धाच्या कालखंडामध्ये प्रवेश करत आहे का हे आपण समजून घेण्याची गरज आहे. अमेरिका ज्या पद्धतीने त्यांच्या हेरगिरीसाठी पाळत ठेवणाऱ्या यंत्रणेचा गाजावाजा करत आहे, त्या अमेरिकेच्याच सेंट्रल इंटेलिजन्स एजन्सी (सीआयए)/नॅशनल सिक्युरिटी एजन्सी (एनएसए) यांचा माजी कर्मचारी एडवर्ड स्नोडेनने जून 2013 मध्ये हे प्रकरण उघडकीस आणले. त्यामुळे लाखो अमेरिकन नागरीक सरकारच्या नियमनाखाली आहेत असे दिसते.

फक्त मुस्लीम समाज आणि जमातींचे मूल्यमापन करून जगभरातील इस्लामिक आतंकवाद आणि दहशतवादाची प्रक्रिया समजून घेण्याचा हा प्रयत्न नाही. इस्लाममध्ये काय चुकले, याचे चित्र बर्नार्ड लुईस यांच्या ढोबळ अभ्यासातून समोर आले आहेच.[6] आपल्याला त्यापेक्षाही पुढे जाऊन समजावून घेण्याची गरज आहे. यासाठी पाश्चिमात्य देश आणि जगभरातील अन्य मुस्लिमेतर देशांचे काय चुकले, हे समजून घेण्याची वेळ आली आहे. जगातील महाकाय उद्योग आणि बहुराष्ट्रीय कंपन्या फक्त जागतिक बाजारपेठांवर नियंत्रण ठेवतात किंवा वाकवतात अशातील भाग नाही, तर पाश्चिमात्य देशातील आणि तिसऱ्या जगातील अनेक देशांच्या सरकारी यंत्रणांमध्येही त्यांचा हस्तक्षेप सुरू असतो. अमेरिकेने 20 व्या शतकामध्ये सुरू केलेल्या कोणत्याही मोठ्या युद्धामध्ये लष्कर-उद्योग-काँग्रेसची यंत्रणा यांच्यातील लागेबांधे हा सर्वांत मोठा घटक आहे, याकडे अमेरिकेचे तत्कालीन अध्यक्ष आयसेनहॉवर यांनी अचूकपणे बोट दाखवले होते, ते योग्य होते का, हे शोधले पाहिजे. अमेरिका का युद्ध पुकारते, याविषयीच्या आयसेनहॉवर यांच्या या भाष्याच्या पार्श्वभूमीवर, अमेरिकापुरस्कृत युद्धाच्या अनर्थकारी परिणामांविषयी (आणि तितक्याच परिणामकारकपणे पंगू करणाऱ्या निर्बंधांविषयी) अभ्यास करणे आवश्यक आहे. शीतयुद्धाच्या सुरुवातीपासूनच अमेरिकेने त्यांचे प्रतिस्पर्धी, शक्तिशाली शत्रू किंवा पाश्चिमात्यांच्या हितसंबंधांना बाधाही न आणलेल्या किंवा बाधा आणण्याची क्षमताही नसलेल्या निष्पाप देशांविरोधात युद्ध पुकारले

आहे. यामध्ये व्हिएतनाम, लाओस, कंबोडिया, ग्रेनडा, इराक, अफगाणिस्तान आणि इराण या देशांचा समावेश आहे. अमेरिकेच्या तथाकथित दहशतवादाविरुद्धचे जागतिक युद्ध, अमेरिकेची अंतर्गत सुरक्षा आणि शेवटचे मात्र तितकेच महत्त्वाचे म्हणजे स्वातंत्र्य व लोकशाहीच्या संरक्षणाच्या नावाखाली अमेरिका/पाश्चिमात्यांकडून लादण्यात येणारी युद्धे यांमागील सत्य शोधण्याची वेळ आली आहे. अमेरिकेच्या जागतिक हितसंबंधांना आणि सुरक्षेला इस्लाम हा सर्वांत मोठा धोका आहे, असे आपण सतत ऐकत असतो. त्यामुळे आपल्याला मुस्लीम जगत, इस्लामी आणि इस्लामवादी चळवळी समजून घ्यायला हव्यात. येणाऱ्या वर्षांमध्ये मुस्लीम धर्मवेडे लुटारू किंवा मारेकऱ्यांची भूमिका बजावतील की पाश्चिमात्यांच्या आक्रमणाचे बळी होतच राहतील?

येणाऱ्या दशकांमध्ये मुस्लीम-पाश्चिमात्य यांच्यातील संघर्ष अटळ दिसत असला, आणि त्यात रशिया, चीन, भारत, इस्रायल, इराण, पाकिस्तान आणि उत्तर कोरिया यांसारखे इतर काही देशही गोवले जाण्याची शक्यता दिसत असली, तरीही अन्य कोणता मार्ग आहे का, याकडे लक्ष देण्याची वेळ आहे. मध्य-पूर्वेतील लोकशाही संक्रमण आणि चीनचा अमेरिकेविषयीचा दर्शनी मैत्रभाव यांच्या देखाव्यामागे शांतता आणि सलोखा येण्याचे चित्र नजीकच्या भविष्यामध्ये दिसण्याची शक्यता नाही, या इतिहासकार नायल फर्ग्युसन यांच्या म्हणण्याशी आपण सहमत होऊ शकतो:

> मला ज्याची धास्ती वाटते, ते भविष्य सहसा मोठ्या आर्थिक संकटांनतर येते: जनक्षोभ, राजकीय अस्थैर्य आणि सीमांवर होणारे संघर्ष यांचा काळ. महान मध्य-पूर्वेतील तरुणांचा उत्साह त्यांच्या टिपेला आहे. उदयाला येणाऱ्या बाजारपेठांमुळे दुर्मीळ खनिजांपासून पिण्याच्या पाण्यापर्यंतची मागणी वाढत असून, त्यातून साधनसंपत्तीच्या युद्धाची टांगती तलवार आहे. आणि आपल्या सायबर सुरक्षेला चीनकडून एक निश्चित धोका आहेच.[7]

या वादळाचे केंद्रबिंदू मध्य-पूर्व आणि दक्षिण आशिया या विभागांमध्ये आणि त्याभोवतीच असतील, असे दिसत आहे. 9/11 च्या हल्ल्यामध्ये 3000 जणांचा बळी गेला. त्यानंतर अमेरिकेतील जीवित, मालमत्ता आणि लोकशाही मूल्यांच्या संरक्षणासाठी अमेरिका आणि नाटोने अफगाणिस्तान आणि इराकमधील केलेल्या कारवाईमध्ये सुमारे पाच लाख नागरिकांचा बळी गेला आहे. या घडामोडी पाहता, ट्विन टॉवरवर दुसरे विमान आदळल्यावर काही क्षणांत एका बारा वर्षांच्या मुलाने उपस्थित केलेल्या ‘ते आपल्याला का मारत आहेत? आपण कोठेतरी कोणाशी काहीतरी नक्की चुकीचे वागलो असणार?’ या प्रश्नाचे कोणीतरी उत्तर द्यायला हवे. या प्रश्नानेच अनेकांच्या मनाला पछाडले आहे. जॉन किरियाकोउ—सीआयएचे माजी एजंट आणि अमेरिकेकडून कैद्यांवर होणाऱ्या अत्याचारांच्या प्रकरणातील व्हिसलब्लोअर—यांनी या प्रश्नाचे उत्तर दिले आहे: ‘आपण निष्पाप नागरिकांना ठार मारतो, त्यामुळेच इतर जण शस्त्र हातात धरतात...’[8]

9/11 ची घटना आपल्यासमोर अनेक अनुत्तरित प्रश्न आणि मुद्दे मागे ठेवून गेली आहे. सकृतदर्शनी, हा दहशतवादी हल्ला होता आणि पाश्चिमात्य भांडवलशाही रचनेला इस्लामच्या सर्वोच्चतेचा पर्याय उभा करण्याच्या हेतूकडे जगाचे लक्ष वेधायचे, या आदर्शवादाने प्रेरित होऊन हा हल्ला झाला. तरीही, कथित इस्लामिक जागतिक रचना उभी करण्याच्या इच्छेतूनच हा हल्ला करण्यात आला, हे आपल्या मनाला पटू शकत नाही. 'गॅलप'ने जगभरातील मुस्लिमांमध्ये घेतलेल्या जनमत चाचणीनुसार उम्माला (जागतिक मुस्लीम समाज) दहशतवाद आणि निर्नायकी तर सोडाच, पण इस्लामिक जागतिक रचनेमध्येही काडीचा रस नाही. त्यामुळे 9/11 च्या हल्ल्यामागे कोण होते हे आपल्याला कळायला हवे, त्यापेक्षाही महत्त्वाचे म्हणजे या हल्ल्यामुळे कोणाला सर्वाधिक फायदा झाला, हे शोधायला हवे. अमेरिकेला घाबरवून, जबर धक्का देऊन, रक्ताचे पाट वाहवून हा हल्ला यशस्वी झाला आहे, तरीही अल-कायदाला अमेरिकेच्या भूमीवर आणखी मोठे हल्ले घडविण्याची गरज आहे का, असा प्रश्नही आपण उपस्थित करू शकतो. अमेरिकेसह पाश्चिमात्य जगातील शांतता आणि प्राबल्याची संकल्पना असणारी 'पॅक्स अमेरिकना' ही संकल्पना उतरणीला लागली असून, ती पुढील 50 वर्षांमध्ये संपुष्टात येईल. या घसरणीमध्ये 9/11 हा सर्वांत महत्त्वाचा उत्प्रेरक ठरणार असल्याचे विश्लेषकांनी याआधीच अधोरेखित केले आहे. इराक आणि अफगाणिस्तानातील अमेरिकापुरस्कृत आक्रमणानंतर, मुस्लीम आणि पाश्चिमात्य जग अशा ध्रुवांमध्ये जगाची विभागणी झाली आहे. अमेरिकेने लष्करी पर्याय सताड उघडा ठेवल्याने, विशेषतः मुस्लीम जगतातील अमेरिकेच्या 'निवडक सत्ताबदलां'च्या कारवाया सुरू झाल्याने तेथील परिस्थिती आणखी गंभीर झाली आहे.

इराक, अफगाणिस्तान, लिबिया, माले, नायजेर, वायव्य पाकिस्तान या देशांमध्ये पाश्चिमात्य देशांनी केलेले आक्रमण आणि इराण व सीरियामध्ये हल्ल्यांची धमकी या पार्श्वभूमीवर, पाश्चिमात्य लोकशाहींमध्ये काहीतरी मोठ्या प्रमाणावर चुकत आहे, असे आपण म्हणू शकतो. 9/11 नंतर काहीच दिवसांनी बुश प्रशासनाने पाच वर्षांमध्ये सात मुस्लीमबहुल देशांवर—इराक, लेबनॉन, लिबिया, सोमालिया, सुदान आणि इराण—आक्रमण करण्याचा निर्णय घेतला होता, याला निवृत्त अमेरिकन जनरल वेस्ली दुजोरा देतात.[9] "दहशतवादाविरोधातील युद्ध ही लबाडी आहे का", असा प्रश्न पॉल क्रेग रॉबर्ट्स (रेगन यांच्या सरकारमधील अर्थ उपमंत्री) उपस्थित करतात. त्यांना वाटते, की (अ) दहशतवादाविरोधातील युद्धानंतरही अमेरिका किंवा जग अधिक सुरक्षित झाले आहे; (ब) मुस्लीम जगतावर इस्लामवाद्यांकडून सत्ता ताब्यात घेण्यापेक्षाही अमेरिकेच्या आक्रमणाचा धोका अधिक प्रमाणात आहे; आणि (क) कोणत्याही मुस्लीमबहुल देशाची अमेरिकेवर हल्ला करण्याची क्षमता नाही.[10]

हंटिंग्टन यांनी मांडलेले "संस्कृतीसंघर्षाचे" विचार धोक्याचा इशारा देणारे असले, तरीही इस्लामिक आणि पाश्चिमात्य जगतामध्ये वाढत असणाऱ्या दरीकडे आपण

डोळेझाक करू शकत नाही.[11] तरीही, हा अभ्यास सध्या सुरू असणारा मुस्लीम-पाश्चिमात्य यांच्यातील संघर्षाचे विश्लेषण संस्कृती संघर्षातून करणार नाही. 'दहशतवाद्यांना आपल्या स्वातंत्र्याचा तिरस्कार आहे,' यांसारख्या जॉर्ज डब्ल्यू. बुश यांच्या विधानाप्रमाणे आपण सामान्यीकरणही करणार नाही किंवा आणखी एखाद्या महायुद्धानंतरही पाश्चिमात्य देश तग धरू शकतील, यावरही आपली सहमती नाही. परंतु हा अभ्यास पुढे विशद करेल त्याप्रमाणे, अजूनही असमान युद्धाच्या स्तरावर असणाऱ्या इस्लामिक-पाश्चिमात्य संघर्षाच्या मुळाशी मुस्लीम आणि पाश्चिमात्य जगताच्या विचारधारा, अस्मिता आणि हितसंबंधांतील भिन्नता आहे. सर्वांत महत्त्वाचे म्हणजे, ही असमान युद्धे आणि मुस्लीम जगतातील देशांचे पंथ, वंश-राष्ट्रीय आणि अन्य भेदांमध्ये होत असणारे ध्रुवीकरण अनेक देशांना दीर्घकाळ चालणाऱ्या विभागीय संघर्षामध्ये ओढण्याची संपूर्ण शक्यता आहे. महासत्ता आणि उदयाला येणाऱ्या सत्ता परस्परांच्या प्रतिस्पर्धी असून, त्यांच्यामध्ये होत असणारे आणखी ध्रुवीकरणच येणाऱ्या दशकांमधील महत्त्वाची घडामोड असणार आहे.

शीतयुद्धाचा शेवट झाल्यानंतर जागतिक संघर्षांची धग वाढली आहे. अनेक मुस्लीमबहुल देशांमध्ये लोकशाहीवादी, वंश-राष्ट्रीयत्व, पंथीय आणि फुटीरतावादी चळवळ, दहशतवाद आणि बंडखोरींना सुरुवात झाली आहे. पश्चिम युरोप आणि अमेरिका आर्थिक पेचप्रसंग आणि अनिश्चिततेच्या गर्तेमध्ये आहेत. तरीही, पाश्चिमात्य शक्ती, विशेषतः अमेरिका, फ्रान्स आणि ब्रिटन, मध्य-पूर्व आणि वायव्य आफ्रिकेमध्ये युद्धासाठी सज्ज आहेत. हे मोठे अनिष्टचिन्ह असून, जागतिक शांततेला ही गोष्ट चांगली नाही. इस्लामिक आणि ज्युदीओ-ख्रिश्चन संस्कृतीमध्ये जुने वैर असून, मुस्लीम आणि पाश्चिमात्य जगातील विचारधारा, अस्मिता आणि हितसंबंधांमधील संघर्षामुळे दोन्ही अनेक वेळा परस्परांसमोर येतात आणि हा जुना वैरभाव पुन्हा समोर येतो. दरम्यान, मुस्लीम जगत वांशिक, भौगोलिक, पंथीय, विचाराधारा आणि वर्गाच्या स्तरांवर आपले जुने हिशेब चुकते करत आहे. एकदा हे मोठे संघर्ष संपले, तुकड्यांमध्ये व कृत्रिमपणे विभागलेल्या मुस्लीमबहुल देशांमधील वांशिक-राष्ट्रीय आणि पंथीय मुद्द्यांवरील देशांतर्गत व परस्परदेशांमधील मतभेद एकदा संपुष्टात आले, की मुस्लीम परस्परांच्या जवळ येण्याची शक्यता आहे. शिया व सुन्नी, तुर्क व अरब, अफगाण व पाकिस्तानी यांच्यामध्ये परस्परांशी संवाद या आधीच सुरू झाला आहे. 'अरब स्प्रिंग'चा दूरगामी परिणाम या शतकाच्या तिसऱ्या दशकामध्ये मुस्लीम जगतावर आदळणार आहे. एकदा का मुस्लीम जगतातील पाश्चिमधार्जिण्या एकाधिकारशाह्यांनी जनरेट्याच्या दबावापुढे शरण जाऊन लोकशाही स्वीकारली की मग मुस्लीम जगत आणि पाश्चिमात्य जगतातील निकराचा संघर्ष ही केवळ कपोलकल्पित गोष्ट उरणार नाही.

पाश्चिमात्य देशांच्या लपवाछपवी, उदारमतवादी मूल्यांमध्ये होणारी घसरण आणि अमेरिकेकडून 'सॉफ्ट पॉवर'सारख्या मार्गांचा अभाव यांमुळे दहशतवादविरोधी युद्धामध्ये विजय साजरा करण्यासारखे काहीही नाही. विल्सन प्रशासनाने 1917 मध्ये जर्मनी हा

अमेरिकेच्या लोकशाही आणि स्वातंत्र्याला नष्ट करणारा राक्षस असल्याचे चित्र निर्माण केले होते. यासाठी स्वातंत्र्यदेवतेच्या पुतळ्यालाही अक्षरशः जर्मनीचा रंग देण्यात आला होता. याचीच पुनरावृत्ती करत, अमेरिका 9/11 नंतरच्या जगतामध्ये इस्लामिक धोक्याचे चित्र रंगवत आहे. अमेरिकेच्या राजनीतीचा आणि युद्धाचा इतिहास संपूर्ण असत्य आणि अर्धसत्य यांनीच भरला आहे. हिरोशिमा आणि नागासाकीतील नागरिकांवर आण्विक किरणोत्साराचा विपरीत परिणाम होत असल्याचे ट्रूमन प्रशासनाने बिनदिक्कतपणे नाकारले होतेच, त्याशिवाय जपान शरण येण्यास तयार नसल्याचेही खोटे सांगितले होते. हिरोशिमा आणि नागासाकीवरील अणुबॉम्बच्या हल्ल्याच्या समर्थनासाठी 'लाखो नागरिकांच्या जीविताचे संरक्षण' करत असल्याचे सांगितले होते. टॉनकिनच्या आखातामध्ये उत्तर व्हिएतनाम अमेरिकेच्या जहाजांवर हल्ले करत असल्याचा ठपका अध्यक्ष जॉन्सन यांनी ऑगस्ट 1964 मध्ये ठेवला होता. त्यातूनच अमेरिकी काँग्रेसच्या संयुक्त अधिवेशनामध्ये उत्तर व्हिएतनामवरील हल्ल्याच्या ठरावाचे समर्थन करण्यात आले होते.[12] उत्तर व्हिएतनाम, कंबोडिया आणि लाओसमध्ये पुढे झालेल्या अशाच अन्यायकारक युद्धांमध्ये अमेरिकेने या देशांतील कित्येक लाख नागरिकांचा बळी घेतला आहे.

शीतयुद्धाच्या शेवटानंतर—जागतिकीकरणाची प्रक्रिया आणि माहिती-तंत्रज्ञान क्षेत्रातील क्रांतीच्या सुरुवातीचा कालखंड जवळपास एकच येतो—पाश्चिमात्य आणि त्यांच्या मुस्लीम जगत व त्याबाहेरील रशिया व चीन यांसारख्या वास्तवातील आणि कल्पनेतील शत्रूंबरोबरील आणखी एका शीतयुद्धाचा मार्ग तयार झाला. द्विध्रुवीय जगाची अखेर झाल्यानंतर, कथित एकध्रुवीय जगामध्ये पाश्चिमात्य आणि मुस्लीम जगतामध्ये नव्या समस्यांना जन्म झाला. वंश-राष्ट्रीयत्व, पंथीय आणि वर्गीय संघर्ष यांतून प्रतिबिंबित होणारे हे संघर्ष हितसंबंध आणि दादागिरीच्या लढाईचा भाग आहेत, हे संस्कृतींचे संघर्ष नाहीत. शीतयुद्धाची अखेर मुस्लीम जगतासाठी शांतता, समृद्धता, न्याय आणि स्वातंत्र्याच्या वचनांची पूर्ती घेऊन आली नाही. परंतु, इराणमध्ये झालेल्या 1979 च्या इस्लामिक क्रांतीनंतर अनेक मुस्लीम त्यांच्या देशांमध्ये क्रांतीविषयी विचार करत होते. अरब-इस्रायल यांच्यातील 1948 पासूनची चार युद्धे, अफगाणिस्तान व इराकमधील पाश्चिमात्यांची आक्रमणे यांमुळे मुस्लिमांच्या मनामध्ये ज्यू, आणि ख्रिश्चनांविषयी कडवट भावना निर्माण झाली आहे. या घटनांचे पीडित म्हणून मुस्लीम नकार, धक्का, शोक, तडजोड आणि स्वीकार या टप्प्यांमधून जात आहेत. त्यांना 9/11 च्या घटनेने नकार निर्माण झाला, त्यानंतर अमेरिकेच्या प्रतिहल्ल्यामुळे धक्का बसला. त्यानंतरचे आणखी हल्ले आणि मानहानी तीव्र शोक घेऊन आली. तरीही, बहुतांश मुस्लीमबहुल देश पाश्चिमात्यांच्या बाजूने किंवा त्यांच्या विरोधात बाजू घेण्यासाठी तयार नाहीत.

इराकमधील 2003 च्या आक्रमणानंतर लगेचच सद्दाम हुसेन यांच्याकडे "महासंहारक शस्त्रास्त्रे" नसल्याचे स्पष्ट झाले. तरीही, या महासंहारक शस्त्रास्त्रांविषयी सातत्याने खोटे

बोलणाऱ्या आणि फसवणूक करणाऱ्या जॉर्ज डब्ल्यू. बुश, टोनी ब्लेअर आणि जॉन हॉवर्ड या नेत्यांना अमेरिकी, ब्रिटिश आणि ऑस्ट्रेलियाच्या जनतेने पुन्हा निवडून का दिले, हे आपण समजावून घेणे गरजेचे आहे. पाश्चिमात्य देश त्यांची महानता नाकारण्याच्या किंवा त्याच्या भ्रमनिरासाच्या अवस्थेत आहेत का? दहशतवादाविरोधातील लढ्याची गरज म्हणून फक्त अमेरिकेनेच "किमान 263 संघटनांची" स्थापना का केली आहे हे आपण समजावून घेणे गरजेचे आहे. अमेरिकेने सप्टेंबर 2010 पर्यंत फक्त गुप्तचर यंत्रणेवर 275 अब्ज डॉलरपेक्षा जास्त निधी खर्च केला आहे. सर्वांत महत्त्वाचे म्हणजे, अब्जावधी डॉलरचा खर्च करूनही आणि हजारो सैनिकांचा बळी जात असतानाही, नजीकच्या भविष्यामध्ये अमेरिका ही दहशतवादाविरोधातील लढाई जिंकण्याची कोणतीही चिन्हे नाहीत. हे असे का घडत आहे, याचे कोणतेही पटण्याजोगे उत्तर अमेरिकन जनतेला त्यांच्या नेत्याकडून मिळालेले नाही.[13] बगदादमध्ये 2008 मध्ये मुंतधर अल-झैदी या इराकी पत्रकाराने जॉर्ज डब्ल्यू. बुश यांच्या दिशेने बूट फेकल्याचा बहुतांश मुस्लिमांना इतका आनंद का झाला, याचा थांगपत्ता सामान्य अमेरिकन नागरिकांना लागत नाही. बुश यांच्या दिशेने बूट फेकत असताना, अल-झैदी ओरडला होता, 'कुत्र्या, इराकी जनतेकडून तुला हे निरोपाचे चुंबन आहे.'[14] व्हेनेझुएलाचे दिवंगत अध्यक्ष ह्युगो चावेझ यांनी 2006 च्या संयुक्त राष्ट्रांच्या आमसभेमध्ये बुश यांचा उल्लेख 'सैतान'असा केल्यावर सभागृहात जबरदस्त हशा का पिकला होता.[15] हे बहुतांश अमेरिकन जनतेला अजूनही समजलेले नाही. अमेरिकेचे सरकार टीचभर क्युबा आणि व्हेनेझुएला, आता इराण यांच्यापासून आपल्याला धोका आहे, म्हणून त्यांना वेगळे का काढत आहे, याविषयी अमेरिकन जनता प्रश्न विचारत नाही. अमेरिका आंतरराष्ट्रीय कायद्यांचा भंग करत, चीनविरोधात त्यांचे 'विश्वासघातकी राज्य' असणाऱ्या तैवानला शस्त्रास्त्रे पुरवत आहे आणि त्याहीपेक्षा वाईट म्हणजे, सीरियातील असद यांच्या धर्मनिरपेक्ष एकतंत्री राजवटीविरोधात अल-कायदासह इस्लामवादी दहशतवाद्यांना मदत करण्यात येत आहे. मात्र, याविषयी कोणीही प्रश्न विचारत नाही.

पाश्चिमात्यांच्या दादागिरीविरोधातील मुस्लिमांच्या मनातील तक्रारींची तातडीने दखल घेणे, ही गोष्ट योग्य आहे. इराण व सीरियाविरोधातील निर्बंध आणि पाकिस्तानकडे 'मोठ्या औदार्याने करण्यात येणारे दुर्लक्ष' कोणाच्याही फायद्याचे ठरणार नाही. मुस्लीम जगताने जसे बदलण्याची आणि आधुनिकीकरण स्वीकारण्याची गरज आहे, त्याचप्रमाणे अमेरिकेनेही बदलण्याची आणि 'सॉफ्ट' आणि 'स्मार्ट' महासत्ता म्हणून उदयाला येण्याची गरज आहे. मात्र, मुस्लीम आणि पाश्चिमात्य जगतामध्ये खरेच हे बदल होतील का, हा प्रश्न आहे. दोन्ही जगतांमध्ये वाढणारी युद्धखोरी पाहता, येणाऱ्या दशकांमध्ये कल्पना, मते आणि धोरणे यांच्यात अभिसरण होण्याची शक्यता अधिकाधिक धूसर होत आहे.

प्रचलित मुस्लीम-पाश्चिमात्य संघर्ष सांस्कृतिक सापेक्षता किंवा इतिहासवादाच्या लोलकातून समजून घेण्याचा हा प्रयत्न आहे. मानवी समाज जैविक असतात, त्यांमध्ये

सातत्याने उत्क्रांती आणि संक्रमणे आहेत असा माझा विश्वास आहे. मध्ययुगात किंवा अगदी 20 व्या शतकामध्ये युरोपामध्ये मान्य होणारी गोष्ट आज स्वीकारार्ह नाही. उदाहरणार्थ, ब्रिटनमध्ये ऑलिव्हर क्रॉमवेल या आक्रमक धर्मवाद्याने केलेले लष्करी सत्तांतर आणि 1649 मध्ये केलेला पहिल्या चार्ल्सचा शिरच्छेद, ब्रिटनमध्ये 'चेटकिणी' आणि प्रोटेस्टंट यांना होणारे सार्वजनिक देहान्त शासन, वसाहतवाद आणि जनतेला अंकित ठेवणे, गुलामगिरी, वंशवाद, दक्षिण आफ्रिकेतील वर्णभेद या गोष्टी युरोपात फक्त भूतकाळातच सामान्य मानल्या जात होत्या. मात्र, सांस्कृतिक सापेक्षतावादाच्या सिद्धान्ताचा वापर करून, आधुनिक आणि समकालीन मुस्लीम जगतातील कल्पना, परंपरा आणि घडामोडी यांचा आपण चांगल्या पद्धतीने अर्थ लावू शकतो. पूर्वी एखाद्या समाजामध्ये एखादे विशिष्ट वर्तन प्रमाण मानले जात असल्याने ते अन्यत्र कुठेतरी लोकांना आजही स्वीकारार्ह असू शकते; कारण ते लोक त्यांच्या श्रद्धा आणि राजकीय संस्कारांच्या पुनर्रचनेच्या प्रक्रियेतून गेलेले नाहीत. मुस्लीम जगतातील लष्कराकडून सत्ता ताब्यात घेणे—यामध्ये जनरल झिया यांनी 1979 मध्ये पंतप्रधान झुल्फिकार अली भुट्टो यांना फासावर लटकवण्याच्या घटनेसह—सौदी अरेबियामध्ये गुन्हेगारांना सार्वजनिक देहान्त शासन देणे, महिलांवरील निर्बंध आणि काही मुस्लीमबहुल देशांमध्ये "ईश्वरनिंदे"साठी एखाद्याचा शिरच्छेद करणे, या गोष्टी सांस्कृतिक सापेक्षतेच्या नजरेतूनच समजून घेण्याचा प्रयत्न करायला हवा.

सरकारपुरस्कृत दहशतवाद, पाश्चिमात्य देशांकडून होणारा शत्रूचे सैनिक आणि निष्पाप नागरिकांचा छळ व मानहानी या गोष्टी खूप समस्या निर्माण करणाऱ्या आहेत. हुआंतानामो बेटांवर अमेरिकेच्या सैनिकांनी केलेला कैद्यांचा छळ आणि मानहानी मुस्लिमांच्या सामूहिक स्मृतीमध्ये ताजी आहे. तर, अमेरिकेकडून शहरे आणि छोट्या गावांवर होणारी बॉम्बफेक, अफगाणिस्तान व पाकिस्तानात दहशतवाद्यांना लक्ष्य करून होणारे ड्रोन हल्ले, यामध्ये सहसा निष्पाप नागरीकच मारले जातात, या गोष्टी सामान्य अमेरिकन नागरिकांसाठी लाजिरवाण्या आहेत. अफगाणिस्तानातील 'जिहाद'च्या लढ्यापासून छोट्या शस्त्रास्त्रांची तस्करी किंवा मुस्लीम जगताच्या काही भागांमध्ये 'एके 47 संस्कृती' उदयाला आली आणि ही परिस्थिती आणखी बिघडत गेली. तरीही, 'इस्लामिक दहशतवाद' ही विरोधाभासाची कल्पना आहे. कोणत्याही कारणासाठी निष्पाप नागरिकांविरोधात होणारा हिंसाचार इस्लामच्या शिकवणुकीच्या विरोधातील आहे. न्याय, सरकारचा चांगला कारभार आणि प्रतिष्ठा यांसाठीचा मुस्लिमांचा लढा, हे इस्लामेतर घटक 'इस्लामिक दहशतवादा'मागील मुख्य घटक आहेत. सन्मान आणि मान्यता यांसाठी मनुष्यप्राणी तळमळत असतो आणि या गोष्टी नाकारल्या तर ती मानहानी ठरते, या लिंडनेरच्या मताशी कोणीही सहमत होऊ शकतो. त्या म्हणतात:

> कोणत्याही व्यक्तींमधील संबंधांमध्ये तेढ निर्माण करण्यासाठी आणि हे संबंध संपुष्टात येण्यासाठी मानहानी ही सर्वांत शक्तिशाली गोष्ट असते... जगातील विविध भागांमध्ये

> कोणीही मानहानीचे बळी नसते, तर ओसामा बिन लादेनसारख्या माणसांना कधीही अनुयायी मिळाले नसते... आपल्या सर्वोच्चतेमुळे वंचितांच्या मनामध्ये मानहानीची भावना निर्माण होऊ शकते, हे धनाढ्य आणि शक्तिशाली पश्चिमेला कधी दिसलेच नाही.[16]

दहशतवाद हे आदिम कारण किंवा "पापाचे मूळ" नाही, हे आपल्यालाही माहीत आहे. तर, दहशतवाद हे गरीब, शक्तिहीन, शोषित आणि "दुर्बलांच्या हातातील शस्त्र" आहे, जे शक्तिशाली देशांवर मात करण्याइतके ताकदवान नाहीत. मात्र, दहशतवादाचा एकत्रित दीर्घकालीन परिणाम या देशांसाठी अनर्थकारी ठरू शकतो. 9/11 च्या हल्ल्यामुळे जगातील सर्वांत श्रीमंत आणि शक्तिशाली अमेरिकेला 2004 पर्यंत 2000 अब्ज डॉलर एवढी किंमत मोजावी लागली आहे आणि हा आकडा सप्टेंबर 2011 पर्यंत 3300 अब्ज डॉलरपर्यंत पोहोचला आहे. अमेरिकेच्या अर्थसंकल्पातील तूट 2011 पर्यंत 15 हजार अब्ज डॉलरपर्यंत पोहोचली असून,[17] अर्थतज्ज्ञांनी तिचा संबंध 9/11 च्या हल्ल्याशी जोडला आहे. परिणामी, दहशतवाद हा अमेरिकेच्या अर्थव्यवस्थेला सर्वांत मोठा धोका आहे, असे अमेरिकन सरकार, सुरक्षातज्ज्ञ आणि विश्लेषक मानतात. अमेरिकेवरील काही मोठे दहशतवादी हल्ले जागतिक अर्थव्यवस्था आणि रचना अक्षरशः नष्ट करू शकतात.

दहशतवादी हे अतार्किक धर्मवेडे नसतात, तर वैचारिक दृष्टीने प्रेरित झालेले अविचारी लोक असतात, एखाद्या देशातील किंवा विभागातील (किंवा जागतिकीकरणाच्या प्रक्रियेच्या कृपेमुळे जगाविरुद्ध) सरकार नावाची व्यवस्था किंवा सामाजिक-आर्थिक रचना बदलण्याच्या राजकीय हेतूने ते वास्तवातील किंवा गृहीत धरलेल्या शत्रूविरोधात बेछूट हिंसाचार करत असतात. थोडक्यात, दहशतवादी हे राजकीय हेतूने प्रेरित 'नॉन स्टेट ॲक्टर' असतात, काही वेळा शत्रूदेशांचे रक्त काढण्यासाठी त्यांना सरकारी यंत्रणेचा पाठिंबाही असतो. सर्वांत महत्त्वाचे म्हणजे, दहशतवाद हे साध्य नाही, तर त्याचे पुरस्कर्ते ज्यासाठी धडपडत असतात, त्या उद्दिष्टाकडे लक्ष वेधण्याचे ते साधन आहे. यातून एखादा संदेश किंवा इशारा दिला जातो आणि या हेतूकडे प्रसारमाध्यमांचे लक्ष वेधले जाते. थोडक्यात, दहशतवाद हा आजार नाही, तर ते एक लक्षण आहे. त्यामध्ये येणारे चढउतार दिशाभूल करू शकतात. मात्र, दहशतवाद हा एखादा व्यापक उठाव, बंडखोरी किंवा कदाचित क्रांतीची सुरुवात असू शकते आणि त्यातून एका दीर्घकालीन अनर्थकारी युद्धाला तोंड फुटू शकते.

दहशतवादविरोधी किंवा बंडखोरीविरोधातील पारंपरिक विचारांच्या पुढे जाऊन, 9/11 आणि सर्व इस्लामिक वर्तनांचे चौकटीच्या बाहेर जाऊन मूल्यमापन करण्याची वेळ आली आहे. आपल्याला हवा असणारा हेतू वैध आहे आणि देवाची त्याला परवानगी आहे, अशी त्यांची धारणा असते. त्या हेतूकडे लक्ष वेधून ते महत्त्वाचा संदेश देत असतात. या हेतूने प्रेरित झालेले उच्चशिक्षित, श्रीमंत आणि शहरांमधील तरुण-तरुणी इतरांचा जीव घेण्यासाठी

स्वतःच्या प्राणाची बाजी लावत असतात. 9/11 च्या हल्ल्यापूर्वी किंवा त्यानंतर झालेल्या बहुतांश मोठ्या हल्ल्यांवेळी अशा संदेशांचा चुकीचा अर्थ काढण्यात आला किंवा आपण त्याची दखलच घेतली नाही. इतरांना ठार मारण्यासाठी कोणती गोष्ट माणसाला प्रेरित करत असते, याचे स्पष्टीकरण रॉबर्ट पेप आणि अन्य काही अभ्यासकांनी दिले आहे.[18]

बहुतांश वेळा दहशतवाद हा गूढ आणि अतार्किक असत नाही. ते स्वतःच एक साध्य असते किंवा साध्याचे साधन असते. यातील सर्वांत महत्त्वाचा भाग म्हणजे, दहशतवाद्यांना हिंसाचाराच्या माध्यमातून, त्यांच्या ध्येयापुढे शत्रूला मान तुकवायला लावण्याच्या त्यांच्या दीर्घकालीन ध्येयपूर्तीमध्ये अपयश आले, तर त्यातून ते नाइलाजाने, (अ) त्यांच्या हेतूकडे लक्ष वेधण्यासाठी आपल्या (खऱ्या किंवा मानलेल्या) शत्रूविरुद्ध आणि अगदी निष्पाप नागरिकांविरुद्धही आणखी हिंसक मार्गांचा अवलंब करतात, (ब) दहशतवादाचे सर्व मार्ग सोडून देतात; किंवा (क) शांततापूर्ण किंवा हिंसेच्या मार्गाने आपले ध्येय साध्य करण्यासाठी शक्य त्या सर्व मित्रांशी आघाडी करत व्यापक पाठिंबा मिळविण्याचा प्रयत्न करतात. अशा रीतीने, दुर्दैवाने, ओसामा बिन लादेनच्या मृत्यूनंतर अल-कायदाच्या शेवटाचे संकेत मिळाले असतील. मात्र, इस्लामिक निर्नायकी-उच्छेदवादाच्या शेवटाचे हे संकेत नाहीत. या दृष्टीने महत्त्वाची गोष्ट म्हणजे, समाजाच्या विविध स्तरांमधून पाठिंबा मिळविण्याच्या दहशतवाद्यांच्या क्षमतेला विश्लेषक, तज्ज्ञ आणि कायद्याचे रक्षक कमी लेखतात. पाठिराख्यांमध्ये आपल्यापेक्षा निराळ्या आणि वेगवेगळ्या वांशिक, भाषिक, वर्गाच्या किंवा धर्माच्या लोकांनी चालवलेल्या एखाद्या विशिष्ट दहशतवादी संघटनेला मदत करण्याचे काहीही कारण नसणाऱ्या किंवा सामाईक उद्दिष्ट नसलेल्या लोकांचा समावेश असू शकतो. तर आक्रमक सुन्नी एकाच सामाईक शत्रूविरुद्ध एखाद्या शिया दहशतवादी संघटनेचे समर्थन करू शकतात किंवा याच्या उलटेही घडू शकते. महत्त्वाचे म्हणजे, दहशतवादाला पाठिंबा न देणाऱ्या व्यक्तीही सामाईक शक्तीविरोधात एखाद्या दहशतवादी गटाला पाठिंबा देऊ शकतात किंवा त्यात सहभागी होऊ सकतात. त्यामुळेच, ओसामा बिन लादेन किंवा त्यासारख्यांविषयी लाखो शांतताप्रेमी मुस्लिमांमध्ये सहानुभूती आहे.

आपण भौगोलिक सीमांपार असणाऱ्या बहुराष्ट्रीय 'जिहाद'च्या स्वरूपाकडे दुर्लक्ष करतो. अल-कायदा, तालिबान आणि त्यांच्यासारख्या संघटना फक्त अरेबिया, अफगाणिस्तान, पॅलेस्टाईन, इराक यांच्या स्वातंत्र्यासाठी संघर्ष करत नसून, ते पर्यायी जागतिक रचनेचेही पुरस्कर्ते आहेत. अन्यायाविरोधातील न्याय आणि दादागिरीविरोधातील स्वातंत्र्य यांचे आपण शांततावादी पुरस्कर्ते आहोत, असा दावा इस्लामवादी नेहमी करत असतात. अगदी साम्यवादाप्रमाणेच, इस्लाम आणि इस्लामवादही सीमापार असणाऱ्या अनुयायांमध्ये बंधुभाव आणि सुहृदभावाचा पुरस्कार करत असतात. अफगाणिस्तान आणि पाकिस्तानमध्ये 1980 च्या दशकापासून शिकलेला धडा आपण कधीही विसरता कामा नये. इस्लामवादी अतिरेक्यांनी वंश-राष्ट्रीय आणि वर्गीय संघर्षाचा पूर्ण फायदा घेत,

मागील वर्षांमध्ये 'स्वातंत्र्यसैनिकां'चे रूपांतर आज बहुराष्ट्रीय बंडखोर, घुसखोर आणि दहशतवाद्यांमध्ये केले आहे. इस्लामिक दहशतवाद हे फॅसिझम, निर्णायकवाद आणि उच्छेदवाद यांचा मिलाफ आहे. इस्लामच्या नावाखाली पारंपरिक इस्लामपेक्षा वेगळ्याच गोष्टी मांडण्याचा त्यांचा हेतू आहे. ते कधीही एकजिनसी गटांचे प्रतिनिधित्व करत नाहीत. ते पंथ, वंश-राष्ट्रीयत्व आणि वैचारिक-सामरिक या मतभेदांवर विभागलेले आहेत.

पीडितांच्या मनामध्ये दहशत भरण्याचा दहशतवादाचा हेतू असल्याने, परिणामी 9/11 नंतर सामान्य अमेरिकन नागरिकांच्या मनातील बळीच्या गंडामध्ये आशेची जागा भीतीने, विश्वासाची जागा अविश्वासाने, सहिष्णुता आणि स्वीकाराची जागा द्वेष आणि पूर्वग्रहाने घेतली आहे. थोडक्यात, अमेरिकेच्या राजकारण, अर्थकारण, संस्कृती आणि मानसिकतेवरील 9/11 चा एकत्रित परिणाम फार मोठा आहे. अफगाणिस्तानात अमेरिकन सैनिक आणि राजनैतिक अधिकाऱ्यांवर होणाऱ्या हल्ल्यांच्या पार्श्वभूमीवर, देशात आणि परदेशातही अमेरिकन नागरीक आणि त्यांचे हितसंबंध सुरक्षित नाहीत, असे दिसत आहे. 9/11 च्या हल्ल्याला दहा वर्षे पूर्ण होत असताना, ओबामा यांनी सांगितले होते, 'आम्हाला एक धक्का बसला आणि त्यानंतर आम्ही आणखी बलशाली म्हणून उदयास आलो आहोत.'[19] मात्र, त्यांच्या या अतिशयोक्तीपेक्षा वास्तव फार वेगळे आहे, अमेरिकेची अर्थव्यवस्था ढेपाळली आहे आणि तिच्या असुरक्षिततेची अवस्थाही तशीच आहे.

समान वंश, भाषा, धर्म आणि संस्कृती माणसांना एकत्र आणतेच असे नाही, हे मी या अभ्यासातून दाखवून दिले आहे. अरब जग हे याचे ढळढळीत उदाहरण आहे. इजिप्त, सीरिया किंवा इराक यांसारख्या देशांतील अरब हे त्यांच्या राष्ट्राप्रति निष्ठावान असून, अरब राष्ट्रीयत्वाच्या हेतूला त्यांचा पाठिंबा मिळत नाही. मात्र, अरब आणि गैरअरब अशा सर्व ठिकाणी सर्व स्तरांमध्ये उम्माशी निगडित असण्याची जाणीव वाढताना दिसत आहे.

वसाहतवादानंतरचे तिसरे जग आणि विशेषकरून मुस्लीम जगत पाश्चिमात्यांच्या दादागिरी आणि उद्धटपणावर काय विचार करते, हे समजून घेतल्यानंतरच हिंसक इस्लामवादी कट्टरतावाद समजून घेता येणार आहे. रवांडा आणि सोमालिया येथे 1998 मध्ये केलेल्या प्रत्यक्ष भेटीगाठीतील अनुभवातून एवलिन लिंडनेर यांनी याविषयी अतिशय सुंदर विश्लेषण केले आहे. रवांडा आणि सोमालियातील पददलितांमध्ये पाश्चिमात्यांविषयी असणारी भावना त्यांनी पुढीलप्रमाणे मांडली आहेः

> तुम्ही पश्चिमेकडचे लोक आमच्या समस्यांमधून किक मिळवायला, मजा घ्यायला इथे येता. आम्हाला मदत केल्यासारखे, प्रयोग केल्यासारखे तुम्ही दाखवता, पण तुम्हाला फक्त थोडी मजा करायची असते...मानवाधिकार आणि सबलीकरणाच्या तुम्ही निव्वळ बाता मारता! तुम्ही दांभिक आहात! तुमच्या उद्धट आणि स्वतःचा उदोउदो करणाऱ्या मदतीमुळे आम्हाला अत्यंत कमीपणा वाटतो! आधी तुम्ही आमच्या देशात वसाहत बनवली. मग तुम्ही आम्हाला काही माहीत नसलेल्या तथाकथित लोकशाहीच्या हवाली

करून गेलात. मग आमच्याकडे हुकूमशहा नेते उदयास येताना तुम्ही नुसते बघत राहिलात. मग आमच्यातील अर्ध्या लोकांना मारून टाकण्यासाठी तुम्ही त्यांना शस्त्रे देता. शेवटी "आमचे भोग मोजायला" तुम्ही आमच्याकडे येता.[20]

वर चर्चा केल्याप्रमाणेच सरकारपुरस्कृत दहशतवाद किंवा छुपी युद्धे या नव्या समस्येकडे लक्ष द्यायला हवे. अमेरिकेच्या भूमीवर 9/11 नंतर कोणताही मोठा दहशतवादी हल्ला झालेला नसल्याची 'दुर्घटनारहित सामान्य स्थिती'ची परिस्थिती असली, तरीही. अफगाणिस्तानातील अमेरिकेच्या दूतावासावर आणि नाटोच्या सैन्यांवर सप्टेंबर 2011 मध्ये झालेल्या हल्ल्यांनंतर अमेरिकेच्या सरकारने पाकिस्तानकडे बोट दाखवले. या हल्ल्यांच्या पार्श्वभूमीवर आणि निवृत्तीच्या पूर्वसंध्येला, ॲडमिरल माइक मुलेन यांनी 22 सप्टेंबर 2011 रोजी सिनेटच्या सशस्त्र सेवा समितीसमोर दिलेल्या लेखी निवेदनामध्ये, पाकिस्तानचे सरकार आणि त्यांची गुप्तचर संस्था (आयएसआय) यांच्यावर अमेरिका आणि अफगाणिस्तान विरोधात हक्कानी नेटवर्कला मदत केल्याचा सरळ ठपका ठेवला होता.[21] सिनेटच्या सशस्त्र सेवा समितीचे सदस्य सिनेटर लिंडसे ग्रॅहम त्याहीपुढे गेले. अमेरिकेविरुद्धच्या पाकिस्तानच्या कुरापती थांबवण्यासाठी अमेरिकेने "युद्धासह सर्व पर्याय" खुले ठेवायला हवेत, असे त्यांनी म्हटले होते.[22] मात्र, अपेक्षेप्रमाणे अमेरिकेच्या या आरोपांवर पाकिस्तानची प्रतिक्रिया मुळीच सामोपचाराची नव्हती. या आधीही चर्चा केल्याप्रमाणे, नव्याने निर्माण होत असलेल्या वादळाचा पाकिस्तान हा केंद्रबिंदू असून, येणाऱ्या दशकांमध्ये अनेक देश आणि क्षेत्रे यामध्ये ओढली जाणार आहेत.

संस्कृतींचा नव्हे, तर हितसंबंध आणि वर्चस्वाचा संघर्ष

आपण धार्मिक संघर्ष आणि दहशतवादाला वांशिक-राष्ट्रीय अस्मिता आणि जनतेच्या वैचारिक निष्ठेशी जोडत असतो. मात्र, कल्पित भूतकाळातील सामाईक मूल्ये व समस्या, एकात्म किंवा बहुवांशिक गटांची भविष्यातील समान उद्दिष्टे आणि ध्येये त्यांना एकत्र ठेवत असतात. कल्पनेतील समाजांचा राजकीय-सांस्कृतिक अस्मितांचा शोध आणि अधिक चांगल्या अधिकारांची व/किंवा स्वातंत्र्याची आकांक्षा हेही धार्मिक संघर्ष आणि कट्टरतावादामागील महत्त्वाचे घटक आहेत. उदाहरणार्थ, दुर्लक्षित वंश-राष्ट्रीयत्व गटांचे हितसंबंध आणि त्यांची सीमापार असणाऱ्या इस्लामवादी ज़िहादी गटांबरोबरील हातमिळवणी या गोष्टी बऱ्याचदा संबंधित चळवळींमधील वंश-राष्ट्रीयत्वाच्या कंगोऱ्याला धूसर करतात. याचे उदाहरण म्हणून फिलिपिन्सच्या दक्षिण मिंदोनाओतील मोरो (मुस्लीम) नॅशनल लिबरेशन फ्रंटच्या (एमएनएलएफ) मोरो इस्लामिक लिबरेशन फ्रंटमध्ये (एमआयएलएफ) झालेल्या विलीनीकरणाकडे पाहता येईल. या पार्श्वभूमीवर आपल्याला हंटिंग्टन यांचे 'क्लॅश ऑफ सिव्हिलायझेशन्स' पुन्हा अभ्यासावे लागेल आणि फुकुयामा यांच्या 'एंड ऑफ हिस्ट्री'वरही प्रश्नचिन्ह उपस्थित करावे लागेल.

आम्हाला संस्कृती संघर्षाच्या सिद्धान्तापेक्षा जेरी मुलर यांचा 'क्लॅश ऑफ पीपल्स'(जनतांमधील संघर्ष) हा सिद्धान्त जास्त स्वीकारार्ह असल्याचे आढळले. यामध्ये पुढील अनेक पिढ्या वांशिक राष्ट्रवाद हाच जागतिक राजकारणाला दिशा देणारा घटक असेल, असे म्युलर मांडतात. अमेरिकन लोक वांशिक-राष्ट्रीय अस्मिता का समजून घेत नाहीत, याकडे ते लक्ष वेधतात.

> स्वतःचे अनुभव उर्वरित जगावर लादणाऱ्या अमेरिकनांकडून सामान्यतः राजकारणातील वांशिक-राष्ट्रवादाच्या भूमिकेचे महत्त्व खूप कमी केले जाते.... स्थलांतराच्या दोन-तीन पिढ्यांनंतर त्यांच्या वांशिक अस्मिता या सांस्कृतिक एकीकरण आणि आंतरविवाहांमुळे क्षीण होतात... अमेरिकनांना वांशिक राष्ट्रीयवाद हा नैतिक आणि बौद्धिक या दोन्ही अर्थांनी अस्वस्थ करणारा वाटतो... अमेरिकेतील स्थलांतरित हे सामान्यतः त्यांच्या नव्या देशाच्या व्यवस्थेमध्ये एकजीव होण्यासाठी त्यानुसार आपल्या अस्मितांना फेरआकार देण्याच्या इच्छेनेच येत असतात.... राष्ट्र-राज्यांमधील शांततापूर्ण प्रादेशिक रचनेची निर्मिती ही वांशिक विलगीकरणाच्या हिंसक प्रक्रियेची उत्पत्ती आहे. ज्या ठिकाणी अशा पद्धतीचे विलगीकरण अद्याप झालेले नाही, तेथील राजकारण हे भयानकच असणार आहे.[23]

इस्लाम आणि पाश्चिमात्य यांच्यातील संघर्षाप्रमाणेच आधुनिक आणि पारंपरिक मुस्लिमांमधील बेबनाव हा वैचारिक स्वरूपाचा असतो. ही वैचारिकता फक्त संस्कृती व श्रद्धाव्यवस्थांबाबतची नसते, तर ती सत्ता, प्रभाव आणि अस्मितांविषयीचीही असते. एकीकडे पाश्चिमात्य उच्चवर्गीय मुस्लीम आपली सत्ता आणि विशेषाधिकार मुल्लांना द्यायला तयार नसतात, तर दुसरीकडे मुल्लाही उच्चवर्गीयांसाठी कोणतेही अधिकाराचे क्षेत्र ठेवू इच्छित नाहीत. इराणमधील क्रांती आणि तालिबान/अल-कायदाचा अफगाणिस्तानातील प्रयोग यांमुळे मुल्ला व त्यांच्या अनुयायांना खोमेनी किंवा तालिबानच्या मार्गाने जाण्याची प्रेरणा मिळाली. दरम्यान, शीतयुद्धाच्या काळामध्ये पाश्चिमात्यांनी घेतलेली दुटप्पी भूमिका आणि इस्लामवाद्यांना दिलेला उघड पाठिंबा यांमुळे मुस्लीम जगतातील, तसेच त्याबाहेरील इस्लामवाद्यांनाही आणखी बळ मिळाले. इराणमध्ये 1953 साली लोकशाही मार्गाने सत्तेवर आलेल्या डॉ. मोसादेघ यांची सत्ता उलथवण्यासाठी अमेरिकेने मुल्लांना दिलेला तसेच, इजिप्तमधील अमेरिकाविरोधी नासर यांना पदच्युत करण्यासाठी इस्लामवादी मुस्लीम ब्रदरहूडचा (एमबी) अमेरिकेनेच केलेला प्रसार या बाबी सर्वज्ञात आहेत. शेवटचे मात्र तितकेच महत्त्वाचे म्हणजे अफगाणिस्तानात सोव्हिएत महासंघाच्या फौजांविरुद्ध लढण्यासाठी मुजाहिदीन तयार करण्यात अमेरिकेचा प्रत्यक्ष सहभाग होता आणि पाकिस्तानी लष्कराच्या साथीने कारस्थान रचून 1996 साली अफगाणिस्तानात तालिबानने सत्ता ताब्यात घेण्यामध्येही त्यांची भूमिका महत्त्वाची होती. जागतिक राजकारणातील अमेरिकेचा दुटप्पीपणा हा काही नवा नाही. 1971 मध्ये उघडकीस आलेल्या 'पेंटागॉन पेपर्स'नुसार दक्षिण व्हिएतनाममध्ये 1963 मध्ये बंड

होऊन अध्यक्ष एनगो दिन्ह दिएम यांची सत्ता जाण्यामध्ये आणि त्यांची हत्या होण्यामध्ये अमेरिकेने महत्त्वाची भूमिका बजावली होती. तसेच, कंबोडिया, लाओस आणि उत्तर व्हिएतनामवर बॉम्बफेक करून अमेरिकेने हेतूपर्वक, व्हिएतनाम युद्धाची व्याप्ती वाढवली होती. यासाठी "(अमेरिकन) जनतेशीच नव्हे, तर अमेरिकन काँग्रेससमोरही" पद्धतशीरपणे खोटे बोलण्यात आले होते.[24]

कोणत्याही इस्लामवादाच्या कथित इतिहासापासून स्वत:ला दूर ठेवण्याकरिता, वसाहतोत्तर इस्लामवाद्यांचे पुनरुत्थान हा उम्मासाठी (संपूर्ण मुस्लीम समुदायासाठी) पराभव आणि मानहानीचा वारसा आहे, हे आपण समजून घेण्याची गरज आहे. 1967 साली सहा दिवसांच्या युद्धामध्ये इस्रायलकडून अरबांच्या झालेल्या पराभवाने इस्लामवादाला, आज तो ज्या अवस्थेत आहे, तेथे पोहचवले. इस्लामवाद ही मुस्लीम जगतातील सध्याची सर्वांत शक्तिशाली राजकीय विचारधारा आहे. आपल्याला मुस्लिमांची मानसिकता आणि पॅलेस्टाईन, काश्मीर, इराण, अल्जीरिया, लिबिया, इजिप्त, आणि इराक व अफगाणिस्तानसारख्या अन्य ठिकाणी मुस्लिमांना आलेले अनुभव, याची समज असली पाहिजे. शीतयुद्धाच्या काळामध्ये परस्परांचे सहकारी असणाऱ्या—मुस्लीम आणि पाश्चिमात्य—बाजू असमान उच्चवर्गीय संघर्षामध्ये एकमेकांच्या शत्रू किंवा स्पर्धक कशा झाल्या याकडे, तसेच आजच्या जागतिकीकरणाच्या जगात परस्परविरोधी वर्चस्ववाद आणि विचारधारांसाठी होणाऱ्या विषम युद्धाकडे आपण लक्ष देण्याची गरज आहे. ऐतिहासिक दृष्टिकोनातून इस्लाम आणि मुस्लिमांविषयी थोडक्यात चर्चा आपल्याला मुस्लीम-पाश्चिमात्य देश यांच्यामध्ये पूर्वापार चालत आलेल्या संघर्षाच्या मूळ कारणाच्या अधिक जवळ घेऊन जाऊ शकेल.

या समस्या समजून घेण्यासाठी लक्षात घ्यायची पहिली आणि सर्वांत महत्त्वाची गोष्ट म्हणजे, मुस्लीम जगत हे प्रत्यक्षात एकेकाळी युरोपीयांच्या वसाहती असणाऱ्या देशांचा विस्कळित महासंघ आहे. तुर्कस्तान वगळता (खूप मर्यादित अर्थाने मांडणी केल्यास सौदी अरेबिया आणि अफगाणिस्तानही) सर्व मुस्लीमबहुल देश वसाहतवादानंतरचे देश आहेत. वसाहतवादानंतर निर्माण झालेल्या देशांची सर्व किंवा बहुतांश वैशिष्ट्ये या देशांमध्येही दिसून येतात. ही वैशिष्ट्ये म्हणजे (अ) अतिविकसित झालेले लष्कर आणि नोकरशाही, (ब) अविकसित/दुबळया नागरी संघटना, (क) श्रेणी, दर्जा आणि संपत्तीनुसार उतरंड असलेला, विभाजित आणि संलग्न नसणारा समाज. एकीकडे आधुनिक शिक्षण आणि लोकशाहीवादी संकल्पनांच्या आधारे उच्चवर्गीय समाज अत्यंत दक्षपणे त्यांचा दर्जा आणि विशेषाधिकारांची जपणूक करत असताना, आता, मुस्लीम समाजातील सर्वसामान्य जनसमूह हळूहळू पारंपरिक सत्ताधारी वर्गाला प्रश्न विचारू लागला आहे. दोन-तीन अपवाद वगळता मानवाधिकार व स्वातंत्र्याचा पूर्ण अभाव असलेल्या किंवा अगदी दुर्बल अस्तित्व असलेल्या निरंकुश राजेशाह्या आणि नागरी-लष्करी हुकूमशाह्या या मुस्लीम जगतातील

बहुतांश देशांमधील नियम बनल्या आहेत. शिवाय, यांपैकी काही देशांचे अस्तित्व हे कृत्रिम आहे. या देशांवर एकेकाळी राज्य करणाऱ्या ब्रिटिश, फ्रेंच आणि डच आदि वसाहतींनी आखलेल्या कृत्रिम सीमा त्यांना मिळाल्या आहेत. या वसाहतींनी स्वेच्छेने जॉर्डन, लेबनॉन, इस्रायल, कुवेत, पाकिस्तान (आणि बांगला देश) या देशांची निर्मिती केली आणि कशाही रचनेची राज्ये असलेल्या या देशांमध्ये वांशिकदृष्ट्या भिन्न असणाऱ्या लोकांना (त्यांच्या इच्छेविरोधात) कोंबले.

या प्रक्रियेमुळे भाषा, वंश, जमात, धर्म किंवा पंथाच्या आधारे विशिष्ट वांशिक-राष्ट्रीय अस्मितेसह स्वतःला प्रस्थापित करण्याचा या राष्ट्रांचा अधिकार नाकारण्यात आला. यातील अनेक घटक राष्ट्रहीन झाले किंवा जगभरातील देशांमध्ये परदेशस्थ समाजाचे सदस्य म्हणून जगत आहेत. यामध्ये कुर्द, पॅलेस्टाईन, पश्तून, श्रीलंकेतील तामिळ, बलुची, दक्षिण थायलंडमधील मुस्लीम आणि मिंदानाओतील (फिलिपिन्स) मोरो मुस्लीम, आफ्रिकन-आशियाई देशांमधील कोट्यवधी लोक (बऱ्याचदा त्यांना जमाती आणि अल्पसंख्याक असे संबोधले जाते) यांचा उल्लेख करता येईल. ज्याप्रमाणे तुत्सी आणि हतू ही राष्ट्रे वसाहतवादानंतर कृत्रिमपणे उदयाला आलेल्या बुरुंडी आणि रवांडासारख्या देशांमध्ये जगत आहेत (आणि परस्परांना मारत आहेत), त्याचप्रमाणे अस्वस्थ मुस्लीम (बर्बर) तौरेग जमाती माले, अल्जीरिया, लिबिया, नायजेरिया, नायगर, बुर्किना फासो या देशांमध्ये राहत आहेत आणि कनुरी जमातीचे लोक माले, नायजेरिया, नायगर आणि चाडमध्ये. विविध वांशिक-राष्ट्रीय गट हे ज्या राष्ट्राला आपले घर म्हणून संबोधतात, तेथे स्वतःला प्रस्थापित करण्यासाठी किंवा समान अधिकार आणि संधींसाठी करत असलेल्या संघर्षाकडे अभ्यासक आणि सामान्यजन इस्लामिक दहशतवाद आणि बंडखोरीच्या नावाखाली दुर्लक्ष करतो. या प्रक्रियांच्या मुळाशी असणारी कारणे समजून घेतल्याशिवाय आपल्याला तथाकथित इस्लामी दहशतवाद समजू शकणार नाही. वंचित मुस्लिमांचा स्वातंत्र्य, लोकशाही, स्वयंप्रस्थापन आणि समान अधिकार व संधींसाठी असणारा शोध समजून घेण्यासाठी आपल्याला 'इस्लामिक/इस्लामवादी दहशतवाद' या ऐवजी वेगळी संज्ञा वापरण्याची वेळ आली आहे. शेवटचे पण तितकेच महत्त्वाचे, युरोप आणि अमेरिकेप्रमाणे मुस्लीम जगत प्रबोधन आणि सुधारणांच्या कालखंडातून गेलेले नाही. सर्वांत महत्त्वाचे म्हणजे, मुस्लीमबहुल देशांच्या सीमांची फेरआखणी करून राष्ट्रे प्रस्थापित करणे मुस्लिमांना अजूनही जमलेले नाही. जोपर्यंत ही जनता प्रत्येक वांशिक-राष्ट्रीय, भषिक किंवा पंथिक गटांच्या आकांक्षांप्रमाणे पूर्णतः वसाहतविहीन देशांमध्ये संपूर्ण अधिकार व स्वातंत्र्यासह राहणार नाही, तोपर्यंत दक्षिण आशिया, वाळवंट व सहारा टापूतील आफ्रिका, मध्य-पूर्व आणि आग्नेय आशियाचा काही भाग आदि धुमसणाऱ्या ठिकाणी कोणत्याही प्रकारची शांतता येणार नाही.

शेवटचे पण तितकेच महत्त्वाचे, केवळ धर्माच्या चष्म्यातून पाहून आपल्याला कट्टरतावादी हिंसाचार समजू शकणार नाही. वंश, अस्मिता, तसेच तळागाळातील जनतेमध्ये

ओळख, प्रतिष्ठा आणि आदर मिळवण्याची असणारी इच्छा आदि गोष्टी नाकारल्या किंवा काढून घेतल्या गेल्या, तर त्यातून त्यांच्यामध्ये मानहानीची भावना कशी निर्माण होते आणि ही भावना त्यांचे रूपांतर हिंसक दहशतवाद्यांमध्ये कसे करू शकते, हे आपण समजून घेणे गरजेचे आहे.[25] मागील 400 वर्षांमध्ये झालेले विज्ञान-तंत्रज्ञान, तत्त्वज्ञान व संकल्पना, सामाजिक-राजकीय आणि आर्थिक व्यवस्था व रचनांमधील बदलांशी अद्याप कोणताही धर्म जुळवून घेऊ शकलेला नाही, हे केरेन आर्मस्ट्राँग यांच विधान आपल्याला पटू शकेल. धार्मिक पुनरुत्थान हे फक्त प्रतिगामी नसून या बदलांशी, तसेच मिथक आणि अंधश्रद्धांच्या विरोधात अलेल्या वास्तववादाच्या आव्हानांना सामोरे जाण्याचा तो प्रयत्न आहे.[26]

स्पर्धेमध्ये कमी लेखलेल्या घटकांसाठी धर्म, वंश किंवा राष्ट्रीयत्वाची झूल पांघरणे नेहमीच सोयीस्कर असते. मागास, वंचित किंवा उशिरा सहभागी झालेले घटक हे मुख्य प्रवाहातील प्रगत घटकांशी स्पर्धा करण्यासाठी खूपच कमकुवत असतात. त्यामुळे या कमकुवत घटकांकडून ध्येयप्राप्तीसाठी नेहमीच धर्म, मार्क्सवाद, राष्ट्रवाद, दहशतवाद आणि अनागोंदी यांचा वापर करण्यात येतो. यामध्ये अहिंसक मार्ग अयशस्वी होतात, तेव्हा ते हिंसक मार्ग अवलंबतात.. स्वैरपणे वाळवंटभर सीमा आखत तयार झालेले कृत्रिम देश हे शेजारी देश किंवा/आणि मूळ वसाहतवादी देश आणि या भूभागातील मूळ निवासी यांच्यातील संघर्षाचे मूळ ठरू शकतात.. पॅलेस्टाईनची समस्या आणि इराक, लेबनॉन, पाकिस्तान, अफगाणिस्तान, रशिया आणि भारतातली पंथीय/धार्मिक संघर्ष ही याच प्रकारची उदाहरणे आहेत. पश्चिमेकडील देशांचे नाराज मुस्लीम जगतावरील कमकुवत होत चाललेले वर्चस्व पुनर्स्थापित करण्याचे प्रयत्न अयशस्वी झाल्यानंतर, मुस्लीम-पाश्चिमात्य यांच्यातील संघर्ष अधिक तीव्र होण्याची शक्यता आहे. काही वेळा, बहुवांशिक देश लोकसंख्येतील एखाद्या घटकाचा किंवा काही घटकांचा स्वयंनिर्णयाचा अधिकार मान्य करण्यास तयार नसतात, तेव्हा त्यातून संघर्षाची बीजे रोवली जातात. 'एकाला शरण जाणे, म्हणजे खूप जणांना गमावणे' ही कृत्रिम राष्ट्रांची लहानशी दिसणारी, परंतु गंभीर समस्या आहे. अन्य देशांचा विचार करता, पाकिस्तान, अफगाणिस्तान, भारत, रशिया, चीन, इराक आणि तुर्कस्तान हे देश वांशिक-राष्ट्रीय फुटीरतावादी धोक्यांच्या दृष्टीने खूपच संवेदनशील आहेत. यातील काही फुटीरतावादी गट त्यांची स्वतंत्र ओळख निर्माण करण्यासाठी इस्लामचा वापर करतात.

कनेक्टिकटचे माजी अपक्ष डेमोक्रॅटिक सिनेटर जो लिबरमन यांनी मांडलेले विचार खूपच रास्त आहेत. त्यांनी म्हटले आहे की एका व्यापक राजकीय विचारधारेचा पराभव करण्यासाठी हे युद्ध नाही, तर अल-कायदा किंवा पाकिस्तानातील लष्करे तैयबा इत्यादिंसारख्या दहशतवादी संघटना नष्ट करण्यासाठी हे युद्ध आहे.'[27] तथापि, एखाद्या संघटनेपेक्षाही जागतिक चळवळ बनलेल्या अल-कायदाच्या मुळापर्यंत कसे पोहोचायचे,

याची कोणतीच क्लृप्ती आमच्याकडे नाही. अमेरिकेचे इस्लामविरोधात युद्ध नाही, त्यामुळे त्यांनी अहिंसक मुस्लीम बहुसंख्याकांना प्रोत्साहित आणि सशक्त केले पाहिजे, कारण त्यांची श्रद्धा आणि त्याचा दहशतवाद्यांच्या राजकीय विचारधारेकडून करण्यात येणारा गैरवापर यातील जमीन-अस्मानाचा फरक अन्य कोणापेक्षाही त्यांना जास्त चांगला समजतो, हा लिबरमन यांनी मांडलेला विचार योग्य आहे.[28] मुस्लीम ब्रदरहूड (एमबी) या मूळ कट्टरतावादी संघटनेचा ती खूपच मवाळ आणि सनदशीर असल्याबद्दल तिरस्कार करणाऱ्या अल-कायदा, इस्लामिक जिहाद, हमास आणि त्यांचे इराण, सीरिया, लेबनॉन, आणि अन्य भागातील मित्रगट यांसारख्या आणखी टोकाच्या संघटना अखेर अमेरिका आणि इस्रायलच्या मध्य-पूर्वेतील हितसंबंधांना मोठा धोका निर्माण करतील.

मात्र, मुस्लीम जगत आणि अमेरिकेसमोरील इस्लामवादी दहशतीचा धोका यांना समजावून घेण्याचे काही प्रयत्न झाले असले, तरीही अमेरिकेच्या राजकारणी आणि विद्वानांकडून जाणीवपूर्वक काही लांछनास्पद मुद्दे टाळण्यात येतात आणि त्यांच्या देशाला असलेल्या इस्लामवाद्यांच्या धोक्याची मूळ कारणे शोधण्याची त्यांची इच्छा नसते. यामध्ये अरब आणि मुस्लिमांची हृदये आणि मने जिंकण्यासाठी अमेरिका कधीतरी इस्रायली लॉबीविरोधात जाणार का, हा एक प्रश्न समोर येऊ शकतो. इस्लामवाद्यांना अमेरिकेविरोधातील विषम युद्ध जिंकता येण्याची कोणतीही आशा नाही, हे लष्करातील सामरिक तज्ज्ञ आणि युद्ध व सुरक्षा विश्लेषकांना माहीत असले; तरी ज्याला अहंमन्य, विचारधारेशी एकनिष्ठ आणि जिवावर उदार असणाऱ्या शत्रूच्या मानसिकतेची जाणीव आहे, त्याला हा कमकुवत शत्रू अनपेक्षित ठिकाणांवर अनपेक्षित साधने व व्यूहरचनांच्या सहाय्याने युद्ध पुकारत मोठा हाहाकार माजवू शकतो, ही गोष्ट चांगलीच ठाऊक आहे. विचारधारेशी एकनिष्ठ असणाऱ्या आणि ज्याच्याबाबत निर्विवादपणे चूक घडली आहे, अशा अपमानित शत्रूपेक्षा अधिक धोकादायक काहीही असू शकत नाही. अमेरिका इस्लामवादाच्या रूपाने अशाच शत्रूशी झुंजत असून, सध्या त्याची घसरण होत आहे. येणाऱ्या वर्षांमध्ये इस्लामवाद्यांकडून दहशतवादापलीकडे नव्या पद्धती अवलंबल्या जाण्याची शक्यता आहे. त्यांच्यापैकी काही जण निवडणुकीच्या माध्यमातून अगोदरच सत्तेवर आले आहेत, तर काही जण त्या मार्गावर आहेत.

चोमस्की यांनी यांनी आधुनिक युद्धांना 'व्यापार युद्ध' हा योग्य शब्द वापरला आहे.

> व्यापारामध्ये राष्ट्रीय सीमांकडे दुर्लक्ष करण्यात येत असल्याने उत्पादकाकडून जग हीच बाजारपेठ आहे, असा आग्रह धरला जातो. त्यामुळे, त्याच्या देशाच्या ध्वजाला त्याचे अनुकरण करावेच लागते आणि त्याच्यासाठी बंद करण्यात आलेल्या देशांची दारे तोफगोळे वापरून पाडावीच लागतात... या प्रक्रियेमध्ये इच्छुक नसणाऱ्या देशांच्या सार्वभौमत्वाचे उल्लंघन झाले तरीही.[29]

वसाहतवादी आणि त्यानंतरच्या सत्तांना व्यापारात मिळणारे फायदे आणि लष्कर-उद्योग या मिश्रणाची हाव हेच आधुनिक युद्धामागील मुख्य घटक आहेत. वुड्रो विल्सन यांच्या पुढे नमूद करण्यात आलेल्या युद्धाच्या कारणांविषयी केलेल्या मूल्यमापनाला खूपच व्यापक सहमती मिळाली आहे, "आधुनिक जगातील युद्धाची बीजे औद्योगिक आणि व्यापारी शत्रुत्वात आहेत, हे माहीत नसलेला कोणता तरी पुरुष, महिला, मी तर म्हणेन, लहान मूल तरी आहे का?"

फक्त अमेरिकनच नव्हे, तर पाकिस्तानी लष्करही त्यांच्या देशांतर्गत आणि सीमेपलीकडच्या प्रदेशातील अस्थिरतेचा प्रमुख घटक आहे, ही गोष्ट महत्त्वाची आहे. नफ्याभोवती केंद्रित असलेले पाकिस्तानचे सशस्त्र दल हे उद्योग, बँका आणि अक्षरशः सरकारही (अगदी नागरी प्रशासनाद्वारेही)[30] चालवत असून अधिमान्यता मिळवण्यासाठी आणि आपले स्थान बळकट करण्यासाठी हा प्रदेश खदखदत ठेवण्यामध्ये त्यांचे हितसंबंध गुंतलेले आहेत. त्यामुळेच, पाकिस्तानच्या लष्कराला काश्मिरातील नियंत्रण रेषेवर किंवा पाकिस्तान-अफगाणिस्तान यांच्यातील ड्युरँड सीमारेषेवर दीर्घकालीन शांतता आणण्यामध्ये अजिबात स्वारस्य नाही.

युवा लोकसंख्येचा फुगवटा आणि लोकसंख्येचा दबाव

मुस्लीम-पाश्चिमात्यांमध्ये सुरू असलेल्या संघर्षाच्या समस्येचा गाभा समजून घेण्यासाठी माल्थस आणि हंटिंग्टन या दोघांनी मांडलेल्या विचारांची मदत होते. पाश्चिमात्य आणि मुस्लीम जगतातील जनता अस्मिता, विचारधारा आणि हितसंबंध या दृष्टीने दोन ध्रुवांवर आहे. हे दोन्ही समाज वेगवेगळ्या जगाचे प्रतिनिधित्व करतात; पाश्चिमात्य जगतामध्ये मुस्लीम जगताच्या तुलनेमध्ये आपल्या नागरिकांना चांगल्या संधी, स्वातंत्र्य, निवासी जागा, अन्न, वस्त्र, निवारा, आरोग्यसेवा आणि जगण्याची प्रतिष्ठा मिळवून दिली जाते. वाढत्या लोकसंख्येच्या प्रमाणामध्ये अन्नधान्याचा पुरवठा आणि रोजगाराचे प्रमाण वाढले नसल्याची परिणती विनाशकारी युद्ध आणि संघर्षामध्ये होते, असे माल्थस यांनी मांडले आहे. युवा लोकसंख्येचा फुगवटा हे या संघर्षामागील महत्त्वाचे कारण असल्याचे हंटिंग्टन यांनीही सांगितले आहे. समाजाच्या लोकसंख्येमध्ये 15 ते 29 वर्षे या लढाऊ वयातील युवकांचे प्रमाण 30 ते 40 टक्के असून ते बेरोजगार किंवा न्यून रोजगाराच्या अवस्थेत असतील, तर त्या समाजामध्ये युवा लोकसंख्येचा फुगवटा निर्माण होतो. पश्चिम युरोपामध्ये 11 व्या आणि 13 व्या शतकामध्ये या प्रकारच्या लोकसंख्येच्या दबावातूनच धर्मयुद्धे झाली होती. पहिल्या धर्मयुद्धाच्या (1095) पूर्वसंध्येला पोप अर्बन द्वितीय यांनी लिहिले आहे, "आपल्या विशाल लोकसंख्येसाठी खूपच अपुऱ्या असणाऱ्या आपल्या या भूमीसाठी... पवित्र कबरीच्या दिशेने जाणाऱ्या मार्गावर प्रवेश करा, दुष्ट वंशांकडील जमीन हिसकावून घ्या आणि ती जमीन आपली बनवा." दुष्ट वंशाचा हा सिद्धान्त अन्य वांशिक

गटांना हीन लेखण्यासाठी होता. फ्रेडरिक रॅटझेल (जर्मन लोकसंख्याशास्त्रज्ञ) यांनी 1897 मध्ये जर्मनीसाठी 'लेबेन्सराउम' (जगण्यासाठी पुरेशी जागा) ही संकल्पना पहिल्यांदा मांडली आणि याच संकल्पनेतून हिटलरच्या विस्तारवाद व दुष्ट वंशांविरोधातील युद्धाला प्रेरणा मिळाली.

पश्चिम युरोपातील मोठ्या सत्तांकडून अनेक शतके जागतिक साधनसंपत्तीची झालेली लूट, बहुतांश आफ्रिकी-आशियायी देशांमध्ये झालेले वसाहतीकरण आणि उत्तर व दक्षिण अमेरिका, ऑस्ट्रेलिया, न्यूझीलंडला आपल्या साम्राज्याखाली आणणे ही या समस्येची मूळ कारणे आहेत. लोकसंख्यावाढ झालेले आणि अविकसित असणारे मुस्लीम आणि तिसऱ्या जगातील देशही अनेक दशकांपासून लेबेन्सराउम किंवा विकासासाठीच्या पुरेशा भूप्रदेशाची तीव्र इच्छा बाळगून आहेत. यासाठी साधनसंपत्तीने समृद्ध असणाऱ्या आणि विरळ लोकसंख्या असणाऱ्या उत्तर अमेरिका, युरोप, ब्राझील, अर्जेंटिना, ऑस्ट्रेलिया आणि न्यूझीलंड या भागातील भेदभाव व स्थलांतराचे प्रतिबंधात्मक नियम आता बासनात गुंडाळण्यात यावेत, अशी या देशांची इच्छा आहे. तिसऱ्या जगाकडे झालेल्या दुर्लक्षाविषयीच्या भावनांचे प्रतिबिंब अल्जीरियाचे दिवंगत अध्यक्ष हौअरी बौमेदिएन यांनी 1974 मध्ये संयुक्त राष्ट्रांच्या आमसभेमध्ये केलेल्या भाषणामध्ये दिसून आले:

> एके दिवशी, लाखो लोक उत्तर गोलार्धात जाण्यासाठी दक्षिण गोलार्ध सोडतील आणि ते तेथे मित्र म्हणून जाणार नाहीत. कारण, ते तो प्रदेश जिंकून घेण्यासाठी जातील आणि ते त्यांच्या मुलांबरोबर तो भूभाग जिंकून घेतील. आमच्या महिलांचे गर्भ आम्हाला विजय मिळवून देतील.[31]

बौमेदिएन यांचे हे विधान एकीकडे, पाश्चिमात्यांकडून नाकारण्यात आलेल्या समान संधी आणि मानवी प्रतिष्ठेसाठी मुस्लिमांमधील (आणि तिसऱ्या जगातील) अस्वस्थता प्रतिबिंबित करते; तर दुसऱ्या बाजूला तिसरे जग संतप्त असून आपले हक्क आणि प्रतिष्ठांसाठी लढायला इच्छुक आहे, हा अनिष्टसूचक संदेश पाश्चिमात्यांना देते. जॉर्ज डब्ल्यू. बुश यांनी केलेल्या अतिसुलभीकरणासारखे, मुस्लीम लोकशाही आणि स्वातंत्र्याला द्वेष करत नाहीत. मुस्लीम बंडखोर आणि त्यांच्या जगभरातील समर्थकांपैकी खूप मोठा गट समस्याप्रधान शरीया नियम तर सोडाच, पण तथाकथित सुवर्णकालीन भूतकाळ पुन्हा यावा, यासाठीही लढत नाहीत. बहुतांश इस्लामवादी दहशतवाद हा चांगला सरकारी कारभार, न्याय आणि मानवी प्रतिष्ठा यांसारख्या धर्मनिरपेक्ष मुद्द्यांबाबतचा आहे. तालिबान आणि प्रतिगामी इस्लामवादी बंडखोर हे मुस्लिमांमधील अतिशय छोट्या (आणि सातत्याने क्षीण होणाऱ्या) घटकाचे प्रतिनिधित्व करतात. 'अरब स्प्रिंग' आणि 21व्या शतकाच्या सुरुवातीपासून दोन तृतीयांश मुस्लीम जगतामध्ये यशस्वीपणे पार पडलेल्या लोकशाही निवडणुका, या

लोकशाही व स्वातंत्र्याचा मुस्लिमांकडून अवमान होत असल्याच्या पाश्चिमात्यांच्या सर्व चुकीच्या आरोपांना खोटे ठरवतात.

एकूणच, हा अभ्यास मुस्लीम व पाश्चिमात्य जगतातील सर्व महत्त्वाचे मुद्दे आणि येणाऱ्या दशकांमधील जागतिक संघर्षांमधील रशिया, चीन, भारत, पाकिस्तान, इराण, इस्रायल आणि अन्य लहान-मोठ्या सत्तांची भूमिका यांकडे लक्ष वेधणार नाही. जागतिक व प्रादेशिक दृष्टिकोनातून मुस्लिमांतर्गत आणि मुस्लीम-पाश्चिमात्य संघर्षामागील काही महत्त्वाच्या घटकांची मांडणी हा अभ्यास करणार आहे. दक्षिण आशिया, पर्शियाचे आखात आणि उत्तर अमेरिका हा प्रदेश जगाच्या अन्य भागांपेक्षा जास्त धगधगता का आहे, हे हा अभ्यास दाखवून देतो. अरब-इस्रायल यांच्यातील 1948 च्या पहिल्या युद्धापासून सुरू झालेल्या शंभर वर्षांच्या युद्धाची धग अजूनही पुरती शमलेली नसताना या प्रदेशांमध्ये वादळांचे अनेक केंद्रबिंदू आणि बोस्नियाची राजधानी सारायेव्होप्रमाणे आणखी एका महायुद्धाला तोंड फोडण्याची क्षमता असलेली शहरे आहेत. काही वेळा हा प्रदेश निद्रिस्त ज्वालामुखीसारखा अप्रकट राहत असला, तरी त्याचा उद्रेक सातत्याने होतो आहे. त्याच वेळी मुस्लिमांतर्गत संघर्ष हे वरून पंथ, जमात आणि वांशिक-राष्ट्रीय संघर्ष दिसत असले, तरी प्रत्यक्षात अल्जीरियापासून इजिप्तपर्यंत आणि इराकपासून इंडोनेशियापर्यंत विशेषाधिकार असणारे मोजके विरुद्ध अधिकारांचा अभाव असणारे लाखो जण यांच्यातील हे वर्गीय युद्ध आहे. मुस्लीम-पाश्चिमात्य यांच्यातील संघर्ष ही प्रामुख्याने हितसंबंध आणि वर्चस्ववादाची लढाई असल्याने तो हंटिंग्टन यांच्या साचेबद्ध 'क्लॅश ऑफ सिव्हिलायझेश'च्या सिद्धान्ताचा भाग का बनू नये, याचे स्पष्टीकरणही हा अभ्यास देतो. मुस्लीम समाजातील मोठ्या वर्गासाठी पाश्चिमात्य देश आणि त्यांचे मुस्लीम जगतातील प्रतिनिधी यांच्याविरुद्धचा फारसा अटळ नसलेला हा संघर्ष म्हणजे वास्तवात पाश्चिमात्य वरिष्ठ सहकारी आणि त्यांचे नाराज कनिष्ठ सहकारी यांच्यातील वर्गीय युद्ध आहे.

एका गोष्टीची नोंद घ्यायला पाहिजे, ती म्हणजे दुसऱ्या महायुद्धातील मृतांची संख्या सहा ते 8.5 कोटी होती. तर नागरी युद्धे, वंशसंहार, विषम शस्त्रास्त्रांचे मारे, सरकारपुरस्कृत कारवाया आणि, शेवटचे पण तितकेच महत्त्वाचे, कोरिया युद्धापासून अनेक देशांमध्ये अमेरिकेने केलेली आक्रमणे यांमध्ये 2013 पर्यंत 7.5 कोटी जणांचा बळी गेला आहे. यांपैकी बहुतांश सामान्य नागरीक आहेत. फक्त इराकमध्येच अमेरिकेच्या मार्च 2003 आक्रमणानंतर सप्टेंबर 2007 पर्यंत दहा लाखांपेक्षा जास्त जणांचा मृत्यू झाला. त्यानंतरही हजारो इराकी नागरीक मृत्युमुखी पडले असून सप्टेंबर 2013 मध्येही पंथीय हिंसाचार, अज्ञात हल्लेखोर व इस्लामी कट्टरतावाद्यांच्या हल्ल्यांमध्ये दर आठवड्याला शेकडो जणांना अजूनही जीव गमवावा लागत आहे. दुसऱ्या महायुद्धानंतरच्या या संघर्षांना व

जगभरातील नागरिकांच्या रक्तपाताला फक्त अमेरिकाच कारणीभूत नसली तरी कोरियन युद्धापासून अमेरिकेने आक्रमण केलेल्या 37 देशांमध्ये हिंसाचारात दोन ते तीन कोटी नागरिकांचा मृत्यू झाला असून, फक्त अफगाणिस्तानातच बळींचा आकडा 90 लाख ते 1.4 कोटींच्या घरात आहे.[32]

प्रकरणांची वर्गवारी

प्रकरण 2: इस्लाम आणि इस्लामवादातील प्रवाह अल्लाचा कायदा विरुद्ध मुल्लांचा कायदा

या प्रकरणामध्ये इस्लाम हा धर्म, इस्लामवाद ही राजकीय विचारधारा वरकरणी समान वाटणाऱ्या मात्र त्यांमध्ये कमालीचा फरक असणाऱ्या दोन अस्तित्वांमधील भिन्नता दाखवून देण्यात येणार आहे. थोडक्यात, इस्लाममधील वैविध्यांचे या प्रकरणात मूल्यमापन करण्यात येणार आहे. या धर्माचे अनुयायी फक्त वंश-राष्ट्रीयत्व आणि वर्गाच्या आधारावर विभागलेले नसून, वेगवेगळे पंथ आणि विचारशाखांनुसारही त्यांचे टोकाचे ध्रुवीकरण झाले आहे. हे ध्रुवीकरण शिया आणि सुन्नी, सूफी आणि कट्टर इस्लामवादी, शरीयाचे अनुयायी आणि विरोधक, आणि शेवटचे मात्र तितकेच महत्त्वाचे, म्हणजे उदार लोकशाहीवादी आणि कट्टर एकपक्षीयवादी अशी आहे. सर्वच इस्लामवादी इस्लामची शिकवण व परंपरा पाळतातच असे नाही, त्यामुळे सर्वच इस्लामवाद्यांना पुराणमतवादी किंवा कर्मठ मानण्याचे कोणतेच कारण नाही. अंतिमतः सर्व इस्लामवादी हिंसक कट्टरतावादाचे समर्थन करत नाहीत. पापभीरू मुस्लीम हे धर्म किंवा अन्य कोणत्याही विचारधारेच्या नावाखाली होणाऱ्या निष्पापांच्या हत्याकांडाचे आणि दहशतवादाचे कट्टर विरोधक आहेत.

प्रकरण 3: जागतिक मुस्लिमांसमोरील तिहेरी संकट: इस्लामचा भयगंड, इस्रायल आणि जागतिकीकरण

या प्रकरणामध्ये मुस्लीम आणि पाश्चिमात्य यांच्यातील संघर्षाचे ऐतिहासिक आणि समकालीन दृष्टिकोनातून मूल्यमापन करण्यात आले आहे. ही समस्या सध्याच्या काळातील वादग्रस्त जागतिकीकरणाच्या प्रक्रियेजवळ नेऊन समजून घेण्याचा या प्रकरणाचा उद्देश आहे. इस्लामचा भयगंड आणि पाश्चिमात्यांचा भयगंड या गोष्टी थेट जागतिकीकरणाच्या प्रक्रियेतून निर्माण झालेल्या नसल्या, तरीही जागतिकीकरणाच्या उदयाबरोबरच अनेक वर्षांपासूनचा मुस्लीम-पाश्चिमात्य संघर्ष अधिक तीव्र आणि लक्षवेधी झाला. हे प्रकरण म्हणजे पाश्चिमात्यांची वसाहतींच्या कालखंडामधील गैरकृत्ये आणि वसाहतींनंतरच्या कालखंडातील दुटप्पीपणा यांच्या ऐतिहासिक परिप्रेक्ष्यातून मुस्लिमांमधील मानसिकतेचे

केलेले फेरमूल्यांकन आहे. एकुणात, या प्रकरणामध्ये पाश्चिमात्यांमधील इस्लामचे भयगंड, इस्रायलच्या अरेरावीला अमेरिका/पाश्चिमात्यांचा पाठिंबा आणि मुस्लीम व अरबांविरोधातील अत्याचार या उम्मासमोरील (जागतिक मुस्लीम समुदाय) तिहेरी संकटांवर आणि भांडवलदारांसाठी फायदेशीर असणाऱ्या व मजुरांसाठी फायदेशीर नसणाऱ्या पाश्चिम-पुरस्कृत जागतिकीकरणाच्या प्रक्रियेवर होणाऱ्या त्याच्या विपरीत परिणामांवर प्रकाश टाकण्यात आला आहे.

प्रकरण 4: अमेरिकेचे साम्राज्य 'अपवादात्मक' आहे का?

"इस्लामबाबत काय चुकीचे घडले", या पाश्चिमात्यांच्या चर्चेपासून या प्रकरणामध्ये फारकत घेण्यात आली आहे. अनेक वर्षांपासून अमेरिका बजावत असणाऱ्या समस्याप्रधान भूमिकेविषयी या प्रकरणात चर्चा करण्यात आली आहे. अमेरिकेची क्रांती आणि अमेरिकेच्या राष्ट्रपित्यांनी पाहिलेल्या स्वप्नांविषयी काय चुकत गेले, याचे या प्रकरणात मूल्यमापन करण्यात आले आहे. ऐतिहासिक व समकालीन दृष्टिकोनातून अमेरिकेच्या वर्चस्ववादाचा उदय आणि घसरण यांचे अल्पकालीन आणि दीर्घकालीन स्तरावर होणारे परिणाम आपण समजून घेण्याची वेळ आली आहे. अमेरिका ही जागतिक शांततेसमोरील सर्वांत मोठी समस्या आहे का? एखाद्याची मालमत्ता हिसकावून घेणे, भूमिपुत्रांचा नरसंहार, गुलामगिरी आणि वर्णद्वेषाचे धोरण ही अमेरिकन मानसिकतेच्या मुळाशीच नाही का आणि स्वातंत्र्य आणि लोकशाहीसाठीची अमेरिकेची मतप्रणाली वरवरची असून, ती अमेरिकेतरांना लागू होत नाही का? या प्रश्नांवर अमेरिकेच्या इतिहासाच्या अनुषंगाने या प्रकरणात प्रकाश टाकण्यात आला आहे.

प्रकरण 5: जागतिक जिहाद: तत्त्वज्ञान आणि ठळक मुद्दे

जागतिक जिहाद ही भावनिकदृष्ट्या खूपच प्रभावित झालेली संकल्पना आहे, असे आपल्याला वाटते. विशेष म्हणजे, एका वेळी तर जागतिक जिहादपासून एकूणच मानवी संस्कृतीला, विशेषतः पाश्चिमात्य संस्कृतीला धोका आहे, या मुद्द्यावर इस्लामवादी आणि इस्लामचा गंड असणाऱ्या दोघांचेही एकमत होते. जागतिक जिहाद हे जगामध्ये पर्यायी इस्लामिक रचना उभारण्याच्या दृष्टीने एक पाऊल आहे, असे चित्र अभ्यासक बऱ्याचदा उभे करतात. तर इस्लामविषयी गंड बाळगणारे इस्लाम हा एक दानवांचा धर्म आहे, असे चित्र उभे करत त्याविषयी टोकाचे पूर्वग्रह पसरवत असतात आणि जागतिक जिहाद आणि खरा इस्लाम यांना एकाच मापाने मोजतात. जागतिक जिहाद ही एक अनैतिहासिक पुनर्बांधणी, एक मिथक संकल्पना आहे का? आणि येणाऱ्या वर्षांमध्ये पाश्चिमात्य व अन्य इस्लामेतर संस्कृतींना आव्हान देण्यासाठी मुस्लीम जगतातील जनमत तयार करण्याची

क्षमता जागतिक जिहादींमध्ये आहे का, या गोष्टी जाणून घेण्याचा प्रयत्न या प्रकरणात करण्यात आला आहे. तथाकथित जागतिक जिहादच्या पाश्चिमात्यांविरोधातील ठळक मुद्दे समजून घेण्याच्या दृष्टिकोनातून या प्रकरणामध्ये वहाबी विचारसरणीपासून मुस्लीम ब्रदरहूड आणि अल-कायदापासून जमाते-इस्लामीपर्यंतच्या विविध इस्लामवादी संघटना/चळवळी आदिंचे तत्त्वज्ञान, बलस्थाने आणि मुस्लीम जगत व त्याबाहेरील सामान्य मुस्लिमांमधील लोकप्रियता इत्यादि परिप्रेक्ष्यांतून मूल्यमापन करण्यात आले आहे.

प्रकरण 6: वादळाचा केंद्रबिंदू: जिहाद आणि दक्षिण आशियातील छुपे युद्ध

अफगाणिस्तान, पाकिस्तान, भारत आणि बांगला देशांतील इस्लामवाद्यांची बंडखोरी, आंतरदेशीय गुन्हे, 'अमली जिहाद' आणि सरकारपुरस्कृत दहशतवाद/छुपी युद्धे आदिंच्या वाढत असणाऱ्या धोक्याचे मूल्यमापन या प्रकरणामध्ये करण्यात आले आहे. आंतरदेशीय संघर्ष, गुन्हे आणि छुपे युद्ध कायमच उपप्रादेशिक सीमारेषा ओलांडतात आणि त्यांना वेळीच आवर घातला नाही, तरी त्याचे संबंधित प्रदेश व उपप्रदेशांच्या पलीकडेही विपरीत परिणाम होण्याची शक्यता असते. या प्रकरणामध्ये दक्षिण आशिया व त्याला लागून असणाऱ्या प्रदेशात अस्थिरता निर्माण करणाऱ्या आणि जागतिक शांततेसमोर गंभीर धोका निर्माण करणारे गुन्हे, दहशत आणि छुप्या युद्धांचे इस्लामेतर कंगोरेही अधोरेखित करण्यात आले आहेत. पाकिस्तान आणि अफगाणिस्तान यांना एका वादळाच्या केंद्रस्थानी आणून ठेवणाऱ्या मुद्द्यांकडे या प्रकरणात लक्ष वेधण्यात आले असून हे वादळ येणाऱ्या वर्षांमध्ये जगावर जोरदारपणे आदळण्याची शक्यता आहे.

प्रकरण 7: वादळाचा दुसरा केंद्रबिंदू: मध्यपूर्व आणि वायव्य आफ्रिका

शीतयुद्धानंतरच्या कालखंडामध्ये मुस्लीम जगतातील अमेरिकेची मुत्सद्देगिरी, वर्चस्ववादी वर्तन आणि लष्करी हस्तक्षेपाचे समर्थन करण्यासाठी ज्या इराण आणि मुस्लीम जगतातील अन्य 'बदमाश' देशांकडून असणाऱ्या आण्विक धोक्याचा बागुलबुवा उभा करण्यात येतो, त्याचे या प्रकरणात मूल्यमापन करण्यात आले आहे. जागतिक शांततेसमोर सद्यस्थितीला सरकारपुरस्कृत दहशतवाद हेच मुख्य आव्हान आहे, हे आपल्याला माहीत आहे. त्यामुळे सरकारपुरस्कृत दहशतवाद आणि छुप्या युद्धांचा प्रसार करण्यासाठी फक्त छोटे देश किंवा महासत्ताच जबाबदार आहेत का, हेही आपल्याल माहीत असणे गरजेचे आहे. दुसऱ्या महायुद्धानंतरच्या कालखंडामध्ये आपण जी देशांतर्गत आणि आंतरदेशीय संघर्षांची उदाहरणे पाहिली, त्याच दीर्घकालीन संघर्षांच्या दिशेने पुढील काही दशकांमध्येही जगाची वाटचाल सुरू राहणार आहे का, हा या प्रकरणातील चर्चेचा महत्त्वाचा भाग आहे. आक्रमणाच्या माध्यमातून किंवा छोट्या देशांकडे 'कनवाळू'पणे दुर्लक्ष करत, प्रत्यक्ष किंवा अप्रत्यक्षरीत्या

जागतिक संघर्ष आणखी पेटवण्यामागील अमेरिकेच्या भूमिकेचे—मूल्यमापन या प्रकरणात केले आहे. थोडक्यात, जागतिक जिहाद ही नावीन्य नष्ट झालेली संकल्पना असून, जागतिक शांततेला इस्लाम किंवा मुस्लिमांपासून धोका नाही, तर इस्लामवादी कट्टरवाद्यांकडून सर्वांत मोठा धोका आहे, या आपल्या अभ्यासाच्या संकल्पनेला या प्रकरणातील चर्चा पूरक ठरते. अमेरिकेचा जागतिक वर्चस्ववाद कायम ठेवण्यासाठी आकार घेणाऱ्या नव्या जागतिक रचनेच्या परिणामांविषयी आणि येणाऱ्या दशकांमध्ये तरी संपुष्टात न येणाऱ्या इस्लामवादी दहशतवादाच्या कथेविषयी आपल्याला चिंता करण्याची गरज आहे.

प्रकरण 8: निष्कर्ष

हे अखेरचे प्रकरण पाश्चिमात्यांची असहिष्णुता आणि त्यांच्या जागतिक वर्चस्ववादाच्या प्रयत्नातून निर्माण झालेल्या दीर्घकाळ चाललेली युद्धांसारख्या समस्यांकडे दुर्लक्ष न करता इस्लामवादी सशस्त्र बंडखोरीची प्रक्रिया योग्य दृष्टिकोनातून समजून घेण्यासंबंधी आहे. . अमेरिकेचे परराष्ट्र आणि देशांतर्गत धोरण हे कायमस्वरूपी युद्धधोरण म्हणूनच उदयास आल्याचे दिसते. अमेरिकेने शीतयुद्धोत्तर काळामध्ये संरक्षणावरील खर्चात, त्यापूर्वी कधीही केली नव्हती, इतकी वाढ केली आहे. एखाद्या भूप्रदेशातील राजकीय संस्कृती व इस्लामिक परंपरा ही तेथील इस्लामची राजकीय भूमिका निश्चित करत असते, तर उच्चवर्गीयांकडून होणारी फसवणूक, दारिद्र्य आणि खराब राज्यकारभार हे इस्लामिक सशस्त्र बंडखोरी आणि दहशतवादाच्या उदयाचे सर्वांत महत्त्वाचे घटक असतात. त्यामुळेच, दहशतोत्तर जग हे जागतिक शांतता व व्यवस्थेचे अग्रदूत का असणार नाही, याचे स्पष्टीकरण यातून मिळते. हिटलरही ज्या प्रकारे निवडणुकीच्या माध्यमातूनच सत्तेवर आला होता, त्यापेक्षा इस्लामवादी राजकीय पक्षांचे कोणत्याही मुस्लीमबहुल देशांमध्ये निवडणुका जिंकणे जराही सौम्य नाही, याकडे या प्रकरणात लक्ष वेधण्यात येते. शेवटचे मात्र तितकेच महत्त्वाचे, म्हणजे वरकरणी जग हे मुस्लीम आणि पाश्चिमात्य या ध्रुवांमध्ये विभागल्याचे दिसत असले, तरीही खरे ध्रुवीकरण अमेरिका आणि जागतिक वर्चस्ववादाचे नवे स्पर्धक विशेषतः रशिया, चीन व त्यांचे मित्रदेश यांच्यात होत आहे.

टिपा आणि संदर्भ

1. Asef Bayat (ed.), Introduction in *Post-Islamism: The Changing Faces of Political Islam* (New York: Oxford University Press, 2013), pp. 7–9.
2. Institute for Economics and Peace, "2012 Global Terrorism Index: Capturing the Impact of Terrorism from 2002–2011," (London, December 4, 2012). येथे उपलब्ध: http://reliefweb.int/sites/reliefweb.int/files/resources/2012-Global-Terrorism-Index-Report.pdf (accessed on January 19, 2014).

3. येथे उपलब्ध: http://www.visionofhumanity.org/terrorismindex/about-the-gti/ and www.economicsandpeace.org (accessed on February 2, 2013).
4. John Pilger, "The Real Invasion of Africa and Other Not-Made-for-Hollywood Holy Wars," *Truthout* (February 1, 2013). येथे उपलब्ध: http://truth-out.org/author/itemlist/user/44655 (accessed on February 3, 2013).
5. Tony Cartalucci, "The Geopolitical Reordering of Africa: US Covert Support to Al Qaeda in Northern Mali, France 'Comes to the Rescue,'" *Global Research* (January 12, 2013). येथे उपलब्ध: www.globalresearch.ca (accessed on February 3, 2013).
6. Bernard Lewis, *What Went Wrong?: The Clash Between Islam and Modernity in the Middle East* (New York: Oxford University Press, 2002), अन्यत्र.
7. Niall Ferguson, "A $492 Billion Bet," *Newsweek* (November 28, 2011).
8. John Kiriakou's interview with RT TV (February 6, 2013). येथे उपलब्ध: www.rt.com/usa (accessed on February 7, 2013).
9. Wesley Clark's video interview with *Democracy Now* (March 2, 2007).
10. Paul Craig Roberts, "Is the War on Terror a Hoax?" *Foreign Policy Journal* (September 30, 2011).
11. Samuel P. Huntington, *The Clash of Civilizations and the Remaking of World Order* (New York, Simon & Schuster, 1996).
12. "The Pentagon Papers: Secrets, Lies and Audiotapes," National Security Archive Electronic Briefing Book Number 48, Posted on Tuesday (June 5, 2001). येथे उपलब्ध: http://www.gwu.edu/~nsarchiv/NSAEBB/NSAEBB48/ (accessed on February 8, 2013).
13. Fareed Zakaria, "What America Has Lost," *Newsweek*, September 13, 2010.
14. BBC News, "Shoes Thrown at Bush on Iraq Trip", *BBC News* (December 15, 2008). येथे उपलब्ध: http://news.bbc.co.uk/2/hi/7782422.stm (accessed on December 6, 2013).
15. David Stout, "Chávez Calls Bush 'the Devil' in U.N. Speech," *New York Times* (September 20, 2006).
16. Evelin Gerda Lindner, "Humiliation as the Source of Terrorism: A New Paradigm," *Peace Studies*, Vol. 33, No. 2.
17. Institute for the Analysis of Global Security (IAGS), "How Much Did the September 11 Terrorist Attack Cost America?" येथे उपलब्ध: http://www.iags.org/costof911.html (accessed on February 26, 2013); Eric Wieffering, "Calculating 9/11's Toll on U.S. Economy," *Star Tribune* (September 10, 2011). येथे उपलब्ध: http://www.startribune.com/business (accessed on February 26, 2013).
18. Robert Pape, *Dying to Win: The Strategic Logic of Suicide Terrorism* (New York: Random House, 2005), अन्यत्र; Mia Bloom, *Dying To Kill: The Allure of Suicide Terror* (New York: Columbia University Press, 2005), अन्यत्र.
19. येथे उपलब्ध: http://abcnews.go.com/blogs/politics/2011/09/america-shaken-but-not-broken-by-911-obama-says and http://www.dailymail.co.uk/news/article-2036119/9-11-Anniversary-Obama-rounds-day-remembrance-Kennedy-Center.html (accessed on September 15, 2011).

20. Evelin Gerda Lindner, "Humiliation as the Source of Terrorism: A New Paradigm," *Peace Studies*, Vol. 33, No. 2 (2001).
21. *New York Times*, "Pakistan's Spy Agency Is Tied to Attack on U.S. Embassy," *New York Times* (September 22, 2011).
22. *New York Times* (September 13, 22, 23, 2011).
23. Jerry Z. Muller, "Us and Them: The Enduring Power of Ethnic Nationalism," *Foreign Affairs* (March/April 2008).
24. "The Pentagon Paper: 1971 Year in Review." येथे उपलब्ध: http://www.upi.com? Audio/Year_in_Review/Events-of-1971/12295509436546-1/#title (accessed on December 14, 2010); David Frum, *How We Got Here: The '70s* (New York: Basic Books, 2000), p. 43.
25. Evelin Gerda Lindner, "Humiliation as the Source of Terrorism: A New Paradigm," *Peace Studies*, Vol. 33, No. 2 (2001).
26. Karen Armstrong, *Introduction to the Battle for God* (New York: Ballantine Books, 2001).
27. Joseph I. Lieberman, "Who's the Enemy in the War on Terror?" *Wall Street Journal* (June 15, 2010).
28. तथैव.
29. Noam Chomsky, *On Power and Ideology* (Cambridge, Massachusetts: South End Press, 1990), p. 14.
30. Ayesha Siddiqa, *Military Inc.: Inside Pakistan's Military Economy* (London: Pluto Press, 2007), अन्यत्र.
31. येथे उपलब्ध: http://wn.com/HouariBoumediene (accessed on January 30, 2011).
32. More than 1,000,000 Iraqis murdered since 2003 invasion, Opinion Research Business Survey (London, September 16, 2007). येथे उपलब्ध: http://www.zcommunications.org/more-than-1-000-000-iraqis-murdered-since-2003-invasion-by-orb.html (accessed on September 19, 2013); James A. Lucas, "Deaths in Other Nations since WW II Due to US Interventions." येथे उपलब्ध: http://www.countercurrents.org/lucas240407.htm (accessed on September 19, 2013).

2 इस्लाम आणि इस्लामवादातील प्रवाह: अल्लाचा कायदा विरुद्ध मुल्लांचा कायदा

मुस्लीम, ज्यू, ख्रिश्चन आणि सबियन, यांच्यापैकी ज्या कोणाचा अल्ला व अखेरच्या दिवसावर विश्वास आहे आणि ज्या कोणी सत्कर्म केले आहे, त्याला निश्चितपणे त्याच्या ईश्वराकडून बक्षिसी मिळणार आहे आणि त्याला ना कशाची भीती असेल ना पश्चात्ताप.

— कुराण, 2:62

अत्याचाराने पीडित असल्यामुळे जे लढत असतील, त्यांना (हातामध्ये शस्त्र घेण्याची) परवानगी आहे. केवळ 'ईश्वर हाच आमचा पालक आहे,' हेच एकमेव कारण सांगितल्याबद्दल ज्यांना घरदार सोडावे लागले असेल, त्यांना मदत करण्यास ईश्वर नक्कीच सक्षम आहे. आणि जर देवाने काही लोकांमार्फत अन्य लोकांना शांत केले नसते, तर जिथे ईश्वराचे नाव सर्वाधिक आदराने घेतले जाते, अशी मठ, चर्च, सिनेगॉग आणि मशिदीसारखी ठिकाणे जमीनदोस्त झाली असती.

— कुराण, 22:39–40

आढावा

या प्रकरणामध्ये वरकरणी समान वाटणाऱ्या, मात्र टोकाचा फरक असणाऱ्या इस्लाम हा धर्म आणि इस्लामवाद ही राजकीय विचारधारा या दोहोंमधील भेद स्पष्ट करण्यात येणार आहे. थोडक्यात, इस्लाममधील अपसरणाचे मूल्यमापन या प्रकरणामध्ये आपण करणार आहोत. इस्लामचे अनुयायी फक्त वंश-राष्ट्रीयत्व आणि वर्गाच्या आधारावरच विभागलेले नाहीत, तर शिया व सुन्नी, सूफी विचारांचे अनुयायी आणि कट्टर मूलतत्त्ववादी इस्लामवादी, शरीयाचे समर्थक व विरोधक, उदारमतवादी लोकशाहीवादी व कट्टरतावादी एकपक्षीय मुस्लीम अशा वेगवेगळ्या पंथ व विचारधारांमध्ये त्यांचे टोकाचे ध्रुवीकरण झाले आहे. जरी, उदारमतवादी आणि कट्टरतावादी दोघेही स्वतःला मुस्लीम म्हणवत असले, तरीही आपण मुस्लीम कुराण आणि प्रेषित महम्मदांच्या अस्सल परंपरांचे अनुकरण करणाऱ्यांना मुस्लीम म्हणून कट्टर असहिष्णू, दुराग्रही व अ-बुद्धिप्रामाण्यवादी, आणि नेहमीच हिंसाचार व दहशतवादाचे समर्थन करणारे किंवा इस्लामवादी यांच्यापासून वेगळे काढले आहे. प्रत्येक इस्लामवादी इस्लामी परंपरा किंवा कुराण व प्रेषित महम्मदांविषयीचे उपदेश शिरोधार्य मानतोच असे नाही. त्यामुळे इस्लामवाद्याची ओळख पुराणमतवादी किंवा सनातनी अशी करून देण्याचे कोणतेही ठोस कारण उरत नाही. या दोन्हींतील फरक आपण

जोपर्यंत समजून घेत नाही, तोपर्यंत इस्लामच्या नावाखाली होणारा मानवाधिकाराचा भंग आणि घडणारे हिंसक गुन्हे या समस्येतील गुंतागुंत आपल्याला समजू शकणार नाही. ही समस्या इतकी गोंधळवून टाकणारी आहे की आपला धर्म, ज्याचा शब्दशः अर्थ 'शांतता' आणि '*अस्लमा*' म्हणजेच 'ईश्वरी इच्छेला शरण जाणे' असा आहे, त्याचा वापर हिंसक गुन्हे, अराजकीय वर्तन आणि कोणत्याही श्रद्धा, वंश आणि विचारसरणी असणाऱ्या निष्पाप नागरिकांच्या हत्या करणारा दहशतवाद इत्यादींसाठी कसा केला जाऊ शकतो, याविषयी बरेच मुस्लीमही गोंधळात पडतात. या प्रकरणामध्ये आपण, अल्ला व मुल्लांपासून उत्पत्ती होणाऱ्या दोन प्रकारच्या कायद्यांमधील फरक मांडून आध्यात्मिक आणि राजकीय इस्लाममधील प्रवाहांचे विश्लेषण करणार आहोत.

समस्या

इस्लाम हा जगातील दुसऱ्या क्रमांकाचा सर्वांत मोठा आणि सर्वाधिक वेगाने वाढणारा धर्म आहे. प्यू रिसर्च सेंटर या संस्थेने केलेल्या संशोधनातील काही निष्कर्षांनुसार,

> पुढील 20 वर्षांमध्ये जगातील मुस्लीम लोकसंख्या 35 टक्क्यांनी वाढणे अपेक्षित आहे. 2010 मध्ये मुस्लिमांची लोकसंख्या 1.6 अब्ज असून 2030 पर्यंत ती 2.2 अब्जापर्यंत जाणार आहे. पुढील दोन दशकांमध्ये जगभरात बिगरमुस्लीम लोकसंख्येच्या वाढीच्या तुलनेमध्ये मुस्लीम लोकसंख्या दुपटीच्या वेगाने वाढेल, असा अंदाज आहे.[1]

बहुतांश सर्व मुस्लीम अरब जगत, तुर्कस्तान आणि इराणमधले असतात, असा एक इस्लामविषयीचा सर्वसाधारण गैरसमज आहे. मात्र, सुमारे 20 टक्केच मुस्लीम अरब असून, 40 टक्के मुस्लीम दक्षिण आशियाई, 20 टक्के मुस्लीम इंडोनेशियन आणि उर्वरित मुस्लीम हे जगाच्या अन्य भागांत राहणारे आहेत. मुस्लीम आणि पाश्चिमात्य जगतामध्ये तणाव वाढत असल्याच्या विशेष संदर्भातून, इस्लाम व इस्लामवादातील काही प्रवाह समजून घेण्यासाठी ही माहिती खूप उपयुक्त आहे.

वहाबी, मुस्लीम ब्रदरहूड, जमात-ए-इस्लामी, हरकत-उल-जिहाद अल-इस्लामी (हुजी), लष्करे तैयबा, जेमाह इस्लामिया आणि यांसारख्या विविध इस्लामवादी संघटना आणि चळवळी प्रादेशिकव जागतिक पटलावर सक्रिय आहेत. यावरून मुस्लिमांमध्ये वाढत असणाऱ्या दुराग्रहीपणाच्या प्रक्रिया व परिणाम, तसेच इस्लामचे एकमेव पालक व अर्थ सांगणारे म्हणून मुल्लांवर (शरीयाचे मुख्य पुरस्कर्ते व रक्षणकर्ते) असलेले सामान्य मुस्लिमांचे आंधळे अवलंबित्व अधोरेखित होते. हे मुल्ला मानवनिर्मित शरिया कायदा दैवी आहे, असे मानतात आणि इस्लामी राजवट, एकाधिकारशाही, बहुपत्नीत्व, एखाद्याला अंकित करणे आणि महिला व बिगरमुस्लिमांना हीन स्थान, अनैतिक संबंधांसाठी दगडाने ठेचून मारण्याची शिक्षा, नास्तिकांना देहान्त शासन आणि, अखेरचे पण सर्वांत महत्त्वाचे, इस्लाम हाच देवाला मान्य असणारा एकमेव खरा धर्म आहे, याचे समर्थन करतात.

त्याचप्रमाणे आफ्रिका व आशियामधील मुस्लीमबहुल देशांतील इस्लामी व इस्लामवादी चळवळींच्या अभ्यासाच्या अनुषंगाने विचार करता, स्थानिक परंपरा व श्रद्धाप्रणाली किंवा लहानसहान परंपरांचा प्रभाव हा इस्लामच्या धर्मग्रंथावर आधारित महान परंपरांपेक्षा कसा प्रबळ आहे, हेसुद्धा यामधून अधोरेखित होते.

इस्लाम हा धर्म, "इस्लामवाद" ही राजकीय विचारधारा या वरकरणी सारख्या वाटणाऱ्या शाखांमध्ये ठळक रेषा आखण्याची वेळ आली आहे. मुस्लीम हे केवळ वंश-राष्ट्रीयत्व आणि वर्गीय स्तरांवरच विभागलेले नाहीत, तर शिया व सुन्नी, मवाळ सूफीपंथीय आणि अतिरेकी इस्लामवादी, शरीया कायद्याचे अति-सनातनी समर्थक मुस्लीम आणि इस्लामच्या नावाखाली लागू केल्या जाणाऱ्या इस्लामेतर कठोर नियमांचे विरोधक अशा वेगवेगळ्या पंथ आणि विचारधारांमध्येही मुस्लिमांची विभागणी झाली आहे, हे येथे नमूद केले पाहिजे. शरीया-आधारित कायद्याचे पाठिराखे असणारे मुस्लीम जसे एकजिनसी नाहीत, त्याचप्रमाणे उदारमतवादी मुस्लीमही एकसारखे नाहीत. आणखी एक महत्त्वाची गोष्ट म्हणजे, शरीयाचे पाठिराखे असणाऱ्या बहुसंख्य पुराणमतवादी व सनातनी मुस्लिमांचा इस्लामवादी राष्ट्र किंवा जागतिक खिलाफतीच्या निर्मितीला पाठिंबा नाही. आध्यात्मिक इस्लामचे बहुतांश अनुयायी मागास, आधुनिकपूर्व, प्रारब्धवादी आणि परलोकवादी का आणि कसे राहिले आणि त्याच वेळी यातीलच काही विशिष्ट घटकांनी इस्लाम ही संपूर्ण जीवनधारा आहे, यावर विश्वास ठेवून आंतरदेशीय राष्ट्र चालवण्यासाठी राजकीय इस्लामचा एकमेव विचारसरणी म्हणून स्वीकार कसा केला, हे समजून घेण्याचा हा प्रयत्न आहे.

सर्व इस्लामवादी हे इस्लामच्या शिकवणीनुसार आचरण करत नसल्याने त्या प्रत्येकावर पुराणमतवादी किंवा सनातनी असा शिक्का मारण्याचे कोणतेच सबळ कारण नाही. या दोहोंमधील फरक आपण समजून घेत नाही, तोपर्यंत आपल्याला इस्लामच्या नावाखाली होणाऱ्या मानवाधिकार भंगाच्या समस्येमधील गुंतागुंत समजू शकणार नाही. ही समस्या इतकी कोड्यात टाकणारी आहे की ज्या इस्लामचा अर्थ "शांतता आणि ईश्वराच्या इच्छेला शरण जाणे" असा होतो, त्या आपल्या धर्माचा गैरवापर अराजक माजवणारे आणि दहशतवादी हे निष्पाप नागरीक, मुस्लीम आणि बिगरमुस्लिमांची बेछूटपणे हत्या करण्यासाठी कसा काय करू शकतात, याबाबत अनेक मुस्लीमही गोंधळलेले असतात. वाढणारा दुराग्रह आणि मुस्लीम हा विशेष निवडलेला धर्म असून मुस्लीम म्हणजे अल्लाकडून निवडण्यात आलेले विशेष लोक आहेत, असे मानणाऱ्या असहिष्णू मुल्लांवर सामान्य मुस्लिमांचा आंधळा विश्वास, यामागची प्रक्रिया व त्याचे परिणाम आपण जाणून घेणे आवश्यक आहे.

नेमके काय चुकले?

बर्नार्ड लुईस यांनी 'व्हॉट वेंट रॉंग?' या त्यांच्या अर्धवट निबंधामध्ये आणि याच नावाच्या त्यांच्या त्याहून अर्धवट पुस्तकामध्ये[2] इस्लामविषयी 'काय चुकले' हे मांडले असले, तरीही पाश्चिमात्यांचे नेमके काय चुकले, हा प्रश्न विचारण्याची वेळ आता आली आहे. लुईस

यांना वसाहतवादानंतरच्या काळातील गोंधळलेल्या आणि प्रचंड मागास मुस्लिमांविषयी (यामध्ये फक्त मध्य-पूर्वेतील मुस्लिमांचा विचार करण्यात आला असून, मोठ्या संख्येने अरब जगताच्या बाहेर राहणाऱ्या जागतिक स्तरावरील मुस्लिमांचा त्यांनी विचारही केलेला नाही) वाटणारी चिंता धक्कादायक आहे. त्याच्या मते, मुस्लीम हे "(अ) आमची ही अवस्था कोणी केली?, (ब) आम्ही काय चुकीचे केले? आणि (क) आपण या गोष्टी ठीक कशा करू शकतो?", असे प्रश्न विचारत आले आहेत. काही मुस्लीम हे "सर्व वाईट गोष्टींचा संबंध इस्लामचा पवित्र वारसा सोडून देण्याशी जोडतात" आणि मुस्लीम त्यांच्या वास्तव किंवा कल्पित भूतकाळाकडे परतण्याचा पुरस्कार करतात, याविषयी लुईस यांचे म्हणणे योग्य असले, तरीही मुस्लीम त्यांच्या मागासलेपणासाठी युरोपीय वसाहतवादाला जबाबदार धरतात हा लुईस यांचा आरोप भयंकर दयनीय आहे. मुस्लिमांच्या मागासलेपणाचे खापर लुईस युरोपीय देशांच्या वसाहतवादी सत्ता काळावर नाही, तर मुस्लीम देशांमध्ये असलेल्या स्वातंत्र्याच्या अभावावर फोडतात. 'मुस्लीम समाज सध्याच्या मार्गावरून पुढे जात राहिला, तर आत्मघाती हल्लेखोर हे संपूर्ण मुस्लीम प्रदेशासाठीचे रूपक बनण्याची शक्यता आहे,' असा संक्षिप्त आणि तुच्छतादर्शक सारांश त्यांनी काढला आहे.[3]

तथापि, इस्लामी संस्कृतीच्या घसरणीला जमातवाद, एकाधिकारशाही, विज्ञान व तत्त्वज्ञानाकडे दुर्लक्ष आणि मध्ययुगीन शरीया आणि पलायनवादी सूफी पंथावर असणारी बहुसंख्यांची निष्ठा यांसारखे अंतर्गत घटक कारणीभूत आहेत. याशिवाय, पाश्चिमात्य साम्राज्यवादाचा उदय हेही इस्लामी संस्कृतीची घसरण होण्याचे एक महत्त्वाचे कारण आहे. पीडितांनाच दोष देणाऱ्या पौर्वात्य संस्कृती अभ्यासकांच्या चर्चेपेक्षा एडवर्ड सैद, मार्शल हॉजसन, ज्युआन कोल, ऐजाज अहमद आणि अगदी बिगनिऊ ब्रेझिन्स्की यांची मांडणी अधिक स्वीकारार्ह आहे.[4]

चॉम्स्की यांनीही तितक्याच मर्मभेदीपणे नव-पौर्वात्यवाद उलगडून दाखवला आहे. त्यांनी इराणविषयीच्या अँग्लो-अमेरिकन दुटप्पीपणावर बोट ठेवले आहे. इराणमध्ये 1950 च्या दशकामध्ये लोकशाही मार्गाने निवडून आलेले डॉ. मोदादेघ यांची सल्ला उलथवण्यासाठी अमेरिकेने कारस्थाने रचली होती. इराणमधील कच्च्या तेलावर नियंत्रण ठेवण्याच्या उद्देशाने शाहची एकतंत्री राजवट पुनर्स्थापित करण्यासाठी अमेरिकेने अयातुल्लांना मोठी लाचही चारली होती. याशिवाय, अनेक अत्याचार सहन करणाऱ्या कुर्द अल्पसंख्याकांविषयी पाश्चिमा त्यांच्या दुतोंडी धोरणाचे दाखलेही चॉम्स्की देतात. एका बाजूला सद्दाम हुसेन यांच्या अधिपत्याखालील इराकमध्ये कुर्दांना पाठिंबा देतानाच, मित्र देश असणाऱ्या तुर्कस्तानमध्ये अत्याचार सहन करत असलेल्या कुर्दांविषयी पाश्चिमात्य देशांनी मौन बाळगले होते. पाश्चिमात्यांकडून करण्यात आलेली इतिहासाची पुनर्बांधणी ही पॅलेस्टाईन नागरिकांसाठी आणि शांतता प्रक्रियेसाठी अपायकारक असल्याबद्दल, चॉम्स्की यांनी केलेले टीकात्मक विवेचनही अंजन घालणारे आहे.[5] थोडक्यात, सध्याचा इस्लामवाद

आणि युरोपमध्ये 1960 व 1970 च्या दशकामध्ये असणारा कट्टर साम्यवाद यांच्यामध्ये विलक्षण समांतर प्रवाह आहेत. या दोन्ही विचारधारांनी त्या-त्या वेळी समाजातील मुख्य प्रवाहापासून दूर राहिलेल्या संतप्त तरुणांकडून पाठिंबा मिळवला आहे.[6]

अनेक जणांना हे माहीत नाही की एकेकाळी अरब, उत्तर आफ्रिकन, तुर्क, इराणी, मध्य आशियायी, अफगाण आणि भारतीय मुस्लीम हे जगाच्या इतिहासातील सर्वाधिक काळ टिकलेल्या संस्कृतीचे प्रतिनिधित्व करणाऱ्या त्या त्या प्रदेशांमधील प्रभावशाली सत्ताधीशांमध्ये अग्रणी होते. इस्लामी संस्कृतीचा भरभराटीचा कालखंड ओसरल्यानंतर बऱ्याच काळाने 20व्या शतकामध्ये, प्रसिद्ध ब्रिटिश इतिहासकार एच. ए. आर. गिब्ब यांनी इस्लाम आणि त्याच्या अनुयायांविषयी खूप सकारात्मक पद्धतीने विचार केला आहे:

> इतिहासामध्ये इतक्या मोठ्या संख्येने आणि इतक्या विविध मानवी वंशांना दर्जा, संधी आणि प्रयत्नांच्या समानतेसह एकत्र बांधून ठेवण्यात अन्य कोणत्याही समाजाला इतके यश मिळाल्याची नोंद नाही. वंश व परंपरा यांबाबत उघडपणे विकोपाला गेलेल्या घटकांमध्येही सलोखा घडवून आणण्याची ताकद इस्लाममध्ये अद्यापही आहे हे आफ्रिका, भारत, इंडोनेशियातील महान मुस्लीम समाज, त्याचबरोबर जपानसारख्या देशांमध्ये छोट्या संख्येने असणारे समुदायही दाखवून देतात. भविष्यामध्ये जर कधी पूर्वेकडील आणि पश्चिमेकडील महान समाजांमध्ये असणाऱ्या विरोधाचे रूपांतर सहकार्यामध्ये करायचे असेल, तर त्यामध्ये इस्लामची मध्यस्थी ही अपरिहार्य अट असेल.[7]

इतिहासामध्ये इस्लामी संस्कृतीशिवाय अन्य कोणतीही संस्कृती एक हजार वर्षांपेक्षा जास्त काळ, सातव्या शतकाच्या मध्यापासून ते 18व्या शतकाच्या सुरुवातीपर्यंत, तग धरू शकलेली नाही. या काळामध्ये मुस्लीम आयबेरियन द्वीपकल्पापासून (स्पेन व पोर्तुगाल) वायव्य व पूर्व आफ्रिकेपर्यंत, तसेच अरब जगत, तुर्कस्तान, मध्य आशिया, पूर्व युरोप, इराण, अफगाणिस्तान आणि भारत या भागांमध्ये प्रभावशाली सत्ताधीश होते. याशिवाय, 16व्या शतकामध्ये दक्षिण थायलंडपासून फिलिपिन्सच्या काही भागापर्यंतच्या मलाय जगताने इस्लाममध्ये धर्मांतर केले. थोडक्यात, अटलांटिक महासागराच्या किनाऱ्यापासून पॅसिफिक महासागराच्या टोकापर्यंत, संपूर्ण हिंदी महासागर आणि भूमध्य समुद्राच्या प्रदेशामध्ये मुस्लीम साम्राज्य सर्वांत प्रभावशाली होते. मुस्लिमांच्या लष्करी आणि राजकीय-आर्थिक वर्चस्वाप्रमाणेच कला, स्थापत्यशास्त्र, तत्त्वज्ञान आणि विज्ञानाच्या क्षेत्रामध्येही त्यांचे प्राबल्य होते. मुस्लिमांनी अल्हाम्ब्रापासून ताज महालपर्यंत काही सर्वकालीन भव्यदिव्य वास्तू उभारल्या. त्याचप्रमाणे, मुस्लिमांनी साहित्य (गद्यलेखन आणि कथात्म साहित्य), गणित, वैद्यकशास्त्र, संगीत, भूगोल, इतिहासलेखन, जहाजबांधणी, रसायनशास्त्र, अवकाशशास्त्र, भौतिकशास्त्र आणि तत्त्वज्ञान या क्षेत्रांमध्ये योगदान दिले नसते, तर युरोपातील अंधःकारमय मध्ययुगीन कालखंड (पाचवे ते 15वे शतक) आणखी लांबला असता. बीजगणित आणि अल्गोरिदमची जगाला ओळख करून दिल्याबद्दल

आणि दशमान पद्धती पुढे विकसित केल्याबद्दल मुस्लीम गणितींचे सर्व जग ऋणाईत आहे. ऑक्स्फर्ड आणि केम्ब्रिज विद्यापीठांची स्थापना होण्याच्या तीन शतकांपूर्वी, नवव्या शतकामध्ये विद्यापीठे सुरू करणारे हे पहिले मुस्लीमच होते.

नवव्या आणि तेराव्या शतकामध्ये अरबी भाषा ही सर्व ज्ञानशाखांची भाषा होती. कोर्डोवा, ग्रॅनॅडा, बगदाद, ट्यूनिस, कैरो, इस्फहान, समरकंद, बुखारा, दिल्ली आणि यांसारख्या मुस्लीम भूमीवर अन्यत्र असलेल्या श्रेष्ठ मुस्लीम शिक्षण केंद्रांच्या थेट योगदानाशिवाय युरोपीय प्रबोधन व सुधारणांना, तसेच भौगोलिक शोधांना अनेक शतकांचा विलंब झाला असता. 10व्या शतकामध्ये नोबेल पुरस्कार अस्तित्वात असते, तर सर्व पुरस्कार मुस्लिमांनीच मिळवले असते, असे काही पाश्चिमात्य अभ्यासक मानत असले, तरीही बहुतांश पाश्चिमात्य लोक हे इस्लाम आणि मुस्लिमांच्या सांस्कृतिक समृद्धीचे व विज्ञानातील प्रगतीचे देणे मान्य करण्याबाबत अनभिज्ञ किंवा अनिच्छुक आहेत. आठव्या शतकाच्या मध्यापासून ते तेराव्या शतकाच्या मध्यापर्यंत इस्लामच्या सुवर्णकाळामध्ये मुस्लीम हे जगातील सर्वांत प्रगत लोक होते. विज्ञान, कला, गणित, संगीत आणि अन्य ज्ञानशाखांच्या युरोपीय भाषांमधील संज्ञांची मुळे अरबी भाषेत आहेत. यावरून ज्ञान, व्यापार, व्यवसाय, उद्योग आणि शहरी जीवनशैलीच्या प्रत्येक अंगावरील मुस्लीम प्रभाव किती व्यापक होता, हे दिसून येते. ॲडमिरलपासून अल्कोहोलपर्यंत, अल्जेब्रा, अल्गोरिदम, आर्सेनल, सिफर, दिवाण, गिटार, लूट, सोफा, मॅगझिन, मॉन्सून, टेरिफ हे आणि यांसारखे शेकडो शब्द अरबीमधूनच युरोपीय भाषांमध्ये घेण्यात आले आहेत. युरोपातील अंधःकारमय मध्ययुगीन कालखंडामध्ये तेथील अभ्यासकांनी सॉक्रेटिस, प्लेटो आणि ॲरिस्टॉटल यांसारख्या तत्त्ववेत्त्यांचे विचार सर्वप्रथम अरबी भाषांमधील अनुवादांमधूनच वाचले होते. मुस्लीम बीजगणित (अल-जब्र) आणि अल्गोरिदमचे (अल-ख्वारिस्मी) जनक मुसा अल-ख्वारिस्मी (मृत्यू 846); युरोपात अनेक शतके ज्यांचा अल-मन्सुरी किंवा द लिबर अलमान्सरीस हा वैद्यकीय ग्रंथ वापरला जायचा ते अबू बक्र अल-रझी (864–935); पाश्चिमात्य विद्यापीठांमध्ये 19व्या शतकापर्यंत वापरण्यात येणाऱ्या वैद्यकीय विश्वकोषाचे निर्माते इब्न सिना/एविसेना (980–1037); कॅमेऱ्यांमधील ऑब्स्क्युरा शोध लावणारे अल-हायथम/अल्हाझेन (965–1039); भारतीय कवी, विज्ञानाचे इतिहासकार व संस्कृत विद्वान रेहान अल-बिरुनी (973–1050); ॲरिस्टॉटलच्या विचारांचे भाष्यकार आणि पाश्चिमात्य तत्त्वज्ञानावर प्रभाव टाकणारे इब्न रश्द/एव्हेरोस (1126–1198), रक्ताभिसरणाचा शोध लावणारे इब्न अन-नफिस (मृत्यू 1288), जगाचा इतिहास लिहिणारे आणि समाजशास्त्र व आधुनिक इतिहास लेखनाचे जनक म्हणून ज्यांना ओळखले जाते ते इब्न खाल्दून (1332–1406) आदींच्या नावांचा उल्लेख मध्ययुगीन कालखंडामधील सर्व प्रकारच्या विद्याशाखांमध्ये भरीव योगदान देणाऱ्यांमध्ये केला जाऊ शकतो.

एरवी आपल्या प्राच्यवादी (अरबविरोधी/मुस्लीम विरोधी) आणि इस्लामविरोधी मतांमुळे ओळखले जाणारे बर्नार्ड लुईस यांनी इस्लामविषयीचे खालील विवेचन बऱ्याच वस्तुनिष्ठपणे केलेले दिसते:

> *इस्लाम हा जगातील एक महान धर्म आहे. मुस्लीम नसतानाही इस्लामचा इतिहास लिहिताना मी हे कोणत्या अर्थाने म्हणतो आहे, हे मला स्पष्ट करू दे. इस्लामने अगणित स्त्री-पुरुषांच्या जीवनामध्ये समाधान आणि मन:शांती आणली आहे. या धर्माने नीरस आणि दरिद्री लोकांच्या आयुष्याला प्रतिष्ठा आणि अर्थ दिला आहे. या धर्माने भिन्न वंशाच्या माणसांना बंधुभावाने राहण्याची आणि वेगळ्या संप्रदायाच्या समाजांना पुरेशा सहिष्णूपणे एकत्र राहण्याची शिकवण दिली आहे. या धर्माने एका महान संस्कृतीला प्रेरणा दिली, ती मध्ये मुस्लिमांशिवाय अन्य धर्मीयही सर्जनशील आणि उपयुक्त जीवन जगले आणि त्या संस्कृतीने तिच्या यशस्वितेने संपूर्ण जगालाच समृद्ध केले. मात्र, अन्य धर्मांप्रमाणेच इस्लामही अशा काही कालखंडांसाठी ओळखला जातो, ज्यामध्ये धर्माने त्याच्या काही अनुयायांमध्ये द्वेष आणि हिंसाचाराचा भाव निर्माण केला. हे आपले दुर्दैव आहे की कोणत्याही अर्थाने सर्व मुस्लीम जगत नसले, तरी त्याचा काही भाग पुन्हा याच कालखंडामध्ये जात असून, पुन्हा सर्व नसला तरी हा बराचसा द्वेष आपल्या विरोधात आहे.*[8] (शब्दांवर भर दिला आहे).

तथापि, इतिहासातील अन्य साम्राज्यांची घसरण आणि पाडाव जसा झाला, त्याचप्रमाणे आत्मसंतुष्टता, सर्जनशीलतेचा अभाव, विज्ञान-तंत्रज्ञानाकडे दुर्लक्ष, वांशिक, पंथीय, धार्मिक आणि जमातींमधील पूर्वग्रहांमुळे असणारे अंतर्गत हाडवैर, परकीय आक्रमणे (धर्मयुद्ध, मंगोलांची आक्रमणे, युरोपीय देशांचा आशिया व आफ्रिकेतील वसाहतींचा विस्तार) आदी कारणे मुस्लीम साम्राज्ये आणि संस्कृतीच्या घसरण व अस्तासाठी कारणीभूत ठरली. त्याच वेळी पंथ, वंश आणि प्रादेशिक विभागणीतून शिया-सुन्नी, हाश्मी व उमय्यद, अरब व बिगरअरब, तुर्क व इराणी, दक्षिणी व उत्तरेकडील अरब यांच्यामधील अंतर्गत संघर्षाने मुस्लिमांमधील शक्ती आणि निर्मितीक्षमता शोषून घेतली आणि त्यातून पूर्व व पश्चिमेतील मुस्लीम संस्कृतीची वेगाने घसरण झाली; त्याच वेळी 15 व्या शतकाच्या अखेरीस व 16व्या शतकाच्या अगदी सुरुवातीस युरोपीय सत्तांचा होत असणारा उदय समजून घेण्यातही मुस्लीम सत्ताधीशांमधील उच्चवर्ग व विद्वान यांना अपयश आले. पाश्चिमात्य जगतातील विज्ञान, कला, तत्त्वज्ञान आणि राज्यकारभार करण्याची कला यातील काही आपल्याला शिकून घेण्यासारखे आहे, हे त्या वेळी उद्धट आणि अनिच्छुक असणाऱ्या मुस्लिमांना मान्य झाले नाही.[9] एकीकडे बगदादस्थित इस्लामी साम्राज्याने (अब्बासिद) नवव्या शतकाच्या सुरुवातीस व्यावहारिक मुताझिली तत्त्वज्ञानाला राज्याचे तत्त्वज्ञान म्हणून स्वीकारले असताना वेडा धर्मांध असलेल्या मुतावक्कील खलिफाने

(847–861) आपल्या राजवटीत कट्टरतावादी धर्मगुरूंना प्रोत्साहन देऊन, बहुपत्नीत्व वैध ठरवून आणि महिलांवरील निर्बंध अधिक कडक करून साम्राज्याची धर्मनिरपेक्षता निकालात काढली. मुस्लीम जगत धर्मनिरपेक्ष कल्पना, विज्ञान-तंत्रज्ञान स्वीकारत प्रबोधन व सुधारणांच्या काळातून गेले नाही.

गणिताला विषारी आणि तत्त्वज्ञानाला धोकादायक मानून तुच्छ लेखणाऱ्या इमाम गझ्झलीसारख्या (मृत्यू 1111) कट्टर रूढिप्रिय धर्मगुरूंच्या वाढत्या प्रभावाखाली येऊन मुस्लिमांनी आधुनिक ज्ञान आणि तंत्रज्ञानापासून स्वतःला दूर ठेवले. 19व्या शतकापर्यंत दक्षिण युरोप, उत्तर आफ्रिका व मध्यपूर्वेपर्यंत वर्चस्व असणाऱ्या ओटोमान साम्राज्याने आधुनिक काळाच्या सुरुवातीपर्यंत छापखाना सुरू केला नव्हता. ओटोमनांनी पहिले विद्यापीठ 1879 मध्ये इतक्या उशिरा स्थापन केले. स्पेनमधील अखेरची मुस्लीम राजवट असणाऱ्या ग्रॅनडाच्या 1492 मध्ये झालेल्या पाडावाने भूमध्य जगतातील मुस्लीम वर्चस्वाचा शेवट होत असल्याचे संकेत दिले होते. प्रबोधनोत्तर आणि औद्योगिक क्रांतीनंतरच्या काळामध्ये मुस्लीम जगतावर झालेल्या युरोपीय वसाहतवादी भीषण हल्ल्यांनी मुस्लीम सत्ताधीश, धर्मगुरू व सामान्य जनतेला दिङमूढ करून सोडले. दरम्यान, इस्तंबूलमध्ये 1579 मध्ये उभारण्यात आलेली वेधशाळा वर्षभरातच नष्ट करण्यामध्ये तुर्कस्तानच्या ओटोमान साम्राज्यातील प्रतिगामी मुल्लांची महत्त्वाची भूमिका होती. 1745 मध्ये हेच मुल्ला तुर्कस्तानमधील पहिल्या छापखान्याचे काम रोखण्यात यशस्वी ठरले होते. गझ्झलीने 'दि इन्कोहिरन्स ऑफ फिलॉसॉफर्स' या ग्रंथातून गणित व तत्त्वज्ञान धोकादायक आणि विषारी असल्याचे सांगत विरोध केला होता.[10]

या सर्वांचा परिणाम म्हणून जगभरातील मुस्लीम हे साधारणतः 12व्या शतकापासून आणि विशेषतः युरोपियन प्रबोधन, सुधारणा, विज्ञान-तंत्रज्ञानातून होणारी प्रगती, औद्योगिक क्रांती, ब्रिटन, फ्रान्स व अमेरिकेतील क्रांत्या यांच्या पार्श्वभूमीवर जवळपास संपूर्ण ऱ्हास आणि साचेबद्धपणाला तोंड देत आले आहेत. परिणामी, जगाच्या लोकसंख्येमध्ये 1.6 अब्ज असणारा मुस्लीम समुदाय हा जगातील सर्वांत कमी प्रगत लोकसंख्येपैकी आहे. मुस्लिमांनी विज्ञान व तंत्रज्ञानामध्ये तसेच अन्य ज्ञानशाखा, कला व संस्कृती, तसेच आरोग्य, शिक्षण, राज्यकारभार, मानवाधिकार आदी क्षेत्रांमध्ये केलेल्या कामगिरीची अन्य विकसित जगाशी तुलना केली, तर मुस्लिमांच्या मागासलेपणाचे खूप विदारक चित्र समोर येते. नुकत्याच केलेल्या अभ्यासामध्ये पुढील गोष्टी समोर आल्या आहेत.

> हार्वर्ड विद्यापीठाने 2005 मध्ये सादर केलेल्या शास्त्रीय शोधनिबंधांची संख्या अरबी भाषा बोलणाऱ्या 17 देशांच्या एकत्रित शोधनिबंधांच्या संख्येपेक्षा जास्त आहे. जगातील 1.6 अब्ज लोकसंख्या असलेल्या मुस्लिमांपैकी आतापर्यंत फक्त दोघे जणच रसायनशास्त्र व भौतिकशास्त्रामध्ये नोबेल विजेते आहेत... याउलट लोकसंख्येबाबत मुस्लिमांच्या तुलनेत शंभरास एक असे प्रमाण असणाऱ्या ज्यूंनी 79 नोबेल पारितोषिके मिळवली आहेत. इस्लामी

> परिषद या संघटनेचे सदस्य असलेले 57 देश त्यांच्या जीडीपीच्या अवघे 0.81 टक्के इतकी क्षुल्लक रक्कम संशोधन व विकासावर खर्च करतात. हा आकडा जगात संशोधन व विकास क्षेत्रात होणाऱ्या सरासरी खर्चाच्या एक तृतीयांश आहे...अनेक जण इस्लामच्या विज्ञानाशी असलेल्या अंगभूत शत्रुत्वास याचा दोष देतात. काही विद्यापीठे अभ्यासापेक्षा प्रार्थनेबाबत अधिक आग्रही असल्याचे दिसते. उदाहरणार्थ, इस्लामाबादमधील कायदे आझम विद्यापीठाच्या आवारामध्ये तीन मशिदी असून चौथी बांधण्याचे नियोजन आहे. मात्र, या विद्यापीठाच्या आवारामध्ये पुस्तकांचे एकही दुकान नाही.[11]

मुस्लिमांमधील मागासलेपण आणि पाश्चिमात्य व पूर्व आशियायी देशांमधील प्रगती यांच्यातील प्रखर विरोधाभास हा केवळ अचंबित करणारा आहे. इस्लामी सहकार्य परिषदेच्या (ओआयसी) 57 सदस्य देशांचे एकत्रित वार्षिक एकूण राष्ट्रीय उत्पन्न (जीडीपी) 2000 अब्ज डॉलरपेक्षा कमी आहे, तर एकट्या अमेरिकेचा जीडीपी 14 हजार अब्ज डॉलर आहे. मुस्लीम जगताच्या एकत्रित जीडीपीपेक्षा चीन, जपान आणि जर्मनी या प्रत्येक देशाचा जीडीपीही जास्त आहे. ज्ञान क्षेत्रामध्येही, खुजे मुस्लीम जगत व प्रगत पाश्चिमात्य व पूर्व जगत यांच्यातील फरक डोळ्यांत भरणारा आहे. एकट्या अमेरिकेमध्ये 5000 हून अधिक विद्यापीठे असून, मुस्लीम जगतामध्ये ही संख्या 500 च्या जवळपास आहे आणि यातील कोणतेही विद्यापीठ जागतिक क्रमवारीत पहिल्या 500मध्ये नाही. जपानमध्ये दर दहालाख लोकसंख्येमागे सरासरी 5000, तर अमेरिकेमध्ये 4000 शास्त्रज्ञ आहेत. तर मुस्लीम जगतामध्ये हा आकडा दहा लाखांमागे सरासरी 250पेक्षाही कमी आहे. मुस्लिमांमधील या मागासलेपणाच्या पार्श्वभूमीवर आपण त्यासाठी मुस्लीम धर्मगुरू, सातत्याने भूतकाळात रमणारे मुस्लीम आणि त्यांचे सरकार यांना जबाबदार धरू शकतो. मुस्लिमांच्या या मागासलेपणासाठी केवळ परकीय राजवट आणि वसाहतवाद यांना जबाबदार धरले जाऊ शकत नाही. कारण, वसाहतींनंतरच्या कालखंडामध्ये दक्षिण कोरिया, तैवान, हाँगकाँग, सिंगापूर, अर्जेंटिना, ब्राझील, चिली, मेक्सिको, व्हेनेझुएला आणि श्रीलंकेसारखे अन्य बरेच देश हे मुस्लीम साक्षरता, विकास, कायद्याचे राज्य आणि स्वातंत्र्य या क्षेत्रांमध्ये, बहुतांश मुस्लीम बहुल देशांच्या तुलनेमध्ये फार प्रगत झाले आहेत.

तथापि, मुस्लीम जगतामध्ये सर्व काही उदास आणि निराशाजनक आहे, असे नाही. नव्या शतकाची सुरुवात झाल्यानंतर आखाती देश, विशेषतः सौदी अरेबिया, कतार आणि इराण हे देश विज्ञान व तंत्रज्ञानाच्या विकासावर अब्जावधी डॉलर खर्च करू लागले आहेत. सौदी अरेबियातील राजे अब्दुल्ला विज्ञान व तंत्रज्ञान विद्यापीठाकडे (हे विद्यापीठ 2009 मध्ये सुरू करण्यात आले) श्रीमंत अमेरिकन विद्यापीठांनाही हेवा वाटेल, असा 20 अब्ज डॉलरचा निधी आहे. अलीकडेच, सौदी अरेबियाच्या विद्यापीठांनी ऑक्सफर्ड, केम्ब्रिज आणि इम्पेरियल महाविद्यालय यांच्यासोबत संशोधन सहयोगांना सुरुवात केली आहे. कतार दरवर्षी संशोधनावर पाच अब्ज डॉलर खर्च करत आहे. तुर्कस्तान संशोधनावरील

खर्च दरवर्षी दहा टक्क्यांनी वाढवत आहे. तुर्कस्तानातील शोधनिबंधांची संख्या 2000 ते 2009 या काळामध्ये 5000 वरून 22 हजारांवर गेली आहे, तर इराणमध्ये ही संख्या 1300 वरून 15 हजारांपर्यंत वाढली आहे.[12] अन्य मुस्लीम जगतामध्ये, विशेषतः येमेन, सुदान, सोमालिया, माली, अफगाणिस्तान, पाकिस्तान आणि बांगला देश या देशांमधील विज्ञान-तंत्रज्ञानातील संशोधनाच्या क्षेत्रातील परिस्थितीही फारशी आश्वासक नाही. फक्त भूतकाळाकडे पाहणारे धर्मगुरूच नव्हे, तर पाकिस्तान व मलेशियासारख्या देशांमधील आधुनिक शिक्षण घेतलेल्या मुस्लीम विद्वानांमध्येही अवकाश भौतिकी आणि उत्क्रांतीचे सिद्धान्त यांविषयीचे शास्त्रीय संशोधन म्हणजे 'स्वैर कल्पनांच्या मागे धावण्यासारखे आहे', अशी थट्टा होते. या देशांमध्ये सलाफी, वहाबी आणि पारंपरिक धर्मगुरूंचा प्रचंड पगडा असल्यामुळे, विज्ञानाच्या क्षेत्रासाठी हवे असणारे स्वातंत्र्य एकूणच संपूर्ण मुस्लीम जगतामध्ये मिळण्याची शक्यता धूसर आहे, यावर विश्वास ठेवण्यासाठी आपल्याकडे कारणे आहेत. इस्लामची कट्टरवादी व मागास आवृत्ती स्वीकारणाऱ्या दुराग्रही सलाफींच्या प्राबल्यामुळे, अगदी पदार्थ विज्ञानामध्ये पीएच.डी. असणारे अध्यक्ष मोर्सीही विज्ञानांच्या कल्पनांचा ऱ्हास रोखू शकणार नाहीत, अशी धास्ती आहे.[13]

अभिमानी आणि गर्विष्ठ मुल्ला, त्यांचे कडवे अनुयायी आणि सामान्य मुस्लीम यांना कमी-अधिक प्रमाणात त्यांच्या वैभवशाली भूतकाळाविषयी माहिती आहे, मात्र पाश्चिमात्यांच्या दबावासमोर उभे राहू न शकलेल्या आपल्या पूर्वजांचे कोठे चुकत गेले, याची अंधुकशीही कल्पना त्यांना नाही. ते सदैव केवळ ज्ञानशाखांमधील मुस्लिमांच्या योगदानाबद्दल अतिरंजित गोष्टीच सांगून थांबत नाहीत, तर मुस्लिमांचे मागासलेपण व ऱ्हास हा पाश्चिमात्यांच्या कटकारस्थान आणि संरचना यांच्या माथी मारून मोकळे होतात. अरबी, पर्शियन, उर्दू आणि बंगाली मुस्लीम कवी आणि लेखक कोर्डोवातील पराभव आणि ओटोमन व मुघल साम्राज्याचा अस्त यांविषयी विलाप करतात. आपला वैभवशाली इतिहास आपण कोणामुळे गमावला, हे मुस्लिमांना वेगळे सांगण्याची गरज नाही. युरोपीय वसाहतवादी आणि त्यांचे ज्यू व हिंदू सहकारी यासाठी कारणीभूत आहेत, हे मुस्लिमांना चांगलेच माहीत आहे. शीतयुद्ध संपल्यापासून, मुस्लीम जगतासाठी अमेरिका हा नवा खलनायक झाला आहे. अगदीच विनाकारण नसला, तरी शीतयुद्धामध्ये साम्यवाद या सामाईक शत्रूविरुद्ध लढणारा सहकारी आणि मित्रदेश आता नवा शत्रू बनला आहे.

तरीही, मुस्लिमांच्या ऱ्हासाविषयी पाश्चिमात्य जगताकडून (जागतिक मुस्लीम समुदायाकडून आचरण होणाऱ्या) इस्लामवर होणारी सर्व टीका फेटाळता येणार नाही. स्वतःचे असे दीनवाणे चित्र निर्माण करण्यासाठी मुस्लीम कसे जबाबदार ठरले आहेत, याचा आपण विचार करण्याची गरज आहे. या मागासलेपणाला मुस्लीमही तितकेच जबाबदार आहेत. मुस्लिमांचे मागासलेपण हे प्रामुख्याने परंपरा आणि शरियावर मुस्लिमांचे असणारे अवलंबित्व; धार्मिक श्रद्धांमध्ये सुधारणा व नूतनीकरणाबाबत त्यांची अनिच्छा आणि त्याला असलेला

विरोध; अर्धशिक्षित धर्मगुरू आणि कालबाह्य सिद्धान्त व विचारधारांचे आंधळेपणाने होणारे पालन; बुद्धिप्रामाण्यवादी चौकशी, वस्तुनिष्ठता आदींविषयी त्यांना असणारा तिटकारा आणि सर्वांत महत्त्वाचे म्हणजे वैविध्यपूर्ण मतमतांतरांप्रति सहिष्णुतेचा अभाव या कारणांमुळे आहे. या संदर्भात काही मुस्लिमांमध्ये लोकशाही, धर्मनिरपेक्षता, समान अधिकार आणि महिलांना समान दर्जा (आणि त्याचबरोबर कोणत्याही अपवादाशिवाय मुस्लीमबहुल देशांमधील गैरमुस्लीम अल्पसंख्याकांनाही समान दर्जा) आदींबाबत किंतू आहे, याकडेही आपण दुर्लक्ष करून चालणार नाही. इस्लामी राष्ट्राची मुस्लीम संकल्पना आणि त्याहीपेक्षा वाईट म्हणजे सुन्नी मुस्लिमांची तितकीच कल्पना रम्य आदर्शवादी आणि अनैतिहासिक खिलाफत (कलिफत), तसेच हजारवर्षीय शिया पंथीयांची जागतिक इमामशाही किंवा ईश्वराचे राज्य या संकल्पनाही अवनतिकारक आहेत. तारेक फतेह यांनी त्यांच्या 'इस्लामी स्टेट व्हर्सेस स्टेट ऑफ इस्लाम' या विवेचनामध्ये अनैतिहासिक इस्लामी राष्ट्राच्या मिथकाची तुलना मृगजळाशी करताना ही कल्पनाच व्यवस्थित फेटाळून लावली आहे.[14]

पुन्हा, फरीद अलातस यांची 'प्रोटेस्टंट इस्लाम' ही इस्लामी सुधारणांविषयक संकल्पना खूपच समस्याप्रधान आणि पळवाटांनी भरलेली आहे. अलातस यांनी म्हटल्याप्रमाणे, इस्लामच्या नावाखाली होणारा सशस्त्र लढा आणि दहशत म्हणजे खराखुरा इस्लाम नाही, तर ही आधुनिक इस्लामवाद्यांची समस्या आहे. त्यामुळे आपल्याला काही सुधारणाच करायची असेल, तर ती इस्लाममध्ये नव्हे, इस्लामवादामध्ये करायला हवी. हिंसक इस्लामवादी जे करत आहेत, ते मार्टिन ल्युथर किंग यांनी सनातनी ख्रिश्चन धर्माबाबत जे केले त्यापेक्षा खूप वेगळे आहे, यावर अलातस यांनी अचूकपणे बोट ठेवले आहे. धार्मिक ग्रंथांचा अन्वयार्थ लावणाऱ्या पोप आणि धर्मगुरूंच्या धार्मिक सत्तेपासून त्यांनी मुक्तता मिळवली. इस्लामवाद्यांनी पुन्हा कुराणकडे जाण्याचा आग्रह धरणे, पारंपरिक मुल्लांच्या सत्तेवर अंकुश ठेवून *इज्तिहाद*च्या, म्हणजेच कारणमीमांसेच्या माध्यमातून इस्लामचा नवा अर्थ लावणे हे इस्लामी सुधारणांच्या दिशेने होणारे प्रयत्न मानता येऊ शकतात.[15] विरोधाभास म्हणजे, इस्लामी अतिरेकी-धर्मगुरू किंवा इस्लामविषयक तज्ज्ञ नव्हे, तर ओसामा बिन लादेन, आयमन अल-झवाहिरी, खालेद शेख मुहम्मद, अन्वर औलाकी आणि त्यांच्यासारखे इतर धर्मनिरपेक्ष शिक्षण घेतलेले तंत्रज्ञ धर्मगुरू, इस्लामी सुधारणेसाठी नाही, तर जागतिक जिहाद किंवा जागतिक अराजकासाठी सक्रिय आहेत.

सर्वसाधारणपणे मुस्लिमांचे पुढील प्रकारांमध्ये वर्गीकरण करता येईल:

1. प्रारब्धवादी/पलायनवादी/सूफी/अध्यात्मवादी (पिर, तबलिघ जमाती इत्यादींसह): हे प्रामुख्याने शांतताप्रिय, धर्मनिष्ठ, आध्यात्मिक व पारलौकिक आणि परंपरावादी असतात.
2. इस्लामी आधुनिकवादी/धर्मनिरपेक्ष आणि इस्लाम, लोकशाही आणि मुस्लिमेतरांबरोबर शांततापूर्ण साहचर्याबाबत विश्वास ठेवणारे उदारमतवादी.

3. एकपक्षीयवादी इस्लामवादी—हे हिंसक क्रांतिकारी असतीलच, असे नाही—यांना व्यापक जनपाठिंब्याच्या आधारावर आणि/किंवा राजकीय पक्षांच्या झेंड्याखाली झालेल्या निवडणुकीद्वारे शरियावर आधारित इस्लामी राजवट आणायची महत्त्वाकांक्षा असते. यामध्ये मुस्लीम ब्रदरहूड, जमात-ए-इस्लामी आणि त्यांच्यासारख्या अन्य संघटनांचा समावेश होतो.
4. अतिरेकी पुनरुत्थानवादी आणि घटनात्मक राजकारण उलथवून टाकणारे हिंसक क्रांतिकारी हे अल-कायदा, तालिबान, लष्करे तैयबा, हुजी, इस्लामी जिहाद आणि जेमाह इस्लामिया यांसारख्या बहुतांश वेळा वहाबी आणि सलाफी संघटनांच्या उपशाखा असणाऱ्या इस्लामवादी संघटनांना, तसेच मुस्लीम ब्रदरहूड व जमात-ए-इस्लामी यांसारख्या इस्लामवादी पक्षांना पाठिंबा देतात. या प्रकारचे मुस्लीम प्रादेशिक किंवा जागतिक खिलाफत (सुन्नी) किंवा इमामशाही (शिया) आणण्यासाठी प्रयत्नशील असतात.
5. अराजकतावादी-विनाशवादी—अल-कायदा व त्यासारख्या अन्य संघटना—या संघटना जागतिक खिलाफत किंवा इमामशाहीसाठी प्रयत्नशील असतातच असे नाही, परंतु त्यांच्या इस्लामच्या आवृत्तीपेक्षा वेगळी असणारी प्रत्येक गोष्ट त्यांना नष्ट करायची असते. यासाठी कुराणमधील कोणत्याही शिकवणीकडे लक्ष देण्याची त्यांना गरज वाटत नाही आणि नागरिकांना बेछूटपणे ठार मारण्यासही ते मागेपुढे पाहत नाहीत. त्यामुळे आधुनिक मानवी संस्कृतीसाठी ते खूप मोठा धोका ठरतात.
6. मुस्लीमबहुल देशांतील पाश्चात्यीकरण झालेले अँग्लोफोनिक/फ्रँकोफोनिक राजकारणी आणि लष्करी हुकूमशहा, हे अधिक सुधारणावादी आणि खऱ्याखुऱ्या इस्लामवादी गटांना नेस्तनाबूत करून आपल्या राजवटीला अधिमान्यता मिळवण्यासाठी राजकीय स्वार्थातून इस्लामवाद जोपासतात. अशा अहंमन्य सत्ताधीशांकडून इस्लाम हा देशाचा धर्म असल्याचे जाहीर करत आणि/किंवा इस्लाम धोक्यात आहे, अशा सावधानतेचा इशारा देणाऱ्या घोषणांच्या माध्यमातून पुढे करण्यात येणारा सरकारपुरस्कृत इस्लाम हा राजकीय संस्कृतीचे इस्लामीकरण करून अजाणता राजकीय इस्लामलाच अधिमान्यता देतो. पाकिस्तान, इंडोनेशिया, लिबिया, सुदान, मलेशिया आणि बांगला देश, तसेच अन्य काही देशांचा यासंदर्भात उल्लेख करता येऊ शकतो.

इस्लामी श्रद्धा, संस्था, कायदा आणि नियम

इस्लाम हा ज्युदिओ-ख्रिश्चन श्रद्धेचा पुढील टप्पा आहे. ॲडम हा पहिला माणूस आणि देवाचा प्रेषित असून त्यानंतर नोहापासून अब्राहमपर्यंत, डेव्हिड, जोसेफ, मोझेस, येशू आणि अंतिमतः महम्मद असे अनेक प्रेषित झाले, असे मुस्लीम मानतात. कुराणामध्ये याविषयी

अगदी स्पष्टपणे सांगितले आहेः "त्याने तुमच्यासाठी त्याच धर्माची स्थापना केली, जो नोहासाठी त्याने तयार केला होता. जो आम्ही अब्राहम, मोझेस आणि येशू या नावांच्या माध्यमातून प्रेरणा म्हणून तुम्हाला पाठवला. जेणेकरून तुम्ही धर्मामध्ये अढळ राहावे आणि त्यामध्ये कोणतीही विभाजन करू नये' (42:13). इस्लामचे ज्यू धर्म आणि ख्रिश्चन धर्माशी साधर्म्य असले, तरी अनेक पाश्चिमात्यांचा इस्लामकडे पाहण्याचा दृष्टिकोन वेगळा आह. ते याकडे, विशेषतः 9/11 नंतर, सकारात्मकपणे पाहत नाहीत. इस्लामचे आचरण करणाऱ्यांनी कठोरपणे एकेश्वर वादावर विश्वास ठेवावा, असे इस्लाम सांगतो. इस्लामी श्रद्धेमध्ये सहा घटक आहेतः अल्ला, प्रेषित, पवित्र ग्रंथ, देवदूत, मृत्यूपश्चात जीवन आणि निकालाचा दिवस. दैवलिखित किंवा एखाद्याच्या दैवाशी चांगल्या किंवा वाईट गोष्टी संबंधित असतात, तो इस्लामी श्रद्धेचा सातवा घटक आहे, काही मुस्लीम अभ्यासक मानतात.

इस्लामची पाच मूलभूत तत्त्वे किंवा पाच आधारस्तंभ आहेत. ते पुढीलप्रमाणेः

1. अल्लाशिवाय अन्य कोणताही देव नाही आणि महम्मद त्यांचे प्रेषित आहेत, हे *इमान* किंवा श्रद्धा आहे.
2. *सलात* किंवा प्रार्थना—प्रत्येकाने दररोज पाच वेळा प्रार्थना करणे, त्याचप्रमाणे आठवड्यातून एकदा शुक्रवारी, वर्षातून दोन ईदच्या वेळी सामूहिक प्रार्थना करणे बंधनकारक असून, अन्य प्रार्थनांसाठी बंधन नाही.
3. *साव्म* म्हणजेच रमजानच्या महिन्यामध्ये सूर्योदयापासून सूर्यास्तापर्यंत उपास करणे बंधनकारक आहे.
4. *हज* म्हणजेच मक्का व मदिनाची आयुष्यातून किमान एकदा यात्रा करणे (ज्यांना परवडणे शक्य आहे, अशांसाठी) बंधनकारक आहे.
5. *जकात* म्हणजेच गरिबांसाठी जमा करावयाचा बंधनकारक कर, जो सर्वसाधारणपणे सरकारने संकलित करून गरीब आणि गरजूंमध्ये वाटायला हवा.

केवळ अल्ला किंवा देव हाच सर्वव्यापी आणि सर्वशक्तिमान असे सर्वोच्च अस्तित्व असून त्याला कोणीही भागीदार नाहीत आणि त्याच्या प्रेषितांमध्ये महम्मद अखेरचे आहेत, ज्यांनी देवदूत गॅब्रियलमार्फत अल्लाने दिलेला संदेश कुराणाच्या रूपात संकलित केला, यावर सर्व मुस्लिमांचा विश्वास असायला हवा. हा संदेश म्हणजेच इस्लाम असून, हा धर्म शांतता आणि देवाच्या इच्छेसमोर पूर्णपणे शरणागती पत्करण्याचा संदेश देतो. मुस्लीम हे काही देवाचे निवडलेले विशेष लोक आहेत किंवा अन्य लोकांच्या दैवामध्ये नरकात जाणे आहे, अशा कोणत्याही गोष्टी कुराणात म्हटलेल्या नाहीत (2:62). मुस्लीम धर्मातील पाचही स्तंभ या निव्वळ प्रथा नाहीत, तर सामाजिक-राजकीय व्यवस्था न्याय व समानतेने चालविण्याची ती तत्त्वे आहेत. इस्लाममधील प्रार्थना म्हणजे धर्मग्रंथातील विविध भागांचे दिवसातील पाच वेळा वाचन करत, कुराणातील संदेश समजून घेणे होय. मशिदींमधील

सामूहिक प्रार्थनेचा तर्क हा समाजातील सर्व नागरिकांना वंश, वर्ग आणि त्यांचा सामाजिक स्थान या गोष्टी बाजूला ठेवून एकत्र आणण्याचा आहे. भुकेची वेदना समजून घेणे, ही रमजान महिन्यामध्ये उपासामागील संकल्पना आहे. जकात हा प्राप्तिकरापेक्षा फारसा वेगळा नाही आणि मुस्लिमांची निव्वळ बचत, जमीन/पीक, पशुधन (प्रेषितांच्या काळातील अरेबियातील पशुपालन संस्कृतीतील), रोख रक्कम आणि सोने यांचा विचार करून हा कर 2.5 ते 50 टक्क्यांपर्यंत वेगवेगळा असू शकतो. सुन्नी मुस्लीम त्यांच्या बचतीतील 2.5 टक्के वाटा गरीब किंवा कल्याणकारी करासाठी द्यावा असे मानतात, तर, शिया मुस्लीम त्यांची बचत, सोने व जनावरांच्या किमतीच्या खुम्स किंवा एक पंचमांश वाटा *जकात* म्हणून देतात. यातून जमिनीला वगळण्यात आले आले आहे. ऐन बहराच्या काळामध्ये इस्लामी साम्राज्ये, मुस्लीम सत्ताधीश हे *जकात* म्हणून भूमिहीन शेतकऱ्यांना जमिनींचेही वाटप करत असत.[16] जकात किंवा गरिबांसाठीच्या बंधनकारक करामुळे सामाजिक कल्याणाची तजवीज होते, तर हज यात्रेचा उद्देश जगभरातील मुस्लिमांनी सामंजस्य व बंधुभाव वाढीस लागण्यासाठी एकत्र यावे आणि त्यांनी जागतिक समस्यांवर तोडगा काढावा, हा आहे (22:27–28). थोडक्यात, इस्लामी प्रथा त्यांच्या पुरत्याच मर्यादित राहत नाहीत. इस्लाम हा कर्मकांडांचा धर्म नाही, असे कुराणामध्ये स्पष्टपणे मांडण्यात आले आहे:

> तुम्ही तुमचे तोंड पूर्वेकडे करता की पश्चिमकडे, यावर तुम्ही सदाचारी आहात, हे ठरत नाही... तर, तुमच्या संपत्तीपैकी किती वाटा तुमच्या कुटुंबीयांसाठी, अनाथांसाठी, गरजूंसाठी, वाटसरूंसाठी, गुलामांची सुटका करण्यासाठी खंडणी मागणाऱ्यांवर किती खर्च करता; प्रार्थना व जकातीबाबत किती ठाम राहता, दिलेले वचन पूर्ण करण्यासाठी तुम्ही काय करता आणि भीतीच्या सर्व कालखंडामध्ये वेदना आणि प्रतिकूल परिस्थितीत किती निश्चयी आणि संयमी राहता, यावर तुमचा सदाचार ठरतो (2:177).

महम्मद, अखेरचे प्रेषित

अल्लाचे अखेरचे संदेशकार, प्रेषित किंवा रसूल असणारे महम्मद हे दैवी अस्तित्व नाही, तर मानवच होते, असा मुस्लिमांचा विश्वास आहे. मुस्लीम त्यांची पूजा करत नाहीत किंवा त्यांना मुहम्मदन असे म्हटलेलेही आवडत नाही. कुराण हा मुस्लिमांचा पवित्र ग्रंथ 610 ते 632 या कालखंडामध्ये मक्का आणि मदिनामध्ये महम्मदांना (570–632) सांगण्यात आला, असे मुस्लीम मानतात. कुराणचा शब्दश: अर्थ पठण असा आहे. महम्मद हे निरक्षर होते, कारण त्यांना लिहिता किंवा वाचता येत नव्हते, यावर सर्व अभ्यासकांमध्ये एकमत आहे. ते लहान असतानाच त्यांच्या आई-वडिलांचे निधन झाले. त्यांना सुरुवातीला आजोबांनी आणि नंतर काकांनी वाढवले. या काकांनी कधीही इस्लाम स्वीकारला नाही. महम्मद यांनी वयाच्या 25 व्या वर्षी खादिजाह या 40 वर्षीय श्रीमंत अरब विधवा महिलेशी विवाह केला. खादिजाहचे 65 व्या वर्षी निधन झाले आणि तोपर्यंत महम्मदांनी दुसरे लग्न

केले नव्हते. इस्लाममध्ये धर्मांतर करणारी खादिजाह ही पहिली व्यक्ती होती. महम्मदांनी मदिनामध्ये धर्मसत्ताक राज्यपद्धती किंवा इस्लामी राजवट स्थापन केली नाही, हे बहुतांश मुस्लीम आणि गैरमुस्लिमांना माहीत नाही. मदिना येथील राजवट धर्म आणि जमातींच्या सीमांपलीकडे पाहणारी होती. प्रेषितांच्या काळामध्ये येथील उम्माचे (ही संज्ञा आता केवळ जागतिक मुस्लीम समुदायासाठी वापरण्यात येते.) बहुतांश सदस्य किंवा नागरीक हे मुस्लीम नव्हते, तर ज्यू होते. त्यानंतर ज्यू आणि मुस्लिमांमध्ये राजकीय मतभेदांवरून फूट पडली आणि ज्यूंनी मक्का येथील इस्लामविरोधी शत्रूबरोबर हातमिळवणी केली. सध्याचे मुल्ला, सामान्य नागरीक आणि इस्लामचा अभ्यास करणारे बरेच मुस्लीम - गैरमुस्लीम अभ्यासक मानतात त्याप्रमाणे, महम्मदांनी धर्मसत्ताक राज्यपद्धती किंवा इस्लामी राजवट स्थापन केली नाही. प्रेषित हे पहिले अरब राष्ट्रवादी होते व त्यांनी मदिना या राष्ट्राची निर्मिती केली. या राज्यामध्ये ज्यू, मुस्लीम, ख्रिश्चन, मूर्तिपूजक, अरब, पर्शिया व सहारा भागातील अरबेतर लोक आपल्या जमात व धर्माच्या सीमा ओलांडून उम्माचे सदस्य बनले होते.

प्रेषितांनी ईश्वर व मानवातील सर्व मध्यस्थांना वगळणाऱ्या एकेश्वरवादी धर्माचा पुरस्कार केला होता. मक्केतील काबा येथील सर्व मूर्ती उद्ध्वस्त करून त्यांनी शक्ती व सत्तेची प्रतीके, तसेच संबंधित मूर्तींचे रखवालदार असणाऱ्या विविध जमातींच्या प्रमुखांच्या उत्पन्नाचे प्रमुख स्रोत नष्ट केले. महम्मदांनी अल्लाचा प्रेषित असण्याच्या सत्तेतून केवळ एकट्यानेच राज्य केले असे नाही, तर लिखित घटना किंवा मदिनाची प्रसिद्ध सनद तयार करून सर्व जमाती, वंश आणि समुदायांना एकत्र आणले. महम्मदांनी 622 मध्ये मदिनाला स्थलांतर केल्यानंतर ही सनद अस्तित्वात आली आणि बद्रच्या लढाईनंतर (624) त्यामध्ये अनेक वेळा दुरुस्ती करण्यात आली. बद्रच्या लढाईमध्ये महम्मदांनी मक्केतील शत्रूंवर विजय मिळविला होता. विविध जमाती आणि समुदाय एका ईश्वराच्या सार्वभौमत्वाखाली एका राष्ट्रामध्ये राहतील, या तत्त्वावर ही सनद आधारित आहे.[17] त्यामुळे कार्लाइल यांनी मुक्तकंठाने महम्मदांची प्रशंसा केली, यात काहीच आश्चर्यकारक नाही. “एकटा माणूस अवघ्या दोन दशकांहून कमी काळामध्ये परस्परांशी संघर्षरत असलेल्या विविध जमाती आणि सदैव भटकंती करणाऱ्या वाळवंटातील भटक्या अरब जमातींना (बदाउनी) एकहाती एकमेकांशी जोडून सर्वांत शक्तिशाली आणि सुसंस्कृत राष्ट्र कसे घडवू शकला”, हे त्याच्याविषयीचे गूढ आहे. महम्मद ही खूप महान व्यक्ती होती, या विधानाचे आणखीही समर्थन केले आहे. ते म्हणतात, “महम्मद हे एक कावेबाज भोंदू होते, हे आपले सध्याचे गृहीतक...कोणासाठीही असमर्थनीय ठरण्यास आता सुरुवात झाली आहे. या माणसाभोवती सद्हेतुक आस्थेने रचण्यात आलेला असत्याचा ढीग हा आपल्यासाठीच खूप लाजिरवाणा आहे.”[18] महम्मदांनी तलवारीच्या जोरावर धर्माचा प्रसार केला, या मिथकाला गांधींपासून बर्नार्ड शॉपर्यंत अनेकांनी आणि इतिहासकार ओलिअरी आणि अन्य काही जणांनी छेद दिला आहे.[19] शेवटची मात्र तितकीच महत्त्वाची गोष्ट म्हणजे, मायकेल हार्ट यांनी

जगातील 100 प्रभावशाली व्यक्तींमधून महम्मद यांची “सर्वांत प्रभावशाली व्यक्ती” म्हणून निवड केली आहे, कारण ‘इतिहासामध्ये हीच एकमेव व्यक्ती आहे, जी धार्मिक आणि धर्मनिरपेक्षता या दोन्ही पातळ्यांवर सर्वोच्च यशस्वी ठरली.’[20]

महम्मद हे ऐतिहासिक व्यक्तिमत्त्व असले, तरीही अप्रमाणित हदीस साहित्यावरील आणि इब्न इशाक (702–768), इब्न हिशाम (मृत्यू 838), अल ताबरी (838–923) यांसारख्या अरब लेखकांच्या फारशा समकालीन नसणाऱ्या वृत्तान्तांवरील अतिअवलंबित्वामुळे प्रेषित हे अनेक विरोधाभासांनी भरलेले गूढ व्यक्तिमत्त्व राहिले आहेत. प्रेषितांच्या मृत्यूच्या 120 वर्षांनंतर इब्न इशाक यांनी लिहिलेले सिरात म्हणजेच त्यांचे चरित्र हे प्रेषितांच्या खासगी आयुष्याविषयी; त्यांच्या बऱ्याच विवाहांविषयी (सात वर्षांच्या आयेशासोबत केलेल्या विवाहासह); त्यांच्या युद्धसंग्रामांविषयी आणि आणि शेवटचे मात्र महत्त्वाचे, म्हणजे मदिनातील शेकडो ज्यूंच्या हत्याकांडाला त्यांनी थंड डोक्याने दिलेल्या कथित परवानगीविषयी पुराव्यांशिवाय मांडलेल्या अनेक तथ्यहीन गोष्टींनी भरले आहे. हदीस साहित्य हे सरळसरळ कुराणाच्या शिकवणीशी फारकत घेते. हदीस साहित्यांमध्ये बऱ्याचदा कुराणच्या शिकवणीशी आणि इस्लामच्या आत्म्याशी फारकत घेणारे शिया, सुन्नी, तसेच अन्य पंथ आणि जमातींविषयींचे पक्षपात, पूर्वग्रह, लोकप्रिय अरब संस्कृती, मिथके आणि परंपरा प्रतिबिंबित होत असल्याने आपण सर्व हदीस हे सत्य म्हणून स्वीकारू शकत नाही. एकूण, इतिहासातून आपल्याला प्रेषित महम्मदांचे जीवन, कार्य आणि त्यांची शिकवण याविषयी फारच कमी माहिती मिळत असताना हदीस साहित्य हे अनैतिहासिक वृत्तान्त आणि प्रेषितांच्या नावावर सांगितलेल्या गोष्टी यांनी भरलेले आहे. त्यात पुन्हा या खोट्या परंपरा मोठ्या प्रमाणावर विविध मुस्लीम विचारशाखांच्या न्यायतत्त्वशास्त्राच्या, प्रथांच्या कोनशिला असून, विविध मुस्लीम विचारशाखांचे न्यायतत्त्वशास्त्र किंवा शरिया कायद्यामध्येही त्यांचे आचारनियम प्रतिबिंबित होतात.

भेसळयुक्त इतिहास आणि धर्मसत्ताक राज्यपद्धती व तथाकथित इस्लामी राष्ट्राचे समर्थन करण्यासाठी धर्मशास्त्रज्ञांनी इस्लामच्या सुरुवातीच्या इतिहासाचा लावलेला पूर्वग्रहदूषित अर्थ यांमुळे सर्व मुस्लीम आणि गैरमुस्लिमांमध्ये जसा महम्मदांनी धर्मसत्ताक राज्यपद्धती चालवली, असा समज झाला आहे, त्याचप्रमाणे, अबू बक्र (632–634), उमर (634–644), उस्मान (644–656) आणि अली (656–661) या त्यांच्या पहिल्या चार हक्कधारी खलिफांनी म्हणजेच उत्तराधिकाऱ्यांनी ही अशीच राज्यपद्धती राबवल्याची समजूत आहे. शाबन यांनी सुरुवातीच्या खिलाफतींविषयी केलेले मूल्यमापन अभ्यासपूर्ण असल्याचे आपल्या लक्षात येते. इस्लामी राष्ट्र किंवा धर्मसत्ताक राज्यपद्धती ही इस्लामी असल्याची संकल्पना खोडून काढतानाच, पहिल्या चारही खलिफांनी किंवा प्रेषित महम्मदांच्या उत्तराधिकाऱ्यांनी (632–661) अमीर अल-मुमिनीन, म्हणजेच सश्रद्धांचा नेता हे पदधारण केले. त्यांनी अमीर अल-मुसलमीन किंवा मुस्लिमांचा नेता असे पद

घेतले नाही, हेसुद्धा शबान यांनी नमूद केले आहे. शाबान यांच्या मते, हे पद धार्मिक नसून राजकीय असल्यामुळे मदीना ही राजधानी असलेल्या नव्याने निर्माण झालेल्या राज्यामध्ये मुस्लिमेतरांनाही समाविष्ट करून घेण्याच्या दृष्टीने हे पाऊल होते. आमीर हे हुकूमशहा किंवा सैन्यदलाचे प्रमुख नव्हते, तर मार्गदर्शक होते, ही बाब अरब नेतृत्वाच्या परंपरेशी अतिशय मिळतीजुळती आहे.[21]

कुराण

कुराणाच्या लेखनाची शैली एकमेवाद्वितीय आहे. कुराण हे गद्यही नाही किंवा पद्यही नाही. मात्र, त्यामध्ये यमक जुळवलेली असमान लांबीची 114 प्रकरणे आहेत. यातील मक्केतील काव्य, म्हणजेच प्रेषित 622 मध्ये मदिनाला स्थलांतर करेपर्यंत त्यांना झालेल्या साक्षात्काराचा भाग हा आध्यात्मिक आणि तात्त्विक, तसेच चांगले आणि वाईट, योग्य आणि अयोग्य, स्वर्ग आणि नरक यांविषयी असून त्याबरोबरच काही ऐतिहासिक व्यक्तिमत्त्वे व घटनांचा या भागामध्ये समावेश आहे. मदिनेतील काव्य हे बरेचसे कायदे आणि नियमयांविषयी असून, त्यामध्ये कौटुंबिक कायदा आणि प्रेषितांच्या नेतृत्वाखाली नुकत्याच अस्तित्वात आलेल्या मदीना राज्यामधील नागरिकांसाठीची आचारसंहिता आदींचा समावेश आहे. थोडक्यात, कुराण हा सर्व काळामध्ये सर्व मुस्लिमांना लागू होईल, अशी कायद्याची नियमावली असण्यापेक्षा तो मार्गदर्शक ग्रंथ आहे. यातील काही विशिष्ट नियम, मार्गदर्शक तत्त्वे, नियम किंवा आचारसंहिता ही जगभरात सर्व काळासाठी लागू होणारी आहेत, तर त्यातील अनेक सूचना आणि निर्बंध हे सांदर्भिक असून आणि केवळ महम्मदांच्या जीवनकाळादरम्यान प्रचलित असणाऱ्या परिस्थितीशी सुसंगत आहेत. प्रकरणे आणि त्यातील चरण यांची विशिष्ट अनुक्रमानुसार रचना करण्यात आली नसल्याने कुराण हा समजून घेण्यासाठी अतिशय कठीण ग्रंथ आहे. प्रेषितांच्या कुटुंबाकडे असणाऱ्या कुराणाच्या मूळ प्रतीतून सध्याच्या स्वरूपात उपलब्ध असणारा ग्रंथ संकलित करणाऱ्यांनी त्यातील चरणांचे संदर्भ दिलेले नाहीत. त्यामुळे, कुराणातील बहुतांश चरणही केवळ प्रेषितांच्या कालखंडाशी सुसंगत असून, आधुनिक जगतामध्ये त्यांचा संदर्भ नगण्य आहे किंवा अजिबात नाही, ही गोष्ट अनेक मुस्लिमांना माहीत नाही.

कुराण हा ग्रंथ आदर्शपणे मुस्लिमांच्या आयुष्याच्या केंद्रस्थानी आहे. मात्र, हदीस, शरिया आणि मजहब किंवा पंथ यांनाही त्यांच्या दृष्टीने तितकेच महत्त्व आहे. तथापि, स्थानिक अरबी भाषिकांनीही कुराणातील आलंकारिक काव्यात्मक अभिव्यक्ती एखाद्या सुसंस्कृत अभ्यासकाकडून किंवा उलेमांकडून समजून घेण्याचे कौशल्य आत्मसात केलेले नसल्यास त्यांच्यासाठी कुराण हा समजण्यास अतिशय कठीण ग्रंथ आहे. कुराणमधील चरणांचे शब्दशः भाषांतर आणि बहुपत्नीत्व, पत्नीला मारहाण करणे, व्यभिचारासाठी दगडाने ठेचून मारणे, महिला व गैरमुस्लिमांना हीन वागणूक यांचे समर्थन करण्यासाठी

कुराणमधील चरणांचा लावलेला पक्षपाती अर्थ, तसेच सामान्य मुस्लिमांची कुराणमधील चरणांचा संदर्भनिहाय अर्थ समजून घेण्यातील असमर्थता यातून परिस्थिती आणखी बिकट बनली आहे. त्यामुळे, हा मार्गदर्शक ग्रंथ, कायदेग्रंथ व जादुई शक्ती असलेला ग्रंथ बनला आहे. बहुतांश मुस्लीम हे मुस्लीम पवित्रग्रंथातील तात्त्विक शिकवण समजून घेणे तर सोडाच, पण एका शब्दाचाही अर्थ समजून न घेता कुराण पाठ करतात किंवा यांत्रिकपणे शिकतात.

मुस्लीम हे देवाने "निवडलेले लोक" आहेत, असे कुराणामध्ये कोठेही म्हटलेले नाही. याउलट, देवानेच मानवाला विविध वंश, जमाती आणि राष्ट्रांमध्ये विभागले आहे, असा उल्लेख आपल्याला कुराणामध्ये आढळतो. देवभीरू ज्यू, ख्रिश्चन आणि अन्य गैरमुस्लिमांनाही कुराणात सश्रद्ध मानण्यात आले आहे: "जे सश्रद्ध असतील आणि जे अल्ला व अखेरच्या निर्णायक दिवसावर विश्वास असणारे ज्यू, ख्रिश्चन किंवा अन्य धर्मीय असे कोणीही असतील आणि ज्यांनी सत्कर्म केले असेल त्यांच्या ईश्वराकडून त्यांना निश्चितपणे बक्षीस मिळेल आणि त्यांना कशाचीही भीती असणार नाही, ना त्यांना पश्चात्ताप करण्याचे काही कारण असेल" (2:62); 'आणि जर तुमच्या ईश्वराचे समाधान झाले असते, तर त्याने सर्व माणसांचा एक देश तयार केला असता आणि त्यांनी फरक करणे थांबवले असते' (11:118); 'हे मानवा! आम्ही तुम्हाला पुरुष व महिला म्हणून निर्माण केले आहे आणि तुमच्या राष्ट्र आणि जमाती निर्माण केल्या आहेत, जेणेकरून तुम्हाला एकमेकांना जाणून घेता यावे. तुमच्यापैकी सर्वांत चांगले आचरण असणारा हा अल्लाच्या दृष्टीने सर्वोत्तम स्थानी आहे. अल्ला हा जाणकार आहे, सजग आहे" (49:13); "धर्मामध्ये कोणतीही गोष्ट बंधनकारक नसते" (2:256); आणि 'तुम्हाला तुमचा धर्म आहे आणि मला माझा' (109–6).

हदीस (हादिथ) आणि शरियाह (शरिया) कायदा

हदीस किंवा परंपरा आणि प्रेषित महम्मदांची वचने ही त्यांच्या मृत्यूनंतर 200 वर्षांनी संकलित करण्यात आली. काही हदीसमध्ये कुराणातील शिकवणुकीशी फारकत घेणारी आणि विज्ञान, व्यवहारज्ञान आणि शालीनतेच्या विरोधात जाणारी आहेत. हदीस साहित्याच्या माध्यमातून एखादी व्यक्ती त्याच्या आवडीनुसार काहीही सिद्ध करू शकते. ज्याप्रमाणे सुन्नींचे हदीस आहेत, त्याप्रमाणे शियांचेही वेगळे हदीस आहेत आणि त्यामध्ये परस्परांच्या विरुद्ध मांडणी करण्यात आली आहे. सुन्नींच्या परंपरेमध्ये ज्यांचे उदात्तीकरण करण्यात आले आहे, त्या गोष्टींना शियांच्या हदीसमध्ये तुच्छ लेखण्यात आलेले असू शकते. हदीसच्या नामवंत संग्राहकांमध्ये इमाम बुखारी (810–870) हे सर्वांत प्रख्यात असून, तिरमिझि, मुस्लीम, इब्न माझा, अबू दाऊद आणि अन नसाई हेही लोकप्रिय आहेत. इमाम बुखारी यांनी सहा लाख वचने जमवली आणि त्यातील बहुतांश वचने रद्दबातल ठरवून केवळ 7,000 वचनेच 'साहिह' म्हणजेच अस्सल म्हणून कायम ठेवली. हदीसच्या संग्रहाबाबत मुख्य समस्या अशी आहे की, हदीसच्या संग्राहकांमध्ये चांगला हेतू आणि

वस्तुनिष्ठता असली तरीही प्रेषित महम्मदांच्या मृत्यूनंतर 200 वर्षांनी त्यांच्या नावावर काय सांगण्यात आले आहे, याची पडताळणी करणे हे मानवी दृष्टिकोनातून अशक्यप्राय आहे. 20 किंवा 50 राविसांनी, म्हणजेच हदीसचे कथन करणाऱ्यांनी "वचन" किंवा प्रेषितांच्या परंपरा म्हणून सारख्याच गोष्टींची पुष्टी विविध काळातील वेगवेगळया हदीस संग्राहकांपुढे केली असेल, तर त्या गोष्टी अभिजात असल्याचा दावा हदीस अभ्यासक आणि एकूणच मुस्लीम धर्मगुरू करतात. मात्र, कुराणातील शिकवण किंवा तत्त्वांविरोधात असणारी कोणतीही गोष्ट मुस्लिमांना स्वीकारार्ह असू शकत नाही, याकडे मात्र ते दुर्लक्ष करतात. प्रत्येक समाजामध्ये किंवा देशामध्ये काही सांगोवांगी गोष्टी, मिथके, प्रथा व धारणा किंवा "स्थानिक परंपरा" या गोष्टी पिढ्यानपिढ्या पुढे आलेल्या असतात. त्या सत्य आणि अधिकृत असतीलच, असे नाही याकडेही ते लक्ष देत नाहीत. मिथके आणि वास्तव यांमध्ये नीरक्षीरविवेक करण्याची कला मुल्लांकडे नाही. त्यामुळेच हदीस साहित्यामध्ये अनेक हास्यास्पद, अशिष्ट, कुराणविरोधी, विज्ञानविरोधी आणि व्यवहारज्ञानविरोधी गोष्टी आपल्याला सापडतात. गुलामगिरी, बहुपत्नीत्व, वेश्या ठेवणे, सत्ताधीशांना अनेक पत्नी असणे, जनानखाना, तृतीयपंथी किंवा जनानखान्याच्या रक्षणासाठी पुरुषरक्षकांचे खच्चीकरण करणे, महिलांचे जननेंद्रियच्छेदन, रज्म किंवा विवाहितांना अनैतिक संबंधांसाठी दगडाने ठेचून ठार मारण्याची शिक्षा (कुराणामध्ये विवाहित व अविवाहित महिला-पुरुषांना अनैतिक संबंधांसाठी 100 फटक्यांची शिक्षा सांगण्यात आली आहे) आदींचे समर्थन करण्यासाठी लोक प्रेषितांच्या नावे विविध गोष्टी सांगतात. सर्वंकष सत्ता, गुलामगिरी आणि पुरुषसत्ताक पद्धती किंवा महिला पुरुषांच्या दासी असण्याचे समर्थन करणारी काही तथाकथित अभिजात हदीसही आहेत. या पार्श्वभूमीवर, फझलुर रहमानयांचे हदीस साहित्याविषयीचे मूल्यमापन खूप समतोल आणि या अभ्यासासाठी उपयुक्त असल्याचे आपल्याला आढळते. आठव्या शतकापूर्वी कोणतेही हदीस किंवा सुन्नाह (अनुक्रमे प्रेषितांची वचने व रीती) अस्तित्वात नव्हत्या, असे मानणाऱ्या इमाम शफी (सुन्नी इस्लाममधील सूफी पंथाचे संस्थापक) यांचा उल्लेख रहमान करतात. प्रेषितांनी कुराणच्या बाहेर कोणतेही सुन्नाह किंवा हदीस मागे ठेवलेले नाही.

हदीस किंवा शरियावर विश्वास ठेवण्याचे बंधन मुस्लिमांवर नसले, तरीही मुस्लिमांच्या खासगी व सामाजिक जीवनामध्ये या दोन्ही गोष्टी खूप महत्त्वाची भूमिका बजावतात. सैद्धान्तिकदृष्ट्या, शरिया हा कायदा कुराण, हदीस, फिकह म्हणजेच नवव्या व दहाव्या शतकातील मुस्लीम न्यायपंडितांच्या सामूहिक व वैयक्तिक मतांवर (अनुक्रमे क्वियास आणि इज्मा) आधारित मुस्लीम न्यायतत्त्वशास्त्र, व्यवहार ज्ञान आणि (इस्लामपूर्व काळातील) स्थानिक परंपरांवरून घेण्यात आला आहे. तरीही एकाधिकारशाहीपासून गुलामगिरी, पुरुषसत्ताकपद्धती, नारीद्वेष आणि एकूणच महिलांना अंकित ठेवण्यापासून महिलांचे जननेंद्रियच्छेदन करण्यापर्यंत, अनैतिक संबंधांसाठी ठेचून मारण्यापासून ते

बालविवाहापर्यंत, वेश्या ठेवणे, जनानखाना, महिलांना एकांतवासात ठेवणे, गैरमुस्लिमांना दुय्यम स्थान आणि अगदी त्यांना बळजबरीने अंकित ठेवणे आदी गोष्टींसाठी मुस्लीम धर्मगुरू हदीस आणि विशिष्ट शरिया कायदा अधिकारवाणीने उद्धृत करत असतात. एकुणात, हदीस आणि शरिया कायदा हे दोन्ही काही वेळा कुराणाशी विसंगत आहेत. परिणामतः, कुराणाने मुस्लीम महिलांना जे दिले ते शरिया कायद्याने सोयीस्करपणे काढून घेतल्याची आक्षेप काही मुस्लीम स्त्रीवादी नोंदवतात.

कुराण हा कायदा नसून मार्गदर्शक ग्रंथ आहे (कुराणामध्ये काय करावे आणि काय करू नये, याबाबत मोजकेच उपदेश आहेत), आणि अनेक साहिह म्हणजेच अधिकृत हदीसच्या अभिजाततेविषयी मुस्लीम अभ्यासकांमध्ये एकमत नाही; शरिया ही प्राथमिकतः मानवनिर्मित नियमावली असून, पुनरावलोकन व सुधारणांच्या अधीन आहे. त्यामध्ये दैवी असे फारसे काही नाही. शरिया अधिकारयुक्त आहे, मात्र अचूक नाही; मुस्लिमांना हदीस, फिकह किंवा शरिया हे कुराण इतके अचूक आणि आत्यंतिक पवित्र मानणे बंधनकारक नाही.[22] सुन्नी शरिया कायद्यामध्ये अनेक मोठे बदल आणि सुधारणा झाल्या, मात्र हा बदल 16व्या शतकापर्यंतच झाला. शिया शरिया कायद्यामध्ये आजही बदल होऊ शकत असले, तरीही सुप्रस्थापित अयातोल्ला आणि मुज्ताहिदच (कायद्याचा अर्थ लावणारे) हा बदल करू शकतात. तथापि, इराणमध्ये इस्लामी क्रांती झाल्यानंतर, शिया धर्मगुरू शरियाच्या नावाने देश चालवत नसून खोमेनींचे विलायत-ए-फाकिह म्हणजेच कायदेपंडितांचे पालकत्व प्रस्थापित करण्यासाठी त्यांच्या 'दैवीदूरदर्शित्वाच्या' संहितेद्वारे देशाचा कारभार चालतो. शिया हे सुन्नी मुस्लिमांच्या तुलनेमध्ये धर्मगुरूंप्रति अधिक आदरयुक्त (आणि कमी लोकशाहीवादी) असल्याचे दिसून येते. एकुणात, कुराणातील नैतिक तत्त्वे ही त्यातील कायदेविषयक तत्त्वांपेक्षा अधिक मोलाची आहेत. उदाहरणार्थ, काही विशिष्ट ऐतिहासिक कालखंडासाठी इस्लाममध्ये गुलामगिरी, वेश्या ठेवणे आणि बहुपत्नीत्व हे सहन करण्यात आले असले, तरी कुराण या प्रथांचा प्रसारही करत नाही किंवा त्याला प्रोत्साहन देत नाही. विविध देशांमध्ये अमलात येणारा शरिया कायदा हा जुना करार (ओल्ड टेस्टामेंट) किंवा लोकपरंपरांमधून घेण्यात आला आहे आणि त्यामध्ये मुस्लीम कायदेपंडितांचे महिलाविषयक, तसेच धार्मिक, पंथीय आणि वांशिक अल्पसंख्याकांविषयीचे पूर्वग्रह व पक्षपात प्रतिबिंबित होतात.

जगभरातील सुन्नाह मुस्लीम रूढींचे मूळ हे मोठ्या प्रमाणावर इस्लामपूर्व कालखंडामध्ये आहे.[23] अल-अझर शेख यांनी ओल्ड टेस्टामेंटमधील उल्लेखांचे दाखले देत मुस्लिमांमध्ये प्रचलित असलेल्या पुढील धारणा व प्रथा या बायबलच्या परंपरांमधून चोरण्यात आल्या आहेत, असे स्पष्ट केले आहे.

1. व्यभिचार आणि धर्मत्यागासाठी दगडाने ठेचून ठार मारण्याची शिक्षा.
2. पुरुषांनी दाढी राखणे आणि महिलांनी पूर्ण डोके झाकणारी वेषभूषा करणे.
3. सुंता करणे.

4. भिंतींवर पवित्र वचनांचे लेखन करणे.
5. ॲडमच्या बरगडीतून ईव्हचा जन्म झाला असून, महिलांमधील मासिक पाळी ही आध्यात्मिक दृष्टीने अस्वच्छ आहे, असा समज आहे.
6. मानव किंवा प्राण्यांच्या आयुष्याविषयी चित्र काढणे किंवा पुतळा तयार करणे
7. आमेन ही परंपरावादी शुभेच्छा
8. मुलांच्या जन्मानिमित्त प्राण्यांचा बळी देणे (अकिकाह)[24]

खूपच निंदानालस्ती व टीका झालेल्या शरिया कायद्याचा अभ्यास केला, तर सामान्य मुल्ला, इस्लामवादी कट्टरवादी आणि इस्लामचा भयगंड असणारे ज्या पद्धतीने शरियाचा विचार करतात, की शरिया हा एकपक्षीय सत्ता लादण्याविषयी, गैरमुस्लिमांचे सक्तीचे धर्मांतर करण्याविषयी, किंवा बळाचा वापर करून चालवल्या जाणाऱ्या तथाकथित इस्लामी राजवटीखाली त्यांना अंकित करण्याबाबत आहे, त्यापेक्षा पूर्णपणे वेगळे चित्र आपल्यासमोर येते. शरियातील सहा तत्त्वे ही अमेरिकेच्या घटनेमध्ये आणि संयुक्त राष्ट्रांच्या मानवाधिकारविषयक सनदेमध्ये जे सर्व मानवांसाठी मूलभूत हक्क म्हणून जतन करण्यात आले आहेत, त्यापेक्षा फारशी वेगळी नाहीत. धर्मनिंदकाला ठार मारणे, महिलांना बुरखा बंधनकारक करणे, अनैतिक संबंधांसाठी दगडाने ठेचून मारणे, प्रतिष्ठेसाठी हत्या (ऑनर किलिंग) आणि महिलांचे जननेंद्रियच्छेदन यांना शरियामध्ये कोणतेही स्थान नाही, याकडे एका अभ्यासकाने लक्ष वेधले आहे. शरियातील सहा तत्त्वे कुराणातून घेण्यात आली असून मुस्लीम म्हणून राहण्यासाठी सर्व मुस्लिमांनी त्याचे आचरण करणे आवश्यक आहे. ही तत्त्वे पुढीलप्रमाणे आहेतः

1. जिवाचे रक्षण करण्याचा अधिकार
2. कुटुंबाचे रक्षण करण्याचा अधिकार
3. शिक्षणाचे रक्षण करण्याचा अधिकार
4. धर्माचे रक्षण करण्याचा अधिकार
5. मालमत्तेचे रक्षण करण्याचा (संसाधने उपलब्ध होण्याचाही) अधिकार
6. मानवी प्रतिष्ठेचे रक्षण करण्याचा अधिकार[25]

सुन्नींमध्ये चार प्रमुख पंथ असून, शियांमध्येही दोन पंथ आहेत. सुन्नींमध्ये (अ) हनाफी, (ब) शफी, (क) मलिकी आणि (ड) हनबाली हे प्रमुख पंथ आहेत. शियांमधील महत्त्वाचे पंथ म्हणजे बारावे आणि सातवे, म्हणजेच अनुक्रमे बाराव्या आणि सातव्या इमामांप्रति श्रद्धा बाळगणारे पंथ. यातील सातवे शिया अल्पसंख्य असून, बारावे बहुसंख्य आहेत. दोन्ही पंथांच्या मते त्यांचे अनुक्रमे सातवे आणि बारावे इमाम हे छुपे इमाम होते व अनुक्रमे इसवी सन 755 आणि 874 मध्ये हे दोघे इमाम अदृश्य झाल्याचे सांगितले जाते. जगाचा शेवट होण्यापूर्वी ते ईश्वराच्या राज्याची मुस्लीम आवृत्ती पृथ्वीवर वसवण्यासाठी मसिहा

किंवा इमाम महदी म्हणून पुनरावतार घेतील, अशी शिया पंथीयांची श्रद्धा आहे. या पंथांमध्ये आपापसांत काही मतभेद आहेत. एखाद्या पंथासाठी त्यांच्या विशिष्ट शरिया कायद्यामध्ये एखाद्या गोष्टीची परवानगी असेल, तर दुसऱ्या पंथामध्ये त्याच गोष्टीची मनाई असू शकते.

या वेगवेगळ्या पंथांच्या अनुयायांव्यतिरिक्त, शिया आणि सुन्नी यांच्यातील कोणत्याही विशिष्ट पंथांमध्ये समावेश नसणारेही मुस्लीम आहेत. ते स्वतःला अहल-ए-हदीस किंवा हदीसची माणसे असे म्हणवून घेणे पसंत करतात. अहल-ए-हदीस किंवा हदीसचे लोक हे कोणत्याही सुन्नी किंवा शिया इमामांप्रति इस्लामी कायदा किंवा शरियाचा अर्थ सांगणारे ते एकमेव आहेत, अशी श्रद्धा बाळगत नाहीत. त्यांचा शरिया हा प्रामुख्याने हदीसवर आधारित असून, तेही स्थानिक प्रथा आणि अन्य पंथांच्या रूढी यांपासून पूर्णपणे मुक्त नाहीत. त्यांचा प्रसार दक्षिण आशियामध्ये झाला असून, त्यांच्या कट्टरतावादी दृष्टिकोनामुळे त्यांना भारतीय वहाबी म्हणूनही ओळखले जाते. पाकिस्तानातील लष्कर-ए-तोयबा आणि बांगला देशातील जेएमबी यांसारख्या दक्षिण आशियातील संघटना या टोकाच्या रूढिप्रिय असणाऱ्या अहल-ए-हदीस पंथातून आलेल्या आहेत.

पहिले चारही खलिफा किंवा प्रेषितांचे सुरुवातीचे वारसदार हे कायदेशीर सत्ताधीश होते, याला सुन्नी मान्यता देतात, तर शिया हे प्रेषित महंमदाच्या पहिल्या तीन खलिफांना त्यांचे कायदेशीर वारसदार मानत नाहीत. ते फक्त महम्मद यांचे जावई अली या चौथ्या खलिफांनाच प्रेषितांचा कायदेशीर वारसदार मानतात. स्वतःला अलींचे अनुयायी संबोधणारे शियाहे पहिल्या तीन खलिफांना केवळ सत्ता बळकावणारे, विपथगामी, गैरमुस्लीम, तसेच इस्लाम, प्रेषित, अली व प्रेषितांच्या घराचे शत्रू मानतात इतकेच नाही, तर शिया धर्मगुरू हे शिया मशिदींमध्ये शुक्रवारच्या सामूहिक प्रार्थनेला सुरुवात करण्यापूर्वी प्रथा म्हणून अबू बक्र, उमर आणि उस्मान या पहिल्या तिन्ही प्रेषितांना शाप देतात व ईश्वराला त्यांना शिक्षा सुनावण्याची विनंती करतात. शाप देण्याची ही प्रथा सर्वच नसल्या, तरी अनेक शिया मशिदींमध्ये आजही पाळण्यात येते. शियांच्या हदीसमध्ये पहिल्या तिन्ही खलिफांचे आणि प्रेषितांच्या अनेक नामवंत अनुयायांचे वर्णन समलिंगी, स्वैरपणे लैंगिक जोडीदार निवडणारे, अधःपतन झालेले असा करण्यात आल्याचे आपल्याला दिसून येते. शियांच्या आगपाखड करण्यातून आयेशाही सुटलेली नाही. शिया आणि सुन्नी या दोन्ही परंपरांमध्ये आयेशाचे वर्णन प्रेषितांची पत्नी असे करण्यात आले असून, ती अवघ्या सात किंवा नऊ वर्षांची असताना प्रेषितांनी तिच्याशी लग्न केल्याचे सांगितले जाते, ज्यामध्ये पुन्हा कोणतीही ऐतिहासिक सत्यता नाही. ज्याप्रमाणे, अन्य काही अनैतिक वर्तनांसाठी इस्लामी समर्थन दिले जाते, त्याचप्रमाणे लोकांनी प्रेषितांच्या नावाखाली अल्पवयीनांबरोबरील लैंगिक संबंधांचे समर्थन केले असू शकेल, असा संशय येतो. काही शिया परंपरांनुसार, आयेशाही खरी सश्रद्ध नव्हती आणि तिनेच प्रेषितांना विष देऊन ठार मारल्याचा आरोप करण्यात आला आहे. शियांचे पुन्हा बाराव्या आणि सातव्या इमामांच्या अनुयायांमध्ये विभाजन

आहे. दोन्ही विचारशाखांचे अनुयायी त्यांचे संबंधित अखेरचे इमाम (बारावे किंवा सातवे) हे मरण पावले नसून, लपून बसले किंवा अदृश्य झाले आहेत, असे मानतात. जगाचा शेवट होण्यापूर्वी ईश्वराचे राज्य स्थापन करण्यासाठी हे इमाम मसिहाच्या रूपामध्ये अवतरणार आहेत, यावर विश्वास ठेवण्यासाठी शिया परंपरा त्यांना मार्गदर्शन करतात.

शियांमध्ये वंशपरंपरागत वारसदारांवर विश्वास ठेवण्यात येतो, मात्र सुन्नीमध्ये अशी परंपरा नाही. शियांच्या मते, अली आणि त्याचे वारसदार, जे सर्व जण इमाम म्हणून ओळखले जातात, ते दैवी आणि प्रमादातीत आहेत. काही शिया कट्टरवाद्यांच्या मते, देवदूत गॅब्रियलने ईश्वराचा अखेरचा प्रेषित ठरण्याचा संदेश अलींच्या ऐवजी चुकून प्रेषितांना दिला. येजिदच्या आदेशावरून ईसवी सन 680 मध्ये अली यांचा मुलगा आणि प्रेषितांचा नातू हुसेन यांची करबला येथे निर्घृण हत्या करण्यात आल्यानंतर शिया-सुन्नी यांच्यातील दुफळीने सर्वोच्च पातळी गाठली होती. येजिद हा उमाय्यद राजघराण्यातील दुसरा राजा होता. उमय्यद राजवट ही खिलाफतीची, म्हणजेच प्रेषित महम्मदांच्या उपअधिकारीपदाची दावेदार होती.

शिया व सुन्नी परंपरांमधील फरकांबाबतच्या या अल्पशा वृत्तान्तावरून हदीसमुळे शिया व सुन्नी हे, विशेषतः हुसेन यांच्या (अली यांचा मुलगा) हत्येनंतर किंवा करबला येथील 680मधील दुर्दैवी घटनेनंतर परस्परांचे कट्टर शत्रू कसे बनले, ही गोष्ट स्पष्ट होते. हे वैमनस्य वाढत गेले. खिलाफतीचा दावेदार असणाऱ्या उमय्यद राजा नेत्याचा हाश्माईत राजवटीतील प्रतिस्पर्धी आणि प्रेषित महम्मद आणि अली यांच्या घराण्यातील हुसेन यांची हत्या केली. कुराण, इस्लामी रूढी, श्रद्धा प्रणाली, प्रेषितांची शिकवण, जीवनशैली, त्यांच्या जोडीदारांचे चारित्र्य आणि सातव्या व आठव्या शतकांतील अन्य छोट्यामोठ्या घटनांविषयी शिया व सुन्नी यांच्या हदीसमध्ये लावलेल्या अन्वयार्थांमध्ये अगदी टोकाचा फरक आहे. उदाहरणार्थ, काही निश्चित काळासाठी (एक दिवस, आठवडे, महिने किंवा एखाद-दोन वर्षे) असणारे मुता/सेघेह किंवा तात्पुरते/कंत्राटी विवाह (अरेबियातील इस्लामपूर्वीची परंपरा) हराम आहेत किंवा त्याला पूर्णपणे मनाई आहे, असे सुन्नी मानतात, तर शियांमध्ये मात्र या परंपरेला मान्यता देण्यात आली आहे. किंबहुना, इराणमध्ये व्यावसायिक वधू-वर केंद्रांच्या माध्यमातून सेघेहसाठी जोडीदारही शोधता येऊ शकतो.

इस्लाममध्ये अन्यही बरेच पंथ असून, त्यातील काहींना सुन्नी आणि शिया मुस्लिमांकडून पाखंडी आणि विपथगामी मानले जाते. मुस्लिमांमधून अशा प्रकारे बहिष्कृत करण्यात आलेल्या पंथाचे उदाहरण म्हणून पाकिस्तान, भारत, बांगला देश आणि इंडोनेशियातील अहमदिया पंथाचा उल्लेख करता येऊ शकतो. मिर्झा गुलाम अहमद (1835–1908) हे प्रेषित किंवा देवाने पाठविलेल्या सर्व प्रेषितांचे आध्यात्मिक प्रतिनिधी होते, त्याचप्रमाणे सर्व धर्मांमधील "वचन मिळालेले एकमेव" होते, असे हा पंथ मानत असल्यामुळे पाकिस्तान आणि इंडोनेशियामध्ये या पंथाला गैरमुस्लीम घोषित करण्यात आले आहे. अहमदियांना मुस्लिमेतर म्हणून जाहीर करण्याच्या इस्लामवादी संघटनांच्या मागणीवरून पाकिस्तानात

1953 मध्ये गंभीर दंगली झाल्या होत्या. पाकिस्तान आणि इंडोनेशियामध्ये अहमदियांना दुय्यम अधिकार आहेत. बांगला देशातील मुस्लीम कट्टरतावादीही अहमदियांना मुस्लिमेतर म्हणून जाहीर करण्याची मागणी करत आहेत.

इस्लाममध्ये परंपरावादी रूढिप्रिय शाखांबरोबरच, सूफीवादासारख्या सुधारक गूढवादी शाखाही आहेत. रूढिप्रिय धर्मगुरू नेहमीच सुफींना पाखंडी आणि विपथगामी मुस्लीम म्हणून तुच्छ लेखतात. सूफींमध्ये अनेकव्यवस्था, मार्ग किंवा तरिका असून त्याद्वारे प्रेम व भक्तीभावाच्या माध्यमातून ईश्वराच्या जास्तीत जास्त जवळ जाण्यासाठी ते इस्लामच्या गूढ आणि छुप्या अर्थांचा शोध घेतात. सूफी पंथ हा सुधारक आणि शांततावादी आहे, असा लोकप्रिय समज असला, तरी सर्वच सूफी तसे नसून काही 'योद्धे सूफी' म्हणूनही ओळखले जातात. इस्लामी सत्तांचा प्रभाव 12व्या शतकानंतर ओसरू लागल्याच्या दरम्यान सूफी पंथ बहरू लागला. सूफी हे त्या त्या ठिकाणी पाळेमुळे मातीत रुजलेले, जनकेंद्री आणि सामाजिक-आर्थिक समानतेवर विश्वास असणारे लोक असून ते तुलनेने लोकशाहीवादी किंवा प्रातिनिधिक राजकीय व्यवस्था मानणारे आहेत. थोडक्यात, सूफीवादामध्ये इस्लामी प्रोटेस्टंटवादाची किंवा सुधारणांची सुरुवात करण्याची क्षमता होती. मात्र, सर्व नाही, तरी बरेच सूफी मुस्लीम राजवटीचे हितसंबंध जोपासण्यासाठी ही कार्यरत राहिले. सूफीवाद हा उत्तर आफ्रिका, मध्य आशिया, तुर्कस्तान, इराण, अफगाणिस्तान आणि दक्षिण आशियामध्ये पसरला आहे. टोकाचे कट्टरतावादी वहाबी सुफीवादाला तुच्छ लेखतात. पंजाब, सिंध, बंगाल, इंडोनेशिया आणि मध्य व दक्षिण आशियातील काही भागांमध्ये उपेक्षितांचे मोठ्या प्रमाणात धर्मांतर करण्यामध्ये सूफींनी सर्वांत महत्त्वाची भूमिका बजावली होती. शरिया आणि परंपरावादी इस्लाम हा अधिक आधुनिक मुस्लिमांसाठी अयोग्य आहे, असे पिर, मुर्शिद, शायख्स यांसारख्या सूफी गुरूंच्या माध्यमातून सत्याचा शोध लागलेले काही सूफी मानतात, तर केवळ फक्त शरिया स्वीकार केल्याने, तरिकाला अनुसरून, म्हणजेच सूफी गुरूच्या मार्गदर्शनाखालील मार्गावरून प्रवास केल्याने, हकिकाह किंवा सत्य किंवा निर्वाणापर्यंत पोहोचता येऊ शकते, असे बाकीचे सूफी मानतात.

सुन्नी मुस्लिमांमध्ये आणखी एक वर्ग असून, ते *तबलिघी जमात,* या मुस्लिमांना रूढिप्रिय इस्लामच्या जवळ आणण्यासाठी सुरू असलेल्या अतिशय धर्मनिष्ठ आणि बिगर-राजकीय इस्लामी चळवळीचे अनुयायी आहेत. उत्तर भारतामध्ये उदयास आलेल्या या बहुदेशी धर्मतत्त्वांवर आधारित चळवळीचे ध्येय गैरमुस्लिमांचे मुस्लीम धर्मात धर्मांतर करणे, हे नसून प्राथमिकतः धर्माचे आचरण न करणाऱ्या मुस्लिमांचे परिवर्तन धर्माचरण करणाऱ्या मुस्लिमांमध्ये करणे हे आहे. ही कट्टरतावादी देवबंद चळवळीची (तथाकथित भारतीय वहाबीवाद) उपशाखा आहे. हिंदू पुनर्संजीवनीला प्रतिसाद म्हणून धर्मतत्त्वे आचरणात न आणणाऱ्या भारतातील मुस्लिमांच्या मुस्लीम अस्मितेचे संरक्षण करण्यासाठी 1926 मध्ये या चळवळीची स्थापना करण्यात आली. आता, या चळवळीचे 200पेक्षा जास्त देशांमध्ये

लाखो अनुयायी आहेत. ही चळवळ सुन्नी इस्लाममधील हनाफी शाखेतून उदयास आली असली, तरीही चळवळ कोणत्याही विशिष्ट पंथांचा प्रचार किंवा प्रसार करत नाही आणि शक्य तितक्या अधिक मुस्लिमांना इस्लामी परंपरांच्या चौकटीमध्ये आणण्याचा प्रयत्न करते. अनेक तबलिघ आठवड्यातून एक दिवस किंवा वर्षातील एक महिना किंवा 40 दिवस जगभरात मुस्लिमांच्या घरी भेटी देतात आणि त्यांना मशिदींमध्ये येण्याचे निमंत्रण देतात. ते जगातील मुस्लिमांमध्ये घट्ट बंध निर्माण करण्यावर विश्वास ठेवतात आणि ते राजकारणामध्ये रस घेत नाहीत (अगदी त्यावर बोलतही नाहीत).

बांगला देशात ढाक्याजवळ आणि पाकिस्तानात लाहोरजवळ दरवर्षी होणाऱ्या तबलिघ इज्तेमासाठी लाखो मुस्लीम जमतात. हा मेळावा काही दिवस चालतो आणि त्यामध्ये सहभागी होणाऱ्या भाविकांची संख्या पाहिल्यास, हज यात्रेखालोखाल दुसऱ्या क्रमांकाची सर्वाधिक उपस्थिती या मेळाव्याला असते. प्रसिद्ध ब्रिटिश रॉक गायक कॅट स्टीव्हन्स (युसूफ इस्लाम) हा या चळवळीच्या निष्ठावंत अनुयायांपैकी एक आहे. या चळवळीचा दहशतवादाशी संबंध असल्याचा आरोप करण्यात येतो, मात्र तबलिघी जमात ही पूर्णपणे धर्मनिष्ठ इस्लामी चळवळ आहे. मात्र, तबलिघी चळवळीच्या छत्राचा वापर दहशतवादी करत असतील, ही शक्यता कोणी नाकारू शकत नाही. तरीही, बहुतांश तबलिघी हे मुल्लांचे प्रतिनिधित्व करत नाहीत, ते आधुनिक शिक्षण घेतलेले, अर्धशिक्षित किंवा पूर्णपणे अशिक्षित मुस्लीम आहेत. ते इहलोकवादी आणि राजकीय असण्यापेक्षा परलोकवादी आणि अ-राजकीय आहेत. मात्र, या अतिरूढिप्रिय धर्मनिष्ठ चळवळीचे, आधुनिक शिक्षण घेतलेले अनुयायी गैरमुस्लिमांविषयी असहिष्णू राहिले आहेत आणि, अगदी कुराणातील शिकवणीच्या विरोधात जाऊन, फक्त मुस्लीम स्वर्गातजातील व गैरमुस्लिमांना अनंतकाळ नरकयातना भोगाव्या लागतील, असे ते मानतात. काही तबलिघी हे गैरमुस्लिमांविषयी अतिशय आक्रमकही असू शकतात. कराचीतील एका रुग्णालयामध्ये एक गंभीर जखमी झालेल्या ख्रिश्चन रुग्णावर उपचार सुरू असताना एका हिरव्या फेट्यातील तबलिघीने नरकयातनांपासून वाचण्यासाठी इस्लाममध्ये धर्मांतर करण्याचा सल्ला त्याला दिला होता.[26]

थोडक्यात, तबलिघी हे अतिरूढिप्रिय धार्मिकदृष्ट्या पुनरुज्जीवित होणाऱ्या प्रकारातील मुस्लीम वर्गाचे प्रतिनिधित्व करतात, जे नेमस्त, अ-राजकीय आणि अहिंसक आहेत. शिक्षित तबलिघींमध्ये अभियंते, वैद्यकीय डॉक्टर आणि विज्ञानाचे पदवीधर यांचे प्रमाण मुक्त कला आणि समाजशास्त्राच्या पदवीधरांच्या तुलनेत खूप जास्त आहेत. तबलिघींचा दृष्टिकोन धर्मनिष्ठ आणि रूढिप्रिय असला, तरीही काही परंपरावादी मुस्लीम अभ्यासक तबलिघींना पाखंडी मानतात. काही अभ्यासक तबलिघी जमातचे वर्णन ही वहाबीवादाची छुपी संघटना आहे, असे करतात तर, अहल-ए-हदीसचे अभ्यासक या चळवळीला देवबंदीविरोधी म्हणतात. जमात-ए-इस्लामीच्या मते हा विपथगामी मुस्लिमांचा गट आहे.[27]

युद्ध आणि शांततेच्या इस्लाममधील संकल्पना

मानवी हक्क आणि महिला अधिकारांचा विचार करता, ओल्ड टेस्टामेंट आणि न्यू टेस्टामेंट (बायबलमधील जुना करार व नवा करार), तसेच हिंदू किंवा बौद्ध पवित्र ग्रंथांच्या तुलनेमध्ये कुराण आणि इस्लाममधील महान परंपरा या खूप जास्त समानतावादी आणि मुक्त आहेत.[28] मुल्ला, तसेच गैरमुस्लीम अभ्यासक व इस्लामगंड असणाऱ्यांकडून वेळोवेळी लोकांमध्ये पसरवण्यात येणाऱ्या दृष्टिकोनाच्या विरुद्ध बाब म्हणजे, इस्लाम अन्य धर्मांपेक्षा श्रेष्ठ असल्याचा सिद्धान्त कुराणमध्ये कोठेही नमूद करण्यात आलेला नाही. कुराण हे ईश्वराला सर्वाधिक अपेक्षित असणारी आदर्श जागतिक व्यवस्था म्हणून वंश, वर्ण आणि संस्कृतीबाबतच्या अनेकतत्त्ववादाचा प्रसार करते. तसेच, मुस्लीम ही देवाने निवडलेली माणसे आहेत किंवा केवळ मुस्लिमांच्या विधिलिखितामध्ये स्वर्गातील स्थान आहे, यांसारख्या संकल्पना अजिबात इस्लामी नाहीत. ही गोष्ट पुढील चरणांमध्ये प्रतिबिंबित होताना दिसते: "मुस्लीम, ज्यू, ख्रिश्चन किंवा सबियन यांच्यापैकी ज्या कोणाचा ईश्वर व अखेरच्या दिवसावर विश्वास आहे आणि ज्या कोणी सत्कर्म केले आहे, त्याला निश्चितपणे त्याच्या ईश्वराकडून बक्षिसी मिळणार आहे. त्याला ना कशाची भीती असेल ना पश्चात्ताप" (कुराण 2:62). मात्र, कुराणाने दिलेल्या या सर्व गोष्टी शरियाने हिरावून घेतल्या आहेत. इस्लामविषयी अन्य काही, विशेषतः जिहाद, दहशतवाद आणि आत्मघाती हल्ल्यांबाबतच्या शंकाकुशंका आहेत. जिहाद हे पवित्र युद्ध आहे, ही इस्लामी संकल्पना नाही;[29] ही खूप बचावात्मक संकल्पना असून, मुस्लीम व गैरमुस्लीम दोघांनाही हा अधिकार देण्यात आला आहे.

> अत्याचाराने पीडित असल्यामुळे जे लढत असतील, त्यांना (हातामध्ये शस्त्र घेण्याची) परवानगी आहे. 'ईश्वर हाच आमचा पालक आहे,' हेच एकमेव कारण सांगितल्याबद्दल ज्यांना घरदार सोडावे लागले असेल, त्यांना मदत करण्यास ईश्वर नक्कीच सक्षम आहे. आणि जर देवाने काही लोकांमार्फत अन्य लोकांना शांत केले नसते, तर जिथे ईश्वराचे नाव सर्वाधिक आदराने घेतले जाते, अशी मठ, चर्च, सिनेगॉग आणि मशिदीसारखी ठिकाणे जमीनदोस्त झाली असती (कुराण 22:39–40).

कुराणातील उल्लेखाप्रमाणे, लढाऊ नसलेल्या, विशेषतः महिला आणि लहान मुलांवर हल्ले करू नयेत किंवा त्यांना ठार मारू नये, शत्रूला जाळून ठार मारू नये आणि त्यांचे बळजबरीने धर्मांतरही करू नये. या संदर्भात पुढील चरणांचा उल्लेख करता येऊ शकतो: "धर्मामध्ये कोणतीही गोष्ट बंधनकारक असू शकत नाही" (कुराण 2:256); "तुझ्यासाठी तुझा धर्म आहे, माझ्यासाठी माझा" (कुराण 109:6). इस्लाममध्ये आत्महत्येलाही मनाई आहे: "स्वतःचा जीव घेऊ नका; अल्ला तुमच्यावर निश्चितपणे मेहेरबान आहे आणि जो कोणी या मर्यादेचे उल्लंघन करून स्वतःचा जीव घेईल, त्याला/तिला मी निश्चितपणे शिक्षा करेन. ही गोष्ट माझ्यासाठी अजिबात अवघड नाही' (कुराण 4:29–30).

इस्लामवादी आणि इस्लामगंड असणारे अनुक्रमे हिंसाचाराचे समर्थन करण्यासाठी आणि इस्लामला राक्षसी ठरवण्यासाठी कुराणातील चरणांचा उल्लेख करतात, ही समस्या आहे. ते वारंवार नवव्या प्रकरणातील (सुराह अल-तौबा) चरणांचा पूर्णपणे संदर्भबाह्य उल्लेख करतात: "तुमच्याशी लढणारे तुम्हाला जिथे कुठे सापडतील, तिथे त्यांच्याशी लढाई करा आणि त्यांनी तुम्हाला ज्या ठिकाणाहून बाहेर काढले आहे, तेथून त्याला घालवून द्या" (सुराह अल-बक्र, 2:191). मात्र, या चरणांच्या आधीच्या आणि नंतरच्या चरणांचा उल्लेख मात्र ते करत नाहीत: "तुमच्याशी लढणाऱ्याशी ईश्वराच्या नावाने लढाई करा. मात्र, आक्रमक होऊ नका; ईश्वराला आक्रमक लोक आवडत नाहीत" (2:190); आणि "जरते लढायचे थांबले, तर तुम्हीही शत्रुत्व थांबवा. याला अपवाद फक्त शोषणकर्त्यांविरुद्धच्या शत्रुत्वाचा आहे" (2:193). इस्लामवाद्यांकडून इस्लामच्या नावाखाली दहशतवादाचे समर्थन करण्यासाठी पुढील चरणांचा दाखला देण्यात येतो: "तुम्हाला शक्य ती शस्त्रे आणि घोडदळ जमा करून त्यांच्या (अश्रद्धांच्या) विरुद्ध तयारी करा, ज्याद्वारे ईश्वराचे आणि तुमचे शत्रू असणाऱ्यांच्या मनामध्ये, त्याचबरोबर तुम्हाला अनोळखी असणाऱ्या परंतु, ईश्वराला ओळखीच्या असणाऱ्या लोकांमध्ये तुम्ही दहशत निर्माण करू शकाल..." (सुराह अल-अन्फल, 8:60). पुन्हा, याच प्रकरणातील शांततेचा प्रसार करणाऱ्या पुढील चरणांचा उल्लेख ते करत नाहीत:

> मात्र, ते जर शांततेकडे झुकले असतील, तर त्यांच्याबरोबर शांतता प्रस्थापित करा आणि ईश्वरावर विश्वास ठेवा. तो सर्व ऐकत आहे आणि त्याला सर्व माहीत आहे. जर त्यांनी तुम्हाला फसवण्याचा प्रयत्न केला, तर निश्चितपणे ईश्वर तुमच्यासाठी सक्षम आहे. त्यानेच तुम्हाला आपल्या मदतीने आणि अन्य श्रद्धाळूंचे सहकार्य देऊन शक्तिशाली बनवले आहे (8:61–62).

गैरमुस्लिमांना ठार मारण्याचे समर्थन करण्यासाठी इस्लामवादी आणि इस्लामगंड असणारे कुराणातील आणखी एका चरणाचा पूर्णपणे संदर्भबाह्य उल्लेख करतात:"लढाईसाठी मनाई असणारे हे महिने संपतील तेव्हा तुम्हाला जेथे मूर्तिपूजक सापडतील, तेथे त्यांना ठार मारा, आणि त्यांना ओलीस ठेवा किंवा वेढा घाला आणि त्यांना ठार मारता येण्याची शक्यता असलेल्या प्रत्येक ठिकाणी त्यांची वाट पाहत दबा धरा" (9:5). येथे पुन्हा, देण्यात आलेला दाखला निवडक आणि संदर्भहीन आहे. या प्रकरणाला, मक्केतील मूर्तिपूजक मदीनेतील बंडखोरांशी संगनमत करून, प्रेषित आणि त्यांच्या मदीना येथील राजवटीविरुद्ध हल्ल्याची जमवाजमव करण्यात गुंतले होते, त्या काळाची पार्श्वभूमी आहे. जर, शत्रू हा करार पाळणारा आणि मैत्रीपूर्ण असेल, तर ईश्वराने मुस्लिमांना त्यांची लढाई थांबवण्याचे आवाहन केलेलेही आपल्याला आढळते:

> ज्या मूर्तिपूजकांशी तुम्ही करार केला आहे, ज्यांनी किमान तुमचा अपेक्षाभंग केलेला नाही, ना त्यांनी तुमच्याविरोधात कोणाला मदत केली आहे, अशांचा अपवाद वगळता

> इतरांशी लढाई करा. कराराच्या काळामध्ये तुमची त्यांच्याप्रति असणारी कर्तव्ये पूर्ण करा... जर कोण्या मूर्तिपूजकाने संरक्षण मागितले असेल, तर त्याला ईश्वराचा शब्द ऐकता येऊ शकेल, अशा प्रकारे त्याला आश्रय द्या. त्यानंतर, त्याला सुरक्षित स्थळापर्यंत सोडून या... जोपर्यंत ते तुमच्याशी प्रामाणिक आहेत, तोपर्यंत, तुम्हीही त्यांच्याशी योग्य वर्तणूक ठेवा. अशी ईश्वरासमान वागणूक असणाऱ्यांवर देवही प्रेम करतो (9:4, 6–7).

इस्लामगंड असणारे आणि इस्लामवादी अतिरेकी हे निष्पापांच्या हत्येला मनाई करणाऱ्या कुराणातील पुढील वचनांचा कधीच उल्लेख करत नाहीत.

> न्याय्य कारणाचा अपवाद वगळता, ईश्वराने मनाई केल्याप्रमाणे कोणाचाही जीव घेऊ नका. ज्याची हत्या झाली आहे, त्या व्यक्तीच्या वारसांना निवारणाचा अधिकार आपण दिला आहे. मात्र, त्याने/तिने मारेकऱ्याला ठार मारून, ज्यासाठी त्याचा/तिचा त्याच कायद्याने निवाडा होईल, अशा न्यायाच्या मर्यादेचे उल्लंघन करता कामा नये. (सुराह बनी इस्रायल, 17:33)

> म्हणूनच इस्रायलच्या लेकरांसाठी आम्ही फर्मान काढत आहोत, की खुनासाठीची किंवा प्रदेशात भ्रष्टाचार पसरविणाऱ्यासाठीची शिक्षा म्हणून केलेल्या हत्येचा अपवाद वगळता, जो कोणी मानवाची हत्या करतो, ती संपूर्ण मानवतेची हत्या केल्याप्रमाणे आहे आणि जो कोणी जीव वाचवत असेल, तो संपूर्ण मानववंशाचे रक्षण करत आहे... (सुराह अल-मैदाह, प्रकरण 5:32–33).

एखाद्या शत्रूला पश्चात्ताप झाला असेल आणि तो शांततेसाठी प्रयत्न करत असेल, तर त्याच्याशी लढाई करायला आणि त्याची हत्या करायला कुराणामध्ये मनाई आहे: "तुमच्या सत्तेखाली येण्यापूर्वी जे शत्रू पश्चात्ताप व्यक्त करत असतील, त्यांना ईश्वर हा दयाळू आणि क्षमाशील आहे, हे समजले पाहिजे" (5:34). एकुणात, कुराणातील नैतिक तत्त्वे त्यातील कायदेशीर तत्त्वांपेक्षा जास्त मोलाची आहेत; कुराणातील सूचना या विशिष्ट कालखंड आणि ठिकाणांच्या संदर्भाने असून, त्या वैश्विक नाहीत, मग त्या आधुनिक मुस्लिमांसाठी बंधनकारक असणे तर दूरच राहिले.

मुल्लांची मानसिकता

मुस्लीम जनसमुदायावर असलेल्या मुल्लांच्या आत्यंतिक प्रभावाने त्यांच्या धारणा व्यवस्थेसह एकूणच संस्कृती, मूल्ये यांना आकार दिला असल्यामुळे मुल्लांची मानसिकता समजून घेणे हे खूप महत्त्वाचे आहे. सामान्य मुस्लिमांची आधुनिकपूर्व, भांडवलशाहीपूर्व संस्कृती, अंधश्रद्धात्मक धारणा आणि आचरण पद्धती या संत व सूफी गुरूंच्या (जिवंत किंवा मृत) अद्भुत शक्तींवरील, तसेच संत, सुफी आणि ग्रामीण मुल्लांनी केलेले जादुई उपचार आणि त्यांनी दिलेले संरक्षणाची शक्ती असणारे ताईत यांवरच्या विश्वासाने भरलेल्या

आहेत. मुल्लांच्या या प्रभावामुळेच, वैयक्तिक आणि सामूहिक स्तरावर आधुनिकता अंगीकारण्यामध्ये मुस्लिमांना अडचणी येतात. संपूर्ण इतिहासामध्ये मोठ्या संख्येने मुल्ला हे श्रीमंत आणि शक्तिशाली लोकांशी एकनिष्ठ होते, कारण या मुल्लांची उपजीविका या लोकांवर अवलंबून होती. म्हणूनच, शरियाच्या नावाखाली सत्ताधारी उच्चवर्गीय आणि शक्तिशाली लोकांच्या बहुपत्नीकत्व, गुलामगिरी, रखेल ठेवणे, जनानखाना बाळगणे, महिलांना व मुस्लिमेतरांना दुय्यम अधिकार देणे यांसारख्या विशेषाधिकारांच्या समर्थनार्थ मुल्लांकडून काढण्यात येणाऱ्या इस्लाम बाह्य आणि गैरइस्लामी फर्मान किंवा फतव्यांचा प्रसार झाला.

मुल्ला ही व्यापक संज्ञा असून, प्राथमिकतः ती मुस्लीम धर्मशास्त्रज्ञांकडे निर्देश करत असली, तरी प्रत्यक्षात त्यातून इमाम किंवा प्रार्थनेच्या प्रमुखांपासून ते मदरशांच्या अर्धशिक्षित शिक्षकांसह सर्व स्तरांतील मुस्लीम धर्मगुरू सूचित होतात. बहुतांश मुल्ला हे सत्ताधारी उच्चवर्गीयांच्या नियंत्रणाखाली असले, तरीही कुराण आणि शरिया कायद्याचा अन्वयार्थ लावणे, हा फक्त त्यांचा अधिकार असतो. थोडक्यात, मुल्ला हे एकत्रितपणे उलेमा, मौलाना, आणि मौलवी (विद्वान), पीर आणि शेख (सुफी), मुफ्ती (न्यायाधिकारी), आणि इमाम (प्रार्थनेचा प्रमुख) या धर्मगुरू आणि सुफींचे प्रतिनिधित्व करतात. शिया मुल्ला, विशेषतः इराणमध्ये, बऱ्याच शतकांपासून सुप्रस्थापित आहेत, कारण शियापंथीय इस्लाम हा औपचारिक धर्माधिकाऱ्यांची संकल्पना मान्य करतो. सुन्नींमध्ये अशी पद्धत नाही. इराणमध्ये जवळपास शिया मुल्लाच देशांतर्गत आपली राज्ये चालवत होते आणि 1979 मध्ये अखेरच्या शाहची राजवट उलथवून टाकल्यानंतर तेही राष्ट्र बनले आहेत. त्याउलट, सुन्नी जगतामधील कथा मात्र पूर्णपणे वेगळी आहे.

काळाच्या ओघामध्ये, सुन्नी जगतातील मुल्लांचा प्रभाव, विशेषतः शहरी भागांमध्ये, ओसरत गेला आहे. पाश्चिमात्य वसाहतवादी राजवटींविरोधात मुस्लीम जनतेला एकत्रित आणण्यामध्ये मुल्लांनी महत्त्वाची भूमिका बजावली असल्यामुळे वसाहतवादी सत्ताधीशांमध्ये मुल्लांबाबत नापसंती होती, किंबहुना त्यांचा तिरस्कारच केला जात असे. वसाहतवादी सत्ताधीशांनी पाश्चिमात्य धर्मनिरपेक्ष नियम आणले आणि त्यांच्या वसाहतोत्तर उत्तराधिकाऱ्यांनीही या कायद्यांना पाठिंबा देणे सुरू ठेवल्यामुळे मुल्ला हे सरकार चालविण्यासाठी असंबद्ध बनले आहेत. पाकिस्तान, सुदान, सोमालिया यांसारख्या काही राष्ट्रांचा अपवाद वगळता, मुस्लीम जगतामध्ये वसाहतोत्तर काळामध्ये शरिया हा केवळ मुस्लिमांच्या व्यक्तिगत आणि दिवाणी कायद्याच्या प्रामुख्याने वारसाहक्क, विवाह आणि घटस्फोट आदींशी संबंधित विशिष्ट पैलूंचे नियमन करतो. मुल्लांनी साहजिकच शरियाचा अर्थ लावण्याच्या आणि सांगण्याच्या केवळ त्यांच्याकडे असणाऱ्या अधिकाराची मर्यादा चांगल्या रीतीने घेतली नाही. भारत आणि अन्य ठिकाणी वसाहतपूर्व काळामध्ये त्यांना मिळणाऱ्या महसूलमुक्त जमिनी व अन्य सवलती गमावण्यास त्यांनी विरोध केला. युरोपीय

नियम, भाषा आणि संस्था आल्यामुळे, मुल्लांच्या नेता, न्यायाधीश, न्यायाधिकारी आणि शिक्षक म्हणून असणाऱ्या सामाजिक स्थानालाही जोरदार धक्का बसला. त्यामुळेच, मुल्ला पाश्चिमात्य विचारधारा, त्यांचे स्थानिक प्रशंसक आणि दलालांचा टोकाचा द्वेष करतात. मुल्लांनी मिथक असलेल्या दार उल-इस्लाम (इस्लामचे निवासस्थान) आणि दार उल-हर्ब (युद्धाचे स्थान किंवा मुस्लिमेतर) यांमध्ये स्पष्ट रेषा आखली असून त्याद्वारे गैरमुस्लिमांचे किंवा सर्वत्र सलाफी-जिहादी दहशतवाद्यांकडून सातत्याने वापरण्यात येणाऱ्या संज्ञेनुसार काफिरांचे शोषण करणे, त्यांना अंकित करणे आणि अगदी त्यांची हत्या करण्याचेही समर्थन केले जाते.

इस्लामच्या सुन्नी अन्वयार्थाप्रमाणे, ईश्वर आणि मानवामध्ये कोणताही औपचारिक धर्मगुरू किंवा मध्यस्थ नसला, तरीही सुन्नी मुस्लिमांमध्ये मुल्ला चांगलेच प्रस्थापित आहेत, या गोष्टीची नोंद घ्यायला हवी. सर्वांत प्रभावशाली सुन्नी धर्मगुरू आणि विचारवंतांपैकी एक असणारे इमाम गझ्झली (मृत्यू 1111) आणि सुन्नी जगतातील त्यांचे अनुयायी हे इतके अडाणी, स्त्रीद्वेष्टे, दुराग्रही आणि अप्रामाण्यवादी आहेत की समजू न शकलेल्या किंवा त्यांच्या हितसंबंधांना धोकादायक ठरेल असे वाटणाऱ्या प्रत्येक गोष्टीला त्यांनी विरोध केला आहे. गझ्झली यांनी केवळ गणित किंवा तत्त्वज्ञानाचाच विरोध केला नाही, तर इस्लामच्या नावाखाली महिलांना अंकित ठेवण्याचेही उदात्तीकरण केले. सुन्नी रूढिप्रियतेचे जनक असलेल्या या मध्ययुगीन धर्मगुरूच्या मते, पत्नी आपल्या पतीचे ऋण अगदी त्याच्या संसर्गजन्य जखमा चाटूनही कधीही फेडू शकत नाही. असे स्त्रीद्वेष्टे वर्णन लोकप्रिय इस्लाममध्ये पसरले आहेत. मुल्ला, विशेषतः संपूर्ण दक्षिण आशियातील मुल्ला इस्लामच्या नावाखाली पुरुषांच्या सर्वोच्चतेचे उदात्तीकरण करतात, महिलांच्या नेतृत्वाचा विरोध करतात, एकांतवास, पत्नीला मारहाण, पती स्वेच्छेने देत असणारा घटस्फोट आणि महिलांना दुय्यम अधिकार व स्थान आदींचे समर्थन करतात.[30]

अखंड भारतीय उपखंडातील मुल्लांनी रेडिओ सैतानी मानला होता व रेडिओवरून कुराणांतील चरणे सादर करणे याला ते इस्लामविरोधी मानत होते, तर इजिप्तमधील अल-अझर धर्मशिक्षण संस्थेतील दिवंगत शेख गद अल-हक यांनी महिलांची जननेंद्रियच्छेदनाचे समर्थन, ते इस्लामी असल्याचे सांगत केले होते आणि अन्य एका धर्मगुरूंनी हा एचआयव्ही संसर्गासाठी प्रतिबंधक उपाय असल्याचे सांगत, त्याचे उदात्तीकरण केले होते.[31] पूर्वी मुस्लीम असणाऱ्या आणि सोमालियात जन्मलेल्या अयान हिरसी अली यांनी इथिओपिया, केनिया, सोमालिया आणि अन्य अरब जगतामध्ये (आणि आग्नेय आशियामध्ये) ख्रिश्चन, मुस्लीम, ज्यू आणि मूर्तिपूजकांकडून उदात्तीकरण करण्यात आलेल्या या महिलांचे जननेंद्रियच्छेदन करण्याच्या क्रूर परंपरांचे भडक वर्णन केले आहे. या परंपरांचे उदात्तीकरण करण्यात येते. केनिया आणि इथिओपियामध्ये लहानाचे मोठे होत असताना, सुंतेच्या वेदनादायी प्रक्रियेतून जाण्यापूर्वी त्यांची आणि त्यांच्या बहिणीची

शाळेतील अन्य मुली कशा प्रकारे टिंगलटवाळी करत होत्या, हेसुद्धा त्यांनी स्वतःच्या अनुभवांवरून सांगितले आहे.[32] सौदी अरेबियाचे मुख्य मुफ्ती दिवंगत अब्देल-अझीद बीन बाझ या आणखी एका धर्मगुरूच्या मते जग हे सपाटच होते आणि याला छेद देणारी उपग्रहाने टिपलेली छायाचित्रे हे निव्वळ पाश्चिमात्यांचे इस्लामी जगताविरोधातील कटकारस्थान होते.[33]

मुल्लांची मानसिकता ही पुन्हा मुल्लांची अनभिज्ञता आणि विरोधाभास म्हणजे त्यांच्यामधील न्यूनगंड, सामाजिक असूया आणि संधिसाधू सत्ताधारी वर्गाकडून राजकीय फायद्यासाठी होणाऱ्या त्यांच्या वापरातून फुगलेली अहंमन्यता यांचे उपफलित आहे. शिक्षित आणि अशिक्षित अशा दोन्ही प्रकारच्या मुस्लिमांकडून मिळणाऱ्या आदरभावानेही मुल्लांना आत्मश्रेष्ठ धर्मवेडे, सुधारक आणि नेते बनवले आहे. मुल्लांनी त्यांच्या आकलनापलीकडे असणाऱ्या विचारधारा, संकल्पना आणि पद्धतींचा द्वेष करण्यास, जिथे विद्यार्थ्यांना सज्ञान बनवण्यासाठी मुक्त कला, सामाजिक शास्त्रे किंवा नैसर्गिक विज्ञान यांचे शिक्षण दिले जात नाहीत, अशा जुनाट मदरसे आणि धर्मशिक्षण संस्थांमध्ये मुल्लांनी घेतलेले शिक्षणही जबाबदार आहे. मुस्लीम हे ईश्वराने निवडलेले नागरीक असून, तेच फक्त स्वर्गामध्ये जाणार आहेत आणि मुस्लिमेतरांचे नरकामध्ये जाणे निश्चित आहे, असे सर्वसाधारण मुल्ला मानतात. परिणामतः अनेक मुस्लीम मृत गैरमुस्लिमांना नरकयातना मिळण्याची इच्छा बाळगतात, कारण प्रत्येक गैरमुस्लीम श्रद्धा, परंपरा आणि रूढींशी संबंधित प्रत्येक गोष्टीचा द्वेष करण्याची शिकवण त्यांना मुल्लांकडून मिळालेली असते.[34] जगभरातील सर्व ठिकाणचे मुल्ला हे स्वप्नील अनैतिहासिक भूतकाळामध्ये जगत असतात, मुस्लिमांची ईश्वरसेवा व ईश्वरभय यांमुळे इस्लाम ही जगातील सर्वांत प्रगत व प्रबळ संस्कृती आहे, असे त्यांना वाटते. मध्ययुगीन कालखंडातील मुस्लिमांची विस्तारवादी युद्धे, त्यातील विजय, गैरमुस्लीम प्रदेशांना अंकित करणे, गैरमुस्लिमांचे बळजबरीने धर्मांतर करणे आणि गैरमुस्लिमांना कमी अधिकार देणे यांचे मुल्लांकडून समर्थन करण्यात येते. आपल्या पूर्वजांचे पराक्रम म्हणून मुल्ला मध्ययुगीन काळामध्ये मुस्लिमांनी स्पेन, भारत, पूर्व युरोप आणि जगात अन्य ठिकाणी मिळवलेले विजय आणि गैरमुस्लिमांना अंकित करणे या गोष्टींचे उदात्तीकरण करतात. त्यामुळेच, अद्यापही जगभरातील सर्वत्र सर्व वर्गातील मुस्लिमांमध्ये बढाईखोर गर्व, मग्रुरी, स्मरणरमणीयता आणि गैरमुस्लीम संस्कृतीविषयी असहिष्णुता आहे.

शरियाचा व्यापक प्रभाव, रूढिप्रिय आणि परलोकवादी मुल्ला, यांमुळे मुस्लीम या जगातील जीवनाचा आनंद घेण्यापेक्षा मृत्यू, स्वर्ग आणि नरक यांविषयीच जास्त शिकत असतात. संगीत, कला, सजीव गोष्टींची चित्रे, नाटक, नाट्यगृह, चित्रपट आणि मनोरंजनाच्या अन्य प्रकारांना इस्लाममध्ये बंदी आहेत, असेच सामान्य मुस्लीम मुल्लांकडून शिकत असतात. मुल्लांच्या फतव्यानुसार, मुस्लीम हे कला, संगीत आणि मनोरंजनाविरहित साधे व काटकसरी जीवन, एकांतवास आणि महिलांना हीन वागणूक, मदरसे आणि जीवन

म्हणजे केवळ मृत्यूनंतरच्या चिरंतन आयुष्यापर्यंतचे संक्रमण आहे, असे मानून प्रार्थना, उपास आणि ईश्वरनामाचा जप करण्यामध्ये जास्तीत जास्त वेळ व्यतीत करणे आदी गोष्टींचे उदात्तीकरण करत असतात. परिणामी, बहुसंख्य मुस्लीम विशेषतः दक्षिण आशिया व सौदी अरेबियातील (सौदी साम्राज्याच्या स्थापनेपासून) मुस्लीम हे ललित कला, संगीत, नृत्य, नाटक, नाट्यगृह आणि मुल्लांकडून इस्लाममध्ये हराम किंवा मनाई आहे असे मानण्यात येणाऱ्या कोणत्याही गोष्टीविषयीची आवड विकसित न होताच वाढले आहेत, मग त्यांमध्ये कौशल्ये आत्मसात करणे तर दूरच राहिले. विशेष म्हणजे, दक्षिण आशियातील अनेक मुल्लांनी रेडिओ ऐकण्यास, अगदी त्यावर कुराणातील वचने ऐकण्यासही मनाई केली होती, कारण रेडिओ हे उपकरण सैतानी असून त्यावरून सैतान जनतेची दिशाभूल करण्यासाठी बोलत असतो, असे त्यांना वाटत होते. आजही अनेक मुल्लांचा चित्रपट, छायाचित्रकला आणि दूरचित्रवाणीला तीव्र आक्षेप आहे. कोणत्याही वर्ग, पंथांतील आणि संस्कारांमध्ये वाढलेले असले, तरी मुल्ला स्त्रीद्वेष्टे असून, मुलींच्या उच्चशिक्षणाला त्यांचा विरोध आहे. महिलांना एकांतवासात ठेवण्यास व त्यांनी बुरखा घालण्यास, बालविवाह किंवा कमी वयांतील विवाहास, बहुपत्नीत्वास, वारसा हक्कामध्ये महिलांना असमान वाटा देण्यास मुल्लांचा पाठिंबा असून, आंतरधर्मीय विवाह, महिलांचे नेतृत्व यांना त्यांचा विरोध आहे. थोडक्यात, कुराणापेक्षाही हदीस आणि शरियाला त्यांचे प्राधान्य असते. एकूणच, मुल्ला स्वतःच्या शिकवणीचे इस्लामी म्हणून समर्थन करत असले, तरीही ते इस्लाममधील स्थानिक व अल्प परंपरांचेच कडवे संरक्षक आहेत आणि या परंपराही स्थानिक गैरमुस्लीम परंपरा व श्रद्धांमधून (हिंदू-ख्रिश्चन-ज्यू-एनिमिस्ट) प्रभावित आणि जडणघडण झालेल्या आहेत. तथापि, महिलांचे जननेंद्रियच्छेदन (आफ्रिका, अरब जगत आणि आग्नेय आशियातील मुस्लिमांमध्ये रूढ असलेल्या प्रथेप्रमाणे) आणि अनैतिक संबंधांसाठी दगडाने ठेचून मारण्याची शिक्षा आदींसह ज्या गोष्टी शरियानुसार असल्याचे मुल्लांचे मत आहे, त्यांवरील कोणत्याही गैरमुस्लीम प्रभावांबाबत हे मुल्ला अनभिज्ञ आहेत. आजही अनेक मुल्ला राजेशाही, लष्करी हुकूमशाही आणि अगदी गुलामगिरीही इस्लामी असल्याचे सांगत त्याचे समर्थन करतात. सत्ता ही ईश्वराची देणगी आहे, असे सांगत संपूर्ण इतिहासकाळामध्ये मुल्लांनी मुस्लीम खलिफा आणि राजांच्या निरंकुश सत्तांचे समर्थन केले, प्रत्यक्षात मात्र, सुरुवातीची खिलाफत (661) संपुष्टात आल्यानंतरचे बहुतांश खलिफा व राजे हे आक्रमणकर्ते आणि लष्करी हुकूमशहा होते. निरंकुश राजेशाह्या आणि आणि लष्करी हुकूमशहांना अधिमान्यता देण्यात मुस्लीम जगतातील मुल्लांना काहीच वावगे वाटत नाही.

दरम्यान, मुल्ला हा भेदाभेद नसणारा एकसंध वर्ग नाही. तर, त्यांच्यामध्येही शहरी व ग्रामीण, श्रीमंत व गरीब, शिक्षित व अशिक्षित, शिया किंवा सुन्नी, वहाबी किंवा सुफी, संकुचित मनोवृत्तीचे आणि खुल्या मनाचे/उदारमतवादी असे विविध वर्ग आहेत.

समाजातील सत्ताधारी उच्चभ्रू, श्रीमंत आणि शक्तिशाली लोकांविरुद्ध जाण्याचे परिणाम समजण्याइतके बहुतांश मुल्ला हे अराजकीय, नमते घेणारे आणि व्यवहारिक असतात, कारण ते पुरेसे रोजगारक्षम नसल्याने उपजीविकेसाठी या वर्गावरच अवलंबून असतात. परिणामी, एकाधिकारशाही व्यवस्थेमध्ये बहुतांश मुल्ला सामान्यांना राजकारण आणि देशाविरोधातील कारवायांमध्ये सहभागी होऊ नका, असा सल्ला देत असतात. एकतंत्री सत्ताधीशाच्या आदेशाचे पालन करण्याचे समर्थन करण्यासाठी ते हदीसमधील काही दाखलेही देत असतात. मुल्ला, हे त्यांची पार्श्वभूमी आणि प्रशिक्षण काहीही असले तरी, आधुनिकपूर्व, अंधश्रद्धाळू असतात. संतांकडील जादुई उपचारशक्ती, गंडेदोरे आणि दिवस किंवा रात्रीच्या विशिष्ट वेळी ठरावीक मंत्रजप करण्यासारख्या गोष्टींवर त्यांचा विश्वास असतो. महाविद्यालयीन शिक्षण घेतलेल्या मुस्लिमांसहित त्यांचे अनुयायी त्यांच्याकडून भक्तिभाव आणि सवाब म्हणजे एखाद्या चांगल्या कर्मांसाठी ईश्वराकडून पुढे मिळणारी बक्षिसी, यांविषयीच जास्त शिकत असतात. त्यामुळेच, एकही अरबी शब्द समजत नसूनही कुराणाचे पठण केले, तर आपल्याला सवाब मिळेल, अशी बहुतांश मुस्लिमांची श्रद्धा असते. या श्रद्धेला आधार देण्यासाठी मुल्ला एका हदीसचा दाखला देतात, ज्यानुसार कुराणातील एक अक्षर हे दहा चांगल्या गोष्टींसारखे असते, ते दहा वाईट गोष्टींची माफी मिळवून देते आणि देवाच्या नजरेत एखाद्याचे स्थान दहा पावलांनी उंचावते.

पुन्हा, या नाण्याला आणखीही एक बाजू आहे. विकास आणि शांततेला मारक असलेल्या मुल्लांच्या प्रतिगामी आणि नेहमीच्या प्रतिक्रियावादी भूमिकेबाबत तीव्र आक्षेप असला, तरीही जगाच्या विविध भागांमध्ये साम्राज्यविरोधी/वसाहतविरोधी चळवळींत मुल्लांनी देदीप्यमान भूमिका बजावली होती, हे वास्तव कोणीही नाकारू शकत नाही. सौदी अरेबियातील 18 व 19व्या शतकातील वहाबी चळवळ ही प्राथमिकतः ओटोमन तुर्क साम्राज्याविरोधातील अरब राष्ट्रवादी चळवळ होती. सुदानमधील महदी चळवळ आणि सोमालिया, ब्रिटिश भारत आणि अन्य ठिकाणी 19व्या शतकामध्ये झालेले वसाहतविरोधी जिहादही अशाच प्रकारचे होते. दक्षिण आशियामधील निष्ठावान, प्रामाणिक आणि शूर मुल्ला हे ब्रिटिशविरोधी चळवळीचे प्रणेते होते. इंग्रजीशिक्षित धर्मनिरपेक्ष मुस्लिमांच्या उलट, बहुतांश मुल्ला हे तथाकथित भारतीय मुस्लिमांसाठीचे घर असणाऱ्या पाकिस्तानच्या निर्मितीच्या विरोधात होते. ब्रिटिश भारतातील बहुतांश रूढिप्रिय मुल्ला हे हिंदूंना इस्लामचे शत्रू मानत नव्हते, ही गोष्ट आज अविश्वसनीय वाटू शकते. ज्यातून 1947 मध्ये पाकिस्तानची निर्मिती झाली, त्या जिन्नांच्या द्विराष्ट्र सिद्धान्ताला पाठिंबा देण्याऐवजी या मुल्लांनी भारतासाठी एकजिनसी हिंदू-मुस्लीम राष्ट्रीयतेचा पुरस्कार केला होता.

गावंढळ मुल्लांच्या शिकवणीमुळे, प्रार्थना, उपास, दानधर्म आणि हज यात्रेमुळे आपली सर्व पापे धुतली जातात, असा समज सामान्य मुस्लिमांमध्ये आहे. परिणामी, पूर्णपणे भ्रष्ट असूनही त्याच वेळी इस्लामी रूढींचे खूप काटेकोर अनुयायी असणाऱ्या मुस्लिमांची

कमतरता नाही. अशा धार्मिकतेमागे कोणतेही तत्त्व किंवा तत्त्वज्ञान असल्याचे दिसून येत नाही. बुहतांश मुस्लीम पापक्षालन किंवा पापे कमी करण्यासाठी अतिरिक्त प्रार्थना, उपास, ईश्वरनामाचा जप आणि सुफी संतांच्या समाधी स्थळांना भेटी आणि/किंवा उमरा करणे (हज यात्रेच्या काळामध्ये मक्का व मदिनाला भेट देणे) यांसारख्या रूढींवर विश्वास ठेवतात. विशेष म्हणजे, सर्वांत भ्रष्ट, क्रूर आणि वाममार्गाला लागलेले लोक जोपर्यंत जाहीरपणे इस्लाविषयी धर्मनिष्ठा आणि समर्थन प्रदर्शित करत असतील, तोपर्यंत त्यांचे नेते म्हणून पुनर्वसन करण्यात सामान्य मुस्लिमांना काहीच वावगे वाटत नाही. पाकिस्तानात झिया उल हक, बांगला देशामध्ये इर्शाद, इंडोनेशियामध्ये सुहार्तो आणि मुस्लीम जगतातील अन्य काही बाबतीत तर दशकानुदशके सत्तेवर राहिलेले भ्रष्ट व क्रूर सत्ताधीश ही यासंदर्भातील उदाहरणे आहेत. थोडक्यात, मुस्लीम हे जगातील सर्वांत कमी सर्जनशील आणि सर्वाधिक मागास समाजाचे प्रतिनिधित्व करतात. या समाजाला प्रचंड लोकसांख्यिक दबाव आणि युवकांच्या संख्येच्या फुगवट्याचा सामना करावा लागत असून या गोष्टी आर्थिक संकट, दहशतवाद व बंडखोरीसह सामाजिक-राजकीय अस्थिरता यांमागील महत्त्वाच्या घटकांपैकी आहेत. उम्मामध्येही अरब मुस्लीम हे सर्वांत कमी निर्मितीक्षम आणि सर्जनशील आहेत.[35]

शेवटचे मात्र तितकेच महत्त्वाचे, बहुतांश मुस्लीम वसाहतवादानंतरच्या एकाधिकारशाही राजवटीमध्ये राहत असून, त्यांच्यामध्ये राष्ट्र किंवा सरकारप्रति हक्क आणि त्याच्या कायदे-नियम यांविषयी आदर यांची जाणीव अगदीच कमी आहे. त्यामुळे सरकारच्या नियमांचा भंग हा अनैतिक किंवा पापयुक्त मानला जात नाही. एका सर्वशक्तिमान ईश्वराची सर्वोच्चता प्रस्थापित करण्याच्या नावाखाली प्रेषित महम्मदांनी प्राथमिकतः कायद्याचे राज्य किंवा सुप्रशासनासाठी प्रयत्न केले होते, ही गोष्ट बहुतांश मुल्लांना माहीत नाही. इस्लाममध्ये ईश्वर आणि मानव यांच्यामध्ये कोणताही मध्यस्थ नाकारण्यात आला आहे ही बाब, तसेच इस्लाममधील कठोर एकेश्वरवादाचा प्रसार किंवा कोणत्याही भागीदाराशिवाय सर्वशक्तिमान ईश्वराची संकल्पना यांतून देवत्वाचा दावा करणाऱ्यांप्रति किंवा एकाधिकारशाहीप्रति इस्लामचा अनादर स्पष्ट होतो, हे या मुल्लांना समजत नाही.

थोडक्यात, मुल्ला हे ज्याप्रमाणे मुस्लिमांचे मागासलेपण आणि अर्धशिक्षित धर्मगुरू वर्गावर (सुन्नी शिकवणीच्या उलट) असणाऱ्या त्यांच्या अवलंबित्वाचे प्रतीक आहेत, त्याचप्रमाणे, प्रतिगामी मुल्ला हे जीवनाच्या सर्व क्षेत्रांमध्ये *उम्मा*चा विकास आणि प्रगती खुंटण्यासाठी कारणीभूत आहेत. मागील सहस्रकामध्ये बहुतांश मुल्लांनी परकीय किंवा स्वदेशी एकाधिकारशहांची बाजू घेतली किंवा बहुसंख्य मुस्लिमांच्या इच्छेच्या उलट अप्राप्य स्वप्नील चळवळींचा कैवार घेतला, हा योगायोग नाही. इजिप्त धर्मगुरूंनी हुकूमशाही, भ्रष्ट आणि अकार्यक्षम खेदिव्ह राजवटीला दिलेला निश्चयी पाठिंबा; इराणमधील धर्मगुरूंनी 1953 मध्ये शाह यांना आणि सीआयए-पुरस्कृत बंडाला दिलेला पाठिंबा; बांगला देश मुक्तिसंग्रामामध्ये बहुतांश बांगला देशी धर्मगुरूंनी पाकिस्तानच्या आक्रमणकर्त्या लष्कराशी

केलेली हातमिळवणी, ही उदाहरणे या संदर्भात देता येऊ शकतात. मुल्लांच्या प्रतिगामी भूमिका, अक्रांतिकारी आणि दुसऱ्यांसमोर नमण्याची मानसिकता—मुल्ला कायमच 'जैसे थे' परिस्थितीचे समर्थक असतात किंवा त्याहीपेक्षा वाईट म्हणजे, निरंकुश राजेशाही, गुलामगिरी आणि पुरुषसत्ताक पद्धती यांसारख्या आधुनिकपूर्व, सामाजिक-आर्थिक व राजकीय व्यवस्था कायम ठेवण्याचे पुरस्कर्ते असतात, आदी गोष्टींकडे पाहता, बंडखोर आणि प्रागतिक अशा दोन्ही प्रकारच्या इस्लामी चळवळी या मुल्लांच्या विळख्यापासून दूर आहेत. मुल्लांकडून जेव्हा एखाद्या बदलाविषयी अनुकूलता दर्शवली जाते, तेव्हा ते सुरुवातीच्या काळातील मुस्लीम पूर्वजांच्या किंवा सलफिय्यांच्या भासमान वैभवशाली भूतकाळाच्या दिशेने मागे जाण्याचे उद्दिष्ट बाळगतात. म्हणूनच, अगदी सर्वांत पुरोगामी आणि साम्राज्यवादविरोधी/पाश्चात्त्यविरोधी मुल्लाही इस्लामच्या नवाखाली प्रतिगामित्व आणि मागे नेणाऱ्या हुकूमशाही किंवा इस्लामवादाचे प्रतिनिधित्व करतात. मुल्ला हे आपल्याच विश्वामध्ये जगत असतात आणि त्यांच्या आचारविचाराच्या धारणा, ठाम प्रतिपादन आणि रूढी, ज्या इस्लाममधील शिकवणुकीपेक्षाही या वेगळया असतात, या अविश्वसनीयरित्या जुनाट, स्त्रीद्वेष्ट्या, बीभत्स, अश्लाघ्य आणि विज्ञानविरोधी आहेत. मुल्ला हे त्यांच्या काळापेक्षा किमान शंभर वर्षांनी मागे आहेत. अरब जगत आणि आग्नेय आशियामध्ये इस्लामच्या नावाखाली अनेक धर्मगुरू महिलांच्या जननेंद्रियच्छेदनाचे समर्थन करत असताना, काही जण तर ही पद्धती म्हणजे एचआयव्ही संसर्गावरील उतारा असल्याचेही मानतात. सर्वसाधारणपणे, मुल्ला संगीत, ललितकला, नाटक, नाट्यगृहे यांना तुच्छ लेखतात; ते आपल्या अनुयायांना या जगाचा त्याग करण्याची आणि मृत्यूचे उदात्तीकरण करण्याची शिकवण देतात आणि त्यांना मृत्यूनंतरच्या काळासाठी तयार करतात. एकुणात, मुस्लिमांची प्रगती खुंटण्याला मुल्ला हेच प्रामुख्याने कारणीभूत आहेत. इस्लामवाद हा थोडक्यात, मुल्लांकडून इस्लामच्या काढल्या गेलेल्या चुकीच्या अर्थातून उगम पावला आहे. त्यामुळेच, इस्लाम आणि इस्लामवाद यांच्यातील संबंध हा दूध आणि दही यांच्यातील परस्परसंबंधांसारखाच आहे. या दोन्हींच्या दिसण्यात आणि चवीतही खूप फरक असला, तरी त्यांची पाळेमुळे सारखीच आहेत.

इस्लामवाद: स्वाभाविकआणि संरचित

इस्लामवाद हे सर्व दुःखांचे प्राचीन कारण नसून, उलट तो मुस्लीम जगतातील पाश्चिमात्यांचे अनेक शतकांचे वर्चस्व आणि दुटप्पीपणा यांचा लांबलेला परिणाम आहे. त्यामुळे, इस्लामबाबत *काय चुकले?* असा अहंमन्य प्रश्न उपस्थित करण्याऐवजी इस्लाम आणि मुस्लिमांना आधुनिक कसे करता येईल, पाश्चिमात्यांना मुस्लीम जगताप्रति अधिकाधिक जबाबदार आणि उत्तरदायी कसे बनवता येईल, असे प्रश्न आपण विचारणे आवश्यक आहे. 'इस्लामवाद' ही संज्ञा जगातील सर्वच मुस्लिमांना स्वीकारार्ह नाही. ही अभिव्यक्ती

मुस्लिमेतर टीकाकार आणि इस्लामच्या प्रशंसकांसाठीही अडचणीची आहे. इस्लाम हा पूर्णपणे राजकारणाशीसंबंधित आहे, असे मानणारे मुस्लीम किंवा इस्लाम हा जागतिक खिलाफत स्थापन करण्यासाठी हिंसक मार्गाने जगाचा ताबा मिळवण्यासाठी आहे, असे मानणारे इस्लामगंड असणारे, या दोघांनाही ही संज्ञा अर्थबोजड आणि दिशाभूल करणारी वाटते, कारण दोन्ही गट इस्लामला इस्लामवाद किंवा राजकीय इस्लामपासून वेगळे करण्यास नकार देतात. तथापि, सध्या आध्यात्मिक इस्लाम ही राजकीय इस्लामपेक्षा संपूर्णपणे वेगळी विचारधारा आहे का, याविषयीची चर्चा रंगली असतानाही राजकीय इस्लाममधील गतिशास्त्र आणि निकड यांकडे निर्देश करण्यासाठी आणि त्या समजून घेण्यासाठी यापेक्षा चांगली संज्ञा आपल्याला सापडत नाही.

आपल्याला शीतयुद्धाच्या काळातील इस्लामवाद आणि शीतयुद्धानंतरचा इस्लामवाद यांमधील भेद ओळखण्याची गरज आहे. शीतयुद्धाच्या काळामध्ये, मुस्लिमांनी पाश्चात्त्यांना संशयित तरीही सहकारी, साम्यवाद या त्यांच्या सामाईक शत्रूविरोधातील मित्र मानले होते. मात्र, शीतयुद्धानंतरच्या कालखंडामध्ये पाश्चिमात्यांचा दुटप्पीपणा आणि मुस्लीमबहुल देशांवरील आक्रमणे यांमुळे मुस्लीम त्यांना मित्र न मानता प्रमुख शत्रू समजू लागले आहेत. नव्या जागतिक रचनेने मुस्लिमांना आशा आणि सबलीकरणाची नवी पहाट दाखवण्याऐवजी, त्यांचा पूर्णपणे भ्रमनिरास केला. 1991 नंतर तुर्कस्तान, पाकिस्तान, बांगला देश आणि मलेशिया यांचा अपवाद वगळता जवळपास सर्व मुस्लीमबहुल देश हे हुकूमशाही राहिले, तर 2003 पर्यंत त्यांपैकी इराक, सुदान आणि अफगाणिस्तान या तीन देशांमध्ये पाश्चात्त्य फौजांनी आक्रमण केले होते. थोडक्यात, शीतयुद्धानंतरच्या कालखंडातील मुस्लिमांच्या कटू अनुभवांचा एकत्रित परिणाम आणखी एका शीतयुद्धाची सुरुवात होण्यात झाला आहे. इस्लाम विरुद्ध पाश्चिमात्य हा नवा परवलीचा शब्द बनला आहे. दरम्यान, अनेक मुस्लीमबहुल देशांमध्ये जुनाट, अति-रूढिप्रिय आणि प्रतिगामी शक्तींनी वरचष्मा निर्माण केला आहे. विशेष म्हणजे, वसाहतोत्तर समाजांमध्ये मुस्लिमांना आंतरदेशीय मुस्लीम बंधुभावाच्या संकल्पनेने मोहून टाकले असून, कमकुवत व उपेक्षित लोकांना समूहामध्ये सुरक्षा सापडत असल्याने मुस्लीम हे आपले सुरक्षाकवच म्हणून भासमान उम्माला धरून ठेवत आहेत.

त्यानंतर पुन्हा, कट्टर इस्लामवाद "हे आधुनिक तत्त्वज्ञान" असून, ती फक्त मध्ययुगीन पूर्वग्रहांचा ढीग नाही. लष्करी कारवाई कोणतीही विचारधारा नष्ट करू शकत नाही आणि आजचा आक्रमणांनंतरचा इस्लामवाद हा पूर्वीपेक्षा अधिक शक्तिशाली बनला आहे. तथापि, इस्लामवाद ही गतकाळातील युरोपीय फॅसिजमची उपशाखा आहे,[36] या बर्नार्ड लुईस यांच्या मताला मी दुजोरा देणार नाही. मात्र, "या प्रतिस्पर्धी व्यवस्थांमधील [इस्लामी आणि ख्रिश्चन] संघर्ष हा गेली 14 शतके सुरू आहे,' हे लुईस यांचे विधान बरोबर आहे. इस्लामने संपूर्ण जगाची विभागणी इस्लामचे निवासस्थान आणि अश्रद्धांचे निवासस्थान

किंवा युद्धाचे स्थान, अशी केली आहे; इस्लाम कधीच अन्य धार्मिक श्रद्धांना समान मानत नाही आणि मुस्लीम 1930 व 1940 च्या दशकांतील जर्मन लेखक व विचारवंतांकडून अमेरिकाविरोधी विचार शिकले आहेत. आपल्याच देशातील अधिराज्य आणि अधिकार गमवावा लागल्याबद्दल, तसेच मुस्लीम महिलांचे पाश्चात्त्यप्रेरित सबलीकरण व बंडखोर मुलांची निर्मिती केल्याबद्दल मुस्लीम पाश्चिमात्यांवर संतप्त आहेत. त्यामुळेच, पाश्चात्त्यविरोधी मुस्लीम बंडखोरीच्या उसळलेल्या लाटेचे खापर ते पाश्चात्त्य राष्ट्रांचे दीर्घकालीन वसाहतवादी वर्चस्व आणि मुस्लीम जगतातील तिरस्करणीय राजवटींना अमेरिकेकडून मिळणाऱ्या पाठिंब्यावर फोडतात. मात्र, युरोपीय वसाहतवादावर ते टीका करत नाहीत. त्याचबरोबर मुस्लीम जगतातील पाश्चिमात्यांचे नववसाहतवादी दुःसाहस आणि संरचना यांचेही आकलन त्यांना नाही, असे दिसते.[37] त्यांनी केलेल्या इस्लाम आणि इस्लामवादातील फरकामुळे काही वेळा आपल्याला धर्म समजण्यासाठी मदत होते. परंतु, लुईस यांनी 1990मध्ये इस्लाम-पाश्चिमात्य संघर्षाबद्दल जे लिहिले आहे, ते सध्याच्या काळाशी पूर्णपणे सुसंगत नाही. त्यांना मुस्लीम जगतामध्ये क्युबा, व्हिएतनाम दिसले नाहीत आणि जेथे अमेरिकेचे लष्कर लढाऊ म्हणून किंवा अगदी "सल्लागार" म्हणून सहभागी झाले आहे, अशी ठिकाणे ही त्यांना दिसली नाहीत.[38]

इस्लामशी संबंधित सर्व राजकीय चळवळी इस्लामवादाच्या व्याख्येनुरूप पाहिल्या, तर इस्लाम व मुस्लीम यांचा ऐतिहासिक, जागतिक आणि समकालीन दृष्टिकोनातून अभ्यास करणाऱ्या अभ्यासकांमध्ये एकमत होत नाही. जॉन एस्पोसितो, मार्टिन क्रॅमर, ग्रॅहम फुलर आणि डॅनियल पाइप्स यांसारखे इस्लामवादाचे आघाडीचे अभ्यासक हे राजकीय इस्लामसाठी समानार्थी म्हणून वापरला जाणारा इस्लामवाद म्हणजे इस्लाममध्ये बदल आणि सुधारणा घडवण्यासाठी सुरू असलेली आधुनिक चळवळ आहे, असे मानतात. ते सौदी अरेबियातील वहाबीवादासारख्या पारंपरिक इस्लामी चळवळींपासून इस्लामवादाला वेगळे करतात. 'जैसे थे' परिस्थितीसाठी प्रयत्नशील असलेल्या सौदी वहाबींच्या उलट, इस्लामवादी हे मुस्लीम जगतामध्ये आणि त्यापलीकडेही आयुष्याच्या प्रत्येक अंगामध्ये संपूर्ण बदल घडवण्यासाठी प्रयत्नरत आहेत. पाइप्स हे अगदी अफगाण तालिबानलाही इस्लामवादी मानण्यास नकार देतात, कारण सौदी वहाबींशी खूप साम्य असणारे तालिबान हे संपूर्ण देशामध्ये आधुनिकपूर्व ग्रामीण/जमातींच्या परंपरांचा प्रसार करणारे, त्यांना आदर्श ठरवणारे आणि त्यांचे व्यवस्थाकरण करणारे इस्लामी पुनरुत्थानवादी आहे. धार्मिक वृत्तीचे आणि इस्लामवादी असे दोन्ही प्रकारचे मुस्लीम बदलांवर विश्वास ठेवतात, मात्र यातील इस्लामवादी हे स्वभावतःच कार्यकर्ते आहेत, असे फुलर यांना वाटते. अरब जगतातील काही इस्लामवादी हे वहाबीवाद आणि मुस्लीम ब्रदरहूडला त्यांच्या नेमस्तपणासाठी विरोध करत असल्याने, काही अभ्यासक हे आता वहाबी आणि मुस्लीम ब्रदरहूडला विचारातही घेत नाहीत.[39] सर्व इस्लामवादी हे शरिया पुन्हा प्रस्थापित करण्यावर विश्वास ठेवतात, की त्यांच्यापैकी काही जणांना त्याच्याही

पलीकडे जायचे आहे आणि इस्लामवादाने आता अशा इस्लामोत्तर टप्प्यामध्ये प्रवेश केला आहे की तो अगोदरच संपुष्टात आला आहे, हे इस्लामच्या अभ्यासकांमध्ये सातत्याने चर्चिल्या जाणाऱ्या अन्यही काही मुद्द्यांपैकी आहेत.[40]

या आधी उल्लेख केल्याप्रमाणे, इस्लामवाद्यांचे तीन प्रकार आहेतः (अ) जनतेचा पाठिंबा किंवा निवडणुका यांच्या माध्यमातून शरियावर आधारित समाज निर्माण करण्यावर विश्वास असणारे अहिंसक; (ब) बहुतांश वेळा मुस्लीम ब्रदरहूड आणि जमात-ए-इस्लामीसारख्या प्रमुख इस्लामवादी संघटनांच्या उपशाखा असणारे आणि प्रादेशिक किंवा जागतिक खिलाफत (सुन्नी) किंवा इमामशाही (शिया) आणण्यासाठी प्रयत्नशील असणारे पुनरुज्जीवनवादी अतिरेकी आणि हिंसक क्रांतिकारी; आणि (क) अराजकतावादी-विनाशवादी—अल-कायदा आणि तिच्यासारख्या संघटना—यांचा प्रयत्न जागतिक खिलाफत किंवा इमामशाही आणण्याचा असतोच, असे नाही मात्र, प्रथम त्यांना इस्लामविरोधी वाटणारी प्रत्येक गोष्ट दहशतवाद आणि हिंसाचाराच्या माध्यमातून नष्ट करायची असते. या संघटना कुराणाचा स्वतंत्र अन्वयार्थ लावतात, आणि त्यांचे बहुतांश नेते हे इस्लामी धर्मगुरू नाही, तर प्रामुख्याने तंत्रशिक्षित (बहुतांश अभियंते आणि वैद्यकीय डॉक्टर) असतात, ज्यांची वर्गवारी तंत्रज्ञ-धर्मगुरू अशी करता येऊ शकते. सईद कुत्ब, ओसामा बिन लादेन, आयमन अल-झवाहिरी, खालिद शेख मुहम्मद, रम्झी युसूफ, हमजा अल-मस्री आणि अन्वर अल-आवलकी (औलाकी) यांच्यासह अन्य काही जण हे इस्लामी अभ्यासक नसून तंत्रज्ञ-धर्मगुरू होते/आहेत. आधुनिक मानवजातीला पारंपरिक इस्लामी अभ्यासकांचा नाही, तर या उदारमतवादी नसणाऱ्या तंत्रज्ञ-धर्मगुरूंकडून सर्वांत मोठा धोका आहे. या आमच्या मताला मॅलिस रुथवेन पुष्टी देतात. धर्माच्या नावाखाली होणारा दहशतवाद आणि कट्टरतावाद हा विशेषतः उपयोजित विज्ञानाच्या (अभियांत्रिकी, कम्प्युटर प्रोग्रॅमिंग आणि अन्य उच्च तांत्रिक उद्योग) विद्यार्थ्यांना आकर्षित करणारा आहे, असे रुथवेन यांना वाटते. कला आणि मानव्यशास्त्राचे विद्यार्थी हे साक्षेपीपणे ग्रंथ वाचण्याकरिता प्रशिक्षित असल्याने अशा प्रकारच्या चळवळींकडून मांडण्यात येणाऱ्या सुलभ धार्मिक संदेशाबाबत ते कमी संवेदनक्षम असू शकतात. तांत्रिक नैपुण्य हे साक्षेपी विचार करण्यापासून परावृत्त करते. त्यांना वारसा लाभलेल्या धार्मिक परंपरांमध्ये रुजलेले सांस्कृतिक, भावनिक आणि आध्यात्मिक ज्ञान हे त्यांनी प्रशिक्षण व घोकंपट्टीच्या माध्यमातून मिळवलेल्या तांत्रिक ज्ञानाशी एकरूप झालेले नाही.[41]

इस्लामवादी हे एकजिनसी अखंडत्वाचे प्रतिनिधित्व करत नाहीत; विचारधारा आणि रणनीतीच्या स्तरांवर त्यांच्यामध्ये परस्पर मतभेद आहेत. उदाहरणार्थ, हमास आणि तालिबान हे दोघेही सुन्नी कट्टरतावादी गट आहेत; यांपैकी हमासचा लोकशाही आणि महिला साक्षरता व सबलीकरण यांवर विश्वास आहे, तर तालिबान या संकल्पनांच्या ठाम विरोधात आहे. पाकिस्तानच्या 'फेडरल अॅडमिनीस्टर्ड ट्रायबल एरिया' (फाटा) व

स्वातमधील नव-तालिबान हे मुलींच्या शाळांवर बॉम्बहल्ले करते, विद्यार्थिनींना बुरखा घालण्याची सक्ती करते; तथापि, हमासने गाझामध्ये अशा गोष्टी कधीही केल्या नाहीत. पुन्हा हमास आणि तालिबानमध्ये काही गोष्टी समान आहेत: (अ) हे दोन्ही गट त्यांच्या संबंधित मातृभूमीलास्वतंत्र करण्यासाठी अस्तित्वात आले आहेत; आणि (ब) या दोन्ही गटांच्या निर्मितीमध्ये अमेरिकेने बजावलेली भूमिका महत्त्वाची आहे—या सर अराफत यांच्या नेतृत्वाखालील पॅलेस्टाईन लिबरेशन ऑर्गनायझेशन (पीएलओ) या धर्मनिरपेक्ष राष्ट्रवादी संघटनेला तुल्यबळ प्रतिस्पर्धी निर्माण करण्यासाठी अमेरिकेच्या पाठिंब्याने इस्रायलने हमासला प्रोत्साहन दिले आणि 1994 मध्ये इराणचा पाठिंबा असणारा अफगाणिस्तानातील हिझब-ए-इस्लामीचा गनिमी नेता गुलबद्दीन हिकमत्यारला प्रभावहीन करण्यासाठी आणि अखेर संपविण्यासाठी पाकिस्तानच्या पंतप्रधान बेनझीर भुट्टो यांना तालिबानची निर्मिती करण्यामध्येअमेरिकेने पाठिंबा दिला; (क) एकीकडे हमास हे स्वतःची अल-अक्सा ही दूरचित्रवाणी वाहिनी चालवते, तर तालिबानने त्यांच्या नियंत्रणातील भागांत उपग्रह वाहिन्यांवर बंदी घातली व दूरचित्रवाणी संच नष्ट केले.[42]

पुन्हा, इस्लामवाद्यांमधील वैविध्य, मतभेद आणि वैमनस्य या गोष्टी पंथीय, वांशिक-राष्ट्रीयत्वाच्या आणि विचारधारांच्या संघर्षामधून चांगल्याच प्रतिबिंबित होतात. काही इस्लामवादी अतिरेक्यांची सुरुवातीपासून निष्ठा ही ते ज्या गोष्टी इस्लामी मानतात, त्यावर आहे तर, अन्य गट प्राथमिकतः त्यांच्या वांशिक-राष्ट्रीय किंवा उपप्रादेशिक अस्मितांच्या संरक्षणासाठी लढतात. तालिबान हे प्रामुख्याने पश्तून अस्मितेच्या प्रसारासाठी लढत आहे, की निव्वळ ओसामा बिन लादेनच्या जागतिक जिहादला पाठिंबा देत आहे, याबाबत आपल्याला अद्यापही खात्री नाही. थोडक्यात, इस्लामवाद ही स्वाभाविकपणे आणि संरचितपणे इस्लाममधून उद्भवलेली विचारधारा आहे. इस्लामच्या ऱ्हासातूनच इस्लामवाद समोर आला आहे. आपल्या वैभवशाली भूतकाळाबाबत नेमके काय चुकले, हे समजण्याची मुस्लिमांची असमर्थता आणि प्रक्रियाचक्र पुन्हा उलटे फिरवण्याचा ध्यास हे घटक इस्लामवादाचा उदय होण्यामध्ये महत्त्वाचे आहेत. पुढील प्रकरणामध्ये चर्चा केल्याप्रमाणे, असमानता, भेदभाव आणि गरीब व मागासांवर्गीयांकडील दुर्लक्ष यांमध्ये अधिक भर घालणाऱ्या जागतिकीकरणाच्या प्रक्रियेमुळेच इस्लामवादाला बळ मिळाले आहे. माहिती-तंत्रज्ञान क्रांतीमुळे, श्रीमंताच्या संपत्ती आणि सत्तेच्या प्रदर्शनाचा गरीब व शक्तिहीनांवर होणाऱ्या परिणामानेही इस्लामवादाला अधिक मजबूत केले आहे. ज्यामध्ये शीतयुद्धादरम्यान आणि त्यानंतरच्या काळात महासत्तांचा आशीर्वाद लाभलेला राष्ट्रपुरस्कृत राजकीय इस्लामसुद्धा इस्लामवादाचा अजस्र राक्षस (फ्रँकेस्टाइन मॉन्स्टर) निर्माण करण्यामध्ये तितकाच महत्त्वाचा आहे.

दरम्यान, राष्ट्रपुरस्कृत इस्लामवाद आणि रोजगारासाठी आपल्या देशाबाहेर आलेल्या मुस्लीम कामगारांचा मध्य-पूर्वेतील संस्कृतीशी झालेला परिचय यांमुळे परदेशस्थित

समुदायासह अनेक मुस्लिमांचे सांस्कृतिकदृष्ट्या इस्लामीकरण झाले आहे. हिजाब हा फक्त सौदी अरेबिया किंवा इस्लामी क्रांतीनंतरचा इराण यांसारख्या पुराणमतवादी देशांमध्येच नाही, तर विविध देशांमधील मुस्लीम समुदाय आणि इजिप्त, पॅलेस्टाईन, अफगाणिस्तान, पाकिस्तान, आग्नेय आशिया आणि अगदी तुर्कस्तानातही मुस्लीम अस्मितेचे महत्त्वाचे प्रतीक बनला आहे. देशाचे सांस्कृतिक इस्लामीकरण ही राजकीय इस्लामीकरणाची नांदी ठरू शकते. शुद्ध इस्लामगंड असणाऱ्या डॅनियल पाइप्स यांचे "सर्व इस्लामकडे इस्लामवाद म्हणून पाहणे ही चूक आहे. इस्लामवाद हा इस्लाममधील एक प्रवाह असून, तो सध्याच्या घडीला खूप शक्तिशाली आहे. अनेक मुस्लीमही इस्लामवादाचा तिरस्कार करतात. त्यामुळे मुस्लीम आणि इस्लामवादी यांना एकाच पारड्यात तोलणे चुकीचे आहे", हे विधान योग्य आहे.[43] मात्र, ही सहमती येथेच संपते, कारण पाइप्स यांनी इस्लामवादाची तुलना केवळ फॅसिझम आणि साम्यवादाशीच केलेली नाही, तर बॉम्ब डागणाऱ्या विमानांपासून ते रेडिओपर्यंत आणि थेट तप्त युद्धापासून ते सांस्कृतिक युद्ध लढण्यापर्यंत सर्व मार्गांनी इस्लामवादाचा पराभव करण्याचा युक्तिवाद ते मांडतात. लोकशाही हा इस्लामवादावरील उतारा असल्याचेही ते मानत नाही, कारण पाश्चिमात्यांसाठी लोकशाहीवादी तुर्कस्तान हा इस्लामवादी इराणपेक्षा जास्त धोकादायक आहे, असे त्यांना वाटते. 1800 ते 1940 या उदारमतवादी मुस्लीम कालखंडात मुस्लिमांना परत पाठवण्यासाठी सुशिक्षित मानवतावादी मुस्लिमांच्या मदत घेऊन इस्लामवादाचा पराभव करण्याविषयी ते आशावादी आहेत.[44]

इस्लामच्या नावाखाली होणारा दहशतवाद, अराजक, बंडखोरी आणि युद्ध यांची धर्माच्या शिकवणीशी काहीही सुसंगती नाही, हे आपल्याला माहीत असल्याने संबंधित समाजातील सामूहिक इस्लामवादी हिंसाचारासाठी आपण विशिष्ट सामाजिक, राजकीय आणि आर्थिक घटकांना जबाबदार धरणे गरजेचे आहे. इस्लामी दहशतवादी आणि बंडखोर हे नेहमी अभिव्यक्ति-स्वातंत्र्य व मानवाधिकार नाकारणाऱ्या, तसेच सत्ताधारी उच्चभ्रू वर्गाकडून प्राधान्य दिल्या जाणाऱ्या पंथाचे किंवा वांशिक-भाषिक गटाचे नसणाऱ्या मुस्लिमांना प्रतिष्ठा नाकारणाऱ्या मुस्लीमजगतातील हुकूमशाही राजवटींना लक्ष्य करतात. सर्व आधुनिकपूर्व समाजांमध्ये धर्म हीच प्रमुख अस्मिता असल्याकारणाने, जिथे वांशिक-भाषिक राष्ट्रवाद चांगल्या प्रकारे प्रस्थापित झालेला नाही, तेथे धर्म हे राजकीय मतभेद आणि आंदोलनाचे प्रमुख साधन बनते. बहुसंख्य मुस्लीम समाज आणि मुस्लीमबहुल राष्ट्रे ही आजही हुकूमशाही, अर्धशिक्षित आणि बरीच जुनाट असल्यामुळे, राजकीय इस्लाम (बऱ्याचदा अत्यंत हिंसक स्वरूपात) क्रांतिकारी बदल आणि परिवर्तनाचे मुख्य वाहन बनतो, यामध्ये काहीच आश्चर्यजनक नाही. इराण हे या संदर्भातील उदाहरण आहे. त्यानंतर पुन्हा, मुस्लीम अल्पसंख्य पंथ आणि वांशिक-भाषिक समाज (यामध्ये पाश्चिमात्य देशांतील मुस्लीम समुदायाचाही समावेश होतो) हे स्वातंत्र्य, प्रतिष्ठा आणि समान संधी मिळण्यासाठी अखेरचे आश्रयस्थान म्हणून राजकीय इस्लामला बिलगून राहण्याची शक्यता आहे. जगभरामध्ये

सर्वत्र इस्लामवादी दहशतवाद आणि बंडखोरीची कितीतरी उदाहरणे आपल्याकडे आहेत, ज्यातून खरेतर उपेक्षितांचा हक्क आणि संधींसाठीचा शोध प्रतिबिंबित होतो. अखेरचे मात्र तितकेच महत्त्वाचे म्हणजे, शीतयुद्ध संपल्यापासून जागतिकीकरणाच्या छायेखालील किंवा "नव्या जागतिक रचनेमधील" बेलगाम भांडवलशाहीला साम्यवाद हा लोकप्रिय पर्याय म्हणून उरला नसताना, विविध इस्लामवादी चळवळींनी शोषित लोकांची पर्यायी जागतिक विचारधारा म्हणून मुस्लिमांना खेचून घेतले, हे नाकारण्यात काहीच अर्थ नाही.

अखेरचे मात्र तितकेच महत्त्वाचे म्हणजे, मुस्लीम ब्रदरहूड, जमात ए इस्लामी, अल-कायदा, लष्कर-ए-तैयबा आणि त्यांच्यासारख्या इतर, या बहुतांश इस्लामवादी कट्टरतावादी संघटना व चळवळींच्या पाळामुळांचा माग आपण थेट मुल्ला किंवा पारंपरिक मुस्लीम धर्मगुरूंपर्यंत काढू शकत नाही. तालिबान आणि खोमेनी यांचे इराणमधील इस्लामवादी जाळे यांचा अपवाद वगळता धर्मनिरपेक्ष शिक्षण घेतलेले मुस्लीम तंत्रज्ञ किंवा तंत्रज्ञ-धर्मगुरू, प्रामुख्याने अभियंते, शास्त्रज्ञ आणि वैद्यकीय डॉक्टर, हे मुस्लीम ब्रदरहूड आणि जमात ए इस्लामीसारख्या इस्लामवादी संघटना, तसेच अल-कायदा आणि मोरो इस्लामी लिबरेशन फ्रंट (एमआयएलएफ) व फिलिपिन्समधील अबू सय्यफ ग्रुप यांसारख्या अन्य हिंसक इस्लामवादी जहाल संघटनांचे रचनाकार आणि संस्थापक राहिले आहेत. इस्लामवादी कट्टरतावाद हा प्रामुख्याने मुल्लांशी नाही, तर तंत्रज्ञ-धर्मगुरूंशी संबंधित असल्याने मी मुस्लीम ब्रदरहूड, जमात ए इस्लामी आणि अल-कायदा यांसारख्या इस्लामी कट्टरतावादी गटांची चर्चा पाचव्या प्रकरणामध्ये केली आहे.

कुराण हे सहिष्णुतेचा आणि इस्लामबरोबरच अन्य धर्मांच्या शांततापूर्ण सहअस्तित्वाचा प्रसार करते आणि ज्यू, ख्रिश्चन आणि अन्य मुस्लिमेतरांना सश्रद्ध म्हणजेच मोमेनीन (मोमीन किंवा सश्रद्ध याचे बहुवचन) मानते, तरशरिया कायदा आणि मुल्ला हे सर्व गैरमुस्लिमांप्रति पूर्णपणे असहिष्णू आहेत आणि मुस्लिमेतर नरकात जाणार आहेत, ते मुस्लिमांपेक्षा हीन आहेत आणि छळ करण्याच्या, मालमत्ता बळकावण्याच्या, बळजबरीने इस्लाममध्ये धर्मांतर करण्याच्या आणि अगदी त्यांची केवळ इस्लामवर श्रद्धा नसल्याकारणाने मृत्यूच्या पात्रतेचे आहेत, असेही ते मानतात. अल्लाचा कायदा आणि मुल्लांचा कायदा यातील फरक अधोरेखित करण्यासाठी कुराणातील पुढील चरणाचा उल्लेख करता येऊ शकेल, "मुस्लीम, ज्यू, ख्रिश्चन किंवा सबियन यांच्यापैकी ज्या कोणाचा ईश्वर व अखेरच्या दिवसावर विश्वास आहे आणि ज्या कोणी सत्कर्म केले आहे, त्याला निश्चितपणे त्याच्या ईश्वराकडून बक्षिसी मिळणार आहे. त्याला ना कशाची भीती असेल ना पश्चात्ताप" (कुराण 2:62).

> शोषण झाल्यामुळे जे लढतात त्यांना (हातामध्ये शस्त्र घेण्याची) परवानगी दिली जाते. 'ईश्वर हाच आमचा पालक आहे,' याच एकमेव कारणासाठी ज्यांना घरदार सोडावे लागले आहे, त्यांना मदत देण्यास ईश्वर नक्कीच सक्षम आहे. जर देवाने काही लोकांमार्फत अन्य लोकांना शांत केले नसते, तर जिथे ईश्वराचे नाव सर्वाधिक आदराने

घेतले जाते, अशी मठ, चर्च, सिनेगॉग आणि मशिदीसारखी ठिकाणे जमीनदोस्त झाली असती (कुराण 22:39–40).

शिया आणि सुन्नी मुस्लिमांमधील पंथीय हिंसाचाराच्या या रोगासाठी कट्टर मुस्लीम धर्मगुरू आणि "तंत्रज्ञ-धर्मगुरू"च प्रामुख्याने जबाबदार आहेत. काही शिया धर्मगुरू सुन्नींना पाखंडी मानतात, तर काही सुन्नी धर्मगुरू हे शियांना बिगरमुस्लीम, आणि अगदी ज्यू व ख्रिश्चनांपेक्षाही खालच्या दर्जाचे मानतात. मुल्ला हे महिलांना हीन वागणूक देण्याचा आणि स्त्रीद्वेष्टेपणाचाही प्रसार करतात.

टिपा आणि संदर्भ

1. Pew Research Center's Forum on Religion & Public Life, "The Future of the Global Muslim Population: Projections for 2010–2030" (January 27, 2011). येथे उपलब्ध: http://pewresearch.org/pubs/1872/muslim-population (accessed on June 26, 2012).
2. Bernard Lewis, "What Went Wrong?" *The Atlantic Monthly* (January 2002).
3. Bernard Lewis, *What Went Wrong? The Clash between Islam and Modernity in the Middle East* (New York: Perennial, 2003), p. 159.
4. Edward Said, "Orientalism Now" in *Orientalism* (New York: Vintage Books, 1979), See Chapter 3; Marshall G.S. Hodgson, *Rethinking World History: Essays on Europe, Islam and World History* (Cambridge: Cambridge University Press, 1993), Chapters 7 and 10, pp. 97–125, 207–246; Zbigniew Brzezinski, "Terrorized by 'War on Terror': How a Three-Word Mantra Has Undermined America," *The Washington Post* (March 25, 2007).
5. Noam Chomsky, "The Evil Scourge of Terrorism," "Heroes and Devils," and "The 'Peace Process' in the Middle East," in *Necessary Illusions: Thought Control in Democratic Societies* (Toronto: ANANSI, 1989), pp. 269–332.
6. Max Rodenbeck, "The Truth about Jihad," *New York Review of Books*, Vol. 52, No. 13 (2005).
7. H.A.R. Gibb, *Whither Islam?: A Survey of Modern Movements in the Moslem World* (New York: Am Press Inc, 1973), p. 379.
8. Bernard Lewis, "The Roots of Muslim Rage," *The Atlantic* (September 1990).
9. Bernard Lewis, *What Went Wrong? Western Impact and Middle Eastern Response* (New York: Oxford University Press, 2002), अन्यत्र.
10. Murad Hofmann, *Islam: The Alternative* (Garnet Publishing, 1993), pp. 33–39.
11. *The Economist*, "Islam and Science: The Road to Renewal," *The Economist* (January 26, 2013).
12. तथैव.
13. तथैव.
14. Tarek Fatah, *Chasing a Mirage: The Tragic Illusion of an Islamic State* (Toronto: Wiley, 2008), अन्यत्र.

15. Syed Farid Alatas, "Contemporary Muslim Revival: The Case of 'Protestant Islam,'" *The Muslim World*, Vol. 97, No. 3 (2007): 508–520.
16. Maulana Muhammad Ali, *The Religion of Islam* (Lahore: The Ahmadiyyah Anjuman Isha'at Islam, 1950), अन्यत्र.
17. Montgomery Watt, *Muhammad at Medina* (Oxford: Oxford University Press, 1956), pp. 227–228; Uri Rubin (ed.), *The Life of Muhammad: The Formation of the Classical Islamic World* (Brookfield: Ashgate, 1998), Vol. IV, p. 151.
18. Thomas Carlyle, "The Hero as a Prophet—Mahomet: Islam" (May 8, 1840), Lecture II. येथे उपलब्ध: http://www.scribd.com/doc/12685866/Hero-as-a-Prophet-by-Thomas-Carlyle- (accessed on February 24, 2011).
19. De Lacy O'Leary, *Islam at the Crossroads* (London: Kegan Paul, 1923), p. 8.
20. Michael H. Hart, *The 100: A Ranking of the Most Influential Persons in History* (New York: Hart Publishing Company Inc., 1978), p. 33.
21. M.A. Shaban, *Islamic History: A New Interpretation* (A.D. 600–750) (Cambridge University Press, 1971), pp. 56–57.
22. Taj Hashmi, "Shariah is neither Islamic nor Canadian" (April 19, 2005). येथे उपलब्ध: http://www.mail-archive.com/osint@yahoogroups.com/msg08830-html (accessed on June 6, 2010).
23. Fazlur Rahman, *Islam* (Chicago: Chicago University Press, 1979), pp. 45–47.
24. Sheikh Sultan M. As-Salameh, "Shari'ah Laws Are Plagiarized from the Bible" (December 22, 2008). येथे उपलब्ध: http://ourbeacon.com/index.php?p=29433 (accessed on May 21, 2009).
25. Sumbul Ali-Karamali, "Who's Afraid of Shariah?" *Huffington Post* (September 3, 2010). येथे उपलब्ध: http://www.huffingtonpost.com/sumbul-alikaramali/whos-afraid-of-shariah_b_701331.html (accessed on August 15, 2012).
26. Urooj Zia, "No Compulsion in Religion? Convert or Go to Hell: Tablighis Tell Non-Muslim Patients at Govt. Hospitals," NewAgeIslam.com (April 14, 2011).
27. Yoginder Sikand, *Origins and Development of the Tablighi-Jama'at (1920–2000): A Cross-Country Comparative Study* (New Delhi: Sangam Books, 2002), अन्यत्र; Yoginder Sikand, "The Tablighi Jamaat's Contested Claims of Islamicity" (June 18, 2010). येथे उपलब्ध: http://www.newageislam.com/NewAgeIslamArticleDetail.aspx?ArticleID=3014 (accessed on June 15, 2010).
28. Taj Hashmi, *Women and Islam in Bangladesh; Beyond Subjection and Tyranny* (London: Palgrave-Macmillan, 2000), Chapter 2.
29. Reza Aslan, *No God but God: The Origins, Evolution, and Future of Islam* (New York: Random House, 2006), pp. 80–81.
30. तथैव, Chapter 3.
31. Taj Hashmi, *Women and Islam in Bangladesh* (New York: Palgrave-Macmillan, 2000), pp. 22–23.
32. Ayaan Hirsi Ali, *Infidel* (New York: Free Press, 2007), Chapter 5.

33. Fatemah Farag, "As the World Turns," *Al-Ahram Weekly*, No. 477 (April 19, 2000). येथे उपलब्ध: http://weekly.ahram.org.eg/2000/477/eg13.htm (accessed on March 12, 2013).
34. Sayyid Qutb, *Milestones* (Karachi: International Islamic Publishers, 1988), अन्यत्र; Daniel Burns, "Said Qutb on the Arts in America," *Current Trends in Islamist Ideology*, Vol. 9 (November 2009); Taj Hashmi, *Pakistan as a Peasant Utopia* (Boulder: Westview Press, 1992), Chapters 4, 8.
35. UNDP—Arab States, "Arab Performance in Research and Innovation" (2010), Chapter 5. येथे उपलब्ध: http://arabstates.undp.org/subpage_nf.php?spid=13 (accessed on October 6, 2010).
36. Paul Berman, "Why Radical Islam Just Won't Die," *New York Times* (March 23, 2008).
37. Bernard Lewis, "The Roots of Muslim Rage," *The Atlantic* (September 1990).
38. तथैव.
39. "Is Islamism a Threat? A Debate," *Middle East Quarterly* (December 1999). येथे उपलब्ध: http://meforum.org/pf.php?id=447 (accessed on February 13, 2008).
40. तथैव; Oliver Roy, *The Failure of Political Islam* (London: I.B. Tauris, 1994).
41. Malise Ruthven, "'Born-again' Muslims: Cultural Schizophrenia," *openDemocracy* (September 10, 2009). येथे उपलब्ध: http://www.opendemocracy.net/faith-islamicworld/article_103.jsp (accessed on April 14, 2011).
42. Hamid Meer, "The West Cannot Differentiate between Hamas and Taliban: Is it the Truth?" *Prothom Alo* (January 31, 2009).
43. Daniel Pipes, "You Can't Fight Islamism with Ideas Coming out of Europe," *Citizen Times* (December 1, 2010). येथे उपलब्ध: http://www.citizen-times.eu/you-cant-fight-islamism-with-ideas-coming-out-of-europe/ (accessed on December 6, 2011).
44. तथैव.

3 जागतिक मुस्लिमांसमोरील तिहेरी संकटः इस्लामिक भयगंड, इस्रायल आणि जागतिकीकरण

'युद्धाचा शेवट करणाऱ्या युद्धा'नंतर, पॅरिसमध्ये 'शांततेचा शेवट करणारी शांतता' निर्माण करण्यामध्येही त्यांना यश आले.

—फिल्ड मार्शल आर्चिबाल्ड वेव्हेल 1919 च्या व्हर्सायच्या तहावरील प्रतिक्रिया

इस्रायलची निर्मिती ही काही अचानक उफाळून आलेली लढाई नव्हती, की ज्यामध्ये अरब आपल्याच नेत्यांच्या सूचनेवरून घरेदारे सोडून पळून गेले होते. सामूहिक हत्या, दहशतवाद आणि घाऊक लूटमार यांचा समावेश असलेली ज्यू लष्कराने पार पाडलेली ही एक वांशिक शुद्धीकरणाची पद्धतशीर मोहीम होती.

—माइक पेलेड, 'द जनरल्स सन' या पुस्तकाचे लेखक, 2002

आढावा

हे प्रकरण मुस्लीम-पाश्चिमात्य संघर्षाचे ऐतिहासिक तसेच समकालीन दृष्टिकोनातून मूल्यमापन करते. यामध्ये पाश्चिमात्यांकडून होणारा तिरस्कार, मानहानी आणि उपेक्षा या मुस्लिमांच्या तिहेरी संकटांच्या पार्श्वभूमीवर, या संघर्षाचे दर्शन घडते. ब्रिटन, फ्रान्स आणि द नेदरलँड्स यांसारख्या काही प्रमुख पाश्चिमात्य देशांच्या वसाहती मुस्लीम जगतामध्ये असल्याने आणि वसाहतीनंतरच्या कालखंडामध्ये पाश्चिमात्यांकडून भेदभाव आणि छळ होत असल्याची भावना मुस्लिमांमध्ये जागतिक स्तरावर असल्याने मुस्लीम आणि पाश्चिमात्य जगत यांच्यात परस्परांबद्दल तेढ असणे स्वाभाविकच आहे. यातच, दुसऱ्या महायुद्धानंतर अमेरिकेचा 'नवा जागतिक दादा' म्हणून उदय झाल्यानंतर परस्परांमधील विश्वास व आदराचा अभाव अधिक तीव्र झाला. पाश्चिमात्य जग सातत्याने मुस्लीम जगताच्या सर्वोत्तम हितसंबंधांविरुद्ध पक्षपाती राहिले आहे—इराक, अफगाणिस्तानमधील आक्रमण, पाकिस्तान व इराणला देण्यात येणाऱ्या धमक्या आणि मुस्लीम जगतातील काही सर्वांत वाईट हुकूमशहांना पाठिंबा देण्यात याचे प्रतिबिंब पडलेले आहे—त्यामुळे पाश्चिमात्य देश मुस्लिमांच्या हिताचे द्वेष्टे असल्याची तिरस्काराची भावना बहुतांश मुस्लिमांमध्ये आहे. विशेष म्हणजे पाश्चिमात्य नेते, अभ्यासक आणि माध्यमे यांनी काही आडपडदा न ठेवता जगातील पाश्चिमात्यांच्या दादागिरीचे समर्थन केल्याने मुस्लीम विद्वान, राजकीय नेते आणि जनता पाश्चिमात्यांपासून आणखी दूर गेली आहे. मुस्लीम व पाश्चिमात्यांमधील सध्या सुरू असणारी भांडणे पुढील शंभर वर्षांच्या युद्धाचे मुख्य घटक राहणार असतील, हे गृहीत धरून

हे प्रकरण, मुस्लीम विश्वांवरील तिहेरी संकट—इस्लामविषयीचा भयगंड, इस्रायल आणि जागतिकीकरण आणि पाश्चिमात्य दादागिरी व नववसाहतवाद यांना शेजारीशेजारी ठेवून समस्या समजावून घेणार आहे.

समस्या

पूर्वेकडील इस्लाम आणि मुस्लीम हे परके, भरकटलेले आणि हीन असल्याचे चित्र रंगवून पाश्चिमात्य सर्वोच्चतेला अधिमान्यता देण्याच्या प्रतिपादनाला पौर्वात्यवाद असे नाव आहे.[1] युरोपीय वसाहती साम्राज्यांमध्ये पौर्वात्यवादी पाश्चिमात्य अभ्यासकांनी जाणीवपूर्वक—पौर्वात्य इतिहास, धर्म, संस्कृती आणि भाषेच्या अभ्यासाच्या नावाखाली—मुस्लीम, अरब, आफ्रो-आशियायी जनता, त्यांची संस्कृती आणि परंपरा यांना तुच्छ लेखले. वसाहती संपल्या तरी पौर्वात्यवादी कलुषितपणा संपण्याचे काही चिन्ह नाही. वसाहतींनंतर इस्लाम आणि मुस्लिमांचा तिरस्कार कधी सूक्ष्म, तरल असतो, तर कधी कधी अतिशय रांगडा आणि बीभत्स असतो. इस्लाम आणि मुस्लिमांची सूक्ष्म हेटाळणी करणाऱ्या साहित्यिक आणि तथाकथित वस्तुनिष्ठ अभ्यासांना नव-पौर्वात्यवादाच्या वर्गात टाकता येईल.[2] इस्लाम आणि मुस्लिमांविरुद्ध चिथावणी देणारे, उघडउघड तिरस्कारयुक्त लेखन, विधाने आणि भाषणे म्हणजे केवळ इस्लामिक भयगंड आहे. वसाहतींनंतरच्या कालखंडातील पाश्चिमात्य नववसाहतवादी, तितक्या उघडपणे तिसऱ्या जगावर दादागिरी प्रस्थापित करण्याचा प्रयत्न करत नसले, तरी तिसऱ्या जगातील बाजारपेठ आणि स्वस्त कच्चा माल आणि श्रमशक्ती यांचे स्रोत या दोन्हींवर नियंत्रण ठेवण्याची जुनीच व्यवस्था चिरस्थायी असावी, अशी त्यांची इच्छा आहे.

इस्लामिक भयगंडातून होणाऱ्या तिरस्काराचे मुस्लीम जगतातील मानसिकतेवर होणारे अल्पकालीन आणि दीर्घकालीन परिणाम येथे मी विशद केले आहेत. एखाद्या तिरस्काराचे बळी, जे त्यांचा तिरस्कार करतात त्यांचा तिरस्कार करू लागतात, तिरस्कारामुळे त्यांची मानहानीही होते आणि तिरस्कारातून निष्ठुर शत्रू जन्माला येतात. मुस्लीम पाश्चिमात्यांवर एवढे संतप्त का हे समजण्यासाठी, यहुदी इस्रायलला पॅलेस्टाईन देऊन टाकण्याने आणि इराक, अफगाणिस्तान आणि अलीकडील लिबिया, सीरियावरील पश्चिमी आक्रमणांमुळे आणि इराण आणि पाकिस्तानला पश्चिमेकडून मिळालेल्या धमक्यांमुळे निर्माण झालेल्या मानहानीची मुस्लीम संकल्पना समजून घेणे अत्यावश्यक आहे. मुस्लीम जगतातील पश्चिमधार्जिण्या एकाधिकारशाही राजवटींना—सौदी व आखाती राजेशाही, इराणचा शाह, सुहार्तो, झिया उल-हक आणि होस्नी मुबारक यांच्यासह इतरांना—पाश्चिमात्यांनी दिलेल्या प्रोत्साहन व संरक्षणामुळे मुस्लीम-पाश्चिमात्य यांच्या संबंधांतील कटुता आणखी वाढत गेली. मुस्लिमांमधील पाश्चिमात्यांविषयीचा भयगंडही आपण याच पद्धतीने समजू शकतो. अखेरचे, मात्र तितकेच महत्त्वाचे, नव्या जागतिक रचनेद्वारा लोकशाही, मानवाधिकार

आणि भ्रामक जागतिकीकरण यांचा प्रचार करण्याच्या नावाखाली पाश्चिमात्यांनी मुस्लिमांना वेगळे काढण्याबद्दलही मुस्लिमांमध्ये असंतोष आहे.

1970चे दशक मुस्लिमांसाठी आशेचे आणि निराशेचे होते. खनिज तेलातून मिळणाऱ्या उत्पन्नामुळे अरब जगत आणि इराण या तेल उत्पादक देशांमध्ये अचानक संपन्नता आली. दक्षिण आशियातील लाखो मुस्लीम कामगारांना अरब जगत व इस्लामवाद यांची थेट ओळख झाली. 1979 मधील इराणमधील क्रांतीने जी सुरुवात झाली—जगात इस्लामवादाचे प्रचंड पुनरुज्जीवन—ती त्याच वर्षी अफगाणिस्तानातील सोव्हिएत आक्रमणाने अधिक तीव्र झाली. दरम्यानच्या काळामध्ये इराणमधील क्रांती हा केवळ शियांचा विक्षिप्तपणा असल्याचा समज बाळगत, सुन्नी जगतामध्ये अशी कोणतीही क्रांती होणार नाही अशा तुष्टीच्या भावनेत पाश्चात्त्य जग राहिले. 1970 च्या उत्तरार्धापासून होणाऱ्या इस्लामवादाच्या उदयाचे श्रेय ऐजाज अहमद यांनी कार्टर आणि रेगन यांच्या शीतयुद्धामधील अपरिहार्यतांना दिले ते योग्यच होते; कार्टर यांनी सोव्हिएत महासंघाविरुद्ध जिहाद संघटित केला, तर दुसऱ्याने मुजाहिदिनांना आपल्या (अमेरिकेच्या) संस्थापकांच्या पंगतीत नेऊन बसवले.[3] कार्टर यांचे सल्लागार झबिगन्यू ब्रझेझिन्स्की यांनी 1980 च्या सुरुवातीला वायव्य पाकिस्तानातील पेशावरमध्ये पश्तुन पद्धतीचा फेटा बांधून सोव्हिएत महासंघाविरुद्ध जिहादची औपचारिक घोषणा केली होती, हे दखल घेण्यासारखे आहे. अल् कायदा आणि यू. एस.मधील नव-परंपरावादी ही शीतयुद्धाच्या विजयी बाजूला जन्मलेली रेगनवादी जुळी अपत्ये आहेत आणि हिंसेच्या बळावर जग बदलण्याच्या हट्टाला पेटलेली आहेत हे ममदानींचे म्हणणे बरोबर असू शकते. हंटिंग्टन किंवा अन्य नव-परंपरावाद्यांप्रमाणे, सर्व मुस्लीम हे आधुनिकतेच्या विरोधी, भटक्या टोळ्यांमधले आणि कडवे धर्माभिमानी असतात अशी भूमिका बर्नार्ड लुईस घेत नसल्याने ते विरुद्ध मताचे असूनही ममदानी त्यांचे समर्थन करतात. हिरवे संकट किंवा इस्लाम हा पाश्चिमात्यांसाठी सर्वांत मोठा धोका असल्याचे मानणाऱ्या नव-परंपरावादी गुरूंच्या, हंटिंग्टन आणि मंडळींच्या प्रभावाखाली जॉर्ज डब्ल्यू. बुश यांनी इराकवर आक्रमण केल्याचे ममदानी मानतात.[4]

अफगाणिस्तानामध्ये सोव्हिएत महासंघाविरोधातील जिहादला पाश्चिमात्यांचा पाठिंबा असतानाही, याच दशकामध्ये मुस्लीम पाश्चिमात्यांपासून दूर जात असल्याचे संकेत मिळत होते. अमेरिका/नाटोच्या फौजांनी इराक आणि अफगाणिस्तानात केलेल्या आक्रमणांमुळे मुस्लीम आणि पाश्चिमात्य जगतातील ही दरी आणखी वाढत गेली. 9/11 नंतरची मुस्लिमांची जागतिक परिस्थिती इस्लामच्या 1400 वर्षांच्या इतिहासातील सर्वांत बिकट परिस्थिती असल्याचे अनेक मवाळ मुस्लिमांना वाटू लागले आहे. त्याचबरोबर, 21व्या शतकाने राजकीय इस्लामच्या पुनरुज्जीवनाचे संकेत दिले.[5] पुढील कारणांचा विचार केला, तर आपणही या मांडणीशी सहमत होतोः (अ) 'संपूर्ण जगाचा एक साचा बनवणाऱ्या अमेरिकेच्या सत्तेला जागतिक स्तरावर विरोध करणारी एकमेव आंतर-देशीय

शक्ती म्हणून इस्लामने स्वतःला प्रस्थापित केले आहे;' (ब) कथित 'अरब स्प्रिंग'च्या काळामध्ये इजिप्त, ट्युनिशिया आणि अरब जगतातील अन्य ठिकाणी मुस्लीम युवकांच्या झालेल्या जमवाजमवी मागील इस्लामिक प्रेरणा समजण्यामध्ये पाश्चिमात्य अपयशी ठरले; (क) इस्लामकडे केवळ दहशत/विरोध म्हणून पाहणाऱ्या आणि इस्लामधील यादवीवरच लक्ष केंद्रित करणाऱ्या पाश्चिमात्य अभ्यासकांना आणि विश्लेषकांना इस्लामिक सशस्त्र संघर्ष आणि दहशतवाद यांमागे इस्लामिक जाणिवेमध्ये झालेली वाढ हे मुख्य कारण आहे, हे समजलेच नाही; (ड) मुस्लीम-पाश्चिमात्य यांच्यामध्ये दीर्घकाळासाठी सामंजस्य निर्माण करायचे असेल, तर मुस्लीम जगताशी संपर्क प्रस्थापित करण्याचे महत्त्व पाश्चिमात्यांनी समजून घेण्याची वेळ आली आहे; आणि अंतिमतः (इ)'इस्लामच्या आधिपत्याखाली कितीही लोक असले, तरी तो केवळ इस्लामिक राजकीय चळवळीपुरते मर्यादित राहता कामा नये. *तो अधिक आणि आणखी अधिक शक्तिशाली आहे.*' (शब्दांवर भर दिला आहे).[6]

इस्लाम-भयगंड आणि पश्चिम-भयगंड—दोन्ही गोष्टींचे थेट मूळ जागतिकीकरणाच्या प्रक्रियेत नाही—जागतिकीकरणाच्या कालखंडामध्ये अधिक तीव्र झाले आहेत. जागतिकीकरणातील 'नव्या जागतिक रचनेमध्ये' मुस्लीम व पाश्चिमात्य जगतातील दरी कशी आणि का वाढली आहे, हा महत्त्वाचा प्रश्न आहे. तळागाळातील घटकांनी घेतलेला हा पर्यायी मवाळ जागतिक व्यवस्थेचा किंवा 'सामाजिक लोकशाही जागतिकीकरणा'चा शोध वाटतो. परंतु मुस्लीम जग एकसंध नाही आणि पश्चिमही एकरस नाही, त्यामुळे इस्लामच्या बाबतीत जागतिक असे काही नाही, तरीही जागतिक जिहाद—ग्लोबल जिहाद आणि जागतिक इस्लाम या संज्ञा बराच काळ प्रचलित आहेत. स्थानिक जिहादचे पुरस्कर्ते जागतिक मुस्लीम समुदायाचे किंवा उम्माचे प्रतिनिधित्व करत असल्याचा दावा कायम करताना दिसतात.[7] हे प्रकरण पुढील समस्यावाचक संकल्पनांचे पुनर्मूल्यांकन करते: मुस्लिमांमधील सीमानिरपेक्ष निष्ठा, त्यांचा पश्चिम-भयगंड किंवा पाश्चिमात्यांविषयीचा (कथित) तिरस्कार, पाश्चिमात्य संस्कृतीत (कथित) अंगभूत असणारा इस्लाम-भयगंड आणि स्वतःचे आधुनिकीकरण व लोकशाहीचे सात्मीकरण करण्यास मुस्लिमांची अनिच्छा व अक्षमता.

शीतयुद्धानंतरचा कालखंड म्हणजे मुस्लीम जगतासाठी आशेचा वसंत आणि नैराश्याचा शिशिर म्हणता येईल. भूतकाळातील अपूर्ण वचनांची पूर्तता होण्याचा हा काळ होता. बर्लिनची भिंत पडल्याच्या पार्श्वभूमीवर दिसून येणारे सकारात्मक बदल हेच इस्लामवादाच्या वेगवान वाढीमागील प्रमुख कारण आहे. पाश्चिमात्यांच्या दादागिरीपासून स्वतःची सुटका करून घेण्यासाठी जागतिकीकरणाच्या प्रक्रियेलाच विरोध करण्यावर उम्मा अडून बसली आहे, की मुस्लीम विश्वात आपली दादागिरीची नव-वसाहतवादी रचना कायम ठेवण्याचा चंग पश्चिमेने बांधला आहे हे आजचे महत्त्वाचे प्रश्न आहेत. मुस्लीम-पाश्चिमात्य यांच्यातील संघर्षाच्या मुळाशी असलेले तीन घटक मी वेगळे काढले आहेत: (अ) इस्लाम-भयगंड, (ब) इस्रायल आणि (क)जागतिकीकरण. पश्चिम आणि तिच्या

दोस्तांना रक्तबंबाळ करण्यासाठी अभद्र जवळीक करण्यासाठी एकत्र येणाऱ्या अल-कायदा, तालिबान, लष्करे तैयबा, जेमाह इस्लामिया, एमआयएलएफ, हुजी आणि अन्य गटांच्या प्रादेशिक आणि प्रदेशखंडीय इस्लामिक नेटवर्क्सचे स्पष्टीकरण आपल्याला मिळू शकते. थोडक्यात, पॅलेस्टाईन, चेचन्या, कोसोवो आणि दक्षिण मिंदानाओ यांचा एकेकट्याचा, स्वतंत्रपणे विचार होऊ नये. ते सर्व जागतिक जिहादचे भाग आहेत.

मुस्लीम आणि पाश्चिमात्य जगतांची शिंगे अनेक शतकांपासून भिडली आहेत. आठव्या ते 17 व्या शतकाच्या काळामध्ये हिंदी महासागरापासून भूमध्य सामुद्रिक क्षेत्रामध्ये मुस्लीम खिलाफती आणि साम्राज्ये याच दुर्जेय महासत्ता होत्या. सामान्यपणे, युरोपीय या मुस्लिमांच्या दादागिरीला वचकून होते किंवा स्वतःच्या फायद्यासाठी त्यांना उलथवण्यासाठी हट्टाला पेटलेले होते. दांतेची (1308 ते 1321 या काळात लिहिलेल्या) *द डिव्हाइन कॉमेडी म्हणजे* इस्लाम व त्याच्या प्रेषिताविषयीच्या द्वेषाचा अर्कच आहे आणि व्हॉल्टेअरच्या (1736 मध्ये लिहिलेल्या) *फॅनॅटीसिझम किंवा महोमत द प्रोफेट* या नाटकातही हेच आहे. अन्य पाश्चिमात्य विद्वानांमधील हेगेल, फ्रान्सिस बॅकॉन, मार्क्स किंवा मॅक्स वेबर यांच्याकडूनही इस्लामविषयी एकही भला शब्द सापडत नाही. मार्क्स आणि हेगेल यांच्या पौर्वात्य झोटिंगशाहीबद्दलच्या प्रवचनात मुस्लीम जगतासह पौर्वात्य देश हे चकचकीत आणि साक्षात्कारी पाश्चिमात्य जगतापेक्षा हिणकस असल्याचे चित्र रंगविण्यात आले आहे. पाश्चिमात्यांच्या पूर्वेकडील वसाहतवादी दादागिरीचे समर्थन करताना पौर्वात्यवादींचे लक्ष केवळ मुस्लीमजगतातील निरंकुशता, झगमगाट, क्रौर्य व विषयलोलुपता यांच्याकडेच गेले.[8] मध्य-पूर्व आणि दक्षिण आशियातील मुस्लीम बंडखोरांना कमी लेखण्यासाठी ब्रिटिश वसाहतवादींनी सत्ताधीश वेडे मुल्ला आणि अभिजात रानटीपणा यांसारख्या संज्ञा वापरल्या.[9] युरोपातील बुद्धिजीवींनी केलेल्या इस्लामच्या मांडणीची मोडतोड करण्याचे देर्रिदाचे आवाहन अगदी समर्पक आहे. यहुदी-ख्रिश्चन संस्कृती या अतिप्रचलित पाश्चिमात्य संबोधनाला अनैतिहासिक आणि पक्षपाती म्हणत तो त्याची खिल्ली उडवतो कारण इस्लामिक संस्कृतीनेही पाश्चिमात्य सभ्यता समृद्ध केली आहे.[10] एडवर्ड सैदचे '*ओरिएंटलिझम*' म्हणजे पूर्वापार चालत आलेल्या, अरब आणि मुस्लिमांविरुद्धच्या पाश्चिमात्य पौर्वात्यवादी पूर्वग्रहाला खोडून काढणारे एक झणझणीत अंजन आहे.

इस्लामच्याविरुद्ध पाश्चिमात्यांचा पूर्वग्रहपूर्णतः अनपेक्षित नाही. इस्लामिक साम्राज्यांच्या सुवर्णकाळामध्ये अनेक मुस्लीम सत्ताधीश बिगर-मुस्लीम प्रजेबाबतीत अतिशय पक्षपाती, अत्याचारी आणि शोषणकर्ते होते. आयबेरियन द्वीपकल्प (आधुनिक स्पेन व पोर्तुगाल) आणि पूर्व युरोपातील बहुतांश भागावर चार ते सात शतकांसाठी मुस्लीम सत्ताधीशांची हुकूमत आणि तुर्कांनी 1915–17 या काळामध्ये लाखभर आर्मेनियन नागरिकांचा केलेला समुच्छेद यांचा उल्लेख या बाबतीत करता येईल. गैरमुस्लिमांना अंकित ठेवण्याचे

उदात्तीकरण करण्यासाठी कुराणातील काही आयतांचा सोयीस्कर आणि चुकीचा अर्थ लावण्याच्या मुस्लीम धर्मगुरू आणि विद्वानांच्या हव्यासातूनही पाश्चिमात्यांच्या मनातील इस्लामिक भयगंड आणखी पक्का होतो. अनेक मुस्लीम लेखक अकराव्या शतकातील सुलतान महमुद किंवा अठराव्या शतकातील अहमद शाह अब्दाली यांसारख्या जुलमी आणि रानटी आक्रमकांचेही उदात्तीकरण करतात आणि कोर्दोबा, ग्रनाडा, ओट्टोमान व मुघल यांसारख्या इस्लामिक साम्राज्यांच्या अस्ताबद्दल शोक करतात. त्यांच्या सध्याच्या शक्तिहीन अवस्थेसाठी पाश्चिमात्यांना दोष देणे त्यांना आवडते.

विसाव्या शतकाच्या मध्यापर्यंत दोन शतके संपूर्ण मुस्लीम जगतावरील पाश्चिमात्य वसाहतवादी दादागिरी आणि वसाहतींनंतरच्या कालखंडामध्ये एकूण मुस्लिमांना आणि विशेषतः अरबांना पाश्चिमात्यांकडून मिळालेली वागणूक यांमुळेही इस्लाम आणि पश्चिम यांच्यातील दरी रुंदावतच गेली. एकटा तुर्कस्तान हा एकच मुस्लीम-बहुल देश असा होता ज्याने पूर्व युरोप, उत्तर आफ्रिका आणि मध्यपूर्वेत कित्येक शतके वसाहतींचे समांतर आणि प्रतिस्पर्धी साम्राज्य चालवले. परंतु पहिल्या महायुद्धानंतर लगेचच तुर्की साम्राज्याचे शेवटचे चिरेही निखळले आणि मुस्लिमांना, विशेषतः भारतीय उपखंडातील मुस्लिमांना दोन अभद्र संकेत मिळाले: (अ) मुस्लीम जग युरोपियन (ख्रिश्चन) आधिपत्याखाली असताना, बिगर-मुस्लीम प्रदेशांवरची मुस्लीम सत्ता आणि विजय इतिहासजमा झाले आहेत; आणि (ब) ओट्टोमन खिलाफतीच्या अस्तानंतर भारतीय मुस्लिमांना ब्रिटिशांच्या दादागिरीपासून वाचवणारा कुणीही त्राता शिल्लक राहिला नाही. मुस्लीम आणि पाश्चिमात्य यांच्यातील संशय आणि द्वेषाची जोपासना केवळ भूतकाळातील अनुभव, वर्तमानकाळातील संघर्ष आणि तेच पुढे चालू राहण्याचे भविष्य यांच्या भीतीतून झाली आहे.

युरोपीय वसाहतवादी सत्तांनी "संपूर्ण वाळवंटांमध्ये" लहरीपणे रेषा आखल्या आणि त्यातून इस्रायल, लेबनॉन, जॉर्डन, कुवेत, पाकिस्तान, इंडोनेशिया आणि मलेशिया यांसारख्या कृत्रिम देशांची निर्मिती झाली आणि सीरिया व इराक अशी खंडित अस्तित्वे निर्माण झाली. त्यांनी कुर्दिस्तान, पॅलेस्टाईन, पश्तुनिस्तान आणि बलुचिस्तान यांचे स्वतंत्र स्थानही अदृश्य करून टाकले. शांततेचे आणि युरोप आणि मध्यपूर्वेच्या नकाशांची फेरआखणीचे विध्वंसकारी परिणाम होण्याची शक्यता असल्याचे ब्रिटिश फील्ड मार्शल आर्चिबाल्ड वेव्हेल यांचे निरीक्षण भविष्यसूचक होते."युद्धाचा शेवट करणाऱ्या युद्धा'नंतर, पॅरिसमध्ये 'शांततेचा शेवट करणारी शांतता' निर्माण करण्यामध्येही त्यांना यश आलेले दिसते."[11] मुस्लीम जगतात वसाहतीपश्चात काळातील पाश्चिमात्यांच्या दादागिरीच्या रचनाही बहुतांश मुस्लिमांसाठी तितक्याच अनर्थकारी ठरल्या आहेत. इस्रायलच्या स्थापनेपासून ते इराणमध्ये (1953) लोकशाही पद्धतीने निवडून आलेले सरकार उलथवून टाकण्यापर्यंत आणि 1956 मधील इंग्लंड-फ्रान्स व इस्रायल यांनी इजिप्तवर केलेले आक्रमण आणि इजिप्त, सीरिया आणि जॉर्डनमध्ये 1967 मध्ये इस्रायलने केलेली घुसखोरी आणि

दहशतवाद्यांची धरपकड; क्षुल्लक सबबी, खोटेपणा आणि फसवाफसवीच्या मदतीने सद्दाम हुसेन यांची केलेली उचलबांगडी; आणि शेवटचे आणि महत्त्वाचे, अमेरिकेच्या पुढारपणाने इराण, सीरिया आणि पाकिस्तानविरुद्ध सुरू केलेल्या जहाल मोहिमा यांची उदाहरणे या संदर्भात देता येतील. मुस्लिमांमध्ये पश्चिमद्वेषात झालेली वाढ हे पाश्चिमात्य सत्तांनी वसाहतोत्तर काळात केलेल्या पराभवांचे आणि मानहानीचे फलित आहे.

हमजा अलवी यांनी केलेले वसाहतोत्तर काळातील समाजाचे मूल्यमापन या अभ्यासासाठी आम्हाला अतिशय उपयुक्त वाटते. अलवी स्पष्ट करतात की ज्यांनी कधीच पारतंत्र्य अनुभवले नाही, अशा समाजांच्या उलट, वसाहतोत्तर समाजांमध्ये मुलकी आणि सैनिकी नोकरशाहीचा अवास्तव विकास झाला आहे, तर नागरी समाजाचा विकास कमी झाला आहे. वसाहतोत्तर सत्ताधारी, सत्तेतील मूठभर अभिजनांच्या फायद्यासाठी टॉप-हेवी (खूप जणांच्या हातात खूप जास्त सत्ता) नोकरशाहीची रचना राबवतात आणि वसाहतींची जुनीच संरचना कायम ठेवतात.[12] थोडक्यात, वसाहतोत्तर काळातील देश म्हणजे वसाहतवादी सत्तांनी मनाप्रमाणे आखलेल्या सीमारेषांनी तयार झालेली कृत्रिम अस्तित्वे आहेत आणि ती वांशिक, सामूहिक, धार्मिक आणि पंथिक रेषांनीही दुभंगलेली राहिली आहेत.

समस्यापूर्ण नवी जागतिक रचना:
इस्लाम-भयगंड विरुद्ध पश्चिम-भयगंड

'एखाद्या मुस्लिमाला काय हवे असते?' हा पाश्चिमात्यांसाठी अतिशय गूढ प्रश्न आहे. पुन्हा इस्लाम आणि मुस्लीम हे एकजिनसी नाहीत; अल्जीरियात जे आहेत, ते अफगाणिस्तान किंवा बलुचिस्तानमध्ये आहेत त्यांपेक्षा फार वेगळे आहेत; आणि तसेच इस्लामवादही वेगवेगळे असल्याने एजाज अहमद यांनी या संज्ञेचा उल्लेख अनेकदा अनेकवचनी केला आहे.[13] उलटअर्थी, पाश्चिमात्य संस्कृती, तेथील मानके किंवा वागणुकीविषयी बहुतांश मुस्लिमांचे आकलन फारच कमी किंवा शून्य आहे, आणि त्याही पलीकडे, मुस्लिमांनी काय करावे असे पाश्चिमात्यांना वाटते, याबद्दल त्यांना काहीही कल्पना नाही. परस्परांविषयी पुरेशी समज नसणे, हीच गोष्ट परस्परांविषयीच्या तिरस्काराच्या मुळाशी आहे. इस्लामला दुखावण्यासाठी पाश्चिमात्य अभ्यासकांची वापरलेली 'भूतपिशाच्च विद्या'[14] मुस्लिमांसाठी अतिशय विखारी आणि दुःखदायक आहे. नव-पौर्वात्यवादी पाश्चिमात्य अभ्यासक—लुईस, हंटिंग्टन व इतर—हे इस्लाम व मुस्लिमांना तुच्छ लेखतात आणि इस्लामवर केवळ दुष्ट आणि कुटिल असल्याचा शिक्का मारून सनसनाटी इस्लाम-भयगंड पसरवतात, उघडउघड इस्लाम-द्वेष्टे पोप बेनेडिक्ट सोळावे, डॅनियल पाइप्स, जेरी फॉलवेल, फ्रँकलीन ग्रॅहम, गीर्ट वाइल्डर्स, रश लिमबॉ, जनरल (निवृत्त) विल्यम बॉयकिन, ग्लेन बेक आणि पॅट रॉबर्टसन, ही त्यांतील काही मोजकी नावे. दहशतवाद हा कुराण व प्रेषित महम्मदांच्या

शिकवणुकीतूनच निर्माण झाला आहे आणि सामान्य मुस्लीम हा संभाव्य दहशतवादी समर्थक असतो, त्याहीपेक्षा वाईट म्हणजे तो आत्मघाती हल्लेखोर असतो, असा त्यांतील अनेकांचा विश्वास आहे.[15] विशेष म्हणजे, इस्लाम हा हिंसा व शांतता यांच्यामधला धर्म आहे, अशी मध्यममार्गी भूमिका लुईस घेतात, तरीही मनोमन ते संस्कृती संघर्षाच्या सिद्धान्ताचे समर्थनच करतात.[16] अगदी, विल्यम ग्लॅडस्टोन (1809–1898) यांच्यासारख्या अत्यंत उदारमतवादी ब्रिटिश राजकीय नेत्यांच्या मनामध्येही इस्लामिक भयगंड होता. 'जोपर्यंत हा ग्रंथ (कुराण) अस्तित्वात आहे, तोपर्यंत जगामध्ये शांतता येऊ शकत नाही,' असा त्यांचा विश्वास होता.[17]

अमेरिकन आदर्शवाद आणि वास्तवामध्ये—अमेरिकन म्हणजे श्वेतवर्णीय—असणाऱ्या तफावतीमुळे असे भासू शकते. अमेरिकेतील इस्लामिक भयगंडही प्रामुख्याने वंशवादामुळेच आहे. 1970 च्या दशकापासून मुस्लिमांच्या अमेरिकेतील स्थलांतरामध्ये प्रचंड वाढ झाली, तोपर्यंत कृष्णवर्णी अमेरिकन मुस्लीम हेच अमेरिकेतली अधिकतर मुस्लीम लोकसंख्येचे प्रतिनिधित्व करत होते. आफ्रो-अमेरिकनांविरोधातील उपेक्षा व सरसकट भेदभावाची ते शिकार होते आणि उपेक्षितांमध्ये कृष्णवर्णी मुस्लीम असा वेगळा गट अस्तित्वात आला नाही. कृष्णवर्णी मुस्लिमांमधील इस्लामिक चळवळींचे वेगवेगळे प्रवाह 1980 च्या दशकापर्यंत आपापल्या अनुयायांमध्ये गोऱ्यांच्या सर्वोच्चतेविरुद्ध पाठिंब्याची जमवाजमव करत असले, तरी अमेरिकनांच्या मुख्य प्रवाहासमोर ते इस्लामिक संकट म्हणून कधीच समोर आले नव्हते. जॅक्सन यांच्या स्पष्टीकरणानुसार, स्थलांतरित इस्लामच्या उदयाने "या उपक्रमात किमान दोन प्रकारची गुंतागुंत निर्माण केली." पहिले, स्थलांतरित मुस्लीम कृष्णवर्णी मुस्लिमांच्या चळवळींमध्ये सामील झाले नाहीत कारण त्यांच्या दृष्टीने वंश ही गोष्ट इस्लाममध्ये अप्रस्तुत आहे. दुसरे, मुख्य प्रवाहातील अमेरिकनांनी त्यांना स्वीकारल्यामुळे त्यांच्यातील बरेच जण शांत झाले. परंतु दुसऱ्या पिढीच्या आणि नव्या मुस्लीम स्थलांतरितांच्या अपेक्षा वेगळ्या आहेत. त्यांना अधिक चांगल्या रोजगाराच्या संधी, राहणीमान, सन्मान आणि प्रतिष्ठा हवी आहे. पूर्वी ज्यू, आयरिश, इटालियन, चिनी आणि इतर स्थलांतरित ज्यातून गेले, त्याच अवस्थेतून ते जात आहेत.[18]

जागतिक जिहाद आणि देशांतर्गत दहशतवादाला असलेल्या पाठिंब्याच्या संदर्भात, दुरावलेल्या आणि उपेक्षित अशा विखुरलेल्या मुस्लीम जनसमुदायातील काही उदाहरणांचा अभ्यास बराच बोलका आहे. उदाहरणार्थ, अमेरिकेत जन्मलेला आणि वैद्यकीय शिक्षण घेणारा एक पाकिस्तानी स्वतःला कधीही अमेरिकन समजू शकला नाही, इस्लामशी जुळवून घेऊ शकला नाही आणि फालतू बडबड, दुय्यम, "सन्माननीय" गोरेपणात सामील होण्यास त्याचा नकार होता. वंशवादाने प्रेरित इस्लामिक-भयगंडामुळे अमेरिकन मुस्लिमांची दुसरी आणि तिसरी पिढी कोणत्याच वांशिक गटात बसत नाही. रंजक बाब म्हणजे अरब-तुर्की-इराणी-पाकिस्तानी-अफगाण मुस्लीम स्थलांतरित कृष्णवर्णी अमेरिकनांमध्ये सामील होऊ

इच्छित नाहीत, कारण कृष्णवर्णीय ओळख हा त्यांना एक कलंक वाटतो. असे दिसते की मुस्लीम स्थलांतरित आणि त्यांची मुले या स्पष्ट न-अमेरिकन वांशिक ओळखीच्या फासात अडकलेले राहणार, या देशातील स्थलांतरित-विरोधी इस्लामिक-भयगंडाला दुर्दैवाने काहीच सीमा उरली नसल्यासारखे दिसते.[19] युरोपातील मुस्लीम स्थलांतरितांचे अनुभव यापेक्षाही भयानक आहेत.

अमेरिकेतील आधुनिक इस्लामिक भयगंड 9/11 च्या आधीपासूनच आहे. इराणमधील 1979 च्या क्रांतीने त्याच्या उदयाची जाणीव करून दिली. मात्र, अफगाणिस्तानातील सोव्हिएत आक्रमण आणि त्यांना रोखण्यासाठी मुस्लीम-पाश्चिमात्य यांच्यामध्ये झालेली हातमिळवणी यांमुळे 1989 मध्ये सोव्हिएत महासंघाच्या माघारीपर्यंत पाश्चिमात्यांमधील मुस्लीमद्वेष काहीसा निरस्त झाला. सकृतदर्शनी, अफगाण जिहाद दरम्यान अमेरिकन माध्यमे, विद्वान आणि राजकीय नेते यांनी सुन्नी इस्लाम नव्हे, तर अल्पसंख्य शियावाद हा अमेरिकेचा प्रमुख शत्रू म्हणून वेगळा काढला. तरीही, अमेरिकेमध्ये वेगाने वाढणाऱ्या इस्लामिक भयगंडामुळे 1980 मध्ये अमेरिकन-अरब भेदभावविरोधी समितीची (अमेरिकन-अरब अँटी डिस्क्रिमिनेशन कमिटी-एडीसी) स्थापना झाली. 1990 च्या सुरुवातीला या समितीच्या पावलावर पाऊल टाकत अमेरिकेतील मुस्लिमांच्या नागरी हक्कांचे रक्षण करण्यासाठी *अमेरिकन इस्लामिक रिलेशन्स* ही अस्तित्वात आली.

मात्र, रशियाने अफगाणिस्तानातून माघार घेतल्यानंतर, लवकरच अमेरिकेतील इस्लामिक भयगंडाला नवजीवन मिळाले.

ओक्लाहोमा शहरामध्ये 1995 मध्ये झालेल्या बॉम्बस्फोटासाठी अमेरिकेतील माध्यमे, विश्लेषक आणि तज्ज्ञ यांनी इस्लाम आणि मध्य-पूर्वेमधील इस्लामवाद्यांना जबाबदार धरले एवढेच नव्हे, तर अमेरिकन इस्लामिक भयगंड सर्वत्र वेगाने वाढू लागला. 2002 मध्ये 38 टक्के अमेरिकन नागरीक इस्लामच्या बाजूने मत व्यक्त करत होते, तर 2007 मध्ये हे प्रमाण 15 टक्क्यांपर्यंत खाली आले.[20] ओबामा यांच्या सरकारने देशांतर्गत सुरक्षा विभागामध्ये मुस्लीम ब्रदरहूडच्या अनेक कट्टर सदस्यांना सामावून घेतल्याचा आरोप मिनेसोटा काँग्रेस सदस्य मिशेल बॅचमॅन यांच्या नेतृत्वाखालील रिपब्लिकन राजकीय नेत्यांनी जुलै 2012 मध्ये केला. अंतर्गत सुरक्षा खात्यात (*होमलँड सिक्युरिटी डिपार्टमेंट*) मध्ये कथित शिरकाव केलेल्या मुस्लीम ब्रदरहूडच्या आघाडीच्या समर्थक म्हणून हुमाअबेदिन (अरब-अमेरिकन), हिलरी क्लिंटन यांच्या *डेप्युटीचीफ ऑफ स्टाफ*यांच्याकडे त्यांचा रोख होता.[21]

दरम्यान, हंटिंग्टन यांचा तथाकथित संस्कृती संघर्षाचा सिद्धान्त आणि प्रमुख इस्लाम भयग्रस्तांचे द्वेषपूरक लेखन व भाषणे यांमधून अमेरिकेतली गोऱ्या आणि ना-गोऱ्या-ना-काळ्या मुस्लिमांतील दरी वाढत गेली. बुश (थोरले) आणि क्लिंटन यांनी हंटिंग्टन यांच्या संस्कृती संघर्षाच्या सिद्धान्ताला दूर ठेवले असले, तरीही बुश (धाकटे) आणि टोनी ब्लेअर हे मुस्लिमांना व एकूण आशियायींना खलनायक ठरवणाऱ्या या सिद्धान्ताचे खंदे समर्थक

होते. पाश्चिमात्यांमधील अनेकांना मुस्लीम आणि अरब यांच्यातील फरकही समजत नाही. सर्वसाधारण पाश्चिमात्यांचा समज म्हणजे,"इस्लाम हा एकमेव लिंगाधिष्ठित धर्म आहे. 'मुस्लीम मन' तर्क आणि विज्ञान स्वीकारण्यास अक्षम आहे, इस्लाम मुळातच हिंसक आहे...पाश्चिमात्य देश लोकशाहीचा प्रसार करतात, तर इस्लाम दहशतवादाचा."[22]

रेडिओवरील चर्चांचे सूत्रसंचालन करणाऱ्या अति-परंपरावादी मायकेल सॅवेजला, मुस्लिमांना माणसांत आणण्यासाठी त्यांना बळाने ख्रिश्चन करायची इच्छा आहे, तर डॅनियल पाइप्सला मुस्लीम चालीरीती इतर कोणत्याही रूढींपेक्षा जास्त त्रासदायक वाटतात.[23] 2008 मध्ये रेडिओवरील चर्चेचे सूत्रसंचालक रश लिमबाग यांनी बराक ओबामांना आफ्रिकन-अमेरिकन नव्हे, तर अरब मुस्लीम म्हणून रंगवले. अध्यक्षपदाचे रिपब्लिकन उमेदवार जॉन मॅककेन यांनी ओबामांचा केलेला बचावही समस्येत भर घालणाराच होता. ते म्हणाले की ओबामा अरब नसून "चांगल्या घरातून आलेले" आहेत, जणू अरब चांगल्या घरातले नसतातच.[24] शेवटची सर्वावर कडी म्हणजे जॉर्ज डब्ल्यू. बुश यांनी इस्लामला एकदा "हिरवे संकट" आणि त्यानंतर "शांतीचा धर्म" म्हटले. डोनाल्ड रम्सफील्डने इस्लामला "धोका"च समजणे, अमेरिकेची पायाभरणी मुख्यतः ख्रिश्चन तत्त्वांवर झालेली असल्याचे मॅककेनचे प्रतिपादन, आणि अमेरिकेत मेक्सिकनांपेक्षा जास्त पाकिस्तानी बेकायदेशीर लोक येत असल्याचे माइक हकाबीचे निरीक्षण ही सारी इस्लामिक भयगंडाचीच दृश्यरूपे आहेत.[25] जहाल इस्लामकडे युरोप सहृदयतेने दुर्लक्ष करत असल्याबद्दल इस्लामभयग्रस्त बोलतात.[26] त्यांतील अनेकांचा विश्वास आहे की कालांतराने मुस्लीम साम्राज्याच्या स्थापनेसाठी मुस्लीम अमेरिकेविरुद्ध जिहाद पुकारणार.[27]

तेव्हा लष्करी सेवेत असलेल्या एका जनरलने, विल्यम बॉयकिन (आता निवृत्त) यांनीच केवळ इस्लामला एक सैतानी धर्म आणि मुस्लीम ईश्वर म्हणजे सैतान अशी विषपेरणी केली नव्हती, तर काही राजकीय नेत्यांनाही इस्लामचा भयगंड होता. अमेरिकेतील 80 टक्के मशिदी मूलतत्त्ववादी इमामांच्या नियंत्रणाखाली आहेत, त्यामुळे अमेरिकन मुस्लीम जहालमतवादी आणि देशाभिमान नसणारे आहेत, असे बदनामीकारक जाहीर वक्तव्य काँग्रेस सदस्य पीटर किंग (आर-एनवाय) यांनी केले होते. 9/11 च्या हल्ल्यानंतर अमेरिकन मुस्लिमांच्या मदतीमुळे अल कायदाचे एक तृतीयांश कट थांबवता आले होते आणि अमेरिकन मशिदींनी अमेरिकन मुस्लिमांना जहालमतापासून परावृत्त केले होते याची त्यांनी दखल घेतली नाही.[28] मार्च 2011 मध्ये, अमेरिकेतील इस्लामिक मूलतत्त्ववादाविषयी तिथल्या काँग्रेसमध्ये झालेल्या सुनावणीचे प्रमुख पीटर किंग यांनी एकदा, अमेरिकेत फारच जास्त मशिदी असल्याची तक्रार केली होती.[29] पीटर किंग यांच्या पक्षपाती टिप्पणीनंतर काहीच दिवसांत, 13 मार्च 2011 रोजी, साउथवेस्ट एअरलाइन्सच्या एका कर्मचाऱ्याने हिजाब घातलेल्या मुस्लीम महिला प्रवाशाला सॅन दिएगो आंतरराष्ट्रीय विमानतळावर, सुरक्षेच्या कारणास्तव विमानातून खाली उतरवले.[30]

डोक्यावरील फेटूयात बॉंब लपवलेल्या आत्मघातकी बॉंबरच्या रूपात प्रेषित मुहम्मदाचे व्यंगचित्र; स्वित्झर्लंडमध्ये मशिदींवरील मिनारांच्या उभारणीवर बंदी घालण्यासाठी उभी राहिलेली चळवळ; न्यूयॉर्कमधील 'ग्राउंड झिरो'जवळ मशिदीच्या बांधकामाला झालेला विरोध; फ्लोरिडामध्ये एका ख्रिस्ती धर्मोपदशकाने कुराण जाळल्याची घटना; आणि अखेरचे आणि महत्त्वाचे, डच इस्लामभयग्रस्त गीर्ट वाइल्डर यांनी इस्लामची "युरोपसमोरील सर्वांत मोठी समस्या—केवळ आजचीच नव्हे, तर गेल्या काही दशकांपासून" अशी संभावना करणे आणि कुराणाची तुलना हिटलरच्या *माइनकाम्फ*शी करणे ही सारी पश्चिमेत वाढत चाललेल्या इस्लामिक भयगंडाच्या लाटेची उदाहरणे म्हणून दाखवता येतील.[31] मार्च 2011 मध्ये कुराणाच्या प्रतींचे सार्वजनिक दहन करणाऱ्या फ्लोरिडातील धर्मोपदेशक टेरी जोन्स यांनी मुहम्मदाच्या सुनावणीचेही वचन दिले.[32] ते इस्लामला सैतानाचा धर्म मानतात आणि ज्यू, हिंदू आणि मुस्लिमांसकट सर्व अ-ख्रिश्चनांना सैतान मानतात. कुराण जाळल्याच्या घटनेचे पडसाद अफगाणिस्तान आणि पाकिस्तानात पाश्चिमात्य आणि ख्रिश्चन यांच्याशी संबंधित ठिकाणांवर सार्वत्रिक हिंसा होण्यात उमटले. अफगाण जमावाने काबूलमधील संयुक्त राष्ट्रसंघाच्या आवारात धाड घातली आणि सात परदेशी कर्मचाऱ्यांची हत्या केली. पाकिस्तानी लोकांनी अनेक ख्रिश्चनांना मारले आणि चर्चेस जाळली.[33] कुराण जाळणे इस्लामिक अतिरेक्यांच्या पथ्यावर पडल्याचा अनेक विश्लेषकांचा विश्वास होता, तर जनरल पेट्रेअस यांना तो अफगाणिस्तानातील युएस च्या नेतृत्वाखालील युद्ध प्रयत्नांसमोर उद्भवलेला धोका वाटला.[34]

अमेरिकेच्या फॉक्स टीव्ही या वाहिनीवरील बिल ओ'रिली या निवेदकाने कुराणाची बरोबरी माइनकाम्फशी केली, तर रेव्हरंड जेरी वाइन्स यांनी प्रेषित महम्मद हे राक्षसाने पछाडलेली बालकांशी विकृत लैंगिक चाळे करणारी व्यक्ती असल्याचे म्हटले. रेव्हरंड जेरी फॉलवेलने प्रेषितांना दहशतवादी म्हटले, तर जॉर्ड डब्ल्यू. बुश यांचे धर्मोपदेशक रेव्हरंड फ्रँकलिन ग्रॅहम यांनी "इस्लाम हा कुटिल धर्म आहे" असे विधान केले.[35]

धर्मांतरित (बॉर्न-अगेन) ख्रिश्चन नेत्यांची, जे इस्लामचाही तिरस्कार करतात (त्यांचा ओबामांबद्दलचा तिरस्कार हा त्यांच्या वंशामुळे आणि कथित इस्लाम धर्मामुळे आहे), अमेरिकेतली वाढती लोकप्रियता ही केवळ मुस्लीम आणि पाश्चिमात्य विश्वे यांच्यातील दरी रुंदावत आहे. जें जे म्हणून इस्लामिक आणि मुस्लीम आहे त्या सर्वांचा तिरस्कार अमेरिकेतील सर्व उद्योगव्यवसायांतील शांतताप्रिय नागरिकांमध्ये वाढत आहे. अमेरिकन मुस्लीम बांधत असलेल्या नव्या मशिदी आणि इस्लामिक केंद्रे यांच्याविरुद्ध ते जनमत संघटित करतात आणि त्यासाठी सरकारी हस्तक्षेपाचीही मागणी करतात. ग्राउंड झिरोवर मशीद बांधण्याला विरोध करणे, हे त्या स्थानाचे पावित्र्य टिकवण्यासाठी केलेले कृत्य वाटते, तर इतर लोक मशिदीच्या बांधकामाला विरोध करतात ते अमेरिकेला शरिया कायद्याच्या वरवंट्यापासून वाचवण्यासाठी. *ॲक्ट फॉर अमेरिका* आणि *द कॉल*

यांसारख्या शरियाविरोधी, खरे तर इस्लामभयग्रस्त अनेक संस्था अमेरिकेला राक्षसी शरिया कायद्यापासून वाचवण्याच्या नावाखाली इस्लामिक भयगंड पसरवण्यात आणि ख्रिश्चन तत्त्वांची सर्वोच्चता स्थापित करण्यासाठी कार्यरत आहेत.[36] अमेरिकनांचे शरिया भय अशा थराला पोचले आहे की त्यांच्यातील कित्येकांना तो त्यांच्या देशाच्या अस्तित्वालाच असलेला धोका वाटतो. *सेंटर फॉर सिक्युरिटीपॉलिसी* तर्फे "*शरिया: द थ्रेट टू अमेरिका*" (शरिया: अमेरिकेला धोका) हा अहवाल सादर करताना 2010 मध्ये केंद्राचे अध्यक्ष फ्रँक गाफ्नी यांनी श्रोत्यांना सांगितले होते की, जरूर पडल्यास शरिया बळाने लादून, अन्यथा जरूर पडल्यास अधिक छुप्या तंत्रांचा वापर करून जहालमतवादी मुस्लिमांना पाश्चिमात्य संस्कृती आतून नष्ट करायची आहे. अहवालात दावा केला आहे की: "अंतिम शरिया एकच आहे" आणि "त्याची वृत्ती दंडेलीची आहे, तो आपल्या राज्यघटनेशी विसंगत आहे आणि इथल्या आणि जगभरातील शांततेला धोका आहे."[37] रेमंड बेकर मानतात की अमेरिकन राजकारणी, माध्यमे आणि विचारवंतांच्या काही गटांनी शरिया हा त्यांच्या देशाला असलेला सर्वांत मोठा धोका असल्याचे म्हणणे हे अमेरिकन साम्राज्य अचानक उतरणीला लागल्याचे निदर्शक आहे.[38]

टेनेसी प्रांतातील मुरफ्रीसबोरो या लहानशा शहरातील प्रस्तावित मशीद आणि इस्लामिक केंद्राविरोधात झालेल्या संघटित विरोधाचे आणि आंदोलनाचे उदाहरण या संदर्भात देता येईल.[39] 2010 च्या उत्तरार्धात सुरू झालेल्या मुरफ्रीसबोरो येथील मशीदविरोधी मोहिमेने टेनेसीतील मुस्लीम आणि इस्लाम यांच्या विरुद्ध एका अत्यंत द्वेषपूर्ण राज्यव्यापी मोहिमेचे रूप धारण केले. आपण माध्यमांत पाहतो त्यानुसार राज्याचे सिनेटर बिल केट्रॉन आणि प्रतिनिधी जुड मॅथनी यांनी फेब्रुवारी 2011 मध्ये टेनेसीतील अनुक्रमे सिनेट आणि प्रतिनिधिगृहात एक विधेयक मांडले. शरिया हा अंतर्गत सुरक्षेला धोका मानून हे विधेयक ॲटर्नी जनरलना तक्रारींचा आणि शरिया कोण पाळत आहे, याचा शोध घेण्याचे अधिकार देते. इस्लामच्या शांततापूर्ण चालीरीतींना यातून वगळण्यात आले होते, परंतु पाय धुणे आणि नमाजासह इस्लामिक पद्धतींना शरिया कायद्याचे पालन समजून देशद्रोही मानते. हे विधेयक दावा करते की शरिया पालनकर्त्यांना राज्यघटनेच्या जागी त्यांचा धार्मिक कायदा आणायचा आहे. आणखी डझनभर राज्ये शरियाविरोधी विधेयकांचा विचार करत आहेत आणि ओक्लाहोमामध्ये त्यावरून एक न्यायालयीन दावाही दाखल झाला आहे.[40] टेनेसी राज्याचे सिनेटर केट्रॉन यांच्या मते हे विधेयक "शरिया जिहाद" सह अन्य दहशतवादी कृत्ये रोखण्याचा "एक दहशतवाद-विरोधी उपाय" आहे.[41]

इस्लाम आणि मुस्लिमांविरोधी हा उन्माद म्हणजे हिमनगाचे एक छोटे टोक असू शकते. अमेरिकेत अति-उजव्या चर्चांचे सूत्रधार किती लोकप्रिय आहेत हे सर्वज्ञात आहे. उदाहरणार्थ रश लिंबॉ आणि ग्लेन बेक हे वर्षाकाठी अनुक्रमे साधारण 6 कोटी आणि 3.3 कोटी डॉलर्स मिळवतात.[42] पाश्चिमात्यांच्या इस्लामिक भयगंडाचा परिणाम म्हणून, आपण

एका विशेष समाजाचे असल्याच्या भावनेतून अल् कायदा आणि त्यांच्यासारखे अन्य टोकाच्या जमातवादाला चिकटून राहिले आहेत. त्यांचा अति-*ऐक्यवाद* किंवा जमातवाद त्यांच्या अतिअभिमानी लक्षणामध्येही प्रतिबिंबित होतो, त्यातूनच ते पश्चिमेविरुद्ध दहशतवादाचा मार्ग स्वीकारतात.[43]

युरोपच्या अरबीकरणाची छाया म्हणजे इस्लामिक भयगंडाची *युरोबिया* ही संकल्पना पश्चिमेत नव्याने उदयाला येत आहे. इजिप्तमध्ये जन्मलेली बाट येओर ही ज्यू लेखिका या सिद्धान्ताची खंदी समर्थक मानली जाते. त्यांचा सिद्धान्त अगदी सरळ आहे. युरोप अरबी तेलावर खूपच अवलंबून असल्याने युरोपने स्वतःवर अरबी हितसंबंधांचा कब्जा होऊ दिला. युरोपमध्ये इस्लामचे पाश्चात्यीकरण झाले नाही, तर सामाजिक अशांतता आणि दहशतवादाच्या भीतीने युरोप मुस्लिमांच्या अधिकाधिक मागण्या मान्य करत गेला. वाढत्या ज्यू-विरोधाचे आणि अमेरिकन-विरोधाचे खापरही त्या युरो-अरब आघाडीवर फोडतात, त्यांना हा केवळ इस्रायलच्या अस्तित्वाला धोका वाटत नाही, तर त्या सावध करतात की युरोपचे भविष्य *धिम्मिट्यूड*चे, किंवा त्यांच्या भविष्यातील मुस्लीम स्वामींना शरण जाण्याचे असेल?[44] युरोपमधील मुस्लिमांचे अत्यल्प प्रमाण—लोकसंख्येच्या केवळ 4 टक्के—लक्षात घेता *युरोबिया*ची संकल्पना आत्यंतिक वंशवादी आणि इस्लामभयग्रस्त वाटते. मुस्लीम हे बहुसंख्य युरोपियनांपेक्षा जास्त धार्मिक आणि परंपरावादी असले, तरीही युरोपात कित्येक धर्मनिरपेक्ष, चालीरीतींचे आचरण न करणारे आणि अश्रद्ध मुस्लीम आहेत.[45] या संदर्भात, स्वित्झर्लंडमधील मिनारांवरील बंदीचे तारिक रमादान यांचे संक्षिप्त पण स्पष्ट विश्लेषण डोळे उघडणारे आहे. "स्वित्झर्लंडमध्ये केवळ चार मिनार आहेत, तर मग हा पुढाकार कशासाठी घेतला जात आहे [मूळ लेखनाप्रमाणे]?...मिनार हा केवळ बहाणा आहे."[46] एका जर्मन राजकीय नेत्याने इस्लामबद्दल जाहीर वक्तव्य केले की "इस्लाम जर्मनीमध्ये खरोखर आपलासा झाला नाही कारण त्याची मुळे देशाच्या प्रदीर्घ ख्रिश्चन इतिहासात आणि जीवनपद्धतीत नाहीत."[47] इस्लामच्या समूळ उच्चाटनाची शिफारस करताना एक इस्लामभयग्रस्त सुचवतात:

> ही रक्तपिपासू मुस्लीम मानसिकता अगदी नव्याने इस्लाममध्ये धर्मांतरित झालेल्यांपर्यंत झिरपली आहे, मग ती किंवा तो रंगाने गव्हाळ असो की काळा, पिवळा किंवा गोरा असो...त्यामुळे मानवाच्या प्रगतीपथावरून इस्लामला सर्वप्रथम हटवले पाहिजे आणि इस्लामला परिणामकारक उत्तर देण्यासाठी खुद्द इस्लामपेक्षा जास्त रक्तपिपासू आणि भयविभ्रमी झाले पाहिजे...इस्लामचा लष्करी पराभव आणि नंतर विनाश झाल्यानंतर; काळाची गरज असेल ती व्यवहार्य नवकल्पना सुचण्याची, जेणेकरून उरलेल्या जहाल धर्मवेड्यांचे स्मृतिनाश करणारी भूल देण्यासारख्या तंत्रांनी ब्रेनवॉशिंग करण्याची आणि अशा ब्रेनवॉश केलेल्या माजी धर्मवेड्यांना पुन्हा शिक्षण देण्याची, किंवा हाच परिणाम साधण्यासाठी मेंदूवर सामूहिक शस्त्रक्रिया करण्याची.[48]

9/11 पूर्वीचा ब्रिटनमधील वाढत्या इस्लाम-भयगंडावरील एका अहवालाने या प्रक्रियेच्या मुख्य वैशिष्ट्यांवर प्रकाश टाकला आहे. या अहवालानुसार, ब्रिटिश इस्लामभयग्रस्त मुस्लिमांना "इतर संस्कृतींमध्ये सामाईक ध्येये किंवा मूल्ये नसणारे" आणि "पाश्चिमात्यांपेक्षा हीन-क्रूर, अतार्किक, मागासलेले, लिंगभेद करणारे,...दहशतवादाचे समर्थक, संस्कृतीसंघर्षात गुंतलेले" म्हणून मुख्य प्रवाहातील लोकसंख्येपासून "इतर" म्हणून वेगळे काढतात. मुस्लीम-विरोधी वैरभावाला ते "स्वाभाविक आणि सामान्य" समजून त्याचे समर्थन करतात.[49] काही अभ्यासक युरोपमधील इस्लाम-भयगंडाचे कारण पश्चिम युरोपातील वसाहत-पश्चात मानसिकता, वंशवाद आणि आपल्यापेक्षा वेगळ्या माणसांची प्रचंड भीती असे मानतात. विरोधाभासाने, वाढती बेरोजगारी आणि युरोपियन महासंघात (ईयू) पश्चिम युरोपचे यशस्वी एकीकरण यांमुळे गोऱ्या युरोपियनांना वाटणारे स्वतःबद्दलचे प्रेम आणि गर्व यांनीही पश्चिम युरोपमध्ये इस्लाम-भयगंड बळकट झाला आहे असा त्यांचा विश्वास आहे. 9/11 पश्चात दहशतवादाविरुद्धचे युद्ध हाही या संदर्भात महत्त्वाचा मुद्दा असल्याचाही त्यांचा विश्वास आहे. [50]

अलीकडच्या काळामध्ये, पाश्चिमात्य मुद्रित आणि इलेक्ट्रॉनिक माध्यमे, ख्रिश्चन धर्मांतरित आणि हॉलिवूडच्या चित्रपटसृष्टीलाही काही प्रमाणात इस्लामने पछाडले आहे. *ट्रूलाइज*सारखे अनेक चित्रपट या इस्लामिक भयगंडाची उदाहरणे म्हणून सांगता येतील. सलमान रश्दी, तस्लिमा नसरीन आणि अयानहिरसी अली यांसारख्या पूर्वाश्रमीच्या मुस्लिमांनी केलेल्या इस्लामवर सडकून टीका करणाऱ्या लिखाणाच्या प्रसिद्धीवरही मुस्लिमांचा राग होता. पूर्वाश्रमीचे मुस्लीम, डच मजूर पक्षाचे एहसान जामी हे या टीकाकारांच्या यादीमध्ये सहभागी झालेले अगदी अलीकडचे नाव. 2008 सालाच्या शेवटी त्यांनी मुहम्मदाची मुलाखत हा 15 मिनिटांचा एक व्हीडिओ तयार केला, बहुतांश मुस्लिमांना तो अत्यंत बीभत्स आणि अपमानकारक वाटला. न्यू यॉर्कहून प्रसिद्ध होणारे एक ज्यू वृत्तपत्र इस्लामद्वेष प्रसारात आणखी पुढे गेले: "शिवाय, इस्लामिक दहशतवाद्यांशी वागण्याचा एकमेव मार्ग म्हणजे ते त्यांच्या बळींशी ज्या प्रकारे वागतात तो...त्यांनी आपल्या निष्पाप लोकांना मारले, आणि जोवर आपण त्यांच्या निष्पाप लोकांना मारत नाही, तोवर ते आपल्या निष्पाप लोकांना मारणे चालूच ठेवतील."[51] मुस्लिमांना उघडपणे ख्रिश्चन व्हायला सांगणाऱ्या पूर्वाश्रमीच्या हिरसी अलीचे सनातनी रिपब्लिकन आणि उजव्या विचारांच्या ख्रिश्चनांना कौतुक वाटते.[52]

रश्दींना नाईटहूड प्रदान करण्याने, पाश्चिमात्य हे मूलतः इस्लाम-विरोधी, आणि त्यामुळे एक न्याय्य लक्ष्य असल्याच्या काही मुस्लिमांच्या विश्वासाला पुष्टी मिळाली असावी. पोप बेनेडिक्ट सोळावे यांनी अनवधानाने/निष्काळजीपणाने एका मध्ययुगीन स्रोतातून इस्लामबद्दल तुच्छताव्यंजक उद्धरण देण्याने आगीत तेलच ओतले. प्रेषित मुहम्मदाची पत्नी आयेषा यांचे अनैतिहासिक चित्रण करणारी शेरी जोन्स यांची द *ज्युवेल ऑफ मदीना* ही

कादंबरी मुस्लिमांसाठी अत्यंत अवमानकारक आहे, तीही इस्लाम-भयगंडाच्या साहित्यात पडलेली एक भर आहे. भाषणस्वातंत्र्य विरुद्ध ईश्वरनिंदा या सतत चाललेल्या चर्चेत थोडी समस्या आहे कारण ब्रिटनमध्ये अजूनही ईश्वरनिंदेचा कायदा आहे, आणि यू.एस. मध्ये लोकांना केवळ त्यांच्या मतांमुळे नोकऱ्या गमवाव्या लागतात: (अ) प्राध्यापक वार्ड चर्चिल यांना त्यांच्या 9/11 बद्दल फार अवमानकारक निबंधामुळे 2007 मध्ये युनिव्हर्सिटी ऑफ कोलोरॅडोमधील नोकरी गमवावी लागली; आणि (ब) जून 2007 मध्ये प्राध्यापक नॉर्मन जी. फिन्केलस्टाइन यांच्या ज्यू-विरोधी प्रकाशनांमुळे डीपॉल विद्यापीठाने त्यांची मुदत वाढवून देण्याचे नाकारले. विरोधाभास असा, की ज्यू-विरोधी लेखन किंवा विधाने केल्याने एखादी व्यक्ती तुरुंगात जाऊ शकते, पण पश्चिमेत इस्लामला आणि मुस्लिमांना वाटेल त्या प्रकारे भ्रष्ट केले तरी त्याला माफी आहे. एक रंजक गोष्ट, ब्रिटिश मालकीच्या प्रसिद्ध एचएसबीसी बँकेचा अवैध आर्थिक व्यवहारांमध्ये, मादक द्रव्ये आणि दहशतवादी कृत्यांना अर्थपुरवठा करण्यामध्ये 88.10 कोटी डॉलर्सचा सहभाग असल्याचा विसर पाश्चिमात्य सरकारे, सामाजिक संस्था आणि माध्यमांना पडला आहे, एचएसबीसीचे इस्लामिक/मुस्लिमांशी लागेबांधे असते तर काय झाले असते याची कल्पना करा.[53]

दुसऱ्या बाजूला 9/11 च्या हल्ल्यामध्ये सहभागी असणाऱ्या'*द मॅग्निफिसंट नाइन्टीन*' विषयी मुस्लीम धर्मांध खुलेपणाने स्तुती करतात. या संदर्भात अबूहमजा अल-मस्री, ओमरबक्री मुहम्मद आणि अंजेम चौदरी यांसह इतर जहाल मुस्लिमांचा उल्लेख करता येतो.[54] जे जे म्हणून अमेरिकन -जाझ संगीत ते केशरचना, मुष्टियुद्ध आणि इतर हिंसक खेळांचे प्रेम, आणि स्त्री-पुरुषांचा एकत्रित वावर ते पशुवत लैंगिक स्वैराचार- यांवर सय्यिद कुत्बने चालवलेल्या विषारी लेखणीपासून ते त्याच्या आधुनिक प्रतिरूपांच्या मनात पिसाळलेला पश्चिम-भयगंड, यांच्यात आपल्याला पाश्चिमात्य आणि मुस्लीम मने जिथे भेटू शकतील असे काहीच सामाईक क्षेत्र दिसत नाही. कुत्ब, ज्याने बिन लादेन आणि अल जवाहिरी या दोघांना स्फूर्ती दिल्याचे बोलले जाते, त्याला पश्चिमेचा इतका तिरस्कार होता की त्याने जिहादचा अत्याग्रह कोणत्याही मुस्लीम देशाच्या संरक्षणासाठी नव्हे, तर दुष्ट पश्चिमेचा विनाश करण्यासाठी म्हणून मांडला.[55] परिणामी, द्वेषजन्य गुन्ह्यांना मानवाधिकार आणि प्रतिष्ठेचे उल्लंघन मानल्याखेरीज हा तिढा सुटणार नाही. भाषण करण्याचे स्वातंत्र्य आणि मानहानी होण्यापासूनचे स्वातंत्र्य यांच्यामध्ये एक सीमारेषा आखण्याची वेळ आली आहे.[56]

मात्र, इस्लामिक भयगंड आणि पाश्चिमात्य भयगंड हे दोन्ही पाश्चिमात्य व इस्लामिक जनतेच्या मुख्य प्रवाहांचे प्रतिनिधित्व करत नाहीत. ज्याप्रमाणे अल-कायदाला काय हवे आहे आणि बहुतांश मुस्लिमांची आकांक्षा काय आहे, यामध्ये खूप मोठा फरक आहे,[57] त्याचप्रमाणे सामान्य पाश्चिमात्य नागरीक अभिव्यक्ती स्वातंत्र्यासाठी आग्रही असले, तरीही मुस्लिमांच्या भावनांविषयीही ते संवेदनशील असतात. शीतयुद्धाच्या कालखंडामध्ये साम्यवादाऐवजी भांडवलशाहीची निवड करणाऱ्या इस्लामिक संघटना

पाश्चिमात्यांचे पूर्वीचे साथी असल्याचे चित्र समीर अमिन यांनी रंगविले असले,[58] तरीही शीतयुद्धानंतरच्या काळात इस्लामवादी निःसंशयपणे पाश्चिमात्यांच्या दादागिरीला एक पर्यायी जागतिक व्यवस्थेचे स्वप्न पाहतात.[59] तरीही, अफगाणिस्तानातील रशियन्स, इराणमधील डॉ. मोसादेघ यांचा धर्मनिरपेक्ष राष्ट्रवाद आणि सद्दाम हुसेनांसह अन्य सामाईक शत्रूंशी लढण्यासाठी कधी इस्लामचे नाव पुढे करत, तर कधी इस्लामिक आधुनिकता आणि लोकशाहीचा झेंडा घेऊन इस्लामवाद्यांनी अनेकदा पाश्चिमात्यांशी हातमिळवणी आणि सहकार्य केले आहे. तरीही, जगभरातील बहुसंख्य मुस्लीम कोणत्याही सबबीखाली निष्पाप लोकांची हत्या करण्याच्या आणि अल कायदाच्या विरोधातच आहेत.

1950 च्या दशकातील इस्लामवादी-पाश्चिमात्य यांच्यातील हातमिळवणीचे इराणी उदाहरण फारच उल्लेखनीय आहे. उघडउघड पश्चिम-विरोधी अयातोल्ला अबोल-घासेम कशानी (1882–1962) यांनी पूर्वी इराणी तेलाच्या राष्ट्रीयीकरणाला पाठिंबा दिला होता, त्यांनी पुढे मोसादेघच्या पदच्युतीला पाठिंबा देऊन शाहला समर्थन दिले.[60] इराणचे पहिले अध्यक्ष (फेब्रुवारी 1980 ते जून 1981) बनी-सद्र यांच्या स्वतःच्या वृत्तान्तावरून दिसते की कशानी आणि खोमेनींसह "बिनीच्या शिया धार्मिक नेत्यांपैकी 90 टक्क्यांनी" पूर्वी *विलायेत-इ-फाकिह* किंवा इस्लामिक कायदेपंडितांचे सार्वभौमत्व या संकल्पनेला विरोध केला होता.[61] 1953 मधील मोसादेघ सरकारविरुद्धचा सीआयए-प्रणित कट हा इराणसाठी मोठी पीछेहाट करणारा होता हा मॅडेलिन आलब्राइट यांचा विचार यथार्थ आहे.[62] मागे वळून पाहताना, असेही वाटू शकते की मुस्लीम जगतात हुकूमशहांना पाठिंबा देण्यासह पाश्चात्त्यांचे हे दुटप्पी वर्तन नसते, तर इस्लामवाद आज जितका आहे तितका सुस्थापित झालाही नसता.

रश्दींसह अन्य इस्लामभयग्रस्त 9/11 बद्दल इस्लामला दोषी धरत असले,[63] तरी अनेक मुस्लीम आणि बिगर-मुस्लीम त्या हल्ल्यांसाठी यू.एस.ला किंवा इस्रायलला जबाबदार मानत होते. 2010 च्या शेवटापर्यंत 43 टक्के इजिप्शियन आणि जगाच्या सरासरी 7 टक्के लोकसंख्येचा, 9/11 मागे इस्रायल असल्याचा विश्वास होता; 36 टक्के तुर्क, 30 टक्के मेक्सिकन आणि 23 टक्के जर्मनांनी या हल्ल्यांबद्दल यू.एस.ला दोषी मानले. जगभरातील 15 टक्के लोकांचा विश्वास होता की यू.एस.ने 9/11 घडवून आणले.[64]

इस्रायलची निर्मिती: मुस्लीम-पाश्चिमात्यांतील संघर्षाचा आस

इस्रायलच्या अस्तित्वाचे मूलभूत कारण केवळ ज्यूंच्या मातृभूमीच्या पलीकडे आहे. थिओडर हर्झल (ज्यूवादाचे जनक) यांनी 1896 मध्ये त्यांच्या प्रसिद्ध डेर *ज्युडेन्स्टाट* (द ज्युईश स्टेट) या पुस्तिकेमध्ये पॅलेस्टाईनमध्ये ज्यूंचा देश स्थापन करण्याचे समर्थन पुढीलप्रमाणे केले होते: 'आपण तेथे आशियाविरुद्ध युरोपची तटबंदी निर्माण केली पाहिजे, रानटीपणाच्या विपरीत संस्कृतीचे ठाणे उभारले पाहिजे.' युरोपीय वसाहतवादी सत्ता, खासकरून ब्रिटन, विशेषतः पहिल्या महायुद्धाच्या काळात, इस्रायल या कल्पनेच्या प्रेमात पडले होते. ब्रिटनचे परराष्ट्र

मंत्री आर्थर जेम्स बेल्फर यांच्या पॅलेस्टाईनमध्ये ज्यू राष्ट्राला कौल देणाऱ्या, 1917 मधील बेल्फर घोषणेबरोबरच, 1918 मध्ये युद्धाच्या आधी सशस्त्र युरोपियन ज्यूंनी मोठ्या संख्येने पॅलेस्टाईनमध्ये स्थायिक होण्यासाठी ब्रिटनने शक्य ते सर्व प्रयत्न केले (1918 ते 1948 या काळात पॅलेस्टाईन ब्रिटिशांच्या अधिपत्याखाली होते.) आणि इस्रायलच्या निर्मितीची वाट सोपी केली. इस्रायलच्या निर्मितीला अनेक अमेरिकन धुरीणांचा विरोध असूनही अध्यक्ष ट्रूमन (ज्यूवादी ख्रिश्चन) यांनी या निर्मितीच्या बाजूने कौल दिला.[65]

संयुक्त राष्ट्रांचा उपयोग करत पाश्चिमात्य सत्तांनी इस्रायलची निर्मिती केली (आफ्रिका व आशियातील बहुतांश युरोपीय वसाहती 1947–48 मध्ये संयुक्त राष्ट्राच्या सदस्य नव्हत्या.) आणि युरोपातील ज्यू निर्वासितांकडून सुमारे दहा लाख पॅलेस्टिनी नागरिकांच्या हुसकावण्याला सूटच दिली. खनिज तेलाने समृद्ध असणाऱ्या मध्य-पूर्वेत व सामरिकदृष्ट्या महत्त्वाच्या असणाऱ्या सुएझ कालव्यापासून मोक्याच्या ठिकाणी युरोपचे एक संरक्षित क्षेत्र असावे, असाच इस्रायलच्या निर्मितीमागील मुख्य हेतू असावा, असे दिसते. नासर यांनी सुएझच्या कालव्याचे राष्ट्रीयीकरण केल्यानंतर, 1956 मध्ये ब्रिटन-फ्रान्स आणि इस्रायल यांनी केलेले आक्रमण या मांडणीसाठी पूरकच आहे. अरबांसमोर पाश्चिमात्य व इस्रायल दुटप्पी आहेत आणि इस्रायलच्या संरक्षणाच्या गरजाही अगाध आहेत. एका बाजूला इराणचा कथित अणुकार्यक्रम उद्ध्वस्त करण्यासाठी इस्रायल इरेला पेटला आहे, परंतु दुसऱ्या बाजूला, इस्रायलकडे अण्वस्त्रांचा प्रचंड साठा आहे एवढेच नव्हे, तर 1975 मध्ये आपल्या कृष्णवर्णीय शेजाऱ्यांना घाबरवण्यासाठी इस्रायलनेच दक्षिण आफ्रिकेच्या वर्णभेदी सरकारला ती अण्वस्त्रे देऊही केली होती.[66] इस्रायलचे मुस्लीम देशांप्रति जे धोकादायकपणे उद्धट धोरण आहे, त्याच्या मुळाशी अमेरिकेने इस्रायलला दिलेली अनिर्बंध ताकद आहे.[67] 1967 मध्ये इस्रायलने अरब भूमीचा घेतलेला ताबा आणि त्यानंतर अरब देशांमध्ये आणि पश्चिम किनाऱ्यावरील गाझामधील पॅलेस्टाईनमध्ये केलेले अतिक्रमण यांना अमेरिकेने पाठिंबा दिला. शेवटचे आणि तितकेच महत्त्वाचे, पश्चिमेच्या आणि इस्रायलच्या प्रचाराच्या अगदी विरुद्ध,1967 च्या युद्धापासून, इजिप्त, सीरिया आणि जॉर्डनपासून सुरुवात करून इस्रायलने अरब भूमीवर केलेली अतिक्रमणे बंद करून तिथून बिनशर्त माघार घेण्याचा आदेश आणि मानवी हक्कांची केलेल्या पायमल्लीबद्दल निषेध करणारे संयुक्त राष्ट्रसंघाच्या सुरक्षा समितीचे जवळजवळ 90 ठराव यांचे इस्रायलने बेधडक आणि बेमुर्वत उल्लंघन केले त्यालाही अमेरिकेने पाठीशी घातले. 1967 च्या अरब-इस्रायल युद्धात आंतरराष्ट्रीय समुद्रात इस्रायलने यू.एस.नेव्हीच्या जहाजावर चुकून केलेल्या (हवाई व नाविक) हल्ल्यालाही अमेरिकेने माफ केले. या हल्ल्यात यूएसएस लिबर्टी हे जहाज बुडले व 34 सैनिकांचा मृत्यू झाला.

अरब स्प्रिंगच्या काळात कैरो, दमास्कस आणि सानाच्या रस्त्यांवर हुकूमशाहीविरोधात आंदोलनांमध्ये पॅलेस्टिनी झेंडे फडकावणाऱ्या अरब बंडखोरांची पश्चिमेने दखलही का

बरे घेतली नसावी याचे आश्चर्य वाटू शकते. पॅलेस्टिनी मुद्दा हा कायम संघर्षाची ठिणगी असतानाही, 1947 मध्ये पॅलेस्टाईनची अरब आणि ज्यूंमध्ये विभागणी करण्याचा ठराव संयुक्त राष्ट्रसंघाने केल्यानंतर 1948 मध्ये घाईघाईने इस्रायलची निर्मिती करण्यापासून पाश्चिमात्य देशांनी सतत इस्रायलला पाठिंबा दिला आहे. पॅलेस्टाईनच्या फाळणीचा निर्णय (ठराव 181) हा संयुक्त राष्ट्रसंघाच्या आमसभेमध्ये नोव्हेंबर 29, 1947 या दिवशी 33 विरुद्ध 13 मतांनी संमत झाला, तर 10 तटस्थ होते व 1 अनुपस्थित होता, शिवाय (वसाहती असलेल्या) एक तृतीयांशापेक्षा जास्त जगाचे प्रतिनिधित्व संयुक्त राष्ट्रसंघात नव्हते, या बाबी नोंद घेण्याजोग्या आहेत.[68] पश्चिमेच्या/अमेरिकेच्या इस्रायलला असणाऱ्या पाठिंब्याचे कारण शोधणे फार अवघड नाही. ठराव 181 नंतर काहीच दिवसांनी, डिसेंबर 11, 1947 रोजी ब्रिटिश मजूरपक्षी खासदार थॉमस रीड यांनी इस्रायलला असलेल्या अमेरिकन पाठिंब्यामागील खऱ्या हेतूबद्दल पार्लमेंटमध्ये कथन केले:

> हेतू काय आहे? याबद्दल खुलेपणाने बोलूया. एक प्रमुख हेतू म्हणजे न्यूयॉर्क, इलिनॉय, ओहायो आणि अमेरिकेतील अन्य राज्यांमध्ये अध्यक्षनिवडीमध्ये ज्यूंचे मत निर्णायक आहे. मी सुचवतो की युनोच्या या दुष्ट प्रस्तावामागील प्रमुख कारण हे की, अमेरिकेतील राजकीय पक्ष, किंवा त्यांची पक्षीय यंत्रणा ही निवडणुकीमध्ये अंशतः ज्यूंच्या मर्जीवर चालते, हे जगजाहीर आहे.[69]

1967 च्या युद्धात इस्रायलने जरी अरबांचा पराभव केला असला आणि अरब भूमीवर ताबा मिळवला असला, तरीही यूएसएसआर, चीन, भारत आणि तिसऱ्या जगातील बहुसंख्य देशांनी आणि मुस्लीम-बहुल देशांनी इस्रायलने अरब भूभागावर मिळवलेल्या कब्जाबद्दल इस्रायलला माफ केले नाही. 1991 पर्यंत संयुक्त राष्ट्रसंघातील अनेकांना ज्यूवाद हा वंशवादाला समानार्थी वाटत होता. नोव्हेंबर 10, 1975 रोजी 72 विरुद्ध 35 मतांनी ठराव 3379 स्वीकृत करण्याइतका पाठिंबा संयुक्त राष्ट्रसंघाच्या आमसभेमध्ये मिळवता आला, ज्यूवाद हा वंशवादाचा आणि वांशिक भेदभावाचा एक प्रकार असल्याचा निर्णय त्यात दिला होता. रंजक बाब म्हणजे 1975 पर्यंत इस्रायलबरोबर राजनैतिक संबंध असणाऱ्या मुस्लीम-बहुल इराण आणि तुर्कस्तानने ठरावाच्या बाजूने मतदान केले आणि चीन, भारत (ज्याने 1992 पर्यंत इस्रायलला अधिकृत मान्यता दिली नव्हती) आणि यूएसएसआरनेही तेच केले. ज्यूवाद हा जागतिक शांततेला आणि सुरक्षिततेला धोका असल्याचेही ठराव 3379 मध्ये म्हटले होते. दरम्यान, डिसेंबर 1953 मध्ये आमसभेच्या ठराव 3151 ने दक्षिण आफ्रिकी वंशवाद आणि ज्यूवाद यांच्या अभद्र युतीचा औपचारिक निषेध केला.[70]

जागतिक व्यवहारांमध्ये इस्रायलचा वाढता प्रभाव हे मुस्लीम-पश्चिम सामंजस्य वेगाने खालावत जाण्याचे प्रमुख कारण आहे. 1991 पर्यंत इस्रायली दबावगट जगात इतका ताकदवान झाला होता की डिसेंबर 16 रोजी संयुक्त राष्ट्रसंघाच्या आमसभेने—इतिहासात प्रथमच—111 विरुद्ध 25 मतांनी ठराव 46/86 द्वारे ठराव 3379 मागे घेतला. 1991 मध्ये

ज्या देशांनी 1975 मध्ये ठराव 3379 च्या बाजूने मतदान केले होते, ते तटस्थ राहिले, किंवा मतदानास अनुपस्थित राहिले, किंवा त्यानी ठराव मागे घेण्याच्या बाजूने मतदान केले. ठरावाच्या बाजूने मतदान केलेले यूएसएसआर आणि भारत 1991 मध्ये त्याच्या विरुद्ध गेले.[71] त्यानंतर बिल क्लिंटनसह काही युरोपियन आणि अमेरिकन नेत्यांच्या प्रभावाने अरब-इस्रायली समस्येवर तोडगा काढण्याचे सर्व प्रयत्न अयशस्वी झाले. हे प्रयत्न फसले कारण संयुक्त राष्ट्रसंघाच्या 1967 मधील ठराव 242 प्रमाणे इस्रायलला जेरुसलेमसह सर्व व्याप्त भूभाग सोडून देण्याची सक्ती न करताच तोडगा शोधण्याची त्यांची इच्छा होती.

बिल क्लिंटन यांच्यानंतर—मुस्लीम जगतात अमेरिकेच्या अध्यक्षांमध्ये क्लिंटन यांची प्रतिमा अधिक चांगली होती—मुस्लीम जगतासाठी ओबामा हे आश्वासक वाटत होते. 4 जून 2009 रोजी कैरो येथील त्यांचे नवी दिशा देणारे भाषण आणि 1967 च्या युद्धाआधीच्या सीमांच्या आधारे पॅलेस्टाईन देशाच्या स्थापनेविषयीचा त्यांचा मे 2011 मधील आग्रह मुस्लिमांना आश्वासक वाटला. कैरोमध्ये त्यांनी इस्रायलला, स्वतःचे राष्ट्र असण्याचा पॅलेस्टिनियांचा अधिकार मान्य करण्यास सांगितले, आणि ठणकावून सांगितले: "[व्याप्त पश्चिम किनाऱ्यावरील] इस्रायलच्या सततच्या वसाहतींना युनायटेड स्टेटस अधिकृत मानत नाही." मे 19, 2011 या दिवशी, इस्रायलचे युद्धखोर पंतप्रधान नेतान्याहूंच्या आगमनाच्या पूर्वसंध्येला, त्यांनी इस्रायलला 1967 पूर्वीच्या सीमांपर्यंत परत जाण्याचे आवाहन केले.[72] पॅलेस्टाईनबरोबर शांतता टिकवण्याच्या वाटाघाटीं, जून 1967 पूर्वीच्या सीमांच्या आधारावर करण्यास मान्यता देण्यास त्यांनी इस्रायलला सांगितले. व्यवहार्य पॅलेस्टाईन आणि सुरक्षित इस्रायल यांसाठी इस्रायलने पश्चिम किनाऱ्यावरून, पॅलेस्टिनी सुरक्षा बलांच्या समन्वयाने संपूर्ण आणि टप्प्याटप्प्याने माघार घ्यावी अशी त्यांची इच्छा होती. 'ज्यूंचे व लोकशाही देशाचे स्वप्न कायमच्या अतिक्रमणातून साध्य होणार नाही,' यावर त्यांनी भर दिला. इस्रायलच्या पश्चिम किनारपट्टीतील अवैध वसाहती इस्रायलला पाडून टाकण्यास सांगण्याऐवजी "इस्रायलच्या मोठ्या पुनर्वसित भूखंडांच्या बदल्यात जमिनींचे आदानप्रदान करण्याचा" सल्ला त्यांनी इस्रायल व अरबांना दिला.[73]

दरम्यान, पॅलेस्टाईनचे अध्यक्ष महमुद अब्बास यांच्यासमोर जेरुसलेममध्ये अरब-इस्रायली संघर्षावर एक व्यवहारी तोडगा समोर ठेवला होता, असे इस्रायली पंतप्रधान येहुद ओल्मर्ट यांनी 16 सप्टेंबर 2008 रोजी सांगितले होते. यानुसार, "इस्रायलने पॅलेस्टाईनला एक देश म्हणून पश्चिम किनारपट्टी आणि गाझा यांतील क्षेत्रफळाच्या 99.5 टक्के भूप्रदेश देण्याची" योजना होती. त्यांनी असेही आश्वासन दिल्याचे म्हटले होते की इस्रायल पॅलेस्टाईनच्या प्रदेशातील फक्त 6.3 टक्के एवढाच प्रदेश घेईल आणि त्याची भरपाई म्हणून "इस्रायलचा 5.8 टक्के प्रदेश आणि गाझा व पश्चिम किनारपट्टी या दोन्ही प्रदेशांना जोडण्यासाठीचा मार्ग" देईल. या नियोजनात, जेरुसलेम ही इस्रायल आणि पॅलेस्टाईन या दोन्ही देशांची "संयुक्त राजधानी" ठरवल्याचेही म्हटले होते.[74] मात्र, हा पश्चिम किनारपट्टी

आणि गाझातील 99.5 टक्के प्रदेश देण्याची आणि या दोन्ही प्रदेशांना जोडण्यासाठी मार्ग देण्याचा उदार प्रस्ताव म्हणजे एक अडगळीत गेलेले पत्रच होते. कालांतराने, ओल्मर्ट यांनी अगदी सोयीस्करपणे म्हटले की ते तेव्हापासून वाट पाहत होते पण अब्बास यांच्याकडून याविषयी काहीच प्रतिसाद आला नाही. अरब-इस्रायली तोडग्यासाठी प्रयत्न करणारे, जॉर्ज डब्ल्यू. बुश यांचे राष्ट्रीय सुरक्षा उप-सल्लागार एलियॉट अब्राम्स लिहितात की "प्रस्तावावर दुर्लक्ष करण्याऐवजी पॅलेस्टिनींनी त्यावर स्पष्टीकरणे मागितली होती आणि त्यानंतर तेच वाट बघत राहिले आणि इस्रायलकडून काहीच प्रतिसाद आला नाही." ओल्मार्ट यांचा हा तथाकथित प्रस्ताव कधी जाहीर झाला नाही किंवा त्याची सत्यता पडताळण्यासाठी त्यांनी कुणाला दाखवलाही नाही.[75]

ओबामांचा सल्ला इस्रायल मानेल किंवा अरब पश्चिम किनाऱ्यावरील ज्यूंच्या वसाहती किंवा सामाईक जेरुसलेम ऐकतील याची काही शक्यता नाही, त्यामुळे अरब-इस्रायल संघर्ष अनेक दशके असाच भिजत पडण्याची शक्यता आहे. भाषणानंतर दुसऱ्याच दिवशी ओबामा इस्रायली पंतप्रधान नेतान्याहू यांना व्हाइट हाउसमध्ये भेटले. इस्रायलने 1967 च्या सीमेपर्यंत मागे जाण्याची कल्पना अव्यवहार्य आणि म्हणून इस्रायलला अस्वीकारार्ह असल्याचे नेतान्याहूंनी जाहीरपणे सांगितले. ओबामांचे भाषण भरपूर आवाजी आणि रंगीत असले तरी पश्चिम किनाऱ्यावरील मोक्याच्या भूप्रदेशातील ज्यूंच्या वसाहतींची जागा सोडून त्याबदल्यात वाळवंटाचे तुकडे स्वीकारण्याची सूचना पॅलेस्टिनीयांच्या पचनी पडणारी नव्हती. परंतु, यामुळे इस्रायल-समर्थक अमेरिकन अस्वस्थ झाले. परंपरावादी अमेरिकन विश्लेषक आणि राजकारणी—ग्लेन बेकपासून सारा पालिनपर्यंत—साऱ्यांनी, इस्रायलने व्याप्त प्रदेशांपासून 1967 च्या सीमांपर्यंत परत जाण्याच्या कल्पनेची खिल्ली उडवली, आणि त्याची तुलना अमेरिकेने मेक्सिकोबरोबरच्या युद्धात टेक्सास आणि व्यापलेले अन्य भूप्रदेश मेक्सिकोला परत देऊन टाकण्याशी केली. इस्रायल आणि त्याच्या अमेरिकन पाठिराख्यांनी, हमासशी संबंध असणाऱ्या कोणत्याही पॅलेस्टिनी अधिकाऱ्यांशी शांततेची कोणतीही बोलणी करण्यास नकार दिला आहे, हमासने इस्रायलच्या अस्तित्वाचा अधिकारच अमान्य केला आहे आणि बिन लादेनच्या हत्येचा जाहीर निषेध केला आहे.[76]

कैरोतील भाषणातून काही वादांना सुरुवात होण्याच्या काही दिवस आधी, ओबामा यांनी इस्रायल सार्वजनिक व्यवहार समितीच्या (एआयपीएसी) माध्यमातून इस्रायल व इस्रायलचा दबाव गट यांच्याबरोबर चर्चा करत संबंध सुधारण्याचा प्रयत्न केला. अमेरिकेतील इस्रायल समर्थकांचा सर्वांत मोठा दबावगट एआयपीएसीशी बोलताना ओबामा म्हणाले की अमेरिकेचा इस्रायलला असलेला पाठिंबा भक्कम आहे आणि 1967 च्या सीमांवर त्यांनी दिलेल्या जोराचा चुकीचा अर्थ काढला गेला आणि त्यांचे वक्तव्य वादग्रस्तही नव्हते किंवा नवीनही नव्हते. ते म्हणाले की "जून 4, 1967 ला अस्तित्वात असलेल्या सीमांपेक्षा वेगळ्या" सीमांबद्दल इस्रायल आणि पॅलेस्टाईनने वाटाघाटी कराव्या अशी त्यांची इच्छा

होती.[77] हमास जोवर इस्रायलच्या अस्तित्वाला मान्यता देत नाही, तोवर त्यांच्याशी कोणताही शांतता करार करण्यास इस्रायल बांधील नाही, आणि पॅलेस्टाईन आणि इस्रायल यांनी जमिनींची अदलाबदल करावी (पश्चिम किनाऱ्यावरील ज्यूंच्या वसाहती इस्रायलला कायम ठेवू द्याव्या) असे त्यांची इच्छा होती असेही त्यांनी सांगितले. जून 2009 मध्ये कैरो येथे त्यांनी अमेरिका सहृदय सॉफ्ट पॉवर बनेल असे आश्वासन दिले होते: "खरोखर आज आपल्याला थॉमस जेफरसन यांच्या शब्दांची आठवण होते," ते म्हणाले होते: 'आपल्या सत्तेबरोबर आपले शहाणपण वाढत जाईल आणि आपण जितकी कमी सत्ता वापरू तितकी ती अधिक महान ठरेल हे आपण शिकू अशी मला आशा वाटते.'[78] इस्रायल-समर्थक ओबामा प्रशासनाने पॅलेस्टाईनच्या मुद्द्यासाठी जे केले ते मात्र, त्या भाषणाच्या अगदी विरुद्ध होते. जॉर्डनचे राजे अब्दुल्ला दुसरे यांनी स्पष्ट केल्याप्रमाणे, अमेरिकेचे परराष्ट्र खाते आणि पेंटागॉन हे पॅलेस्टिनींबद्दल मवाळ असले, तरी ओबामांच्या इस्रायलधार्जिण्या मध्यपूर्व सल्लागार डेनिस रॉस यांच्या प्रभावाखाली ते इस्रायलबद्दल मवाळ झाले आहेत.[79]

परिणामी, ओबामांच्या कैरोच्या भाषणाबद्दल कितीही आरडाओरडा झाला तरी मुस्लीम जगत यू.एस. प्रशासनाकडून फारशा अपेक्षा ठेवत नाही, ते अमेरिकन जनमताच्या विरुद्ध जाऊन इस्रायलला 1967 च्या रेषा या पॅलेस्टाईनबरोबरच्या सीमारेषा म्हणून स्वीकारण्यास भाग पाडू शकत नाही. मे 24, 2011 रोजी, इस्रायलने अरब-इस्रायली सीमारेषा म्हणून 1967 च्या सीमारेषा मान्य करावा असा सल्ला ओबामांनी दिल्यानंतर काही दिवसांतच इस्रायली पंतप्रधान नेतान्याहू यांनी यू.एस. काँग्रेसच्या संयुक्त अधिवेशनात भाषण केले. त्यांनी श्रोत्यांना सांगितले की इस्रायल विभाजित जेरुसलेम कदापि स्वीकारणार नाही आणि पॅलेस्टाईन देशाचा मुद्दा तितका महत्त्वाचा नसून ज्यूंच्या देशाची सुरक्षा हा अमेरिका व इस्रायलच्या दृष्टीने मुख्य चिंतेचा विषय आहे. 1967 च्या सीमांच्या आधारावर शांतता प्रक्रिया सुरू करण्याचा आपला सल्ला ओबामांनी बाजूला ठेवावा हे सांगितल्यावर (सांगितल्याबद्दल) त्यांना म्हणे "टाळ्यांच्या 59 फैरी मिळाल्या आणि 29 वेळा उभे राहून" सदस्यांनी मानवंदना दिली.[80]

शेवटी ओबामांनी जी कोलांटी मारली, ती विशेष दखल घेण्याजोगी आहे. सप्टेंबर 21, 2011 रोजी संयुक्त राष्ट्रसंघाच्या आमसभेच्या व्यासपीठावर त्यांची पॅलेस्टाईनबद्दलची सहानुभूती कुठल्या कुठे उडून गेली होती. अमेरिकेतील इस्रायली दबावगटाने—तो कदाचित लष्करी-औद्योगिक समूहापेक्षा बलशाली असावा—ओबामांच्या इस्रायलविरोधी धोरणाला जबरदस्त प्रतिक्रिया दिली. परिणामी, जगातील सर्वांत बलाढ्य राष्ट्रप्रमुख समजल्या जाणाऱ्या यू.एस. अध्यक्षांना आपले शब्द मागे घ्यावे लागले. सप्टेंबर 2011 मधील संयुक्त राष्ट्रसंघाच्या आमसभेतील भाषणात ओबामांनी, पॅलेस्टाईनला संयुक्त राष्ट्रसंघाचे औपचारिक सदस्यत्व मिळण्यासाठी *पॅलेस्टाईन नॅशनल ऑथोरिटी*चे अध्यक्ष महमूद अब्बास यांनी दिलेल्या प्रस्तावाची निर्लज्जपणे खिल्ली उडवली. एका विश्लेषकाने

म्हटल्याप्रमाणे ओबामांचे प्रवचन अत्यंत पोकळ आणि उद्धट होते आणि त्यातल्या एकाही ओळीला एकही टाळी पडली नाही, त्यात सूचित केले होते की इस्रायली आणि पॅलेस्टिनी या "दोन पक्षांच्या वाटाघाटींमधूनच" पॅलेस्टिनी देश आकाराला येऊ शकतो.[81] गेल्या अनेक दशकांतील या वाटाघाटी निष्फळ ठरल्या आहेत याकडे त्यांनी साफ दुर्लक्ष केले. त्याच भाषणात त्यांनी इतिहासातही बदल केले आणि या जागतिक संस्थेसमोर सत्य सांगण्याचे टाळले. ते म्हणाले की (अ) इस्रायलच्या शेजाऱ्यांनी त्याच्याविरुद्ध पुन्हापुन्हा युद्धे उकरून काढली आहेत; आणि (ब) बहारीनमध्ये सुधारणा आणि उत्तरदायित्वासाठी पावले उचलण्यात आली आहेत.[82] संयुक्त राष्ट्रसंघातील ओबामांच्या भाषणानंतर काहीच दिवसांत, युनेस्कोने पॅलेस्टिनी देशाला सदस्य म्हणून औपचारिकरीत्या स्वीकारल्याचा अमेरिकेने निषेध केला आणि या जागतिक संस्थेला यू.एस. करत असलेला वित्तपुरवठा—वर्षाला 6 कोटी डॉलर्स—थांबवला.[83] संयुक्त राष्ट्रसंघ आणि यू.एस. प्रशासन या दोघांच्या इस्रायल-धार्जिणेपणावर टीका करणाऱ्या मार्क डॅनर यांच्या शब्दांत '"काहीतरी" "कसेतरी"घडेपर्यंत' पॅलेस्टिनी देश हे मृगजळ राहणार आहे.[84]

ज्यूवाद आणि इस्रायल जर सोडाच, पण इस्रायल पॅलेस्टिनी जनतेची जी दुर्दशा करत आहे त्याबद्दलही बहुसंख्य अमेरिकनांना काहीही माहिती नाही, हे पुन्हा एकदा उघड झाले आहे. अरब जगातील सर्व संघर्षाचे मूळ असणाऱ्या अरब-इस्रायल समस्येच्या गांभीर्याची जाणीव जशी अमेरिकेला होताना दिसत नाही, तसे मुस्लीम जगतही इस्रायलची वैधता स्वीकारण्यास तयार नाही. आम्ही आमच्या शत्रूचा समाचार घेऊ शकतो आणि आम्हाला अमेरिकन आधाराची गरज नाही असे अनेक धर्मनिरपेक्ष इस्रायलींनी जाहीरपणे प्रतिपादन करूनही, वॉशिंग्टनची ससाण्याची बाजू मात्र इस्रायलला कवेत घेण्यासाठी जादाच उत्सुक आहे. इस्रायलमधील उजव्या लिकुड पक्षाला आणि पश्चिम किनाऱ्यावर ज्यूंच्या वसाहतींच्या अति-उजव्या धोरणाला पाठिंबा देऊन जॉर्ज डब्ल्यू. बुश यांनी इस्रायली-पॅलेस्टिनी शांततेची बोलणी फिसकटवली हे आता गुपित राहिलेले नाही.[85] संघर्ष असाच चालू राहिला तर लोकशाही आणि इस्लामी अरब सरकारे इस्रायलविरुद्ध अधिक कठोर भूमिका घेतील ही गोष्ट अमेरिकनांच्या लक्षातच येत नाही. अरब आणि मुस्लिमांचे इस्रायलबद्दल म्हणणे—जे पॅलेस्टाईनचा 1948 पूर्वीचा नकाशा मांडू पाहते—म्हणजे ज्यूवादी देशाचे पूर्ण नामशेषत्व हे परंपरावादी आणि अन्य इस्रायलधार्जिण्या अमेरिकनांना अजिबात समजूच शकत नाही हे फारच विशेष आहे. शेवटचे आणि तितकेच महत्त्वाचे, इस्रायली दबावगट यू.एस. प्रशासनात इतका खोलवर घुसलेला आहे की ओबामांनासुद्धा या ज्यूवादी देशाला अवाजवी लाभ द्यावा लागला. यू.एस.ची इस्रायलधार्जिणी भूमिका उलटवण्यातील ओबामांची अक्षमता—आणि या संदर्भातील त्यांची असहायता—नोव्हेंबर 3, 2011 रोजी कान येथे जी 20 परिषदेच्या वेळी अध्यक्ष सारकोझी यांच्याशी झालेल्या खाजगी संभाषणात (तेव्हा ध्वनिक्षेपक चालू राहिल्यामुळे ते पत्रकारांच्या कानी पडले) व्यवस्थित प्रतिबिंबित झाली आहे. "ते खोटारडे

आहेत, मी त्यांना सहन करू शकत नाही," या बेंजामिन नेतान्याहूंबद्दलच्या सारकोझींच्या कडवट टिप्पणीवर ओबामांनी उत्तर दिले होते,"तुम्हाला त्यांचा वीट आला आहे, पण मला रोज त्यांच्याशी व्यवहार करावा लागतो."[86]

2011 च्या *स्प्रिंग* पासून इस्लामी हमास आणि अन्य गटांचे धैर्य वाढवणारे जे बदल अरब जगात घडून येत आहेत ते पाहता, जगातील 1 कोटी विस्थापित, अवमानित आणि भूमिहीन पॅलेस्टिनींची हानी करून ज्यूवादी देशाला संरक्षण देण्याची शपथ घेतलेल्या पश्चिमेला ते सहकार्य करतील हे संभवत नाही. दरम्यान इजिप्त आणि ट्यूनिशियामध्ये इस्लामी पक्ष अधिक बलवान होत आहेत. येत्या काही वर्षांत उर्वरित अरब जगताचे भवितव्य काही वेगळे नसेल; एक अंतिम आणि समानतेचा शांतता करार साधेपर्यंत इस्रायलविरोधी जनमत हेच मध्यपूर्वेतील राजकारणाचे वैशिष्ट्य राहणार आहे.[87] अरब जग, इराण आणि अन्यत्र मुस्लीम जगात इस्रायलविरोधी भावना वाढीस लागल्याचे लक्षात येते, तिच्यापासून अगदी धर्मनिरपेक्ष तुर्कस्तानचीही—इस्रायलशी राजनैतिक संबंध असणारा नाटो सदस्य असूनही—सुटका नाही. तुर्की पंतप्रधान रेसेप ताय्यिप एर्गोदेन यांनी त्यांच्या देशाची इस्रायलबद्दलची तीव्र नाराजी निःसंदिग्धपणे मांडली आहे. *टाइम* मासिकाला दिलेल्या मुलाखतीत त्यांनी संयुक्त राष्ट्रसंघात पॅलेस्टाईनला सदस्यत्व मिळण्याचा पुरस्कार केला; "संयुक्त राष्ट्रसंघाच्या सुरक्षा परिषदेच्या इस्रायलशी संबंधित 89 हून अधिक संभाव्य निर्बंधांचा" भंग केल्याबद्दल; आणि 2010 मध्ये मानवतावादी मदतीसाठी गाझा पट्टीकडे निघालेले *मावी मर्मरा* हे एक तुर्की जहाज अडवून इस्रायल लष्कराने नऊ तुर्की कार्यकर्त्यांची हत्या केल्याबद्दल इस्रायलचा निषेध केला. इराण अण्वस्त्रसज्ज होत असल्याचा किंवा कुणालाही धोका निर्माण करत असल्याचा त्यांनी स्पष्ट इन्कार केला. त्यांनी एक प्रश्न विचारला: "इस्रायल धोक्यात आहे की इस्रायलच्या भोवती असलेले देश धोक्यात आहेत?" ते पुढे म्हणाले,"इस्रायलकडे अण्वस्त्रे आहेत."[88]

मात्र, काँग्रेसमध्ये इस्रायलसाठीचा दबावगटाचा प्रभाव वाढत असला, तरीही इस्रायल हा अमेरिकेच्या राष्ट्रीय सुरक्षेसमोरील धोका असल्याचे अनेक अमेरिकन सुरक्षा तज्ज्ञांचे आणि एका जनरलचेही मत आहे. जानेवारी 2010 मध्ये जनरल डेव्हिड पेट्रिअस यांनी अमेरिकेच्या सुरक्षा दलांच्या प्रमुखांच्या समितीचे अध्यक्ष ॲडमिरल मायकेल म्युलेन यांच्यासमोर, इस्रायल हा अमेरिकेसमोरील सुरक्षेचा धोका असल्याचे चित्र स्पष्टपणे मांडले होते.[89] अनेक अमेरिकनांना इस्रायल आणि तो अमेरिकच्या राष्ट्रीय सुरक्षेसमोर उभ्या करत असलेल्या धोक्यांविषयी आक्षेप असूनही इस्रायल हाच आपला मध्य-पूर्वेतील मुख्य मित्रदेश मानण्यावर काँग्रेस अढळ आहे. ते (मुस्लीम) अमेरिकन नागरिकांचा का तिरस्कार करतात, हे अमेरिकेला समजूच शकत नाही हे अविश्वसनीय आहे. एहसान अहरारी यांनी दाखवून दिल्याप्रमाणे,'अरब-इस्रायली संघर्ष हाच मुस्लीम समस्येचा गाभा आहे, याची अमेरिकन धोरणकर्त्यांना जाणीव होण्यास 50 वर्षांपेक्षा जास्त काळ लागला.'

मात्र, सद्दाम हुसेन हा मुस्लीम जगतासाठी कधीच नायक नव्हता, तरीही अमेरिकेच्या 2003 च्या इराकमधील घुसखोरीमुळे सामान्य मुस्लीम अमेरिकेविषयी संतप्त झाले होते, याबद्दलही आपण अहरारी यांच्याशी पूर्ण सहमत होतो.[90] पाश्चिमात्यांना हे समजून घेण्यात सतत अपयश आले आहे की पाश्चिमात्य देश कितीही उत्साहाने लोकशाहीचा प्रसार करत असले तरी मुस्लीम जगतातील लोकप्रिय नसलेल्या हुकूमशहांबद्दल पाश्चिमात्यांची सहिष्णुता, तसेच तिच्या इस्रायल-धार्जिण्या, आणि त्यामुळे अरब-विरोधी/मुस्लीम-विरोधी धोरणामुळे धर्मनिरपेक्ष लोकशाही ही पाश्चिमात्य चंगळवाद, अधिभौतिकवाद आणि निरीश्वरता यांच्याशी समानार्थी झाली आहे, हे आपल्याला सय्यिद कुत्ब आणि त्याच्या अनुयायांच्या लेखनामध्ये दिसते.

इराकी पत्रकार मुतंदर अल-झैदीने अध्यक्ष बुश यांच्याकडे बूट भिरकावण्याचे प्रकरण स्वतंत्रपणे किंवा काँडोलिसा राइस यांनी हे इराकच्या लोकशाहीकरणाचे लक्षण म्हटले तशा शिष्टपणे घेण्याचे कारण नाही. पाश्चिमात्यांविषयीच्या द्वेषाचे आणि धैर्याचे अशा पद्धतीने जाहीर दर्शन केल्यामुळे, झैदी हा फक्त मुक्त आणि लोकशाही इराकमध्येच नाही, तर संपूर्ण अरब आणि मुस्लीम जगतामध्ये नायक म्हणून उदयास आला, यातून मुस्लीम जगतामधील हजारो गोष्टी आणि गुप्त कथा आपल्यासमोर आल्या. जगभरातील मुस्लीम, ज्यांच्यातील मोठी संख्या शांतताप्रिय सामान्य लोकांची आहे, त्यांना पश्चिमेला, शब्दशः किंवा लाक्षणिक दणका देणाऱ्या कुणालाही डोक्यावर घ्यायला आवडते.[91] हा प्रसंग आणि मुस्लीम जगातील त्याचे सकारात्मक परिणाम यांनी पाश्चिमात्य धोरणकर्त्यांचे डोळे उघडायला हवे. 2008–09 मध्ये गाझा मधील इस्रायली हवाई हल्ल्यांविरुद्ध मुस्लीम जगतात झालेली जनतेची निदर्शने, आणि मे 2010 मध्ये गाझाकडे निघालेल्या मदतीच्या जहाजांच्या ताफ्यामधील नऊ तुर्की नागरिकाची इस्रायली कमांडोंनी केलेली हत्या आणि 2006 मध्ये इस्रायलविरुद्धच्या हिज्बुल्लाच्या युद्धाला मिळालेला मुस्लिमांचा पाठिंबा ही सारी इस्रायल आणि पाश्चिमात्यांविषयी असलेल्या मुस्लिमांच्या तिरस्काराची लक्षणे आहेत. अन्य मुस्लिमांबरोबर महाथिर मोहमद यांनी निःशस्त्र तुर्की काफिल्यावरील इस्रायली हल्ल्याचा “अत्यंत भेकडपणाचे आणि सुसंस्कृत लोकांना साजेसे नव्हे तर केवळ पशुतुल्य कृत्य” म्हणून निषेध केला. त्यांनी इस्रायलला एक गुंडगिरी करणारा देशही म्हटले.[92] इस्रायलच्या हवाई प्रतिहल्ल्यांना स्वसंरक्षणार्थ म्हणून पाश्चिमात्य जसे माफ करतात, तसेच सर्वसाधारणपणे हिज्बुल्ला किंवा हमासच्या सरसकट हत्या करणाऱ्या हल्ल्यांचे समर्थन करण्यात मुस्लिमांना कसलीही आडकाठी वाटत नाही. साधारण पाश्चिमात्य माध्यमांनी आणि विशेषतः नव-परंपरावाद्यांनी चालवलेल्या माध्यमांनी — उदाहरणार्थ फॉक्स न्यूज — गाझामधील इस्रायली बाँब हल्ल्यातील बळी हे पॅलेस्टिनी दहशतवादी असल्याचे दाखवले असले,[93] तरी अन्य सर्व स्रोतांनी, बहुतांश बळी हे न लढणारे नागरीक, स्त्रिया, मुले आणि ज्येष्ठ नागरीक असल्याची निश्चिती दिली आहे.

अभिव्यक्ती स्वातंत्र्य हा घटनेने दिलेला पवित्र हक्क मानणाऱ्या अमेरिकेतील इस्रायल-समर्थक दबावगट अत्यंत प्रभावशाली आहे आणि तिथली मुख्य प्रवाहातील माध्यमे इस्रायलविरोधी बातम्या आणि मते प्रकाशित करू धजत नाहीत. नोव्हेंबर 2012 मध्ये कार्टर यांचे भूतपूर्व सुरक्षा सल्लागार बिग्निएव ब्रझेझिन्स्की यांनी *नॅशनल इराणियन अमेरिकन काउन्सिल* मध्ये इस्रायलच्या इराणप्रति असलेल्या युद्धखोर धोरणाबद्दल भाषण केले, "इस्रायली जे करतात त्याला गाढवासारखा पाठिंबा दिल्याबद्दल" यू.एस. वर ताशेरे ओढले,[94] याला माध्यमांनी काहीही प्रसिद्धी दिली नाही. "इफ *अमेरिकन्स न्यू*" च्या कार्यकारी संचालक ॲलिसन वीअर यांचा विश्वास आहे की ज्यूवादी दबावगटाच्या प्रभावामुळे, इस्रायली संरक्षण दलांनी पॅलेस्टिनी नागरिकांना आणि मुलांना मारण्यासारख्या इस्रायली दुष्कृत्यांवर केवळ टीका करण्यानेही अमेरिकनांच्या नोकऱ्या जाऊ शकतात,[95] त्यामुळे ज्यूवादी दबावगटाच्या विरुद्ध जाण्याचे धाडस कुणी करत नाही. अनेक परंपरावादी काँग्रेससदस्य आणि विश्लेषक यांनी ओबामांचे सुरक्षा सचिव सेनेटर चक हेगेल यांना इस्रायलच्या दादागिरीवर टीका केल्याबद्दल ज्यूविरोधी म्हणून डाग लावला होता.[96]

अरब आणि मुस्लीम, सामान्यपणे इस्रायलचा इतका द्वेष करतात की अगदी पश्चिम समर्थक सौदी अरेबिया आणि जॉर्डन यांनीदेखील 1948 ते 1973 मधील सर्व अरब-इस्रायली युद्धांना जाहीर पाठिंबा दिला होता आणि जॉर्डनने त्यांतील सर्व युद्धांमध्ये भागही घेतला होता. जानेवारी 2009 मध्ये कुवेत येथे अरब परिषदेमध्ये बोलताना, गाझाची पन्हा उभारणी करण्यासाठी एक अब्ज डॉलर्सचा निधी देण्याचे वचन देताना सौदी अरेबियाचे राजे अब्दुल्ला म्हणाले, "पॅलेस्टिनी रक्ताचा एक एक थेंब जगातील कशाहीपेक्षा अधिक मौल्यवान आहे." परिषदेत इतर अरब नेत्यांनीही इस्रायलचा स्पष्ट शब्दांत निषेध केला.[97] पॅलेस्टिनींच्या छळासाठी इस्रायल, संयुक्त राष्ट्रसंघ आणि अगदी यू.एस.चासुद्धा जाहीर निषेध करण्यास सौदी राजघराण्यातील ज्येष्ठ सदस्य आता कचरत नाहीत हे लक्षात घेण्याजोगे आहे. "या आपत्तीमध्ये अमेरिका निःष्पाप नाही," असे सौदी राजकुमार तुर्की अल-फैजल ठासून सांगतात. अध्यक्ष अहमदिनेजाद यांनी सौदी अरेबियाला मुस्लीम जगताचा नेता म्हणून जाहीर मान्यता देण्यासह, शिया-सुन्नी यांच्यातील वाढत्या दिलजमाईचाही ते उल्लेख करतात.[98]

इस्रायली अतिक्रमणाविरुद्ध पश्चिम-समर्थक अरब सत्ताधीशांनी पॅलेस्टाईनला पाठिंबा देण्यातून, घरच्या आघाडीवर त्यांची असुरक्षितता आणि वैधता मिळवण्याची उत्कट इच्छा प्रतिबिंबित होते. याउलट अरबांमधली फूट आणि अण्वस्त्रसज्ज आणि यू.एस.पुरस्कृत इस्रायलकडून अरब देशांनी भयंकर पराभव पत्करल्याचा इतिहास हे महत्त्वाचे घटक इस्रायलच्या घमेंडीमागे आणि तुष्टतेमागे आहेत. परंतु दीर्घकालाचा विचार करता, पश्चिम-समर्थक अरब देशांमधील संभाव्य क्रांतिकारी सत्ताबदल हा इस्रायलसाठी सुप्त धोका आहे. सर्वांत महत्त्वाचे, इस्रायली-विरोधी धर्मनिरपेक्ष आणि इस्लामी दहशतवादी गटांना अरब

जगताच्या फार बाहेर, *उम्मा*मध्ये तळागाळातून व्यापक पाठिंबा मिळत आहे. पॅलेस्टाईन संघर्षाला मुस्लीमजगतातील सर्व संघर्षांचा बाप म्हणता येईल. पॅलेस्टाईन आणि इस्रायल यांच्याबद्दलची मुस्लीम आणि पाश्चिमात्य विवेचने अगदी परस्परविरुद्ध असल्याने आपले तपासाचे काम अवघड होते. तरीही, इस्लामभयगंड आणि पश्चिमभयगंड या समस्या समजून घेण्यासाठी हा एकमुखतेचा अभाव हाच प्रमुख मुद्दा आहे, हे आपल्याला कळले पाहिजे.[99]

पॅलेस्टिनींना जेवढे जास्त ठोकू तितके ते मवाळ होतील हा विश्वास इस्रायली नेत्यांनी सोडल्याशिवाय[100] इस्लाम आणि पश्चिम यांच्यात टिकाऊ शांतता येण्याची काहीही आशा नाही. मुस्लीम बहुजनांत वाढत असलेल्या हमासच्या लोकप्रियतेबरोबर, अरब नेत्यांच्या गप्प राहण्याने आणि दुटप्पीपणाने त्यांच्या स्थानाला धक्का लागला आहे.[101] शिया हिज्बुल्ला आणि माहदी सेना आणि सुन्नीहमास हे इराणच्या छत्राखाली एकत्र येत आहेत, तर उदारमतवादी मुस्लिमांमधील मोठा भाग पश्चिमविरोधी बनत आहे.[102] येत्या काही दशकांत इस्रायलला कायमची डोकेदुखी कोणती ठरणार असेल, तर ती म्हणजे मे 3, 2011 रोजी कैरो येथे झालेला हमास-फताह सामंजस्य करार. अमेरिकेच्या परराष्ट्र मंत्री (सेक्रेटरी ऑफ स्टेट) हिलरी क्लिंटन यांनी हमास सहित पॅलेस्टिनी बाजूशी पुढे चर्चेची शक्यता फेटाळली नसली, तरी इस्रायली पंतप्रधान नेतान्याहू यांनी मात्र हिंसेचा त्याग न करणाऱ्या आणि इस्रायलला मान्यता न देणाऱ्या कोणत्याही पॅलेस्टिनी प्रतिनिधींबरोबर चर्चा करण्यास नकार दिला आहे.[103] पॅलेस्टिनींबरोबर कोणताही करार करण्यास इस्रायलने नकार दिल्याने हळूहळू शांतता प्रक्रियाच ठप्प होईल एवढेच नव्हे तर मुबारक-पश्चात इजिप्त आणि अन्य अरब शेजारी यांचे आशीर्वाद मिळालेल्या हमास-फताह आघाडीमुळे ज्यू राष्ट्राची मान्यता आणखी कमी कमी होत जाईल. एका पाश्चिमात्य विश्लेषकाचा विश्वास आहे की इस्रायली-पॅलेस्टिनी संघर्षाबद्दल यू.एस. धोरणावर परिणाम घडवण्यामध्ये ओसामा बिन लादेनचे प्राण घेणाऱ्या गोळीपेक्षा फताह आणि हमास यांच्यातील समेटावर सह्या करणारे पेन अधिक प्रभावी ठरण्याची शक्यता आहे.[104] 2009 मध्ये इस्रायली-पॅलेस्टिनी संघर्ष सोडवण्यासाठी द्विराष्ट्र उपायावरील वाटाघाटी पुढे सरकू शकत नाहीत अशा टप्प्यावर येऊन पोचल्या ही जशी एक वाईट बातमी होती,[105] तसेच वेगवेगळ्या सबबींखाली पश्चिम किनाऱ्यावरील ज्यू वसाहती थांबवण्यास इस्रायलने नकार दिल्यामुळे परिस्थिती आणखी चिघळली आहे. दरम्यान 2011 च्या सुरुवातीपर्यंत आकारहीन पॅलेस्टाईन देशाचे कडवट बनलेले अध्यक्ष महमूद अब्बास यांचा ओबामांच्या निष्पक्षतेवरचा विश्वास उडाला आणि पॅलेस्टाईन देशाच्या निर्मितीसाठी अमेरिकेचा कोणताही पाठिंबा मिळण्याची आशा मिटली.[106]

इस्रायलचा हटवादीपणा आणि अमेरिकेचा डळमळीतपणा आणि पॅलेस्टाईन देशाविरुद्धचा पक्षपात पाहता, मोरोक्कोपासून इंडोनेशियापर्यंत आणि त्यापलीकडे असलेला सर्वसामान्य मुस्लीम कट्टर अमेरिका-विरोधी बनला आहे. बहुसंख्य मुस्लिमांसाठी इस्रायल हे एक अनधिकृत अस्तित्व आहे आणि अनंतकाळासाठी ते तसेच राहील.

ट्यूनिशियामधील बेन अली-विरोधी चळवळीत हे अगदी स्पष्ट दिसून आले. इस्रायली पंतप्रधान एरिएल शारॉन यांचा ट्यूनिशियामध्ये पाहुणचार केल्याबद्दल ट्यूनिशियावासियांनी त्या हुकूमशहाचा निषेध केला. इजिप्तचे होस्नी मुबारक आणि त्यांचे पूर्वसुरी अन्वर सादात यांच्यावरचाही त्यांचा राग हा त्यांनी इस्रायलबरोबर राजनैतिक संबंध ठेवल्यामुळे होता. अरब जगातील पश्चिमधार्जिण्या हुकूमशहांबद्दल असलेल्या अरब तिरस्काराच्या पोटात इस्रायलचा अवैधपणा आणि उद्दामपणा आहे. लोकशाही-समर्थक अरबांसाठी, अरब हुकूमशहांबरोबर असलेली इस्रायलची गुप्त हॉटलाइन हा त्यांच्या स्वातंत्र्यासाठीच्या आकांक्षांचा अडथळा ठरत आहे.[107] मुबारक यांची सत्ता उलटवल्याने इजिप्तच्या इस्रायल धोरणात बदल झाले. कैरोमधील लष्करी सत्तेने मे 2011 मध्ये गाझा पट्टीला जोडणारा एकमात्र रस्ता खुला करण्याची घोषणा केली, यातून हमास-शासित भूभागावरची चार वर्षांची नाकाबंदी बरीच सौम्य झाली, परंतु इस्रायलशी संभाव्य संघर्षाचे कारण निर्माण झाले.[108] दाटीवाटीच्या गाझा पट्टीत राहणाऱ्या आणि इस्रायली बॉंबहल्ल्यांना नियमितपणे बळी पडणाऱ्या बेरोजगार/तुटपुंजा रोजगार असलेल्या पॅलेस्टिनींची दुर्दशा एका इस्रायली विश्लेषकाने वर्णन केली आहे आणि गाझामधील 2012 मधील इस्रायली बॉंबहल्ल्यांनतर आपल्याच सरकारला जाब विचारला आहे:

> गाझामधील मुलगी असणे म्हणजे काय असते — तिच्या शाळेवर बॉंब पडलेला असतो, तिची प्रिय मैत्रीण तिच्या डोळ्यांदेखत मेलेली असते, तीही माणसेच असतात ना? आणि ज्या देशाने दुसऱ्याचा भूभाग गेली पंचेचाळीस वर्षे बळकावलेला आहे तो, आपणच यातील एकमेव आणि अंतिम बळी आहोत असे इतक्या खात्रीने स्वतःलाच कसे काय सांगू शकतो? आणि ताबा हा सैतान इतका सामान्य झाला आहे की तो आता सैतान म्हणू दिसतच नाही.[109]

2002 मध्ये सहा अरब देशांमधील 73 टक्के अरबांना पॅलेस्टाईन हा एक महत्त्वाचा मुद्दा वाटत होता, हाच आकडा 2008 च्या मध्यापर्यंत 86 टक्क्यांवर पोचला.[110] रंजक बाब म्हणजे, यू.एस. नेतृत्वाखालील इराकी अतिक्रमणानंतर पॅलेस्टिनी मुद्द्यावर अरबांच्या पाठिंब्यात लक्षणीय वाढ झाली. पाश्चिमात्य/यू.एस.च्या दृष्टिकोनातून सर्वांत दुःखाची गोष्ट म्हणजे काही अरब देशांमध्ये 2006 आणि 2008 मध्ये घेतलेल्या सर्वेक्षणांमध्ये तीन चतुर्थांश मुस्लिमांनी (अ) अमेरिकेचे मूल्यमापन तिच्या तत्त्वांवरून नव्हे, तर धोरणांवरून केले होते, (ब) त्यांच्यातील बहुसंख्यांना यू.एस. आणि इस्रायल हे सर्वांत धोकादायक देश वाटत होते, (क) या देशांमधील बहुसंख्य सुन्नी मुस्लिमांना हिज्बुल्लाचा हस्सन नासर अल्लाह आणि इतर इस्रायल-विरोधी/अमेरिका-विरोधी शिया नेते सर्वांत लाडके वाटत होते, आणि (ड) एक प्रामाणिक मध्यस्थ म्हणून त्यांच्यातील बहुसंख्यांचा यू.एस.वर भरवसा नव्हता.[111]

इराणचे माजी अध्यक्ष अहमदिनेजाद हे पॅलेस्टाईनसाठीच्या जिहादचे ज्वलंत पुरस्कर्ते म्हणून समोर आले. एका बाजूला या जागतिक बंधुभावामागे इस्लामचा अंगभूत

सीमाभेदाचा अभाव ही मोठी शक्ती आहे, तर दुसऱ्या बाजूला लोकानुनयी मुस्लीम नेते त्यांची अकार्यक्षमता झाकण्यासाठी पॅलेस्टाईनच्या मुद्द्याचा वापर करतात. अलीकडेच 24 देशांमध्ये करण्यात आलेला ब्रूकिंग्ज अभ्यास दर्शवतो की मध्यपूर्वेतील सर्वसामान्य मुस्लिमांसाठी अजूनही पॅलेस्टाईन-इस्रायली संघर्षाला खूप महत्त्व आहे.[112] परिणामी, असे दिसते की मुस्लीम-पाश्चिमात्य समझोत्यासाठी इस्रायलने इस्रायलची सुरक्षितता, पण पॅलेस्टाईन देश नाही हे धोरण सोडून देण्याची गरज आहे.[113] काही विश्लेषकांचा विश्वास योग्य आहे: इस्रायली तुष्टी आणि इस्रायलच्या अरब भूमींवरील ताब्यासाठी पश्चिमेचा मूक पाठिंबा आणि इस्रायलबरोबरचे भांडण मिटवण्याबद्दल अरबांची नाखुशी या गोष्टी येत्या दशकांमध्ये जागतिक शांततेसाठी विनाशकारी ठरू शकतात.[114]

अरब जगतातील राजकीय उलथापालथीमुळे इस्रायलची अस्वस्थता आणि मुबारकनंतरच्या इजिप्तमध्ये इस्रायलबरोबरच्या समेटाच्या वादग्रस्त मुद्द्यावर सार्वमत घेण्याची मुस्लीम ब्रदरहूडची मागणी हे या संदर्भातील काही निदर्शक आहेत. ब्रिटिश राजकीय नेते विल्यम हेग यांचा विश्वास आहे की इस्रायलने जर पॅलेस्टाईनमध्ये "द्वि-राष्ट्र-सूत्र" मिळवण्यासाठीची शांतता प्रक्रिया सोडून दिली, तर अरबांनाही ती सोडून देणे भाग पडेल; आणि यातूनच कालांतराने येत्या काही वर्षांत "एक-राष्ट्र-उपाय" मिळवण्यासाठी रक्तरंजित युद्ध होईल.[115] थॉमस फ्रीडमनही असेच मत व्यक्त करतात:

> आज, मला वाटते की अध्यक्ष ओबामा यांनी इस्रायली आणि पॅलेस्टिनी भूमिकांमधले अंतर मिटवणारी त्यांची शांततेची योजना सादर करावी आणि दोन्ही बाजूंनी काहीही पूर्वअट न घालता त्यावर वाटाघाटी कराव्या असा आग्रह धरावा. इस्रायलने अरबांच्या गुंत्यातून शक्य तितक्या लवकर बाहेर पडावे हे इस्रायलच्या भवितव्यासाठी—जेव्हा ज्यू राष्ट्राला अवैध ठरवण्यासाठी जगभर मोहीम चालू आहे अशा वेळी—अत्यंत महत्त्वाचे आहे. हे इस्रायल, प्रचंड वादळ येत आहे. त्याच्या वाटेतून दूर व्हा.[116]

"इस्रायल हा एक वसाहत प्रकल्प म्हणून फार काळ तग धरू शकणार नाही. आता त्याने युद्ध—आणि विनाश—की आपल्या सर्व नागरिकांसाठी एक देश म्हणून संक्रमण यांच्यात निवड केलीच पाहिजे"[117] हे पाश्चिमात्यांना उमजण्याची वेळ आली आहे असे वाटते. इस्रायली संतुष्टता आणि अमेरिकेतील इस्रायली दबावगटाचा अत्यंत प्रभाव यांमुळे अरब-इस्रायल समस्या बासनात गेली आहे. दरम्यान, इजिप्तमध्ये मुबारक राजवट पडल्यानंतर, संपूर्ण मध्यपूर्वेतील अरब *तिसऱ्या इन्तिफदा* ची (इस्रायलविरुद्ध व्यापक जनआंदोलनाची) हाक देत आहेत. यात इस्रायल आणि पॅलेस्टाईनमधले आणि त्यांच्या बाहेरचेही अरब सामील होण्याची शक्यता आहे.[118] गाझा आणि पश्चिम किनाऱ्यावरील पॅलेस्टिनींना मूलभत मानवी अधिकार नाकारणे—मानवी प्रतिष्ठा आणि सुरक्षितता, आरोग्यसेवा, शिक्षण, रोजगाराच्या संधी आणि पिण्याचे स्वच्छ पाणी—ही स्थिती इस्रायलच्या लाभासाठी अनंतकाळ अशीच राहू शकत नाही. लाखो पॅलेस्टिनी निर्वासित

आणि पश्चिमेत पांगलेल्या व्यक्तींचा परतण्याचा आणि स्वयंनिर्णयाचा अधिकार मान्य केल्याखेरीज स्थायी स्वरूपाची शांतता प्रस्थापित होणे अशक्य आहे.

पॅलेस्टाईन मधील वादळी स्थिती लक्षात घेता—हे दोन्ही मुस्लीम मनाचे हळवे कोपरे आहेत—ओबामांचा दुटप्पीपणा आणि इस्रायल आणि भारत यांना असलेला निःसंदिग्ध पाठिंबा यांमुळे उम्माची खात्री पटली आहे की त्यांच्या समस्येला शांततापूर्ण उत्तरही नाही आणि पूर्वेला किंवा पश्चिमेला त्यांना मदत करणारा कुणी सच्चा मित्रही नाही. एक विश्लेषक म्हणतो:

> आधुनिक इतिहासात यू.एस.चा प्रभाव जेव्हा सर्वांत कमी आहे, अशा वेळी अध्यक्ष ओबामा बोलले. नव्या पीईडब्ल्यू सर्वेक्षणानुसार...लोकशाही-समर्थक चळवळींमुळे या भूप्रदेशातील अमेरिकेच्या प्रतिमेत काही सुधारणा झाली नाही...अन्य मुस्लीमबहुल देशांत, यू.एस. बद्दलची मते नकारात्मक राहिली आहेत.[119]

शेवटचे आणि तितकेच महत्त्वाचे, प्राध्यापक जीरोम स्लेटर यांनी प्रभावीपणे सांगितले, ज्यूवादाबद्दल लोकांना काहीही वाटो—वंशवाद आहे किंवा नाही—"इस्रायली मात्र भीती वाटावी इतक्या वाढत्या संख्येने [वंशवादी] आहेत", इस्रायल हे ज्यूंचे आश्रयस्थान नाही (कारण बहुसंख्य ज्यूंना इस्रायलमध्ये राहण्याची इच्छा नाही), आणि ज्यूंचा देश ही संकल्पना लोकशाहीविरोधी आहे हे नाकारता येत नाही. "पॅलेस्टाईनने इस्रायलला ज्यू राष्ट्र म्हणून अधिकृत मान्यता द्यावी" ही पंतप्रधान नेतान्याहूंनी वाटाघाटींसाठी घातलेली पूर्वअट त्यांना उपेक्षेने भरलेली वाटते. नेतान्याहू आणि ज्यूवादी इस्रायली यांच्याकडे *कोणत्याही परिस्थितीत द्वि-राष्ट्र समझोत्यापर्यंत पोचण्याची इच्छाशक्ती किंवा क्षमताही नाही* असे त्यांना वाटते. (शब्दांवर भर दिला आहे). जगभर पसरलेल्या पॅलेस्टिनींना "परतण्याचा हक्क" असल्याचे तत्त्व इस्रायलने मान्य केले, तर द्वि-राष्ट्र तोडग्याबद्दल पॅलेस्टिनी हे इस्रायलींपेक्षा जास्त लवचीक आहेत असा स्लेटर यांचा विश्वास आहे.[120] या पार्श्वभूमीवर, नजीकच्या भविष्यामध्ये अरब-इस्रायल शांतता प्रत्यक्षात येण्याची शक्यता दिसत नाही.

जागतिकीकरणातील जागतिक जिहाद

जागतिकीकरणाच्या प्रक्रियेविषयी वाद असले, तरी त्या संकल्पनेच्या ढोबळ व्याख्येविषयी अभ्यासकांमध्ये सर्वसाधारण एकमत आहे, तत्त्वतः, सीमांपार होणाऱ्या विनिमयांवर असलेले सरकारी निर्बंध संपवण्यासाठी जगभरातील अर्थव्यवस्था आणि समाजांच्या वाढत्या एकीकरणाची ही संकल्पना आहे. दुसऱ्या बाजूला, जागतिक जिहाद किंवा जागतिकीकरण झालेला इस्लाम या भारित संकल्पना आहेत. रंजक बाब म्हणजे जागतिक जिहाद म्हणजे पश्चिमेचा विनाश यावर इस्लामवादी आणि इस्लाम भयग्रस्त यांची सहमती

झालेली दिसते. आता, इस्लाम हा मुक्त व्यापार, बाजारकेंद्री अर्थव्यवस्था, लोकशाही, मानवाधिकार आणि लिंग-समानता यांच्याशी "फटकून" आहे का याचा शोध घेताना, आपल्याला या तथ्यांचा विचार करावा लागेल की आठव्या ते सतराव्या शतकापर्यंतच्या वसाहतपूर्व मध्ययुगीन जगात, मुस्लीम हे जगातील सर्वांत शक्तिवान आणि बुद्धिवान सत्तांचे प्रतिनिधित्व करत होते.

एक पाश्चिमात्य/इस्रायली अभ्यासक निरीक्षण नोंदवतात,[121]

> इसवी सन 1000मध्ये मध्य-पूर्व हे जागतिक संस्कृतीचे केंद्र होते. अरबी ही विज्ञान आणि तत्त्वज्ञानाची भाषा शिकली नाही तर, एखाद्याचे खरे शिक्षण झाले असे म्हणता येत नसे. या [इस्लामिक] सर्वोच्च नागर संस्कृतीने प्रतिभा जोपासली. 1000मध्ये नोबेल पुरस्कार असते, तर ते केवळ मोस्लिमांनाच दिले गेले असते.

अर्नेस्ट गेल्नर यांच्या मते इस्लाम हीच एकमेव जागतिक, विश्वासार्ह राजकीय व्यवस्था आहे. तर अकबर अहमद यांना इस्लाम आणि प्रोटेस्टंट पंथामध्ये समानता दिसतात: जहाल, विरागी, जादू-विरोधी आणि शिस्तबद्ध, भांडवलवादाशी विसंगत नसणारा.[122] गेल्नर म्हणतात,

> धर्मनिरपेक्षतेचा सिद्धान्त इस्लामला लागू होत नाही. गेल्या शंभर वर्षांत, श्रद्धावंतांच्या मनावरची आणि हृदयावरची इस्लामची पकड कमी झालेली नाही आणि, काही निकषांवर, ती कदाचित वाढलीच आहे...ख्रिश्चन तत्त्वांत जसा एक बायबलचा पट्टा-जहालमतवाद्यांचे क्षेत्र आहे, तसा इस्लाममध्ये कुराणचा पट्टा आहे.[123]

जुर्गेन्समेयरही तितकेच मार्मिक आहेत आणि बहुतांश जगाला "'निधर्मी राष्ट्र' हे समजतही नाही आणि आकर्षकही वाटत नाही;" धार्मिक राष्ट्रवाद हे जीवनाचे वास्तव आहे आणि येता बराच काळ ते तसेच राहणार आहे, आपण धार्मिक राष्ट्रवादाला राक्षसी रूप देऊ नये, आणि काळ विध्वंसाचा नसून पुनर्बांधणीचा आहे असे त्यांना वाटते.[124] मुस्लिमांमधील एका मोठ्या वर्गाला जागतिक व्यवस्थेशी जोडले जाण्याची इच्छा आहे, पाश्चात्यीकरणाची नसली तरी, इस्लामच्या आधुनिकीकरणाची आकांक्षा आहे. त्यांना काठावरचे उपेक्षित म्हणून राहायचे नाही. पुन्हा इस्लामी नीतिशास्त्रानुसार, मुस्लीम संस्कृतीत उधळपट्टीला फारशी जागा नाही. मजिद राहनेमा यांनी त्याला आधुनिकतेचा दोष म्हटले आहे,"आधुनिक व्यक्ती म्हणजे अमर्याद गरजा असलेली व्यक्ती" आणि सर्वसामान्य मुस्लिमाला हे स्वीकारार्ह नाही.[125]

तिसऱ्या जगातील सर्वसाधारणपणे जाणती माणसे आणि व्यापक जागतिक दृष्टी आणि तिसऱ्या जगाबद्दल सहानुभूती असणारे पाश्चिमात्य विद्वान आणि नेते यांचा जागतिकीकरणाला नसला, तरी त्या प्रक्रियेला विरोध का आहे हे समजून घेतल्याशिवाय आपल्याला मुस्लिमांचे आक्षेप समजणार नाहीत. जागतिकीकरण ही एक प्रक्रिया आहे, तशीच ती एक क्रांती आहे आणि क्रांतींचा धर्मांवर परिणाम होतो. नवीन भूप्रदेशांचे शोध, प्रबोधन, औद्योगिक व फ्रेंच क्रांती, राष्ट्रवाद, समाजवाद, फॅसिझ्म, नाझीवाद, महायुद्धे

आणि वसाहतींनंतरची जागतिक रचना यांमुळे जगभरातील धर्मांवर जसा परिणाम झाला, तसाच परिणाम शीतयुद्धानंतरची जागतिकीकरणाची प्रक्रिया, मुस्लिमांसह प्राचीन संस्कृती व राष्ट्रांवर करत आहे. जागतिकीकरणातून येणाऱ्या कल्पना आणि व्यवस्था यांना प्राचीन धर्म त्यांच्या अस्तित्वाबद्दलचे धोके कसे समजतात हे जेम्स कुर्थ दाखवतात. धर्मशास्त्राला मध्ये घालून, अशा धर्मांचे विश्वस्त आणि अनुयायी जागतिकीकरण-विरोधी जथ्यात सामील होतात. ते प्रतिपादन करतात की प्राचीन मंडळींनी चालवलेली जागतिकीकरण-विरोधी चळवळ हा प्राचीन व्यवस्थेच्या मनातील असुरक्षितता आणि अर्वाचीन जागतिकीकरण यांच्यातील संघर्ष आहे, धर्मशास्त्र आणि नवा आदर्शवाद यांच्यातील संघर्ष आहे. ते असेही मानतात की मुस्लीम आणि हिंदूंमधील पुनरुत्थाने ही केवळ जागतिकीकरण-विरोधी नाहीत, तर ती जागतिकीकरण झालेला आधुनिकतावाद आणि धर्मनिरपेक्षता यांच्याशी जुळवून घेण्यात आलेले अपयश निर्देशित करतात. तरीही, अरब आणि इराणी राष्ट्रवाद अपयशी ठरल्याने इस्लामचे पुनरुत्थान झाले, आणि इस्लामिक पुनरुत्थानवादी ठरवून नव्हे तर स्वभावतःचजागतिकीकरण-विरोधी आहेत, जागतिकीकरण हे आंतरराष्ट्रीय नाणेनिधी आणि जागतिक व्यापार परिषदेच्या आधाराने आलेल्या पश्चिमेच्या नव-साम्राज्यवादी हितसंबंधांचे प्रतिनिधित्व करते, हा त्यांचा युक्तिवाद बरोबर आहे. या विरोधाचे कारण ते लोकशाही आणि निधर्मीपणाचा अति मारा आणि जागतिकीकरणाला जोडून येणारा अनिर्बंध भांडवलवाद असे सांगतात.[126]

आधुनिकपूर्व मुस्लिमांच्या धर्मनिरपेक्षता आणि लोकशाहीविषयी असणाऱ्या आक्षेपांमुळे त्यांचा जागतिकीकरणाला असणारा विरोध वाढला असण्याची शक्यता आहे, तरी जागतिकीकरणाचा प्रसार करत असणाऱ्यांचा आराखडाही फारसा सज्जन नसल्यानेही जागतिकीकरणाच्या फुग्यातील हवा निघून गेली आहे. काही विश्लेषकांच्या मते, इतिहासाचा अंत झाला आहे असे संकेत जागतिकीकरण देत नाही किंवा मुक्त व्यापार व एक समतल जगाच्या आगमनाची वर्दीही देत नाही. मनुष्यबळाचा मुक्त प्रवाह रोखून आणि केवळ भांडवलाचा प्रवाह मुक्त केल्यामुळे उत्तर-दक्षिण यांच्यातील दरी आणखी वाढलीच आहे. त्यामुळे दहशतवादाचेही जागतिकीकरण झाले आहे. जागतिकीकरणाच्या सकारात्मक परिणामांमुळे काही विशिष्ट मुस्लीम-बहुल देश तुलनेने आधुनिक झाले असले तरी अति-परंपरावादी आणि मागास मुस्लिमांच्या गटांना हा बदल मुळीच मान्य नाही.[127]

जागतिकीकरणाची हिंस्र भूमिका हा घटकही तिसऱ्या जगातील जनतेने जागतिकीकरण नाकारण्यामागे आहे. काही विश्लेषकांचा विश्वास आहे की: "दरवर्षी, श्रीमंत देशांनी गरिबांना टेबलावरून दिलेल्या एका डॉलरपोटी, पश्चिमेला टेबलाखालून भ्रष्टाचाराच्या मार्गाने 10 डॉलर्स परत मिळतात आणि हेच उरलेल्या जगाला भ्रष्टाचाराबद्दल व्याख्यान देत असतात."[128] जागतिकीकरणाचा भ्रमनिरास झालेल्या अभ्यासक, विद्वान आणि काही राजकीय नेत्यांची संख्या वेगाने वाढत आहे.[129] कितीही प्रचार होत असला, तरी जागतिकीकरणाचा (मुक्त) बाजार अर्थव्यवस्थेशी फारसा सकारात्मक संबंध नाही. अमेरिकेने लाखो सधन शेतकऱ्यांना

शेतीसाठी उपदान दिल्याचा विपरीत परिणाम हैतीपासून होंडुरासपर्यंत, ब्राझीलपासून बांगला देशपर्यंत, इजिप्त, इक्वेडोर आणि पाकिस्तानपासून फिलीपीन्सपर्यंतच्या गरीब शेतकऱ्यांवर होतो. दरवर्षी अमेरिकन शेतकऱ्यांना त्यांच्या शेतमालाच्या—मका, कापूस, गहू, तांदूळ, सोयाबीन आणि अन्य पिकांच्या—किमती कृत्रिमरीत्या कमी ठेवण्यासाठी 200 अब्ज डॉलर्सपेक्षा जास्त उपदान मिळते. या प्रक्रियेत जे घडते तो भांडवलवाद किंवा मुक्त अर्थव्यवस्था नक्कीच नाही. अभ्यासकांच्या मते हैतीतल्या उपासमारीचा आणि इजिप्त आणि पाकिस्तानमध्ये उसळलेल्या दहशतवादाचा आणि इस्लामिक पुनरुत्थानाचा संबंध यू.एस.मधील शेतीच्या उपदानाशी आहे. मार्च 2010 मध्ये यू.एस.चे हैतीसाठी विशेष दूत म्हणून गेलेल्या अध्यक्ष बिल क्लिंटन यांनी, त्यांच्या कार्यकाळात यू.एस.मधील शेतकऱ्यांना दिलेल्या कृषी उपदानामुळे हैतीमधील तांदळाची शेती नष्ट झाल्याबद्दल हैती शेतकऱ्यांची जाहीर माफी मागितली होती.[130] आश्चर्याची गोष्ट म्हणजे जागतिक संबद्धता निर्देशांक दर्शवतो की 2007 मध्ये होते त्यापेक्षा 2012 मध्ये जग कमी एकसंध आहे.[131]

जागतिकीकरणाच्या प्रक्रियेविषयी वाद असले, तरी नवी माहिती देऊन, विशेषतः दादागिरी करणाऱ्या संस्था, कल्पना आणि अस्तित्वांना जाब विचारणाऱ्या आणि आव्हान देणाऱ्या आधुनिकोत्तर कल्पना पेश करून जागतिकीकरणाने जगभरातील लोकांना ज्ञान आणि धैर्य दिले.[132] मुस्लीम जगात उच्च संस्कृतीचा ऱ्हास आणि "बहुविध जीवनशैली" यांत परिणत होणाऱ्या "संस्कृतींच्या उत्तर-आधुनिकीकरणाची" कुणी अपेक्षा करू नये. मुस्लीम जगाला अद्याप प्रबोधनाच्या आणि सुधारणेच्या प्रक्रियेतून जायचे आहे.[133] अकबर अहमद स्पष्ट करतात त्याप्रमाणे आधुनिकतावाद अभिजनांचा आहे, तर उत्तर-आधुनिकतावाद बहुजन-अभिमुख आहे,[134] आणि आपल्याला माहीत आहे, की उम्माचा मोठा भाग अजूनही बदलाला तुच्छ लेखणाऱ्या आणि लोकशाहीचा तिरस्कार करणाऱ्या धर्मगुरू आणि जुलमी शासकांच्या प्रभावाखाली आहे. विरोधाभास असा की, अति-कडव्या (अनेकदा निर्नायकी-शून्यवादी) इस्लामी विचारांचे वर्गच्युत अभिजन जागतिक व्यासपीठावर मुस्लिमांचा रास्त वाटा त्यांना बळाने मिळावा यासाठी धडपड करत आले आहेत. इस्लामी कडवेपणा केवळ मुस्लिमांची बाजारपेठेपर्यंत संपूर्णपणे पोचण्याची आणि भांडवलासह मनुष्यबळाच्या मुक्त प्रवाहाची आकांक्षाच प्रतिबिंबित करत नाही, तर तो मुस्लिमांच्या अस्मितेची आणीबाणी आणि स्वायत्तता, प्रतिष्ठा आणि स्वातंत्र्याची आस यांचाही विचार करायला लावतो. वसाहतपूर्व काळात आपले जागतिकीकरणाचे दिवस होते, ज्यात आर्थिकदृष्ट्या, राजकीयदृष्ट्या आणि सांस्कृतिकदृष्ट्या मुस्लीम प्रभावशाली होते, असा मुस्लिमांचा विश्वास आहे. इस्लामवाद हा मुख्यतः पाश्चिमात्यांनी हिरावलेले गतवैभव पुन्हा प्राप्त करून घेण्याबद्दल आहे.

मुस्लीम देशांच्या पश्चिम-धार्जिण्या सरकारांच्या वाईट अनुभवामुळे मुस्लीम पश्चिम-विरोधी झाले, शीतयुद्धाच्या काळात प्रथम डाव्या प्रभावाखाली आणि नंतर मुल्लांच्या

प्रभावाखाली. मुल्ला आणि खेड्यांमधील ज्येष्ठ मंडळी शिक्षण, धर्मनिरपेक्षता आणि स्त्रियांच्या समान हक्कांच्या संकल्पनेला, वैचारिक आणि वास्तववादी अशा दोन्ही विचारांमधून विरोध करतात. पहिले म्हणजे लोकशाही, धर्मनिरपेक्षता आणि स्त्रीमुक्ती हे त्यांना अ-इस्लामिक वाटतात, आणि दुसरे म्हणजे आधुनिक आरोग्यव्यवस्थोचा सार्वत्रिक अंगीकार, धर्मनिरपेक्ष शिक्षण आणि स्त्रियांचे सबलीकरण थांबवणे, हे पाश्चिमात्य देणगीदारांनी पुरस्कृत केलेल्या आधुनिक यंत्रणांकडे आपली गिऱ्हाइके गमावण्याच्या भीतीतून होते. मशिदींना जोडलेल्या धार्मिक शाळा (मक्तब किंवा मदरसा) चालवणारा गावातील मुल्ला धर्मनिरपेक्ष शाळेसाठी आपले विद्यार्थी गमावायला तयार नसतो, तसाच गावातील वैदूही खेडोपाडी आधुनिक दवाखाने आणि आरोग्य-केंद्रे असण्याच्या साफ विरुद्ध असतो. गावातील सावकार आणि इतर हितसंबंधी गटांचा सेवाभावी संस्थांना आणि सूक्ष्म वित्तसंस्थांना विरोध असण्याचे कारण अगदी उघड आहे. अशा रीतीने सकृतदर्शनी पाश्चिमात्य दात्यांनी चालवलेल्या सेवाभावी संस्था आणि तळागाळातील-तृणमूल इस्लाम यांचे संबंध विरोधी आहेत. या संदर्भात, काही पाकिस्तानी मुल्लांची पोलिओची लस इस्लामविरोधी असल्याची वायव्य पाकिस्तानातील टोळयांच्या प्रदेशातील यशस्वी मोहीम आणि त्यांच्याच बांगला देशी बंधूंनी धर्मनिरपेक्ष कायदा, शाळा आणि सेवाभावी संस्थांविरोधात काढलेला फतवा यांची उदाहरणे देता येतील. पुन्हा सेवाभावी संस्थांमधील भ्रष्टाचार आणि ग्रामीण बँकेसहित इतर सेवाभावी संस्थांनी गरीब कर्जदारांना लावलेला अव्वाच्या सव्वा व्याजदरही नाकारता येत नाही. या संदर्भात बांगला देशातील सेवाभावी संस्थांच्या पिळवणुकीचा दाखला देता येईल. फार बोलबाला झालेली डॉ. मुहम्मद युनुस यांची ग्रामीण बँक, *बांगला देश रूरल ॲडव्हान्समेंट कमिटी* (बीआरएसी), *प्रोशिका*, *आसा* आणि पाश्चिमात्य देणगीदारांनी चालवलेल्या अन्य सेवाभावी संस्था गरीब कर्जदारांना (बहुतांश ग्रामीण महिला) 20–30 टक्के किंवा त्याहीपेक्षा जास्त, अवाजवी चढ्या दराने व्याज आकारतात.[135] विरोधाभास असा की या नव-सावकारांना कारवाईपासून अभय आहे, त्यांच्याकडे उत्तरदायित्वाचा आणि पारदर्शकतेचा अभाव आहे, तरीही जगातील क्लिंटन पासून ते स्पेनची राणी सोफियापर्यंत पाश्चिमात्य नेते, दाते, विश्लेषक, शिक्षणतज्ज्ञ, पंडित आणि विद्वान या यशस्वी उद्योजकांचीच महती गातात (पुन्हा त्यांना धर्मादाय केल्याबद्दल आयकरातून मुक्ती आहेच.) पाश्चिमात्य नेते, बँकर्स आणि दाते त्यांना मदर तेरेसांच्या पंगतीला नेऊन ठेवतात. डॉ. युनुसना याअगोदरच नोबेल पारितोषिक मिळाले आहे, आणि 2009 मध्ये ब्रिटनच्या राणीने बांगला देशमध्ये बीएआरसी ही सेवाभावी संस्था चालवणाऱ्या डॉ. आबेद यांना नाईटपदाचा सन्मान दिला आहे. सलमान रश्दींसारख्या (त्यांनाही राणीने नाईटहूड प्रदान केले होते) इस्लाम-भयग्रस्तांना आणि मुस्लीम जगात वादग्रस्त सेवाभावी-धंदा करणाऱ्यांना डोक्यावर घेण्यात पश्चिमेचे औद्धत्य म्हणावे, अज्ञान म्हणावे की असंवेदनशीलता आहे हे समजतच नाही. हा संस्कृतीसंघर्ष नक्कीच नाही, तर

मुख्यतः बलाढ्य आणि धनाढ्य पश्चिम विरुद्ध तिसऱ्या जगातील उपेक्षित इस्लामी/डावे अभिजन यांच्यामधील वर्चस्वासाठी चाललेला हा अभिजन संघर्ष आहे.

मुस्लीम जगातील या एनजीओ-संस्कृतीवर आणि आंतरराष्ट्रीय नाणेनिधी-जागतिक बँक आणि पाश्चिमात्य देणगीदारांनी चालवलेल्या अन्य प्रकल्पांवर केवळ सनातनी मुस्लीम आणि मुल्लाच टीका करतात असे वाही, तर सध्या उपेक्षित, पूर्वीचे डावे विचारवंत आणि चळवळीतील कार्यकर्तेही जागतिकीकरणाच्या प्रक्रियेविरुद्ध आवाज उठवत आहेत. मुस्लीम जगात आणि त्यापलीकडे मुल्ला-मार्क्सवादी यांचे साटेलोटे वाढत चालल्याचे दिसत आहे. ब्रिटिश-पाकिस्तानी मार्क्सवादी तारीक अली याने तर हिज्बुल्ला आणि हमास यांची त्यांच्या पश्चिमविरोधी भूमिकेबद्दल प्रशंसा केली आणि तालिबानला पश्तून राष्ट्रवादासाठी लढणारे स्वातंत्र्यसैनिक म्हणून गौरवले.[136] जागतिकीकरण-ऊर्फ-पश्चिमीकरणाच्या विरोधाची आणखी एक बाजू ही पिळवणूक करणाऱ्या सेवाभावी संस्थांच्या वाईट अनुभवातून आलेल्या, जनतेच्या मनातील खऱ्याखुऱ्या भीतीची आहे. जागतिक बँकेचे भूतपूर्व मुख्य अर्थशास्त्री आणि वरिष्ठ उपाध्यक्ष नोबेल पारितोषिक विजेते जोसेफ स्टिग्लिट्झ हे पाश्चिमात्य दात्यांच्या आणि अगदी आंतरराष्ट्रीय नाणेनिधीच्याही "घुसखोरीला येणाऱ्या नव्या रूपातील वसाहतवादाच्या दर्पा"बद्दल अगदी उघड बोलतात.[137] जागतिकीकरणाच्या प्रक्रियेत अंगभूत असलेल्या भ्रष्ट व्यवस्था आणि पद्धती यांच्यावर त्यांनी ओढलेले ताशेरे डोळे उघडणारे आहेत. पाश्चिमात्य बँकिंग व्यवस्थेतील दोषांवर, गहाणवटीच्या घोटाळ्यांवर आणि इतर भ्रष्ट आचारांवर—ज्यांचे वर्णन द ग्रेट अमेरिकन रॉबरी असे करता येईल—नेमके बोट ठेवले आहे, या गोष्टी पश्चिम-पुरस्कृत जागतिकीकरणाच्या प्रक्रियेसाठी चांगली लक्षणे नाहीत.[138]

जागतिकीकरण हे पश्चिमीकरणाशी समानार्थी झाल्याने—अनिर्बंध भौतिकवाद, धर्मनिरपेक्षता आणि चंगळवाद यांना आश्रय देत असल्याने बहुसंख्य मुस्लिमांना तो शापच झालेला आहे—मुस्लीम, ज्याला दावोस संस्कृती म्हणता येईल, त्याबद्दल शंकित आहेत. मुस्लीम आपल्या भवितव्याबाबत एकाच वेळी आशावादी आणि निराशावादीही आहेत. जहाल इस्लामवादी एकीकडे "एक दिवस व्हाइट हाउस ताब्यात घेण्या"बद्दल बोलत असले, तरी जागतिक व्यवस्थेबद्दल थोडीफार जाण असणाऱ्या बहुसंख्य मुस्लिमांना वालरस्टाइनच्या जागतिक पद्धतीमधील समान संधीची आस आहे. विशेष म्हणजे जहाल नसणारे पण सामाजिकदृष्ट्या परंपरावादी इस्लामीही जागतिक व्यवस्थेत सहभागी होण्याच्या विरोधात नाहीत, कारण शीतयुद्धाच्या काळात, भांडवलशाही जागतिक रचनेला झुकते माप देणाऱ्या पश्चिमेशी सक्रिय सहयोग करण्यात त्यांच्यातील बहुतेकांना काहीच अडचण नव्हती.[139] इजिप्त, तुर्कस्तान, अझरबैजान, इराण, इंडोनेशिया, पॅलेस्टिनी भूबाग आणि नायजेरिया या सात देशांमध्ये जागतिकीकरणाबद्दल घेतलेल्या मुस्लिमांच्या सार्वमतात दिसून आले की साधारण 63 टक्के मुस्लीम जागतिकीकरणाकडे धोका म्हणून

पाहत नाहीत आणि साधारण 80 टक्के मुस्लीम हे कामगारांसाठी कामाच्या जागेच्या अवस्थेबद्दल किमान मानके असण्याच्या बाजूचे आहेत.[140] परंतु, जागतिकीकरण हा भांडवलवादाचा अंतिम विजय मानला जात असल्याने, दक्षिणेकडेच्या पददलित लोकांना या "अर्ध-आश्वासन, अर्ध-सत्य आणि अर्ध-काल्पनिकतेचा" मुळीच मोह पडत नाही.[141]

मुस्लीम-पाश्चिमात्य सामंजस्याचे पर्यायी मार्ग आहेत का?

जगातील लोकसंख्येच्या 15 टक्क्यांपेक्षा कमी प्रमाणावर पश्चिमेचे नियंत्रण आहे, परंतु 1900 मध्ये 40 टक्क्यांचे प्रमाण एकदम घसरून 4 टक्क्यांवर आल्यानंतरही, मुस्लिमांचे प्रमाण 1900 मधील 4 टक्क्यांवरून 1990 मध्ये 13 टक्क्यांवर आले आणि 2025 पर्यंत ते 19 टक्क्यांपर्यंत जाण्याची शक्यता आहे. आशावादी मुस्लीम आपल्या स्वतःच्या लाभासाठी गोष्टी स्वतःच्या पद्धतीने करण्याची धडपड करत आहेत, पाश्चिमात्य मार्ग अनुसरणे त्यांनी आता सोडून दिले आहे.[142] पुन्हा, मुस्लीम हेच केवळ जागतिकीकरणाचे एकमेव टीकाकार नाहीत. महाथिर मोहमद यांनी अनागोंदी निर्माण करण्यासाठी आणि मुस्लिमांच्या दुःखाचे कारण म्हणून जसा जागतिकीकरणाला दोष दिला, तसेच कोफी अन्नान यांनी त्याला "जीवने, रोजगार आणि परंपरा नष्ट करणारी" ही "प्रगतीची प्रतिनिधी नव्हे, तर विध्वंसक शक्ती" असल्याचे चित्र रंगवले आहे.[143] जागतिकीकरणाच्या परिणामांमुळे भ्रमनिरास झालेले जोसेफ स्टिग्लिट्झ म्हणतात की "गरिबी कमी करण्यात जागतिकीकरणाला यश आले नाही," की त्याला जागतिक स्थैर्याची खात्रीही निर्माण करता आली नाही.जागतिकीकरणाने ढोंगी पाश्चिमात्य देशांना आणखी ताकद दिली, जेणेकरून त्यांनी गरीब देशांना व्यापारांच्या सीमा उठवण्यास भाग पाडले, परंतु स्वतःच्या व्यापाराच्या सीमा मात्र विकसनशील देशांची हानी करत अबाधित ठेवल्या, या जागतिकीकरणावरील टीकेशी स्टिग्लिट्झ सहमत आहेत. ते "जागतिकीकरणाचे त्याच्या समर्थकांपासून संरक्षण" करण्याच्या मताचे आहेत.[144] हॉब्सवॉम, वॉलरस्टाईन आणि समीर अमीन यांचा मोठा प्रभाव असलेले पेपे एस्कोबार हे जागतिकीकरणाचे आणखी एक कटू टीकाकार आहेत. जागतिक आणीबाणीला जबाबदार असलेल्या अनैतिक नव-लबाडांवर—जागतिक जिहादसह—बोट ठेवत ते प्रतिपादन करतात की भांडवलशाही जागतिक रचनेतून अधिक गरीब देशांना स्वायत्तता मिळण्याची काहीही शाश्वती देता येत नाही आणि "बहुध्रुवीय अराजका"कडे अमेरिकेने कानाडोळा केल्याने शेवटी "अखंडित *लिक्विड वॉर*" ची स्थिती ओढवणार आहे. अमेरिकन साम्राज्यवादाचा हेतू जगातील विविध अर्थव्यवस्थांचे एकात्मतीकरण करणे असा नसून "केवळ त्यांच्या स्रोतांची लूट करणे" असा आहे या अमीन यांच्या मताशी ते सहमत आहेत.[145]

भूतपूर्व फ्रेंच अध्यक्ष सारकोझी आणि वाल्डन बेलोंसारखे, जागतिकीकरणाच्या अन्य टीकाकार,"निर्बंधमुक्त भांडवलवादाचा अंत" होण्यास जागतिकीकरण कारणीभूत आहे असे मानतात. ते प्रचंड अर्थसाहाय्य देण्याचा अंतर्भाव असलेल्या जागतिक सामाजिक

लोकशाहीचा (ग्लोबल सोशल डेमॉक्रसी—जीएसडी) किंवा गरीबी नाहीशी करण्यासाठी आणि विशेषतः आफ्रिकेत दुसरी हरित क्रांती घडवण्यासाठी उत्तरेने दक्षिणेला मदत करण्याच्या आणखी एका *मार्शल प्लॅन*चा पुरस्कार करतात. लष्करी कृतीचे महत्त्व कमी करून, जगातील गरिबांना लाभ मिळवून देण्यासाठी पश्चिमेने आपला आर्थिक प्रभाव वापरून एक सौम्य शक्ती म्हणून उदयाला यावे अशी जीएसडीमधील योजना आहे.[146] जागतिकीकरणाला विध्वंसक भांडवलशाही असे संबोधून आणि शेल आणि बीपी, हॅलिबर्टन आणि ब्लॅकवॉटर यांची नावे घेऊन नाओमी क्लेन राजकारण्यांवर आणि कारखानदारांवर, युद्धांच्या आणि आर्थिक अरिष्टांच्या काळांमध्ये "जगाला ओरबाडून काढण्यासाठी स्वस्त मालाची जाहिरात करून महागडा माल गळयात मारण्याचा बेट-अँड-स्विच खेळ खेळल्याचा" ठपका ठेवतात.[147]

नव-उदारमतवादी आणि डावीकडे झुकलेल्या नाओम चॉम्स्कीसारख्यांच्या लोकांच्या नेतृत्वाखाली, 2001 मध्ये स्थापनेपासून कळकळीचा कार्यक्रम हाती घेतलेले जागतिक सामाजिक व्यासपीठ (वर्ल्ड सोशल फोरम-डब्ल्यू एस एफ) हे जागतिकीकरणाच्या विरोधातील आणखी एक पाऊल आहे. डब्ल्यूएसएफ हे यू.एस. विरोधात जगातील मुस्लिमांचा पाठिंबा संघटीत करण्याचा प्रयत्न करत आहेत आणि आतापर्यंत मार्च 2006 मध्ये कराचीत यशस्वीरीत्या आयोजित केलेल्या डब्ल्यूएसएफ परिषदेत 58 देशांमधील 20,000 लोक सहभागी झाले होते. इराणी आणि पॅलेस्टिनी प्रतिनिधींचाही समावेश असलेल्या या परिषदेचे ठळक मुद्दे म्हणजे पॅलेस्टिनींच्या हक्कांसाठी लढा देणे, इराणच्या सार्वभौमत्वाचे रक्षण करणे, आणि "मुस्लीम-विरोधी साम्राज्यवादाला" विरोध करणे.[148]

बाजारपेठेपर्यंत अपुरी पोच ही केवळ मुस्लिमांची समस्या नाही, तर उत्तर-दक्षिण संबंधातील किंवा गुंडेर फ्रँक ज्याला *केंद्र-परीघ संघर्ष* म्हणतात, त्यातील महत्त्वाचा मुद्दा आहे. अत्याधुनिक सोयीसुविधा आणि तंत्रज्ञान असलेले काही वरकरणी आधुनिक आणि श्रीमंत देश जागतिकीकरणाशी अंशतः जोडलेले आहेत. सांस्कृतिकदृष्ट्या ते आधुनिक आणि उतर-आधुनिक कल्पना आणि संस्थांशी सर्वांत कमी जोडलेले आहेत. मुस्लीम जगत जागतिकीकरणाच्या प्रक्रियेशी सर्वांत कमी जोडलेले आहे. मूठभर मुस्लीम-बहुल देश वगळता संस्थात्मक लोकशाही शासन न आणू शकल्याचा डागही मुस्लीम जगावर आहे. मुस्लीम जगातील लोकशाहीची वाढ खुंटवण्यामागे इस्लामी संस्कृतीचा काही हात आहे का हे आता पाहूया.

पहिले महायुद्ध संपल्यानंतर पश्चिमेने लोकशाही आणि स्वातंत्र्याच्या तत्त्वांचे वारंवार उल्लंघन केल्याच्या संदर्भात, पुढील प्रश्न विचारणे हे राजकीयदृष्ट्या सर्वांत चुकीचे असेल: इस्लाम लोकशाहीशी सुसंगत आहे का? लोकशाहीचे पाश्चिमात्य विवेचन, विशेषतः ते भर देत असलेला ख्रिश्चॅनिटी (पश्चिम) आणि इस्लाम (पूर्व) यांच्यातील इस्लाम लोकशाहीशी सुसंगत असण्याबद्दलचे तथाकथित फरकाचे विवेचन इस्लाम-भयगंडग्रस्त आहे. पश्चिमेने कधी लॅटिन अमेरिकेतील कॅथलिक पंथ लोकशाहीशी विसंगत म्हणून वेगळा काढला नाही. बंगाली,

नायजेरियन, इंडोनेशियन, समाजवादी, अज्ञेयवादी किंवा निरीश्वरवादी अशा मुस्लिमांमधील धर्मनिरपेक्ष अस्मितांची दखलसुद्धा पाश्चिमात्य घेत नाहीत. कट्टर इस्लामवादाला चिकटून राहणे तर दूरच, बहुसंख्य मुस्लीम इस्लामी धर्मतत्त्वांनाही चिकटून बसत नाहीत, तर आपल्या अ-मुस्लीम शेजाऱ्यांचे आणि त्यांचे सांस्कृतिक भाव एकच असतात.[149]

इस्लाम लोकशाहीशी सुसंगत नाही हे गृहीत धरल्याने पश्चिमी देशांमधील लोकशाहीची उत्क्रांती विश्लेषकांच्या नजरेतून निसटते, प्रबोधन, सामाजिक सुधारणा, ज्ञानोदय, भांडवलवाद, औद्योगिक क्रांती आणि ब्रिटन, अमेरिका आणि फ्रान्स येथील क्रांतीच्या मार्गाने पश्चिमी देश लोकशाही बनले आणि पहिले राष्ट्र-राज्य बनले. प्रातिनिधिक सरकारांची पातळी आणि प्रगल्भता ही मुस्लीम जगतासह सर्वत्र, आर्थिक स्थैर्यावर अवलंबून असते.[150] पुन्हा सर्वच मुस्लीम पक्ष आणि गट लोकशाहीला अपायकारक नाहीत. शिवाय पुन्हा अल्जीरिया, इजिप्त आणि गाझा आणि पश्चिम किनाऱ्यापुरता उरलासुरला पॅलेस्टाईन इथे सरकार स्थापनेचा अधिकार आणि अधिकृतपणा पाश्चिमात्यांनी नाकारला. इस्लामवाद्यांच्या लोकशाही वाटा बंद केल्या तर अनेकदा त्यातून इस्लामवादी संघटनामध्ये कट्टरपणाची प्रक्रिया सुरू होते.[151] 2008 मध्ये लोकशाहीसाठी इंटरनेटच्या माध्यमातून क्रांतीला सुरुवात करणाऱ्या 28 वर्षीय अहमद माहेरबद्दल झालेली पाश्चिमात्यांची चिडचिड कोड्यात टाकणारी होती. उदारमतवादी लोकशाही आणि होस्नी मुबारक यांचे सत्ताहरण यांची आकांक्षा ठेवणाऱ्या तरुण असणाऱ्या आणि नसणाऱ्या लाखो इजिप्शियनांची कल्पना माहेरने बरोबर पकडली.[152] अलीकडे ट्यूनिशियन हुकूमशहा बेन अली आणि इजिप्तचे होस्नी मुबारक यांच्या उचलबांगडीने मुस्लिमाच्या तथाकथित लोकशाही-अप्रियतेच्या पूर्वग्रहदूषित गृहीतकाला खोटे पाडले आहे.

मुस्लीम हे स्वातंत्र्य आणि लोकशाही संस्थांना तुच्छ लेखतात या चुकीच्या समजुतीच्या विपरीत, मुस्लिमांमधील काही नायक लोकशाहीसाठी लढले आणि मेले, सूफी संत मन्सूर हल्लाज हे त्यांतील एक प्रसिद्ध नाव, प्रत्येक व्यक्तीच्या ठिकाणी *हक्*—ईश्वरी सत्य आहे आणि त्यामुळे प्रत्येक व्यकी स्वायत्त आहे या सिद्धान्ताच्या प्रसारासाठी त्यांना देहान्त शासन झाले. 11 व्या शतकाच्या सुरुवातीस बगदादमध्ये त्यांचा छळ करून त्यांना जिवंत जाळण्यात आले.[153] इस्लामच्या सुरुवातीच्या काळातील पवित्र *खलिफा* वंशपरंपरेने राजे होत नव्हते. प्रेषित मुहम्मदाच्या निधनानंतर ते 661 पर्यंत मदीनाच्या बाल्यावस्थेतील इस्लामी क्षेत्राचे अधिपती बनले, ते प्रेषितांचे प्रतिनिधी होते आणि *शुरा* किंवा ज्येष्ठांच्या समितीला उत्तरदायी होते. 661 मध्ये उमाय्याद घराण्याचे संस्थापक मुआवय्याह यांच्यापासून सुरू झालेली वंशपरंपरागत राजसत्ता इस्लामी परंपरेपेक्षा वेगळी होती. इतिहासकार मुआवय्याह यांना पहिले मुस्लीम राजा मानतात. संपूर्ण सर्वकाळ आणि धार्मिक सत्ता असणारा अप्रमादशील इमाम ही शिया संकल्पना हे थोतांड आहे, पवित्र सुन्नी इस्लामची विटंबना आहे.

मुस्लीम जगत अजूनही प्रबोधन किंवा सुधारणांच्या कालखंडातून गेलेले नाही, त्यामुळे मध्ययुगीन युरोपियनांप्रमाणे पारंपरिक मुस्लीम, विशेषतः अरब जगतातील मुस्लीम, स्वातंत्र्य (अल-हुरिय्या) हे अव्यवस्थेच्या समानार्थी मानतात आणि धर्मस्वातंत्र्य (अल-हुरिय्या अल-दिनिय्या) एकाच अटीवर मान्य आहे: इस्लाम सोडायचा नाही. रंजक बाब म्हणजे लोकशाहीसाठी अरबी भाषेत शब्द नाही. लोकशाही या शब्दासाठी अरब लोक ग्रीक भाषेतील दिमुक्रातिय्या हा शब्द वापरतात. पुन्हा *जुम्हुरिय्या* (*गुम्हुरिय्या* किंवा *जम्हुरिय्यात*) सुद्धा लोकशाही दर्शवत नाही, तर लोकांचा समूह, तेही सर्वांत अभिजनांचा समूह दर्शवते.[154] अरेबिक आणि उर्दू दोन्हीमध्ये धर्मनिरपेक्षतेसाठी *लडिनिय्याह* किंवा धर्माचा कुत्सितार्थाने अभाव असा शब्द आहे. प्रख्यात उर्दू कवी, तत्त्वज्ञ आणि राजकारणी—यांनी पाकिस्तानचे स्वप्न प्रथम पाहिले असे मानतात—सर मुहम्मद इक्बाल (1877–1938) यांनीही धर्म वगळून राजकारण म्हणजे चेंगीझखानाचे राज्य असे मानले: “जुदा हो दीन सियासत से, तो रह जाती है जंगेझी.”

बहुतांश मुस्लीम स्वल्पतांत्रिक आणि राजसत्ताक लोकशाहीला विरोध करतात आणि—नासेर, अयूब खान, झिया उल-हक, झिया उर रहमान आणि सद्दाम हुसेन यांच्यासारखे—सार्वमतातून त्यांच्या सत्तेला अधिकृतता मिळवतात, हे सोडले तर तर सर्वसामान्य मुस्लीम धर्मनिरपेक्षतेची नसली, तरी लोकशाहीची मागणी करतो. धर्मनिरपेक्ष व्यवस्थेत राहणाऱ्या किंवा राहिलेल्या मुस्लिमांना इस्लामी राजवट हवी असते, तर इस्लामी राजवटीखाली राहणाऱ्या किंवा राहिलेल्या मुस्लिमांना लोकशाहीची आकांक्षा असते हे विशेष आहे.[155] विरोधाभास म्हणजे शीतयुद्धाच्या काळात मुस्लीमजगतातील पश्चिम-धार्जिण्या धर्मनिरपेक्ष आणि इस्लामी सत्तांशी पाश्चिमात्यांचे मैत्रीचे संबंध होते. सारांश, धर्मनिरपेक्षता आणि मुस्लीम लोकशाही हे तुर्कस्तान, पाकिस्तान, बांगला देश, मालदीव्ज, इंडोनेशिया आणि मलेशियामध्ये एकत्र नांदतात.[156] पलिकडे इराक, अफगाणिस्तान, ट्यूनिशिया, लिबिया, इजिप्त आणि येमेन लोकशाही बनले आहेत. लोकशाही आणि धर्मनिरपेक्षतेच्या दिशेने होणारी वाटचाल उदारमताच्या विकासावर अवलंबून असल्याने तितकेसे उदारमतवादी नसणारे मुस्लीम जगत लोकशाहीसाठी तयार होण्यासाठी—काही दशके नाही, तरी—काही वर्षे वाट पाहावी लागणार आहे. फरीद झकेरिया म्हणतात त्याप्रमाणे उदारमतवाद, कायद्याचे राज्य आणि व्यक्तिस्वातंत्र्याचा आदर या गोष्टी लोकशाहीमध्ये परिवर्तन होण्याअगोदर घडाव्या लागतात. हा क्रम उलटा होऊ शकत नाही. नाहीतर आपल्याला मिळते ती लोकशाही शासनावर पडलेली अनुदार लोकशाहीची किंवा बेजबाबदार स्वल्पतंत्राची किंवा हुकूमशाहीची छाया. पश्चिम युरोपात लोकशाहीकडे स्थित्यंतर होण्याची उत्क्रांती काही शतके चालू होती, 1830 मध्ये ब्रिटनने लोकसंख्येच्या केवळ 2 टक्के लोकांना हाउस ऑफ पार्लमेंटसाठी मतदानाची परवानगी दिली होती, हे प्रमाण 1867 मध्ये 7 टक्क्यांपर्यंत आणि 1880 मध्ये 40 टक्क्यांपर्यंत वाढले,[157] त्यामुळे मुस्लीम जगाचे रातोरात लोकशाहीकरण करण्याच्या मागणीकडे आपण लक्ष देऊ नये.

सामाजिक आणि सांस्कृतिक महत्त्वाच्या घटना इतिहास (किंवा ऐतिहासिक अपघात) ठरवतो ही इतिहासवादाची किंवा सांस्कृतिक सापेक्षतेची संकल्पना आपण समजून घेतली पाहिजे. नाहीतर अल्जीरिया (1991), गाझा (2006) आणि इजिप्त (2012) येथील निवडणुकांमधील इस्लामवाद्यांच्या विजयांमधील समस्या जशा कायम आहेत, तसेच इराक आणि अफगाणिस्तानातील पश्चिम-पुरस्कृत लोकशाहीचे परिणाम काही वेगळे दिसणार नाहीत. शिया आणि सुन्नी इसब आणि इराकमधले सुन्नी कुर्द आणि अफगाणिस्तानातील विविध वांशिक-भाषिक आणि पंथिक गट यांची त्यांच्या त्यांच्या वांशिक-भाषिक आणि पंथिक अस्मितांच्या वर उठून राष्ट्रीय लोकशाही सरकारांसाठी काहीही तयारी झालेली नाही. वसाहतींनंतरचे बहुसंख्य मुस्लीमबहुल देश ही कृत्रिम अस्तित्वे आहेत, खरी राष्ट्र-राज्ये नव्हेत, त्यांच्या अस्मितांचा संघर्ष प्रचंड आहे आणि ते केंद्रापासून फुटून निघणाऱ्यांना किंवा वांशिक-राष्ट्रीय फुटीरतावादी शक्तींना बळी पडतात. परिणामी, धर्मनिरपेक्ष लोकशाहीला पर्याय म्हणून तिथे वसाहतकालाचा वारसा असलेला पश्चिम-विरोधी इस्लामवाद शिल्लक राहतो.

सर्वांत महत्त्वाचे, मुस्लीमजगतातील लोकशाहीकरणाला सर्वांत मोठा अडथळा आहे तो मुस्लिमांचा नसून या स्थित्यंतराबद्दल पाश्चिमात्यांच्या द्विधा मनोवृत्तीचा. शादी हमीद स्पष्ट करतात त्याप्रमाणे,

> [अ]नेक दशके, यू.एस.ची मध्यपूर्वेसंदर्भातील धोरण "इस्लामी दुविधे"मुळे पांगळे झाले आहे. इस्लामवाद्यांना सत्तेवर आणण्याचा धोका पत्करल्याखेरीज युनायटेड स्टेट्स या प्रदेशात लोकशाहीचा पुरस्कार कसा काय करू शकेल? आता युनायटेड स्टेट्ससमोर काही पर्याय राहिलेला दिसत नाही. ट्युनिशिया आणि इजिप्तमध्ये लोकप्रिय क्रांत्यांनी यू.एस.च्या पाठिंब्याने आलेल्या हुकूमशाही सत्तांना हुसकावून लावले आहे...जर त्यानंतर खरोखरच लोकशाही सरकारे निर्माण झाली, तर त्यात मुख्य प्रवाहातील इस्लामवादी गटांचे लक्षणीय प्रतिनिधित्व असण्याची शक्यता आहे.[158]

अरब जगातील इस्लामी नेतृत्वाखालील लोकशाहींची अंगभूत अनिश्चिततेचा फटका या भूभागातील यू.एस.च्या संरक्षणविषयक हितसंबंधांना बसला असावा. तरीही, अमेरिकेने "या भौगोलिक क्षेत्रातील इस्लामी गटांशी आणि पक्षांशी डावपेचात्मक संवाद सुरू करणे" याचा मोठा लाभ त्या सर्वांनाच होऊ शकतो. हमीद यांचे म्हणणे योग्य आहे की: "युनायटेड स्टेट्स अजून लाभकारी स्थितीत असताना, विरोधी गटांबरोबर अशा प्रकारचे बंध आताच वाढवणे, ते सत्तेवर आल्यानंतर वाढवण्यापेक्षा अधिक चांगले राहील."[159] परंतु आम्ही त्याच्याशी सहमत नाही, कारण 1990 च्या दशकापासून अरब जगातील इस्लामवाद्यांनी लोकशाहीला, लोकप्रिय स्वायत्ततेची बाजू घेतली आहे, आणि इस्लामी राज्यासाठी हाक दिली आहे. तरीही, मुस्लीम जगात लोकशाहीची पीछेहाट होण्यास आणि एमबी, एन्नाहदा आणि जेआय सारख्या इस्लामी पक्षांचा उदय होण्यास अमेरिका कारणीभूत असल्याने,

जगभरातील अनेक मुस्लिमांसाठी इस्लामवाद हाच एकमेव व्यवहार्य राजकीय पर्याय म्हणून उदयाला येण्याचा कडू घासही तिला पचवावा लागेल.

या प्रकरणाचा समारोप करताना, आपण असेफ बयात यांच्या विधानाचा दाखला देऊ शकतो, त्यांना वाटते:

> [उ]त्तर इस्लामवाद हा इस्लामवाद-विरोधी नाही किंवा धर्मनिरपेक्षही नाही; उत्तर-इस्लामवादी चळवळ उघडच धर्माला वरचे स्थान देते, पण नागरिकांच्या हक्कांनाही महत्त्व देते. लोकशाही रचनेमध्ये एका पवित्र समाजाची तिला आकांक्षा आहे. अशा चळवळींची सुरुवातीची उदाहरणे म्हणजे 1990 च्या दशकाच्या शेवटी इराणमधील सुधारणावादी चळवळ आणि त्याच देशाची आजची हरित चळवळ, इंडोनेशियाचा *प्रॉस्परस जस्टिस* पक्ष, इजिप्तचा *हिज्बुल वासत*, मोरोक्कोचा *जस्टिस अँड डेवहलपमेंट* पक्ष (पीजेडी), आणि तुर्कस्तानमध्ये सत्तेवर असलेला *जस्टिस अँड डेव्हलपमेंट* पक्ष (एकेपी). यातील प्रत्येक जण मुळात मूलतत्त्ववादी होता परंतु काळाबरोबर इस्लामी अतिरेकांचा, त्यातील लोकशाही हक्कांच्या उल्लंघनाचा आणि राजकीय सत्तेचे शुद्धीकरण करण्यासाठी हत्यार म्हणून धर्माचा उपयोग करण्याचा टीकाकार झाला.[160]

उत्तर-इस्लामवाद ही एक स्थिती नाही, तर एक प्रकल्पही आहे, "सामाजिक, राजकीय आणि बौद्धिक क्षेत्रांमध्ये इस्लामवादाच्या उत्थानासाठी तत्त्व आणि प्रयोग यांची संकल्पना आणि व्यूहरचना करण्याचा जाणीवपूर्वक प्रयत्न." इस्लामवाद हा इस्लामी राजकीय रचना स्थापित करण्याप्रति असलेल्या इस्लाम आणि मुस्लिमांच्या जबाबदारीबद्दल असला, तरी दुसऱ्या बाजूला, उत्तर इस्लामवाद हा इस्लाम आणि लोकांचे हक्क आणि स्वातंत्र्य यांच्या सह-अस्तित्वाबद्दल आहे. बहुतत्त्ववाद, लोकशाही आणि न्याय यांच्या उत्तर-इस्लामवादी तहानेने संकेत दिले आहेत की तो खोमेनींची विलायत-ए-हख (किंवा इस्लामी न्यायाधिकाऱ्यांचे पालकत्व), तुर्कस्तानातील केमालवादी हुकूमशाहीचे राज्य, आणि लेबाननमधील शियांची सर्वोच्चता यांपासून फटकून आहे.[161]

परंतु, मुस्लीम जगतातील लोकशाही संक्रमणे—इराक, अफगाणिस्तान, पाकिस्तान, बांगला देश, इंडोनेशिया आणि मलेशिया, आणि इतर—आणि अरब स्प्रिंग यांना काही मर्यादा असल्या तरी त्यांनी अरब जगतातील *होप अँड चेंज* मधली—आशा आणि परिवर्तन यांमधली—फट कमी केली आहे. एका विश्लेषकाशी आपण सहमत होऊ:

> ऐतिहासिक क्रांती साजरी करणे दूर राहू दे, आता आपण विचारायला हवे की काहीतरी बदलले आहे का—आणि जर बदलले असेल तर तो बदल चांगल्यासाठी झाला आहे का? होय, लक्षणीय बदल झाला आहे. माझे मन मला सांगते की दीर्घ काळाच्या दृष्टीने हे भल्यासाठीच असणार, पण माझी बुद्धी म्हणते की हे ठरवण्यात जरा घाई होत आहे. मोठा आशावाद आणि प्रचंड भीती या दोन्हींचे कारण आहे. आणि गोंधळालाही वाव

> आहे—अरब जगतामध्ये होत असलेल्या उलथापालथी भूभागातील विविध देशांमध्ये अतिशय वेगवेगळ्या पद्धतीने आकाराला येत आहेत.[162]

आमचा अनुभव आम्हाला सांगतो की ना पश्चिम मुस्लीम जगाला, विशेषत: फारशा मैत्रीपूर्ण नसणाऱ्या इस्लामी पक्षांशी आणि गटांशी संवाद साधायला तयार आहे, ना साधारणपणे मुस्लिमांना आणि विशेषकरून इस्लामवाद्यांना, पश्चिमेच्या प्रभावाखाली आपली अस्मिता, संस्कृती आणि स्वातंत्र्य गमावण्याच्या शंकेने त्यांचा धर्म आणि त्यांची विचार करण्याची पारंपरिक पद्धत आधुनिक करण्याची इच्छा नाही. जागतिकीकरण होऊनही, मुस्लिमांसाठी, विशेषत: अरब जगात असलेली अस्मितेची समस्या, स्वातंत्र्य आणि स्वयंनिर्णयाच्या हक्कांचा अभाव आहे, मुस्लीम विचारांचे आधुनिक/धर्मनिरपेक्ष आणि पारंपरिक/इस्लामी हे दोन्ही प्रवाह एका संघर्षाच्या आणि संक्रमणाच्या काळातून जात आहेत. आपण येथे तारीक रमादान यांचा आशावाद उद्धृत करू शकतो की सौदी आणि कतार यांनी पुरस्कृत केलेला सलाफी प्रभाव अरब स्प्रिंगपश्चात काळात उत्तर आफ्रिकेत वाढत असला तरीही, "...इस्लामवादींना अशा स्थितीत आणले आहे की ते सर्व काही गमावू शकतात," आणि "ते प्रत्येक देशातील—ट्युनिशिया, इजिप्त आणि आता अचानक उत्तर मालीमध्ये—हितसंबंधांच्या विरुद्ध काम करत असल्याने" त्यांचा विजय हा "हरण्याची सुरुवात" असू शकतो.[163]

परंतु उम्मांचे अधिकार, हितसंबंध आणि मानसन्मान जपण्यासाठी पाश्चिमात्य देश पुढाकार घेत नाहीत आणि प्रामाणिक प्रयत्न करत नाहीत, तोपर्यंत शांतता हुलकावणी देत राहणार आणि पुढील अनेक दशकांपर्यंत जागतिक जिहाद व धर्मयुद्धे जगाला अस्थिर करतच राहणार. ज्या प्रकारे अमेरिका आणि तिचे परंपरावादी अरब दोस्त यांनी इजिप्तमधील लोकशाही पद्धतीने निवडून आलेले मोर्सी सरकार उलथवले आणि अस्सादविरोधी बंडखोरांची (त्यातील अनेकांनी अल कायदाची अतिरेकी विचारपद्धती स्वीकारलेली आहे) भलावण केली आहे, ते अल्पकालासाठी अरब जगातील लोकशाहीसाठी निश्चित चांगले नाही. तरीही, जगाने इतिहासाच्या दहशतवाद-पश्चात कालखंडात प्रवेश केला असल्याने स्वातंत्र्य आणि मूलभूत हक्क-अभिमुख असलेला उत्तर-इस्लामवाद संपूर्ण मुस्लीम जगभर पसरेल. परंतु हे एका दिवसात घडणारे नाही आणि शांततापूर्ण मार्गाने घडणारेही नाही.

सारांश, मध्यपूर्वेतील सर्वांत शक्तिशाली देश म्हणून इस्रायलचे प्राबल्य (आणि आंतरराष्ट्रीय कायद्याचा आणि मानवाधिकारांचा जाणीवपूर्वक सतत भंग), मुस्लीम जग आपापसात जवळ येत आहे हे वास्तव नाकारू शकत नाही. आपल्याला यावर विश्वास ठेवण्यासाठी आधार आहे की: "आज मध्यपूर्व हे गुंतागुंतीचे क्षेत्र आहे आणि ते वेगाने बदलत आहे. त्याचे फार सामान्यीकरण केले तर घटनांमधून ते असत्य ठरण्याची शक्यता आहे. *परंतु ते मागील पिढीपेक्षा एक जास्त जिवंत, ऊर्जेने सळसळणारे आणि लोकशाही स्थान आहे*" (शब्दांवर भर दिला आहे).[164]

टिपा आणि संदर्भ

1. Edward Said, *Orientalism* (New York: Vintage Books, 1979).
2. M. Shahid Alam, *Challenging the New Orientalism: Dissenting Essyas on the "War Against Islam"* (North Haledon, New Jersey: IPI, 2007).
3. Aijaz Ahmad, "Islam, Islamisms and the West," *Socialist Register* (February 2, 2006): 2–5.
4. Mahmood Mamdani, *Good Muslim, Bad Muslim: America, the Cold War, and the Roots of Terror* (New York: Doubleday, 2005), pp. 10–23; "Al Qaeda and the Neocons Are Both Determined to Remake the World through Political Violence," *Boston Review*, Vol. 30, No. 1 (2005). येथे उपलब्ध: http://connection.ebscohost.com/c/articles/15967980/national-interest-al-qaeda-neocons-are-both-determined-remake-world-through-political-violence (accessed on February 22, 2014); Mamdani's Interview with a Muslim Blogger "Naseeb Vibes," (December 2, 2004). येथे उपलब्ध: http://www.nasseb.com/naseebvibes/printArticle.php (accessed on July 26, 2009).
5. Raymond W. Baker, "The Paradox of Islam's Future," *Political Science Quarterly*, Vol. 127, No. 4 (2012): 519.
6. तथैव, pp. 519–525.
7. Patrick Sookhdeo, *Global Jihad: The Future in the Face of Militant Islam* (Three Rivers, Michigan: Isaac Publishing, 2007); Sarah E. Zabel, "The Military Strategy of Global Jihad" (October 2007). येथे उपलब्ध: www.StaretegicStudiesInstitute.army.mil; "WWIII, Islam's Imperialist Dream, Suicide Bombing Islamic, to Conquer Europe and America." येथे उपलब्ध: http://www.science.co.il/arab-israeli-conflict/articles/Global-Jihad.asp; Efraim Karsh, *Islamic Imperialism: A History* (Yale University Press, 2007); Bruce Riedel, "Terrorism in India and the Global Jihad," *Foreign Policy* (November 30, 2008); Fawaz A. Gerges, "Iraq War Fuels Global Jihad: US Intervention Infuriates even Mainstream Muslims, Giving Al Qaeda and other Jihadists a Boost," *YaleGlobal* (December 21, 2006); Oliver Roy, *Globalized Islam: The Search for a New Ummah* (Columbia University Press, 2004).
8. Edward Said, *Orientalism* (New York: Vintage Books, 1979), अन्यत्र.
9. Akbar S. Ahmad, *Discovering Islam: Making Sense of Muslim History and Society* (New Delhi: Vistaar Publications, 1990), pp. 117–140.
10. Ibrahim Kalin, "Islamophobia and the Limits of Multiculturalism," in John Esposito and Ibrahim Kalin (eds) *Islamophobia: The Challenege of Pluralism in the 21st Century* (New York: Oxford University Press, 2011), p. 3.
11. Anthony Padgen, *Worlds at War: The 2500-Year Struggle between East and West* (New York: Oxford University Press, 2008), p. 407.
12. Hamza Alavi, "The State in Post-Colonial Societies: Pakistan and Bangladesh," *New Left Review*, Vol. 74, (July–August 1972).
13. Ahmad, "Islam, Islamisms and the West."
14. M. Shahid Alam, *Challenging the New Orientalism: Dissenting Essays on the "War Against Islam"* (North Haledon, New Jersey: IPI, 2006), pp. 3–39.
15. तथैव; Akbar S. Ahmad, *Postmodernism and Islam: Predicament and Promise*, (New Delhi: Penguin Books, 1993), pp. 1–50; "Anti-Muslim Comments by Evangelist

Denounced by Progressive Religious Leaders: Interfaith Network Calls for Graham to Apologize to Muslim Community." येथे उपलब्ध: http://jmm.aaa.net.au/articles/1159.htm (accessed on October 15, 2009).

16. Gordon Adams, "Seven Questions: Bernard Lewis on the Two Biggest Myths about Islam," *Foreign Policy* (August 2008). येथे उपलब्ध: http://www.foreignpolicy.com/articles/2008/08/19/seven_questions_bernard_lewis_on_the_two_biggest_myths_about_islam (accessed on January 19, 2014).
17. "Gladstone's Thinking towards Islam," Christopher Parish (Gladstone's great grandson) and Professor Richard Aldous discuss the 200th birthday of William Gladstone, BBC Radio (January 23, 2009).
18. Sherman A. Jackson, "Muslims, Islam(s), Race, and American Islamophobia," in John Esposito and Ibrahim Kalin (eds) *Islamophobia: The Challenge of Pluralism in the 21st Century* (New York: Oxford University Press, 2011), pp. 93–101.
19. तथैव, pp. 100–105.
20. Pew Research Center surveys between 2002 and 2007.
21. CNN News (July 17, 2012) (CNN News on TV).
22. Deepa Kumar, "Framing Islam: The Resurgence of Orientalism during the Bush II Era," *Journal of Communication Inquiry*, Vol. 34, No. 3 (April 2010).
23. John Esposito and Ibrahim Kalin (eds), Introduction to *Islamophobia: The Challenge of Pluralism in the 21st Century*, by John Esposito (New York: Oxford University Press, 2011), pp. XXI–XXII.
24. Jackson, "Muslims, Islam(s), Race, and American Islamophobia," pp. 102–104.
25. Juan Cole, "Islamophobia and American Foreign Policy Rhetoric: The Bush Years and After," in John Esposito and Ibrahim Kalin (eds), *Islamophobia: The Challenge of Pluralism in the 21st Century* (New York: Oxford University Press, 2011), pp. 127–137.
26. Bruce Bawer, *While Europe Slept: How Radical Islam Is Destroying the West from Within* (London: Doubleday, 2006); Melanie Phillips, *Londonistan* (New York: Encounter Books, 2007).
27. Steven Emerson, *America Jihad: The Terrorists Living among Us* (Washington, D.C.: Free Press, 2003), अन्यत्र.
28. Sally Steenland, "Congressional Hearings May Inflame Islamophobia" (February 3, 2011). येथे उपलब्ध: http://www.americanprogress.org/issues/2011/2.
29. "Mr King's Sound and Fury," *New York Times* (March 11, 2011). येथे उपलब्ध: http://www.politico.com/blogs/politicolive/ (accessed on March 16, 2011).
30. "Muslim Woman Sues Southwest Airlines after Being Taken off Flight," *Los Angeles Times* (October 5, 2011). येथे उपलब्ध: http://latimesblogs.latimes.com/lanow/2011/10/a-muslim-woman-from-san-diego-is-suing-southwest-airlines-after-being-taken-off-a-flight-in-march-after-crew-members-deemed-h.html (accessed on January 19, 2014).
31. *Spiegel* Interview with Geert Wilders, "Merkel Is Afraid" (November 9, 2010).
32. CBS News (September 8, 2010) (TV News Bulletin); Terry Jones, *Islam Is of the Devil* (Lake Mary, Florida: Creation House, 2010).

33. *New York Times* (April 1, 2011). येथे उपलब्ध: http://www.JihadWatch.org/2011/03/Pakistan-two-more-christians-killed-churches-burned-as-muslims-respond-to-florida-quran-burning.html (accessed on April 2, 2011).
34. *The Wall Street Journal* (2011).
35. Akbar S. Ahmed, *Islam under Siege* (Cambridge: Polity Press, 2003), p. 36.
36. *The Tennessean* (November 12, 2011).
37. Raymond W. Baker, "The Paradox of Islam's Future," *Political Science Quarterly*, Vol. 127, No. 4 (2012): 545.
38. तथैव, p. 547.
39. "Unwelcome: Muslims as Neighbors," CNN (March 27, 2011) (a documentary).
40. "Tennesse Bill Would Jail Shariah Followers," *USA Today* (February 23, 2011). येथे उपलब्ध: http://usatoday30.usatoday.com/news/nation/2011-02-23-tennessee-law-shariah_N.htm (accessed on January 19, 2014).
41. *The Tennessean* (February 23, 2011).
42. "Newsweek's Power 50," *Newsweek* (November 8, 2010). येथे उपलब्ध: http://www.newsweek.com/newsweeks-power-50-list-69843 (accessed on January 19, 2014).
43. Akbar S. Ahmed, *Islam under Siege* (Cambridge: Polity Press, 2003), p. 16.
44. Bat Ye'or, *Eurabia: The Euro-Arab Axis* (Rutherford, New Jersey: Fairleigh Dickinson University Press, 2005), अन्यत्र.
45. Khaled Diab, "The Mythical European Umma," *The Guardian* (August 21, 2009).
46. Tariq Ramadan, "Islam Is a European Religion" (December 18, 2009). येथे उपलब्ध: http://en.qantara.de/webcom/show_article.php/C-476/nr-1266/i.html (accessed January 5, 2010).
47. Editorial, "How Can He Do the Job?" *New York Times* (March 8, 2011).
48. येथे उपलब्ध: http://www.historyofjihad.org/globaljihad.html (accessed on October 16, 2010).
49. Runnymede Trust Report, "Islamophobia: A Challenge for All," Summary of the Report (London 1997).
50. Alex Rhys-Taylor, "Xenophobia: Europe's Death Knell," *openDemocracy* (May 10, 2011). येथे उपलब्ध: http://www.opendemocracy.net (accessed on May 12, 2011).
51. Lawrence Kulak, "The Appropriate Response to Islamic Terror," *Five Towns Jewish Times* (December 12, 2008), pp. 59–61. येथे उपलब्ध: http://www.unwatch.org/site/c.bdKKISNqEmG/b.1289203/apps/s/content.asp?ct=6829271 (accessed on March 12, 2009).
52. Pankaj Mishra, "When Will Those Brave Critics of Islam Decry This Mob Hate?" *The Guardian* (September 1, 2010).
53. Omid Safi, "What if HSBC Had Been Muslim? A Two-Tiered Justice System Bought and Sold." येथे उपलब्ध: http://omidsafi.religionnews.com/2012/12/13/what-if-hsbc-had-been-muslim-a-two-tiered-justice-system-bought-and-sold/ (accessed on January 14, 2013).
54. Fareed Zakaria GPS, CNN (September 5, 2010).
55. Sayyid Qutb, *Milestones* (Karachi: International Islamic Publishers, 1988), pp. 67–70, 114–42; Richard Wike and Brian J. Grim, "Widespread Negativity: Muslim Distrust Westerners More than Vice Versa," Pew Forum on Religion & Public Life. येथे उपलब्ध: http://pewforum.org/docs/?DocID=257 (accessed on October 30, 2007).

56. Karin Maria Svana, "Freedom of Speech vs. Freedom from Humiliation," *openDemocracy* (February 27, 2009).
57. *What Does Al-Qaeda Want? Unedited Communiques* (Berkeley: North Atlantic Books, 2004). येथे उपलब्ध: http://www.muebooks.com/what-does-al-qaeda-want-unedited-communiques-terra-nova-series-PDF-839151/ (accessed on January 19, 2014); John Esposito and Dalia Mogahed, *Who Speaks for Islam? What a Billion Muslims Really Think* (New York: Gallup Press, 2007), अन्यत्र.
58. Samir Amin, "Political Islam in the Service of Imperialism," *Monthly Review* (December 2007).
59. Nikki Keddie, *An Islamic Response to Imperialism: Political and Religious Writings of Sayyid Jamal ad-Din al-Afghani* (Berkeley: University of California Press, 1968), pp. 84–97.
60. Ira Lapidus, *A History of Islamic Societies* (New York: Cambridge University Press, 1993), p. 587.
61. Abol Hassan Bani-Sadr, *My Turn to Speak: Iran, the Revolution & Secret Deals with the U.S.* (New York: Brassey's (US), Inc., 1991), p. 10.
62. Stephen Kinzer, *All the Shah's Men: An American Coup and the Roots of Middle East Terror* (New York: John Wiley & Sons, 2003), p. 212.
63. Salman Rushdie, "This is About Islam," *New York Times* (November 2, 2001).
64. "International Poll: No Consensus on Who Was Behind 9/11." येथे उपलब्ध: http://www.worldpublicopinion.org/incl/printable_version.php?pnt=535 (accessed on November 11, 2010).
65. येथे उपलब्ध: http://www.archives.gov/education/lessons/us-israel/ and http://www.mideastweb.org/us_supportforstate.htm (accessed on November 1, 2011).
66. Sasha Polakow-Suransky, *The Unspoken Alliance: Israel's Secret Relationship with Apartheid South Africa* (New York: Pantheon Books, 2010).
67. M. Shahid Alam, *Israeli Exceptionalism: The Destabilizing Logic of Zionism* (New York: Palgrave-Macmillan, 2009).
68. UN General Assembly Resolution 181 (November 29, 1947).
69. *Hansard*, Vol. 445 (British Parliamentary Proceedings) (December 11, 1947). येथे उपलब्ध: http://hansard.millbanksystems.com/sittings/1947/dec/11#commons (accessed on January 19, 2014).
70. UN General Assembly Resolutions, 3151, 1953 and 3379, 1975.
71. UN General Assembly Resolution, 46/86, 1991.
72. *New York Times* (May 20, 2011).
73. *Washington Post* (May 19 and 20, 2011).
74. Nathan Thrall, "What Future for Israel?" *The New York Review of Books* (August 15, 2013).
75. तथैव.
76. CNN News (May 20–22, 2011).
77. Obama AIPAC Speech 2011: "President Seeks to Smooth out U.S.-Israel Tensions," *Huffington Post* (May 22, 2011). येथे उपलब्ध: http://www.huffingtonpost.com/2011/05/22/obama-aipac-speech-2011-p_n_865198.html (accessed on December 6, 2013).

78. *New York Times* (June 4, 2009).
79. *Christian Science Monitor* (May 22, 2011) and *Huffington Post* (May 22, 2011), web editions; *New York Times* (May 21, 2011).
80. CNN News and NPR Radio (May 24, 2010); *Washington Post* (May 26, 2011).
81. Bill Van Auken, "Obama at the UN: The Arrogant Voice of Imperialism." येथे उपलब्ध: www.wsws.org/articles/2011/Sep2011/boun-s22.shtml (accessed on September 26, 2011).
82. White House Press Release (CNN News, September 21, 2011).
83. "US Cuts UNESCO Funds over Vote for Palestinian State," BBC News, Middle East (October 31, 2011). येथे उपलब्ध: http://www.bbc.co.uk/news/world-middle-east-15527534 (accessed on January 19, 2014).
84. Mark Danner, "The Politics of Fear," *The New York Review* (November 22, 2012).
85. Fania Oz-Salzberger, "With Friends Like These...," *Newsweek* (September 18, 2011); MJ Rosenberg, "How the Lobby Chills Middle East Debate" (May 27, 2011). येथे उपलब्ध: http://politicalcorrection.org/fpmatters/201105270008 (accessed on October 31, 2011).
86. Mark Landler, "Journalists Overhear Private Exchange between Obama and Sarkozy," *New York Times* (November 7, 2011).
87. Shadi Hamid, "The Rise of the Islamists: How Islamists Will Change Politics, and Vice Versa," *Foreign Affairs* (May/June 2011).
88. Recep Tayyip Erdogan, "10 Questions for Recep Tayyip Erdogan: Turkish Prime Minister Recep Tayyip Erdogan on Palestinian Statehood, Israel and Unfriending Syria's Dictator," *Time* (October 10, 2011).
89. "The Petraeus Briefing Biden's Embarrassment Is Not the Whole Story." येथे उपलब्ध: http://mideast.foreignpolicy.com/posts/2010/03/14/the_petraeus_briefing_biden_s_embarrasment_is_not_the_whole_story (accessed on February 8, 2011).
90. Ehsan Ahrari, "The Post-9/11 American Conundrum: How to Win the War of Ideas in the World of Islam," *Mediterranean Quarterly*, Vol. 19, No. 2 (2008).
91. BBC News, "Iraq Rally for Bush Shoe Attacker" (December 15, 2008); "Demand for Shoes Made Famous by Bush," *Dawn* (Pakistan daily) (December 23, 2008); "Arab World Hails Shoe Attack as Bush Farewell Gift," AFP, Baghdad (December 16, 2008).
92. Mahathir Mohamad, "Israel the Rogue State." येथे उपलब्ध: http://globalresearch.ca/index.php?context=va&aid=19472 (accessed on June 1, 2010).
93. Fox News (December 28, 2008) (from Fox TV News).
94. Kevin Barrett, "Brzezinski: US Must Stop Following Israel 'Like a Stupid Mule.'" येथे उपलब्ध: http://www.infowars.com/brzezinski-us-must-stop-following-israel-like-a-stupid-mule/ (accessed on February 21, 2014).
95. येथे उपलब्ध: http://kouroshziabari.com/2013/01/criticize-israel-and-lose-your-career-interview-with-alison-weir/alison-weir/ (accessed on February 3, 2013).
96. Philip Weiss, "Casual Slander of Hagel as Anti-Semite puts Elliott Abrams on Hot Seat," Mondoweiss (January 12, 2013). येथे उपलब्ध: http://mondoweiss.net/2013/01/casual-slander-elliott.html (accessed on February 17, 2013); Paul Craig Roberts, "Hagel Is a Victim of the Israel Lobby," Interview with the Russian TV (February 16, 2013).

येथे उपलब्ध: http://www.informationclearinghouse.info/article33966.htm#.USBfZwfm_yo.reddit (accessed on February 17, 2013)

97. "Arab Summit Debates Gaza Response." येथे उपलब्ध: http://www.aljazeera.com/news/middleeast/2009/01/200911951538123422.html (accessed on February 21, 2014).
98. Turki al-Faisal, "Saudi Arabia's Patience Is Running Out," *Financial Times* (January 23, 2009).
99. See Jimmy Carter, *Palestine: Peace Not Apartheid* (New York: Simon & Schuster, 2007); John J. Mearsheimer and Stephen M. Walt, *The Israel Lobby and US Foreign Policy* (New York: Farrar, 2007), अन्यत्र.
100. Johann Hari, "The True Story behind This War Is Not the One Israel Is Telling," *The Independent* (December 29, 2008).
101. Kamran Bokhari and Reva Bhalla, "Hamas and the Arab States," Stratfor Geopolitical Intelligence Report (January 7, 2009). येथे उपलब्ध: http://www.stratfor.com/weekly/20090107_hamas_and_arab_states (accessed in February 2014); Michael Slackman, "Ordinary Arabs Fume over Israeli Invasion," *IHT* (January 10, 2009).
102. Tim Mcgirk, "Can Israel Survive?" *Time* (January 19, 2009).
103. *New York Times* (May 5, 2011).
104. Ron Kampeas, "For Israeli-Palestinian Conflict, Hamas' Pen Is Mightier than bin Laden Bullet," JTA, The Global News Service of the Jewish People (May 3, 2011). येथे उपलब्ध: www.jta.org/news/article/2011/05/03 (accessed on May 5, 2011).
105. Nathan Brown, "Palestine and Israel: Time for Plan B," Carnegie Endowment for International Peace, Policy Brief No. 78 (February 2009).
106. Dan Ephron, "The Wrath of Abbas," *Newsweek* (May 2, 2011).
107. Sam Bahour, "Palestine Is the Key to Arab Democracy," *The Guardian* (February 8, 2011); Tim Ross et al., "Israel's Secret Hotline to the Man Tipped to Replace Mubarak," *The Telegraph* (February 8, 2011).
108. *Washington Post* (May 25, 2011).
109. Nomika Zion, "It's Not Just about Fear, Bibi, It's about Hopelessness," *The New York Review of Books* (January 10, 2013).
110. Shibley Telhami's Analysis Paper, "Does the Palestinian-Israeli Conflict Still Matter?" Presented at the Saban Center for Middle East at Brookings, Washington, D.C. (July 1, 2008). येथे उपलब्ध: http://www.brookings.edu/research/papers/2008/06/middle-east-telhami (accessed on February 21, 2014).
111. तथैव.
112. तथैव.
113. Robert Fisk, "Obama Was Unconvinced by Bibi's Desire for Peace," *The Independent* (February 21, 2009).
114. Hussein Agha and Robert Malley, "Who's Afraid of the Palestinians?" *The New York Review of Books* (February 10, 2011).
115. BBC World News (February 8, 2011).

116. Thomas Friedman, "BE—Before Egypt, AE—After Egypt," *New York Times* (February 2, 2011).
117. M. Shahid Alam, "Running out of Solutions—Israel: A Failing Colonial Project?" *Counterpunch* (July 9–11, 2010).
118. *New Age* (Bangladeshi daily) (May 13, 2011).
119. Abdus Sattar Ghazali, "Obama's Reset Rhetoric Is Unlikely to Translate into Meaningful Policy Change in the Middle East," Countercurrents.org (May 22, 2011).
120. Jerome Slater, "Zionism, the Jewish State, and an Israeli–Palestinian Settlement: An Opinion Piece," *Political Science Quarterly*, Vol. 127, No. 4 (2012): 609–617.
121. Martin Kramer, "Islam's Sober Millennium," *The Jerusalem Post* (December 31, 1999).
122. Akbar Ahmed and Hastings Donnan (eds), *Islam, Globalization and Postmodernity* (London: Routledge, 1994), pp. 1–13.
123. Ernest Gellner, Foreword to *Islam, Globalization and Postmodernity* (London: Routledge, 1994).
124. Mark Juergensmeyer, *The New Cold War? Religious Nationalism Confronts the Secular State* (University of California Press, 1994), pp. 1–8, 18–39; *Global Rebellion: Religious Challenges to the Secular State from Christian Militias to al Qaeda* (California University Press, 2008).
125. IDRC (Canada), "Economy and the Riches of the Poor" (October 20, 1998). येथे उपलब्ध: www.idrc.ca/en/ev (accessed on March 2, 2009).
126. James Kurth, "Religion and Globalization," *Foreign Policy Research Institute*, Vol. 7, No. 7 (May 1999).
127. Nevzat Soguk, *Globalization and Islamism: Beyond Fundamentalism* (Lanham, Maryland: Rowman and Littlefield Publishers, 2010); Rohan Gunaratna, "The al-Qaeda Threat and the International Response," in David Martin Jones (ed.), *Globalization and the New Terror: The Asia Pacific Dimension* (Northampton, Maryland: Edward Elgar, 2004), pp. 51–69; Faisal Devji, *Landscape of the Jihad: Militancy, Morality and Modernity* (Ithaca: Cornell University Press, 2004).
128. Jorge Heine and Ramesh Thakur, "Exposing Globalization's Dark Side," *Japan Times* (January 20, 2011).
129. Stefan Theil, "Europe's Philosophy of Failure," *Foreign Policy* (December 13, 2007). येथे उपलब्ध: http://www.foreignpolicy.com/articles/2007/12/13/europes_philosophy_of_failure (accessed on December 11, 2013).
130. CNN News (November 1, 2011); "'We Made a Devil's Bargain': Former President Clinton Apologizes for Trade Policies that Destroyed Haitian Rice Farming." येथे उपलब्ध: http://www.democracynow.org/2010/4/1/clinton_rice (accessed on November 1, 2011).
131. "DHL Global Connectedness Index 2012." येथे उपलब्ध: http://www.dhl.com/en/about_us/logistics_insights/studies_research/global_connectedness_index_2012.html (accessed on February 3, 2013).
132. Akbar S. Ahmed and Hastings Donnan, "Islam in the Age of Postmodernity," in Akbar S. Ahmed and Hastings Donnan (eds), *Islam, Globalization and Postmodernity* (London:

Routledge, 1994), pp. 1–13; Akbar S. Ahmed, *Postmodernism and Islam: Predicament and Promise* (New Delhi: Penguin Books, 1993), Chapter 1.

133. Bryan S. Turner, Preface to *Orientalism, Postmodernism & Globalism* (London: Routledge, 1994).

134. Akbar S. Ahmed, *Postmodernism and Islam: Predicament and Promise* (New Delhi: Penguin Books, 1993), pp. 6–9.

135. Taj Hashmi. "NGOs and Empowerment of Women" and "Militant Feminism, Islam and Patriarchy," in *Women and Islam in Bangladesh*, (New York: Palgrave-Macmillan, 2000).

136. Imtiaz Baloch, "Tariq Ali Praises Taliban and Hezbollah, Mocks Baloch and Sindhi National Movements" (November 21, 2008). येथे उपलब्ध: http://groups.yahoo.com/group/socialist_pakistan_news/message/13764 (accessed on December 30, 2008).

137. Joseph Stiglitz, "Broken Promises," in *Globalization and its Discontents* (New York: W.W. Norton & Company, 2002).

138. Joseph Stiglitz, *Freefall: America, Free Markets, and the Sinking of the World Economy* (New York: W.W. Norton & Company, 2010), Chapters 2, 4, and 5.

139. Samir Amin, "Political Islam in the Service of Imperialism," *Monthly Review* (December 2007).

140. "Muslims Positive about Globalization, Trade." येथे उपलब्ध: www.worldpublicopinion.org (accessed on August 29, 2008).

141. Akbar S. Ahmed, *Islam under Siege: Living Dangerously in a Post- Honor World* (Cambridge, UK: Polity, 2003), p. 48.

142. Fouad Ajami, "The Clash," *New York Times Sunday Book Review* (January 6, 2008).

143. Akbar S. Ahmed, *Islam under Siege* (Cambridge, UK: Polity, 2003), p. 49.

144. Joseph E. Stiglitz, "The Promise of Global Institutions," "Broken Promises," "The IMF's Other Agenda," and "The Way Ahead," in *Globalization and its Discontents* (New York: W.W. Norton & Company, 2002); *Making Globalization Work* (New York: W.W. Norton, 2007), अन्यत्र.

145. Pepe Escobar, *Globalistan: How the Globalized World is Dissolving into Liquid War* (Ann Arbor, Michigan: Nimble Books, 2007), pp. 12–36; *Obama Does Globalistan* (Ann Arbor, Michigan: Nimble Books, 2009), अन्यत्र.

146. Kartin Benhold, "Sarkozy Sees French Way to Globalize: Collectively," *International Herald Tribune* (August 30, 2007); Walden Bello, "The Coming Capitalist Consensus," *Foreign Policy in Focus* (December 24, 2008) and "Global Social Democracy Is Possible Now" (February 13, 2009). येथे उपलब्ध: www.socialdems.com/page.asp?PID=1528 (accessed on March 26, 2009).

147. Naomi Klein, *The Shock Doctrine: The Rise of Disaster Capital* (New York: Metropolitan Books, 2007).

148. South Asia News, "Delegates at World Social Forum Urge Muslim Unity against US." येथे उपलब्ध: www.monstersandcritics.com/news/southasia (accessed on February 19, 2009).

149. Aijaz Ahmad, "Islam, Islamisms and the West," *Socialist Register* (February 2, 2006): 2–5.
150. Saliba Sarsar and David Strohmetz, "The Economics of Democracy in Muslim Countries," *Middle East Quarterly*, (2008): 3–11. येथे उपलब्ध: http://www.meforum.org/article/1921 (accessed on February 20, 2014).
151. Tamara Cofman Wittes, Husain Haqqani, Hillel Fradkin, Tarek Masoud, Bassam Tibi et al., "Islamist Parties and Democracy," *Journal of Democracy*, Vol. 19, No. 3 (2008): 7–54.
152. Samantha M. Shapiro, "Revolution, Facebook-Style," *New York Times* (January 25, 2009).
153. Fatima Mernissi, *Islam and Democracy: Fear of the Modern World* (New York: Addison-Wesley Publishing Company, 1992), pp. 19–20.
154. तथैव, pp. 45–53, 71–72.
155. Oliver Roy, *Globalized Islam: The Search for a New Ummah* (New York: Columbia University Press, 2004), pp. 2–3.
156. M. Hakan Yavuz, *Secularism and Muslim Democracy in Turkey* (Cambridge: Cambridge University Press, 2009); Bernard Lewis, "Why Turkey Is the Only Muslim Democracy," *Middle East Quarterly* (March 1994): 41–49.
157. Fareed Zakaria, "The Rise of Illiberal Democracy," *Foreign Affairs* (November 1997).
158. Shadi Hamid, "The Rise of the Islamists: How Islamists Will Change Politics, and Vice Versa," *Foreign Affairs* (May/June 2011).
159. तथैव.
160. Asef Bayat, "The Post-Islamist Revolutions: What the Revolts in the Arab World Mean," *Foreign Affairs* (Snapshot) (April 26, 2011).
161. Asef Bayat (ed.), *Post-Islamism: The Changing Faces of Political Islam* (New York: Oxford University Press, 2013), pp. 3–30, Chapter 1.
162. Nathan J. Brown, "Hope and Change," *Foreign Policy* (May 18, 2011).
163. "Tariq Ramadan Interviewed post-Arab Spring," *open Democracy* (December 5, 2012).
164. Fareed Zakaria, "Where the Past Is Not Prologue: Turmoil Is a Constant in the Middle East, but the Region Is Strengthening," *Time* (December 10, 2012).

4 अमेरिकेचे साम्राज्य 'अपवादात्मक' आहे का?

खोटारडेपणाच्या साम्राज्यामध्ये सत्य हा देशद्रोह असतो...राष्ट्रीय दिवाळखोरी, आणखी मोठी दंडुकेशाही, हजारो अब्ज डॉलर्सचा चुराडा करणारी युद्धे आणि अमेरिकन जनतेची उत्पादनक्षम ऊर्जा बांडगुळाप्रमाणे अधिकाधिक शोषून घेणारे सरकार यांना पर्याय उपलब्ध आहे.

— रॉन पॉल, अमेरिकेचे अध्यक्षीय उमेदवार, 2008 आणि 2012

अमेरिकेवर राज्य करणाऱ्या तुरळक प्रभावशाली हितसंबंधी गटांच्या फायद्यासाठी वॉशिंग्टनचे साम्राज्य अमेरिकन जनतेकडून संसाधने काढून घेते. लष्कर-संरक्षण संस्थांची युती, वॉल स्ट्रीट, कृषिउद्योग आणि इस्रायल दबावगट हे आपला फायदा आणि सत्ता साधण्यासाठी अमेरिकनांकडून संसाधने काढून घेण्याकरिता सरकारचा वापर करतात... अमेरिकन साम्राज्य असे चालते.

— पॉल क्रेग रॉबर्ट्स, अर्थ मंत्रालयाचे उपमंत्री, 1981–1982

आढावा

इतिहासाच्या दहशतवाद्यांनतरच्या कालखंडामध्ये आज, जागतिक शांततेला मुख्य आव्हान हे राष्ट्र-पुरस्कृत दहशतवाद, आत्मघातकी गट आणि छुप्या युद्धांकडून आहे, हे आपल्याला माहीत आहे. येणाऱ्या दशकांमध्ये जग जर दीर्घकालीन, राष्ट्रांतर्गत आणि आंतरराष्ट्र संघर्षाच्या दिशेने चालले असेल, तर दुसऱ्या महायुद्धाच्या अंतापासून आतापर्यंत आपण नेमके कशाचे साक्षीदार होतो, हा महत्त्वाचा प्रश्न ठरतो. या प्रकरणामध्ये एक साम्राज्य म्हणून अमेरिकेने आक्रमणे, हस्तक्षेप (राजवट बदलण्यासारखे) किंवा लहान देशांकडे सौम्यपणे दुर्लक्ष करून जागतिक संघर्ष तीव्र करण्यामध्ये बजावलेल्या भूमिकेचे मूल्यमापन आहे. मुस्लीम जगतासंबंधी पुढील प्रश्नांची उत्तरे आपल्याला हवी आहेत, (अ) मुस्लीम-पाश्चात्त्य संघर्ष हे अमेरिकन साम्राज्यवादाचे साधित आहे का? (ब) अमेरिकेला अधिक चांगले पर्याय आहेत का? (क) अमेरिका ही मुस्लीम जगताची विश्वासू मित्र बनू शकते का? 'जागतिक जिहाद' ही घासून गुळगुळीत झालेली संज्ञा असून जागतिक शांततेला सर्वांत मोठा धोका हा ना इस्लामकडून आहे ना मुस्लिमांकडून, त्याउलट पाश्चिमात्य पुरस्कृत नव्या जागतिक रचनेबाबत जे काही चुकले आहे, ते मानवी संस्कृतीसाठी दुसऱ्या महायुद्धाच्या अंतापासूनचे सर्वांत मोठे आव्हान बनले आहे, या प्रस्तुत अभ्यासाच्या मुख्य संकल्पनेला हे प्रकरण आधार देते. अखेर आणि तितकेच महत्त्वाचे म्हणजे, इस्लामी दहशतवादाला आणि अराजकाला अमेरिकेने शीतयुद्धाच्या सुरुवातीच्या

दिवसांपासून प्रत्यक्ष वा अप्रत्यक्षरीत्या फूस दिल्यामुळे सध्या पसरलेल्या इस्लामी दहशतवाद आणि अराजकासाठी मोठ्या प्रमाणावर अमेरिकाच कारणीभूत आहे.

अमेरिका हे साम्राज्य आहे का आणि ते 'स्थायी युद्धाच्या' मार्गावर आहे का?

ब्रिटिश साम्राज्य हे 19 व्या शतकामध्ये शिखरावर असतानाही त्यांनी स्वतःला 'साम्राज्य' मानले नव्हते, हे येथे नमूद करण्याजोगे आहे. अमेरिकाही याबाबतीत अपवाद नाही. थेट साम्राज्यवादाचा (वसाहती ताब्यात घेणे, तात्पुरता लष्करी अंमल आणणे किंवा उघडपणे लष्करी हस्तक्षेप करणे इत्यादी.) खर्च खूप असल्यामुळे राष्ट्रे साम्राज्यवादाला पसंती देत नसावीत, असे मला वाटते. त्यामुळे तो पर्याय निवडण्यासाठी तुम्ही फारच घायकुतीला आलेले असावे लागता.जेव्हा राष्ट्रे अगोदरपासून आर्थिकदृष्ट्या प्रबळ असतात, तेव्हा ती तितकी निकराला आलेली नसतात. त्याचप्रमाणे, त्यांनी अगोदरच जगावर पुरेसे नियंत्रण प्रस्थापित केल्यामुळे त्यांना साम्राज्यवादाची गरज नसते. हे एखाद्या मोठ्या उद्योगसमूहासारखे आहे. मोठ्या उद्योगांचे प्राधान्य मुक्त बाजारपेठांना असते, त्यांच्याकडे आधीपासूनच भांडवल आणि संसाधने असतात, ज्याआधारे ते तथाकथित न्याय्य-संधींच्या क्षेत्रामध्ये लहान स्पर्धकांवर मात करू शकतात. (अर्थातच, ही क्षेत्रे प्रत्यक्षात न्याय्य-संधींची नसतात, म्हणूनच मोठ्या उद्योगसमूहांचे त्यांना प्राधान्य असते.) जेव्हा त्यांच्याकडे अशी अनुकूलता नसते, तेव्हा त्यांच्याकडून नफा आणि बाजारपेठेतील वाटा मिळवण्यासाठी फसवणूक करण्यात येण्याची शक्यता अधिक असते. मी राष्ट्र आणि साम्राज्यवादाचा याचप्रमाणे विचार करतो. जेव्हा एखाद्या राष्ट्राचा जगावर अगोदरपासून वरचष्मा असतो, तेव्हा त्याचे 'जैसे थे' परिस्थिती टिकवण्यास प्राधान्य असते आणि उघडपणे साम्राज्यवादी वाटेल, अशा प्रकारे हालचाली करणे त्या राष्ट्राला नको असते. त्याउलट, या राष्ट्राची जेव्हा घसरण सुरू असते, तेव्हा वर्चस्व कायम ठेवण्यासाठी साम्राज्यवाद हा त्याच्यासाठी योग्य मार्ग असतो.

ब्रिटन 19व्या शतकामध्ये यातून गेले होते आणि अमेरिकेनेही 20व्या शतकामध्ये हेच केले आहे. याचा पुरावा म्हणजे अमेरिकेच्या आर्थिक घसरणीच्या काळामध्ये (साधारणतः 1970 च्या दशकापासून ते 1990चे दशक आणि सध्याच्या काळापर्यंत) त्यांनी उघडपणे केलेल्या लष्करी कारवाया (आक्रमणे आणि भूप्रदेश ताब्यात घेणे) या त्यांच्या आर्थिक वर्चस्वाच्या (दुसऱ्या महायुद्धानंतरच्या काळापासून ते 1970 च्या दशकाच्या सुरुवातीपर्यंत) काळाच्या तुलनेत अधिक होत्या.

दुसऱ्या महायुद्धानंतर अल्पावधीतच अमेरिकेने स्थायीयुद्धाच्या मार्गाला[1] आपले विधिलिखित म्हणून निवडले. अमेरिकेने 'शीतयुद्धाची निकड' हे जगातील सर्वांत शक्तिशाली लष्करीयंत्रणा बाळगण्याचे समर्थन म्हणून पुढे केले. यातील विरोधाभास

म्हणजे, "जेव्हा अमेरिका अधिक सुरक्षित बनली, तेव्हा ती अधिक दुराग्रही बनली" आणि शीतयुद्ध संपल्यापासून "अमेरिकेने अन्य कोणत्याही देश किंवा संरक्षण आघाडीपेक्षा अधिक खर्च सशस्त्र फौजा उभारण्यावर केला आहे; तसेच राष्ट्रीय सुरक्षेला अधिक मोठे धोके असण्याच्या कालखंडापेक्षा अधिक सातत्याने या काळात त्यांनी फौजा लढाईवर पाठवल्या आहेत."[2] विशेष म्हणजे, 2012 च्या जागतिक दहशतवाद निर्देशांकानुसार (जीटीआय) अमेरिका हा सर्वाधिक दहशतवादग्रस्त देश नसून या यादीतील 158 देशांमध्ये तो 41व्या स्थानावर आहे.[3] किंबहुना, शीतयुद्ध काळातील वर्षांच्या तुलनेत अमेरिकेवर 9/11 नंतर देशांतर्गत आणि परदेशातही खूपच कमी हल्ले झाले आहेत. इराण, सीरिया, अल-कायदा आणि त्यांना प्रोत्साहन देण्याचा आरोप असलेले देश आणि संघटनांप्रति अमेरिकेची वाढती युद्धप्रियता लक्षात घेता सध्याचा मुस्लीम-पश्चिम जगातील संघर्ष हा बहुधा आणखी एका शंभर-वर्षांच्या युद्धात परिवर्तित होईल, या अंदाजामध्ये काहीही सनसनाटी राहिलेले नाही. यापूर्वी चर्चा केल्याप्रमाणे इस्रायलच्या निर्मितीनंतर 1948 मधील अरब-इस्रायल युद्धापासून अगोदरच्या शंभर-वर्षांच्या युद्धाला सुरुवात झाली आहे.

साम्राज्ये ही त्यांच्या संस्थापकांच्या संपत्ती, सत्ता आणि कीर्तीच्या शोधातून स्थापन झालेली असतात जी ते फसवणूक, दमदाटी आणि हिंसाचाराच्या मार्गांनी इतर सर्वांवर मात करून मिळवतात, हे आपल्याला पुढे समजेलच. त्यानंतर पुन्हा आपण जे बळाचा वापर करून मिळवले आहे, ते इतर स्पर्धकांकडून किंवा अगदी आपण ज्यांना पराजित केले आहे, त्यांच्याकडून हिरावले जाण्याच्या भयगंडामध्येही हे साम्राज्यवादी जगत असतात. म्हणूनच, अमेरिकन साम्राज्यवाद समजून घेण्यासाठी अमेरिकेचा थोडक्यात इतिहास जाणून घेणे आवश्यक आहे. सर्वांत महत्त्वाचे म्हणजे, उच्चवर्गीय कशा प्रकारे सत्याची छेडछाड करतात आणि 'बेगडी जाणीव' असलेल्या आपल्या दादागिरीला अधिमान्यता मिळवण्यासाठी कशा प्रकारे सामूहिक जाणिवेवर सांस्कृतिक वर्चस्व प्रस्थापित करतात, हे आपल्याला समजणे आवश्यक आहे. सारांश, 'जगात उत्पन्न होऊ शकणाऱ्या धोक्यांना प्रतिबंध करण्यासाठी' जगात स्थैर्य आणणे हा अमेरिकेच्या धोरणाचा उद्देश आहे, यावर विश्वास ठेवण्याचे आपल्याकडे कोणतेही कारण नाही.[4]

अडचणीची सत्ये आणि न सुटलेले प्रश्न

हे प्रकरण '*इस्लामबाबत काय चुकले*' या पाश्चात्त्य चर्चेपासून फारकत घेणारे आहे. बऱ्याच काळापासून अमेरिका आणि तिच्या सहकारी देशांची अडचणी निर्माण करणारी भूमिका, जागतिक परिप्रेक्ष्यामध्ये इस्लामवादी दहशतवाद आणि बंडखोरी जन्माला घालणाऱ्या या देशांच्या वर्चस्ववादी रचना आणि युद्धतंत्रे यामध्ये नक्की काय चूक आहे, याचे मूल्यमापन करणारे हे प्रकरण आहे. शीतयुद्धाच्या अंतापासून साधारणतः दर 10 वर्षांनी अमेरिका एका मोठ्या युद्धाची सुरुवात करते. त्यामुळे, येणाऱ्या दशकांमध्ये अमेरिकन वर्चस्ववादाचा

उदय आणि पर्यायाने होणारा त्याचा अस्त याचे लगेच दिसणारे तसेच दीर्घकालीन परिणाम आपण समजून घेण्याची वेळ आता आली आहे. ही समस्या समजून घेण्यासाठी आपण खालील प्रश्न विचारू शकतो.

1. अमेरिका ही जागतिक शांतता प्रस्थापित करण्यामधील सर्वांत मोठी समस्या आहे का? भूप्रदेश ताब्यात घेण्याचा आणि भूमिपुत्रांचे मोठ्या प्रमाणावर शिरकाण करण्याचा, तसेच वर्णद्वेषाचा अमेरिकन वारसा हा अमेरिकन मानसिकतेच्या केंद्रस्थानी नाही का? स्वातंत्र्य आणि समानतेबाबतची अमेरिकेची मतप्रणाली ही उथळ आणि अमेरिकनांव्यतिरिक्त इतरांना लागू नसलेली आहे का?
2. दुसऱ्या महायुद्धाच्या अंतापासून अमेरिकेने सुरू केलेल्या आणि येणाऱ्या दशकांमध्येही होणाऱ्या सर्वयुद्धांच्या मुळाशी असलेल्या अमेरिकन लष्करी-औद्योगिक-संसद प्रतिनिधींच्या (आणि इस्रायलच्या) दबावगटांना अमेरिका भविष्यातही ओलीस राहणार आहे का?
3. अमेरिकेच्या इराक आणि अफगाणिस्तानातील आक्रमणानंतर इराण, सीरिया आणि पाकिस्तान यांसारख्या मुस्लीमबहुल देशांप्रतिच्या त्यांच्या वाढत्या युद्धप्रियतेमुळे नजीकच्या भविष्यात शिया आणि सुन्नी, उदारमतवादी आणि कट्टरवादी मुस्लीम हे सर्व अमेरिकेविरोधात एकवटतील का? किंवा शिया आणि सुन्नी हे अनुक्रमे इराण आणि सौदी राजवटीखाली इस्लामअंतर्गतच आणखी एका शीतयुद्धाला सुरुवात करतील का?
4. अमेरिकेच्या मध्य पूर्व, आफ्रिका, मध्य आणि दक्षिण आशियातील मुजोरीमुळे एकीकडे अमेरिका, पश्चिम युरोप, भारत, इस्रायल, ऑस्ट्रेलिया, सौदी अरेबिया व गल्फ कॉर्पोरेशन कौन्सिलमधील (जीसीसी) अन्य देश आणि दुसरीकडे रशिया, चीन, पाकिस्तान, इराण, इराक, सीरिया, अफगाणिस्तान, तुर्कस्तान, इजिप्त आणि त्यांचे मुस्लीम जगतातील तसेच बाहेरील मित्रदेश यांच्यादरम्यान आणखी एका शीतयुद्धाला सुरुवात होईल का?

अमेरिकेबाबत नेमके काय चुकले आणि स्वातंत्र्य आणि लोकशाहीच्या नावाने अस्तित्वात आलेला अमेरिकेसारखा सर्वांत श्रीमंत आणि सर्वांत शक्तिशाली देश हा आणखी एक लुटारू साम्राज्य का आणि कसे बनला, याचे सर्वंकष आकलन होण्यासाठी आपल्याला वरील सर्व प्रश्नांची उत्तरे आवश्यक आहेत. सर्वाधिक कोड्यात टाकणारी गोष्ट म्हणजे ब्रिटन, फ्रान्स, स्पेन, पोर्तुगाल, द नेदरलँड्स किंवा बेल्जियम इत्यादी भूतकाळातील युरोपियन वसाहतवादी सत्तांप्रमाणे अमेरिकेला साम्राज्य बनण्याचे कोणतेही कारण नव्हते, कारण अमेरिकेकडे सुपीक जमीन आहे, तेथे नैसर्गिक संसाधने आहेत आणि प्रचंड मोठी देशांतर्गत बाजारपेठही आहे. हे सर्व असूनही सत्ताधारी वर्ग, लष्कर व उच्चभ्रू

व्यापारवर्गाची हाव आणि वैभवाबाबतच्या भ्रामक कल्पना यांनी अमेरिकेला साम्राज्य बनवले. अमेरिकेचे औदार्य, स्थलांतरितांबाबतचे खुले धोरण आणि ज्ञान, विज्ञान आणि तंत्रज्ञानामधील योगदान आदी बाबींनंतरही तो निश्चितपणे जगातील सर्वाधिक द्वेष केला जाणारा देश आहे. बऱ्याच समंजस अमेरिकन लोकांना याची जाण आहे. अमेरिकेने केलेल्या क्रूर आक्रमणांचा परिणाम म्हणून एकट्या इंडोचायनामध्ये झालेली दहा लाखांहून अधिक प्राणहानी ही दुसऱ्या महायुद्धादरम्यान हिटलरने ज्यू आणि अन्य युरोपियनांचे केलेले शिरकाण, तसेच जपानने चीन, कोरिया आणि अन्य देशांवर केलेले हल्ले यांपेक्षा वेगळी नव्हती, हे त्यांना माहीत आहे. अमेरिकेने हिरोशिमा आणि नागासाकी ही शहरे बेचिराख करून तेथे लाखांहून अधिक जपानी स्त्री-पुरुष आणि लहान मुलांची अक्षरशः जिवंत जाळून नाहक आणि नृशंस हत्या करणे हा जसा एकप्रकारे युद्धगुन्हा होता, त्याचप्रमाणे क्युबापासून ते निकाराग्वा, व्हिएतनाम, लाओसपर्यंत आणि कंबोडियापासून ते ग्रेनेडा, पनामा, अफगाणिस्तान, इराक आणि लिबियामध्ये अमेरिकेने विनाकारण केलेल्या आक्रमणांची मालिका हेसुद्धा युद्धगुन्हेच आहेत.

स्वातंत्र्याचे साम्राज्य होण्याचा अमेरिकेचा शोध हा थॉमस जेफरसन यांच्यापर्यंत मागे जातो, परंतु त्या वेळी बळाच्या मर्यादेने अमेरिकेला उत्तर अमेरिकेच्या पलीकडे साम्राज्याचा विस्तार करण्यापासून रोखले होते. थिओडोर रुझवेल्ट आणि वूड्रो विल्सन यांनी निव्वळ व्यवहारीपणामुळे अमेरिकेला साम्राज्य बनवण्याच्या संकल्पनेचा पाठपुरावा केला नसला, तरी दुसऱ्या महायुद्धाच्या समाप्तीनंतर पृथ्वीवरील सर्वांत शक्तिशाली राष्ट्र म्हणून अमेरिकेचा उदय होण्याबरोबरच अमेरिका हे रचना आणि मूलभूत व्यवस्था या दोन्ही अर्थांनी साम्राज्य म्हणून उदयास आले. शीतयुद्धाच्या काळामध्ये जगाच्या 'अमेरिकेच्या बाजूने' आणि 'अमेरिकेच्या विरोधात' अशा दोन गटांमध्ये झालेल्या ध्रुवीकरणाने अमेरिकेला साम्राज्य होण्यासाठी पुढचा मार्ग आखून दिला. तथापि, शीतयुद्धाची अखेर झाल्याचे संकेत देणाऱ्या सोव्हिएत युनियन आणि त्याच्या युरोप व मध्य आशियातील मित्रराष्ट्रांच्या पाडावामुळे अमेरिकन साम्राज्याने त्याची अधिमान्यता आणि जुन्या मित्रराष्ट्रांचा पाठिंबा गमावला. 1990 च्या सुरुवातीस नव्या जागतिक व्यवस्थेच्या आणि सर्वांना अधिक चांगले अधिकार, स्वातंत्र्य आणि संधी देणाऱ्या जागतिकीकरण झालेल्या जगाचे आश्वासन यांमुळे जगभरात सर्वत्र जनतेच्या आशेची पातळी असामान्यरीत्या उंचावली होती. तथापि, विशेषतः दक्षिणेकडील देश, तसेच मुलिम जगतातील सामान्यजन ज्या स्वातंत्र्य आणि संधींच्या शोधात होते, ते ना जागतिकीकरणाने दिले ना तथाकथित नव्या जागतिक व्यवस्थेने. मुस्लीम जगत आणि तिसऱ्या जगतातील देशांच्या भ्रमनिरासाने अमेरिकन साम्राज्याची अधिमान्यता नष्ट झाली.

अमेरिकनांनी त्यांच्या देशाला सौम्य आणि बुद्धिमान सत्ता बनवण्यासाठी त्यांचा आत्मसमर्थन करणारा मग्रूर आणि गर्विष्ठ दृष्टिकोन सोडून द्यावा, असे जगाला वाटत असले,

तरी सामान्य अमेरिकन हा पाश्चात्त्य जगातील सर्वांत कमी माहीतगार आणि ढोबळमानाने उद्धट माणूस आहे. टॉक्विल यांना 1830 मध्ये अमेरिकन जसे दिसले तसे त्यांनी त्यांचे वर्णन पुढील टीकात्मक शब्दांत केले आहे:

> अनोळखी लोकांशी आदानप्रदान करताना अमेरिकन लोक अगदी लहानसा आरोपही सहन करू शकत नाहीत आणि स्तुतीसाठी कायम अधाशी असतात, असे दिसते. अगदी ओझरती प्रशंसाही त्यांना चालते आणि अत्युच्च स्तुतीही त्यांच्यासाठी क्वचितच ती नाकारतात. ते स्तुती वसूल करण्यासाठी उगाचच तुमचा छळ करतात आणि तुमच्यावर त्यांच्या मागण्यांचा परिणाम झाला नाही, तर ते स्वत:चीच स्तुती करू लागतात... जर मी एखाद्या अमेरिकन माणसाला म्हटले की तो राहतो, तो देश चांगला आहे, तर त्याचा प्रतिसाद असतो, 'अरे, जगात यासारखा दुसरा देशच नाही.'[5]

अमेरिकन लोकांचे अतिआत्मपूजन, आत्मसमर्थनीयता आदींबाबत टॉक्विल यांनी नोंदवलेल्या निरीक्षणांच्या पार्श्वभूमीवर अमेरिकेच्या परराष्ट्र धोरणाची आलोचना करणे कठीण आहे. आपला देश साम्राज्यवादी आहे आणि बऱ्याच काळापासून जगाला अस्थिर बनवत आहे, यावर विश्वास ठेवण्याची सामान्य अमेरिकन माणसाची तयारी नसते. विशेष म्हणजे, टॉक्विल यांनी अमेरिकन माणसाच्या आत्मपूजनावर टीका केली असली, तरी युद्धाबाबत अमेरिकेच्या तथाकथित तिटकाऱ्याची स्तुती केली आहे:

> *अमेरिकनांना कोणीही शेजारी नाहीत आणि त्यामुळे परिणामतः त्यांच्याकडे कोणतीही युद्धे किंवा आर्थिक संकटे किंवा अतिक्रमणे किंवा भूप्रदेश जिंकणे किंवा धास्ती आदी गोष्टीही नाहीत. त्यांना खूप कर लागत नाही, किंवा मोठे सैन्य, महान सेनापतींचीही गरज नाही. प्रजासत्ताक देशांना या सर्व राक्षसांपेक्षा जो अधिक भयप्रद असतो, त्या 'सैन्याची कीर्ती' नामक कर्दनकाळापासून घाबरण्यासारखे त्यांच्याकडे काहीही नाही.*[6] (शब्दांवर भर दिला आहे).

सामान्य अमेरिकन माणूस अमेरिकेने देशांतर्गत, तसेच परदेशांत युरोपमध्ये, प्रशांत महासागर क्षेत्रात, मध्यपूर्वेत, आफ्रिकेत, लॅटिन अमेरिकेमध्ये आणि उत्तर अमेरिकेतील आपल्या सशस्त्रदलांवर अब्जावधी डॉलर्स खर्च करण्याच्या उपयुक्ततेबाबतही प्रश्नचिन्ह उपस्थित करत नाही. नावाजलेले संरक्षण विश्लेषक रिचर्ड बेट्स याविषयी स्पष्टीकरण देतात,

> सोव्हिएत युनियन आणि मार्क्सवादी विचारधारेच्या पतनानंतर काही काळातच जग एकध्रुवी झाल्यामुळे युद्ध आणि कायद्याची अंमलबजावणी यांतील महत्त्वाचा फरक धूसर झाला... अमेरिकेच्या लष्करी फौजा हे कायदा, लोकशाहीचे नियम आणि जागतिक व्यवस्था लादण्यासाठी वापरले जाऊ शकणारे साधन होते. परिणामतः अमेरिकाही 'जागतिक पोलीस' बनू शकत होती.[7]

देशांतर्गत, तसेच परदेशांमध्ये (दहशतवादविरोधी कारवायांच्या रूपात) पारंपरिक आणि अपारंपरिक युद्धांच्या माध्यमातून, तसेच दूरच्या प्रदेशामध्ये मानवतावादी हस्तक्षेप आणि प्रतिबंध किंवा चिथावणी या माध्यमांतून अमेरिकेने जागतिक पोलीस म्हणून आणि साम्राज्य म्हणून आपला प्रभाव वापरण्याच्या अयशस्वी प्रयत्नांवरही बेट्स टीका करतात. आपल्या लष्करी आणि आर्थिक ताकदीला अतिताण दिल्याचे खर्च-परतावा रूपातील विश्लेषण करण्यात अमेरिकेला अपयश आल्यामुळे वॉशिंग्टनने देशांतर्गत आणि परदेशातील धोरणात्मक निर्णयांवरील नियंत्रण गमावले आणि त्याची परिणती नियंत्रणाशिवायच्या नियंत्रणाच्या न टिकणाऱ्या धोरणात झाली, असेबेट्स यांना वाटते. 'अमेरिकेने जास्तीत जास्त खड्ड्यांवरून उड्या मारण्याचा प्रयत्न करू नये', परंतु जेव्हा अमेरिका असा प्रयत्न करेल, तेव्हा 'ती उडी अर्धवट नसावी', हा क्लॅसेवित्झ यांचा सल्ला अमेरिकेने पाळावा, असे बेट्स सुचवतात.[8]

तरीही, 1950 च्या दशकापासून अमेरिकेने प्रत्यक्ष किंवा अप्रत्यक्षरीत्या देशांमध्ये घुसखोरी केली आहे, सत्ता उलथवल्या आहेत आणि मानवाधिकारांचे उल्लंघन करणाऱ्या, आपल्याच जनतेला दहशतीखाली ठेवणाऱ्या, शेजारी राष्ट्रांमध्ये घुसखोरी करणाऱ्या आणि छुप्या युद्धांना उत्तेजन देणाऱ्या फारशा लोकशाहीवादी नसलेल्यांपासून ते हुकूमशाहींपर्यंत राजवटींची अमेरिका ही सर्वांत मोठी प्रवर्तक राहिली आहे, ही बाब कायम राहते. अमेरिकेने ज्यांचा पुरस्कार केला (आणि अजूनही करते आहे) अशा हुकूमशहांची यादी बरीच मोठी आहे. अशा राजवटींमध्ये फ्रँको, पिनोचेट, इराणचे शाह, याह्याखान, झियाउल-हक, सुहार्तो, मार्कोस, पापा आणि बेबी डॉक, सद्दाम हुसेन आणि अरब राजेशाही, विशेषतः सौदी राजघराणे यांचा समावेश होतो. अमेरिका आणि तिच्या मित्रराष्ट्रांनी हिरोशिमा स्फोटानंतर स्वातंत्र्य आणि लोकशाहीच्या नावाखाली जगभरात सर्वत्र सुमारे वीस लाखांहून अधिक नागरिकांना मारले आहे. एकुणात, फ्रेडरिक डग्लस (पूर्वाश्रमीचे गुलाम) यांनी 1852 साली न्यूयॉर्कमधील रॉचेस्टर येथे श्वेतवर्णीय श्रोत्यांना जे सांगितले होते, ते आजही सुसंगत आहे, 'या घटकेला अमेरिकन लोकांपेक्षा अधिक धक्कादायक आणि रक्तरंजित पद्धती अवलंबण्यासाठी अपराधी असलेला दुसरा देश या पृथ्वीतलावर अस्तित्वात नाही.'[9] मार्टिन ल्युथरकिंग ज्युनियर यांनीही अमेरिकन सरकारचे वर्णन 'आज घडीला हिंसाचाराचे जगातील सर्वांत मोठे व्यापारी' असे केले होते.[10] गुलामगिरीचे उच्चाटन करणारा अखेरचा देश, पाश्चात्त्य जगामध्ये वर्णद्वेष रद्द करणारा शेवटून दुसरा देश असणाऱ्या आणि जगभरात दादागिरीचे साम्राज्यवादी वर्तन करणाऱ्या अमेरिकेचा अद्याप स्वातंत्र्य, समता आणि बंधुतेचा खराखुरा पुरस्कर्ता म्हणून उदय झालेला नाही. टॉक्विल यांनी 1830 मध्ये युद्धाच्या भस्मासुरासंबंधी अमेरिका व इतर लोकशाही राष्ट्रांना दिलेल्या सल्ल्याची अमेरिका जितक्या लवकर दखल घेईल, तितके चांगले.

> कोणतेही लांबलेले युद्ध हे लोकशाहीवादी देशाच्या स्वातंत्र्याला धोक्यात घालण्यामध्ये अपयशी ठरू शकत नाही... युद्ध नेहमीच लोकशाहीवादी समाज सोडून लष्करी सरकारकडे जातेच असे नाही, मात्र ते नागरी सरकारच्या शक्ती निश्चितपणे आणि अमर्याद वाढवतेच; युद्धाला जवळपास अनिवार्यपणे प्रशासनाच्या हातांमध्ये सर्व माणसांच्या दिशादर्शनाचे आणि सर्व गोष्टींच्या व्यवस्थापनाचे अधिकार एकवटावेच लागतात. जर युद्धाने आकस्मिक हिंसाचाराच्या मार्गाने जुलूमशाही अवलंबिली नाही, तर ते अधिक सौम्यपणे लोकांच्या सवयींच्या माध्यमांतून त्यांना जुलूमशाहीसाठी तयार करते. *लोकशाहीवादी राष्ट्राचे स्वातंत्र्य नष्ट करण्यास प्रयत्नशील असलेल्या सर्वांना हे माहिती असले पाहिजे, की युद्ध हे ही कामगिरी यशस्वी करण्याचे सर्वांत खात्रीशीर आणि सर्वांत जवळचे साधन आहे.*[11] (शब्दांवर भर दिला आहे).

गुलामांची मालकी बाळगणारे अमेरिकेचे संस्थापक हे काही स्वातंत्र्य आणि मानवी प्रतिष्ठेचे पुरस्कर्ते नव्हते, त्यामुळे अमेरिकन सैनिक आणि नागरिकांनी केलेल्या निवडक तसेच बेछूट हत्या, संपत्ती आणि प्रदेश लुबाडणे याची सुरुवात काही व्हिएतनाममध्ये झालेली नाही. राष्ट्राध्यक्ष डिएम यांची हत्या, तोनकिनच्या आखातातील घटनेमागील खोटारडेपणा आणि व्हिएतनाममधील माई लाई हत्याकांड, अबु घारिबचा प्रसंग, ग्वान्टानामो आखात, तालिबान्यांच्या मृतदेहावर यूएस मरिन सैनिकांनी लघुशंका करणे किंवा अमेरिकन सैनिकांनी अफगाणी ग्रामस्थांच्या महिला व लहान मुलांसह केलेल्या हत्या या गोष्टी म्हणजे केवळ हिमनगाचे टोक आहेत. विरोधाभास म्हणजे, ज्या एकमेव देशाने आतापर्यंत अण्वस्त्रांचा वापर केला आहे, तोच देश आता इराण आणि उत्तर कोरियासारख्या देशांच्या अण्वस्त्र प्रसाराला विरोध करत आहे. आश्चर्याची बाब म्हणजे, जॉन एफ. केनेडी यांच्या हत्येनंतर एकाही अमेरिकन अध्यक्षाने कधीही इस्रायलने अण्वस्त्रे मिळवण्याच्या विरोधात आवाज उठवलेला नाही. इस्रायलला असलेल्या अमेरिकेच्या छुप्या पाठिंब्यामध्ये काहीच आश्चर्यजनक नाही, कारण अमेरिकेचे परराष्ट्र धोरण हे नेहमीच दुटप्पी राहिले आहे आणि केनेडी यांच्यानंतर प्रत्यक्षात हे धोरण प्रभावशाली लष्कर-उद्योग युती आणि इस्रायल लॉबी यांच्याकडूनच चालवले जाते.[12]

इस्लामी जगत आणि पाश्चात्त्य जगत यांच्यामधील सततचा तणाव आणि परस्परांप्रति अविश्वास आणि अनादर भविष्यात आणखी वाढण्याची चिन्हे आहेत. बऱ्याच मुस्लीमबहुल देशांमध्ये अतिकर्मठ प्रतिगामी शक्तींनी वरचष्मा मिळवला आहे. विशेष म्हणजे, नव्याने स्वतंत्र झालेले ट्यूनिशिया, इजिप्त आणि लिबिया हे देशही राजकीय इस्लामच्या वाढत्या प्रभावापासून मुक्त होऊ शकलेले नाहीत. ट्यूनिशिया, इजिप्त आणि लिबियामधील इस्लामवादी पक्षांनी अगोदरच बहुपत्नीत्व आणि बालविवाहासारखे महिलांचा तिरस्कार करणारे संकुचित कायदे आणण्याची मागणी केली आहे.[13] इस्लामवादी पक्ष हे परिवर्तनामुळे किंवा व्यावहारिक कारणांसाठी सौम्य आणि उदारमताचे लोकशाहीवादी

असले, तरीही त्यांच्यामध्ये दोन गोष्टी सामाईक आहेत—पाश्चात्त्य दादागिरीबद्दलची त्यांची तुच्छता आणि इस्रायलचे कायदेशीर अस्तित्व मान्य करण्याबाबतचा तिटकारा. या गोष्टींना अगदी तुर्कस्तानमधील सर्वाधिक उदारमतवादी असलेले राजकीय पक्षही अपवाद नाहीत. अमेरिकेच्या नेतृत्वाखाली इराण आणि अफगाणिस्तानच्या झालेल्या सुटकेचा विरोधाभासी परिणाम म्हणून इस्लामवादी शक्ती सशक्त झाल्या असून विशेषतः इराकमध्ये इराणधर्जिण्या शियाबहुल शक्ती या निर्णयप्रक्रियेच्या केंद्रस्थानी आहेत. सद्दामनंतरचे इराक आणि तालिबाननंतरचे अफगाणिस्तान हे पूर्वी कधीही नव्हते, इतके अमेरिकेचा कट्टर विरोधक असलेल्या इराणच्या जवळ आले आहेत, ही बाब दखलपात्र आहे. अमेरिकेचा पाठिंबा असलेले इराकचे पंतप्रधान नौरी अल मलिकी आणि अफगाणिस्तानचे अध्यक्ष हमिद करझाई या दोघांचेही इराणचे अध्यक्ष अहमदिनेजाद यांच्याशी उत्तम संबंध असून मलिकी आणि करझाई यांचे उत्तराधिकारीही येणाऱ्या वर्षांमध्ये इराणशी सौहार्दपूर्ण संबंध कायम ठेवतील, अशी दाट शक्यता आहे.

लष्करी हुकूमशहा आणि प्रतिगामी शक्तींना अमेरिकेने पाठिंबा दिल्यामुळेच पाकिस्तान हे दक्षिण आशियातील इस्लामी कट्टरवादाचे सर्वांत शक्तिशाली आश्रयस्थान म्हणून उदयास आले आहे. पाकिस्तानमध्ये एकीकडे उदारमतवादी लोकशाहीवादी आणि धर्मनिरपेक्ष मूल्ये वेगाने अदृश्य होत असताना, दुसरीकडे सांप्रदायिकता, तसेच मुस्लिमेतर समाज आणि उदारमतवादी सुफी इस्लामप्रति असलेल्या टोकाच्या असहिष्णुतेला न्यायसंस्था आणि विधिमंडळाच्या मार्गांनी संस्थात्मक स्वरूप देण्यात आले आहे. पाकिस्तानचा कट्टर शत्रू असलेल्या भारतासोबतची अमेरिकेची वाढती मैत्री आणि अमेरिकन लष्कराचे ड्रोन हल्ले आणि हवाई हल्ल्यांमध्ये पाकिस्तानी नागरीक आणि सैनिकांचे होणारे मृत्यू याचाही उलट परिणाम झाला आहे. अमेरिकन राजकारणाला कोण बांधून ठेवत आहे, याचा आपण शोध घेऊया. माझे अमेरिकेचे चित्र उभे करताना कडवा अमेरिकाविरोधी पूर्वग्रह आणि कार्यक्रम असणाऱ्या मुस्लीम आणि डाव्या विचारांच्या अभ्यासकांची उद्धरणे देणे मी टाळले आहे. अमेरिका हे एक आडमुठे, अडचणीचे, दांभिक, द्वेषपूर्ण आणि व्यवस्थापन दुष्कर साम्राज्य आहे, असे सूचित करणारे पाश्चिमात्य/अमेरिकन अभ्यासक, राजकारणी, पत्रकार, निवृत्त लष्करप्रमुख आणि विश्लेषक यांचा मी जास्त करून आधार घेतला आहे.

जॉर्ज डब्ल्यू. बुश यांनी 9/11 च्या हल्ल्यांनंतर अमेरिकन काँग्रेसला सांगितले होते, “अमेरिकन नागरीक विचारत आहेत: ते आपला द्वेष का करतात? त्यांना आपल्या स्वातंत्र्यांचा—आपल्या धार्मिक स्वातंत्र्याचा, आपल्या भाषण स्वातंत्र्याचा, आपल्या मतदानाच्या स्वातंत्र्याचा आणि एकत्र येण्याच्या व परस्परांशी अहसमत असण्याच्या स्वातंत्र्याचा तिरस्कार वाटतो,” हे खरे नाही. 9/11 च्या हल्ल्यांचे अमेरिकन स्वातंत्र्याशी काहीही देणेघेणे नव्हते, परंतु ते पूर्णतः अमेरिकेची मुस्लीम जगतातील धोरणे आणि कारवाया यांच्याशी संबंधित होते.[14] त्यातही पुन्हा “पाश्चिमात्यांनी जर कोणत्या एका

शक्तीला कमी लेखले असेल, तर ती सामूहिक द्वेषाची ताकद आहे."[15] तथापि, अमेरिकन हे इतके आत्मपूजक आणि आत्मसमर्थन करणारे आहेत की 1960 च्या दशकामध्ये अमेरिकेच्या सत्तेच्या मग्रुरीवर टीका करणारे सिनेटर फुलब्राइट यांनाही वाटत होते की अमेरिकेत लोकशाहीवादी परंपरांची पाळेमुळे खोलवर रुजलेली असल्याने हिटलर किंवा नेपोलियनप्रमाणे अमेरिकेने जगावर वर्चस्व गाजवण्याची शक्यता नाही. "अमेरिका सत्तेचा हा प्राणघातक मोह टाळू शकेल", असेही त्यांना वाटत होते.[16] सिनेटर महाशयांनी 1966 साली जे लिहिले होते, ते काळाच्या कसोटीवर उतरले नाही आणि त्यानंतर काही काळातच अमेरिका हा जगातील सर्वांत अविवेकी, भांडखोर देश म्हणून उदयास आला. अमेरिकेच्या युद्धसामग्रीने दहा वर्षांपेक्षा कमी काळात एकट्या व्हिएतनाममध्ये वीस लाखांहून अधिक लोकांना मारले.

अमेरिकन नवपरंपरावाद्यांचे अतिउजव्या विचारांचे गुरू बर्नार्ड लुइस—ज्यांनी अमेरिकेच्या इराकमधील आक्रमणाचे समर्थन केले होते—ते मुस्लीम अमेरिकेचा द्वेष का करतात, याबाबत एक फसवे उत्तर देतात.

> हा प्रश्नच चुकीचा आहे... जगातील दोन धर्मांमधील हे हजार वर्षांपासूनचे शत्रुत्व आहे आणि आता त्यांच्या दृष्टिकोनातून पाहिल्यास चुकीची बाजू जिंकत असल्याचे दिसते... अधिक सामान्यपणे सांगायचे तर... तुम्ही श्रीमंत, ताकदवान, यशस्वी आणि त्याचबरोबर सर्वांना प्रिय असू शकत नाही... विशेषतः त्यांना, जे श्रीमंत नाहीत, ताकदवान नाहीत आणि यशस्वीही नाहीत. तेव्हा हा द्वेष जवळपास स्वयंसिद्ध आहे. *खरंतर ते आपल्याला घाबरतही नाहीत आणि आपला आदरही करत नाही, असे का? हा प्रश्न आपण विचारला पाहिजे.* (शब्दांवर भर दिला आहे).

"कणखर व्हा किंवा बाहेर जा" ही तथाकथित लुइस तत्त्वप्रणाली म्हणजे सर्वार्थाने मुस्लीम प्रदेशावरील पाश्चात्त्य वर्चस्वाचे समर्थन करणे आहे.[17] मात्र, "सध्या सुरू असलेला मुस्लीम-पाश्चात्त्य संघर्षामध्ये आपल्या मुलांच्या जीवनकाळापेक्षा अधिक काळ टिकून राहण्याची क्षमता आहे आणि हा संघर्ष बहुतांशकरून अमेरिकन भूमीवर लढला जाणार आहे", हे नवपरंपरावादींच्या लक्षात येत नाही.[18] अफगाणिस्तान आणि इराकमधील 3 हजार अब्ज डॉलर्स खर्चाच्या युद्धातील अमेरिकेच्या दीर्घकालीन सहभागामुळे एकूण लोकसंख्येच्या तथाकथित '1 टक्के' लोकांची संपत्ती आणि प्रभाव वाढत आहे, तर अमेरिकेत सर्वत्र मध्यमवर्ग आंकुचित होत असून अधिकाधिक लोक निम्नस्तरीयांमध्ये गणले जात आहेत. काही जणांच्या हातांमध्ये संपत्तीचे केंद्रीकरण होणे हे दीर्घकाळामध्ये अमेरिकन लोकशाहीसाठी धोकादायक आहे, असे पॉल क्रुगमन यांना वाटते.[19]

मेल गिब्सन, पॅरिस हिल्टन आणि त्यांच्यासारखे इतर एकत्रितपणे ज्याचे प्रतिनिधित्व करतात, त्याकडे जॉन टिर्मन हे अमेरिकन ऱ्हासाची चिन्हे म्हणून बोट दाखवतात. त्यांच्या मते, "मेल गिब्सन बऱ्याचदा ठामपणे अशी गोष्ट दर्शवतो, जी पूर्णार्थाने हॉलिवूड-अमेरिकन

आहे: हिंसाचार"आणि पॅरिस हिल्टनही "बहुधा एका उच्छादाचे परमोच्च टोक असू शकेल: सवंग सेलेब्रिटी"[20] प्रसारमाध्यमांची आणि शिक्षणव्यवस्थेची चालाखी आणि चित्रपट तारे-तारका, पुरुष आणि महिला खेळाडू आणि सेलिब्रिटी यांच्या दैवतीकरणामुळे बहुतांश अमेरिकन नागरीक हे राष्ट्रीय आणि जागतिक राजकारणाबाबत अत्यंत कमी माहिती आणि स्वारस्य असणारे आहेत. अमेरिकेने कोरियन युद्धापासून जगाच्या सर्व कानाकोपऱ्यांमध्ये बनावट मुद्द्यांवर आणि काल्पनिक शत्रूंविरुद्ध लढलेल्या आणि आताही लढत असलेल्या युद्धांच्या लष्कर-उद्योग या शक्तिशाली युतीने केलेल्या उदात्तीकरणामुळे अराजकीय अमेरिकन नागरिकांना युद्धपिपासूही बनवले आहे. याबरोबरीने मुस्लीम, अरब, इराणी, अफगाणी आणि पाकिस्तानी, तसेच जे कोणी स्वातंत्र्याच्या विरोधात आहेत असे चुकीची माहिती असलेल्या अमेरिकन नागरिकांना वाटेल त्या सर्व जणांचे होणारे हनन आणि राक्षसीकरण हा याचाच परिपाक आहे. रेगन, बुश (सीनियर आणि ज्युनियर), सारा पॉलिन आणि टी-पार्टीचे परंपरावादी यांसारख्या युद्धपिपासूंना विशेषतः मध्य जॉर्जिया, ग्रामीण केंटुकी इत्यादी, चॉम्स्की यांच्या भाषेत सांगायचे झाल्यास 'अमेरिकेच्या सर्वांत प्रतिक्रियात्मक प्रदेशातून' मिळणाऱ्या पाठिंब्यातून अमेरिकन नागरिकांच्या सांस्कृतिक मागासलेपणाची पातळी प्रतिबिंबित होते. अमेरिकेतील सत्ताधारी उच्चभ्रू हे त्यांची साम्राज्यवादी रचना सामान्य अमेरिकनांसमोर कधीच उघड करत नाहीत आणि परिणामतः हे सामान्य अमेरिकन नेहमीच 'स्वातंत्र्य आणि मुक्तीसाठी' लढण्यास आणि प्राण देण्यास उपलब्ध असतात.

खरेतर, मागास अमेरिकनांच्या धारणाव्यवस्थेवर, तसेच धनाढ्य आणि प्रभावशाली लोकांचे छुपे हितसंबंध जपण्याच्या त्यांच्या इच्छेवर दोषारोप करण्यापेक्षा त्यांची कीवच करावीशी वाटते. चामर्स जॉन्सन यांनी ही परिस्थिती थोडक्यात स्पष्ट केली आहे: 'एकेकाळी, वसाहतींची संख्या मोजून तुम्हाला साम्राज्यवादाच्या विस्ताराचा माग ठेवतायेत असे. या वसाहतींची अमेरिकन आवृत्ती म्हणजे लष्करी तळ आहेत.'[21] आणि जगभरात अमेरिकेचे असे 750 हून अधिक तळ आहेत.

तथापि, अमेरिका ही साम्राज्यवादी आहे, नवसाम्राज्यवादी आहे की नववसाहतवादी आहे, याबाबत अभ्यासकांना खात्री नाही. अमेरिका हे केवळ कृत्रिम अस्तित्व (फ्रान्स किंवा जर्मनीप्रमाणे राष्ट्र नसणारे असे) आहे एवढेच नाही, तर ती एक वर्चस्ववादी शक्तीही आहे. वसाहती आणि साम्राज्य यांच्यातील परस्परसंबंधांच्या बहुतांश व्याख्या अमेरिकेच्या तिसऱ्या/विकसनशील जगातील देशासोबत असलेल्या संबंधांना लागू होतात. साम्राज्यवाद म्हणजे मुत्सद्देगिरी किंवा लष्करी बळाच्या माध्यमातून एखाद्या देशाची ताकद आणि प्रभाव वाढवण्याचे धोरण हे समजून घेण्यासाठी आम्हाला 'न्यू ऑक्सफर्ड अमेरिकन डिक्शनरीची' फार मदत झाली. तरीही, अमेरिकन साम्राज्यवाद हा केवळ परदेशी भूभागावर कब्जा करणे, अमेरिकन वस्तू व सेवांसाठी परदेशी बाजारपेठ तयार करणे एवढ्यापुरताच मर्यादित नाही. अमेरिकन साम्राज्यवादाचे वास्तव स्वरूप समजून घेण्यासाठी अमेरिकेचे

माजी अध्यक्ष रोनाल्ड रेगन यांच्या सरकारमधील अर्थमंत्रालयाचे उपमंत्री (1981–1982) पॉल क्रेग रॉबर्ट्स यांचे विश्लेषण खूप उपयुक्त वाटते:

> *अमेरिकेची युद्धे खूप खर्चीक असतात. बुश आणि ओबामा यांनी राष्ट्रीय कर्ज दुप्पट केले आहे आणि अमेरिकन लोकांना त्यापासून कोणताच फायदा झालेला नाही. वॉशिंग्टनने केलेल्या युद्धांमुळे अमेरिकनांना कोणतीही संपत्ती, अन्न किंवा चांगल्या गोष्टी मिळाल्या नाहीत. तर मग हे सर्व कशासाठी होते?याचे उत्तर असे आहे की वॉशिंग्टनचे साम्राज्य अमेरिकेवर सत्ता गाजवणाऱ्या काही मोजक्या शक्तिशाली हितसंबंधी गटांच्या फायद्यासाठी अमेरिकन लोकांकडून संसाधने काढून घेते. लष्कर-उद्योग युती, वॉल स्ट्रीट, कृषी व्यवसाय आणि इस्रायल लॉबी हे आपला फायदा व सत्तेसाठी सरकारचा अमेरिकन लोकांकडून संसाधने काढून घेण्याकरिता वापर करतात. अमेरिकेचे संविधान हे 'संरक्षण राष्ट्रा'च्या हितसंबंधांसाठीआणि अमेरिकन जनतेचे उत्पन्न हे पुन्हा 1 टक्के लोकांच्या खिशात घालण्यासाठी तयार करण्यात आले आहे. अशा प्रकारे हे अमेरिकन साम्राज्य कार्य करते.*[22] (शब्दांवर भर दिला आहे).

त्यात पुन्हा, अमेरिका ही काही केवळ युद्ध आणि आक्रमणे, गुलामगिरी, वर्णद्वेष आणि श्वेतवर्णीयांच्या श्रेष्ठत्वासाठी झालेल्या 'क्लू क्लक्स क्लॅन'सारख्या छुप्या चळवळी एवढ्यापुरतीच नाही. तो नव्या शोधांचा, संशोधनांचा आणि नवनिर्मितीचा, अभिजाततेचा, करुणेचा आणि आसपासच्या लोकांवर आणि अगदी प्राण्यांवरही प्रेम करणारा देश आहे. थोडक्यात, तो स्वातंत्र्य आणि न्याय्यतेचा प्रदेश आहे. थॉमस एडिसन यांच्यापासून ते राइट बंधूंपर्यंत, अब्राहम लिंकन यांच्यापासून ते मार्टिन ल्युथर किंग ज्युनियर यांच्यापर्यंत, हेलन केलर यांच्यापासून ते अल्बर्ट आइनस्टाइन यांच्यापर्यंत, अर्नेस्ट हेमिंग्वेंपासून ते हार्पर लींपर्यंत, नोम चॉम्स्कीपासून ते महंमद अलीपर्यंत, बिल गेट्स यांच्यापासून ते स्टीव्ह जॉब्जपर्यंत मानवी संस्कृतीमध्ये लक्षणीय योगदान असणारे हजारो महान स्त्री-पुरुष हे अमेरिकन आहेत. अमेरिकनांच्या लोककल्याण आणि दातृत्वाची बरोबरी जगातील खूप कमी देश करू शकतील. अमेरिकनांकडून वार्षिक स्तरावर 250 अब्ज डॉलर्स, म्हणजेच देशभरातून सरासरी प्रत्येकी 1000 डॉलर्स इतकी रक्कम गरिबांच्या मदतीसाठी उभी करण्यात येते.[23] अमेरिकेचे दातृत्व आणि स्थलांतरितांबाबतच्या खुल्या धोरणाच्या जवळपासही तेलसाठ्याने समृद्ध असलेले अरब राजेशाही देश पोहोचत नाहीत. 9/11 च्या हल्ल्यानंतर तसेच अन्वर औलाकी आणि मेजर निदाल हसन यांच्यासारख्या अमेरिकन नागरिकांसह अन्य मार्गभ्रष्ट मुस्लिमांकडून अमेरिकन लोकांवर आणि त्यांच्या मालमत्तेवर झालेल्या बऱ्याच हल्ल्यांच्या पार्श्वभूमीवर, अमेरिकेत एखाद्याला जे काही वंशभेदी आणि इस्लामविरोधी वर्तन अनुभवायला लागत असेल, ते अनपेक्षित म्हणता येणार नाही. अमेरिकन मुस्लिमांनी काही कटकारस्थानांचे सिद्धान्त पुढे केले असले आणि त्यांच्याकडून अमेरिकेविरुद्ध द्वेष गुन्हे घडले असले (कारण त्यांना विविध कारणांसाठी

अमेरिकेचा द्वेष करायला आवडते), तरी अमेरिकन सरकार आणि एकूणच जनतेने अमेरिकन मुस्लिमांप्रति सहिष्णुता आणि आदरभाव कायम ठेवला आहे. एकीकडे अमेरिकेत 9/11 च्या हल्ल्यानंतर शेकडो मशिदी उभ्या राहिल्या असताना, दुसरीकडे सौदी सरकार सौदी अरेबियामध्ये एकही चर्च, सिनेगॉग आणि मंदिर उभारण्यास परवानगी देत नाही. त्याचप्रमाणे सौदी सरकार हे बिगरमुस्लीम पर्यटकांना मक्का आणि मदिना या पवित्र शहरांमध्ये प्रवेशाचीही परवानगी देत नाही. सौदी अरेबिया, इजिप्त, पाकिस्तान, इंडोनेशिया आणि मुस्लीम जगतातील अन्य काही देशांमध्ये बिगरमुस्लिमांना नसलेल्या धार्मिक अधिकारांसमोर अमेरिकेत मुस्लिमांना मिळणाऱ्या धार्मिक स्वातंत्र्याची पातळी कोणालाही ठरवता येऊ शकते. परंतु पुन्हा जगभरात लाखो निरपराध लोकांचा जीव घेणाऱ्या अमेरिकेच्या साम्राज्यवादी प्रयत्नांची समस्या यामुळे अनुत्तरितच राहते. श्वेतवर्णीय श्रेष्ठत्वाचा वारसा कशा प्रकारे अमेरिकेत आधुनिक साम्राज्यवाद्यांना इतरांना अंकित बनवण्यासाठी आणि ठार मारण्यासाठी प्रभावित करत आहे, हे समजून घेण्याकरिता आपल्याला पुढील लेखन उपयुक्त ठरेल. ते स्वातंत्र्य आणि 'दहशतवादविरोधी युद्ध' लढण्याच्या नावाखाली केवळ त्यांच्या लोकांनाच लुटत आहेत, असे नाही तर संपत्ती, प्रभाव आणि कीर्तीसाठी ते परदेशी भूमीवरही आक्रमण करत आहेत.

भीती, मग्रुरी आणि युद्धाचे साम्राज्य

साम्राज्यवादी हे देव, लोकशाही, स्वातंत्र्य, शांतता आणि न्याय किंवा जे काही त्यांना आवश्यक वाटेल त्याचा धावा करून आपल्या सर्वसत्ताधीश होण्याचे समर्थन करतात, याचे मुख्य कारण त्यांना साम्राज्य गमावण्याची वाटणारी स्वाभाविक भीती हे आहे. कोलंबसने ख्रिश्चन धर्माच्या नावाखाली गुलामगिरी आणि हैतीतील गुलामांना मिळणाऱ्या अमानुष वर्तणुकीचे समर्थन केले होते. गुलामांना प्राण्यांपेक्षा अधिक लाज वाटत नसल्याचे सांगत त्याने गुलामांना नग्नावस्थेत ठेवण्याचे समर्थन केले होते. 'दैवी त्रिमूर्तीच्या नावाने आपण विकले जाऊ शकणाऱ्या सर्व गुलामांना पाठवून देत राहूया', असेही त्याने लिहिले होते.[24] गुलामांना पिंजऱ्यासारख्या छोट्या पेट्यांमध्ये भरून आफ्रिकेहून अमेरिकन किनाऱ्यांपर्यंत वाहून आणण्यासारख्या गुलामांच्या युरोपीय आणि अमेरिकन श्वेतवर्णीय दलालांकडून वापरल्या जाणाऱ्या असंस्कृत पद्धतींना पुष्टी देणारे भरपूर पुरावे हॉवर्ड झिन यांनी दिले आहेत.

> कृष्णवर्णीयांना [जहाजामध्ये चढवल्यानंतर पिंजऱ्यांमध्ये] साखळदंडांनी एकत्र बांधलेले असायचे आणि गुदमरण्याच्या विविध टप्प्यांवर गुलामांपैकी बरेच जण प्राण सोडायचे, तर काही श्वास घेण्याच्या प्रयत्नांमध्ये इतरांना ठार मारायचे. बऱ्याचदा हा त्रास सहन करत राहण्यापेक्षा गुलाम समुद्रात वाहून जाण्यासाठी जहाजातून उडी मारायचे. जहाजातील या गुलामांचा मजला 'रक्ताने आणि इतर चिकट पदार्थांनी इतका माखला होता की एका निरीक्षकाला तो कत्तलखान्यासारखाच वाटला.'

अमेरिकन श्वेतवर्णीय वसाहतवाद्यांनी विविध भूप्रदेशांवर कब्जा करण्याचे वृत्तान्तही असेच खूप अस्वस्थ करणारे आहेत. नव्या वसाहतवाद्यांनी निर्दयीपणे बळाचा वापर करून मेक्सिकोकडून न्यू मेक्सिको, युटा, नेवाडा, अरिझोना, कॅलिफोर्निया, कोलोरॅडो आणि टेक्सास यांच्यावर ताबा मिळवला. 1845 साली जनरल टेलर यांच्या सैन्याने मेक्सिकोच्या भूप्रदेशावर कसा ताबा मिळवला याविषयी कर्नल हिचकॉक यांनी आपल्या रोजनिशीत लिहिलेला वृत्तान्त झिन यांनी उद्धृत केला आहे. "मी पहिल्यापासूनच सांगत आलो आहे की युनायटेड स्टेट्स आक्रमणकर्ते आहेत... आम्हाला येथे असण्याचा एका कणाचाही अधिकार नाही... माझे मन या कामगिरीत नाही... परंतु, एक सैनिक म्हणून आदेशांची अंमलबजावणी करण्यास मी बांधील आहे." त्याहूनही आश्चर्याची बाब म्हणजे पुढच्या काळात गुलामगिरीच्या उच्चाटनामध्ये मध्यवर्ती भूमिका बजावणाऱ्या अब्राहम लिंकन यांनी 1848 मध्ये जनरल टेलर यांचे 'मेक्सिकन युद्धाचे नायक' म्हणून उदात्तीकरण केले होते.[25]

थिओडोर रुझवेल्ट यांनी 19 व्या शतकामध्ये श्वेतवर्णीय संस्कृतीच्या श्रेष्ठत्वाबद्दल विधान केले होते, त्याप्रमाणे आधुनिक काळातील अमेरिकन नेते जाहीरपणे बोलत नसले, तरी अमेरिकन वर्चस्वाला पुढे करण्यासाठी ते युद्धाचे उदात्तीकरण करतात. अमेरिकेने 1991 आणि 2003 मध्ये इराकवर केलेल्या आक्रमणांमागील खरा उद्देश काय होता, हे काही आता गुपित राहिलेले नाही. कुवेतमध्ये तेलाचे नाही तर गाजराचे उत्पादन होत असते, तर अमेरिकेने त्या देशाला मुक्त करण्यासाठी सैन्य पाठवण्याची तसदी घेतली नसती, असे निरीक्षण एका अमेरिकन लष्करप्रमुखानेच नोंदवल्याचे सांगितले जाते. त्याचप्रमाणे, बुश प्रशासनाने 2003 मध्ये इराकमध्ये आक्रमण करण्याची पूर्वपीठिका म्हणून तथाकथित मानवी संहाराच्या अस्त्रांबद्दल कसे खोटे सांगितले होते, हे आता अवघ्या जगाला माहीत झाले आहे. म्हणजे शेवटी या सर्व गोष्टी सामरिक महत्त्व, व्यापार आणि नैसर्गिक संसाधनांमध्ये सट्टा खेळण्याशी संबंधित आहेत, ज्या अमेरिकेला परकीय भूमीवर युद्ध चालू ठेवण्यासाठी प्रेरित करतात. तथापि, सत्ताधारी उच्चभ्रू लोक हे लष्कर आणि मुत्सद्देगिरी यांच्यातील समतोल किती चांगल्या प्रकारे बाळगतात, यावर साम्राज्याचा टिकाऊपणा अवलंबून असतो. अमेरिकेच्या नेत्यांनी अगदी सुरुवातीपासूनच हा (नाजूक) समतोल राखण्याचे महत्त्व जाणले आहे.

अध्यक्ष जॉर्ज वॉशिंग्टन यांनी 17 सप्टेंबर, 1796 रोजी देशाला उद्देशून केलेल्या निरोपाच्या भाषणामध्ये भावना व्यक्त केल्या होत्या की: "प्रमाणाबाहेर वाढलेल्या लष्करी संस्था या कोणत्याही स्वरूपातील सरकारमध्ये स्वातंत्र्यासाठी अशुभ असतात आणि त्या विशेषकरून प्रजासत्ताक स्वातंत्र्याच्या शत्रू म्हणून ओळखल्या पाहिजेत."[26] त्यानंतर एकशेपासष्ठ वर्षांनी तत्कालीन अध्यक्ष आयसेन हॉवर यांनीही 17 जानेवारी, 1961 रोजी

देशाला उद्देशून केलेल्या निरोपाच्या भाषणामध्ये लष्करीसंस्था प्रमाणाबाहेर वाढलेल्या असण्याबाबत वॉशिंग्टन यांना वाटणाऱ्या चिंतेचाच पडसाद उमटला होता:

> प्रचंड लष्करी संस्था आणि विशाल लष्करी उद्योग यांचा संयोग हा अमेरिकन अनुभवांसाठी नवा आहे.याचा एकंदर प्रभाव—आर्थिक, राजकीय, अगदी आध्यात्मिकही—प्रत्येक शहरामध्ये, प्रत्येक सरकारी सभागृहात आणि केंद्र सरकारच्या प्रत्येक कार्यालयात जाणवतो. या घडामोडीच्या अनिवार्य गरजेची आम्हाला जाणीव आहे. तरीही त्याच्या गंभीर परिणामांचे आकलन करून घेण्यात आपण अपयशी ठरता कामा नये. आपले परिश्रम, संसाधने आणि उपजीविका सर्व यात गुंतलेले आहे; तशीच आपल्या समाजाची मूळ संरचनाही संबंधित आहे. लष्कर-उद्योग युतीने हा असमर्थनीय प्रभाव मिळवण्याच्या, मग तो प्रयत्नपूर्वक असो किंवा नसो, त्याच्या विरोधात सरकारच्या परिषदांमध्ये आपण उभे राहिले पाहिजे. या अयोग्य ठिकाणी असणाऱ्या शक्तीच्या विध्वंसक उदयाची संभाव्यता आज अस्तित्वात आहे आणि भविष्यातही कायम राहणार आहे. आपण कधीही या युतीच्या वजनामुळे स्वातंत्र्य आणि लोकशाहीवादी प्रक्रिया धोक्यात येऊ देता कामा नयेत. आपण काहीही गृहीत धरता कामा नये.[27]

"जोपर्यंत आयसेनहॉवर मूलतः ज्याला 'लष्कर-उद्योग-काँग्रेस प्रतिनिधी युती' म्हणाले होते, त्याला आपण अटकाव करणार नाही, तोपर्यंत आपल्याकडे शांततेवर आधारित अर्थव्यवस्था येऊ शकणार नाही", असे एक नामवंत अभ्यासक म्हणतात.[28] या भाषणाच्या मूळ मसुद्यामध्ये आता प्रसिद्ध झालेल्या लष्कर-उद्योग युतीचाच एक भाग म्हणून काँग्रेस प्रतिनिधींच्या युतीचाही उल्लेख होता. अध्यक्ष आयसेनहॉवर यांची नात सुझॅन आयसेनहॉवर यांनी 25 जुलै, 2009 रोजी 'रियल टाइम विथ बिल मेहर' या कार्यक्रमात याची पुष्टी केली होती: "अध्यक्षांचे डेमोक्रेटिक पक्षाकडे असणाऱ्या काँग्रेसशी खूप चांगले संबंध होते आणि अध्यक्षपदावरून पायउतार होताना आरोप-प्रत्यारोपांमध्ये अडकायला नको, असे त्यांना वाटल्यामुळे त्यांनी 'काँग्रेस प्रतिनिधी' हा भाग वगळला." एका विश्लेषकांच्या मते'1950 च्या दशकापर्यंत काँग्रेसप्रतिनिधींनी या युतीमध्ये अधिकाराच्या स्थानी प्रवेश मिळवला. त्यामुळे मागील चाळीस वर्षांमध्ये या युतीला कोणीही लष्कर-उद्योग-काँग्रेस प्रतिनिधी युती (एमआयसीसी) म्हणणे समर्थनीय आहे."[29]

अमेरिकन युद्धपिपासूंसाठी शीतयुद्धाचा काळ हा सर्वोत्तम असला, तरी शीतयुद्धानंतरच्या काळातही त्यांनी काही फार वाईट कामगिरी बजावलेली नाही. दशकानुदशके 'एमआयसीसी' ही कशी उधळपट्टी करणारी, उत्पादनक्षमतेत अडथळा आणणारी आणि युद्धपिपासू राहिली आहे, हे – अध्यक्ष ओबामा यांचे माजी आर्थिक सल्लागार आणि क्लिंटन प्रशासनात चार वर्षे कामगार सचिव पदावर कार्यरत असणारे, बर्कले विद्यापीठाचे प्राध्यापक – रॉबर्ट बी. रीच यांनी दाखवून दिले आहे. त्यांनी लॉकहीड

मार्टिन, नॉर्थरोप ग्रुमन, बोईंग आणि रेथिऑन यांसारख्या संरक्षण साहित्याचे उत्पादन करणाऱ्या अमेरिकेतील दहा मोठ्या कंपन्यांची यादी दिली असून या कंपन्यांनी केवळ 2010 मध्ये अमेरिकन सरकारला विकलेल्या उत्पादनांमधून 73 अब्ज डॉलर्सपेक्षा अधिक नफा कमावला आहे.[30] खासगीकरण झालेला संरक्षण उद्योग, संरक्षण क्षेत्रातील कंत्राटदार आणि भाडोत्री सैन्य यांमुळे अमेरिकन अर्थव्यवस्थेचे अब्जावधी डॉलर्स का खर्च होतात, हे समजून घेण्यामध्ये पी. डब्ल्यू. सिंगर यांचे स्पष्टीकरण खूप समर्पक ठरते. 2003 साली सुमारे वीस हजारांहून खासगी अमेरिकन सैनिक किंवा भाडोत्री सैन्य इराकमध्ये लढले, तसेच बाल्कन प्रदेशापासून ते मध्य आशिया, पश्चिम आफ्रिका आणि अन्य प्रदेशातील अमेरिकेच्या मित्रराष्ट्रांकरिता लढण्यासाठी अमेरिकन 'लष्करी उद्योगसमुहातील' हजारो 'भाड्याने उपलब्ध असलेले सैनिक' कार्यरत असतात, हे आपल्याला सिंगर यांच्या साहित्यातून समजते. लोकशाही आणि मानवाधिकारांच्या तत्त्वांचे उल्लंघन करणाऱ्या या खासगी लष्कराच्या नफा कमावण्याच्या उद्देशांबाबत सिंगर तात्त्विक प्रश्न उपस्थित करतात. राष्ट्रीय सुरक्षेच्या नावाखाली या खासगी लष्करावर अमेरिकन करदात्यांचे अब्जावधी रुपये खर्च होत आहेत.[31] होनोलुलूमधील संरक्षण विभाग (डीओडी) महाविद्यालयातील (एपीसीएसएस) प्रस्तुत लेखकाच्या माजी इराकी विद्यार्थ्याने नाव गोपनीय ठेवण्याच्या अटीवर 'ब्लॅकवॉटर' या 1997 साली स्थापन झालेल्या खासगी अमेरिकन लष्करी कंपनीच्या सदस्यांनी इराकमध्ये केलेल्या कथित अत्याचारांबाबत लेखकाला माहिती दिली होती. याच कंपनीचे 2009 मध्ये झे सर्व्हिसेस एलएलसी असे फेरनामकरण करण्यात आले. 'नाटो'च्या फौजांनी 2003 मध्ये इराकचा ताबा घेतल्यापासून या लष्करी प्रशिक्षण घेतलेल्या नागरिकांच्या खासगी स्तरावर चालवल्या जाणाऱ्या भाडोत्री सैन्यातील सदस्यांनी मोठ्या प्रमाणावर इराकच्या नागरिकांची आणि उच्चस्तरीय लष्करी अधिकाऱ्यांची हत्या केली होती. भरपूर पैसा पुरवण्यात येणाऱ्या या खासगी तुकड्यांना शरणागती पत्करण्याचेही अधिकार होते आणि इराकच्या किंवा अफगाणिस्तानच्या पोलिसांकडून अटक होण्यापासून, तसेच इराकच्या व अफगाणिस्तानच्या न्यायालयांमध्ये खटला चालवला जाण्यापासून संरक्षण होते. अमेरिकन साम्राज्याची समस्या समजून घेताना हे मूल्यमापन सुसंगत ठरते.

अमेरिकेतील सरकारी यंत्रणेमागे हेच भाडोत्री सैन्य 'कार्यरत' आहे, असे ख्यातनाम इतिहासतज्ज्ञ चामर्स जॉन्सन यांना वाटते. अमेरिकेचे आपल्या देशाबाहेर जवळपास 130 देशांमध्ये 750 हून अधिक लष्करी तळ असण्यामागे जॉन्सन यांना काहीच तर्क आढळत नाही. हे तळ अमेरिकेवर दरवर्षी 100 अब्ज डॉलर्सहून अधिक किमतीचा आर्थिक बोजा लादतात, आपल्या शेजारी अमेरिकन फौजांचे अस्तित्व असल्याचा ज्या देशांना धोका जाणवतो, असे देश आणि अमेरिका यांच्यातील तणाव वाढवण्याचे काम हे तळ करतात. त्याचप्रमाणे, अमेरिका आणि तिची ग्राहक राष्ट्रे यांच्यातील आश्रयदाता-ग्राहक हे संबंध

कायम ठेवण्याचे कामही हे तळ करतात. इतके सगळे असूनही अमेरिका ही सद्दामच्या नेतृत्वाखालील इराक आणि अयातुल्लांच्या नेतृत्वाखालील इराण यांच्यासारख्या कच्च्या राष्ट्रांपासून आपण सुरक्षित नाही, अशी बतावणी करत असते. अमेरिकेने 2003 साली इराकमध्ये आक्रमण केल्यानंतर काही महिन्यांनी अमेरिकेचे माजी संरक्षणमंत्री डोनाल्ड रम्सफेल्ड यांनी लिहिले होते: "दहशतवादाविरुद्धचे जागतिक युद्ध आपण जिंकतो आहोत की हरतो आहोत, हे जाणून घेण्याचे मोजमाप आज आपल्याकडे नाही."[32] या पार्श्वभूमीवर अमेरिका स्वतःला कायम युद्धावस्थेत ठेवून (2010 च्या आकडेवारीनुसार) परदेशांतील 761 ठिकाणांवर सुमारे तीन लाख फौजा आणि 90000 खलाशी का तैनात करते आहे, हा प्रश्न अमेरिकनांनी, तसेच स्वातंत्र्य प्रिय असणाऱ्या जगभरातील लोकांनी विचारण्याची गरज आहे. अमेरिकेने जागतिक शांततेसाठी 'पुन्हा युद्ध शोधून काढण्याचे' थांबवावे, असे अमेरिकनांनीच आपल्या देशाला सांगण्याची वेळ आता आली आहे.[33] अमेरिकेने लॅबेनॉनवर केलेल्या आक्रमणाचाच परिणाम म्हणून बैरुतमध्ये 1983 साली अमेरिकन नौदलाच्या बराकीत आत्मघातकी हल्ला झाल्याचे जिमी कार्टर आणि कॉलिन पॉवेल यांनी विशद केले आहे:[34]

> आपण लेबनॉनमध्ये सैन्य पाठवले आणि तेथील अनेक लोकांमध्ये अमेरिकेबद्दल असणाऱ्या तीव्र द्वेष दिसण्यासाठी तुम्हाला केवळ लेबनॉन, सीरिया किंवा जॉर्डनमध्ये पोचावे लागेल. कारण, आपण बैरुत आणि आसपासच्या गावांमध्ये बॉम्बहल्ले आणि तोफांचा मारा केला आणि संपूर्णपणे निर्दोष असलेल्या गावकऱ्यांना—महिला आणि मुलांना, शेतकरी आणि गृहिणींना निर्दयीपणे ठार मारले. याचा परिणाम म्हणून जे प्रचंड चिडलेले आहेत, त्यांच्या मनांमध्ये आपण एकप्रकारचे सैतान बनलो. (कार्टर)

> आक्रमणापूर्वी बैरुतवरील डोंगराळ भागामध्ये 'यूएसएस न्यू जर्सी' तुकडीने दुसऱ्या महायुद्धाच्या शैलीत 16 इंची तोफगोळ्यांच्या माऱ्याला अशी काही सुरुवात केली की जणू आपण कोणत्यातरी पॅसिफिक किनाऱ्यांवरील प्रवाळी खडक फोडत होतो. अशा परिस्थितीमध्ये ज्या गोष्टीकडे दुर्लक्ष करायची आपली प्रवृत्ती असते, ती म्हणजे अन्य लोकांकडूनही यावर आपल्याइतकीच प्रतिक्रिया येणार आहे. (पॉवेल)

सोव्हिएत युनियनचा पाडाव आणि त्याचा परिणाम म्हणून रशियात निर्माण झालेले गोंधळाचे वातावरण, राजकीय आणि आर्थिक संकटानंतरही या लष्कर-उद्योग युतीने अमेरिकेमध्ये रशियाचा बागुलबुवा जिवंत ठेवला. अमेरिकन युद्धपिपासूंनी अमेरिकेच्या सुरक्षेला तातडीचा धोका म्हणून इस्लामी बागुलबुवा आणि सद्दाम हुसेन यांना, तर दीर्घकालीन प्रमुख शत्रू म्हणून चीनला शोधून काढले. रेगन यांचे संरक्षणमंत्री कॅस्पर वाइनबर्जर यांनी अमेरिकनांना आठवण करून दिली होती:

> जसा काळ पुढे सरकेल, तसा एनबीसी [आण्विक, जैविक आणि रासायनिक] शस्त्रास्त्रांनी निर्माण केलेला धोका अधिकाधिक गंभीरच होत जाणार आहे, त्यामुळे त्याची सवय

> करून घ्या... त्याचबरोबर आपल्याला हे लक्षात ठेवावे लागेल की आताच—आणखी तीन ते पाच वर्षांनी किंवा दशकभरानंतर नव्हे—रशिया तिच्या पंचवीस हजार अण्वस्त्रांसह एका दुपारीत अमेरिकेला बेचिराख करू शकते.[35]

वाइनबर्जर आणि त्यांच्या सहलेखकांनी अमेरिकेने संरक्षण खर्चामध्ये लक्षणीय कपात केल्याबद्दल शोक व्यक्त केला होता. या कपातीने अमेरिकेला उत्तर कोरिया, चीन, इराण, रशिया, आणि अगदी मेक्सिको आणि जपान यांच्याकडून होऊ शकणाऱ्या संभाव्य आक्रमणांसमोर अगदी उघड्यावर आणून बसवल्याचे त्यांना वाटत होते. अर्थसंकल्पात संरक्षणावरील तरतूद कमी केल्यामुळे त्यांनी बिल क्लिंटन आणि अगदी सीनियर बुश यांच्यावरही टीका केली होती. त्यांनी अमेरिकेवर 1998 मध्ये उत्तर कोरियाचे, 1999 मध्ये इराणचे आणि 2006 व 2007 मध्ये अनुक्रमे रशिया व जपानचे आक्रमण होणार असल्याचा अंदाज व्यक्त केला होता. विशेष म्हणजे, मागरिट थॅचर यांनीही या पुस्तकाला तितकीच धोक्याची घंटा वाजवणारी प्रस्तावना लिहिली होती.[36]

"अमेरिकेचा जन्म युद्धातून झाला होता आणि आजच्या दिवसापर्यंत अमेरिकेने सातत्याने वाढत्या वेगाने लढाई सुरू ठेवली आहे. नॉर्वेचे मुख्य धोरण हे कदाचित शस्त्रास्त्रांपेक्षा अधिक अर्थकारणाबाबत असू शकेल, परंतु अमेरिकेची धोरणात्मक उद्दिष्टे आणि अमेरिकेचे मुख्य धोरण यांची पाळेमुळे भीतीमध्ये आहेत",[37] असे जॉर्ज फ्रीडमन मांडतात. अमेरिकन परंपरावादी युद्धांचे उदात्तीकरण करतात. एकविसाव्या शतकाच्या सुरुवातीपासून अमेरिका ही 100 टक्के वेळ युद्ध करत आहे आणि येणाऱ्या दशकांमध्येही ती असेच करण्याची शक्यता आहे.[38] 2020 पर्यंत अमेरिकन लष्कराला इस्लामवाद्यांकडून नाही, तर रशिया व अन्य देशांकडून खूप वेगळ्या प्रकारच्या आव्हानांना सामोरे जावे लागेल का, हे नक्की सांगता येत नाही.[39] रशिया, तुर्कस्तान, जपान, मेक्सिको आणि पोलंड हे देश अमेरिकेच्या सुरक्षेला धोका म्हणून पुढे येत आहेत, या फ्रीडमन यांनी व्यक्त केलेल्या अंदाजामागे कोणतेही तर्कशास्त्र नाही. तथापि, पेंटॅगॉनची खासगी शाखा म्हणून पेंटॅगॉनच्या नियोजनकर्त्यांशी जवळून संलग्न असलेल्या 'स्ट्रॅटफोर्ड' या खासगी गुप्तचर संस्थेचे संस्थापक असलेल्या फ्रीडमन यांच्या दृष्टिकोनातून संरक्षण कंत्राटदार आणि विचारगट सदासर्वकाळ काय करत असतात, याचे प्रतिबिंब उमटते.[40] ते सातत्याने लष्कर-उद्योग युतीने आपल्या मायभूमीसाठी शोधून काढलेल्या धोक्यांना अधिमान्यता देत असतात.[41]

अमेरिका ज्यांनी जगाची हानी करत आहे, अशा शंभर मार्गांची यादीजॉन टिर्मन यांनी दिली आहे. त्यांनी यामध्ये अमेरिकन नेत्यांच्या मूर्ख कल्पनांची उदाहरणेही दिली आहेत. जॉर्ज डब्ल्यू. बुश यांना 'क्योटो नियमावलीला' विरोध करताना त्यामुळे अमेरिकन अर्थव्यवस्था 'मोडकळीस येईल' असे वाटत होते, तर 'वाहनांपेक्षा झाडांमुळे अधिक प्रदूषण होते' असे विधान करण्याइतके रेगन अतिभाबडे होते. फिलिपिन्सचे मार्कोस हे आशियातील सर्वांत लोकशाहीवादी नेत्यांपैकी एक आहेत, तसेच अंगोलाचे युद्धखोर नेते साविम्बी,

अनेकांचे हत्याकांड करणारे झैरेचे मोबुटू आणि पाकिस्तानचे इस्लामवादी लष्करी हुकूमशहा जनरल झिया-उल-हक यांना रेगन अमेरिकेचे सर्वांत चांगले मित्र समजत होते. यापूर्वी, चर्चा केल्याप्रमाणे अमेरिकेने अनेक हुकूमशहांशी मैत्री केली होती आणि सीआयएने विविध देशांमधील लोकनियुक्त सरकारे हटवली होती. 1960 च्या दशकाच्या सुरुवातीस सद्दाम हुसेन हासुद्धा सीआयएचा हस्तक होता आणि जनरल करीम क्वासिम यांची सोव्हिएतधार्जिणी इराकी राजवट उलथवण्यामध्ये गुंतलेला होता, हेसुद्धा दखल घेण्याजोगे आहे.[42]

सीआयएसोबत सहा वर्षे (1967–1973) काम केलेल्या चामर्स जॉन्सन यांनी जिंकणे शक्य नसलेल्या आणि अनावश्यक युद्धांमध्ये अमेरिकेला लोटल्याबद्दल प्रमाणाबाहेर वाढलेल्या लष्कर-उद्योग युतीला दोष दिला आहे. त्यांना बुश ज्युनियर बालिश व अपरिपक्व मूर्ख वाटतात. तथापि, माजी अध्यक्ष क्लिंटन यांनी सुदानमधील खार्टूम येथील औषधनिर्मिती प्रकल्पावर केलेला क्रूझ क्षेपणास्त्रांचा मारा आणि बेलग्रेडमधील चीन दूतावासावर 1999 मध्ये झालेले बॉम्बहल्ले यांमुळे जॉन्सन यांनाही धक्का बसला.[43] अमेरिकेच्या इतिहासातील सर्वांत वाईट अध्यक्षांचे उत्तराधिकारी म्हणून ओबामांना युद्धपिपासू अमेरिकनांना साम्राज्यवादाप्रति असलेल्या आकर्षणापासून दूर करण्यात आलेल्या अपयशामुळे जॉन्सन यांची निराशा झाली. ओबामांनी हुआंतानामोबे येथील कायदेबाह्य बंदी छावणी बंद केली नाही आणि, लष्करप्रमुख डेव्हिड पेट्रेअस आणि संरक्षण सचिव रॉबर्ट गेट्स यांच्यासह बुश यांच्या काळातील उचपदस्थ लष्करी अधिकारी आणि सल्लागारही बदलले नाहीत, असेही जॉन्सन यांनी नमूद केले आहे.[44]

अमेरिका मुक्त अर्थव्यवस्था आणि जागतिकीकरणाचा सर्वांत मोठी पुरस्कर्ता असूनही अमेरिकन शेतकऱ्यांना कृषी अनुदान देऊन ती मुक्त बाजारपेठेतील मूलभूत तत्त्वांचा भंग करत आली आहे. या अनुदानामुळे विकसनशील देशांवर दरवर्षी 350 अब्ज अमेरिकन डॉलर्सचा बोजा पडत असताना अमेरिकेकडून तिसऱ्या जगतातील देशांना परकीय मदत म्हणून दरवर्षी सुमारे 50 अब्ज डॉलर्स इतकी रक्कम दान करण्यात येते. तिसऱ्या जगतातील देशांना जैविकदृष्ट्या फेरफार केलेल्या (जेनेटिकली मॉडिफाइड - जीएम) बियाणांची निर्यात करू दिल्याबद्दल अमेरिकेला माफ करण्याचे काहीच कारण नाही. ही बियाणे त्या देशांच्या कृषिक्षेत्रासाठी अपायकारक ठरतात, त्यांच्या पीक वैविध्य कार्यक्रमाला हानी पोहचवतात आणि अखेर त्यांना केवळ जीएम बियाणांवरच अवलंबून राहण्यास भाग पाडतात.[45] 'तिसऱ्या जगतासाठीचा मार्शल प्लॅन' म्हणून बऱ्याचदा ज्याचे उदात्तीकरण केले जाते, तो प्रमाणाबाहेर प्रचार करण्यात आलेला 'फूड फॉर पीस' हा कार्यक्रम (पीएल 480) म्हणजे सधन अमेरिकन शेतकऱ्यांना कृषी अनुदान म्हणून अब्जावधी डॉलर्स देण्याचा आणि अमेरिकन उद्योगसमूहांच्या फायद्यासाठी तिसऱ्या जगताला खते व रसायने विकण्याचा आणखी एक मार्ग होता आणि त्याने 1960 पासून 1989 पर्यंत श्रीमंत आणि गरीब देशांमधील तफावत दुपटीने वाढवली.[46]

प्रसारमाध्यमांचा खोटारडेपणा आणि सरकारची फसवेगिरी

अमेरिकन लोक हे राजकारण, अर्थकारण, देशांतर्गत व परराष्ट्र धोरणे याबाबत अनभिज्ञतेच्या अवस्थेत जगत असल्यामुळे श्रीमंत आणि प्रभावशाली 'एक टक्का' लोकांकडून गरीब व अधिकारहीन '99 टक्के' लोकांच्या होणाऱ्या शोषणाबाबत ते उदासीन असतात. *न्यूयॉर्क टाइम्स* हे बहुधा जगातील सर्वोत्कृष्ट वृत्तपत्र असले आणि *वॉशिंग्टन पोस्ट*ही त्याच्यापेक्षा फारसे पिछाडीवर नसले, तरी जेव्हा अमेरिकेच्या परराष्ट्र धोरणाच्या क्षेत्राचा किंवा गरीब व बेरोजगार अमेरिकनांचे हित जपण्याचा मुद्दा येतो, तेव्हा ही वृत्तपत्रे सर्वोत्कृष्ट नसतात, असे निरीक्षण चॉम्स्की नोंदवतात. मुख्य प्रवाहातील अमेरिकन प्रसारमाध्यमांचे वर्णन त्यांनी गरीबविरोधी, युद्धधार्जिणी आणि जागतिकीकरणाच्या बाजूने असणारी, असे योग्य प्रकारे केले आहे. जागतिकीकरणविरोधी शक्तींना ही प्रसारमाध्यमे प्रगतीविरोधी आणि पृथ्वीवरील ब्याद मानतात. अमेरिकेने इराकमध्ये आक्रमण केल्यानंतर दोन वर्षांनी2005 मध्ये *न्यूयॉर्क टाइम्स*ने 'संयुक्त फौजांमुळे इराकमध्ये सुमारे 500 नागरिकांचा मृत्यू झाल्याचा' अंदाज व्यक्त केला होता, जेव्हा प्रत्यक्षात हा आकडा एक लाखाच्या पलीकडे होता.[47] तरीही दुसऱ्या एका वृत्तान्तामध्ये, *न्यूयॉर्क टाईम्स*ने अमेरिकेची आर्थिक राजधानी असलेल्या न्यूयॉर्कमधील विविध इमारतींवर, तसेच वॉशिंग्टन डी.सी. मधील जागतिक बँक व आंतरराष्ट्रीय नाणेनिधीच्या (आयएमएफ) इमारतींवर बॉम्बहल्ले करण्याचा अल् कायदाचा कट असल्याचे बनावट वृत्त ऑगस्ट 2004 मध्ये (जॉर्ज बुश पुन्हा निवडून आले, त्या अध्यक्षीय निवडणुकीच्या तीन महिने आधी) प्रसिद्ध केले होते.

> या वृत्ताचे मथळे भव्य होते आणि सोबत या इमारतींचे रक्षण करणाऱ्या विशेष पथकांची छायाचित्रे होती...अमेरिकेत देशांतर्गत जिहादी हस्तक असल्याचे या कथेमध्ये ठामपणे सूचित करण्यात आले होते... आणि या वृत्ताने केवळ अनाठायी भीती पुन्हा प्रस्थापित केली, ज्याने तीन महिन्यांनंतर जॉर्ज डब्ल्यू. बुश यांना सहजपणे दुसऱ्यांदा निवडून आणले, तो भाग 'टाइम्स' किंवा 'दि पोस्ट'च्या कथेचा भाग कधीच नव्हता.[48]

अमेरिकेचा दुटप्पीपणा, राजकीय भ्रष्टाचार, साम्राज्यवादी संरचना आणि लोकशाही व स्वातंत्र्याच्या नावाखाली जगभरात अमेरिकेने केलेले युद्धगुन्हे हे प्रकाशात आणण्याचे काम चॉम्स्की यांच्यापेक्षा अधिक चांगल्या रीतीने बहुधा कोणत्याच अमेरिकन अभ्यासकाने केले नसावे. 'गोंधळलेल्या कळपाला काबूत ठेवण्यासाठी' सरकारी जनसंपर्क संस्था आणि खासगी मालकीची प्रसारमाध्यमे यांच्या माध्यमातून मते निर्माण करून आणि संमती घडवून जनमानस नियंत्रित करण्याच्या अमेरिकन कला आणि शास्त्राचे पटण्याजोगे वर्णन आणि विश्लेषण त्यांनी केले आहे. इतिहासातील आणि समकालीन दस्तावेजांच्या अनुषंगाने त्यांनी बाबी स्पष्ट केल्या आहेत. क्रील आयोग म्हणून ओळखल्या जाणाऱ्या अध्यक्ष विल्सन यांच्या प्रचार आयोगाने 1916 साली अगदी शांततावादी असलेल्या

अमेरिकनांचे अवघ्या सहा महिन्यांत शिताफीने मन वळवून त्यांना देशभक्तीच्या नावाखाली, जे जे म्हणून जर्मन असेल त्या सर्वांचा तिरस्कार आणि नाश करण्यासाठी "उन्मत्त, युद्धपिपासू जनता" बनवल्याचा वृत्तान्त चॉम्स्की मांडतात.[49] या आयोगाचे अध्यक्षपद भूषवणाऱ्या जॉर्ज क्रील यांनी केलेल्या खुलाशानुसार विल्सन प्रशासनाने यासाठी सुमारे पन्नास लाख डॉलर्सचा खर्च केला होता, 5200 समुदायांमध्ये काम करणारे सुमारे 75,000 वक्ते नेमले होते आणि त्यांनी पहिल्या महायुद्धातील अमेरिकेच्या सहभागाचे समर्थन करणारी सुमारे 755,190 भाषणे केली.[50]

सामाईक हित हे नेहमी 'सर्वसामान्य जनतेच्या हातून निसटून जात असल्याने' लोकशाही राष्ट्रांनी जनमत घडवलेच पाहिजे, अशीधारणा असणारे ख्यातनाम विचारवंत आणि पत्रकार वॉल्टर लिपमन यांचाही उल्लेख चॉम्स्की करतात.[51] "जनतेला परदेशातील साहसी कृती, हत्याकांड आणि छळ यांमध्ये सहभागी होण्याचे कोणतेच कारण दिसत नाही. त्यामुळे, तुम्हाला त्यांना भडकवावे लागते. आणि *जनतेला भडकवण्यासाठी तुम्हाला त्यांना घाबरवावे लागते.*" (शब्दांवर भर दिला आहे). असा मुद्दा चॉम्स्की मांडतात.[52] 9/11 च्या हल्ल्यापासून बुश प्रशासनाने सद्दाम हुसेनविरोधात यशस्वीपणे जागवलेला जनउन्माद पाहता, सत्ताधाऱ्यांनी वास्तवाचा अपलाप करून, तसेच धादांत खोटारडेपणा आणि लबाडीने पसरवलेली भीती ही अन्यायकारक युद्धांचे समर्थन करण्यासाठी आवश्यक असते, यावर विश्वास ठेवण्यासाठी आपल्याकडे कारण आहे. परकीय भूमीवरील आपल्या विध्वंसक युद्धांचे समर्थन करण्यासाठी अमेरिकन नेत्यांनी, सामान्य अमेरिकन नागरिकाला घाबरवण्याकरिता प्रसारमाध्यमे आणि त्यांच्या प्रचारयंत्रणेचा यशस्वी वापर केला. सद्दाम हुसेनच्या पाडावानंतर इराकचे भावी नेते म्हणून प्रकाशात आलेले लंडनस्थित इराकी बँक अधिकारी अहमद चालाबी यांनी 1991 मध्ये असे निरीक्षण नोंदवले होते की "सद्दाम हुसेनला पुढे साजेशा अधिकाऱ्यामार्फत (अमेरिकेच्या पाठिंब्याने लष्करी उठाव घडवून) उलथवून टाकता येऊ शकेल, या आशेवर अमेरिका सद्दामने बंडखोर सैनिकांची निर्घृण हत्या करण्याची वाट पाहत बसली होती."[53]

रेगन आणि त्यांच्या 'युद्धनौका' (गनबोट) मुत्सद्देगिरीचे समर्थन करणाऱ्या टोळीनेही युद्धाचे उदात्तीकरण केले होते आणि लोकांमध्ये लष्करी मूल्यांबाबत आदर निर्माण करण्यावर त्यांचा विश्वास होता. व्हिएतनाममधील आरिष्टानंतर अमेरिकेच्या सामूहिक मानसिकतेतून लष्करी बळाचा वापर करण्याबाबतचा रोगट संकोच त्यांना नष्ट करायचा होता. रेगन आणि त्यांच्या सहकाऱ्यांनी याचे 'व्हिएतनाम सिंड्रोम' किंवा 'परदेशी भूमीवर अमेरिकन फौजांना एकत्र आणण्याविरोधातील जनसंकोच', असे समर्पक नामकरण केले होते. प्रसारमाध्यमांचा यशस्वी वापर आणि सरकारच्या फसवेगिरीमुळे रेगन यांच्या अध्यक्षपदाच्या काळापासून सामान्य अमेरिकन हा जगभरात कुठेही सुरू असलेल्या अमेरिकेच्या युद्ध प्रयत्नांना पाठिंबा देण्यात पूर्वीपेक्षा अधिक उत्साही आहे. प्रतिष्ठित

मॅसेच्युसेट्स विद्यापीठामध्ये 1991 साली झालेल्या एका सर्वेक्षणाला प्रतिसाद देताना अनेक अमेरिकन विद्यार्थ्यांनी व्हिएतमानमधील अमेरिकेच्या दशकभराच्या आक्रमणादरम्यान सुमारे एक लाख व्हिएतनामींचा मृत्यू झाल्याचा अंदाज व्यक्त केला होता, जेव्हा मृत्युमुखी पडलेल्या व्हिएतनामींचा अधिकृत आकडा वीस लाखांच्या आसपास होता आणि खरा आकडा तर बहुधा तीस ते चाळीस लाख इतका होता.[54]

साधारणतः दर दहा वर्षांनी — बऱ्याचदा अमेरिकेतील सत्ताधारी उच्चभ्रू आणि प्रसारमाध्यमांनी पुन्हा तयार केलेल्या किंवा शोधून काढलेल्या – नव्या शत्रूंप्रतिच्या अमेरिकेच्या वाढत्या युद्धप्रियतेच्या पार्श्वभूमीवर आपल्याला पुढील गोष्टी समजून घेण्याची गरज आहे: (अ) लोकशाही राष्ट्रांमध्ये आवश्यक भ्रम किंवा विचारनियंत्रण कशा प्रकारे काम करते? आणि (ब) ही प्रक्रिया अशीच सुरू राहिल्याची परिणती आगामी भविष्यात अमेरिकेने आणि तिच्या मित्रराष्ट्रांनी अधिक युद्धे आणि नव्या लक्ष्यांवर आक्रमणे करण्यात का होणार आहे? प्रसारमाध्यमांच्या फसव्या हाताळणीमार्फत जनतेचा पाठिंबा मिळाला, तरीही साम्राज्यवादी हे 'तेच युद्ध, भिन्न लक्ष्य' या ब्रीद वाक्याचे पालन करतात.[55] लोकशाही राष्ट्रे ही एकमेकांशी युद्ध करत नाहीत, तर ती लोकशाही आणि स्वातंत्र्याच्या नावाखाली अन्य राष्ट्रांवर आक्रमण करतात, हे अमर्त्य सेन यांचे विधान बहुधा बरोबरच आहे.

पूर्वाश्रमीचे सैनिक असणारे अभ्यासक बेसविच यांच्या मते अमेरिकन लोक "लष्करवादास बळी पडले आहेत, सैनिकांच्या स्वप्नील दृष्टिकोनातून स्वतःला व्यक्त करत आहेत... त्याच्या कल्पनारम्य उद्दिष्टांनी स्वतःला अमेरिकेच्या आधुनिक धोरणातील विशिष्ट घटक म्हणून प्रस्थापित केले होते." त्यांच्या मते, नवा अमेरिकन लष्करवाद हा केवळ 9–11 च्या हल्ल्यानंतर नव्हे तर बरीच दशके उत्क्रांत होत आला आहे आणि लष्करी तत्त्वमीमांसा व निर्वाणाची महत्त्वाकांक्षा यांचे मीलन न संपणाऱ्या युद्धांकडे घेऊन जाऊ शकते. "अमेरिका 11 सप्टेंबर या दिवशी बदलली नाही, तर केवळ अधिक स्वतःसारखी बनली" म्हणजेच, अमेरिकेने केवळ मागील सहा दशकांमध्येच नाही, तर "मागील चार शतकांमधील अधिकतर काळात" विकसित झालेल्या लष्करवादाच्या वारशाचे उदात्तीकरण करण्यास सुरुवात केली, या रॉबर्ट कॅगन यांच्या मताशी बेसविच यांनी सहमती दर्शवली आहे. बेसविच यांनी मायकेल इग्नेटिफ आणि मॅडेलिन ऑलब्राइट यांचेही संदर्भ दिले आहेत. 'साम्राज्यही लोकशाहीसाठी पूर्वअट बनली आहे', असे इग्नेटिफ यांना वाटते, तर ऑलब्राइट यांनी कॉलिन पॉवेल यांना 'तुम्ही नेहमी ज्याबद्दल बोलत असता, त्या उत्कृष्ट लष्कराचा आपण वापरच करू शकत नसू, तर हे लष्कर बाळगण्यात अर्थच काय?', असे विचारल्याचे सांगितले जाते.[56]

परिणामतः, अमेरिका वाइनबर्जर तत्त्वाला अनुसरून चालत होती, त्या 2001 ते 2009 या काळात अमेरिकन लष्कराची आर्थिक तरतूद प्रतिवर्षी 12 टक्क्यांपेक्षा अधिक प्रमाणात वाढली. रेगन यांचे संरक्षणमंत्री असलेल्या कॅस्पर वाइनबर्जर यांना अमेरिकेने

व्हिएतनाममध्ये केलेल्या चुकांची पुनरावृत्ती नको होती. याच तत्त्वानुसार अमेरिकेने इराकमध्ये 1991 आणि 2003 मध्ये वेगवान आणि निर्णायक विजय मिळवण्यासाठी मोठ्या संख्येने फौजा वापरल्या होत्या. अमेरिकेच्या 1992 च्या संरक्षण नियोजन मार्गदर्शन (डीपीजी) अहवालामध्ये वाइनबर्जर व्यूहरचनेचे प्रतिबिंब पाहायला मिळते. नव्या शत्रूंनी डोके वर काढू नये यासाठी परोपकारी जागतिक वर्चस्वाच्या नावाखाली अमेरिकेने संरक्षण क्षेत्रावर अधिकाधिक खर्च करण्यास सुरुवात केली. 2007 पर्यंत अमेरिकेने दरवर्षी संरक्षण क्षेत्रावर 622 अब्ज डॉलर्स इतका खर्च करण्यास सुरुवात केली. हा खर्च म्हणजे दरडोई 2065 डॉलर्स इतका असून त्यातुलनेत ब्रिटनचा संरक्षणावरील खर्च दरडोई 1000 डॉलर्स, फ्रान्सचा 845 डॉलर्स, जर्मनीचा 430 डॉलर्स आणि जपानचा 340 डॉलर्स इतका आहे. अमेरिकेने शीतयुद्ध काळातील पंचेचाळीस वर्षांमध्ये केला होता, त्यापेक्षा बर्लिनची भिंत पडल्यानंतरच्या पहिल्या 15 वर्षांमध्ये अमेरिकेचा परदेशी भूमीवरील (आक्रमण केलेल्या देशांमधील) लष्कराचा वापर लक्षणीयरीत्या वाढला.[57] 2011 साली अमेरिकेने संरक्षण क्षेत्रावर 739.3 अब्ज डॉलर्स म्हणजे, त्या वर्षी उर्वरित जगाने संरक्षणावर केलेल्या एकूण खर्चाच्या 45.7 टक्के इतका खर्च केला.[58]

टिर्मन मांडतात, ते योग्यच आहे:

> याचा परिणाम म्हणून अमेरिकेचे अनेक देशांसोबतचे संबंध हे त्या देशांची महागडे संरक्षण साहित्य विकत घेण्याच्या क्षमतेवर आकाराला आले आहेत... या साहित्याची आता त्या देशांना आपल्यापेक्षा अधिक गरज नाही... अमेरिकेला काळजी कशाची आहे? तर ती लॉकहिडमार्टिन आणि हॉलिबर्टन व अन्य कंपन्यांच्या नफ्याची.

सर्वांत शेवटी आणि तितकेच महत्त्वाचे म्हणजे संरक्षण कंत्राटदारांची "काँग्रेस प्रतिनिधी आणि खुद्द अध्यक्षपदावरही" असलेली घट्ट पकडही "या पद्धतींमुळे होणारे नुकसान सुधारेल किंवा त्यावर मर्यादा घालू शकेल, असे प्रवाहबदल" करू देत नाही. दहशतवादाविरुद्धच्या युद्धाला सुरुवात झाल्यामुळे लष्कर-उद्योग युती अधिक बळकट झाली असून येणाऱ्या वर्षांमध्ये हीच नवी सामान्य गोष्ट राहील.[59] लष्कर-उद्योग आणि काँग्रेसप्रतिनिधींचे दबावगट हे नियमितपणे अध्यक्षांपेक्षा वरचढ ठरतात किंवा डावपेचांत त्यांच्यावर मात करतात. ओबामांना हुआंतानामो बे येथील तुरुंग छावणी बंद करण्यात (2008 मध्ये त्यांच्या पहिल्या अध्यक्षीय निवडणुकीच्या प्रचारादरम्यान आश्वासन देऊनही) आलेले दारुण अपयश हे काँग्रेसमंडळाच्या प्राबल्याचे उदाहरण असून याच काँग्रेसमंडळाने जून, 2013 मध्ये ही छावणी बंद करण्याच्या प्रस्तावाला विरोध केला होता.[60] अमेरिकन लष्कराच्या नागरी सरकारवर असलेल्या शक्तिशाली प्रभावाचे आणखी एक उदाहरण म्हणून अमेरिकन फौजांच्या हातून इराकच्या नागरिकांचा छळ व हत्या झाल्याची सात लाख कागदपत्रे चोरून 'विकिलिक्स'ला पुरवल्या प्रकरणी अमेरिकन लष्करातील सैनिक ब्रॅडली मॅनिंग याला

2010 मध्ये अटक झाल्यापासून त्याच्याविरुद्ध लष्करी न्यायालयामध्ये सुरू असलेल्या खटल्याकडे पाहता येईल. अमेरिकन प्रसारमाध्यमे याबाबतचे वृत्त क्वचितच प्रसिद्ध करतात.[61] गौप्यस्फोट करणाऱ्या ब्रॅडली मॅनिंगला सोडून दिले पाहिजे, कारण "मॅनिंगने लोकांना सत्याची ओळख करून देऊन आपली [अमेरिकनांची] महान सेवा केली आहे... इराक/अफगाणिस्तान युद्धांमध्ये काय घडत होते, याबाबतच्या सत्याची अमेरिकनांना माहिती देणे हे त्याचे उद्दिष्ट होते", असे 2008 आणि 2012 मध्ये रिपब्लिकन पक्षातर्फे अध्यक्षपदाचे उमेदवार असलेल्या रॉन पॉल यांना वाटते.[62] रॉन पॉल हे मॅनिंग आणि एडवर्ड स्नोडेन (अमेरिका आपल्याच नागरिकांवर हेरगिरी करत असल्याची हजारो कागदपत्रे प्रसिद्ध करणारा, वॉशिंग्टनला हवा असलेला आणखी एक जागल्या [व्हिसलब्लोअर]) यांना आपल्याच लोकांपासून गोष्टी लपवू इच्छिणाऱ्या अमेरिकन साम्राज्याचे बळी मानतात. या गौप्यस्फोट करणाऱ्यांची तुलना पॉल,1971 मध्ये व्हिएतनाम युद्धाबाबतचा अमेरिकेचा खोटारडेपणा आणि लबाडी उघड करणारे अत्यंत गोपनीय 'पेंटॅगॉन पेपर्स' प्रसिद्ध करणाऱ्या डॅनिएल एल्सबर्ग यांच्याशी करतात.[63]

शांततेबाबत टर्मिन जितके प्रक्षोभक आणि मर्मभेदकपणे व्यक्त होतात, तितकेच चॉम्स्कीही उत्कट आहेत. एखाद्याला त्यांची टोकाची मते पटणारही नाहीत, तथापि शांतता आणि न्यायाप्रति त्यांना असलेल्या आत्यंतिक प्रेमामुळे ते आपल्या दखल आणि आदरास पात्र आहेत. अमेरिकन युद्धपिपासू कशा प्रकारे नियमितपणे नवे हिटलर निर्माण करत आहेत, हे चॉम्स्की स्पष्ट करतात. "ते एकामागोमाग एक यावेच लागतात. तुम्ही जनतेला घाबरवून सोडा, त्यांच्यामध्ये दहशत निर्माण करा, त्यांना धमकावत राहा, म्हणजे त्यांना प्रवास करण्याचीही प्रचंड भीती वाटेल आणि ते भीतीखाली दबकून राहतील. मग तुम्ही ग्रेनेडा, पनामा किंवा तिसऱ्या जगतातील अशाच कोणत्यातरी दुबळया लष्कराविरुद्ध देदीप्यमान विजय मिळवा", असे निरीक्षण चॉम्स्की नोंदवतात.[64] "आपण कर्तव्यदक्ष आहोत, हे दाखवण्यासाठी अमेरिकेला साधारणतः दर दहा वर्षांनी एखाद्या लहानशा देशाला पकडून कोंडीत गाठावे लागते," असे योग्य निरीक्षण अमेरिकन एंटरप्राइज इन्स्टिट्यूटचे मायकेल लीडिन नोंदवतात. या तर्कशास्त्रानुसार पहिले आखाती युद्ध संपल्यानंतर अल्पावधीतच उत्तर कोरिया हे 'पुढचे विश्वासघातकी राष्ट्र' म्हणून समोर आले.[65] व्हाइट हाउसच्या प्रवक्त्यांनी जुलै 2003 मध्येच सीरिया, लिबिया आणि क्युबायांचा उल्लेख 'दुष्ट अक्षावरील छोटे गट' असा केला होता[66] (अमेरिकेचे माजी अध्यक्ष जॉर्ज बुश यांनी 2002 मध्ये सर्वप्रथम इराण, इराक आणि उत्तर कोरिया या देशांचा उल्लेख 'ॲक्सिस ऑफ एव्हिल' म्हणजेच दुष्टांचे अक्ष असा केला होता.).

युद्ध आणि संघर्षामुळे लष्कर-उद्योग युतीच्या हाती घबाड लागते. लष्करवादाच्या अर्थकारणाचा बाजारपेठीय नियम व अटींना अतिशय स्वैरपणे धुडकावून लावण्याचा, बाजारपेठीय शक्तींचा जराही परिणाम न जाणवणाऱ्या प्रशासकीय निर्णयांना अनुसरून,

परंतु आतल्या गोटातील प्रभावाला आणि साट्यालोट्याच्या भांडवलवादाला नेहमीच तातडीने प्रतिसाद देणारा स्वत:चा असा स्वतंत्र मार्ग असतो. संरक्षण कंत्राटदार, तसेच केलॉगब्राउन अँड रूट यांसारखे संरक्षण साहित्याचे उत्पादक या हॅलिबर्टन कंपनी आणि बेक्टेल ग्रुपच्या उपशाखा आहेत. त्यामुळे ब्राउन अँड रूट ही माजी उपाध्यक्ष डीकचेनी यांची जुनी कंपनी होती आणि बेक्टेल कंपनीचे सीआयए आणि रिपब्लिकन पक्षाच्या आघाडीच्या नेत्यांसोबत जुने संबंध आहेत, हा योगायोग नाही. काँग्रेस मंडळ जनतेचा पैसा या कंपन्यांना सरळसरळ वाटून टाकते. 2004 मध्ये काँग्रेसने क्षेपणास्त्र संरक्षणासाठी एका कंपनीला 7.4 अब्ज डॉलर दिले होते. अमेरिकेचे संरक्षण करण्याच्या नावाखाली अब्जावधी डॉलर्स कमावणाऱ्यांपैकी लॉकहिडमार्टिन आणि बोईंग हे आघाडीचे कंत्राटदार आहेत.[67] उदाहरणच द्यायचे झाल्यास टोमाहॉकक्रुझ या एका क्षेपणास्त्राची किंमत साधारणत: दहा ते पंधरा लाख डॉलर्स इतकी आहे आणि मार्च 2011 मध्ये अमेरिकेच्या नेतृत्वाखालील फौजांनी लिबियात आक्रमण केल्याच्या पहिल्या दिवशीच गदाफी निष्ठावंतांवर अशा 112 क्षेपणास्त्रांचा मारा केला होता. म्हणजेच, लिबियातील हल्ल्याच्या पहिल्याच दिवशी अमेरिकेने केवळ क्रुझक्षेपणास्त्रांवर 11.2 ते 16.8 कोटीडॉलर्स खर्च केले.[68] अन्य काही संरक्षणसाहित्य तर यापेक्षाही महागडे आहे. एका 'एफ-22 रॅप्टर' लढाऊ विमानाची किंमत 13.5 कोटीडॉलर्स, तर 'एसी-130 यूगनशिप' या लढाऊ विमानाची किंमत 19 कोटीडॉलर्स इतकी आहे.एका 'एफ-117 ए नाइटहॉक'ची किंमत 12.2 कोटीडॉलर्स असून एका 'बी-2 स्टेल्थ बॉम्बर' विमानाची किंमत तर 2.2 अब्ज डॉलर्सच्या घरात आहे. पेंटॅगॉनने अलीकडेच एफ-35 विमानांच्या जीवनकाळाचा (पुढील पन्नास वर्षांपर्यंतचा) खर्च तब्बल 1510 अब्ज डॉलर्सइतका असेल, असा अंदाज वर्तवला आहे.[69]

त्यामुळे युद्धात उतरणे, त्याचप्रमाणे संरक्षणसाहित्य निर्माण करणे हे सर्वार्थाने पैसा कमावण्याशी संबंधित असते. 'नवी अधिमान्यता निर्माण करणे, 'राष्ट्रीय सुरक्षेच्या पुनरुद्धारासाठी' कवाडे खुली करणे आणि त्याच वेळी जगातील विविध भागांमध्ये अमेरिकेतर्फे करण्यात येणाऱ्या थेट लष्करी कारवायांना समर्थन मिळवून देणे हा यामागचा छुपा कार्यक्रम आहे', असा मुद्दा चॉसुडो वस्की मांडतात. त्यांच्या मते,

> अमेरिकन अर्थव्यवस्थेच्या या नव्या दिशेमुळे शेकडो अब्ज डॉलर्सचा अतिरिक्त नफा उत्पन्न होणार असून हा नफा हाताच्या बोटावर मोजण्याइतक्या मोठ्या उद्योग समूहांच्या खिशात जाणार आहे. नागरी अर्थव्यवस्थेने काढून टाकलेल्या विज्ञान, तंत्रज्ञान आणि व्यावसायिक क्षेत्रातील विशेष निपुण कामगारांच्या रोजगारांचे पुनर्वसन करण्यामध्ये या नफ्याचे योगदान नगण्य असले तरी अमेरिकन कॉर्पोरेट व्यवस्था ही नफ्याची खाण — तथाकथित 'परकीय गुंतवणुकीच्या' नावाखाली — जगातील विविध भागांमध्ये अमेरिकेच्या साम्राज्याचा विस्तार करण्यासाठी अर्थपुरवठा करणार आहे.[70]

युद्ध हा व्यवसाय असल्यामुळे 1985 साली इस्लामी क्रांतीच्या रक्षकांच्या सैन्याने पकडलेल्या अमेरिकन ओलिसांच्या सुटकेसाठी इराणला इस्रायलच्या मार्फत शस्त्रास्त्रांची विक्री करण्यात अमेरिकेला कोणताच संकोच वाटला नाही. (हे प्रकरण 'इराण-काँट्रा-गेट अफेअर म्हणून ओळखले जाते.) अमेरिकेने 1980 च्या दशकात सद्दाम हुसेनला ही रासायनिक शस्त्रास्त्रे विकली होती आणि त्यानेही शस्त्रास्त्रे इराणी आणि कुर्द बंडखोरांविरुद्ध वापरली.[71]

अरब, पॅलेस्टिनी आणि एकूणच मुस्लिमांविरोधातील अमेरिकन प्रसारमाध्यमांचा पक्षपात सर्वज्ञता आहे. याबाबत विल्यम सफायर यांच्या दुटप्पीपणाचा उल्लेख करता येईल. एकीकडे त्यांनी कुर्द स्वातंत्र्यसैनिकांच्या स्वायत्ततेच्या न्याय्य महत्त्वाकांक्षांच्या आणि त्यांच्या संस्कृतीचा आदर करण्याच्या बाजूने लेखन केले होते, त्याच वेळी पॅलेस्टाईन मुक्ती संघटनेचे (पीएलओ) नेते यासर अराफत याचे वर्णन 'इराणच्या आयातोल्लांची गळाभेट घेणारे' असे करण्यात सफायर यांना काहीच गैर वाटले नाही, अराफत यांना केवळ इस्रायल-व्याप्त प्रदेशाचीच स्वायत्तता नको होती, तर संपूर्ण इस्रायल हेच पॅलेस्टिनी राष्ट्र असल्याचा त्यांचा दावा होता.[72] तथ्यांची अशी मोडतोड पाहता, पाश्चात्त्य वर्चस्वापासून मुक्त असलेल्या पर्यायी जागतिक प्रसारमाध्यम व्यवस्थेमध्ये माध्यमांचा प्रवेश वैविध्यपूर्ण बनवण्यासाठी जगाला 'नव्या जागतिक माहिती रचनेची' गरज आहे, याबाबत आपले दुमत होऊ नये.[73]

तथापि, असहमती दर्शवणाऱ्या कोणत्याही आवाजाला, पाश्चात्त्य जग कसे राक्षसी ठरवते, हे आपल्याला माहीत आहे, अगदी तुलनेने अरबधार्जिणा असलेला माध्यम समूह अलजझिराने (जो स्वायत्त माध्यमसमूह नाही) विशेषतः गाझा आणि लेबनॉनमध्ये केलेल्या आक्रमणासंदर्भात आणि अमेरिकन/नाटो फौजांच्या इराकमधील आक्रमणासंदर्भात नाण्याची दुसरी बाजू दाखवल्याने त्याच्याही बाबतीत हेच झाले. निक्सन प्रशासनाला 1971 साली *पेंटॅगॉनपेपर्स* प्रसिद्ध होण्यास आडकाठी करायची होती आणि अमेरिकन सरकारने, विशेषतः व्हिएतनामयुद्धासंदर्भात आपल्या लोकांच्या गळी वेळोवेळी उतरवलेल्या काही असत्य गोष्टी उघड केल्याबद्दल मुक्त प्रसारमाध्यमांना निक्सन प्रशासनाने 'भांडकुदळ माध्यमे, दुराग्रही माध्यमे आणि सर्वव्यापी माध्यमे' मानले होते, याचाही उल्लेख येथे करता येईल. ट्रुमन यांनी ज्याप्रमाणे मोजके वॉलस्ट्रीटवरील वकील आणि बँकप्रतिनिधी यांच्या मदतीने राज्यकारभार हाकला, त्याचप्रमाणे रेगन यांच्याकाळापासून अमेरिकेची लोकशाही कशीबशी चालली आहे. अमेरिकेतील प्रमुख किंवा उच्चभ्रू प्रसार माध्यमे सुखवस्तू प्रेक्षकांच्या गरजा आणि हितसंबंध भागवणारे उद्योगसमूह असल्याने खरी लोकशाही ही कायम मंदित अवस्थेतच राहिली आहे.[74]

आपले सरकार युद्ध आणि आपल्या देशाकडून परदेशी भूमींवर करण्यात येणाऱ्या आक्रमणांबाबत जे सांगते, त्यावर विश्वास न ठेवणारे बरेच अमेरिकन अभ्यासक आहेत. ते साम्यवादी नाहीत, सेमिटिक-विरोधी धर्मांध नाहीत आणि अल-कायदाचे गुप्त प्रशंसक किंवा

कटकारस्थान रचणारे नाहीत. नोम चॉम्स्की, चामर्स जॉन्सन, हॉवर्ड झिन, अँड्र्यूबेसविच आणि विल्यम ब्लम यांच्यापैकी कुणीचवर नमूद केलेल्या प्रकारांमध्ये बसत नाहीत. म्हणूनच, 9–11 हल्ल्यांबाबत अमेरिकन सरकारच्या आवृत्तीविषयी ब्लम यांनी घेतलेल्या संशयाला 'अर्थशून्य' म्हणून केराची टोपली दाखवता येणार नाही.ते जगाला सांगतात:

> त्या दुर्दैवी दिवशी काय घडले होते, याविषयीच्या सरकारच्या अधिकृत निवेदनातील (ओजीव्ही) गंभीर विसंगती आणि उघड असत्य याची मला चांगलीच जाणीव आहे. (खरे बोलणाऱ्यांना 'कटकारस्थान मांडणारे' म्हणून निकालात काढण्यापूर्वी, विशिष्ट 19 जणांनी या हल्ल्याचा कट रचला होता, यांसारख्या कपोलकल्पित गोष्टी सांगणारी ओजीव्ही ही अक्षरशः 'कारस्थानी मांडणी' होती, याची दखल घेतली पाहिजे.) न्यूयॉर्कमधील इमारती या मूलतः स्फोटकांचा, त्याचप्रमाणे ढिगाऱ्यामध्ये आढळलेल्या विशिष्ट ज्वालाग्राही पदार्थांचा वापर करून नियंत्रितरीत्या घडवलेल्या स्फोटांमुळे पडल्या होत्या, असे दिसते.[75]

हे हल्ले म्हणजे अंतर्गत कामगिरी होती, असे सांगून ब्लम थांबत नाहीत, तर ते सवाल करतात: 'सरकारला जर त्यांच्या सर्वव्यापी कान आणि डोळ्यांमुळे मध्यपूर्वेतील दहशतवाद्यांच्या कटाविषयी काही काळ आधीच शोध लागला असेल आणि तरीही सरकार नेत्यांच्या 'दहशतवादाविरोधीच्या युद्धा' करिता समर्थन म्हणून वापर करून घेण्यासाठी हे हल्ले होऊ दिले असतील आणि अगदी त्यांच्यामुळे होणारा विनाश वाढवला असेल, तर काय?'[76] ब्लमना 9–11 च्या हल्ल्यांबाबत जे वाटते, त्याच्याशी आपण सहमत झालेच पाहिजे, असे नाही. तथापि, या संशयात्मकतेतून एक गोष्ट स्पष्ट होते: ज्यामध्ये अमेरिकन सरकार अपराधी किंवा बळी आहे, अशा युद्ध, संघर्ष आणि दहशतवादाच्या कोणत्याही कथेच्या सरकारी आवृत्तीवर अनेक अमेरिकन बुद्धिजीवी विश्वास ठेवत नाहीत.

इस्रायली दबाव गट आणि इस्रायली अपवाद

इस्रायलच्या दबाव गटाच्या देशांतर्गत प्रभावावरून अमेरिकेच्या परराष्ट्र धोरणातील इस्रायलचे महत्त्व कोणीही ओळखू शकेल. जागतिक शांततेमधील आणि अमेरिकेच्या दीर्घकालीन सुरक्षेमधील समस्या म्हणून इस्रायलकडे बोट दाखवणे हे अमेरिकेत जवळपास निषिद्ध असले, तरी काही लोकांनी जागतिक शांतता आणि अमेरिकेच्या सुरक्षेला असलेला सर्वांत मोठा धोका म्हणून इस्रायलला उघडे पाडण्याचे धाडस केले आहे. इस्रायली दबाव गट हा इतका शक्तिशाली आहे की याझिओनिस्ट राष्ट्राप्रति, प्रकाशाच्या दीपस्तंभाप्रति, मध्यपूर्वेतील एकमेव लोकशाहीप्रति आणि ज्यू-विरोधाच्या बळीप्रति प्रेम आणि काळजीचे प्रदर्शन करण्यात अमेरिकन राजकारण्यांची जणू एकमेकांत चढाओढ लागलेली असते. जॉन एडवर्ड्स यांनी 2004 मध्ये इस्रायलला 'तुमचे भविष्य हेच आमचे भविष्य' अशी हमी दिली, तर काँग्रेस हाउसचे माजी सभापती न्यूटगिंगरिच यांना '1967 च्या विजयापासून इस्रायल तगून राहण्यासाठी सर्वांत मोठ्या धोक्याचा सामना करत

आहे', असे वाटत होते. 2007 साली प्रभावशाली *अमेरिकन-इस्रायल पब्लिक अफेअर्स कमिटी*च्या (एआयपीएसी) बैठकीला न्यूयॉर्क मध्ये संबोधित करताना हिलरी क्लिंटन यांनी इस्रायल हे 'खूप मोठ्या अडचणींतून' आणि 'खूप मोठ्या संकटातून' जात असून तो मूलतत्त्ववाद, कट्टरवाद, जुलूमशाही आणि दहशतवाद यांसारख्या चुकीच्या गोष्टींनी झाकोळलेल्या शेजारामध्ये योग्यतेचा दीपस्तंभ आहे, असे मत व्यक्त केले होते.[77]

कधीकधी पॅलेस्टाईनच्या दुःस्थिती बाबत बोलणाऱ्या बराक ओबामांनी 2007 मध्ये इस्रायलवर मोकळ्या मनाने स्तुतिसुमने उधळली होती आणि आपण अध्यक्षपदी निवडून आलो, तर 'अमेरिका-इस्रायल संबंध बदलतील' असे काहीही करणार नाही, असे आश्वासन दिले होते, हेसुद्धा येथे नोंद घेण्यासारखे आहे.[78] हे सर्व पाहता, कोणताही अमेरिकन राजकारणी जेव्हा पॅलेस्टाईन राष्ट्राबद्दल (जे असाध्य दिसते आहे) किंवा 1967 च्या युद्धामध्ये इस्रायलने अरबांकडून बळकावलेला भूभाग सोडून द्यावा, आदी गोष्टी बोलताना आढळेल तेव्हा आपण त्याला गांभीर्याने घेऊ नये. ओबामा अध्यक्ष झाल्यानंतर अल्पावधीतच जून, 2009 मध्ये कैरो येथे अशा गोष्टी बोलले होते. 'अमेरिका आणि जगभरातील मुस्लीम यांच्यातील नव्या पर्वाची सुरुवात' करण्याचे आश्वासन त्यांनी दिले होते आणि इस्लामी राष्ट्रांनी लोकशाही, महिला हक्क, धार्मिक सहिष्णुता आणि स्वतंत्र पॅलेस्टाईन राष्ट्राबरोबरच इस्रायलच्या सहअस्तित्वाचा अधिकार यांचा स्वीकार करावा, असे आवाहन केले होते. सुरुवातीला जगभरातील अनेक मुस्लीम यामुळे सुखावले.[79] 'हे [भाषण] म्हणजे लष्कराचा पर्याय कायम ठेवतानाच सौम्य मार्गांचा वापर करण्याच्या तयारी संबंधी असल्याचे' मत अलजझिराच्या एका ज्येष्ठ राजकीय विश्लेषकाने व्यक्त केले होते.अन्य एका अरब विश्लेषकाचे मत होते:

> त्यांचे (ओबामांचे) वसाहती थांबवण्याचे आणि पॅलेस्टिनी राष्ट्रप्रस्थापित करण्याचे आवाहन, तसेच पॅलेस्टिनी नागरिकांच्या यातनांचा त्यांनी केलेला उल्लेख... हा इस्रायलला स्पष्ट संदेश आहे की जेरुसलेम ही राजधानी असलेल्या पॅलेस्टाईन राष्ट्राच्या पायावरच न्याय्य शांततेची उभारणी होते.[80]

तथापि, तिसऱ्या प्रकरणामध्ये चर्चा केल्याप्रमाणे, इस्रायलचे पंतप्रधान बेंजामिन नेता न्याहू यांनी 'भविष्यातील पॅलेस्टाईन राष्ट्र हे 1967 च्या सीमारेषांवर आधारलेले असावे', ही अध्यक्ष ओबामा यांनी मे 2011 रोजी परराष्ट्र मंत्रालयात केलेल्या भाषणामध्ये केलेली सूचना धुडकावून लावली. नेता न्याहू म्हणाले की 1967 च्या मध्य-पूर्वेतील युद्धापूर्वी अस्तित्वात असलेल्या त्या सीमारेषा असमर्थनीय होत्या. त्या सीमारेषांच्या बाहेर असलेल्या, पश्चिम किनाऱ्यावर बांधलेल्या वसाहतींमध्ये सुमारे पाच लाख इस्रायली नागरीक राहतात.[81] त्यानंतर अल्पावधीतच, वॉशिंग्टनमध्ये 'एआयपीएसी'च्या बैठकीला उद्देशून केलेल्या भाषणामध्ये ओबामांनी पॅलेस्टिनींशी होणाऱ्या कोणत्याही अंतिम करारामध्ये इस्रायलला काही वसाहती आपल्याकडे ठेवण्याच्या वाटाघाटी करता येण्याची

शक्यता असेल, असे स्पष्ट केले होते. अपेक्षेप्रमाणे, ओबामा हेसुद्धा सरळसरळ इस्रायली लॉबीच्या दबावाला बळी पडले.[82] 2011 मध्ये अध्यक्ष महंमद अब्बास यांनी प्रस्तावित केलेल्या पॅलेस्टाईन राष्ट्राला (स्वतंत्र राष्ट्र नव्हे, तर पॅलेस्टाईन राष्ट्रीय प्राधिकरणाला) अमेरिकेने दिलेल्या नकारामुळे प्रत्यक्षात शेपूटच (इस्रायल) कुत्र्याला (अमेरिका) हलवत असल्याचा समज अधिक दृढ झाला. अमेरिकेच्या संयुक्त राष्ट्रांमधील राजदूत सुझान राइस यांचे वक्तव्य येथे दखल पात्र आहे. 'संयुक्त राष्ट्रांच्या सभासद देशांनी पॅलेस्टाईन राष्ट्राच्या शक्यतेचा पुरस्कार करणे, यापेक्षा अमेरिकेच्या संयुक्त राष्ट्रांमधील समर्थन व अर्थ पुरवठ्याला अधिक मोठा धोका कोणताही नाही' आणि 'पॅलेस्टाईन राष्ट्राला मान्यता मिळाली, तर अमेरिका संयुक्त राष्ट्रांना करत असलेला अर्थपुरवठा मागे घेऊ शकते', असे मत त्यांनी व्यक्त केले होते. ओबामा यांनी हाच संदेश अब्बास यांना कळवला.[83]

टिर्मन यांनी मांडलेल्या स्पष्टीकरणानुसार,'एआयपीएसी हे परकीय देशाचे प्रतिनिधी म्हणून काम करणाऱ्या दबावगटाचे परमोच्च टोक आहे. यापेक्षा अधिक प्रभावशाली दबावगट क्वचितच झाले आहेत. अमेरिकन परराष्ट्र धोरणांमधील केवळ एका संकुचित कार्यक्रमाचा एककलमी पाठपुरावा करण्यावर दबावगटांनी क्वचितच लक्ष केंद्रित केले आहे, तर यापेक्षा जास्त नुकसान क्वचितच कुठल्या दबावगटांनी केले आहे.'एआयपीएसी ही संघटना मुख्य प्रवाहातील अमेरिकन ज्यूंचे नाही, तर इस्रायलच्या राजकीय पटलावरील उजव्या विचारसणीचे प्रतिनिधित्व करते आणि *वॉशिंग्टन इन्स्टिट्यूट फॉर निअर ईस्ट पॉलिसी* या टोकाची उजवी विचारसरणी असलेल्या अमेरिकन विचारगटातर्फे एआयपीएसी ही संघटना चालवली जाते, याकडेही टिर्मन यांनी लक्ष वेधले आहे.[84] इलिनॉइसचे माजी काँग्रेस प्रतिनिधी पॉल फिंडली हेसुद्धा याबाबत अगदी प्रांजळ मत मांडतात. एआयपीएसी काँग्रेस प्रतिनिधींवर पाळत ठेवते आणि ते खासगीतही इस्रायलच्या विरोधात काही बोलतात का ते शोधून काढते, असे फिंडली उघड करतात. त्यांच्या मते,

> कॅपिटॉल हिलच्या मध्य पूर्वेतील धोरणाबाबतच्या जवळपास सर्व कृतींवर एआयपीएसीने परिणामकारकरीत्या नियंत्रण मिळवले आहे, असे म्हणण्यात कोणतीही अतिशयोक्ती नाही. हाउस आणि सिनेट या प्रतिनिधीमंडळांचे सदस्य जवळपास कोणत्याही अपवादाविना एआयपीएसीच्या मागण्या पूर्ण करतात, कारण निवडणूक काळात त्यांच्या संधी तारणाऱ्या किंवा मारणाऱ्या राजकीय शक्तीची एआयपीएसी ही थेट कॅपिटॉल हिल प्रतिनिधी आहे, असे या सदस्यांपैकी बरेच जण मानतात. [85] (शब्दांवर भर दिला आहे).

आयसेनहॉवर यांच्या प्रशासनापासून अमेरिकन परराष्ट्र आणि संरक्षण मंत्रालयातील अधिकाऱ्यांना मोठ्या प्रमाणावर इस्रायलसाठी काम करण्यासाठी मोसादतर्फे फितवले जाते आणि लाच दिली जाते, असे फिंडली उघड करतात. एआयपीएसीच्या प्रभावामुळे आपले राष्ट्रीय हित आणि इस्रायलचे राष्ट्रीय हित यांच्यामध्ये फरक करण्याची क्षमता गमावलेल्या अमेरिकन धोरणकर्त्यांबाबत खेद व्यक्त करणाऱ्या ओहायोच्या काँग्रेसप्रतिनिधींचा

संदर्भही फिंडली देतात.[86] एकुणात, एआयपीएसीची काँग्रेसवर जवळपास निर्विवाद पकड आहे. त्यामुळे एहुद ऑल्मर्ट (इस्रायलचे माजी पंतप्रधान) यांनी 'संपूर्ण जगामध्ये आमचा सर्वांत चांगला मित्र आणि समर्थक असणारी एआयपीएसी आमच्याकडे आहे, याबाबत ईश्वराचे आभार', अशा शब्दांत या संघटनेप्रति कृतज्ञता व्यक्त केली होती, यात कोणतेच आश्चर्य नाही.[87]

म्हणूनच अमेरिकेतील इस्रायली दबावगट हा 'ॲपल पाय या पदार्थाइतकाच अमेरिकन आहे', असे दिसते. तथापि, या दबावगटाचे हितसंबंध मात्र अमेरिकेच्या हितसंबंधांशी क्वचितच मिळतेजुळते असतात. हा इस्रायली दबावगट त्याचे मुख्य हत्यार असलेल्या 'निवडणूक प्रचारनिधी'च्या माध्यमातून राजकारण्यांना बक्षीस किंवा शिक्षा देऊ शकतो. म्हणूनच इराक युद्ध आणि इराण व सीरियासोबतच्या संघर्षासारख्या उधळपट्टीखोर आणि जनतेला मान्य नसणाऱ्या युद्ध आणि संघर्षांमध्ये अमेरिकेला खेचण्यासाठी हा दबावगटच जबाबदार आहे. इराणच्या अण्वस्त्र महत्त्वाकांक्षांसाठीही प्रामुख्याने हाच दबावगट जबाबदार असल्याचे म्हटले जाते.[88] सर्व कायदे, तर्कशास्त्र, व्यवहारज्ञान आणि आंतरराष्ट्रीय कायदे व संबंधांच्या संकेतांचा भंग करणाऱ्या इस्रायली अपवादाबाबत शाहीद आलम यांनी मांडलेल्या मुद्द्यांना इस्रायली दबावगटाच्या अमेरिकन प्रशासनावरील असामान्य प्रभावाबाबत आढळलेल्या अन्य काही गोष्टी पुष्टी देतात.[89]

पुढील काही उदाहरणे तर निव्वळ हतबुद्ध करणारी आहेत: (अ) एकट्या इस्रायलला अमेरिकेच्या व्यावसायिक बँकांमधून अन्य कर्जदारांपेक्षा कमी व्याजदराने कर्ज उचलण्याची मुभा आहे. (ब) अमेरिकेकडून परदेशी अर्थसाहाय्य स्वीकारणारा इस्रायल हा एकमेव देश आहे ज्याला हा अर्थपुरवठा कसा खर्च केला, याचा अहवाल द्यावा लागत नाही. (क) अमेरिका दरवर्षी इस्राययलला परकीय निधी म्हणून 3 अब्ज डॉलर्स, म्हणजेच अमेरिकेच्या एकूण परदेशी अर्थसाहाय्याच्या एक षष्ठांश इतकी रक्कम देते. याचा अर्थ प्रत्येक इस्रायली नागरिकामागे अमेरिका 500 डॉलर्स देते, त्याउलट अमेरिका इजिप्तला प्रत्येक नागरिकामागे 20 डॉलर्सची, तर पाकिस्तान आणि हैतीला दरडोई 5 डॉलर्सची मदत करते. (ड) अमेरिकन नागरिकांकडून इस्रायलला दरवर्षी 2 अब्ज डॉलर्सच्या देणग्या मिळतात आणि अमेरिका-इस्रायल यांच्यात झालेल्या प्राप्तिकर करारातील एका विशेष तरतुदीनुसार अमेरिकन नागरिकांकडून परदेशात देण्यात येणाऱ्या देणग्यांपैकी केवळ इस्रायलच्याच देणग्या करपात्रतेतून वगळण्यात आल्या आहेत.[90] अखेरीस, पण तितकेच महत्त्वाचे म्हणजे जागतिक शांततेला मोठा धोका म्हणून इस्रायलकडे, त्याच्या अतिरेकाकडे, दुटप्पीपणाकडे आणि अमेरिकन प्रशासनावरील इस्रायली दबावगटाच्या असामान्य प्रभावाकडे केवळ बोट दाखवल्यामुळे अमेरिकेत एखाद्यावर सिमेटिकविरोधी म्हणून शिक्का बसण्याचा धोका असतो. मिअरशिमर आणि वॉल्ट यांनी त्यांच्या पुस्तकाला प्रकाशक मिळवणे किती अवघड गेले आणि अगदी, अमेरिकेतील इस्रायली दबावगटावर

टीका करणारा त्यांचा लेख प्रसिद्ध करण्यासही नियतकालिकांनी फुटकळ कारणांवरून नकार दिला होता, याकडेही लक्ष वेधले आहे.[91] नोबेल विजेते जर्मन कवी गुंथर ग्रास हेसुद्धा 4 एप्रिल, 2012 रोजी स्युददॉइचे त्सायतुंग या वृत्तपत्रामध्ये प्रसिद्ध झालेल्या त्यांच्या 'व्हॉट मस्ट बी सेड' या (जर्मन भाषेतील) कवितेमुळे इस्रायलमध्ये नकोसे व्यक्ती बनले आहेत. ग्रास हे कवितेमधून अण्वस्त्र प्रसारबंदी आणि इस्रायलबाबतच्या पाश्चात्त्य दांभिकतेवर प्रश्नचिन्ह उपस्थित करतात आणि जागतिक शांततेला धोका असलेल्या इस्रायलविषयी लिहिण्यास आपल्याला इतका विलंब का झाला, हे मांडतात.

म्हातारा झाल्यावर, शिल्लक आहे तितक्या शाईसह
आताच मी हे का म्हणतोय की:
आधीच तकलादू झालेल्या जागतिक शांततेला
इस्रायलची अण्वस्त्रशक्ती अधिक धोक्यात घालतेय?
कारण, जे आता सांगितलंच पाहिजे
त्याला उद्या कदाचित खूप उशीर झाला असेल...
आणि ते मान्यही होईल: मी माझं मौन तोडलंय
कारण, मी पश्चिमेकडच्या दांभिकतेला विटलोय.[92]

अमेरिकेचा इस्रायलला असलेला विनाअट पाठिंबा पाहता, हे ज्यू राष्ट्र अमेरिकेची मालमत्ता आहे की देणे याविषयी कोणालाही नवल वाटू शकेल. शीतयुद्धादरम्यान इस्रायलने अमेरिकेला सोव्हिएत संघराज्याविरोधी काही उपयुक्त गुप्त माहिती पुरवलीही असेल, परंतु इस्रायलने शीतयुद्धाच्या ओघावर निर्णायक परिणाम केला नाही. त्याउलट, पाश्चिमात्यांनी इस्रायलला दिलेल्या पाठिंब्यामुळे अरब तेल व्यापाराचा अमेरिकन अर्थव्यवस्थेवर विपरीत परिणाम झाला. तथापि, पाश्चात्त्य राष्ट्रांचे मध्यपूर्वेतील हितसंबंध जोपासण्यासाठी या प्रदेशातील काही आडमुठ्या देशांचा सामना करण्याची क्षमता इस्रायलमध्ये आहे. त्यात पुन्हा इस्रायल हा सामरिकदृष्ट्या डोईजड बनला असून अमेरिकेच्या सुरक्षेला अप्रत्यक्ष धोका बनला आहे. मध्यपूर्वेतील सर्वसंघर्षांचे मूळ पॅलेस्टाईनचा मुद्दा हे असून अमेरिकेचा इस्रायलला असलेला बिनशर्त पाठिंबा हा मुस्लीम/अरबांच्या अमेरिकेविषयी वाटणाऱ्या द्वेषामागील मुख्य घटक आहे.[93] अमेरिकेची दुटप्पी धोरणे, विशेषतः पॅलेस्टिनी आणि अरबांच्या हितसंबंधांविरोधात वापरलेले नकाराधिकार आणि पॅलेस्टाईनच्या समस्येवर तोडगा काढण्यामध्ये एक प्रामाणिक मध्यस्थाची भूमिका बजावण्यात अमेरिकेची टाळाटाळ, आदी गोष्टींचा उल्लेखही येथे करता येईल. अरब-इस्रायली संघर्ष हा आपले अमेरिकेविषयीचे संबंध ठरवण्यासाठी अतिशय महत्त्वाचा असल्याचे, 80 टक्क्यांहून अधिक अरब मानतात. अमेरिकाही 'इस्रायलच्या विस्तारवादामध्ये भागीदार' असल्याचे अरब मानतात. मुस्लिमांच्या अल-कायदाला असलेल्या पाठिंब्यामागील मूळ इस्रायल असल्याचे बहुतांश अरब मानतात.[94]

स्टीवन कल स्पष्ट करतात त्यानुसार, अमेरिकेवरील 9–11 चे हल्ले हे इस्लामच्या शिकवणीच्या विरोधात होते असे मुस्लिमांना मोठ्या प्रमाणात वाटते. मात्र, त्याच वेळी 9–11 च्या हल्ल्यानंतर मुस्लीम जगतातून काढता पाय घेण्याऐवजी अमेरिकेने अफगाणिस्तान आणि नंतर इराकमध्ये आक्रमण केले आणि आखातामधील तिच्या फौजांचा विस्तार केला, त्यामुळे अमेरिका पाश्चिमात्य ख्रिश्चनांमध्ये इस्लामविरोधातील धर्मयुद्धाची (क्रुसेड) चेतना पुन्हा जागवत असल्याचेही बहुतांश मुस्लिमांना वाटते. अलकायदाने 9–11 चे हल्ले करण्यामागे जागतिक जिहाद घडवण्यासाठी अमेरिकेच्या पडसादांना मुस्लिमांनी जशास तसे उत्तर द्यावे, हे नियोजित उद्दिष्ट होते, असे दिसते. आणि अल-कायदाला अमेरिकेने जे केलेले हवे होते, तेच अमेरिका नकळतपणे करते आहे.[95] पुन्हा, इस्लामी दहशतवादी हे प्रामुख्याने पॅलेस्टिनींच्या स्थितीचा गैरवापर करून अमेरिकन/पाश्चात्त्य हितसंबंधांना लक्ष्य करत आहेत, या युक्तिवादाकडे अमेरिकन प्रशासन पुरेसे लक्षच देत नाही. पॅलेस्टाईनचा मुद्दा हा भळभळत्या जखमेसारखा राहिला असून इस्रायल हा अरबविश्वातन विरघळलेला मिठाचा खडा आहे.

अमेरिका, आपल्याच मग्रुरीचा बंदी

पहिल्या महायुद्धाने ज्याप्रमाणे सर्व युद्धांचा शेवट केला नव्हता, त्याचप्रमाणे दुसऱ्या महायुद्धाने देशा-देशांमधील शत्रुत्व संपल्याचा संकेत दिला नव्हता. कोरियन युद्धापासून मोठ्या सत्ता आणि छोटी राष्ट्रे यांच्यामधील अविरत युद्धपिपासेमुळे, जगाने अगोदरच आणखी एका शंभर वर्षांच्या युद्धाच्या टप्प्यामध्ये प्रवेश केल्याचे दिसते. मानवतावादी प्रयत्नांच्या नावाखाली जागतिक वर्चस्व कायम ठेवण्याचा अमेरिकेचा आराखडा हा शांततेसाठी सर्वांत मोठा धोका आहे, कारण या महासत्तेने त्रासदायक राष्ट्रांविरुद्ध प्रदीर्घ युद्धाचा निश्चय केला असून एकीकडे लष्करी साहसाची सुरुवात करतानाच अण्वस्त्रांचा वापर करण्यासही अमेरिका मागेपुढे पाहणार नाही, हे चॉसुडोवस्की आणि कनिंगहॅम यांचे विधान पटणारे आहे. क्लिंटन यांच्या प्रशासनामध्ये अमेरिकेच्या संरक्षण मंत्रालयाचे उपमंत्री असलेल्या हॅरॉल्डपी. स्मिथ यांनी 1997 मध्ये 'लिबियासारख्या आडमुठ्या देशांविरुद्ध वापरण्यासाठी बी61–11 या अण्वस्त्राची निवड योग्य ठरेल', असे निरीक्षण नोंदवले होते.[96]

एखाद्या अण्वस्त्रविरहित राष्ट्राने—"अण्वस्त्रांच्या शक्तीशी अगोदरच संग केलेले नव्हे"—जर अमेरिकेवर आक्रमण केले, तर अमेरिका प्रत्युत्तरादाखल त्याच्याविरुद्ध अण्वस्त्रांचा वापर करणार नाही, असे कार्टर प्रशासनाने 1978 साली स्पष्ट केले होते. तथापि, 1995पर्यंत पेंटॅगॉनने अण्वस्त्रधारी राष्ट्रांशी संबंध नसलेल्या अण्वस्त्रविरहित राष्ट्रांच्याविरुद्ध अण्वस्त्रांचा वापर न करण्याचे कार्टर-क्लिंटन धोरण फिरवले. 1997पर्यंत इराण आणि लिबिया, तसेच तिसऱ्या जगातील अन्य काही देश अमेरिकेच्या अण्वस्त्र हल्ल्याची प्रमुख संभाव्य लक्ष्ये बनले होते. क्रिस्टनसन यांनी 1997 मध्ये अमेरिकेच्या अण्वस्त्र साठ्याचे प्रमुख कोण आहेत, याविषयी काही महत्त्वाचे प्रश्न उपस्थित केले होते: "अणु प्रसारबंदी कराराअंतर्गत

(एनपीटी) येणाऱ्या अण्वस्त्रधारी नसलेल्या देशांना पेंटॅगॉन अमेरिकेच्या अण्वस्त्र हल्ल्याचे लक्ष्य म्हणून समाविष्ट करत आहे, हे परराष्ट्र विभागाला माहीत आहे का?" यासंदर्भात स्ट्रॅटकॉम (STRATCOM) धोरण काय आहे याची माहिती अध्यक्ष क्लिंटन यांना, आहे का, असा प्रश्नही त्यांनी उपस्थित केला. या प्रश्नाची उत्तरे होती: 'कदाचित नाही'.[97] हे सर्व पाहता अमेरिका प्रदीर्घ युद्ध लांबवण्यासाठी इराण किंवा सीरियासारख्या अण्वस्त्रविरहित देशांवर अण्वस्त्र हल्ला करण्याची शक्यता आहे, या गृहीतामध्ये सनसनाटी असे काहीही नाही. प्रदीर्घ युद्ध, किंवा कोरियापासून सुरू झालेल्या युद्धाचा पुढील भाग असे ज्याला मानले जाते, ते युद्ध या शतकाच्या मध्यापलीकडेही सुरू राहण्याची शक्यता आहे, आणि अमेरिका, इस्रायल यांसारख्या देशांकडून आणि कदाचित चीन, भारत आणि पाकिस्तान यांच्याकडूनही येणाऱ्या दशकांमध्ये कोणत्यातरी मोठ्या संघर्षावेळी अण्वस्त्रांचा वापर होण्याची शक्यता अगदीच नगण्य म्हणून नाकारली जाऊ शकत नाही.

प्रदीर्घ युद्धाची व्याख्या आपण जर शीतयुद्धोत्तर कालखंडातील प्रमुख जागतिक संघर्षांचे एकत्रीकरण अशी केली, तर ऑगस्ट 1990 मध्ये सद्दाम हुसेनने कुवेतवर केलेले आक्रमण ही त्याची सुरुवात आहे. अमेरिकेच्या नेतृत्वाखाली 1991 मध्ये इराकवर झालेल्या आक्रमणाचे वर्गीकरण त्याने "सर्व युद्धांचा बाप"असे अतिशय अचूक केले होते. शीतयुद्धाच्या काळामध्ये अमेरिका आणि सोव्हिएत युनियन हे कोरिया, व्हिएतनाम, अफगाणिस्तान आणि इतरत्र झालेल्या चार दशकांच्या युद्धांमध्ये आडून सहभागी झाले असले, तरी ते परस्परांविरुद्ध लढले नव्हते. परंतु, शीतयुद्धाच्या समाप्तीनंतर गोष्टी बदलल्या आहेत. 1991 पासून अमेरिका तिच्यासमोरील मुख्य आव्हाने असलेली अडमुठी राष्ट्रे आणि दहशतवादी गटांसारखे राष्ट्रेतर घटक यांचा थेट सामना करत आहे. मुस्लीम जगतातील अमेरिकन- आणि नाटो- सैन्याने व्यापलेले देश हे जसे वेगाने जागतिक जिहादची प्रयोगशाळा बनू लागले, तसे अमेरिका आणि स्वयंघोषित जागतिक जिहादी यांच्यातील संघर्षाच्या स्वरूपामुळे परिणामकारक विजयी डावपेच विकसित करणे अमेरिकेला कठीण झाले आहे.[98] अमेरिकन नेते उघड गोष्टही स्वीकारत नाहीत असे सीआयएचे अनुभवी अधिकारी मायकेल शुएर यांना वाटते: म्हणजे, अमेरिका—*गुन्हेगारी किंवा दहशतवादाशी नाही*, तर—'जगभर पसरलेल्या इस्लामी बंडखोरीशी लढत आहे आणि आमची धोरणे आणि प्रक्रिया या शत्रुच्या फौजांना बारीकसा धक्का लावण्यापेक्षा जास्त काही करू शकलेली नाहीत'(विशेष जोर आम्ही दिला आहे).[99] इस्लामी बंडखोरीशी लढण्याची अन्य सर्व साधने अमेरिकेने गमावल्यामुळे आता लष्कर हे अमेरिकेचे एकमेव साधन आहे, असे शुएर यांना वाटते. अमेरिकेची धोरणे आणि कृती या ओसामा-बिन-लादेनच्या एकमेव हक्काच्या साथीदार होत्या आणि अरब तेलाने अमेरिकेला 'ज्यांची उद्दिष्टे – लादेनसारखी नाहीत – केवळ सर्व मुस्लिमेतरांना नष्ट करूनच पूर्ण होऊ शकतात', अशा सौदी अरेबियासारख्या इस्लामवादी राजवटींचे आंधळे समर्थक बनवले, असा मुद्दा शुएर मांडतात.[100]

ही सर्व निराशाजनक पार्श्वभूमी पाहता, 1960 च्या दशकामध्ये सिनेटर फुलब्राइट यांनी विचारलेल्या प्रश्नांना उत्तर देण्याची वेळ आता आली आहे: "अमेरिका आपली क्षमता आणि कामगिरी यांच्यातील तफावत भरून काढू शकते का" आणि "अमेरिका ही आत्मविश्वासपूर्ण परंतु सहिष्णूसुद्धा, श्रीमंत परंतु उदारसुद्धा, शिकवण्याची तयारी असलेली परंतु शिकण्याचीही तयारी असणारी, शक्तिशाली परंतु शहाणीसुद्धा बनू शकते का?"[101] त्यानंतर पुन्हा अमेरिकन नेत्यांमध्ये इतरांप्रतिच्या व्यवहारज्ञान आणि सद्भावनेचा अभाव असल्याबाबतही त्यांचा स्वर फार निराशावादी होता. "अमेरिकेच्या परराष्ट्र धोरणामध्ये एक प्रकारचा जादूटोणा आहे. दुष्टात्म्यांना परतवून लावण्यासाठी विशिष्ट ढोल हे नियमितपणे बडवलेच पाहिजेत...संपूर्ण मुक्त जग उद्ध्वस्त आणि बेचिराख होऊ नये, यासाठी विशिष्ट प्रतिज्ञा या दररोज घोकल्याच पाहिजेत."[102] आश्चर्यकारकरीत्या, या जादुटोण्याच्या परराष्ट्र धोरणामध्ये फारसा बदल झालेला नाही. या संदर्भात अमेरिकेच्या परराष्ट्र विभागाने फेब्रुवारी 2012 मध्ये झालेल्या मालदीव उठावासंबंधी काय केले, याचाही उल्लेख येथे करता येतो. मालदीवमध्ये लोकशाही मार्गाने निवडून आलेले अध्यक्ष महंमद नशीद यांची सत्ता उलथवणाऱ्या लष्कराचा पाठिंबा असलेल्या वाहीद हुसेन यांच्या सरकारला मान्यता दिल्यानंतर अवघ्या 72 तासांमध्येच अमेरिकेने नव्या राजवटीला दिलेल्या वेगवान मान्यतेबाबत घूमजाव केले होते.[103] आपली मग्रुरी आणि अज्ञान यांची बंदी बनत असलेल्या अमेरिकेचे परराष्ट्र घडामोडींबाबत असे चंचल वर्तन भविष्यातही कायम राहील, असे दिसते. म्हणूनच दीर्घकाळ टिकणाऱ्या शांततेसाठी चामर्स जॉन्सन यांनी केलेल्या शब्दप्रयोगानुसार "अमेरिकन साम्राज्याचे आवरण काढून टाकणे" आवश्यक आहे.[104]

आपला देश हा विचारधारेच्या किंवा प्रजासत्ताकाच्या उपजत गुणांद्वारे नाही, तर लष्कराच्या माध्यमातून जगावर वर्चस्व गाजवत आहे, याची जाणीव अमेरिकनांनी करून घेण्याची ही वेळ आहे. शीतयुद्धातील त्यांच्या तथाकथित विजयाबद्दल संतुष्ट राहण्याचे कोणतेही कारण अमेरिकनांकडे नाही. 9/11 च्या हल्ल्यांनी जग बदलले, हे आपल्याला माहीत आहे. तथापि, नेमकेपणे सांगायचे झाल्यास या हल्ल्यांनी अमेरिकन नेत्यांच्या विचारसरणीत धोकादायक बदल घडवला, आताते अमेरिकन प्रजासत्ताक राष्ट्राकडे एक नवे रोम, इतिहासातील सर्वश्रेष्ठ प्रस्थ, आंतरराष्ट्रीय कायद्यांना यापुढे बांधील नसलेले खरेखुरे साम्राज्य म्हणून पाहू लागले. त्याहूनही वाईट म्हणजे प्रजासत्ताकापासून ते साम्राज्यापर्यंतचे हे परिवर्तन कदाचित पुन्हा उलट फिरवता येणार नाही आणि संरक्षण विभाग हा संथगतीने पण निश्चितपणे परराष्ट्र विभागाला बाजूला ढकलून परराष्ट्र धोरण बनवणारी व त्याची अंमलबजावणी करणारी प्रधान संस्था म्हणून त्याची जागा घेईल.[105] अमेरिका आपल्या सकल राष्ट्रीय उत्पन्नाच्या (जीडीपी) 4 टक्के रक्कम संरक्षणावर खर्च करते. त्यातुलनेत एरिट्रियाचा संरक्षणावरील खर्च हा जीडीपीच्या 6.3 टक्के, ओमानचा 9 टक्के किंवा संयुक्त अरब आमिरातीचा 6.7 टक्के इतका आहे, म्हणून अमेरिका

संरक्षणावर अतिखर्च करत नाही, हे मिथक मोडीत काढण्याची ही वेळ आहे. अमेरिकन प्रशासनाच्या या चार टक्क्यांच्या धूळफेकीने (आणि इतर चलाखीने) अमेरिकेच्या 700 अब्ज डॉलर्स इतक्या संरक्षण तरतुदीपेक्षा अधिक खर्चाचे समर्थन होत नाही. अमेरिकेचा सर्वव्यापी शत्रू बाहेरून येणारा नसून अमेरिकेचा 'अपव्यय, फसवणूक आणि दुरुपयोग' हा तिचा शत्रू आहे. अमेरिकेची ताकद ही "समस्या आहे, कारण, तिचा खर्च खूप आहे" आणि स्वतःचे संरक्षण करण्यासाठी आवश्यक असलेल्या ताकदीपेक्षा अमेरिकेकडे खूप जास्त शक्ती आहे, या प्रेबल यांच्या विधानाशी आम्ही सहमत आहोत.[106]

जॉर्ज डब्ल्यू. बुश यांच्या दहशतवादविषयक धोरणापासून ओबामा प्रशासन फारसे दूर गेलेले नाही. बुश यांनी 2002 मध्ये अमेरिकनांना 60 देशांशी युद्ध करण्यासाठी तयार राहा, असे सांगितले होते. आणि केवळ लष्करी दबावगट आणि अमेरिकन प्रशासनातील युद्धपिपासू राजकारण्यांनीच 60 देशांविरुद्ध युद्ध पुकारण्याच्या स्थितीचे स्वागत केले होते असे नाही, तर विश्लेषक, पत्रकार, विचारगट चालवणारे आणि अगदी अभ्यासकही त्यांचा देश जागतिक व्यवस्थेचे गतिचक्र बनत असल्याबद्दल आणि ख्रिस्तोफर प्रेबल यांनी म्हटल्याप्रमाणे 'ब्रिटिश साम्राज्याच्या उत्तराधिकाऱ्याची भूमिका' बजावत असल्याबद्दल उत्तेजित झाले होते. साम्राज्यप्रेमींच्या या यादीमध्ये चार्ल्स क्रॉथॅमर, रॉबर्ट डी कॅप्लन यांसारख्या परंपरावादी विश्लेषकांचा, तसेच कौन्सिल ऑफ फॉरेन रिलेशन्सचे वॉल्टर रसेल मिड यांचाही समावेश होतो. अन्य काही विचारवंतांना (वूड्रॉ विल्सन यांच्या विचारधारेच्या थेट वंशजांना) जग हे लोकशाहीसाठी सुरक्षित बनवण्याकरिता अमेरिकेने मानवतावादी साम्राज्यवादी शक्ती म्हणून उदयास यायला हवे आहे. आपल्या सीमाक्षेत्राबाहेर कुठेही अमेरिकेने केलेल्या मानवतावादी हस्तक्षेपाचे समर्थन करण्यासाठी हे सौम्य साम्राज्यवादी उत्तरआधुनिक साम्राज्यवाद, नवसाम्राज्यवाद किंवा उदारमतवादी साम्राज्यवाद यांसारख्या संज्ञा वापरण्याचाही सल्ला देतात. काँग्रेस किंवा व्हाइट हाउसवर सत्ता कोणत्याही पक्षाची असो, प्रत्यक्षात प्रचंड आर्थिक तरतूद असलेल्या लष्कराचीच अधिकारवाणी चालते, हे स्पष्ट आहे. जनरल अँथनी झिनी हे जेव्हा सेंटकॉमचे (CENTCOM) प्रमुख होते, तेव्हा सुमारे 20 राजदूत त्यांच्या हाताखाली काम करत होते, आणि हे अमेरिकेचे विविध कमांड प्रमुख—आपल्या सेनाप्रमुखांना वगळून—थेट अध्यक्षांना अहवाल द्यायचे. महत्त्वाच्या आंतरराष्ट्रीय मुद्द्यावर अध्यक्षांशी अगदी जाहीरपणे मतभेद व्यक्त करणाऱ्या लष्करप्रमुखाचे किमान एक तरी उदाहरण आहे. एकीकडे पाकिस्तानमध्ये जनरल परवेझ मुशर्रफ यांच्या लष्कराने सत्ता हस्तगत केल्याचा अमेरिकेचे तत्कालीन अध्यक्ष क्लिंटन यांनी निषेध केला असताना, जनरल झिनी यांनी काँग्रेसमंडळाने पाकिस्तानविरुद्ध लावलेल्या निर्बंधांकडे दुर्लक्ष केले आणि ते मुशर्रफ यांचे खंदे समर्थन बनले.[107] त्याचप्रमाणे *रोलिंग स्टोन* या नियतकालिकाला जून 2010 मध्ये दिलेल्या मुलाखतीत उपाध्यक्ष ज्यो बायडेन यांच्याविषयी फारशा कौतुकास्पद नसलेल्या गोष्टी सांगणारे जनरल स्टॅनली मॅकख्रिस्टल

यांचे उदाहरणही आपल्यासमोर आहे. ही मुलाखत म्हणजे नागरी अधिकारसंस्थेविषयी फारसा आदर न बाळगणाऱ्या अमेरिकन लष्कराच्या मानसिकतेचे प्रतिबिंब आहे.[108] आणखी एक जनरल विल्यम बॉयकिन—बॉर्न अगेन ख्रिश्चन असणारे—2003 मध्ये सेवेत असताना इस्लाम आणि मुस्लिमांविषयी आक्षेपार्ह टिप्पणी करूनही त्यातून सहीसलामत सुटले. त्यांनी चक्क अरबी भाषेत ज्याचा अर्थ देव असा होतो, तो 'अल्ला' म्हणजे खरा देव नसून केवळ "मूर्ती" असल्याचे म्हटले होते. एकीकडे बुश यांनी त्यांना या टिप्पणीसाठी माफ केले, तर संरक्षण मंत्री डोनाल्ड रम्सफेल्ड यांनी ते त्यांचे 'अभिव्यक्ती स्वातंत्र्य' असल्याचे सांगत बॉयकिन यांच्या टिप्पणीची पाठराखण केली होती.[109]

आता, ते आपला (अमेरिकनांचा) द्वेष का करतात, हा प्रश्न विचारण्याऐवजी अमेरिकनांनी केवळ सिनेटर फुलब्राइट यांच्या सल्ल्याकडे लक्ष दिले पाहिजे:

> कदाचित लोकशाहीच्या तत्त्वांचा प्रसार करण्याच्या कामासाठी खरेतर आपली घडणच झाली नसावी... कदाचित लोकशाहीची आपली विशिष्ट आवृत्ती (इतरांवर) लादण्याचा प्रयत्न करण्याऐवजी आपल्या स्वतःच्या लोकशाहीवर लक्ष केंद्रित करणे आपल्यासाठी फायदेशीर ठरू शकेल... अन्य देशांच्या घडामोडींमध्ये आत्यंतिक गुंतल्यामुळे आपण केवळ आपली बलस्थानेच गमावत नाही आहोत... तर आपण जगाला स्वातंत्र्याचा संपूर्ण आनंद उपभोगणाऱ्या मुक्त समाजाचे उदाहरणही नाकारत आहोत.[110]

वरील चर्चा आपल्याला 'अमेरिकेचा सूर्य मावळला, तर काय होईल?', या त्याच त्या घासून गुळगुळीत झालेल्या स्थितीच्या पलीकडे विचार करण्याची दिशा दाखवते. अमेरिकेच्या लष्करी ताकदीने जगाला साम्यवादाच्या शापापासून वाचवले, हे निव्वळ एक मिथक आहे. अमेरिकेची व्हिएतनाम, लाओस आणि कंबोडियावर सातत्याने केलेली बॉम्बफेक या देशांना साम्यवादाचा स्वीकार करण्यापासून रोखू शकली नाही. त्याचप्रमाणे, रशिया आणि पूर्व युरोपात साम्यवादाची अखेर होण्यामध्येही अमेरिकन लष्कराची काहीही भूमिका नव्हती. ज्याप्रमाणे अमेरिकन लष्कराची सर्वश्रेष्ठता 9/11 चे हल्ले थांबवू शकली नाही, सद्दाम हुसेन आणि बिन लादेन यांना भीती घालू शकली नाही, उत्तर कोरियाचा अण्वस्त्र कार्यक्रम रोखू शकली नाही, त्याचप्रमाणे ती इराण किंवा सीरियालाही शरण येण्यास भाग पाडू शकत नाही. याउलट अमेरिकेच्या लष्करी यंत्रणेने अमेरिकन सरकारला मात्र भ्रष्ट केले. आपले लष्कर 'वरचढ असले, तरी सर्वशक्तिमान नाही', याची जाणीव अमेरिकन धोरणकर्त्यांनी ठेवलीच पाहिजे.[111] विशेषतः शीतयुद्धोत्तर काळातील बदललेल्या निकडींमध्ये अमेरिका 'गनबोट' मुत्सद्देगिरीतून काही साध्य करेल, याची शक्यता नगण्य आहे.[112] लॉर्ड केनेट यांनी 1966 मध्ये हाउस ऑफ लॉर्ड्‌सला उद्देशून जे सांगितले होते, त्यावर अमेरिकन धोरणकर्त्यांना विचार करता आला असता तर बरे झाले असते असे वाटते, सल्ला असा होता: "अमेरिका शांततेविषयी सर्व गप्पा मारते, परंतु चीनच्या शेजाऱ्यांवर बॉम्बहल्ले करते... चीन सदैव युद्धाविषयी बोलतो, परंतु चीनचा एकही सैनिक चीनबाहेर

नाही."[113] आधुनिकपूर्व संस्था आणि मानसिकता सोडून देण्यास अमेरिकेला इतरांपेक्षा अधिक वेळ लागतो, हे आपल्याला माहीत आहे. पाश्चिमात्य देशांमध्ये गुलामगिरी नष्ट करणारा अमेरिका शेवटचा, तर वर्णभेद नष्ट करणारा शेवटून दुसरा देश होता. तथापि, "बाकी सर्व गोष्टी करून पाहिल्यानंतर अमेरिकन योग्य गोष्ट करतात याची तुम्ही खात्री बाळगू शकता" या चर्चिल यांच्या विधानाशी आपण सहमत होऊ शकतो.[114]

तरीही, 2011 च्या अखेरीस ओबामांची "चीन हा पृथ्वीच्या एका गोलार्धाला असलेला लष्करी धोका असून त्याचा सामना करण्यास अमेरिका सज्ज आहे", अशा प्रकारची चीनला उद्देशून केलेली युद्धखोर विधाने पाहता अमेरिकेने जन्माला घातलेला लष्करवाद हा तिसऱ्या महायुद्धाकडे घेऊन जाऊ शकतो, हे आम्हाला अधिकच पटले आहे.[115] आणि याहूनही वाईट म्हणजे सीआयएच्या बिन लादेन विभागाच्या (2004 पर्यंतच्या) प्रमुखांनी 'हे युद्ध आपल्या मुलांच्या जीवनकाळापेक्षा अधिक लांबू शकते आणि ते प्रामुख्याने अमेरिकेच्या भूमीवर लढले जाणार आहे', असे भाकीत वर्तवले आहे. अमेरिकेची मग्रुरी, दुर्लक्ष आणि वास्तवाकडे पाठ फिरवण्यामुळे अखेरीस ती इस्लामवादी दहशतवाद्यांकडून पराभूत होईल, असेही त्यांना वाटते. आपल्या उन्मत्त अभिमानामुळे अमेरिकन नेते हे इराक आणि अफगाणिस्तानसारख्या देशांमधील प्रत्येक भोंगळ आक्रमणानंतर विजय घोषित करण्यामध्ये पटाईत आहेत. कोरियातील कोंडी (1953) ते अफगाणी जिहाद (सोव्हिएतने 1989 मध्ये माघार घेतल्यामुळे झालेला) यादरम्यान अमेरिकेने एकही युद्ध जिंकलेले नाही.[116] पुन्हा, अमेरिका आणि मुस्लीम जगत यांच्यामधील वाढता अविश्वास आणि अमेरिकेची लांबलेली आर्थिक मंदी पाहता अमेरिका तिच्या अर्थव्यवस्थेला वाचवण्यासाठी मोठी युद्धे सुरू करेल, याची आपण कल्पना करू शकतो. अमेरिकेतील 1 टक्का श्रीमंतांना त्रासदायक ठरेल, असे कोणतेही आर्थिक नियोजन काँग्रेसकडून हाती घेतले जाण्याची शक्यता नगण्य असल्याने मोठी युद्धे पुकारणे हा येणाऱ्या वर्षांमध्ये अमेरिकेचा एकमेव पर्याय राहिला आहे. मुस्लीम-पाश्चात्त्य संघर्षाचा जीवनकाळ आपल्या मुलांच्या जीवनकाळापेक्षा अधिक असल्याच्या शुएर यांच्या अंदाजामध्ये कोणतीही अतिशयोक्ती आहे, असे आम्हाला वाटत नाही. तथापि, दीर्घकाळामध्ये इस्लामवादी अमेरिकेला हरवतील आणि ही युद्धे अधिककरून अमेरिकन भूमीवर लढली जातील, याबाबत त्यांच्याशी असहमती असू शकते. त्यात पुन्हा, अमेरिकन धोरणकर्त्यांना लष्कर-उद्योग युतीच्या फायद्यासाठी झालेल्या अमेरिकेच्या अन्य देशांतील आक्रमणाचे समर्थन करण्यासाठी नवे शत्रू शोधून काढायला कसे आवडते, याकडे लक्ष वेधणारे शुएर हे काही पहिले किंवा एकमेव अमेरिकेन विश्लेषक नव्हेत. यासंबंधी विल्यम ब्लम (परराष्ट्र विभागातील माजी कर्मचारी) यांचाही संदर्भ देता येऊ शकतो.

> अमेरिकन परराष्ट्र धोरण कोणत्याही नैतिकतेप्रति असलेल्या निष्ठेवर नव्हे, तर अन्य अत्यावश्यक सेवांच्या गरजेवर चालते, सारांशरूपाने त्या आहेत: अमेरिकन

> उद्योगसमूहांसाठी जग सुरक्षित बनवणे; काँग्रेस सदस्यांना सढळहस्ते मदत करणाऱ्या मायदेशातील संरक्षण कंत्राटदारांचे ताळेबंद वाढवणे; भांडवलशाही नमुन्याच्या पर्यायाचे यशस्वी उदाहरण ठरू शकेल, अशा कोणत्याही समाजाचा उदय होण्यास प्रतिबंध करणे; 'महान सत्ता' या बिरुदाला शोभेल, अशा प्रकारे शक्य तितक्या विस्तृत प्रदेशावर राजकीय आणि आर्थिक वर्चस्वाचा विस्तार करणे.[117]

येणाऱ्या वर्षांमध्ये अमेरिकन अर्थव्यवस्थेची स्थिती आणि जागतिक शांततेची स्थिती डबघाईला आल्याचे आणखीही काही अंदाज आहेत. प्रिन्सटन विद्यापीठाचे नोबेल पारितोषिक विजेते अर्थतज्ज्ञ पॉल क्रुगमन यांनी दर्शवल्याप्रमाणे, दुसऱ्या महायुद्धाने सरकारचा खर्च अमेरिकेच्या एकूण उत्पन्नाच्या 42 टक्के इतका वाढवला असला, तरी इराक व अफगाणिस्तान युद्धांनी, जी शिगेला असताना अमेरिकन जीडीपीच्या सुमारे 1.2 टक्के इतकी खर्चीक होती, त्यांनी अमेरिकन अर्थव्यवस्थेला फारसे उत्तेजन दिलेले नाही. क्रुगमन हे युद्धपिपासू नसले, तरी 'अमेरिकेने लांबलेल्या आर्थिक मंदीतून सुटण्यासाठी दुसऱ्या महायुद्धाच्या प्रमाणाशी साजेसा खर्च (शांततापूर्ण विकास प्रकल्पांवर) करण्याची गरज आहे', असे त्यांना वाटते.[118] एकीकडे चीन आणि अन्य आशियाई देश हे अमेरिकेसाठी ग्राहकोपयोगी वस्तूंचे प्रमुख निर्माते बनलेले असताना आणि सुमारे 10 टक्के अमेरिकन हे बेरोजगार असताना अमेरिकेला आपली अडखळलेली अर्थव्यवस्था पुढे नेण्यासाठी इराक व अफगाणिस्तान युद्धांपेक्षा खूप मोठ्या प्रमाणावरील आणखी विशाल युद्धे पुकारण्याखेरीज अन्य कोणता पर्याय उपलब्ध आहे का, असे वाटू शकते. या पार्श्वभूमीवर, 2014 मध्ये अफगाणिस्तानातून आपला शेवटचा सैनिक काढून घेतल्यानंतर किंवा त्याआधी अमेरिका युद्धाच्या वाटेने जाईल यावर विश्वास ठेवण्यासाठी आपल्याकडे कारण आहे का? रशियन ॲकेडमी ऑफ सायन्सच्या अंदाजानुसार अमेरिका 2017 ते 2019 च्या दरम्यान गंभीर आर्थिक अस्थिरतेतून लक्षणीयरीत्या सावरणार असली, तरी जागतिक परिप्रेक्ष्यामध्ये अमेरिकन महासत्तेला गंभीर संकटांचा सामना करावा लागू शकतो.

> 2016 ते 2020 च्या दरम्यान होणाऱ्या आर्थिक पुनरुत्थानाचा परिणाम म्हणून जागतिक सत्ता समतोलामध्ये गंभीर स्थित्यंतर होण्याची, तसेच जगातील बलाढ्य देश आणि विकसनशील देश या दोघांचा सहभाग असलेले गंभीर लष्करी-राजकीय संघर्ष घडण्याची शक्यता आहे. या संघर्षाचे केंद्र मध्य पूर्वेत आणि सोव्हिएत नंतरच्या मध्य आशियामध्ये असेल, असे मानले जाते.[119]

कमी होत जाणारी करआकारणी, मक्तेदारी आणि अनुदान या माध्यमांतून सध्या प्रचलित असलेला संस्थात्मक भ्रष्टाचार—लष्कर-उद्योग युती आणि शेतकऱ्यांसह—कॉर्पोरेट व्यापाराला लाभदायक असल्याने आपली अर्थव्यवस्था सुरू ठेवण्यासाठी अमेरिकेकडे फारसे पर्याय नाहीत. केवल संख्यांचा विचार केल्यास चीनचा 6.9 हजार

अब्ज डॉलर्स जीडीपी, अमेरिकेच्या 15 हजार अब्ज डॉलर्सच्या जीडीपीसमोर (2011 नुसार) खुजा असला, तरी चीनच्यांक्रयशक्ती तुल्यतेचा (पीपीपी – परचेसिंग पॉवर पॅरिटी) विचार करता चीनचा 11.3 हजार अब्ज डॉलर्स जीडीपी अमेरिकेच्या 15 हजार अब्ज डॉलर्स जीडीपीपेक्षा फारसा पिछाडीवर नाही. येणाऱ्या काही वर्षांमध्ये पीपीपीच्या मोजमापात चीनचा जीडीपी अमेरिकेच्या पुढे जाण्याची शक्यता आहे, त्यामुळे दोघांच्या लष्करी क्षमतेतील तफावत कमी होण्याची शक्यता आहे. दरवर्षी 12 टक्क्यांनी वाढणारा चीनचा संरक्षण खर्च येणाऱ्या वर्षांमध्ये अमेरिकेच्या संरक्षण तरतुदीशी बरोबरी करणार आहे. अमेरिकेतील जास्त असलेला राहणीमान खर्च आणि जीवनशैली पाहता, त्याचे प्रतिबिंब अमेरिकन फौजांचे, तसेच संरक्षण कंत्राटदारांचे वेतन व अन्य सुविधा, अमेरिकेत उत्पादित संरक्षण साहित्याचा वाढलेला खर्च, जगभरातील 700 हून अधिक लष्करी तळ चालवण्याचा खर्च आणि शेवटचे पण तितकेच महत्त्वाचे म्हणजे पहिल्या आखाती युद्धापासून (1991) परकीय आक्रमणे आणि युद्धावर अमेरिकेचा होणारा अब्जावधी डॉलर्स खर्च आदींमध्ये पडलेले असल्याने अमेरिकेच्या संरक्षण तरतुदीमुळे थक्क होण्याचे काही कारण नाही. चीन, रशिया आणि भारतासह अन्य काही देश त्या तुलनेत खूप कमी खर्चामध्ये अत्याधुनिक सुसज्ज लष्कर उभारू आणि सांभाळू शकतात.

अमेरिका केवळ आपले लष्करी आणि प्रादेशिक नोकर व उपकंत्राटदार – हुकूमशाही सत्ताधारी आणि लष्करी हुकूमशहा—यांच्यामार्फत जागतिक साम्राज्य कायम ठेवते एवढेच नाही, तर त्याचबरोबर अन्याय्य व्यापारी करार आणि जैविकदृष्ट्या फेरफार केलेल्या बियाणांचा (जीएमओ) प्रसार, तसेच सूक्ष्म ऋण (मायक्रोफायनान्स), (बांगला देशमधील) ग्रामीण बँक यांसारख्या बनावट संकल्पना आणि संस्था, त्याचप्रमाणे उत्तरदायित्व नसलेल्या स्वयंसेवी संस्था यांच्या माध्यमातूनही ती जगावर नियंत्रण ठेवते. जगातील जीएमओची सर्वांत मोठी उत्पादक आणि प्रसारक असलेली मोन्सांटो ही कंपनी अमेरिकेच्या मॉर्गन स्टॅनली आणि सिटीबँक यांसारखे मोठे उद्योगसमूह आणि वित्तीय संस्थांच्या बरोबरीने सूक्ष्म ऋण आणि ग्रामीण बँकेची सक्रिय पुरस्कर्ती होती, ही बाबही येथे नमूद करता येईल. दरम्यान, या शतकाच्या सुरुवातीस वॉशिंग्टनसोबतच्या निकटच्या संबंधांमुळे मोन्सांटोने जीएमओ क्रांती सादर केली. आणि वॉशिंग्टनने तृतीय जगतासाठी 'फूड इज पॉवर' (अन्न ही शक्ती आहे) हे ब्रीदवाक्य वापरून यू. एस. लेबेनस्रॉम (शब्दश: अर्थ निवासी जागा) निर्माण करण्याचे धोरण राबवण्यास होकार दिला. अमेरिकन लष्कराने इराकी बियाणांच्या साठ्याचा संपूर्ण नाश केल्याचे उदाहरणही या संदर्भात देता येऊ शकेल.[120]

अमेरिका ही एखाद्या साम्राज्याप्रमाणे वागत आली आहे, या गृहीतकावर प्रश्नचिन्ह उपस्थित करण्याचे आपल्याकडे काहीच कारण नाही. आणि साम्राज्ये ही नवे प्रदेश जिंकून घेण्यामुळे किंवा जुन्या व नव्या शत्रूंचे दमन करण्यामुळेच तगून राहतात, हे आपल्याला माहीत आहे. साम्राज्याला टिकून राहण्यासाठी आणि वैभव प्राप्त करण्यासाठी युद्धांची

गरज असते. अमेरिकन हे कदाचित विकसित जगामधील एकमेव देशभक्त लोक असतील, ज्यांना आपला देश पृथ्वीवरील सर्वांत बलाढ्य देश म्हणण्यात गौरव वाटतो. तथापि, क्रुगमन यांच्या संख्याशास्त्राने सूचित केल्याप्रमाणे अमेरिकेने तिसऱ्या जगातील दोन देशांवर एकाच वेळी केलेल्या आक्रमणांमुळे सरकारचा खर्च वार्षिक उत्पन्नाच्या 1 किंवा 2 टक्क्यांपेक्षा अधिक होण्याची शक्यता नाही, तर डळमळत्या अर्थव्यवस्थेसाठी सरकारच्या खर्चामध्ये चाळीसएक टक्के वाढ होण्याची गरज आहे आणि तो केवळ आणखी महायुद्धातूनच शक्य होऊ शकतो. अमेरिका हे लोकशाही राष्ट्र असल्याने, लष्कर-उद्योग युतीचा आत्यंतिक प्रभाव असला, तरी जनतेमधील वाढती युद्धविरोधी भावना कायम राहण्याची शक्यता आहे. तिसऱ्या महायुद्धाचे पडघम वाजवण्यासाठी राष्ट्राध्यक्ष आणि काँग्रेस हे दुसऱ्या एका महासत्तेविरुद्ध युद्ध किवा अण्वस्त्र हल्ला करू शकत नाहीत. तथापि, यामुळे अमेरिकन युद्धपिपासू त्यांच्या आक्रमणांचे समर्थन करण्यासाठी नवे शत्रू शोधून काढू शकणार नाहीत असेही नाही, कारण, 1940 च्या दशकापासून ते हेच करत आले आहेत. 1945 पासून अमेरिकेने ज्या देशांशी युद्ध केले आणि ज्यांच्यावर बॉम्बहल्ले केले, त्यांची यादीच पुरेशी बोलकी आहे: चीन 1945–46, 1950–53; कोरिया 1950–53; ग्वाटेमाला 1954, 1967–69; इंडोनेशिया 1958; क्यूबा 1959–60; दि बेल्जियन काँगो 1964; पेरू 1965; लाओस 1964–73; व्हिएतनाम 1961–75; कंबोडिया 1969–70; ग्रेनेडा 1983; लिबिया 1986, 2011; एल साल्वादोर 1980 चे दशक; निकाराग्वा 1980 चे दशक; पनामा 1989; इराक 1991–1999, 2003–2010; बोस्निया 1995; सुदान 1998; युगोस्लाव्हिया 1999; आणि अफगाणिस्तान 2001–2014(?). अमेरिकेने या सर्व देशांमध्ये त्या देशांच्या हितसंबंधांचे संरक्षण करण्याच्या नावाखाली किंवा संबंधित देशाने अमेरिकेवर अथवा तिच्या परकीय हितसंबंधांवर हल्ला केल्याची सबब देत आक्रमण केले आहे. मोठे युद्ध हे थोड्या काळासाठी अमेरिकन अर्थव्यवस्थेला चालना देणारे असले, तरी नैतिक, सामाजिक आणि आर्थिकदृष्ट्या अमेरिकेला दिवाळखोर बनवेल.

सारांश, अमेरिकन साम्राज्य हे ब्रिटिश, फ्रेंच किंवा डच साम्राज्यांपेक्षा वेगळे असल्याचा युक्तिवाद मांडणाऱ्यांनी हे समजून घेतले पाहिजे की, अमेरिकेने फिलिपाइन्स आणि पोर्तो रिकोमध्ये (आणि अलीकडेच इराक आणि अफगाणिस्तानमध्ये) लोकशाही संस्थांचा प्रसार केला असला, तरी दुसऱ्या महायुद्धाच्या अखेरीपासून अमेरिकेने प्रामुख्याने तिसऱ्या जगातील हुकूमशाही आणि दायित्वशून्य राजवटींना प्रोत्साहन दिले आहे. शीतयुद्धाची अखेरही अमेरिकेला सौदी अरेबिया, जनरल मुशर्रफ यांच्या अमलाखालील पाकिस्तान, बहारिन आदी हुकूमशाही राजवटी, तसेच अरब जगतातील अन्य दायित्वशून्य राजेशाह्यांना पाठिंबा देण्यापासून थांबवू शकली नाही. घुसखोर म्हणून अस्तित्व असणाऱ्या आणि 1948 मध्ये आपल्या निर्मितीपासून अरबांच्या मानवाधिकारांचे उल्लंघन करणाऱ्या इस्रायलला अमेरिकेच्या असलेल्या बिनशर्त पाठिंब्याची चर्चा मी यापूर्वीच केली आहे.

सर्व वर्चस्ववादी स्वतःसाठी अधिमान्यता मिळवण्यासाठी मुक्त नाही, तरी किमान खुल्या व्यापाराच्या हेतूने त्यांच्या वसाहतींमध्ये विशिष्ट वैश्विक मूल्यांचा पुरस्कार करतात, कारण त्यांच्या स्पर्धात्मक सरसतेमुळे अशा व्यापारातून त्यांना सर्वाधिक फायदा होत असतो, हेसुद्धा आपण लक्षात ठेवले पाहिजे. ओबामांच्या नेतृत्वाखालील – आणि त्यांच्यानंतरही येणाऱ्या दशकांतील—अमेरिका आपला वसाहतवादी कैफ उतरवण्याची, परदेशातील तळ बंद करण्याची, देशांवर आक्रमण करणे थांबवण्याची आणि मध्य पूर्व आणि तिसऱ्या जगात अन्य ठिकाणी हुकूमशाही राजवटींना प्रोत्साहन देणे थांबवण्याची किमान शक्यता आहे, यावर विश्वास ठेवण्याचे कोणतेही कारण आमच्याकडे नाही. ओबामा प्रशासनाअंतर्गत सीआयएचे नवे प्रमुख झालेले युद्धखोर जॉन ओ. ब्रेनन यांच्या नेतृत्वाखाली अमेरिका ड्रोन हल्ले अधिक तीव्र करेल, असे अनेक विश्लेषक मानतात. ब्रेनन यांनी ज्या प्रकारे ड्रोन हल्ल्यांचे आणि लक्ष्य ठरवून केलेल्या हत्यांचे समर्थन केले, तसेच सीआयएचे प्रमुख म्हणून नाव निश्चित झाल्यावर सिनेट सुनावणीवेळी ड्रोन हल्ल्यांतील मृतांच्या आकड्यासंबंधी अधिक माहिती देण्यास नकार दिला, त्याचा उल्लेखही यासंदर्भात करता येऊ शकेल.[121]

ब्रिटिश आणि अमेरिकन या दोन्ही साम्राज्यांनी आपण साम्राज्ये असल्याचा इन्कार केला आणि ती शक्तिशाली असताना होती, त्यापेक्षा अधिक साम्राज्यवादी ती कमकुवत असताना झाली (विशेष जोर आम्ही दिला आहे), 1970 च्या दशकापासून अमेरिकेचे आर्थिक वर्चस्व उघडउघड घसरणीला लागल्यापासून, ती दिवसागणिक अधिकाधिक साम्राज्यवादी होऊ लागली आहे. तेव्हापासून अमेरिकेची नवी आक्रमकता अधिकाधिक दृश्यमान बनली आहे.[122] या पार्श्वभूमीवर विविध नावांखाली आणि सबबी देऊन जगातील विविध भागांमध्ये, विशेषत: लॅटिन अमेरिकन आणि आफ्रो-आशियाई उपखंडात अमेरिकेची आक्रमकता आणखी वाढेल, असा अंदाज बांधण्यासाठी आपल्याकडे कारणे आहेत. तथापि, या साम्राज्याला आपल्या स्वतःच्या जनतेमध्ये पक्की मोर्चेबांधणी करता आलेली नाही. केवळ दहा टक्क्यांच्या आसपास अमेरिकन जनतेचा काँग्रेसवर विश्वास असून पदावर असलेल्या अध्यक्षांची लोकप्रियता 30 ते 40 टक्क्यांच्या दरम्यान आहे. पुन्हा आणखी एक चिंतेची बाब म्हणजे सुमारे 70 टक्के अमेरिकन जनता त्यांच्या प्रसारमाध्यमांवर विश्वास ठेवते. आणि प्रसारमाध्यमे आणि त्यांच्या सोबत बडे उद्योगसमूह, आयएमएफ आणि जागतिक बँकेसारख्या वित्तीय संघटना अमेरिकन साम्राज्य चालवण्यासाठी मदत करतात. जागतिक बँकेतील गौप्यस्फोट करणाऱ्या कॅरेन ह्युड्स यांनी (त्यांना जागतिक बँकेच्या मुख्यालयात बेकायदा प्रवेश केल्याबद्दल कामावरून कमी करण्यात आले होते आणि एप्रिल 2013 मध्ये अटक करण्यात आली होती. त्यानंतर एका महिन्याने त्यांची सुटका करण्यात आली.) जागतिक बँकेचा तिसऱ्या जगातील भ्रष्टाचार उघड केला होता. त्यांच्या मते वरपासून खालपर्यंत भ्रष्ट असलेल्या जागतिक बँकेच्या अधिकाऱ्यांमार्फत फिलिपिन्समधील लोकांना भ्रष्ट करण्यासाठी 90 कोटी अमेरिकन डॉलर्स वापरण्यात आले

आणि अमेरिकन बडे उद्योगसमूह तिसऱ्या जगातील गरीब लोकांना लुबाडत आहेत. बड्या उद्योगसमूहांचा राजकीय प्रभाव आणि आपल्या देशातील औद्योगिक क्षेत्रामधील भ्रष्टाचार यांबाबत अमेरिकन जनता अनभिज्ञ असून बँक ऑफ अमेरिका आणि गोल्डमन सॅच्ससारख्या संस्था अमेरिकन सरकार नियंत्रित करतात आणि सर्वांत महत्त्वाचे म्हणजे त्या कायद्यापेक्षा वरचढ आहेत, असे ह्युड्स यांना वाटते.[123]

वर संदर्भ दिल्याप्रमाणे पॉल क्रेग रॉबर्ट्स यांनी मांडले आहे, 'वॉशिंग्टनचे साम्राज्य अमेरिकेवर राज्य करण्यासाठी काही प्रभावशाली हितसंबंधी गटांच्या फायद्याकरिता अमेरिकन जनतेकडून संसाधने काढून घेते'. ओबामा प्रशासनही विल्यम (ज्युलियन) असांज, एडवर्ड स्नोडेन आणि ब्रॅडली मॅनिंग यांसारख्या जागल्यांना शत्रू किंवा हेर म्हणून जाहीर करण्याबाबत कचरलेले नाही. अमेरिकन नागरिकांवर सरसकट पाळत ठेवणे, इराक आणि अफगाणिस्तानमध्ये नागरिकांचा छळ आणि हत्या करणे यांसारखी अमेरिकन सरकारची देशांतर्गत, तसेच परदेशातील नैतिकताशून्य आणि बेकायदा कृत्ये उघड करणारी राष्ट्रीय, सीआयए/एनएसएची, तसेच संरक्षण विभागाची गोपनीय कागदपत्रे त्यांनी चोरून प्रसिद्ध केली होती. या जागल्यांबाबत अमेरिकेची प्रतिक्रिया हे तिच्या साम्राज्यवादी वर्तनाचे सूचक आहे, कारण अन्यायकारक परकीय आक्रमणे, ग्वाटानामो बे आणि दहशतवादाविरुद्धची खोटी युद्धे यांचे हिरिरीने समर्थन करत आलेल्या अमेरिकन प्रशासनाची काळी बाजू असांज, स्नोडेन आणि मॅनिंग यांनी प्रकाशात आणली. सारांश, एकेकाळी मायदेशात लोकशाहीवादी आणि परदेशात हुकूमशाही आणि जुलुमी असणाऱ्या ब्रिटिश, फ्रेंच किंवा डच साम्राज्यांपेक्षा अमेरिकन साम्राज्य वेगळे नाही. अमेरिकेने भौतिकदृष्ट्या अफगाणिस्तान आणि इराक व्यापल्यामुळे भूतकाळातील पारंपरिक साम्राज्यांमध्ये आणि त्यांच्यामध्ये जे काही फरक होते, ते पुसट झाले आहेत. अखेर आणि तितकेच महत्त्वाचे म्हणजे, 'अमेरिकेने स्वतःची प्रतिमा अपवादात्मक म्हणून साकारणे थांबवावे, कारण असे करणे "अत्यंत धोक्याचे" आहे,' असा स्पष्ट इशारा रशियाचे अध्यक्ष पुतिन यांनी दिला आहे.[124] जितक्या लवकर अमेरिकेला साम्राज्याचे दिवस संपुष्टात आल्याची जाणीव होईल, तितके चांगले.

टिपा आणि संदर्भ

1. Andrew J. Bacevich, *Washington Rules: America's Path to Permanent War* (New York: Metropolitan Books, 2010).
2. Richard K. Betts, "From Cold War to Hot Peace: The Habit of American Force," *Political Science Quarterly*, Vol. 127, No. 3 (2012): 353.
3. "The Global Terrorism Index Systematically Ranks 158 Countries According to the Impact of Terrorism." येथे उपलब्ध: http://www.visionofhumanity.org/terrorismindex/about-the-gti/ (accessed on December 7, 2013) and "Global Peace Index." येथे उपलब्ध: http://economicsandpeace.org/ (accessed on December 7, 2013).

4. Richard K. Betts, "From Cold War to Hot Peace: The Habit of American Force," *Political Science Quarterly*, Vol. 127, No. 3 (2012): 353–354.
5. Alexis de Tocqueville, *Democracy in America*, in Richard D. Heffner (ed.) (New York: Penguin Books, [1835] 1984), p. 252.
6. तथैव, pp. 128–129.
7. Richard K. Betts, "From Cold War to Hot Peace: The Habit of American Force," *Political Science Quarterly*, Vol. 127, No. 3 (2012): 360.
8. तथैव, pp. 363–368.
9. Howard Zinn's Foreword in John Tirman's *100 Ways America is Screwing Up the World* (New York: HarperCollins, 2006), pp. xvi–xvii.
10. तथैव, p. xviii.
11. Alexis de Tocqueville, *Democracy in America*, in Richard D. Heffner (ed.) (New York: Penguin Books, 1984), p. 278.
12. John J. Mearsheimer and Stephen M. Walt, *The Israel Lobby and U.S. Foreign Policy* (New York: Farrar, Straus and Giroux, 2007).
13. Mona Eltahawy, "Why Do They Hate Us? The Real War on Women in the Middle East," *Foreign Policy* (May–June 2012).
14. Michael Scheuer, Preface in *Imperial Hubris: Why the West Is Losing the War on Terror* (Dulles, Virginia: Potomac Books, 2005), p. x.
15. तथैव, p. 1.
16. Senator J. William Fulbright, *The Arrogance of Power* (New York: Random House, 1966), p. 4.
17. Peter Waldman, "A Historian's Take on Islam Steers U.S. in Terrorism Fight: Bernard Lewis's Blueprint—Sowing Arab Democracy—Is Facing a Test in Iraq," *The Wall Street Journal* (February 3, 2004).
18. Michael Scheuer, *Imperial Hubris: Why the West is Losing the War on Terror* (Dulles, Virginia: Potomac Books, 2005), p. xi.
19. Paul Krugman, "Oligarchy, American Style," *New York Times* (November 3, 2011).
20. John Tirman, *100 Ways America is Screwing Up the World* (New York: HarperCollins, 2006), pp. 166–168, 232, 248–257.
21. Chalmers Johnson, *Dismantling the Empire: America's Last Best Hope* (New York: Metropolitan Books, 2010), p. 114.
22. Paul Craig Roberts, "How the New American Empire Really Works," *Counterpunch* (March 27, 2012). येथे उपलब्ध: http://www.counterpunch.org/2012/03/27/how-the-new-american-empire-really-works/ (accessed on December 7, 2013).
23. Tirman, *100 Ways America Is Screwing Up the World*, pp. 249, 254.
24. Howard Zinn, *A People's History of the United States: 1492—Present* (New York: HarperCollins, 2005), p. 4.
25. तथैव, pp. 29, 151–153.
26. Chalmers Johnson, *The Sorrows of Empire: Militarism, Secrecy and the End of the Republic* (New York: Holt Paperbacks, 2005), p. 39.

27. तथैव.
28. Phil Tajitsu Nash, "Ending the Military-Industrial-Congressional Complex," *Asian Week* (September 10, 2007). येथे उपलब्ध: https://www.google.com/#q=Phil+Tajitsu+Nash%2C+%E2%80%9CEnding+the+Military-Industrial-Congressional+Complex%E2%80%9D%2C+ (accessed on December 7, 2013).
29. Robert Higgs, "World War II and the Military-Industrial-Congressional Complex," *Freedom Daily* (May 1995). येथे उपलब्ध: http://www.independent.org/publications/article.asp?id=141 (accessed on December 7, 2013).
30. Robert B. Reich, "Help End the Military-Industrial-Congressional Complex," YouTube Video (June 2, 2011).
31. P.W. Singer, *Corporate Warriors: The Rise of the Privatized Military Industry* (Ithaca: Cornell University Press, 2003), अन्यत्र.
32. Chalmers Johnson, *Dismantling the Empire: America's Last Best Hope* (New York: Metropolitan Books, 2010), pp. 93–106, 109–132.
33. Andrew J. Bacevich, *Washington Rules: America's Path to Permanent War* (New York: Metropolitan Books, 2010), pp. 19–25, 152–155.
34. William Blum, *Freeing the World to Death: Essays on the American Empire* (Monroe, Maine: Common Courage Press, 2005), p. i.
35. Casper Weinberger and Peter Schweizer, *The Next War* (Washington, D.C.: Regenery Publishing, 1996), p. XV.
36. तथैव, अन्यत्र.
37. George Friedman, *The Next 100 Years: A forecast for the 21st Century* (New York: Doubleday, 2009), p. 40.
38. तथैव, pp. 40–49.
39. तथैव, pp. 5–13, 38, 79–87, 155–192.
40. Finian Cunningham, "Syria—The Western Deception Over Regime Change Unravels," *Global Research* (March 8, 2012). येथे उपलब्ध: www.globalresearch.ca/index.php?context=va&aid=29660 (accessed on December 7, 2013).
41. Howard Zinn's Foreword in *100 Ways America is Screwing Up the World*, (New York: HarperCollins, 2006), pp. xii–xiv.
42. Tirman, *100 Ways America is Screwing Up the World*, pp. 4–5, 29, 44–45, 70–79.
43. Chalmers Johnson, *Dismantling the Empire: America's Last Best Hope* (New York: Metropolitan Books, 2010), pp. 4–5.
44. तथैव, pp. 5–8.
45. तथैव, pp. 26–27.
46. Noam Chomsky, *World Orders, Old and New* (London: Pluto Press, 1994), pp. 124–129.
47. तथैव, pp. 168–170.
48. तथैव, p. 171.
49. Noam Chomsky, *Media Control: The Spectacular Achievements of Propaganda* (New York: Seven Stories Press, 2002), pp. 11–30.
50. George Creel, *How We Advertised America* (1920) (Kindle Edition 2010).

51. Chomsky, *Media Control: The Spectacular Achievements of Propaganda*, pp. 14–15.
52. तथैव, p. 30.
53. Chomsky, *World Orders, Old and New*, p. 9.
54. Chomsky, *Media Control: The Spectacular Achievements of Propaganda*, pp. 33–45.
55. तथैव, pp. 74–75.
56. Andrew J. Bacevich, *The New American Militarism: How Americans Are Seduced by War* (New York: Oxford University Press, 2005), pp. 2–7, 13–25.
57. Christopher A. Preble, *The Power Problem* (Ithaca: Cornell University Press, 2009), pp. 8, 24–39, 90.
58. *The Economist* (April 7, 2012).
59. Tirman, *100 Ways America Is Screwing Up the World*, p. 107.
60. Thomas Joscelyn, "Obama, Not Congress, Is the Reason Guantánamo Is Still Open," *Daily Beast* (May 3, 2013). येथे उपलब्ध: http://www.thedailybeast.com/articles/2013/05/03/obama-not-congress-is-the-reason-guantanamo-is-still-open.html (accessed on June 7, 2013); Russian TV (June 5, 2013).
61. "Bradley Manning Trial Begins with Clash of Interpretations over Soldier's Actions," *The Guardian* (June 3, 2013); "The Bradley Manning Trial: A Short(ish) Guide to Understanding the Case," NPR News (June 5, 2013). येथे उपलब्ध: http://www.npr.org/blogs/thetwo-way/2013/06/05/188938313/the-bradley-manning-trial-a-short-ish-guide-to-understanding-t (accessed on June 7, 2013).
62. Breanna Edwards, Ron Paul: Manning "Should Be Released," *Politico* (August 22, 2013). येथे उपलब्ध: http://www.politico.com/story/2013/08/ron-paul-chelsea-manning-95819.html#ixzz2clveuEgE (accessed on August 22, 2013).
63. Ron Paul's Interview by Larry King, RT News (August 22, 2013).
64. Chomsky, *Media Control: The Spectacular Achievements of Propaganda*, pp. 44–45 and 74–75.
65. Bruce Cumings, Ervand Abrahamian, and Moshe Ma'oz, *Inventing the Axis of Evil: The Truth about North Korea, Iran and Syria* (New York: The New Press, 2004), pp. 3, 93.
66. तथैव, p. 157.
67. Chalmers Johnson, *The Sorrows of Empire: Militarism, Secrecy, and the End of the Republic* (New York: Holt Publishers, 2005), pp. 308–309.
68. "$112 Million Worth of Tomahawk Missiles Already Launched in Libya Operation." येथे उपलब्ध: http://washingtonexaminer.com/politics/beltway-confidential/2011/03/112-million-worth-tomahawk-missiles-already-launched-libya (accessed on March 30, 2012).
69. *Chicago Tribune* (April 2, 2012).
70. Michel Chossudovsky, "War is Good for Business," *Global Research* (September 16, 2001). येथे उपलब्ध: http://globalresearch.ca/articles/CHO109D.html (accessed on April 8, 2012).
71. Ari Ben-Menashe, *Profits of War: The Sensational Story of the World-Wide Arms Conspiracy* (Australia: Allen & Unwin, 1992), pp. xvi, 91.

72. Noam Chomsky, *Necessary Illusions: Thought Control in Democratic Societies* (Toronto: Anansi Press Inc., 2003), p. 286.
73. तथैव, p. 1.
74. तथैव, pp. 2–8.
75. William Blum, "The 9/11 Truth Movement: The Anti-Empire Report," *Foreign Policy Journal* (October 2, 2010).
76. तथैव.
77. John J. Mearsheimer and Stephen M. Walt, *The Israel Lobby and U.S. Foreign Policy* (New York: Farrar, Straus and Giroux, 2007), p. 4.
78. तथैव.
79. "Barack Obama Pledges New Beginning between US and Muslims: US President Tells Israel 'It Is Time for Settlements to Stop,'" *Guardian* (June 4, 2009).
80. येथे उपलब्ध: http://www.outsidethebeltway.com/obamas_cairo_speech/ (accessed on April 18, 2012).
81. "Israeli PM Netanyahu Rejects Obama '1967 Borders' View," BBC News (May 20, 2011). येथे उपलब्ध: http://www.bbc.co.uk/news/world-middle-east-13465133 (accessed on April 12, 2012); "Israeli Rebuke of Obama Exposes Divide on Mideast," Reuters (May 20, 2011). येथे उपलब्ध: http://www.reuters.com/article/2011/05/20/us-obama-mideast-netanyahu-idUSTRE74I7L720110520 (accessed on April 19, 2012).
82. "Obama Eases Israeli Anger on Mideast Peace Vision," Reuters (May 22, 2011). येथे उपलब्ध: http://www.reuters.com/article/2011/05/23/us-usa-israel-idUSTRE74L0D020110523 (accessed on April 19, 2012).
83. *The Telegraph* (June 24, 2011 and September 22, 2011).
84. Tirman, *100 Ways America is Screwing Up the World*, p. 155.
85. Paul Findley, *They Dare to Speak Out: People and Institutions Confront Israel's Lobby* (Chicago: Lawrence Hill Books, 1989), p. 25.
86. तथैव, pp. 49 and 147.
87. John J. Mearsheimer and Stephen M. Walt, *The Israel Lobby and U.S. Foreign Policy* (New York: Farrar, Straus and Giroux, 2007), p. 162.
88. तथैव, pp. 13–18.
89. M. Shahid Alam, *Israeli Exceptionalism: The Destabilizing Logic of Zionism* (New York: Palgrave Macmillan, 2009), अन्यत्र.
90. John J. Mearsheimer and Stephen M. Walt, *The Israel Lobby and U.S. Foreign Policy* (New York: Farrar, Straus and Giroux, 2007), pp. 26–29.
91. तथैव, p. vii.
92. *Guardian* (April 5 and 8, 2012); Tunku Varadarajan, "Provocative Poetry, Prohibitive Cheese," *Newsweek* (April 16, 2012).
93. Eric S. Margolis, *American Raj: Liberation or Domination?* (Toronto: Key Porter Books, 2008), pp. 4, 19.
94. Steven Kull, *Feeling Betrayed: The Roots of Muslim Anger at America* (Washington, D.C.: Brookings Institution Press, 2011), pp. 89–101.

95. Steven Kull, "Why Muslims Are Still Mad at America" (September 6, 2011). येथे उपलब्ध: http://www.worldpublicopinion.org/incl/printable_version.php?pnt=691 (accessed on September 12, 2011).
96. Michel Chossudovsky, "Towards a World War III Scenario: The Dangers of Nuclear War," E-Book Series No. 1.0 (Montreal: Global Research Publishers, 2011); Michel Chossudovsky and Finian Cunningham (eds), "The Globalization of War: The 'Military Roadmap' to World War III," *Global Research* (February 10, 2012).
97. Hans Kristensen, "Targets of Opportunity: How Nuclear Planners Found New Targets for Old Weapons," *The Bulletin of the Atomic Scientists*, Vol. 53, No. 5 (1997): 22–28.
98. Ehsan Ahrari, "Why the Long War Can and Cannot be Compared to the Cold War," *Comparative Strategy*, Vol. 26, No. 4 (July 2007): 275.
99. Michael Scheuer, *Imperial Hubris: Why the West Is Losing the War on Terror* (Dulles, Virginia: Potomac Books, 2005), pp. ix–xi.
100. तथैव, pp. x–xi.
101. Senator J. William Fulbright, *The Arrogance of Power* (New York: Random House, 1966), p. 27.
102. तथैव, p. 32.
103. Associated Press (February 10, 2012).
104. Chalmers Johnson, *The Sorrows of Empire: Militarism, Secrecy and the End of the Republic* (New York: Holt Paperbacks, 2004), pp. 1–15.
105. तथैव, pp. 3–5.
106. Christopher Preble, *The Power Problem: How America's Military Dominance Makes US Less Safe, Less Prosperous, and Less Free* (Ithaca: Cornell University Press, 2009), pp. 64–87.
107. तथैव, pp. 5–6, 67–7, 124–125.
108. *Washington Post* (June 20, 2010).
109. *Los Angeles Times* (October 16, 2003) and CNN.com (October 17, 2003).
110. Andrew J. Bacevich, *Washington Rules* (New York: Metropolitan Books, 2010), p. 113.
111. Christopher Preble, Introduction to *The Power Problem: How America's Military Dominance Makes US Less Safe, Less Prosperous, and Less Free* (Ithaca: Cornell University Press, 2009).
112. Stanley E. Spangler, *Force and Accommodation in World Politics* (Maxwell Air Force Base, Alabama: Air University Press, 1991), p. 293.
113. Senator J. William Fulbright, *The Arrogance of Power* (New York: Random House, 1966), pp. 144, 153.
114. Mackubin Thomas Owens, *US Civil-Military Relations after 9/11: Renegotiating the Civil-Military Bargain* (New York: Continuum, 2011), p. 192.
115. तथैव.
116. Michael Scheuer, *Imperial Hubris: Why the West Is Losing the War on Terror* (Dulles, Virginia: Potomac Books, 2005), pp. ix–xi, xv, 181.

117. William Blum, "A Brief History of U.S. Interventions: 1945 to the Present," *Z Magazine*, Vol. 13, No. 6 (June 1999).
118. Paul Krugman, "U.S. Economy Needs 'The Financial Equivalent of War,'" *Huffington Post* (September 28, 2011).
119. Viktor Burbaki, "Why the US Needs a Major War," *Strategic Cultural Foundation* (online journal) (January 4, 2012). येथे उपलब्ध: http://www.strategic-culture.org/news/2012/01/04why-the-us-needs-a-major-war.htm (accessed on December 7, 2013).
120. F. William Engdahl, *Seeds of Destruction: The Hidden Agenda of Genetic Manipulation* [2007], *Global Research* (Centre for Research on Globalization, Montreal), pp. 3–15, 105–107, 152–172, 202–204.
121. David Cole, "13 Questions for John O Brennan," *The New York Review* (2013); "Brennan Defends Drone Strike Policies," *Washington Post* (February 7, 2013).
122. Julian Go and Alex Doherty, "The United States—An Exceptional Empire?" New Left Project. येथे उपलब्ध: http://www.newleftproject.org/index.php/site/article_comments/the_united_states_an_unexceptional_empire (accessed on February 8, 2013).
123. "World Bank Whistleblower Karen Hudes Arranged to Federal Court on 13 June," NSNBC International (June 12, 2013). येथे उपलब्ध: http://nsnbc.me/2013/06/12/world-bank-whistleblower-karen-hudes-arrainged-to-federal-court-on-13-june/ (accessed on June 23, 2013); RT News (June 22, 2013).
124. Vladimir V. Putin, "A Plea for Caution From Russia: What Putin Has to Say to Americans About Syria," *New York Times* (September 11, 2013).

5 जागतिक जिहादः तत्त्वज्ञान आणि ज्वलंत मुद्दे

ज्यू आणि ख्रिश्चन... यांचे स्वातंत्र्य आणि त्यांची श्रेष्ठता संपुष्टात आणण्यासाठी त्यांना जिझिया कर भरण्याची सक्ती केली पाहिजे, म्हणजे ते या भूमीवर राजे किंवा सार्वभौम राहणार नाहीत. खऱ्या श्रद्धेच्या (इस्लामच्या) अनुयायांनी त्यांच्याकडून सत्ता हिसकावून घेतली पाहिजे आणि सार्वभौमत्व ग्रहण करून इतरांना 'योग्य मार्गाकडे' नेले पाहिजे. यासाठीच, जर ते (बिगरमुस्लीम) जिझिया कर भरून झिम्मी म्हणून राहण्यास तयार असतील, तर इस्लामी राष्ट्र त्यांना संरक्षण देऊ करते... त्यांच्या दुष्ट राजवटीचा शेवट करण्यासाठी आणि त्यांना सदाचारी व्यवस्थेअंतर्गत आणण्यासाठी प्रयत्नांची पराकाष्ठा करणे, हे सच्च्या मुस्लिमांचे कर्तव्य आहे.

अबुल आ'ला मौदुदी (1971), जमात-ई-इस्लामीचे संस्थापक

मुस्लीम ब्रदरहूड बदललेली नाही; केवळ तिच्याबद्दलचे पाश्चात्त्यांचे मत बदलले आहे. 1928 मध्ये स्थापना झाल्यापासून जसा होता, तसाच हा गट शरिया कायद्याच्या सक्षमीकरण आणि प्रसारासाठी कटिबद्ध आहे. हा कायदा बिगर-मुस्लीम नास्तिकांचा, विशेषतः इस्लामला इतिहासकाळापासून अजेय असलेल्या ख्रिश्चन धर्मीयांचा द्वेष करण्याची शिकवण देतो आणि इस्लामला सर्वोच्च बनवण्यासाठी असत्यापासून फसवणुकीपर्यंत काहीही करण्याची परवानगी देतो.

रेमंड इब्राहिम, मिडल ईस्ट फोरम, जून 25, 2012

आढावा

जागतिक जिहाद ही जड संकल्पना आहे. विशेष म्हणजे, जागतिक जिहाद हे एकूणच मानवी संस्कृतीला, विशेषतः पाश्चिमात्य संस्कृतीला धोकादायक आहे आणि पर्यायी इस्लामी जागतिक व्यवस्था प्रस्थापित करण्याच्या दृष्टीने ते एक साधन आहे, अशी त्याची प्रतिमा उभी करणाऱ्या मुद्द्यावर इस्लामवादी आणि इस्लामभयग्रस्त या दोघांचेही एकमत आहे, असे दिसते. इस्लामभयग्रस्त हे या धर्माची प्रतिमा राक्षसी धर्म अशी साकारून इस्लामविरोधी टोकाचा पूर्वग्रह पसरवत असतात आणि नेहमीच जागतिक जिहादलाच खऱ्या इस्लामच्या बरोबरीने मांडतात. हे प्रकरण म्हणजे, जागतिक जिहाद ही अनैतिहासिक पुनर्मांडणी, मिथक संकल्पना आहे का आणि येणाऱ्या वर्षांमध्ये पाश्चिमात्य, तसेच अन्य इस्लामेतर संस्कृतींना आव्हान देण्यासाठी मुस्लीम जगताचे जनमत घडवू शकेल, इतकी ताकद जागतिक जिहादींमध्ये आहे का, हे समजून घेण्याचा प्रयत्न आहे. सामान्य मुस्लीम अमेरिका व पाश्चात्त्य जगताचा द्वेष करतो का आणि त्यांचा नाश झालेला त्याला हवा आहे

का?, हा महत्त्वाचा प्रश्न या प्रकरणामध्ये उपस्थित केला आहे आणि त्याचे उत्तर देण्याचा प्रयत्नही करण्यात आला आहे. इजिप्त, सौदीअरेबिया, इराण, अफगाणिस्तान आणि पाकिस्तानातील इस्लामी चळवळींचा ऐतिहासिक, समकालीन आणि भविष्यकालीन दृष्टिकोनातून अभ्यास करून त्या परिप्रेक्ष्यामध्ये जागतिक जिहादची स्थिती आणि त्याची क्षमता यांचे मूल्यमापन या प्रकरणात आहे.

मुस्लिमांचा पर्यायी व्यवस्थेचा शोध

मुस्लीम जगतामध्ये सर्वत्र इस्लामवादी शक्तींचा लक्षणीय उदय होण्यास आयसेनहॉवर यांच्यापासून ओबामांपर्यंतचे सर्व अमेरिकन अध्यक्ष जबाबदार आहेत. शीतयुद्धातील निकडींमुळे आपल्या देशाला, पुढे जाऊन अल-कायदाची स्थापना करणाऱ्या अफगाण मुजाहिदीनसह अन्य इस्लामी शक्तींना पाठिंबा द्यावा लागला, अशी जाहीर कबुली हिलरी क्लिंटन आणि अमेरिकेच्या काही उच्चपदस्थ प्रशासकीय अधिकारी आणि राजकीय नेत्यांनी दिली आहे. 1953 साली इराणमधील लोकशाहीद्वारे निवडून आलेले सरकार सीआयएच्या नेतृत्वाखालील लष्करी बंडाने उलथवून टाकले, त्याच्या पूर्वसंध्येला आयसेनहॉवर यांनी अयातोल्लांशी गुफ्तगू केली होती आणि कार्टर व रेगन या दोघांनीही पाकिस्तानातील जनरल झिया उल-हक यांच्या जमात-ए-इस्लामी (जेआय) धार्जिण्या इस्लामवादी लष्करी हुकूमशाहीला (1977–88) अधिमान्यता दिली होती, हेसुद्धा आपल्याला माहीत आहे. आयसेनहॉवर आणि निक्सन यांच्या काळातील अमेरिकन नेतृत्वाने नासर यांच्यापेक्षा मुस्लीम ब्रदरहूडला (एमबी) पसंती दिली, कारण नासर यांनी उघडपणे पाश्चिमात्यविरोधी आणि इस्रायलविरोधी भूमिका घेतली होती आणि सोव्हिएत युनियनशी त्यांची निकटचे संबंध होते. इस्लामी कट्टरवाद्यांनी 1981 मध्ये अन्वर सादत यांची हत्या करेपर्यंत अमेरिकेने इस्लामबाबत सौम्य धोरण ठेवणाऱ्या सादत आणि ब्रदरहूडला पाठिंबा देणे सुरू ठेवले. अमेरिकेच्या परराष्ट्र धोरणाचे काही टीकाकार तर ब्रदरहूडचे वर्णन सीआयएचीच एक शाखा असे करतात. ब्रदरहूडचे संस्थापक हसन अल-बन्ना यांचा जावई सैद रमादान (तारिक रमादानचा पिता) हा 1950 च्या दशकामध्ये सीआयएचा हस्तक असल्याचे म्हटले जाते.[1] शीतयुद्धाच्या काळामध्ये अमेरिका आणि इस्लामवाद्यांमध्ये – ब्रदरहूड, जमात व अफगाण मुजाहिदीन – असलेले सामंजस्य शीतयुद्धाबरोबर संपले नाही, असे अनेक विश्लेषकांना वाटते. डॉ. मोर्सी यांच्यासह इजिप्त आणि सीरियामधील ब्रदरहूडचे नेते हे अमेरिकाधार्जिणे आहेत, असे ते मानतात.[2] एका पाश्चिमात्य विश्लेषकाने साध्या शब्दांत मांडल्याप्रमाणे अमेरिका आणि तिची मित्र राष्ट्रे ही मुस्लीमजगतातील त्यांचे दीर्घकालीन भूराजकीय हितसंबंध जोपासण्यासाठी "मालीपासून सीरियापर्यंत अल कायदाला निधी आणि शस्त्रास्त्रे पुरवत होती आणि त्याच वेळी त्यांच्याशी लढतही होती."[3] वायव्य आणि पूर्व आफ्रिका, मध्य पूर्व आणि अफगाणिस्तानातील जिहाद आणि जिहादविरोधी

संघर्षाच्या विविध पट्ट्यांमध्ये अमेरिका, नाटो आणि त्यांचे सहकारी बजावत आलेली वादग्रत भूमिका पाहता, पाश्चात्त्य जगताची भूमिका संशयास्पद आहे, असे वाटण्यासाठी पुरेशी कारणे आहेत. उदाहरणार्थ, एका बाजूला आघाडीचे अमेरिकन नेते, नाटो आणि आयएसएएफ कमांडर हे अफगाणिस्तानमध्ये आपण दहशतवादी/बंडखोरांशी लढत असल्याचे सांगतात आणि दुसरीकडे अमली पदार्थांचे माफिया, तालिबान आणि अल कायदाला फायदेशीर ठरणाऱ्या अफूच्या सार्वजनिक लागवडीला व अफगाणिस्तानात, तसेच अफगाणिस्तानातून बाहेर होणाऱ्या अमली पदार्थांच्या व्यापाराला त्यांची मूकसंमती असल्याचे आपल्याला आढळते.

महंमद मोर्सी आणि ब्रदरहूडच्या आघाडीच्या नेत्यांचे अमेरिकेशी संबंध असोत किंवा नसोत, प्रत्यक्ष वास्तव हे आहे की सामान्य इजिप्शियन मुस्लिमांना ना अमेरिका पसंत आहे, ना इस्रायल. आणि दशकानुदशकांच्या नागरी आणि लष्करी हुकूमशाहीमुळे (1952–2011) इजिप्शियन नागरिकांचा कधी उदारमतवादी लोकशाही आणि मानवाधिकारांशी संपर्कच आलेला नव्हता. त्यामुळे मोठ्या प्रमाणात इजिप्शियन मुस्लिमांसाठी इस्लामवाद किंवा राजकीय इस्लाम हा लष्करी हुकूमशाहीला मुख्य पर्याय म्हणून, तसेच नागरी स्वातंत्र्य आणि मानवाधिकारांची हमी देणारा सर्वांत शक्तिशाली विचार म्हणून समोर आला. तथापि, सौदी अरेबिया, इराण, अफगाणिस्तान आणि काही प्रमाणात पाकिस्तान यांसारख्या शिया आणि सुन्नी धर्मसत्ताक राज्यपद्धती असलेल्या देशांमध्ये राहणाऱ्या लोकांच्या अनुभवांवरून आपल्याला माहीत आहे की इस्लामवाद कधीच नागरी स्वातंत्र्य, मानवाधिकार आणि लोकशाहीची हमी देत नाही. हे सर्व पाहता, मुस्लीम जगतावर येऊ घातलेल्या दहशतवादी इस्लाम आणि मुस्लीम लोकशाहीच्या धोक्याविषयीचे आकलन शक्य व्हावे, यासाठी मी थोडक्यात मुस्लीम ब्रदरहूड, जमात-ई-इस्लाम, अल कायदा, खोमेनीवाद/इराणी इस्लामवाद, तालिबान, वहाबीवाद आणि मुस्लीमजगतातील अन्य काही लहान इस्लामवादी संघटनांचा परिचय करून देत आहे. दुर्दैवाची बाब म्हणजे, पश्चिम आफ्रिकेपासून ते उत्तर आफ्रिकेपर्यंतचे आणि मध्य पूर्वेपासून ते दक्षिण व आग्नेय आशियापर्यंतचे मुस्लीम-बहुल देश हे त्यांच्या इतिहासातील अशांत टप्प्यामधून जात आहेत आणि शीतयुद्धोत्तर जागतिकीकरणाच्या आणि ज्याचे आश्वासन मिळाले होते त्या नव्या जागतिक रचनेच्या युगात आधुनिकतावाद आणि (लोकशाही नाही तरी) सुप्रशासनाकडे घेऊन जाणाऱ्या मोठ्या स्थित्यंतरांच्या उंबरठ्यावर हे देश उभे आहेत.

इस्लामवादाला असलेल्या पाठिंब्याची पातळी देशागणिक बदलत जाते. मुक्त आणि लोकशाहीवादी देशांच्या तुलनेत राजकीय स्वातंत्र्य आणि लोकशाहीवादी संस्था नसलेल्या देशांमध्ये ब्रदरहूड आणि वहाबीवाद यांसारख्या इस्लामवादी संघटना आणि चळवळी चांगल्याफोफावतात. राजकीय पक्ष आणि धर्मनिरपेक्ष सामाजिक-सांस्कृतिक संस्था व संघटना नसलेल्या देशांमध्ये ब्रदरहूड आणि वहाबीवाद यांसारख्या इस्लामवादी

संघटना व चळवळी या राजकीय आणि सांस्कृतिक अवकाश भरून काढतात. म्हणूनच उत्तर आफ्रिका आणि मध्य पूर्वेमध्ये इस्लामी संघटना चांगल्या प्रस्थापित झाल्या आहेत. पाकिस्तानात (लष्करी हुकूमशहांच्या अमलाखाली असतानाही) तुलनेने राजकीय आणि सांस्कृतिक स्वातंत्र्य असल्याने इस्लामेतर (संपूर्णपणे धर्मनिरपेक्ष नसल्या तरी) राजकीय पक्ष आणि सांस्कृतिक संघटनांच्या प्रसाराला परवानगी मिळाली आहे, तरीही राष्ट्राच्या निर्मितीसाठी इस्लाम हे मूलभूत कारण असल्यामुळे त्याला त्या देशामध्ये विशेष राजकीय महत्त्व आहे. पाकिस्तानच्या इस्लाम-आधारित राष्ट्राच्या विचारधारेपासून फारकत घेणाऱ्या धर्मनिरपेक्ष बंगाली राष्ट्रवादाच्या नावाखाली बांगला देश हा पाकिस्तानातून बाहेर पडून देश म्हणून उदयाला आल्यामुळे बांगला देशच्या राजकीय पटलावर इस्लामवादाचा अवकाश त्यापेक्षा मर्यादित आहे.

समान छत्राखाली एकत्र येण्यापासून फार दूर असलेल्या मुस्लीम दहशतवाद्यांमध्ये पाश्चिमात्य वर्चस्वाला आव्हान देण्याची क्षमता नगण्य आहे. पुन्हा, त्यांच्यामध्ये पाश्चिमात्य संस्कृतीपुढे कोणताही ठोस धोका उभा करू शकण्यापूर्वी सोडवावयाचे असे मुस्लिमांतर्गत संघर्ष खूप आहेत. मुस्लीम जगतामध्ये काही ज्वलंत मुद्दे आहेत, तसेच काही निद्रिस्त ज्वालामुखीही आहेत. त्याहूनही महत्त्वाचे म्हणजे, ज्यांचे स्वरूप किंवा रचना इस्लामवादाला प्रोत्साहन देणारी आहे, अशा एकाधिकारशाही राजवटींमध्ये इस्लामवादी हे फोफावतात. याची विपुल उदाहरणे आहेत. सौदी हुकूमशाहीला अधिमान्यता मिळवण्यासाठी सौदी अरेबियाने वहाबी इस्लामला राष्ट्रीय विचारधारा म्हणून प्रोत्साहन दिले, तर पाकिस्तान आणि बांगला देशातील लष्करी हुकूमशहांनी लष्करी राजवटीला अधिमान्यता मिळवण्यासाठी इस्लामप्रेमी राजकारणी आणि धर्मगुरूंच्या साथीने इस्लामवादाला (जरी दहशतवादी आवृत्तीत नसला तरी) अधिमान्यता दिली. इजिप्त आणि इराणसारख्या देशांमध्ये जेथे असंतुष्ट मुस्लीम आणि तुलनेने मुक्त (आणि प्रभावी) धर्मगुरूंनी पर्यायी व्यवस्था म्हणून इस्लामवादाला धरून ठेवले, तिथे नैसर्गिकरीत्या इस्लामवाद फोफावला. ब्रदरहूड आणि खोमेनी यांच्या उदयाचे स्पष्टीकरण यांवरून मिळते.

मुस्लीम ब्रदरहूड, जमात-इ-इस्लामी आणि जागतिक जिहाद

मुस्लीम ब्रदरहूड (एमबी)

जागतिक जिहादचे इस्लामी ज्वलनबिंदू समजून घेण्यासाठी प्रमुख इस्लामी चळवळी, त्यांचा थोडक्यात इतिहास, विचारधारा आणि डावपेच समजून घेण्याची आवश्यकता आहे. जगतील सर्वांत प्रमुख इस्लामवादी पक्ष आणि ज्याला "अल-कायदाचे मूळ" मानले जाऊ शकते, त्या मुस्लीम ब्रदरहूड किंवा इख्वानूल मुस्लेमीनपासून आपल्याला सुरुवात करता येईल. त्याची सुरुवात अगदी साधी होती. कैरोमधील मदरशामध्ये शिक्षक असलेल्या एका इमामाचा मुलगा हसन-अल-बन्ना (1906–1949) हा घड्याळांची दुरुस्ती करायचा आणि

इस्लामी संस्कृतीमध्ये स्वारस्य असल्याने त्याने इस्लामविषयी काही पुस्तके लिहिली होती. 1928 साली मार्च महिन्यात 22 वर्षीय बन्नाने 'सोसायटी फॉर मुस्लीम ब्रदर्स' ही संघटना स्थापन केली आणि अवघ्या दहा वर्षांच्या काळात या संघटनेने पाच लाख इजिप्शियन नागरिकांना सक्रिय कार्यकर्ते बनवले. 1945 पर्यंत ही संख्या वीस लाखांपर्यंत वाढली. 9/11 च्या हल्ल्यामुळे अल-कायदाने सगळे लक्ष आपल्याकडे वेधून घेतल्याचे दिसत असले, तरी ब्रदरहूड ही जगातील सर्वांत संघटित आणि सर्वांत मोठी, विविध देशांत पसरलेली इस्लामी संघटना आहे.

एकोणिसाव्या शतकातील इस्लामी विचारवंत जमाल अल-दीन अफगाणी यांचा इजिप्शियन "पणतू-शिष्य" असलेला अल-बन्ना हा ब्रदरहूडचा संस्थापक होता आणि अल-बन्नाचा शिष्य असणाऱ्या सय्यद कुत्बने "1967 मध्ये अरब जगतातील पहिल्या जिहादी गटाची स्थापना करणाऱ्या" अयमान-अल-झवाहिरीला थेट प्रेरणा दिली होती.[4] अल-बन्नाने मुख्यत्वे "बहुदेशीय इस्लामी सुधारणांवर" भर देणारा अहिंसक "पन्नास मुद्द्यांचा जाहीरनामा" प्रसिद्ध केला असला, तरी 1940 आणि 1950 च्या दशकामध्ये सय्यद कुत्बच्या नेतृत्वाखाली ब्रदरहूड ही पूर्णतः बहुदेशीय "जिहादी" संघटना म्हणून उदयास आली. त्यानंतर, अनेक दशके या संघटनेने पाश्चात्त्य जग, मुस्लिमेतर आणि "पथभ्रष्ट" मुस्लिमांप्रति हिंसाचार आणि द्वेष पसरवला. तथापि, नंतरच्या काळात ब्रदरहूडने राजकीय हिंसाचार आणि दहशतवाद सोडून दिल्याने या संघटनेने प्रचलित राजकीय व्यवस्था बदलण्याऐवजी व्यवस्थेनेच या संघटनेला बदलले, असे काही विश्लेषकांना वाटते. 1980 च्या दशकापासून राजकीय सत्ता हस्तगत करण्याचे साधन म्हणून ब्रदरहूडने हिंसाचाराचा त्याग केल्याने, नावात मुस्लीम असले, तरी ही संघटना बरीच धर्मनिरपेक्ष आहे, असेही काही विश्लेषक मानतात.[5] होस्नी मुबारक यांच्यानंतरचा इजिप्त आणि अन्य अरब देश हे येणाऱ्या दशकांमध्ये इस्लामवादोत्तर लोकशाही देश असण्याची दाट शक्यता आहे, असेही काही विश्लेषकांना वाटते.[6] इजिप्तमध्ये इस्लामवादाची लाट वाढत असली, तरी त्यामुळे ब्रदरहूड-अल कायदा सामंजस्य होण्याची शक्यता नाही. ब्रदरहूडचे नेते दहशतवादाला मान्यता देत नाहीत, तर अल कायदा या नेत्यांना निव्वळ "भ्याड, उपरे, पथभ्रष्ट, ख्रिश्चन धर्मासाठी लढणारे (क्रूसेडर) आणि ज्यू" म्हणून तुच्छ लेखतात.[7]

तरीही, सामान्य इजिप्शियन मुस्लीम हे 1967 सालच्या इस्लायलविरुद्धच्या युद्धात धुव्वा उडाल्यापासून आणि विशेषतः 1970 साली नासर यांचे निधन झाल्यापासून इस्लामी बनले आहेत. 1970 च्या दशकामध्ये इजिप्शियन महिला क्वचितच हिजाबमध्ये दिसत असत, आज मात्र ही इस्लामसाठी आवश्यक गोष्ट आहे, असे मानून जवळपास 95 टक्के महिला हिजाब परिधान करतात. विशेष म्हणजे, मुबारक यांची सत्ता उलथवल्यानंतर आठवड्याभरातच ब्रदरहूडचे कट्टर नेते इमाम कारादवी यांनी ताहरिर चौकामध्ये जल्लोष करणाऱ्या हजारो इजिप्शियनांना, त्यांची क्रांती अद्याप अपूर्ण असून इस्लामवाद्यांनी या

देशाचे प्रशासन हाती घेतलेच पाहिजे, असे सांगितले.[8] ब्रदरहूडने सत्ता हस्तगत करण्यासाठी हिंसक मार्गांचा वापर सोडून दिला असला, तरी अद्यापही ती एक बलाढ्य राजकीय शक्ती आहे, कारण मुबारक यांनी आपल्या राजवटीमध्ये उदारमतवादी लोकशाही पक्षांची गळचेपी केली होती. दक्षिण आशियातील जमात-ई-इस्लामी या संघटनेशी ब्रदरहूडचे बरेच साम्य आहे. 1941 मध्ये इस्लामीची स्थापना करणारे भारतीय इस्लामवादी (1947 नंतर पाकिस्तानी) मौलाना मौदुदी (1903–1979) यांच्यावर ब्रदरहूडचा प्रभाव होता. त्यांच्या लेखनाचा प्रभाव नंतर ब्रदरहूडचे नेते आणि कार्यकर्त्यांवर पडला. परंतु जमात आणि ब्रदरहूडमध्ये भेदही आहेत. मौदुदी यांनी फॅसिझमचा – एकाधिकारशाहीचा पुरस्कार केला होता, तर अल-बन्ना यांची पसंती राष्ट्रवादाला होती व त्यांना गरीब जनतेला सामाजिक न्याय मिळवून द्यायचा होता. विशेष म्हणजे इजिप्शियन ब्रदरहूड हे राष्ट्रोपरि विचारधारा मानत असले, तरी अल्जीरियातील 'एफआयएस'सारख्या बऱ्याच इस्लामवादी संघटना या प्राथमिकतः इस्लामी-राष्ट्रवादी चळवळी राहिल्या आहेत.[9]

ब्रदरहूड ही तिच्यापेक्षा जवळपास दोनशे वर्षे जुन्या असलेल्या वहाबीवादाची शाखा असण्यापासून फार दूर असून ती 'बृहन-इस्लामवाद' (पॅन-इस्लामीझम) म्हणून ओळखल्या जाणाऱ्या उदारमतवादी इस्लामी आधुनिकतावादी चळवळीतून तयार झाली आहे. युरोपियन नागरीकरण आणि फ्रेंच संस्कृतीचे विशेष चाहते असणारे जमाल अल-दीन अफगाणी (1838–1897) हे बृहन-इस्लामवादाचे संस्थापक होते. त्यांनी मुस्लीम ऐक्याचा आणि युरोपियन वसाहतवादी राटवटींपासून मुस्लीम जगताने स्वतंत्र होण्याच्या ध्येयाचा पुरस्कार केला. शेख महंमद अब्दुह (1849–1905) हे अफगाणी यांचे शिष्य होते. त्यांनी अफगाणी यांच्याप्रमाणेच उदारमतवादी इस्लामचा आणि इस्लाम, ख्रिश्चन आणि ज्यू धर्मीयांमध्ये जवळचे संबंध जपण्याचा पुरस्कार केला. बृहन-इस्लामवादी अफगाणींचे इजिप्शियन "पणतू-शिष्य" सय्यद कुत्ब यांनी अयमान अल-झवाहिरीवर थेट प्रभाव टाकला होता आणि झवाहिरीने 1967 साली अरब जगतातील पहिल्या जिहादी गटाची स्थापना केली, हेसुद्धा येथे नोंद करण्याजोगे आहे.[10] हे सर्व पाहता, अल कायदा ही अरबी वहाबीवादाची नाही, तर मुस्लीम ब्रदरहूडची शाखा आहे, असे दिसते. ब्रदरहूडच्या कट्टर अनुयायांनी अफगाणींच्या साम्राज्यवादविरोधी बृहन-इस्लामवादाचा स्वीकार हा विशिष्ट दुरुस्त्यांसह केला असावा, असे वाटते. त्यांनी बृहन-इस्लामवादाचा अहिंसक पैलू पूर्णपणे रद्दबातल ठरवला आणि पाश्चिमात्य जग आणि त्याच्या समर्थकांविरुद्ध, विशेषतः मुस्लिमांमधील समर्थकांविरुद्ध सर्वथा युद्ध जाहीर करून हे अनुयायी सनदशीर (शांततापूर्ण) आणि अ-सनदशीर (हिंसात्मक) पद्धतींचा अवलंब करण्याबाबत द्विधा मनस्थितीत असणाऱ्या ब्रदरहूडच्या कट्टर नेत्यांपेक्षाही बरीच पावले पुढे निघून गेले.

ब्रदरहूडने जन्माला आल्याबरोबर लगेचच दहशतवादाला प्रोत्साहन देण्यास सुरुवात केली: (अ) त्यांच्या नेत्यांनी आपल्या अनुयायांमध्ये हिटलरच्या '*माइनकाम्फ*'च्या

संदेशाचा प्रसार केला, (ब) ब्रदरहूडच्या एका कार्यकर्त्याने 1948 साली इजिप्तचे पंतप्रधान नुक्राशी पाशा यांची हत्या केली, (क) पक्षाच्या कार्यकर्त्यांनी 1952 मध्ये एकट्या कैरो शहरात सुमारे 750 नाइटक्लब, चित्रपटगृहे आणि हॉटेल्स जाळली, (ड) त्याच वर्षी इजिप्तची सत्ता लष्कराने काबीज करण्यास, ब्रदरहूडने पाठिंबा दर्शवला आणि (ई) शेवटचे आणि तितकेच महत्त्वाचे म्हणजे, स्पेनपासून ते इंडोनेशियापर्यंत खिलाफत प्रस्थापित करण्याचा त्यांनी पुरस्कार केला. थोडक्यात, ब्रदरहूडची सुरुवात ही राजकीय पक्ष म्हणून नाही, तर हिंसाचाराच्या माध्यमातून जागतिक खिलाफत प्रस्थापित करण्यासाठीची इस्लामी चळवळ म्हणून झाली होती.[11] ब्रदरहूडचे कट्टर नेते सय्यद कुत्ब (1906–1966) हे पाश्चात्त्य जगाविरुद्धच्या जिहादचे मुख्य पुरस्कर्ते होते. किंबहुना, अल कायदा ही वहाबीवादाची नाही, तर ब्रदरहूडची कट्टर शाखा आहे. सय्यद कुत्ब यांच्या आणि अल कायदाच्या पाश्चात्त्यविरोधी भूमिकांमध्ये लक्षणीय साधर्म्य आहे. इजिप्तमध्ये शालेय शिक्षक असणारे कुत्ब हे कोलोरॅडो येथील महाविद्यालयात शिकले आणि 1948 मध्ये त्यांनी शिक्षणशास्त्रातील पदविका मिळवली. त्यांनी जिहादविषयी, तसेच अमेरिकन समाज, राजकारण आणि संस्कृती यांविषयीचे त्यांचे विचार मांडणारी पुस्तके आणि लेख लिहिले. ते अमेरिकेबद्दल एकही चांगला शब्द काढत नाहीत. अमेरिकन मुली, बॉक्सिंगसह इतर खेळांविषयीची अमेरिकनांची आवड, भोगवाद, दांभिकता, केशरचना, संगीत या सर्व गोष्टींचा ते तिरस्कार करतात आणि एकुणात पाश्चात्त्य जग आणि त्याच्या इजिप्तमधील, तसेच मुस्लीम जगात सर्वत्र असलेल्या समर्थकांविरुद्ध लढणे हे बंधनकारक आहे, असे जाहीर करतात. जगाची विभागणी ते इस्लाम किंवा सूज्ञता आणि इस्लामेतर किंवा अज्ञान (जाहिलिय्याह) अशा विचारक्षेत्रांमध्ये करतात आणि जवळपास संपूर्ण जगाविरुद्धच आक्रमक जिहाद करण्याचा सल्ला देतात.[12]

वहाबीवाद आणि कुत्ब यांचा हिंसक जिहादला असलेला पाठिंबा यांमध्ये साम्य असले, तरी वैचारिकदृष्ट्या कुत्ब यांच्यावर वहाबीवादाचा प्रभाव नव्हता. सुरुवातीला ते अमेरिकेचे प्रशंसक होते, मात्र दोन वर्षांच्या वास्तव्यामध्ये त्या देशाचा झालेला परिचय हा त्यांना अमेरिकेचा कडवा टीकाकार बनवण्यासाठी पुरेसा ठरला. पाश्चात्त्यधार्जिण्या असलेल्या इजिप्शियन राजेशाहीविरोधात नासर यांच्या नेतृत्वाखाली झालेल्या लष्करी क्रांतीला त्यांनी पाठिंबा दिला. तथापि, नासर आणि कुत्ब यांचे इजिप्तच्या भवितव्याबाबतचे दृष्टिकोन भिन्न होते. नासर हे धर्मनिरपेक्ष अरब राष्ट्रवादाचे पुरस्कर्ते होते, तर कुत्ब यांची पसंती इस्लामी राजवटीला होती. कुत्ब यांचा जागतिक जिहादच्या माध्यमातून संपूर्ण जगात परिवर्तन घडवण्यासही पाठिंबा होता. जिहाद हे संरक्षणात्मक नसून, मुस्लिमेतरांविरुद्ध आणि जे कोणी जहिलिय्या किंवा अज्ञान दर्शवत असेल, त्यांच्याविरुद्धचे आक्रमक संपूर्ण युद्ध आहे, असे ते मानत होते. थोडक्यात, चांगल्या मुस्लिमासाठी शांतता किंवा युद्धविराम हा अनिष्ट असून सातत्यपूर्ण जिहाद हा सर्वांत इष्ट बाब आहे, असे कुत्ब मानत होते.[13]

ब्रदरहूडचे लोकशाही-समर्थक पक्षामध्ये झालेले दर्शनीय परिवर्तन पाहता, "ती पश्चिम युरोपातील ख्रिश्चन लोकशाहीवादी पक्षांपेक्षा वेगळी नाही", असे तारिक अली यांना वाटते.[14] ब्रदरहूडने खूप पूर्वीच हिंसाचाराचा त्याग केल्यामुळे या इस्लामी संघटनेबाबत भीती बाळगण्यासारखे काहीही नाही, असे सीआयएचे माजी हस्तक आणि लेखक ब्रुस राइडडेल आणि इतर काही जण मानतात.[15] अमेरिकेचे माजी अध्यक्ष कार्टर यांनीही याच्याशी मिळतीजुळती मते मांडली होती. तथापि, इजिप्तने त्या प्रदेशातील इतर मुस्लीम राष्ट्रांप्रमाणेच मूलतत्त्ववादी इस्लामचा पूर्णपणे स्वीकार केला असल्यामुळे, कार्टर यांच्या ब्रदरहूडविषयीच्या आशावादातून त्यांच्या अरब जगतातील इस्लामवादाबाबतच्या आकलनाचा अभाव सूचित होतो, हे अँथनी मार्टिन यांचे विधान योग्य आहे, असे दिसते.[16] ब्रदरहूडने बहुदेशीय जिहाद सोडून दिलेला नाही. लोकशाहीवादी असण्याखेरीज इतर सर्व काही असलेल्या ब्रदरहूडचा इतिहास आपण विसरता कामा नये. हिंसाचाराच्या माध्यमातून जागतिक खिलाफत प्रस्थापित करण्याचे ब्रदरहूडचे उद्दिष्ट आहे. ब्रदरहूडचे नेते देतात "त्या गोडगोड भाषणांपेक्षा त्यांचे खरे इरादे हे फार भयानक आहेत" आणि ते "जगभरात सर्व शक्तिमान इस्लामी खिलाफत आणण्याचे स्वप्न पाहत आहेत", तसेच "इस्रायलसोबतच्या शांतता कराराच्या चिंध्या करता येतील, अशा दिवसाकडे ते डोळे लावून बसले आहेत", असे मला वाटते.[17] त्यात पुन्हा, स्वतःची प्रतिमा उदारमतवादी लोकशाहीवादी संघटना म्हणून साकारण्याची एकही संधी ब्रदरहूड सोडत नाही. बिन लादेनने या संघटनेवर सय्यद कुत्ब यांचे दुराग्रही धोरण सोडून दिल्याबद्दल टीका केली होती, ब्रदरहूडच्या "उदारमतवादी गुणांना" पुष्टी देण्यासाठी ती टीकाही त्यांच्या वेबपेजवर, सोयीस्कररीत्या सादर करण्यात आली आहे.[18]

ब्रदरहूडच्या कट्टरवादी शाखा या मातृसंघटनेपेक्षा अधिक धोकादायक आहेत. यांमध्ये इजिप्तमधील अल गामा' अल-इस्लामिय्या, अरब जगतातील अलतक्फिरवलहिजरा, गाझातील हमास आणि अखेरची आणि महत्त्वाची अल कायदायांचा समावेश होतो. ब्रदरहूड हा आता इस्लामी धोका राहिलेला नाही आणि 2011–12 च्या संसदीय निवडणुकीमध्ये 47 टक्के मते मिळवणारा अल-नौर हा सलाफी पक्ष ब्रदरहूडधार्जिण्या फ्रीडम अँड जस्टिस पार्टी ऑफ इजिप्त या पक्षापेक्षा मोठा धोका आहे, असे अनेक विश्लेषकांना वाटते. अध्यक्ष महंमद मोर्सी यांनी एप्रिल, 2012 मध्ये जेरुसलेम राजधानी असलेल्या "अरेबियाच्या संघराज्याला" आपला पाठिंबा आहे, असे ठाम विधान केले होते. आपल्या पक्षाच्या खऱ्या ध्येय आणि उदिष्टांबाबत मात्र मोर्सी यांनी संमिश्र आणि परस्परविरोधी संकेत दिले आहेत.[19] थोडक्यात, किमान भाषिक मांडणी करताना तरी, ब्रदरहूड हा राजकीय पक्ष नसून जिहादच्या माध्यमातून जागतिक खिलाफत आणण्यासाठीची ती एक चळवळ आहे. काही अभ्यासक ब्रदरहूड ही सौम्य इस्लामवादी आणि लोकशाहीवादी आहे, असे मानणाऱ्या लोकांची टर उडवतात. त्यांना ओबामा प्रशासनाचा ब्रदरहूडविषयीचा "मोठ्या

प्रमाणात धर्मनिरपेक्ष" आणि "बहुमतवादी" हा दृष्टिकोन समस्या प्रधान वाटतो. या पक्षाने कधीही तक्फिरांविरुद्धच्या (इस्लामला धिक्कारणारे) जिहाद रद्द केला नव्हता, ना त्यांनी बळाचा वापर करून इस्लामवादी राष्ट्र प्रस्थापित करण्याच्या संकल्पनेचा त्याग केला आहे, अशी मांडणी एक विश्लेषक करतात. आपण "दुसऱ्यांदा इजिप्त जिंकू आणि सर्व ख्रिश्चनांना इस्लाममध्ये धर्मांतर करायला किंवा जिझिया कर भरायला लावू", असे मोर्सी यांनी म्हटल्याचेही सांगितले जाते.[20]

इजिप्तमधील शरिया आणि ब्रदरहूडचे भवितव्य, तसेच त्याच्या लोकशाही, मानवाधिकार, महिला, मुस्लिमेतर आणि देशातील पाश्चात्त्य हितसंबंधांवर होणाऱ्या परिणामांबाबत अनिश्चितता असली,[21] तरी ब्रदरहूडचे अनुयायी आणि सक्रिय कार्यकर्ते नाहीत, असा मोरोक्कोपासून इराकपर्यंत क्वचितच एखादा अरब देश असेल. विशेष म्हणजे, ही प्राथमिकतः सुन्नी मुस्लीम संघटना असली, आणि सुन्नी जागतिक खिलाफत प्रस्थापित करण्यास कटिबद्ध असली, तरी इराण आणि अन्यत्रही ब्रदरहूडचे शिया अनुयायी आणि समर्थक आहेत. अगदी रशियामधील चेचेन बंडखोरही ब्रद्रहूडला त्यांचा आदर्श मानतात. उत्तर अमेरिका आणि युरोपस्थित मुस्लीम जनतेमध्ये हजारोंच्या संख्येने ब्रदरहूडचे समर्थक आहेत. हफीझ अल-असद यांनी 1982 च्या हमा उठाव दडपताना ब्रदरहूडच्या सुमारे 25,000 सीरियन समर्थकांची हत्या करून आपल्या देशात ब्रदरहूडला चिरडले असले, तरी अमेरिका आणि अरब लीगच्या मदतीने 2012 च्या बशर असदविरोधी उठावादरम्यान ब्रदरहूडने सीरियात गमावलेले क्षेत्र पुन्हा मिळवले.[22] त्यात पुन्हा सीरियामधील ब्रदरहूडचे स्वतंत्र अस्तित्व नाही. ती ब्रदरहूडच्या कैरोतील नेत्यांच्या मार्गदर्शनावर मोठ्या प्रमाणावर अवलंबून आहे.[23]

सत्ता हस्तगत करण्याच्या पद्धतींबाबत ब्रदरहूडच्या संकल्पना दोलायमान आहेत: (अ) ब्रदरहूड इस्लामला मुस्लिमांच्या खासगी, तसेच सार्वजनिक आयुष्यातील प्रत्येक पैलूचे नियंत्रण ठेवणारी संपूर्ण व्यवस्था मानते; (ब) ब्रदरहूड ही राष्ट्रवादी नाही, तर राष्ट्रोपरि संघटना असून शरिया कायदा हा सरकारचा एकमेव आधार असेल, अशी जागतिक खिलाफत प्रस्थापित करण्याचे तिचे ध्येय आहे; (क) कुत्ब यांनी स्पष्ट केल्याप्रमाणे, इस्लामच्या क्षेत्राबाहेरील जग हे जाहिलिया म्हणजेच अज्ञानी असून, केवळ बळाच्या आधारे आणि जिहादच्या माध्यमातून ज्यू आणि ख्रिश्चनांच्या दुष्ट सत्तांवर मात करूनच त्या जगाचे परिवर्तन ईश्वराच्या राज्यामध्ये केले जाऊ शकते, असे ब्रदरहूड मानते; (ड) तथापि, ब्रदरहूडचे काही नेते हे कुत्ब यांच्या कट्टरवादाशी असहमती दर्शवतात. अल अझर शेखांसारखे काही जण कुत्ब हे मार्गभ्रष्ट असल्याचेही जाहीरपणे मांडतात. काहीही असो, सय्यद कुत्ब यांच्या लेखनाने ब्रदरहूडच्या आणि अल कायदाच्या कट्टर समर्थकांना विलक्षण प्रभावित केले आहे.

इजिप्त हे नजीकच्या भविष्यात आणखी एक इराण किंवा अल्जीरिया होईल का, याविषयी भाकीत वर्तवणे कठीण असले, तरी येणाऱ्या वर्षांमध्ये इस्लामवाद नाही तरी

इस्लाम हा इजिप्तच्या देशांतर्गत आणि परराष्ट्र धोरणांना घडवण्याची दाट शक्यता आहे. आणि ही घडामोड अमेरिका किंवा इस्रायल या दोघांनाही रुचणारी नाही. इस्रायलच्या निर्मितीमुळे इजिप्तला आर्थिकदृष्ट्या कोणतीही झळ पोहोचली नसली, तरी इजिप्तने इस्रायलशी चार युद्धे लढली आहेत. इजिप्तमधील बहुसंख्य मुस्लिमांची विचारधारा आणि धर्मावरील श्रद्धेची पातळी काहीही असली, तरी इस्रायलला मान्यता देण्याची त्यांची इच्छा नाही. इस्रायलविरुद्धचा हा अंगभूत द्वेष भविष्यात ज्यू राष्ट्राविरुद्धच्या आणखी एका युद्धाला तोंड फोडू शकतो. कोणत्याही उदारमतवादी लोकशाही परंपरा नसणारा, एक चतुर्थांशहून अधिक युवा लोकसंख्या बेरोजगार असलेला, तसेच दरिद्री, संपत्तीचे असमान वाटप असलेला आणि शेवटचे आणि तितकेच महत्त्वाचे म्हणजे इस्लामला सर्वश्रेष्ठ मानणाऱ्यांचा वाढत्या प्रभावाखाली असलेला इजिप्त जागतिक जिहादमधील ज्वलनबिंदू म्हणून उदयास येणे हे त्या देशाचे विधिलिखितच आहे. एप्रिल 2011 पासून वरकरणी बदललेल्या ब्रदरहूडने फ्रीडम अँड जस्टिस पार्टी हे नवे नाव धारण केले असले, तरी या पक्षाने ब्रदरहूडच्या जुन्या धर्मतत्त्वविषयक धारणा सोडून दिलेल्या नाहीत: "ईश्वर हे आमचे उद्दिष्ट आहे; कुराण ही आमची घटना आहे, प्रेषित हा आमचा नेता आहे; जिहाद हा आमचा मार्ग आहे; आणि देवासाठी मृत्यू पत्करणे ही आमची सर्वोच्च आकांक्षा आहे."[24] जुलै 2013 मधील लष्करी बंडामुळे मोर्सी यांची राजवट कोसळल्याच्या पार्श्वभूमीवर त्यांची पीछेहाट झाली असली, तरी ब्रदरहूड नव्या जोमाने आणि कदाचित नव्या नावाने पुन्हा उभे राहण्याची शक्यता नाकारता येत नाही.

इजिप्तमधील ब्रदरहूडची लक्षणीय वाढ पाहता, त्या देशाचे लोकशाहीपर्यंतचे स्थित्यंतर शांततापूर्ण मार्गाने होईल, याबाबत आशावादी राहण्याचे जसे आपल्याकडे कोणतेही कारण नाही, तसेच तेथील राजकारणाचे तातडीने इस्लामीकरण होईल अशी भीती बाळगण्याचेही आपल्याला कारण नाही. इस्लामवादी आणि ख्रिश्चन व मुस्लीम सामंजस्यावर विश्वास असणारे धर्मनिरपेक्ष अरब राष्ट्रवादी यांच्यामध्ये या देशाचे टोकाचे ध्रुवीकरण झाले आहे. तथापि, मुबारक यांना हटवल्यानंतर ख्रिश्चन आणि उदारमतवादी मुस्लिमांविरोधातील वाढता हिंसाचार पाहता, मोर्सींची अध्यक्षपदी निवड झाल्यानंतर ते एकाच वेळी उदारमतवादी मुस्लीम, ख्रिश्चन, कट्टरतावादी इस्लामी आणि शक्तिशाली इजिप्शियन लष्कर यांना संतुष्ट करू शकणार नाहीत, हे लवकरच स्पष्ट झाले. 5 फेब्रुवारी, 2013 रोजी "इजिप्तचे नागरीक आणि राजकारण्यांमध्ये अत्यंत अप्रिय असलेले" इराणचे अध्यक्ष अहमदीनेजाद यांचे स्वागत करण्याचा मोर्सी यांचा निर्णय हा त्यांनी खेळलेला विचित्र सट्टा होता, असा एका विश्लेषकाने योग्य शब्दांत उल्लेख केला आहे.[25] अमेरिका आणि सौदी अरेबियाला धास्ती वाटावी अशी मोर्सी यांची इराणी राजवटीशी असलेली जवळीक हा जनतेचे बंड-आणि-लष्करी उठाव यांद्वारे मोर्सींची राजवट उलथवून टाकण्यामागील मोठा घटक होता. जुलैमधील कट हा पूर्णपणे मुबारक-निष्ठावान आणि देशातील इस्लामीविरोधी

शक्ती यांनी लष्करामार्फत सत्ता हस्तगत करण्याचा होते, यावर विश्वास ठेवण्याचे कारण नाही. अमेरिकेचे परराष्ट्र मंत्री जॉन केरी यांनी देशात लोकशाही पुनर्प्रस्थापित केल्याबद्दल इजिप्तमधील लष्करी सत्ताधाऱ्यांची प्रशंसा करून अप्रत्यक्षपणे आपल्या देशाचा लष्करी सत्ताधाऱ्यांना मूक पाठिंबा असण्यावर शिक्कामोर्तबच केले होते.[26]

एका बाजूला ब्रदरहूडचे समर्थक आणि दुसरीकडे लष्कर, सलाफी आणि उदारमतवादी इजिप्शियन यांच्यामध्ये चाललेल्या रक्तरंजित संघर्षातून इजिप्त एका प्रदीर्घ अंतर्गत यादवीमध्ये ओढला जाण्याची सर्व शक्यता आहे. इस्लामवाद्यांना वेळीच ठेचण्यासाठी लागणारा नासर यांच्यासारखा करिष्मा, त्यांच्यासारखी दूरदृष्टी आणि प्रामाणिकपणा असलेला कोणताही नेता इजिप्तकडे नाही. ब्रदरहूडचा दहशतवादाला आणि इजिप्तचे कट्टर इस्लामीकरण करण्यास पाठिंबा असल्याचे पहिले संकेत मिळाल्यानंतर नासर यांनी केवळ ब्रदरहूड मोडीत काढली नाही, तर ब्रदरहूडच्या सुमारे 15,000 सदस्यांना अटक केली आणि सय्यद कुत्ब यांच्यासह अनेकांना देहदंडाची शिक्षाही केली. "हिटलरने ऱ्हाइन नदी *ओलांडण्यापूर्वीच* त्याला थांबवणे हे खूप सोपे झाले असते. मात्र त्या वेळी, तो केवळ एक फालतू हुकूमशहा असून तो कधीच कोणासाठी गंभीर धोका ठरू शकणार नाही, असे आग्रहाने म्हणणारे किती आवाज होते?" या मताशी आपण सहमत असू शकतो.[27]

अन्य राजकीय पक्षांपेक्षा ब्रदरहूड ही खूप वेगळी आहे. ब्रदरहूडच्या विचारधारेप्रति स्वतःची निष्ठा आणि बांधीलकी सिद्ध करण्यासाठी पाच ते आठ वर्षांच्या कडक तत्त्वप्रबोधनाच्या प्रक्रियेतून गेल्याशिवाय ब्रदरहूडचे सदस्य होताच येऊच शकत नाही. जमात-ई-इस्लामीप्रमाणेच, सामान्यजनांमध्ये आपली विचारधारेचा सावकाश प्रसार करण्यावर ब्रदरहूडचा विश्वास आहे आणि ती स्वतःची प्रतिमा लोकशाहीवर विश्वास असणारी संघटना अशी उभी करते. इजिप्तमधील मुबारकविरोधी चळवळीदरम्यान, अयातोल्ला रुहोल्ला खोमेनी यांचे अनुकरण करण्याऐवजी त्यांनी [ब्रदरहूडच्या नेत्यांनी] थॉमस पेन यांच्या मार्गाने नागरी स्वातंत्र्य, धार्मिक समता आणण्याचे आवाहन केले आणि मुबारक यांची हुकूमशाही संपवण्याची हाक दिली.[28] जमात निवडणुकीच्या माध्यमातून नाही, तर अन्य मार्गांनी सत्तेवर येईल, असे जमातच्या बांगला देशातील एका ज्येष्ठ नेत्याने मला 1991 मध्ये सांगितले होते, महंमद मोर्सी यांनी 2010 साली एका मुलाखतीतून असाच संदेश पोचवल्याचे दिसते: "आमचा कार्यक्रम हा अल्पकालीन नाही, तर दीर्घकालीन आहे. घाईने काही करून आपल्याला खऱ्या स्थिर स्थितीपर्यंत पोहोचता येईल, असे मला वाटत नाही."[29] ब्रदरहूडच्या (अ) संपूर्ण मध्यपूर्वेत इस्लामी धर्मसत्ताक राज्यपद्धती प्रस्थापित करण्याच्या कथित दीर्घकालीन योजनेविषयी; (ब) अमेरिकेसोबत संबंध असल्याचा संशयाविषयी (अमेरिकेने इराण आणि अल कायदासारख्या इस्लामी कट्टरवाद्यांना काबूत ठेवण्यासाठी ब्रदरहूड, दक्षिण आशियातील जमात-ई-इस्लामी आणि सौदी वहाबीवादाला प्रोत्साहन देण्याचा प्रकल्प हाती घेतल्याचे बोलले जाते) आपल्याला

काहीही वाटत असले, तरी मुस्लीमजगतातील सर्वसामान्य लोकांना खरे काय हवे आहे, याकडे आपण दुर्लक्ष करू शकत नाही. हे सर्वसामान्य लोक काही वेळा त्यांच्या नेत्यांच्याही पुढे जातात आणि नेत्यांच्या अपेक्षांच्या आणि नियंत्रणाच्या पलीकडल्या गोष्टी करून दाखवतात. संपूर्ण मुस्लीम जगतामधील सर्वसामान्य लोकांना धर्मसत्ताक राज्यपद्धती आणि अमेरिकन वर्चस्व नाही, तर लोकशाही, स्वातंत्र्य, मानवाधिकार आणि जगण्याची प्रतिष्ठा हवी आहे.

पाकिस्तान आणि बांगला देशातील जमात-ई-इस्लामी

भारतात जन्मलेले, मदरशात शिकलेले पत्रकार, लेखक आणि राजकीय विचारवंत मौलाना अबुल आला मौदुदी (1903–1979) हे जमात-ई-इस्लामी म्हणजेच इस्लामचा पक्ष या संघटनेचे संस्थापक होते. ब्रिटीशकालीन भारतामध्ये 1941 साली जमात अस्तित्वात आली. कुराण आणि हदीसचा अन्वयार्थ लावण्याचा आपला मार्ग लक्षात घेऊन इस्लामची तत्त्वे आणि पद्धतींचा प्रसार करण्याच्या दृष्टिकोनातून मौदुदी यांनी ही संघटना सुरू केली होती. ते बंधमुक्त विचारांचे होते, त्यांच्या संकल्पना भारतीय उपखंडामधील तत्कालीन मुख्य प्रवाहातील सुन्नी उलेमा किंवा धर्मगुरूंपेक्षा बऱ्याच कट्टर आणि वेगळ्या होत्या. विशेष म्हणजे, ब्रिटिशकालीन भारतातील बहुतांश आघाडीच्या मुस्लीम धर्मगुरूंप्रमाणेच त्यांचा पाकिस्तानच्या संकल्पनेला विरोध होता, कारण धर्मनिरपेक्ष शिया मुस्लीम असणारे महंमद अली जिना हे इतर इंग्रजाळलेल्या मुस्लीम सहकाऱ्यांसमवेत इस्लामी राष्ट्र स्थापन करतील, यावर त्यांचा विश्वास नव्हता. जिना आणि त्यांचे सहकारी हे ब्रिटिश भारतातून आकाराला आलेल्या मुस्लीम बहुल प्रदेशातून इस्लामवादी नाही, तर मुस्लीम पाकिस्तान बनवण्यासाठी प्रयत्न करतील, हे त्यांना माहीत होते. 1947 च्या फाळणीनंतर त्यांनी भारतातच राहण्याचा निर्णय घेतला असला, तरी संयुक्त पंजाबमधील हत्याकांड (हे हत्याकांड फाळणीपूर्वीच काही काळ सुरू झाले होते) कमी होण्याची कोणतीही चिन्हे दिसत नसल्याने मुस्लीम म्हणून भारतातील पंजाबमध्ये त्यांना मग सुरक्षित वाटेनासे झाल्याने ते पाकिस्तानात स्थलांतरित झाले. त्यानंतर, 1979 मध्ये त्यांचे निधन होईपर्यंत त्यांनी पाकिस्तानात इस्लामी राष्ट्र प्रस्थापित करण्यासाठी काम केले. 1950 च्या दशकाच्या सुरुवातीला पाकिस्तान पंजाब प्रांतातील, विशेषत: लाहोरमधील अहमदिया पंथाविरोधीच्या दंगली आणि जनआंदोलनांना सामोरा जात होता. (हा पंथ क्वादियानी म्हणूनही ओळखला जातो) प्रेषित महंमद हा ईश्वराचा अखेरचा प्रेषित असण्यावर अहमदिया मुस्लिमांचा कथित विश्वास नसल्यामुळे त्यांना बिगर-मुस्लीम अल्पसंख्याक म्हणून जाहीर करावे, अशी मागणी करण्यासाठी मौदुदी यांनी पाकिस्तानी मुस्लिमांना चिथावणी दिली. 1953 साली लाहोरमध्ये झालेल्या दंगलींनंतर दंगल भडकवणाऱ्यांना मोठ्या प्रमाणावर अटक करण्यात आली आणि त्यांच्यामध्ये जमातचे प्रमुख मौदुदी हे प्रमुख होते. न्यायालयाने त्यांना दोषी

ठरवले आणि अहमदियाविरोधी दंगली भडकावल्याबाबत त्यांना मृत्युदंडाची शिक्षा सुनावली, मात्र अल्पावधीतच त्यांना या गुन्ह्यातून माफी मिळाली.

आपल्याला ब्रदरहूड आणि जमात यांच्यामध्ये वैचारिक साम्य आढळते. कुत्ब यांच्याप्रमाणेच मौदुदी यांनीही ईश्वराच्या सार्वभौमत्वासाठी जोरदार प्रयत्न केले होते. तथापि, मौदुदी यांनी लोकशाहीचा नवा सिद्धान्त मांडला. ती धर्मसत्ताक लोकशाही (Theodemocracy) किंवा लोकशाहीवादी पद्धतीने चालवली जाणारी ईश्वरसत्ता होती. इस्लामी प्रशासन व्यवस्था चालवण्यासाठी खिलाफत प्रस्थापित करण्याचीही त्यांची इच्छा होती. त्यांच्या धर्मसत्ताक लोकशाहीवादी खिलाफतीमध्ये बिगरमुस्लीम अल्पसंख्याक हे दुय्यम अधिकार असणारे झिम्मी म्हणजेच संरक्षित लोक म्हणून राहणार होते. विशेष म्हणजे, हिंदूबहुल भारतामध्ये अल्पसंख्याक मुस्लिमांसाठी दुय्यम अधिकार किंवा झिम्मीचा दर्जा स्वीकारण्यासही ते तयार होते. इस्लाम हा केवळ श्रद्धा आणि प्रथांसंबंधीचा आणखी एक धर्म नसून ती एक चळवळ आहे, नीतिमूल्यांची सर्वसमावेशक संहिता आहे, सरकारसाठीची नियमपुस्तिका आहे आणि जन्मापासून मृत्यूपर्यंत आपले जीवन जगण्यासंबंधीचे मार्गदर्शन आहे, असाही त्यांचाविश्वास होता. जिहाद या संकल्पनेविषयी ते बरेचसे द्विधा मनस्थितीत होते. एकीकडे ते जिहादला पवित्र युद्ध मानत नव्हते आणि दुसरीकडे 1965 चे भारत-पाकिस्तान युद्ध उत्कृष्ट जिहाद आहे, असे त्यांना वाटत होते. मुस्लीम समाज आणि इस्लाम हा राष्ट्रीय सीमांच्या पलीकडे आहे, यावर ब्रदरहूडप्रमाणेच जमातचाही विश्वास आहे. सर्व प्रार्थनांमध्ये जिहाद ही सर्वोत्तम प्रार्थना असल्याचे मानणाऱ्या मौदुदींचा, आपल्याला अपेक्षित बहुदेशीय धर्मसत्ताक खिलाफत ही केवळ जागतिक जिहादच्या माध्यमातूनच साध्य करता येईल, यावर विश्वास होता. त्यांची धर्मसत्ताक खिलाफत ही भांडवलवादी आणि त्याचबरोबर कल्याणकारी आणि सामाजिक न्यायाधिष्ठित असणार होती.[30] विशेष म्हणजे, मौदुदींचा मुलगा सय्यद फारुक हैदर मौदुदी याच्या मते त्याच्या वडिलांनी इस्लामच्या नावाने बहुदेशीय फॅसिस्ट पक्षही स्थापन केला होता.[31] तथापि, ब्रदरहूडमुळे प्रभावित होऊनही अल्जीरियातील एफआयएस ही चळवळ बहुदेशीय ठरली नसून, ती प्राथमिकतः इस्लामी-राष्ट्रवादाची अल्जेरियन राष्ट्रवादी चळवळ राहिली आहे.[32]

ब्रदरहूड आणि जमातची भाषा लोकशाहीवादी असली आणि वरकरणी लोकशाही संघटनांमध्ये त्यांचे परिवर्तन झाले असले, तरी त्यांचा विश्वास हजार वर्षांची इस्लामी चळवळ उभारण्यावर आहे. उराशी जपलेली जागतिक खिलाफत किंवा ईश्वराचे राज्य प्रस्थापित करण्यासाठी ही चळवळ असेल, या खिलाफतीत मात्र महिला आणि अल्पसंख्याकांना समान अधिकार आणि संधी नसतील. त्यांच्या तोंडून लोकशाहीची होणारी स्तुती आणि धर्मनिरपेक्ष कायद्याला त्यांची वरवर असणारी मूकसंमती यांवरून त्यांचे उदारमतवादी लोकशाही संघटनांमध्ये झालेले परिवर्तन नाही, तर त्यांचा व्यवहारवाद प्रतिबिंबित होतो. जमातचे संस्थापक मौदुदींच्या काही लेखनामध्ये जमातची हुकूमशाही

रूपरेषा सापडते. त्यांचे एकपक्षीय इस्लामी राष्ट्र हे कालांतराने शेजारील सर्व मुस्लिमेतर किंवा शरिया कायद्याप्रमाणे न चालणाऱ्या राष्ट्रांचे सार्वभौमत्व गिळून टाकणार होते.

> मुस्लीम गट केवळ एकट्या प्रदेशात इस्लामी राष्ट्राची स्थापना करण्यावर समाधानी राहणार नाहीत. त्यांच्याकडील संसाधनांना अनुसरून त्यांनी सर्व दिशांना विस्तार करण्याचा प्रयत्न केला पाहिजे... त्यांच्या इस्लामी राष्ट्राकडे ताकद आणि संसाधने असतील, तर ते लढतील आणि इस्लामेतर सरकारांना नष्ट करून त्यांच्याजागी इस्लामी राष्ट्रांची स्थापना करतील.[33]

त्यांचे असाही विश्वास होता की:

> ज्यू आणि ख्रिश्चन...यांचे स्वातंत्र्य आणि त्यांची श्रेष्ठता संपुष्टात आणण्यासाठी त्यांना जिझिया कर भरण्याची सक्ती केली पाहिजे... खऱ्या श्रद्धेच्या (इस्लामच्या) अनुयायांनी त्यांच्याकडून हे अधिकार काढून घेतले पाहिजेत...जर ते जिझिया कर भरून झिम्मी म्हणून राहण्यास तयार असतील, तर इस्लामी राष्ट्राने त्यांना (बिगरमुस्लिमांना) संरक्षण देऊ करावे, परंतु हे राष्ट्र त्यांना कोणत्याही ठिकाणी सर्वोच्च सत्ताधारी राहण्याची आणि चुकीचे पायंडे पाडण्याची व स्वतःला इतरांवर प्रस्थापित करण्याची परवानगी देऊ शकणार नाही ...त्यांच्या दुष्ट राजवटीवर पूर्णविराम लावणे आणि त्यांना सदाचारी व्यवस्थेअंतर्गत आणणे, हे खऱ्या मुस्लिमांचे कर्तव्य आहे.[34]

फॅसिझमबद्दल जे घडले, त्याचप्रमाणे भ्रष्टाचार, मोठ्या प्रमाणात बेरोजगारी आणि गरिबीने ग्रासलेल्या, एकाधिकारशाही असणाऱ्या देशांमध्ये इस्लामी कट्टरवादी पक्ष सर्वाधिक फोफावतात. मुस्लीम जगताला भेडसावणारे सर्वांत मोठे प्रश्न म्हणून इस्लामी मुद्द्यांऐवजी सामाजिक-आर्थिक मुद्दे उपस्थित करून समाजाचे इस्लामवादी धर्मनिरपेक्षीकरण करण्यासाठी हे पक्ष जोरदार प्रयत्न करतात. विशेष म्हणजे, तुर्कस्तानातील इस्लामवादी पक्ष हे ब्रदरहूड, वहाबी आणि त्यांच्यासारख्या इतर पक्षांपेक्षा वेगळे असून ते इस्लामवादी असण्यापेक्षा अधिक धर्मनिरपेक्ष असल्याचे दिसते. या पक्षांना धर्मनिरपेक्ष-सुशिक्षित नेतृत्व लाभल्यामुळे पारंपरिक तुर्की संस्कृती, संगीत, खाद्यपदार्थ आणि उत्सव यांबाबत या पक्षांमध्ये बराच सहजभाव आहे.[35] पुन्हा, इस्लामवादी पक्ष हे केवळ दारिद्र्यामध्ये फोफावतातच असे नाही. यांपैकी काही पक्ष हे सुखवस्तू लोकांना आपल्याकडे आकर्षित करत संपन्न समाजांमध्ये वाढतात. या संदर्भात अल कायदा हे ढळढळीत उदाहरण आहे. तरीही, विशिष्ट रचनेतून तयार करण्यात आलेले इस्लामवादी पक्ष आणि कुप्रशासन आणि गरिबी यांमुळे आपसूक उदयास आलेले इस्लामवादी पक्ष यांमध्ये सीमारेषा आखणे कठीण आहे. अल कायदा आणि तिच्यासारख्या अन्य संघटना व पक्ष हे संरचित विभागात मोडतात, ते लोकशाही, मानवाधिकार आणि स्त्रिया व अल्पसंख्याकांना समानाधिकार आदींचा विरोध करण्यासाठी वैचारिकदृष्ट्या प्रेरित असतात; तर ब्रदरहूड आणि जमातसारखे व्यवहारवादी इस्लामवादी हे दुसऱ्या विभागात येत असून त्यांनाही वैचारिक दिशा आहे.

या विभागातील पक्ष व संघटना वरकरणी लोकशाही आणि महिला व अल्पसंख्याकांना काही अधिकार देण्याची मागणी करतात, परंतु अभिव्यक्ती स्वातंत्र्य आणि धर्मनिरपेक्ष कायदा व संस्थांना विरोध करतात. ब्रदरहूड आणि जमात हे निवडणुकीत सहभागी होतात आणि दहशतवादाचा निषेध करतात म्हणून अमेरिका त्यांच्याशी मैत्री करण्याचा प्रयत्न करत आली आहे, ही बाबही येथे नोंद घेण्याजोगी आहे.[36]

वहाबीवाद ही राष्ट्रीय विचारधारा म्हणून रूढ असलेल्या सौदी अरेबियासोबतही अमेरिकेचे अत्यंत मैत्रीपूर्ण संबंध आहेत. ब्रदरहूड आणि जमातची भाषा पाश्चात्त्य-विरोधी असली, तरी ते अंगभूतरीत्या पाश्चात्त्यधार्जिणे असून एकाचवेळी आधुनिकतापूर्व आणि आधुनिकताविरोधीही आहेत. 'इस्लामवादी पक्ष' या संज्ञेचा काटेकोर अर्थ घेतल्यास यातील बरेच पक्ष आता इस्लामवादीही नाहीत. 'जेआय (जमात-ई-इस्लामी) ऑफ बांगला देश' वरून आता 'बांगला देश जेआय' बनलेला पक्ष हे या संदर्भातील चांगले उदाहरण आहे. अल्लाचा कायदा प्रस्थापित करण्यास या पक्षाची पसंती असली, तरी या पक्षाचा पाठिंबा अल्लाचे सार्वभौमत्व प्रस्थापित करण्यास नसून हिंसाचाराने नाही, तर केवळ संवैधानिक मार्गांनी इस्लामी सामाजिक न्याय आणि जनकल्याण निर्माण करण्यास आहे. या पक्षाला अकार्यक्षम आणि अप्रामाणिक नेतृत्वाऐवजी लोकशाही पद्धतींनी देव-भीरू, प्रामाणिक आणि कार्यक्षम नेतृत्व यायला हवे आहे.[37] तथापि, बांगला देशमध्ये जमात-ई-इस्लामी ही इस्लामी ओईक्को जोते, खिलाफत मजलिस आणि खिलाफत आंदोलन यांसारखे 12 विविध इस्लामवादी पक्ष चालवते, हेसुद्धा येथे नोंद घेण्यासारखे आहे.[38] म्हणूनच जमातला कायदेशीर संरक्षण मिळाले नाही, तरी बांगला देशमधील तिचा राजकीय प्रभाव संपुष्टात येणार नाही. इजिप्तमध्ये जसे घडले आहे, मुबारक यांना 2011 मध्ये हटवल्यापासून ब्रदरहूड ही फ्रीडम अँड जस्टिस पार्टी हे नवे नाव धारण करून ब्रदरहूडच्या त्याच जुन्या इस्लामी विचारधारेची अंमलबजावणी करण्यासाठी वचनबद्ध आहे; त्याचप्रमाणे बांगला देशमध्ये कायदेशीर बंदी आल्यास जमात ब्रदरहूडच्याच पावलावर पाऊल ठेवेल.

अरब क्रांतीमध्ये ज्याचा अनुभव आला, त्या अरब देशांवरील अनुच्चारित पाश्चात्त्य वर्चस्वाचा अर्थ समजून घेताना समीर आमीन यांना, ट्युनिशियातील एन्नाहदा आणि इजिप्तमधील ब्रदरहूडसारखे उजवीकडे झुकलेले इस्लामवादी पक्ष हे भविष्यात पाश्चात्त्य जगाचे निकटचे सहकारी असतील, असे वाटते. अमेरिका आणि सादत व मुबारक यांच्यासारख्या हुकूमशहांनी जैसे थे परिस्थिती कायम ठेवण्याचा अखेरचा मार्ग म्हणून इस्लामवादी गटांना जोपासले, हे आमीन यांचे म्हणणे योग्यच आहे. "म्हणूनच ब्रदरहूड दावा करते, त्याप्रमाणे राजकीय इस्लाम हा विरोधी बाजूला नव्हता, तर तो सत्तारचनेचा एकात्म आणि नैसर्गिक घटक होता, असा मुद्दा मी मांडला", असे आमीन म्हणतात.[39] आमीन ब्रदरहूडचे वर्णन इस्लामवादी नाही, तर प्राथमिकतः प्रतिक्रियावादी पक्ष असे करतात आणि ब्रदरहूड ही "साम्राज्यवादी व्यवस्थेसाठी सर्वोत्तम सुरक्षा म्हणून राहील", तसेच इस्लामवादी इराणबद्दल

जे घडले आहे, त्याचप्रमाणे क्रांतीनंतरचे राजकीय इस्लामखालील अरब देश हे आणखी साधारणतः पन्नास वर्षे खुंटलेले राहतील, असे आमीन यांना वाटते. ब्रदरहूडचा मूलाधार असलेला सलाफीवाद मुक्ततेची संकल्पना धुडकावतो आणि प्राणघातक इस्लामचे किंवा मानव आणि ईश्वरामधील गुलाम-मालक संबंधांचे उदात्तीकरण करतो त्यामुळे इस्लामवादी राजवटीखाली लोकशाही निसटूनच जाईल. इस्लामवादी राजवटींमध्ये विज्ञान, संगणक आणि व्यवसाय व्यवस्थापनशास्त्राचा प्रसार म्हणजे तेथील आधुनिक शिक्षणाचा प्रसारही ठरत नाही. शेवटी आणि तितकेच महत्त्वाचे म्हणजे "मुस्लीम ब्रदरहूड आणि साम्राज्यवाद हे संयुक्तपणे कार्यरत असून त्यांची कामे विभागली गेली आहेत. मुस्लीम ब्रदरहूडला लोकशाहीच्या 'प्रशस्तिपत्रा'ची आवश्यकता होती, जे ओबामांनी त्यांना दिले आणि आपल्याबाजूने 'कट्टरतावादी' सलाफींपासून त्यांना स्वतःला दूर ठेवावे लागले."[40] त्यामुळे, मुस्लीमजगतातील उदारमतवादी लोकशाहीस आणि पाश्चात्त्यांच्या हितसंबंधांना इस्लामवादी ब्रदरहूड किंवा जमात नाही, तर सलाफी कट्टरतावादी हे सर्वांत मोठा धोका आहेत.

अल कायदा: काढता पाय की पुनरागमनाच्या वाटेवर?

अल कायदा ही जगातील सर्वाधिक माहीत असलेली, भयावह, तिरस्कृत आणि गूढ दहशतवादी संघटना राहिली आहे. 9/11 च्या हल्ल्यानंतर अल्पावधीतच काही अभ्यासक आणि सामान्यजनांनी अल कायदा आणि तिचा गूढ नेता ओसामा बिन लादेन हे या हल्ल्यामागे होते का किंवा त्यांच्याकडे असा रक्तपात घडवून आणण्याची क्षमता आहे का, असे प्रश्न उपस्थित केले (काही जण अजूनही हे प्रश्न विचारतात). तथापि, या हल्ल्याचे नियोजन आणि अंमलबजावणी करणारी सूत्रधार अल कायदाच होती, याविषयी पटण्याजोगे पुरावे आहेत. आता अल कायदा ही संघटना आहे, की चळवळ आहे की फ्रँचायझी आहे, हा आणखी एक प्रश्न अभ्यासकांमध्ये चर्चिला जातो. सुरक्षा विश्लेषक एहसान आहरारी तिला फ्रँचायझी मानतात. 2001 नंतर या दहशतवादी गटाचे "अल कायदा 2.0" असे पुनर्संघटन झाले आणि ती केंद्रीभूत संघटनेऐवजी विकेंद्रित चळवळ आहे, तसेच तिला जगभरातील मुस्लिमांकडून मिळणारा पाठिंबा खूपच कमी आहे, असे पीटर बर्गेन यांना वाटते. अल कायदा ही आता पाश्चात्त्य जगासाठी प्रमुख धोका राहिलेली नाही; त्यापेक्षा तातडीचा धोका पाश्चात्त्य जगतामधील उपेक्षित मुस्लीम स्थलांतरित आणि नागरिकांकडून आहे, अस सीआयएचे माजी विश्लेषक मार्क सेगमन यांना वाटते. अल कायदाचे जाळे अद्यापही शाबूत आहे आणि अमेरिकेला तिच्याकडून अजूनही मोठा धोका आहे, असे अमेरिकेचे निवृत्त सागरी अधिकारी ब्रुस हॉफमन मानतात. दुसरीकडे, 9/11 नंतर अमेरिकेवर हल्ला करण्यातील अल कायदांच्या असमर्थतेवरून नजीकच्या भविष्यात पाश्चात्त्य हितसंबंधांवर कोणतेही मोठे हल्ले करण्याची तिची क्षमता नसल्याचे सिद्ध होते, असे बरेच विश्लेषक मानतात.[41]

बिन लादेन हा अल कायदाचा संस्थापक आहे आणि सौदी वहाबीवाद ही या संघटनेमागील प्रेरणा आहे असे अनेक जण मानत असले, तरी प्रत्यक्षात ती मुस्लीम ब्रदरहूडची शाखा असून पॅलेस्टिनी इस्लामवादी अभ्यासक आणि बिन लादेनचा मार्गदर्शक अब्दुल्ला आइझम हा तिचा संस्थापक होता. इस्लामऐवजी राजकारण आणि राष्ट्रवादावर भर देण्याऱ्या पॅलेस्टिनी नेतृत्वामुळे आइझमचा भ्रमनिरास झाला होता. कुत्ब यांच्या संपूर्ण युद्धाविषयीच्या लेखनाने आइझमला प्रभावित केले होते. सौदी विद्यापीठामध्ये काही वर्षे अध्यापन केल्यानंतर 1980 च्या दशकाच्या सुरुवातीस तो सोव्हिएत महासंघाविरुद्धच्या अफगाण जिहादमध्ये सामील झाला. त्याने बिन लादेनसोबत काम केले आणि पाकिस्तानी लष्करी गुप्तचर संस्थेच्या (आयएसआय) थेट पाठिंब्याने अल कायदाची स्थापना केली. 1988 मध्ये सौदी पैसा, अमेरिकन शस्त्रे आणि पाकिस्तानी प्रशिक्षण आणि अन्य पुरवठ्याच्या मदतीने हे अफगाणिस्तान आणि पाकिस्तानच्या पलीकडे जागतिक खिलाफत प्रस्थापित करू इच्छिणाऱ्या सुन्नी बंडखोरांचे राष्ट्रविहीन सैन्य स्थापन झाले. अल-कायदाच्या सैनिकांना प्रशिक्षण आणि शस्त्रे देण्यामागे आयएसआयचा आणखी एक उद्देश होता; तो म्हणजे त्यांना भारताविरुद्ध, प्रामुख्याने काश्मीरमध्ये लढायचे होते.[42] अल कायदाच्या स्थापनेनंतर अल्पावधीतच आइझमचे, 1980 च्या दशकाच्या अखेरीस अफगाणिस्तानमध्ये इतर बऱ्याच मुजाहिदीन गटांना पाठिंबा देणाऱ्या आयएसआयशी तीव्र मतभेद झाले. पाकिस्तानविरुद्ध संयुक्त आघाडी उघडण्यासाठी आपल्याला पाठिंबा देण्याबाबत आइझमने बिन लादेन आणि अल झवाहिरी यांच्यासह अल कायदाच्या आघाडीच्या नेत्यांना विचारले आणि त्यांनी त्याला नकार दिला. अल्पावधीतच 1989 च्या अखेरीस एका बॉम्बस्फोटात आइझम मारला गेला. हा स्फोट बिन लादेन आणि त्याच्या साथीदारांनी घडवला होता, असे काहींचे मानणे आहे.[43]

अगदी सुरुवातीपासून अल कायदाच्या आघाडीच्या नेतृत्वामध्ये असलेले अंतर्गत संघर्ष आणि मतभेदांवरून स्वरूप आणि आशयाच्या बाबतीत ही इस्लामिक संघटना नसून प्राथमिकतः राजकीय संघटना आहे, असे दिसते. आइझमच्या मृत्यूनंतर अल कायदाच्या घडामोडींमध्ये कोणत्याही धर्मगुरूच्या हाती सूकाणू आलेले आपल्याला पाहायला मिळाले नाहीत. या इस्लामी दहशतवादी गटाचे वरिष्ठ आणि मध्यम स्तरावरील नेते हे इस्लामी धर्मगुरू किंवा मुल्ला, शेख, अथवा इमाम नसून बहुमतांशी तांत्रिक-धर्मगुरू (नावापुरते धर्मगुरू) राहिले आहेत. ऑगस्ट 1998 मध्ये आफ्रिकेतील दारेस्सलाम आणि नैरोबी येथील अमेरिकेच्या दूतावासांवर एकाच वेळी झालेल्या बॉम्बहल्ल्यांनंतर या संघटनेला जरा जादा महत्त्व मिळाले. 9/11 च्या हल्ल्यांनी अल कायदाची पत उंचावून जगातील सर्वांत शक्तिशाली दहशतवादी संघटना अशी केली. तज्ज्ञांच्या मते 2004 पर्यंत या संघटनेचे जगभरात 18,000 इतके सैनिक होते. तथापि, 2001 मध्ये अमेरिकेच्या नेतृत्वाखाली अफगाणिस्तानमध्ये आक्रमण झाल्यानंतर अल्पावधीतच अल कायदा

ज्या प्रकारे अफगाणिस्तानमध्ये आणि बाहेरही दिसेनाशी झाली, तसेच मे 2011 मध्ये अमेरिकन फौजांनी बिन लादेनला मारल्यानंतर त्याच्याकडून हस्तगत केलेल्या खासगी कागदपत्रांमधून जे समोर आले, त्यांवरून ही संघटना प्रत्यक्षात 2007 मध्येच संपुष्टात आली होती आणि ती गंभीर आर्थिक संकटामध्ये होती व तिच्याकडे दहशतवाद्यांचीही कमतरता होती. 2001 नंतर अल कायदाचे नेते हे लपून व्हीडिओ आणि इंटरनेटच्या माध्यमातून आभासी युद्ध खेळत होते. पाकिस्तानात लपल्याचा संशय असणारे बिन लादेन आणि झवाहिरी अल सहाब (अभ्र) या स्वतःच्या प्रसारमाध्यम नेटवर्कद्वारे अमेरिका आणि तिच्या सहकाऱ्यांसाठी व्हीडिओ चित्रफिती आणि इंटरनेटच्या माध्यमातून त्वेष आणि सूडाने भरलेले त्यांचे संदेश प्रसारित करायचे. विशेष म्हणजे, जॉर्ज डब्ल्यू. बुश दुसऱ्यांदा अध्यक्षपदी निवडून आले, त्या 2004 च्या अध्यक्षीय निवडणुकीच्या काहीच दिवस आधी चित्रित केलेल्या भाषणाद्वारे बिन लादेनने अमेरिकेला दिलेला अशुभ इशारा अमेरिकन प्रसारमाध्यमांनी दाखवला होता. लादेनला मारल्यानंतर, अल कायदा ही प्रत्यक्षात लादेनच्या 2011 मधील मृत्यूपूर्वी काही वर्षे संपुष्टात आली होती, हे (योगायोगाने असले तरी) स्पष्ट झाले. इस्लामच्या नावाखाली सैतानी कृत्य म्हणून सामान्य मुस्लिमांनी ज्याचा तिरस्कार केला, त्या 9/11 च्या विध्वंसामुळे अल कायदाला जगभरातील मुस्लिमांकडून अत्यल्प आणि नगण्य पाठिंबा आणि सहानुभूती मिळाली होती.

मागे वळून पाहताना, अल कायदा आणि मुजाहिदीन या आपल्याला आत्मनिर्भर संघटना दिसत नाहीत. अमेरिका, सौदी अरेबिया आणि पाकिस्तान हे त्यांचे मुख्य प्रवर्तक होते. सीआयए आणि परराष्ट्र विभागाला ज्याप्रमाणे कम्युनिस्टविरोधी हुकूमशहांना— फ्रँको, पिनोचेट, रेझा शाह, सालाझार, मार्कोस, सुहार्तो, झिया उल-हक आणि अन्य— पाठिंबा देण्यात काहीच वावगे वाटले नव्हते, त्याचप्रमाणे काँट्रा, अल कायदा आणि मुजाहिदीनसारख्या टोकाच्या उजव्या विचारांच्या दहशतवादी संघटनांना प्रोत्साहन देण्याबाबतही ते तितकेच उत्साही होते. अनेक पश्तून मुजाहिदीन गटांमधून तालिबानचा जन्म झाला. शीतयुद्धाच्या काळामध्ये अमेरिका इस्लामच्या सौदी आवृत्तीला ठेवा समजत होती आणि पहिल्या महायुद्धापासून पाश्चात्त्य देशांचा पारंपरिक सहकारी राहिलेल्या सौदी वहाबीवादाबद्दल वॉशिंग्टला अद्यापही आपुलकी आहे, हे येथे नोंद घेण्यासारखे आहे. अफगाणिस्तानातील सोव्हिएत आक्रमण हे कट्टर इस्लाम आणि मुजाहिदीनबाबतचे वॉशिंग्टनचे स्वारस्य वाढवणारे मुख्य उत्प्रेरक ठरले. रेगन यांनी एकदा मुजाहिदीन स्वातंत्र्य मिळवण्यासाठी करत असलेल्या कामगिरीबद्दल त्यांची तुलना अमेरिकेच्या संस्थापक राष्ट्रपित्यांशी केली होती.

तथापि, 1989 साली सोव्हिएतने घेतलेल्या माघारीनंतर थोड्याच काळात अमेरिका खूष झाली आणि युद्धजर्जर झालेल्या अफगाणिस्तानला त्याच अवस्थेत सोडून निघून गेली. हा अफगाणिस्तान भिन्न वांशिक, पंथीय आणि विचारधारांमध्ये विभागल्या गेलेल्या तीसहून

अधिक मुजाहिदीन गटांनी व्यापलेला होता आणि त्यांच्यातील सर्वांत घातक, संघटित आणि राजकीयदृष्ट्या प्रेरित असलेला अल कायदा हा बहुदेशीय दहशतवादी गट क्रमांक एकचा म्हणून उदयास आला. दरम्यान, रशियन आणि अमेरिकनांनी अफगाणिस्तानातून माघार घेतल्यानंतर लादेनचा नावलौकिक प्रचंड वाढला होता.[44] अल कायदा, तालिबान, तसेच अफगाणिस्तान, वायव्य पाकिस्तान आणि मध्य आशियातील विविध मुजाहिदीन गटांचा झालेला उदय पाहता अमेरिकेने त्यांच्या निर्मितीमध्ये सक्रिय आणि निष्क्रिय अशा दोन्ही प्रकारची भूमिका बजावल्याचे आम्हाला वाटते. त्यांनी सढळ हस्ते आर्थिक आणि लष्करी साहाय्य केले नसते, तर अल कायदा आणि तालिबान तर सोडाच, परंतु सोव्हिएत महासंघाविरुद्ध कोणताच लक्षणीय प्रतिकार उभा राहू शकला नसता. त्याचप्रमाणे, बेरोजगार मुजाहिदीनांच्या शस्त्रसज्ज टोळयांना तसेच सोडून अमेरिकेने अचानक देश सोडला नसता तर, अफगाणिस्तानमध्ये 1996 साली तालिबानला सत्ता मिळवण्यासाठी मार्ग आखून देणारा कोणताही गोंधळ किंवा नागरी युद्ध घडले नसते. 1989 मध्ये सोव्हिएतने माघार गेतल्यानंतर अल कायदाने इस्लामचे प्रमुख शत्रू म्हणून इस्रायल, अमेरिका आणि मुस्लीमजगतातील धर्मनिरपेक्ष राजवटींची निवड केली. पाकिस्तानामध्ये समांतर सरकार चालवणाऱ्या आयएसआयने इस्लामचा आणखी एक अत्यंत महत्त्वाचा शत्रू म्हणून त्यात भारताचीही भर घातली. दरम्यानच्या काळात मध्य आशियातून अफगाणिस्तानमार्गे हिंदी महासागरापर्यंत तेलवाहिनी बांधण्याच्या आशेने अमेरिकन तेल कंपन्यांनी अफगाणिस्तान आणि त्याला लागून असलेल्या उपप्रदेशांमधील विविध इस्लामी गटांशी करार केले होते. युद्धजर्जर अफगाणिस्तानच्या पुनर्बांधणीकडे अमेरिकेने केलेले सोयीस्कर दुर्लक्ष हे अल कायदा, बिन लादेन आणि तालिबानच्या उदयासाठी मोठ्या प्रमाणावर कारणीभूत झाले.[45]

एकेकाळी इजिप्तचे अध्यक्ष सादत यांच्या हत्येमध्ये सहभाग असल्याप्रकरणी अटक करण्यात आलेला अयमान अल झवाहिरी हा इजिप्तचा कट्टर विचारसरणीचा डॉक्टर अल कायदाचा सहसंस्थापक आहे. प्रभावशाली बिन लादेनकडे नेतृत्व असलेल्या या संघटनेचा झवाहिरी हा मुख्य संघटक असल्याचे सांगितले जाते. झवाहिरीच्या सल्ल्यानुसारच लादेनने विविध वांशिक गटांना आपल्यामध्ये सामावून घेण्यासाठी एक आश्रयदाती संघटना म्हणून अल कायदाचे व्यवस्थापन केले. त्यामुळेच अरब, बांगला देशी, चेचेन, चिनी उघर, पश्तून, बलोच, पंजाबी, भारतीय, बर्मीज, इंडोनेशियन, फिलिपिनी, सोमाली, केनियन आणि अगदी अमेरिकन व युरोपियन मुस्लीम दहशतवादीही अल कायदामध्ये सामील झाले. अल कायदामध्ये प्रवेश करणारे बहुतांश जण हे पूर्वाश्रमीच्या मुजाहिदीन गटांतील होते. अफगाणिस्तान आणि त्यानंतर पाकिस्तान हे खिलाफतीचे किंवा अल कायदाच्या जागतिक इस्लामी साम्राज्याचे केंद्रस्थान बनावे, अशी झवाहिरीची इच्छा होती. बिन लादेनला लेबानॉनमधील शिया दहशतवादी संघटना हिज्बुल्लाशीही संबंध प्रस्थापित करायचे होते. अल कायदाला केवळ पाश्चात्त्य देश आणि इस्रायलशीच लढायचे

नव्हते, तर विशेषतः आपल्या राज्यामध्ये अमेरिकन फौजांना तळ ठेवण्याची परवानगी दिल्याबद्दल त्यांना सौदी अरेबियाशीही लढाई करायची होती.[46]

झवाहिरीचे इजिप्शियन संबंध हे अल कायदासाठी फायद्याचे होते, कारण एकेकाळी इजिप्तमधील शक्तिशाली इस्लामवादी गट असणाऱ्या गमाह-अल-इस्लामिया किंवा दि इस्लामिक ग्रुपशी (आयजी) त्याचे लागेबंधे होते. सादत यांच्या हत्येसाठी जबाबदार असलेल्या आयजीचे 1997 मध्ये विखंडन झाले. 1991 साली झवाहिरी आयजीमधून फुटून बाहेर पडला, कारण इजिप्तमधील ख्रिश्चनांची आणि पर्यटकांची हत्या करण्यास त्याची संमती नव्हती. त्यानंतर 1996 मध्ये त्याने इजिप्शियन इस्लामिक जिहाद (ईआयजे) हा गट स्थापन केला. तालिबानने सत्ताग्रहण केल्यानंतर तो अफगाणिस्तानात गेला. 1998 मध्ये अमेरिकन दूतावासांवर बॉम्बहल्ले केल्याच्या पार्श्वभूमीवर बिन लादेनला सुदानमधून तडीपार केल्यानंतर तो अफगाणिस्तानमध्ये गेला. अफगाण जिहादमधील आणखी एक मुरब्बी नेता असलेला अर्धशिक्षित मुल्ला ओमर याच्या तालिबान राजवटीतील अफगाणिस्तानमध्ये अल कायदाच्या आश्रयाखाली लादेन आणि झवाहिरी यांनी जागतिक जिहादच्या नावाने नव्या अध्यायाला सुरुवात केली. 1998 मध्ये ईआयजे ही संघटना अल कायदामध्ये विलीन करण्यात झवाहिरीची महत्त्वाची भूमिका होती. सप्टेंबर, 2001 मध्ये अल कायदाने अत्यंत अकल्पनीय आणि इतिहासातील बहुधा सर्वांत विध्वंसक दहशतवादी कृत्य केले.[47]

9/11 च्या हल्ल्यानंतर नोव्हेंबर, 2001 मध्ये अमेरिकेने अफगाणिस्तानला सडेतोड प्रत्युत्तर दिले आणि अल कायदाच्या आघाडीच्या नेत्यांना आश्रय दिल्याबद्दल तालिबान राजवट उलथवून टाकली. तथापि, अल कायदाला समूळ नष्ट करण्याची अफगाणिस्तानातील कामगिरी पूर्ण करण्याऐवजी अमेरिकेने सद्दाम हुसेनची राजवट उलथवण्यासाठी आपले लक्ष इराककडे वळवले. अमेरिकेच्या नेतृत्वाखाली इराकवर झालेल्या आक्रमणामुळे अल कायदाच्या घटकांना अफगाणिस्तान, पाकिस्तान आणि अन्यत्र संघटनेची पुनर्बांधणी करण्याचा अवसर मिळाला. दरम्यानच्या काळात अल कायदाने येमेनमधील सरकारविरोधी फौजा, सीरियातील असदविरोधी शक्ती आणि माली व वायव्य आफ्रिकेतील अन्य देशांमध्ये आदिवासी आणि इस्लामी बंडखोरांमध्ये शिरकाव केला होता. जानेवारीपर्यंत अल कायदा आणि तिच्यासारख्या अन्य संघटना आफ्रिकेत सोमालियापासून सुदान, नायजेरिया, चाड, माली, अल्जीरिया आणि लिबियातील खूप मोठ्या प्रदेशामध्ये इतक्या शक्तिशाली आणि उघडपणे दिसण्यासारख्या बनल्या होत्या की काही विश्लेषकांनी "आफ्रिगाणिस्तान" ही संज्ञा तयार केली; अल कायदा व तिच्यासारख्या अन्य इस्लामी गटांनी वाढवलेल्या इस्लामवादी युद्धखोरी आणि दहशतवादाचे वर्णन करण्यासाठी हे नामकरण होते.[48]

दहशतवादी आणि बहुदेशीय गुन्हेगारी टोळ्यापरस्पर सहकार्याने काम करतात. विविध इस्लामवादी, वांशिक-राष्ट्रवादी, मार्क्सवादी, अराजकवादी आणि अमली व्यापार

करणारे (नार्को) दहशतवादी गट यांचा अमेरिका हा सामाईक शत्रू असल्याने ते आधीच एकमेकांच्या जवळ आलेले आहेत. अमेरिकेच्या दीर्घकालीन सुरक्षेला आव्हान देणारे लॅटिन अमेरिकेतील विविध दहशतवादी, अमली व्यापार करणारे अतिरेकी आणि फार्क (FARC) सारख्या शस्त्रसज्ज बंडखोर गटांनी अल कायदासोबत संधान बांधले आहे. अल कायदा-फार्क ही अमली पदार्थांची युती अमेरिकन खंडात आणि बाहेरही एक अशुभ घटना आहे.[49] नार्को-दहशतवाद, नार्को जिहाद आणि त्यांच्यासोबतीला बिगर-सरकारी घटकांमार्फत खेळली जाणारी सरकारपुरस्कृत छुपी युद्धे ही वेगाने पारंपरिक आत्मघातकी दहशतवाद्यांची जागा घेत आहेत.

2011 च्या सुरुवातीपर्यंत सोमालिया हा अल कायदाने ग्रस्त, जगातील सर्वांत अस्थिर देश होता. येमेन हे अल कायदाचे आणखी सुरक्षित आश्रयस्थान राहिले आहे. अमेरिकेत जन्मलेला अभियंत्याचा कट्टर धर्मगुरू बनलेला आणि 'इंटरनेटवरील बिन लादेन' म्हणूनही ओळखला जाणारा अन्वर औलाकी हा सप्टेंबर 2011 मध्ये येमेनमध्ये अमेरिकन ड्रोन हल्ल्यात मारला जाईपर्यंत अल कायदाचा मुख्य संघटक होता. तथापि, औलाकीच्या हत्येमुळे अल कायदाचा पाया त्या देशात कमकुवत झाला असला, तरीही त्या प्रदेशात अद्यापही अल कायदा सक्रिय आहे. 2012 च्या सुरुवातीस येमेनमध्ये बरेच आत्मघातकी हल्ले झाले. जून 2012 मध्ये अशाच एका हल्ल्यात येमेनी लष्करप्रमुखांच्या झालेल्या हत्येची जबाबदारी अल कायदाने घेतली होती.[50] शिवाय, इस्लामी दहशतवाद आणि दक्षिणेकडील फुटिरतावाद्यांच्या सदैव असलेल्या धोक्याने अखंड येमेनच्या अस्तित्वापुढेच धोका निर्माण केला आहे. 1990 मध्ये उत्तर येमेनमध्ये विलीन होण्यापूर्वी जसा अस्तित्वात होता, तसाच दक्षिण येमेन हा देश पुन्हा विभक्त झालेला त्यांना हवा आहे. दक्षिणेकडील फुटिरतावादी चळवळ, म्हणजेच अल-हेराक ही पुन्हा समाजवादी आणि इराणधार्जिण्या अशा दोन गटांमध्ये विभागली गेली आहे. अल कायदा आणि तिच्यासारख्या अन्य संघटना या दक्षिण येमेनमध्ये अल-हेराकशी लढत आहेत आणि उत्तरेमध्ये केंद्र सरकारशी. 2012 मध्ये अध्यक्ष अब्दुल्ला सालेह यांना हटवून त्यांच्याजागी दक्षिणेकडील मन्सूर हादी यांची नियुक्ती केल्यामुळे येमेनमधील ना इस्लामवाद्यांचा प्रश्न सुटला, ना फुटिरतावाद्यांचा. हे सर्व पाहता, उत्तर येमेनसाठी दक्षिणेकडील फुटिरतावादी जास्त वाईट आहेत की अल कायदा, हे नक्की समजत नाही.[51]

अल कायदा ही ब्रदरहूड किंवा जमातपेक्षा वेगळी असून विशिष्ट देशांत किंवा प्रदेशांमध्ये पाया असणाऱ्या सुसंघटित इस्लामवादी पक्षापेक्षा जास्त ती एक फ्रँचायझी आहे. त्यामुळेच जगातील विविध भागांमध्ये सक्रिय असणारी तिची प्रारूपे आपल्याला आढळतात, काही वेळा ते स्वतंत्रपणे काम करतात. उत्तर अल्जीरियातील बोको हरम हा आफ्रिकेतील आघाडीचा अराजकवादी इस्लामी दहशतवादी गट राहिला आहे. पाश्चात्त्य देशांत शिकलेला उत्तर नायजेरियातील विचारवंत मुहाम्मेद युसूफ (1970–2009)

याने बोको हरमची स्थापना केली. ही संघटना *जामा' तूअहलिससुन्नालिद्दा' आवाती वल-जिहाद* या नावानेही ओळखली जाते, अरबी भाषेतील त्याचा अर्थ "प्रेषिताची शिकवण आणि जिहादच्या प्रसारासाठी कटिबद्ध असलेले लोक" असा होतो. 2009 मध्ये नायजेरियन कायदा अंमलदारांनी कोठडीमध्ये युसूफला मारून टाकले. तो कानुरी जमातीचा होता आणि या जमातीचे लोक नायजेरिया, नायगर, चाड आणि कॅमेरूनमध्ये राहतात. बोको हरम किंवा नायजेरियन तालिबान ही संघटना तालिबातरीहीही अधिक पाश्चात्त्यविरोधी आणि आधुनिकताविरोधी आहे. निवडणुकीतील मतदानासह कोणत्याही राजकीय किंवा सामाजिक कार्यक्रमात सहभाग घेणे, शर्ट आणि ट्राउजर (विजार) वापरणे आणि पाश्चात्त्य/धर्मनिरपेक्ष शिक्षण घेणे या गोष्टींनाही संघटना *हराम* (निषिद्ध) मानते आणि त्या करण्यास संघटनेची मनाई आहे. उत्तर नायजेरिया, नायगर आणि पूर्व कॅमेरूनमधील काही भागांत 1903 मध्ये ब्रिटीशांनी पाडाव करण्यापूर्वी अस्तित्वात असलेल्या सोकोतो खिलाफतचे पुनरुत्थान करण्याचा बोको हरमचा प्रयत्न आहे. बोको हरमचा प्रतिगामी कार्यक्रम आणि ख्रिश्चन, मार्ग ढळलेले मुस्लीम, संयुक्त राष्ट्रांची कार्यालये आणि सरकारी फौजांवर बोको हरमकडून होणाऱ्या हिंसक हल्ल्यांमधून गरीब आणि उपेक्षित आदिवासी वर्गाच्या राजकीय आकांक्षांचे प्रतिबिंब उमटते. आतापर्यंत या दहशतवाद्यांनी आपली कृत्ये नायजेरियापुरतीच मर्यादित ठेवली आहेत.[52] तथापि, ही संघटना बहुदेशीय होण्याची आणि सुरुवातीला उत्तर नायजेरिया, नायगर, चाड आणि पूर्व कॅमेरूनमधील गरिबीने ग्रासलेल्या महत्त्वाकांक्षी कानुरी जमातीमध्ये व त्यानंतर संपूर्ण वायव्य आफ्रिकेमध्ये पसरण्याची शक्यता फेटाळता येत नाही. जानेवारी, 2013 च्या अखेरीस फ्रेंच फौजांनी उत्तर मालीमधील इस्लामी दहशतवाद्यांचा पराभव करेपर्यंत बोको हरमचे शेकडो दहशतवादी टिंबक्टूमध्ये सरकारी फौजांविरुद्ध लढत होते. बोको हरमच्या दहशतवाद्यांचे अल कायदाशी, तसेच अफगाणिस्तान व अल्जीरियातील इस्लामी दहशतवादी गटांशी लागेबंधे आहेत.[53]

अल कायदाने 2011 च्या अखेरीस पश्चिम आफ्रिका, माली, मॉरिटानिया, नायगर, नायजेरिया आणि अल्जीरियातून सक्रिय होण्यास सुरुवात केली. 2012 च्या मध्यापर्यंत उत्तर माली हे अल कायदाचे पश्चिम आफ्रिकेतील जणू प्रमुख आश्रयस्थान बनले होते. तेथे अल कायदाने फुटीर तौरेग टोळीवाल्यांना अझावाद या त्यांच्या स्वतंत्र इस्लामवादी राष्ट्राची स्थापना करण्यासाठी मदत केली. पश्चिम आफ्रिकी भूप्रदेशातील 250,000 चौरस मैलांपेक्षा जास्त प्रदेश,

> त्यात टिम्बक्टू हे महान शहरही आहे, जिथे अल कायदाशी संबंधित दहशतवादी अमेरिकेपासून, तसेच त्यांना टिपण्याचा प्रयत्न करणाऱ्यांपासून सुरक्षा शोधत असतात, त्या अफगाणिस्तान, पाकिस्तान, सोमालिया आणि येमेनच्या दुर्गम भागाप्रमाणे देशाच्या बाहेरील भाग बनण्याचा धोका आहे, असे युरोपियन राजनैतिक अधिकारी, अभ्यासक तज्ज्ञ आणि या प्रदेशातून येणारे वृत्तान्त सांगतात.[54]

क्षेत्रफळाच्या दृष्टीने फ्रान्सपेक्षा मोठे असणाऱ्या उत्तर मालीच्या इस्लामी राष्ट्रामध्ये अल कायदा चांगलेच प्रस्थापित झाले आहे, असे दिसते. मालीपासून स्वतंत्र झाल्याची एकतर्फी घोषणा केल्यापासून हा प्रदेश कडक शरिया कायद्याच्या अमलाखाली आहे. गदाफींच्या अखेरच्या दिवसांपर्यंत त्यांचे भाडोत्री सैन्य म्हणून काम करणारे तौरेग सैनिक आणि त्यांच्यासोबत माली सरकार हा सामाईक शत्रू असणारे अन्य काही सलाफी आणि धर्मनिरपेक्ष गट हे इस्लामिक वेस्ट आफ्रिका किंवा माघ्रेबमधील (एक्यूआयएम) अल कायदाचा मुख्य आधार आहेत. काही विश्लेषकांच्या मानण्यानुसार, एकीकडे माली हे नवे लिबिया, म्हणजेच आणखी एक तुकडे पडत चाललेले अपयशी राष्ट्र म्हणून समोर येत असताना, पश्चिम आफ्रिकेमध्ये अल कायदाचा हळूहळू जम बसत असल्याने हा संपूर्ण उपखंड आणखी एक अफगाणिस्तान, म्हणजे एक्यूआयएम आणि अमेरिकेतील संघर्षाचे क्षेत्र बनतो आहे आणि येणाऱ्या वर्षांमध्ये हे चीन आणि अमेरिकेमधील वर्चस्वाच्या छुप्या युद्धांसाठीचे रणांगण बनणार आहे.[55]

एका ज्येष्ठ युरोपियन राजनैतिक अधिकाऱ्याच्या मते, उत्तर मालीतील इस्लामी राष्ट्राने प्रथमच अल कायदाला एक्यूआयएममध्ये प्रादेशिक तळ उपलब्ध करून दिला आहे. नाव जाहीर न करण्याच्या अटीवर या अधिकाऱ्याने *वॉशिंग्टन पोस्ट*सोबत तेथील परिस्थितीविषयी चर्चा केली. "जाणारा प्रत्येक आठवडा महत्त्वाचा आहे, कारण त्या आठवड्यागणिक एक्यूआयएमला आपली मुळे रोवायला अधिक वेळ मिळतो आहे", असे त्याने सांगितले.[56] अल कायदाचा लवचीकपणा, वांशिक-राष्ट्रीय संघर्षांचा फायदा घेऊन प्रतिकूल परिस्थितीचाही फायदा घेण्याची क्षमता, तिची परिस्थितीशी जुळवून घेण्याची क्षमता आणि सर्वांत महत्त्वाचे म्हणजे तिचे बहुदेशीय जाळे हे सरकारच्या गुप्तचर आणि सुरक्षा व्यवस्थांना सहज चुकवते आणि त्यांच्यावर मात करते. नायगरचे अध्यक्ष महामदोऊ इस्सौफू यांनी जून 2012 मध्ये सांगितले होते, त्यानुसार पाकिस्तान आणि अफगाणिस्तानातील जिहादी योद्धे उत्तर मालीतील इस्लामी गटांच्या सदस्यांना प्रशिक्षण देत होते.[57] दीर्घकाळाचा विचार करता आफ्रिकन महासंघ आणि इकॉनॉमिक कम्युनिटी ऑफ वेस्टर्न आफ्रिकन स्टेट्स (ECOWAS) ही संघटना इस्लामिक स्टेट ऑफ अझावादवर मात करू शकेल का, याची खात्री देता येत नाही. गदाफीच्या शिल्लक राहिलेल्या शस्त्रसाठ्यामुळे ते बऱ्यापैकी शस्त्रसज्ज आहेत. पुन्हा, नॅशनल मूव्हमेंट फॉर दि लिबरेशन ऑफ अझावादच्या (एमएनएलए) पताकेखाली एकत्र आलेल्या फुटिरतावाद्यांच्या/स्वातंत्र्यसैनिकांच्या धर्मनिरपेक्ष गटाने पैसा आणि आंतरराष्ट्रीय लागेबांधे असलेल्या अन्सार एद्दिन या अल कायदाच्या स्थानिक फ्रँचायझीशी संधान बांधले आहे. 'एमएनएलए'च्या अनेक समर्थकांच्या इच्छेविरुद्ध त्यांनी इस्लामी राष्ट्राला संमती दर्शवली आहे. तथापि, मार्च 2012 मध्ये दक्षिणेकडे झालेल्या लष्करी उठावातून माली स्थिर झाल्यानंतर, उत्तर मालीचा हा 13 लाख लोकसंख्येचा भूवेष्टित विस्तृत भूभाग

फारकाळ तग धरू शकणार नाही, त्यामुळे घाबरून जाण्याचे कारण नाही. उत्तर मालीतील अल-कायदाकडून चालवल्या जाणाऱ्या सरकारला किंवा स्वतंत्र अझावादला पाश्चात्त्य जगाकडून कोणताही पाठिंबा मिळणार नाही.[58]

नायजेरिया, माली, सोमालिया आणि येमेनमधील इस्लामी दहशतवाद वाढत असल्याचे परस्परविरोधी आणि अतिशयोक्तीपूर्ण वृत्तान्त पाहता या देशांमध्ये इस्लामवादी सत्ता निर्माण करण्याची खरेच या दहशतवादी गटांची योजना आहे का, याविषयी खात्री देता येत नाही. आफ्रिका आणि अरब जगतातील काही भागांमध्ये वाढत्या इस्लामवादी धोक्याला कमी न लेखताही, वर्गीय, वांशिक आणि फुटिरतावादी बाजूंच्या अंगाने या हिंसक गुन्ह्यांचे आणि बंडखोरी किंवा उठावांचे धर्मनिरपेक्ष पैलू आपल्याला समजून घेणे गरजेचे आहे.[59] दरम्यान, जानेवारी 2013 मध्ये फ्रान्सच्या नेतृत्वाखाली फौजांनी उत्तर मालीतील इस्लामी बंडखोरांना पराभूत करून हुसकावून लावले. ईशान्य मालीतील दारिद्र्याने ग्रासलेला आणि दुर्लक्षित भटक्या तौरेग जमातीतील लोक, त्याचसोबत (विविध देशांमध्ये विखुरलेले) अन्य काही दुर्लक्षित आणि तुकड्यांमध्ये विभागलेले समाज/जमाती, ज्यांमध्ये नायजेरिया, नायगर, चाड आणि कॅमेरूनमधील कानुरी आदिवासी; केनिया आणि इथिओपियातील सोमाली निर्वासित (त्याचसोबत दुर्लक्षित इथिओपियन मुस्लीम); सुदान आणि दक्षिण सुदानमधील अरब/मुस्लीम भटक्या जमाती आणि अखेरचे आणि तितकेच महत्त्वाचे म्हणजे अल्जीरिया व लिबियातील, तसेच त्या देशांमधून आलेले इस्लामी बंडखोर आदींचा समावेश होतो, ते वायव्य आणि पूर्व आफ्रिकेच्या विस्तृत प्रदेशातील हुकूमशाही राजवटींशी आणि फ्रेंच व ब्रिटिश आक्रमणकर्त्यांशी नजीकच्या भविष्यामध्ये शांतता करार करणार नाहीत. परिणामी, अल्जीरिया आणि मालीतील इस्लामी अतिरेकाचा प्रसार वाढत असल्याचे मानणाऱ्या विश्लेषकांशी सहमत होण्यासाठी आपल्याकडे कारणे आहेत. इस्लामिक माघ्रेब (पश्चिम आफ्रिका) किंवा एक्यूआयएम आणि मूव्हमेंट फॉर युनिटी अँड जिहाद इन वेस्ट आफ्रिका (MUJAO) येथील अल कायदा, नायजेरियातील अनेकांगी बोको हरम आणि लिबिया व सोमालियातील निद्रिस्तावस्थेत असलेले परंतु पूर्णपणे नामशेष न झालेले इस्लामी यांसारखे इस्लामवादी गट हे अनेक दशके आफ्रिकेत अस्थिरता आणि दहशतवाद माजवणार आहेत. "जिहादींची कृत्ये आणि जिहादींविरोधातील कृत्ये या दोन्ही गोष्टी संकटे विकोपाला नेऊ शकतात", हा दृष्टिकोन आपल्याला मान्य करता येईल.[60] अखेरचे आणि तितकेच महत्त्वाचे म्हणजे, ऑक्टोबर 2011 मध्ये गदाफी राजवट उलथवल्यामुळे लिबियातील हजारो गदाफी समर्थक आणि गदाफीविरोधी इस्लामींचे (लिबियन आणि प्रामुख्याने विविध आफ्रिकन देशांमधून आलेले परदेशस्थ) लोंढे शेजारील देशांमध्ये निघून गेले. 9–11 हल्ल्यांच्या अकराव्या वर्षपूर्तीच्या दिवशी, 11 सप्टेंबर 2012 रोजी अल कायदाशी संबंधित अन्सार अल-शरिया या संघटनेने बेंगाझी येथील अमेरिकेच्या वकिलातीवर हल्ला करून राजदूत

ख्रिस्तोफर स्टिव्हन्स यांच्यासह चार अमेरिकनांचा जीव घेतला. इतरही बरेच गदाफीविरोधी इस्लामी गट वायव्य आफ्रिकेत सर्वत्र सक्रिय आहेत.[61]

जानेवारी, 2013 मध्ये फ्रेंच फौजांना मालीमध्ये तौरेग इस्लामी बंडखोरांविरुद्ध सुरुवातीच्या टप्प्यामध्ये विजय मिळाला असला, तरी शेजरील देशांमध्ये जिहादींचा जम बसतो आहे. नायगर हासुद्धा इस्लामी/जमातींची सातत्यपूर्ण बंडखोरी व दहशतवादाच्या वाढीसाठी सुपीक क्षेत्र ठरतो आहे. अनेक तौरेग बंडखोर हे नायगरमध्ये पळाले आहेत. "नायगरच्या कमकुवत सरकारी संरचना पाहता ते एकूणच देशाच्या सुरक्षेसाठी गंभीर धोका आहेत", असे निरीक्षण एक विश्लेषक नोंदवतात.[62] मार्च 2012 मध्ये इस्लामी माघ्रेबमधील अल कायदा, अन्सार दिने आणि 'मूव्हमेंट फॉर वननेस अँड जिहाद इन वेस्ट आफ्रिका' या तीन जिहादी बंडखोरांशी सत्तावाटपाचा करार केल्यामुळे तौरेग बंडखोरांना नागयर हे खूपच सोपे लक्ष्य असल्याचे लक्षात आले. तिथल्या अशिक्षित आणि अत्यंत धार्मिक असलेल्या आदिवासी जमातींमध्ये धर्मनिरपेक्ष राजकीय अभिजनांना अधिमान्यता नाही. नायगरमध्ये राजरोसपणे सुरू असलेला भ्रष्टाचार आणि कुप्रशासनामुळे परिस्थिती आणखीच गंभीर बनली आहे. नायगरचे दुर्बल आणि जनतेत अप्रिय असलेले लष्कर, नायजेरियासोबतच्या सीमारेषेवरील असंरक्षित चौक्या, त्यांचा शेजारील नायजेरियाशी सततचा संघर्ष आणि दुर्लक्षित तौरेग जमातीचे अस्तित्व यांमुळे त्या देशात कट्टरवादी इस्लामी प्रवचनकारांचा ओघ वाढू शकला. नायगरमधील स्थानिक इस्लामी दहशतवादी संघटना आणि बोको हरम यांनी परस्परसंबंध प्रस्थापित केले आहेत. नायगरमध्ये जिहादला तोंड फुटल्यामुळे पाश्चात्त्य देश हे या प्रदेशामध्ये दीर्घकालीन लष्करी कारवाईसाठी खेचले जाऊ शकतात.[63] फ्रान्सच्या हितसंबंधांवर त्याचा विपरीत परिणाम होऊ शकतो, कारण फ्रान्सला त्यांच्या एकूण ऊर्जेपैकी सुमारे तीन-चतुर्थांश ऊर्जा उत्तर नायगरच्या खाणींमधून येणाऱ्या युरेनियमपासून मिळते.

याच्याशी आपण सहमत होऊ शकतो:

> अपेक्षित असल्याप्रमाणे, फ्रान्सने अगोदरच या संसाधनांच्या संरक्षणासाठी सैनिक तैनात केले आहेत, आणि चीननेही अझालिकनजीक असलेल्या त्यांच्या युरेनियम खाणीबाबत हेच केले असल्याचे सांगितले जाते. नायगर हा देशही तेल निर्यातदार आहे आणि येणाऱ्या काही महिन्यांमध्ये तेल उत्पादनात लक्षणीय वाढ अपेक्षित आहे. बंडखोर चळवळी आणि इस्लामी दहशतवादी हे नायगरच्या या खाणी आणि तेलक्षेत्रांपर्यंत पोहोचण्याच्या कक्षेत आहेत आणि त्यांचा वापर ते त्यांच्या बंडखोरीला अर्थपुरवठा करण्यासाठी करू शकतात. नायजेरियन आणि अल्जेरियन भूप्रदेशावर आणखी हल्ले होण्याची शक्यता दाट आहे.[64]

त्यानंतर पुन्हा, एकतर युद्धजर्जर झालेल्या आणि/किंवा तुकडे झालेल्या अफगाणिस्तान, चेचन्या आणि दागेस्तान, सोमालिया, येमेन आणि पाकिस्तानप्रमाणे अल कायदा संपूर्ण माघ्रेब आणि अझवादशी जोडणारे प्रदेश अस्थिर करू शकते. बिन लादेन आणि झवाहिरी

यांनी 1990 च्या दशकात सुव्यवस्थित केलेल अल कायदाचे जाळे आफ्रिकेमध्ये उत्तर आणि वायव्येपासून ते नैर्ऋत्येपर्यंत आणि मध्य आणि पूर्वेकडील प्रदेशांमध्ये, तसेच मध्य पूर्वेतही दूरवर पसरलेले आहे. आपले सुरक्षित आश्रयस्थान तयार करण्यासाठी अल कायदाने, अगदी अफगाणिस्तानमध्ये तालिबान राजवटीची 2001 साली उचलबांगडी होण्यापूर्वीच अफगाणिस्तानपेक्षा आफ्रिकेवर, विशेषतः इस्लामी पश्चिम आफ्रिकेवर लक्ष केंद्रित केले होते. झवाहिरीने केलेल्या नियोजनानुसार अल कायदाने आफ्रिकेमधून पश्चिम युरोपातील विविध देशांमध्ये शिरकाव केला. लष्कराच्या पाठिंब्यावर असलेल्या अल्जेरियन सरकारने 1990 च्या दशकामध्ये इस्लामवादी पक्षांवर केलेल्या कारवाईचा अल कायदाने पुरेपूर फायदा उठवला. अल कायदाने अल्जीरियाच्या *ग्रुप फॉर प्रीचिंग अँड कॉम्बॅट* (जीएसपीसी) या सलाफीगटाशी संधान बांधले.[65] अल्जेरियन मुस्लिमांमध्ये जीएसपीसीला मर्यादित प्रतिसाद असला, तरी उपखंडातील त्यांच्या ताकतीविषयी कोणताही विश्वासार्ह आकडा उपलब्ध नाही.[66] अमेरिकेच्या *आफ्रिका कमांडने* (2008 मध्ये स्थापन झालेले आफ्रिकॉम) वायव्य आफ्रिकेपासून मध्य आणि पूर्व आफ्रिकेपर्यंत अल कायदा आणि तिच्या सहयोगी गटांविरुद्धच्या कारवाया तीव्र केल्या आहेत. सोमालिया आणि येमेनमधील अमेरिकेचे ड्रोन हल्ले हे अल कायदाचे तेथील तळ तर उद्ध्वस्त करू शकले नाहीतच; उलट या हल्ल्यांमध्ये अल कायदाच्या मोजक्या नेत्यांसह निष्पाप नागरिकांचा बळी गेल्यामुळे तेथील लोक अमेरिकेपासून दुरावले.[67] शीतयुद्धोत्तर काळातील अमेरिका आणि पाश्चात्त्य देशांची आफ्रिका व एकूणच मुस्लीमजगतातील आक्रमणे ही सामान्य मुस्लिमांची हृदये आणि मने जिंकून घेण्यात अपयशी ठरली आहेत. जानेवारी 2013 मध्ये इस्लामी दहशतवाद्यांना चिरडण्याच्या नावाखाली फ्रान्सच्या मालीतील आक्रमणाने या प्रदेशात शांतता आणली नाही. मालीस्थित दहशतवाद्यांपासून फ्रान्सचे संरक्षण करण्याच्या नावाखाली फ्रान्सने या आक्रमणाच्या केलेल्या समर्थनामध्ये काहीच तथ्य नव्हते, कारण डिसेंबर 2012 मध्ये फ्रान्स हा दहशतवादग्रस्त देशांच्या यादीमध्ये जगात 63 व्या स्थानी होता.[68]

अमेरिकेसारख्या महासत्तेला अस्थिर करण्यासाठी अल कायदा किंवा अन्य कोणत्याही दहशतवादी गटाला हजारो दहशतवाद्यांची गरज नाही. दहशतवाद हा संपूर्णपणे विषम युद्धतंत्रावर बेतलेला असून सर्व ठिकाणी सरकारच्या दहशतवादविरोधी/बंडखोरविरोधी उपाययोजनांना मारक ठरण्यासाठी बऱ्याचदा हे युद्धतंत्रच दहशतवाद्यांना अनुकूल असते. आपल्याला येथे चेचन्याचे उदाहरण देता येईल. अवघ्या 13 लाख लोकसंख्येच्या या छोट्याशा भूप्रदेशात अल कायदाचा पाठिंबा असलेल्या चेचेन फुटिरतावाद्यांनी 2000 सालापासून चेचन्या व रशियातील शाळा, चित्रपटगृहे, पदपथ आणि बाजारपेठांमध्ये केवळ हजारो नागरिकांचाच जीव घेतला एवढेच नाही, तर 2010 पर्यंत त्यांनी 15,000 हून अधिक रशियन सैनिकांनाही मारले. रशियाने अफगाणिस्तानातील दशकभराच्या अफगाण

जिहादादरम्यान जितके सैन्य गमावले होते, त्यापेक्षा अधिक सैन्य त्यांनी चेचन्यामध्ये दहा वर्षांत गमावले.[69] सर्वसाधारण समजूत अशी आहे की, (अ) मालीमधील अँग्लो-फ्रेंच आक्रमण हे अमेरिका पुरस्कृत आहे; (ब) युरेनियम, सोने आणि अन्य खनिजपदार्थांच्या खाणी हे त्यांच्या आक्रमणामागील मुख्य घटक आहेत; (क) उत्तर मालीमधील युरोपियन आक्रमणाचे समर्थन करण्यासाठी अमेरिका आणि कतार हे छुप्या पद्धतीने अल कायदाला पाठिंबा देत आहेत; (ड) दहशतवादाला अटकाव करण्याच्या नावाखाली या प्रदेशातील अल्जीरिया आणि अन्य देश हे पाश्चात्त्य आक्रमणाचे पुढील लक्ष्य ठरणार आहेत.[70]

अल कायदा ही केवळ संपूर्ण आफ्रिकन उपखंडात जिवंत आहे की आशिया, युरोप आणि अमेरिकेतील तिचे अस्तित्व सुप्तावस्थेपेक्षा अधिक आहे, याबाबत आपल्याला खात्री देता येत नाही. अमेरिकन विश्लेषक आणि तज्ज्ञांचा कल त्यांच्या देशाला असलेल्या वास्तविक किंवा ज्ञात धोक्यांना अवास्तव किंवा कमी महत्त्व देण्याकडे असल्याने त्यांनी, अल कायदा ही शक्तिपात झालेली संघटना आहे की तिच्यामध्ये अमेरिकेवर आणखी मोठे हल्ले करण्याची क्षमता आहे, याविषयी केलेल्या मूल्यमापनावर आपल्याला अवलंबून राहता येणार नाही. 2003 मध्ये सद्दाम हुसेनचा पाडाव केल्यानंतर अध्यक्ष बुश यांनी अमेरिकेने दहशतवादाविरुद्धचे युद्ध जिंकल्याची घोषणा केली आणि ते किती अतिरंजित विधान होते, हे आपल्याला माहीत आहे. त्यामुळे ओसामा बिन लादेनच्या मृत्यूनंतर ओबामांनी जो दावा केला: "आम्ही अल कायदाला पराभवाच्या मार्गावर लोटले आहे.", त्याबद्दल शंका घेण्यासाठी आपल्याकडे भरपूर कारणे आहेत अल कायदा ही "पराभवाच्या उंबरठ्यावर" नाही, असे आम्ही मानतो. सीरिया, येमेन, माघ्रेब, सोमालिया, नायजेरिया आणि इजिप्त या देशांमध्ये तिचे "ठसे अधिकाधिक स्पष्ट होत आहेत." बिन लादेनच्या मृत्यूनंतर एकट्या इराकमध्ये अल कायदाने 200 हून अधिक हल्ले घडवले असून त्यामध्ये हजारांहून अधिक इराकी नागरीक मृत्युमुखी पडले आहेत.[71] लादेननंतर अल कायदा मुळीच मृत्युपंथाला लागली नसून तिचे दहशतवादी जाळे "आता अधिक मोकळे आणि निराकार आहे", असे अहमद रशीद यांना वाटते. प्रत्येक युरोपियन देशामध्ये अल कायदाच्या शाखा असून अगदी अमेरिकेतील मुस्लीम समाजामध्येही तिने प्रवेश केला आहे."[72]

सेथ जोन्स बरोबरच म्हणतात: (अ) अल कायदा कमकुवत झाल्याची चिन्हे अजिबात दिसत नसून उत्तर आफ्रिका, मध्य पूर्व किंवा दक्षिण आशियामधील विविध दहशतवादी गटांशी तिने प्रस्थापित केलेले संबंध हे तिच्या सामर्थ्याचे आणि अन्य दहशतवादी गटांसाठी ती अपरिहार्य असल्याचे चिन्ह आहे; (ब) बहुतांश मुस्लीम अल कायदाचा तिरस्कार करत असले, तरी तिला अमेरिकेसह अनेक देशांना लक्ष्य करण्याइतका पाठिंबा जवळपास प्रत्येक खंडातील मुस्लीम जनतेमधून मिळत आहे; (क) शिया-विरोधी संघटना असण्यापासून अल कायदा आता बरीच दूर आली असून हिज्बुल्लासह विविध शिया दहशतवादी गटांशी अल कायदाचे अगदी जवळचे संबंध आहेत; आणि (ड) अखेरचे आणि तितकेच महत्त्वाचे

म्हणजे अल कायदासाठी इराण हे आश्रयस्थान आहे. इराणवर अमेरिका किंवा इस्रायलने कोणतेही आक्रमण केल्यास अल कायदा आणि इराण हे त्यांच्या सामाईक शत्रूंविरुद्ध, विशेषत: अमेरिका आणि इस्रायलविरुद्ध एकत्र येण्याची शक्यता आहे.[73] अखेरीस, अल कायदा ही सुरचित संघटना नसून, ती राक्षसी दहशतवादी विचारधारेने प्रेरित अशी चळवळ आहे हे आपण कधीही विसरता कामा नये. ही विचारधारा स्वीकारणारे काही लोक नेहमीच असतील. 'अरब स्प्रिंग' क्रांतीने अल कायदाला ब्रदरहूडसह विविध इस्लामवादी संघटनांमध्ये शिरण्याच्या काही संधी खुल्या केल्या. शेवटी, अल कायदा आणि तिच्या समर्थकांमध्ये खिलाफतच्या अपक्व कल्पनेच्या नावाने जागतिक जिहादच्या तत्त्वाचा पुरेपूर वापर करून संपूर्ण मुस्लीम जगताला अस्थिर करण्याची क्षमता आहे.[74]

एकुणात, वर चर्चा केल्याप्रमाणे 9/11 च्या हल्ल्यानंतर अल कायदाचा शक्तिपात झाला नसून तिचे रूप पालटून चळवळ किंवा फ्रँचायझी असे झाले आहे. तेव्हापासून अल कायदाच्या तथाकथित बालेकिल्ल्याच्या पलीकडे, म्हणजेच अफगाणिस्तान, पाकिस्तान, इराक आणि सोमालियाच्या पलीकडे या संघटनेचे अस्तित्व जाणवते आहे. मे2011 मध्ये ओसामा बिन लादेनच्या हत्येनंतर अल कायदाने इतिहासातील बिन-लादेन नंतरच्या टप्प्यामध्ये प्रवेश केला. बिन लादेनच्या मृत्यूनंतर अमेरिकन प्रशासनाचा प्रारंभिक उल्हास चुकीचा ठरवत, दहशतवादाचे तथाकथित पराभूत जाळे असलेली अल कायदा ही सीरियामध्ये असद-विरोधी फौजांचा महत्त्वाचा घटक म्हणून उदयास आली. 2012 मध्ये 9/11 च्या अकराव्या वर्षपूर्तीदिनी लिबियातील बेंघाझी येथील अमेरिकेच्या दूतावासावर हल्ला केल्यानंतर — ज्या हल्ल्यात अमेरिकेचे राजदूत ख्रिस्तोफर स्टिव्हन्स यांच्यासह काही अमेरिकन नागरीक मारले गेले होते — अल कायदाने मागे वळून पाहिले नाही. "[अल कायदाच्या नेतृत्वाखालील] दहशतवाद्यांचा हा टप्पा किती विस्कळित बनला आहे आणि त्यांच्यापासून संरक्षण करणे किती अवघड आहे", हे 2013 च्या मध्यापर्यंत अमेरिका आणि तिच्या मित्र राष्ट्रांच्या लक्षात आले. विकेंद्रित, मोकळी झालेली नवी अल कायदा चळवळ ही सप्टेंबर 2001 मध्ये होती त्यापेक्षा अधिक घातक नसली, तरी अधिक अनपेक्षित बनली असल्याचे त्यांना कळून चुकले.[75] ऑगस्ट 2013 मध्ये अमेरिकन आणि पश्चिमेतल्या इतर देशांमधील हितसंबंधांच्या गोष्टींवर हल्ला करण्यासंबंधी चर्चा करणाऱ्या अल-कायदाच्या हस्तकांची इलेक्ट्रॉनिक संभाषणे अमेरिकन गुप्तचर संस्थांच्या हाती लागल्यानंतर अमेरिका, कॅनडा, ब्रिटन, फ्रान्स, जर्मनी आणि नॉर्वे या देशांनी उत्तर आफ्रिका, मध्य पूर्व आणि अन्य ठिकाणची बरीच राजनैतिक कार्यालये काही दिवसांसाठी बंद केली.[76] ओबामा प्रशासनाने अल कायदाची संभाषणे यशस्वीरीत्या पकडली आणि विशेष काळजी घेण्यासाठी प्रतिबंधात्मक उपाययोजना योजून पाश्चात्त्य देशातील हितसंबंधांवरील हल्ले रोखले,[77] परंतु धोक्याच्या सूचनेमुळे पाश्चात्त्य दूतावास बंद करणे हे सयुक्तिक असले, परंतु तो दीर्घकालीन उपाय नव्हे. पुन्हा दशकभराहून अधिक

काळच्या जागतिक दहशतवादविरोधी युद्धानंतरही उपखंडात सर्वत्र उसळलेल्या अल कायदा कारवायांच्या लाटेवरून अमेरिकेच्या नेतृत्वाखाली अल कायदाविरुद्ध झालेल्या दहशतवादविरोधी कारवायांचे अपयश सूचित होते. दरम्यान, जुलै 2013 मध्ये लिबिया, इराक आणि पाकिस्तानात कारागृह फोडल्याच्या घटनांच्या मालिकेसाठी इंटरपोलने अल कायदाला जबाबदार धरले आहे. सीएनएनसह अन्य काही वृत्तसंस्थांनी, कोलंबिया आणि युरोप व दक्षिण अमेरिकेतील अन्य काही देशांमध्ये 2013 साली झालेल्या कारगृह फोडण्याच्या बऱ्याच घटनांमध्ये अल कायदाचाही सहभाग असल्याचा खुलासा केला होता. या घटनांमुळे सुमारे 1,500 धोकादायक दहशतवादी मुक्त झाले.[78]

यासंदर्भात अमेरिकन एंटरप्राइज इन्स्टिट्यूटचे फ्रेडरिक कागन काय म्हणाले होते, त्याचा उल्लेख आपल्याला येथे करता येईल.

> अल कायदाविरुद्धचे युद्ध चांगले चाललेले नाही...अबोटाबादमधील छाप्यापूर्वी झालेल्या कारवायांच्या प्रमाणात ओसामा बिन लादेनच्या मृत्यूनंतर पाकिस्तानमध्ये अल कायदाच्या नेत्यांचा गट फोडण्याचा पाठपुरावा झाला नाही. अल कायदाच्या संलग्न गटांनी 2009 पासून इराक, सीरिया, येमेन आणि पश्चिम आफ्रिकेमध्ये नाट्यमयरीत्या त्यांचे कारवाईचे क्षेत्र आणि क्षमता वाढवल्या असून हा विस्तार असाच सुरू ठेवण्यासाठी ते सज्ज असल्याचे दिसते. अल कायदाची सोमालियातील संलग्न संघटना असलेल्या अल शादाबविरुद्धच्या कारवाईची प्रगती अत्यंत क्षीण असून ती मागे घेण्याची चिन्हे दिसत आहेत. अल कायदाशी संलग्न नसले, तरी अल कायदाकडे झुकणारे नवे गट इजिप्तमध्ये उदयास येत असून नायजेरियातील बोको हरमसारखे पूर्वी अल कायदाशी संलग्न नसणारे जुने गट तिच्या जवळ येत असल्याचे दिसत आहेत. अल कायदाच्या संलग्न संघटनांचा आणि त्यांच्या क्षमतांचा विस्तार असाच सुरू राहण्याकडे सध्याचे कल निर्देश करत आहेत आणि अमेरिकेची सध्याची धोरणे किंवा प्रस्तावित धोरणे या संघटनांना 2009 च्या पातळीपर्यंत खाली आणणे तर सोडाच, पण त्यांची वाढ कशी रोखू शकतील, याचा अंदाज बांधणे कठीण आहे. किंबहुना, अल कायदाविरुद्धच्या युद्धात आपल्या पराभवाला सुरुवात झाली असल्याच्या शक्यतेचा अमेरिकनांनी गांभीर्याने विचार करायला हवा.[79]

"शिया बॉम्ब" आणि शिया-सुन्नी संघर्ष

इराण हे अण्वस्त्रे विकसित करत असल्याचा आरोप आहे. जगभरात सर्वत्र या वृत्ताला सातत्याने प्रसिद्धी मिळत आहे. इराणने अण्वस्त्रसाठा बाळगणे समर्थनीय आहे का किंवा इराण अगोदरच अण्वस्त्रे तयार करण्याच्या प्रक्रियेत आहे का, यावर मतांतरे असली, तर ऊर्जासंपन्न, सामरिकदृष्ट्या महत्त्वाच्या ठिकाणी असलेले आणि हजार वर्षांच्या शिया विचारधारेने चालवले जाणारे इराण हे राष्ट्र मध्य पूर्व आणि एकूणच जगासाठी चांगल्या आणि वाईट अशा दोन्ही कारणांनी अत्यंत महत्त्वाचे आहे, यात काही वादच नाही. शियांच्या वाढत्या निग्रहामध्ये इराणचा असलेला हात, तसेच सीरिया, इराक, आखात

आणि पाकिस्तान व अफगाणिस्तानमधील शिया-सुन्नी संघर्ष हे इराणने अण्वस्त्रसज्ज सत्ता होण्याइतकेच महत्त्वाचे आहेत. तथापि, माजी अध्यक्ष कार्टर यांनी म्हटल्याप्रमाणे, जरी इराणच्या नेतृत्वाला वेड लागले आणि त्यांनी इस्रायलवर आक्रमण केले, तरी अण्वस्त्रसज्ज इस्रायल आणि अमेरिका हे इराणला जवळपास संपूर्णपणे नष्ट करतील.[80] पारंपरिक आकलनानुसार इस्रायलला नाही, तर सौदी अरेबिया, इजिप्त आणि तुर्कस्तानला अण्वस्त्रसज्ज इराणविषयी चिंता करण्याची कारणे आहेत. तथापि, सेंटर फॉर न्यू अमेरिकन सिक्युरिटी (सीएनएएस) या सामरिक विषयांसंबंधीचा प्रतिष्ठित अमेरिकन विचारगटाने 19 फेब्रुवारी, 2013 रोजी प्रसिद्ध केलेल्या अहवालानुसार "पारंपरिक आकलन बहुधा चुकीचे असावे." या अहवालाच्या लेखकांमध्ये अमेरिकेच्या संरक्षण मंत्र्यांचे मध्यपूर्वेसाठीचे माजी उपसहायक कॉलिन कॅहेल आणि मंत्र्यांच्या परराष्ट्र घडामोंडींविषयक विशेषज्ञ मेलिसा डॅल्टन यांचा समावेश होता. सौदी अरेबिया अणू बॉम्बसाठी प्रयत्न करण्याचा काही प्रमाणात धोका असला, तरी तो संरक्षणासाठी, सहकारी राष्ट्र अमेरिकेवर अवलंबून राहण्याची किंवा दुसरे मित्र राष्ट्र असलेल्या पाकिस्तानकडून बॉम्ब खरेदी करण्याची शक्यता अधिक आहे, असे हा अहवाल सांगतो. इराणच्या अण्वस्त्र महत्त्वाकांक्षाकडे इजिप्त आपल्या अस्तित्वाला असलेला धोका म्हणून पाहत नाही आणि तुर्कस्तानकडे अगोदरच नाटोच्या सुरक्षा हमीच्या स्वरूपात अण्वस्त्र प्रतिबंधक यंत्रणा आहे, असा मुद्दाही या अहवालात मांडण्यात आला आहे.[81]

अण्वस्त्रसज्ज इराणचे आखाती उपखंडावर होणारे परिणाम समजून घेण्यासाठी आपल्याला शिया-सुन्नी संघर्षातील अंगभूत कारणे आणि इराणी क्रांतीनंतर झालेल्या शिया पुनरुत्थानाचे परिणाम समजून घेण्याची गरज आहे.[82] सुन्नी इस्लामवाद्यांप्रमाणे शाह यांच्या धर्मनिरपेक्ष हुकूमशाहीच्या जागी शरियावर आधारित सरकार आणण्याचे खोमेनी आणि त्यांच्या अनुयायांचे ध्येय नव्हते. आयातोल्ला खोमेनी (1902–1989) यांनी शरियाचे राज्य प्रस्थापित केले नाही, तर *विलायत-इ-फकिह* किंवा कायदेपंडिताचे राज्य, म्हणजेच संपूर्णपणे धर्मगुरूंच्या नियमांवर आधारित धर्मगुरूसत्ताक राज्यपद्धती प्रस्थापित केली. आयातोल्ला खोमेनी हे तहहयात इराणचे सर्वसत्ताधीश आणि सर्वोच्च विधिनिर्माते राहिले. इराणच्या शिया मुस्लिमांचे प्रमुख आध्यात्मिक गुरू म्हणून ते लोकांसाठी मार्जा अल-तक्लीद (अनुकरणीय आदर्श) होते, ज्यांच्या अधिकारसत्तेला कोणीही आव्हान देऊ शकत नव्हते किंवा त्याबद्दल शंका घेऊ शकत नव्हते. त्यांनी क्वोम येथील मदरशामधून पदवी शिक्षण पूर्ण केले; ते शिक्षक आणि लेखक होते; त्यांनी इस्लामी तत्त्वज्ञान, कायदा आणि नीतिशास्त्राचा अभ्यास केला; ग्रीक तत्त्वज्ञानाविषयी त्यांचे विचार उदारमतवादी होते आणि ते ॲरिस्टॉटलला तर्कशास्त्राचा संस्थापकही मानत होते. त्यांच्यावर प्लेटोचाही खूप प्रभाव होता. त्यांनी गूढ, राजकीय आणि सामाजिक कविताही रचल्या. 1961 साली आयातोल्ला (इस्लामी न्यायतत्त्वशास्त्र, नीतिशास्त्र आणि तत्त्वज्ञान विषयांमधील तज्ज्ञ)

बनल्यानंतर त्यांनी शाह यांच्या श्वेतक्रांतीविरुद्ध (ही क्रांती धर्मगुरूंच्या करमुक्त मालमत्तांना हानिकारक होती) धर्मगुरूंना संघटित करण्यास सुरुवात केली आणि 1963 साली श्वेत क्रांतीवरील सार्वमतावर बहिष्कार टाकला. शाह यांनी त्यांना अटक केली आणि 1964 सालच्या रक्तरंजित दंगलीनंतर त्यांची सुटका केली. त्यानंतरची चौदा वर्षे त्यांनी हद्दपारीत इराक, तुर्कस्तान आणि फ्रान्स या देशांत वास्तव्य केले. हद्दपार असतानाही त्यांनी ध्वनिफितींवर मुद्रित केलेल्या भाषणांद्वारे इराणी जनतेला प्रेरित केले. अखेर, इराणच्या जनतेने शाह यांची सत्ता उलथवली आणि फेब्रुवारी 1979 मध्ये खोमेनी यांनी इराणमध्ये परतून आपली *विलायत-इ-फकिह* स्थापन केली. त्यांनी एकाच वेळी अमेरिका आणि सद्दाम हुसेनवर केलेल्या टीकेमुळे जगभरातील शिया आणि सुन्नी या दोन्ही मुस्लीम पंथांचे लोक प्रेरित झाले होते. त्यांनी केलेला जागतिक इस्लामी क्रांतीचा पुरस्कार आणि अमेरिकेचे "सर्वांत मोठा सैतान" असे केलेले वर्णन आदींचाही उल्लेख करता येऊ शकेल.[83] तथापि, फॉकॉल्ट यांनी मांडल्याप्रमाणे:

> ...इराणसाठी, इस्लामबाबत बोलण्यापूर्वी शिया पंथाबाबत बोलले पाहिजे, कारण इराणच्या राष्ट्रीय अस्मितेचा आणि परिणामतः सर्व सत्तेच्या अधिमान्यतेचा पाया हा वांशिकता नसून शिया पंथ आहे...शाह यांनी अमानुष बळाचा वापर करण्याच्या पातळीपर्यंत लादलेली आधुनिकता ही अत्यंत सुसंगत आहे: शाह यांना सामाजिक नियंत्रणाविषयी काहीच समजले नव्हते (परंतु, कदाचित त्यामुळेच क्रांती शक्य झाली, या क्रांतीने आधुनिक आणि हुशार सरकारसाठी भविष्यात अनेक चांगले दिवस वाढून ठेवले).[84]

इराणी क्रांती ही "राजकीय क्रांती होती की राजकारणाविरुद्धची क्रांती होती?" हा खरा प्रश्न आहे. कोणत्याही पर्यायी व्यवस्थेचा आराखडा नसताना, समाज यशस्वीपणे हुकूमशाही शासनाच्या विरोधात कसा जातो, हे इराणी क्रांतीमधून प्रतिबिंबित होते. सामान्य जगतेचा केवळ एककलमी कार्यक्रम होता, जो त्यांच्या मागणीमध्ये प्रतिबिंबित झाला, "शाह यांनी गेलेच पाहिजे."[85]

क्रांती झाल्यापासून इराणमध्ये धर्मगुरू हे आयातोल्ला खोमेनींच्या आज्ञेखाली देशात धर्मगुरूसत्ताक लोकशाही चालवत आहेत. अध्यक्ष महमूद अहमदीनेजाद यांचे उत्तरदायित्व आयातोल्लांप्रति आहे. तरीही, इराण हा अरब देशांच्या तुलनेत खूप जास्त लोकशाहीवादी आहे. तथापि, इराण दहशतवादाला अर्थपुरवठा करत नसूनही आणि गेल्या काही दशकांमध्ये कोणत्याही देशावर आक्रमण केले नसूनही, इस्रायल आणि अमेरिकनांच्या/पाश्चात्त्यांच्या येथील इस्लामी राजवटीबद्दलच्या युद्धप्रियतेने या संपूर्ण प्रदेशाला अस्थिर केले आहे. सौदी अरेबिया आणि आखातातील अन्य अरबी राजवटी आपल्या देशातील शिया अल्पसंख्याक जनतेवरील (बहारिनमध्ये शिया बहुसंख्य आहेत) इराणच्या वाढत्या प्रभावाच्या चिंतेतून एकीकडे इराणशी शस्त्रास्त्रांची स्पर्धा करत आहेत आणि दुसरीकडे

सीरियामधील इराणधार्जिणी असद राजवट उलथवण्यासाठी बंडखोरांना प्रोत्साहन देत आहेत. इराणी राजवटीचा इराकच्या सरकारवर, तसेच लेबनॉनमधील हिज्बुल्ला या बंडखोर गटावर सखोल प्रभाव आहे आणि अफगाण सरकारसोबतही इराणचे चांगले संबंध आहेत. इराक आणि अफगाणिस्तानचे इराणसोबत मैत्रीपूर्ण संबंध आहेत, आणि अमेरिका या संबंधांना या प्रदेशातील अमेरिकन हितसंबंधांना मोठा धोका मानते हे पाहता अलीकडेच अमेरिकेने स्वातंत्र्य मिळवून दिलेल्या देशांवर (इराक आणि अफगाणिस्तान) तिचे खूपच कमी नियंत्रण असल्याचे दिसते. शिवाय, सीरियामधील अस्थिरतेमुळे लेबनॉनही अस्थिर होण्याची शक्यता असून सीरिया, लेबनॉन, इराक आणि अरब जगात अन्यत्र यादवी युद्धे भडकण्याची चिन्हे आहेत.[86] सद्दामनंतरच्या इराकमध्ये निर्माण झालेला शिया-सुन्नी संघर्ष ही नवी घडामोड आहे. ज्युआन कोल यांसाठी अमेरिकन कारस्थानाला जबाबदार धरतात: "इराकमध्ये आपल्याला आता ज्याप्रकारची पंथीय लढाई पाहायला मिळते आहे, ती प्रमाणाच्या आणि क्रौर्याच्या बाबतीत अभूतपूर्व आहे आणि याला मोकळे रान देणारे अमेरिकन्स आहेत."[87]

अरब जगतातील सुन्नीबहुल देशांमध्ये दशकानुदशके शियापंथीयांना मिळालेल्या न्यून वागणुकीमुळे शिया-सुन्नी संघर्ष आणखीच तीव्र झाला आहे. केवळ सद्दाम हुसेनच्या राजवटीनेच इराकमध्ये बहुसंख्याक असलेल्या शियांविरोधात भेदभाव केला असे नाही, तर सौदी अरेबिया, बहारिन, कुवेत आणि संयुक्त अरब आमिरातीमधील (यूएई) सुन्नी राजवटींनीही शिया नागरिकांविरुद्ध भेदभाव केला आहे. बहारिनमधील शियापंथीय हे शेखच्या राजवटीखालील या देशाच्या लोकसंख्येमध्ये बहुसंख्याक असूनही ते सुन्नी राजांविरुद्ध जाण्याबाबत धुसफुसत राहिले आहेत. 2003 मध्ये सद्दाम हुसेनला हटवण्यात आल्यानंतर जॉर्डनमध्ये जन्मलेला सुन्नी कट्टरवादी अबु मुसाब अल-झरक्वावी हा इराकमध्ये आला आणि त्याने तावहीद वल-जिहाद ही त्याची संघटना अल कायदामध्ये विलीन केली. हीच संघटना त्यानंतर 'अल कायदा इन इराक' (एक्यूआय) म्हणून ओळखली जात होती. 2006 मध्ये झरक्वावीचा मृत्यू होईपर्यंत एक्यूआयने इराकमध्ये दहशतीच्या राज्याला, विशेषतः शियापंथीयांच्या स्वैर कत्तलींना मोकळे रान दिले होते. शियाबहुल बहारिनच्या सुन्नी राजाने 2012 च्या सुरुवातीस अमेरिकेच्या मूक पाठिंब्याने आणि सौदी अरेबियाच्या आणि नैतिक व लष्करी पाठबळाच्या जोरावर शियांचा उठाव निर्दयीपणे दडपला होता.

तथापि, इराकमध्ये 2006 साली लोकशाही सरकारची स्थापना झाल्यानंतर गोष्टी लक्षणीयरीत्या बदलल्या. पंतप्रधान नौरी अल-मलिकी यांच्यापासून प्रशासनातील महत्त्वाच्या बहुतांश सदस्यांपर्यंत सर्व जण शियापंथीय आहेत. आतापर्यंत दुर्लक्षित, तळागाळातील, गरीब आणि बेरोजगार असलेल्या शियापंथीयांची सत्ता आणि इराणचा वाढता प्रभाव यांमुळे अनेक सुन्नी इराकींचे धाबे दणाणले आहे. या देशामध्ये शिया

बहुसंख्याकविरोधातील सुन्नींची हिंसक प्रतिक्रिया सुरू राहण्याचे खापर पंतप्रधान मलिकी यांच्या सुन्नी अल्पसंख्याकांविरोधातील कथित भेदभावजनक धोरणांवर फोडले जात आहे. शिया मशिदी आणि प्रार्थनास्थळांवर अधेमधे होणारे बॉम्ब हल्ले आणि घरी, कामाच्या ठिकाणी किंवा बाजारपेठेत शियांच्या होणाऱ्या कत्तली या नेहमीच्याच बनल्या आहेत. तळागाळातील सुन्नी मुस्लीम समाजघटकांमधून झालेल्या मोठ्या भरतीने शियाविरोधी घातकी पथके फुगली आहेत. पंतप्रधानांनी सुन्नी उपाध्यक्ष तारेक अल-हाशेमी आणि इतर सुन्नी अधिकाऱ्यांविरुद्ध खटला चालवल्याबद्दल एका विश्लेषकाने त्यांना दोष दिला असून त्यामुळे इराकमधील सुन्नी त्यांच्या सरकारपासून आणखी दुरावले असल्याचे म्हटले आहे.[88]

दरम्यान, 2012 च्या सुरुवातीस सीरियातील इराणधार्जिण्या असद सरकारविरोधातील अमेरिका, इस्रायल आणि अरब लीग—विशेषतः सौदी अरेबिया, कुवेत आणि कतार—यांच्या छत्राखाली, ज्यामध्ये मुस्लीम ब्रदरहूड आणि अल कायदासारखे काही कट्टर इस्लामी गटही सहभागी झाले, आखाती प्रदेशातील शिया-सुन्नी संघर्ष अधिकच चिघळला. असदविरोधी युद्ध सुरू करण्यामागे अमेरिकेचे मुख्य स्वारस्य इराणला कमकुवत करणे आणि इस्रायलचे हितसंबंध जपणे यात होते.[89] अमेरिकेच्या (आणि अप्रत्यक्षरीत्या इस्रायलच्या) फळीत असलेल्या आखातातील आपल्या सुन्नी शेजाऱ्यांबद्दलची इराणी राजवटीची युद्धप्रियता आणि अमेरिका, इस्रायल आणि सौदी अरेबियाचे पाठबळ असलेली इराणविरोधी शक्तिशाली आघाडी यांमुळे या प्रदेशात स्थैर्य किंवा दीर्घकालीन शांतता नांदण्याची शक्यता अत्यंत कमी आहे. सीरियाविरुद्धचे भीषण हल्ले आणि सध्याचे इराणविरोधातील निर्बंध (आणि इराणवर हल्ला करण्याच्या इस्रायलच्या धमक्या) हेसुद्धा इतक्यात नाहीसे होणार नाहीत.

अरबी द्वीपकल्पामध्ये तेलसंपन्न शियाबहुल राष्ट्र प्रस्थापित करण्याच्या अंतर्प्रवाहांकडेही आपण दुर्लक्ष करता कामा नये. सद्दाम हुसेनला हटवल्यामुळे अगोदरच इराकमध्ये इराणी पालकत्वाखाली शियापंथीय देशाची स्थापना झाली असताना काही शिया धर्मगुरू आणि प्रवासी प्रवचनकार/प्रचारक हे आखातामध्ये शियापंथीय मायभूमीसाठी प्रचार करत आहेत. सौदी अरेबिया, कुवेत, कतार, बहारिन किंवा आखातातील अन्य ठिकाणच्या तेलसंपन्न सुन्नी अरब राज्यांमधील सुन्नीबहुल प्रांतांमध्ये किंवा उपप्रदेशात तेल नसल्याचा मुद्दा ते मांडतात. शियांनी कुवेत, कतार, ओमान, यूएई आणि सौदी अरेबियाचा काही भाग समाविष्ट असलेले 'ग्रेटर बहारिन' (बाहरेनअल-कुब्रा) स्थापन करण्यासाठी प्रयत्न करावा, ते अरबी द्वीपकल्पातील शियाबहुल आणि तेलसंपन्न राष्ट्र बनेल, यासाठी हे धर्मगुरू प्रेरणा देतात.[90] पाकिस्तानमध्ये सध्या सुरू असलेल्या शिया-सुन्नी संघर्षामध्ये सातत्याने मशिदीत किंवा सार्वजनिक ठिकाणी विरुद्ध पंथाचे लोक (बहुतांश वेळा शिया) मोठ्या संख्येने मारले जातात, तो इराणमधील इस्लामी क्रांतीनंतर सौदी अरेबिया आणि अन्य

काही आखाती देशांनी सुरू केलेला वहाबी-सलाफी वारसा आहे. जनरल झिया उल हक यांचा शियापंथीयांच्या न्यायतत्त्वांना पूर्णपणे वगळणारा इस्लामीकरणाचा कार्यक्रम आणि इराणमधील शिया राजवटीबद्दलचा अमेरिकेचा शत्रुत्वभाव हे पाकिस्तानमधील शिया अल्पसंख्याकांच्या होणाऱ्या खच्चीकरण आणि छळामधील महत्त्वाचे घटक आहेत. तालिबान, अल कायदा, देवबंदी/वहाबी धर्मगुरू आणि त्याचबरोबर लष्कर ए झांगवी (एलईजे), अह्ल-ए-सुन्नाह वल जमात (एएसडब्ल्यूजे), तेहरिक-ए-तालिबान पाकिस्तान (टीटीपी) आणि सिपाह-ए-मुहम्मदी पाकिस्तान (एसएमपी) यांसारख्या विवेकहीन जहाल संघटनांचा उल्लेखही या संदर्भात करता येऊ शकेल. परिणामतः सर्व शियापंथीयांना देशामध्ये मुस्लिमेतर अल्पसंख्याक म्हणून घोषित करण्याची पाकिस्तानातील सुन्नी कट्टरवाद्यांची मागणी वाढते आहे.[91] पाकिस्तानमध्ये 1974 साली सरकारने अहमदिया मुस्लिमांना मुस्लिमेतर अल्पसंख्याक घोषित केले होते.

तथापि, सध्याचा शिया-सुन्नी संघर्ष – इराण व सौदी अरेबियादरम्यानच्या – छुप्या युद्धानंतरही सुन्नी तालिबान आणि शिया इराण हे पाश्चात्त्य जग आणि मुस्लीमजगतातील पाश्चात्त्यधार्जिण्या राजवटी या त्यांच्या सामाईक शत्रूंविरोधात परस्परांच्या जवळ येत आहेत. जून 2013 मध्ये कतारचे तालिबानी शिष्टमंडळ इराणच्या सुरक्षा अधिकाऱ्यांशी चर्चा करण्याकरिता तेहरानला गेले होते. अफगाणिस्तानमध्ये तालिबानची राजवट असताना मैदान वार्दाक प्रांताच्या गव्हर्नर आणि मंत्र्यांसह तालिबानचे इतरही नेते यापूर्वी इराणच्या वरिष्ठ अधिकाऱ्यांना भेटले होते. अफगाण संघर्षावर शांततापूर्ण तोडगा काढण्यासाठी तालिबानशी चर्चा करण्याबाबत आग्रही असणारे अफगाणिस्तानचे अध्यक्ष हमीद करझाई यांनी मार्च 2013 मध्ये सांगितल्यानुसार तालिबानला अफगाणिस्तान सरकारसोबत चर्चा करण्याची इच्छा होती.[92]

वहाबीवाद आणि सौदी ज्वलंत मुद्दे

वहाबीवाद हे अल कायदा किंवा तालिबानचे मूळ असल्याचा लोकप्रिय समज चुकीचा आहे. तरीही, वहाबीवाद मानवाधिकारांचे उल्लंघन करतो, तसेच स्वातंत्र्य आणि लोकशाही नाकारतो. वहाबीवादावर चालणारा सौदी अरेबिया हा आयातुल्लांच्या अमलाखालील इराणी धर्मगुरूसत्ताक राज्यपद्धतीपेक्षा अधिक प्रतिगामी आणि दडपशाही करणारा आहे. ही प्राथमिकतः तुर्कविरोधी अरब राष्ट्रवादी चळवळ होती. इस्लामी अभ्यासक मुहम्मद इब्न अब्द अल वहाब (1703–1792) हे सुन्नी इस्लामच्या या नव्या आणि शुद्धीकृत आवृत्तीचे संस्थापक होते. त्यांनी कडव्या एकेश्वरवादावर जोर दिला आणि प्रेषित आणि संतांप्रति आत्यंतिक भक्तिभाव प्रकट करण्यास मनाई केली. 1740 मध्ये अल वहाब हे नेज्दमध्ये (मध्य अरेबिया) एका जमातीचे प्रमुख मुहम्मद बिन सौद यांना भेटले आणि त्यांनी अरेबियामध्ये अल-वहाब यांच्या शिकवणीची अंमलबजावणी करण्याची शपथ

घेतली. इब्न सौद आणि त्यांचे कुटुंबीय हे अरेबियाचे ऐहिक नेते राहतील, तर अल-वहाब हे चळवळीचे आध्यात्मिक नेतृत्व कायम राखतील, यावरही त्यांच्यामध्ये संमती झाली. त्यांनी अरेबियातील ऑट्टोमन वर्चस्वाला आव्हान दिले, परंतु 19 व्या शतकाच्या सुरुवातीस तुर्कांनी त्यांचा जवळपास निर्णायक पराभव केला.[93]

तथापि, सुमारे शतकभराच्या सुप्तावस्थेनंतर 1902 पासून वहाबींनी जम बसवण्यास सुरुवात केली आणि अरबी द्वीपकल्पातील बरेचसे प्रदेश काबीज केल्यानंतर 1932 साली त्यांनी सौदी अरेबिया राज्य स्थापन केले. 1930 च्या दशकात कच्च्या तेलाचा शोध लागल्यानंतर गरिबीने ग्रासलेले हे मागास राज्य हळूहळू कल्याणकारी राष्ट्र म्हणून उदयास येऊ लागले. सौदी अरेबियाकडे जगातील सर्वाधिक तेलसाठा आहे आणि सर्वाधिक नैसर्गिक वायूचा साठा असणाऱ्या देशांमध्ये तो सहाव्या स्थानी आहे. तथापि, 1970 च्या दशकापर्यंत मोठ्या प्रमाणावर निरक्षरता आणि कोणत्याही तांत्रिक कौशल्याचा अभाव असल्यामुळे सौदी अरेबिया आपल्या तेल आणि नैसर्गिक वायूच्या खाणकाम, शुद्धीकरण आणि विपणनासाठी, तसेच देशाच्या एकंदर पायाभूत सुविधांच्या विकासासाठी पाश्चात्त्य जगावर—प्रामुख्याने अमेरिकेवर मोठ्या प्रमाणावर अवलंबून होता.[94] अल्पसंख्याक शिया समाजाला या देशात दुय्यम अधिकार आहेत आणि मुस्लिमेतरांना (परदेशी) चर्च, मंदिरे किंवा सिनेगॉग्ज बांधता येत नाहीत आणि मक्का आणि मदीना या पवित्र शहरांमध्ये अधिकृतरीत्या प्रवेश करता येऊ शकत नाही. जमातीचे विस्तारित कुटुंब आणि मित्रपरिवारातील काही हजार लोकांकडून चालवली जाणारी सौदी राजेशाही प्रजेकडून अधिमान्यता मिळवण्यासाठी स्वतःला मक्का आणि मदिनेतील दोन पवित्र मशिदींचे रखवालदार म्हणवते. तथापि, त्या देशातही सौदी राजवटीला उलथवण्याची इच्छा असणारे काही असंतुष्ट गट आहेत.[95]

मूळचा सौदी नागरीक असलेल्या ओसामा बिन लादेनचा अल कायदाचा प्रमुख म्हणून झालेल्या उदयावरूनच कडव्या सौदीविरोधी असंतुष्ट गटांचे अस्तित्व स्पष्ट होते. अनेक सौदी नागरीक विविध देशातील इस्लामी दहशतवादी गटांना अर्थपुरवठा करत असून त्यामध्ये तालिबानचाही समावेश आहे, हेही येथे नोंदवण्याजोगे आहे. पुन्हा, 9/11 च्या (एकूण 19) हल्लेखोरांमधील 15 जण सौदी नागरीक होते. आणि आपल्या सर्वांना माहीत आहे की अल कायदा ही सौदी नियंत्रणाखाली नाही; तिचे ध्येय सौदी अरेबियाप्रमाणे किंवा तालिबान राजवटीतील अफगाणिस्तानप्रमाणे कडक शरिया कायद्याची अंमलबजावणी करण्याच्याही पलीकडे जाण्याचे आहे. कदाचित राजे फैझल (1964–1975) यांचा अपवाद वगळता सौदी अरेबियाचे सर्व राज्यकर्ते अमेरिकाधार्जिणे राहिले होते, परंतु अल कायदा ही उघडपणे अमेरिकाविरोधी आणि त्याचबरोबर सौदीविरोधीही आहे. अनेक सौदी नागरिकांमध्येही अमेरिकेबद्दल तीव्र नापसंती आहे. अमेरिकेच्या इराकमधील आक्रमणामुळे काही वहाबी धर्मगुरूंनी अमेरिकेविरुद्ध जिहादची घोषणा केली होती.[96]

करमुक्त कल्याणकारी राष्ट्र चालवणाऱ्या राजेशाही परिवाराचे औदार्य असूनही, युवकांमधील 40 टक्के बेरोजगारीचा दर हे या राजवटीच्या आणि अमेरिकेसोबतच्या तिच्या संबंधांच्या भवितव्यासाठी फारसे चांगले चिन्ह नाही.[97]

दरम्यान, इराणी क्रांतीपासून आणि खोमेनीसमर्थक बंडखोरांनी 1979 मध्ये मक्केच्या महान मशिदीचा ताबा घेतल्यापासून सौदी अरेबिया अनेक बदलांमधून जात आहे. सौदी राज्यकर्त्यांना वाटले होते की सोव्हिएत महासंघाविरुद्ध अफगाण जिहादला मुक्तहस्ते पाठिंबा दिल्यामुळे आपली ताकद आणि अधिमान्यता वाढेल, परंतु सोव्हिएतने अफगाणिस्तानमधून माघार घेतल्यानंतर अल्पावधीतच ही चाल उलटली. अफगाण जिहादने 20,000 हून अधिक सौदी तरुणांना सामावून घेतले. ते ओसामा बिन लादेनसोबत होते आणि त्याने नंतर अल कायदाची स्थापना केली. जिहादनंतर त्यांच्यापैकी बहुतांश जण सौदी अरेबियात परतले. ऑगस्ट, 1990 मध्ये इराकने कुवेतवर आक्रमण केले आणि सौदी सरकारने कुवेत ताब्यात घेणाऱ्या इराकी लष्कराविरुद्ध लढण्यासाठी अमेरिकेला आणि तिच्या सहकारी राष्ट्रांच्या फौजांना सौदी अरेबियात येण्याची परवानगी दिली. वहाबी धर्मगुरूंच्या एका गटाने पाश्चात्त्य फौजांना सौदी अरेबियात येण्यास मान्यता दिली असली, तरी बऱ्याच धर्मगुरूंनी राज्यात पाश्चात्त्य फौजांच्या एकवटण्यास कडाडून विरोध केला होता.[98]

तथापि, कुवेतला स्वातंत्र्य मिळण्यास दोन दशके उलटल्यानंतर, अद्यापही सौदी अरेबियात हजारो अमेरिकन लष्करी तुकड्या आहेत. सौदी अरेबियामध्ये असलेले अमेरिकन फौजांचे अस्तित्व हे वरकरणी ओसामा बिन लादेनच्या अमेरिका, सौदी अरेबिया आणि त्यांच्या सहकारी देशांविरुद्धच्या युद्धाचे कारण होते. एकीकडे, सौदी राजघराण्याला सुन्नी आणि शिया पंथातील असंतुष्ट गटांकडून आपले संरक्षण करण्यासाठी अमेरिकन फौजांची आत्यंतिक गरज आहे आणि दुसरीकडे जगातील सर्वांत मोठा ज्ञात तेलसाठा असणाऱ्या देशात आपला मित्र असणारी राजवट असणे अमेरिकेलाही गरजेचे आहे. या प्रदेशात कोणताही क्रांतिकारी राजवट बदल टाळण्यासाठी आखातातील 'जैसे थे' परिस्थिती कायम ठेवणे हा अमेरिकेचा सर्वांत सुरक्षित डाव आहे. अमेरिकेची इराण व सीरियातील राजवट बदलाला पाठबळ देणारी धोरणे आणि त्याच वेळी मित्रराष्ट्र असलेल्या सौदी अरेबिया व बहारिनमध्ये असे बदल होण्यास असलेला विरोध, यांमुळे हा प्रदेश अधिकच अस्थिर होणार आहे. तरीही, 'अरब स्प्रिंग'च्या पार्श्वभूमीवर कोणताच अरब देश क्रांतिकारी बदलांपासून सुरक्षित असल्याचे दिसत नाही. इराक व सीरियामध्ये चांगल्या प्रकारे प्रस्थापित झालेला इराणसुद्धा कदाचित या बदलांचा खरा लाभार्थी ठरणार नाही, कारण इराणच्या आसपासच्या देशांमध्ये उघडपणे शियाविरोधी असलेले इस्लामवादी सत्तेवर येण्याची शक्यता आहे. ह्युज एकिन यांनी नोंदवलेल्या निरीक्षणानुसार, एकीकडे सौदी अरेबिया आखातातील राजेशाही राष्ट्रांची आघाडी असलेल्या 'गल्फ कोऑपरेशन कौन्सिल'मधील आपल्या प्रभावाचा वापर "मोरोक्को आणि जॉर्डनमधील अडचणींनी

वेढलेल्या राजेशाही कुटुंबांकरिता पाठिंबा मिळवण्यासाठी करत आहे", तर दुसरीकडे व्हाइट हाउसने मात्र मौन बाळगणेच पसंत केले आहे. अमेरिका केवळ तेलसुरक्षा, स्थैर्य आणि दहशतवादाच्या प्रतिकाराची काळजी करत असून सौदी अरेबियाकडून होणाऱ्या मानवाधिकार उल्लंघनांची फिकीर करत नसल्याबद्दल एकिन अमेरिकेला दोष देतात.[99] तेलसाठा आणि अमेरिकेचा पाठिंबा कायम असल्यामुळे तो [सौदी अरेबिया] येणाऱ्या वर्षांमध्येही कदाचित हेच चालू ठेवेल. परंतु, ज्या वेळी सौदीला आता वचन पाळले जात नाही, असे वाटण्यास सुरुवात होईल... त्यानंतर अल सौद यांचे भवितव्य डळमळीत असेल", या एकिन यांच्या मताशी आपल्याला सहमत होता येईल.[100]

पश्चिमेकडील, "अश्रद्धांच्या प्रदेशातील" जिहाद

इस्लामी कट्टरवादी आणि जिहादी हे केवळ भारत, थायलंड, फिलिपिन्स, केनिया, इथिओपिया आणि लक्षणीय प्रमाणात मुस्लीम लोकसंख्या असलेल्या अन्य आफ्रो-आशियाई देशांमध्येच त्यांच्या असहिष्णू संकल्पनांचा उपदेश करण्यात सक्रिय सहभागी आहेत, असे नाही तर पश्चिमेकडे, विशेषतःब्रिटन, फ्रान्स, जर्मनी, हॉलंड, स्वीडन, नॉर्वे आणि डेन्मार्क यांसारख्या पश्चिम युरोपीय देशांमध्येही ते जिहादच्या ध्येयाचा पुरस्कार करत आहेत. स्थलांतर आणि आश्रयाचे कायदे अतिशय खुले असलेल्या पश्चिम युरोपीय देशांमध्ये राहणाऱ्या परदेशस्थ मुस्लीम समाजाचे प्रमाण प्रचंड आहे. अलीकडेच पश्चिम युरोपमध्ये लंडन, माद्रिद आणि अन्यत्र बरेच इस्लामी दहशतवादी हल्ले झाले आहेत. संपूर्ण पश्चिम युरोपात एकट्या लोकांवर त्यांनी इस्लामची आणि त्याच्या प्रेषितांची कथित निंदा केल्यामुळे होणारे हल्ले तुरळक राहिले नाहीत. माद्रिद (2004) आणि लंडन (2005) येथील ट्रेनमध्ये जवळपास समन्वय साधून आणि एकाच वेळी घडवलेले हल्ले, डच चित्रपटनिर्मात्याची 2004 मधील हत्या, डेन्मार्कमध्ये व्यंगचित्रांवरून झालेल्या दंगली, फ्रान्सच्या उपनगरांमध्ये 2005 साली झालेल्या दंगली आणि युरोपमधील प्रमुख शहरांमध्ये इस्लामी कट्टरवादी आणि जिहादींचे निघणारे मोर्चे आदींचा उल्लेखही या संदर्भातील उदाहरणे म्हणून करता येतो.

तिसऱ्या प्रकरणामध्ये सूचित केल्याप्रमाणे मुस्लीम स्थलांतरितांच्या युरोपमध्ये जन्मलेल्या मुलांचा युरोपमधील जिहादी दहशतवादामध्ये प्रामुख्याने सहभाग राहिला आहे. पश्चिम जिहादींमध्ये नव्याने भरती झालेल्यांपैकी सुमारे 80 टक्के ही स्थलांतरितांची मुले असतात, हे विविध अभ्यासांमधून समोर आले आहे. युरोपात राहणाऱ्या मुस्लीम समाजातील युवावर्गामध्ये कट्टरतावादाकडे कल वाढतो आहे. अमेरिका आणि कॅनडा हेसुद्धा या प्रवाहापासून सुरक्षित नाहीत, तेथील पहिल्या पिढीतील स्थलांतरितांची मुले जिहादी जाळ्यांमध्ये सामील झाली आहेत. टेक्सासमधील फोर्ट हूड येथे 2009 साली बऱ्याच अमेरिकन सैनिकांचा जीव घेणाऱ्या मेजर निदाल हसनने – पॅलेस्टिनी

स्थलांतरिताच्या अमेरिकेत जन्मलेल्या मुलाने – अमेरिका ही वाढत्या स्थानिक इस्लामी दहशतवादापासून किंवा दहशतवाद्यांना ज्या शब्दांत त्यांच्या गुन्ह्याचे उदात्तीकरण करायला आवडते, त्या जिहादपासून सुरक्षित नाही, हे सोदाहरण सिद्ध केले. पॅलेस्टाईन, इराक, अफगाणिस्तान किंवा पाकिस्तानातील समस्या आणि अमेरिका व पश्चिम युरोपीय राष्ट्रांची देशांतर्गत, तसेच परराष्ट्र धोरणे या पश्चिमेकडील दुरावलेल्या मुस्लीम युवावर्गाच्या प्रमुख चिंता राहिल्या आहेत. हे दिशाहीन युवक बहुतांश पाश्चात्त्य देशांसाठी, विशेषत: अमेरिका, कॅनडा, ब्रिटन, फ्रान्स आणि जर्मनीसाठी संभाव्य धोके आहेत.[101] अन्वर औलाकी या अमेरिकेत जन्मलेल्या आणखी एका जिहादीने अमेरिकेविरुद्ध जिहाद पुकारले आणि अमेरिकेने सप्टेंबर 2011 मध्ये येमेनवर केलेल्या ड्रोन हल्ल्यात तो मारला गेला.

पाश्चात्त्य जगाच्या सुरक्षेला धोका ठरू शकणाऱ्या पुढील बाबींकडे आपण केवळ इस्लाम-भयग्रस्ततेतून केलेला प्रचार म्हणून दुर्लक्ष करू शकत नाही: (अ) युरोपमधील परदेशस्थ मुस्लीम समाज हा युरोपियन महासंघामधील सर्वांत मोठा परदेशस्थ समाज आहे; (ब) मुस्लीम स्थलांतरित आणि त्यांची मुले – वीस लाख इतकी मोठी संख्या – हे युरोपमधील सर्वांत कमी एकरस झालेले लोक आहेत; (क) फ्रान्स, जर्मनी आणि ब्रिटनमध्ये त्यांचा लोकसंख्या वाढीचा दर सर्वोच्च असून तो तेथील राष्ट्रीय सरासरीच्या तिप्पट आहे; (ड) 2050 पर्यंत युरोपियन महासंघातील एकूण लोकसंख्येमध्ये मुस्लिमांचे प्रमाण 20 टक्के इतके असेल.[102] ब्रिटनमध्ये जिहादींचा धोका वाढत असल्याचे अधोरेखित करणाऱ्या एका ब्रिटिश दैनिकाच्या अलीकडेच प्रसिद्ध झालेल्या शोधवृत्तान्तामध्येही आपल्याला लक्ष घालता येईल. पाकिस्तानमधील अंजेम चौधरीसारखे काही बाजूला पडलेले जिहादी जाहीरपणे पाश्चात्त्यांविरुद्ध जिहादच्या ध्येयाचा प्रचार करत आहेत आणि पश्चिमेकडील अभिव्यक्ती स्वातंत्र्याचा पुरेपूर फायदा घेऊन ते त्यांच्या अनुयायांना पाश्चिमात्य कायदा झुगारण्यास, शरियासाठी प्रयत्न करण्यास आणि अगदी अध्यक्ष ओबामा, पंतप्रधान कॅमरॉन आणि इजिप्त व पाकिस्तानमधील नेत्यांच्या हत्या करण्यासही सांगत आहेत.[103]

निष्कर्ष

जागतिक जिहादचे भवितव्य समजून घेण्यासाठी आपल्याला सौदी अरेबिया आणि आखातातील अन्य राजेशाही राष्ट्रांमधील सध्याच्या डळमळीत स्थैर्याच्या पलीकडे पाहावे लागेल. हे देश मुस्लीमजगतातील किंवा कुठल्याही ठिकाणच्या दीर्घकालीन शांततेची चांगली उदाहरणे उभी करत नाहीत. अमेरिकन आणि नाटोचे सुरक्षाछत्र हे दीर्घकाळामध्ये मुस्लीम जगतातील प्रत्येक हुकूमशाही राजवटींचे त्यांच्या देशातील उपेक्षितांपासून, इस्लामी, तसेच अन्य कट्टरवादी, अराजकतावादी आणि विनाशवादी संकल्पनांनी प्रेरित झालेल्या लाखो बेरोजगार आणि न्यून रोजगारधारकांपासून संरक्षण करण्याइतके मोठे नाही. हा या मुद्द्याचा गाभा आहे. इस्लामवाद हा आधुनिक संस्कृतीच्या

अस्तित्वाला धोका नाही. फुलर यांनी मांडल्याप्रमाणे, इस्लामींनी ज्याप्रमाणे सोव्हिएत युनियनवर मात करून त्यांना अफगाणिस्तानातून माघार घेण्यास भाग पाडले, तशी मात ते पाश्चात्त्य जगावर दृष्टिपथातील भविष्यात करू शकणार नाहीत. इस्लामवाद हा एकसंघही नाही, आणि तो केवळ हिंसाचाराशी संबंधितही नाही. "इस्लामवादामध्ये ओसामा बिन लादेन आणि तालिबानचा समावेश होतो आणि नेमस्त आणि उदारमतवाद्यांचाही समावेश होतो." तथापि, पाश्चात्त्य जगाकडून लादला जाणारा धर्मनिरपेक्षतावाद मुस्लीम जगतात चालणार नाही. त्याऐवजी पाश्चात्त्य राष्ट्रांनी प्रथम कट्टरतावाद आणि हिंसाचार नाकारणाऱ्या मूक मुस्लीम बहुसंख्याकांचे सबलीकरण केले पाहिजे. यासंदर्भात फुलर यांच्या आशावादाशी आपण सहमत होऊ शकतो: "खऱ्या अर्थाने इस्लामवादी आणि खऱ्या अर्थाने लोकशाहीवादी अशा दोन्ही असणाऱ्या राजकीय व्यवस्था हा याचा परिणाम असू शकेल." मुस्लीमजगतातील भयानक परिस्थिती पाहता, संधी मिळाली असती, तर मुस्लिमांनी त्यांच्या समाजाला सुधारण्यासाठी अन्य कोणतीतरी विचारधारा स्वीकारली असती. इस्लाम किंवा इस्लामवादामध्ये अंगभूतरीत्या काहीही चुकीचे नाही.[104]

टिपा आणि संदर्भ

1. Eric Draitser, "Syria, Egypt and Beyond: Unmasking the Muslim Brotherhood," *Counterpunch* (December 13, 2012).
2. तथैव.
3. Tony Cartalucci, "The Geopolitical Reordering of Africa: US Covert Support to Al Qaeda in Northern Mali, France 'Comes to the Rescue,'" *Global Research* (January 15, 2013).
4. Fawaz A. Gerges, *Journey of the Jihadist: Inside Muslim Militancy* (New York: Harcourt, Inc., 2006), p. 37.
5. Abigail Hauslohner and Andrew Lee Butters, "The Brotherhood," *Time* (February 21, 2011); Jamie Dean, "What's in a Name?" *World Magazine* (February 12, 2011).
6. Asef Bayat, "Egypt, and the Post-Islamist Middle East," *openDemocracy* (February 8, 2011). येथे उपलब्ध: http://www.opendemocracy.net/print/57934?utm_source=feedblitz&utm_medium=FeedBlit... (accessed on February 9, 2011).
7. Christopher Dickey and Babak Dehghanpisheh, "Inside the Brotherhood," *Newsweek* (February 14, 2011); "Clarifying the Muslim Brotherhood" (February 2, 2011). येथे उपलब्ध: http://www.ikhwanweb.com/print.php?id=27979 (accessed on February 10, 2011).
8. National Commission on Terrorist Attacks, *The 9/11 Commission Report: Final Report of the National Commission on Terrorist Attacks Upon the United States* (Authorized Edition) (New York: W. W. Norton & Company, 2004), *Christian Science Monitor* (February 18, 2011), pp. 53–54.
9. तथैव, pp. 129–130.

10. Fawaz A. Gerges, *Journey of the Jihadist: Inside Muslim Militancy* (New York: Harcourt, Inc., 2006), p. 37.
11. Richard P. Mitchell, *The Society of the Muslim Brothers* (New York: Oxford University Press, 1993), अन्यत्र; Brynjar Lia, *The Society of the Muslim Brothers in Egypt: The Rise of an Islamic Mass Movement, 1928–1942* (Ithaca, New York: Ithaca Press, 2006), p. 53; Jeffrey Herf, *Nazi Propaganda for the Arab World* (New Haven: Yale University Press, 2009); Lawrence Davidson, *Islamic Fundamentalism* (West Port: Greenwood Press, 1998), pp. 77–78.
12. Sayyid Qutb, *Milestones* (Chicago: Kazi Publications, 1964), pp. 11–21, 45–46,60–62, 70–72, 82–91; Paul Berman, "The Philosopher of Islamic Terror," *New York Times* (March 23, 2003); Robert Irwin, "Is This the Man who Inspired Bin Laden?" *Guardian* (October 31, 2001); Daniel Burns, "Said Qutb on the Arts in America," *Current Trends in Islamist Ideology* (November 18, 2009), Vol. 9.
13. Natana J. Delong-Bas, *Wahhabi Islam: From Revival and Reform to Global Jihad* (New York: Oxford University Press, 2004), pp. 218–265.
14. "British Marxist Writer Tariq Ali's Interview," *Outlook Magazine* (April 23, 2012). येथे उपलब्ध: http://www.outlookindia.com/printarticle.aspx?280564 (accessed on May 21, 2012).
15. Bruce Riedel, "Don't Fear Egypt's Muslim Brotherhood," *Daily Beast* (January 27, 2011). येथे उपलब्ध: http://www.thedailybeast.com/articles/2011/01/27/muslim-brotherhood-could-win-in-egypt-protests-and-why-obama-shouldnt-worry.html?cid=bs:archive1 (accessed on May 22, 2012).
16. Anthony Martin, "Does Carter's Statement on the Muslim Brotherhood Miss the Point?" *The Examiner* (February 27, 2011). येथे उपलब्ध: http://www.examiner.com/article/does-carter-s-statement-on-the-muslim-brotherhood-miss-the-point (accessed on May 22, 2012).
17. "Truth or Consequences—The Two Faces of the Muslim Brotherhood. Part Two," *The Inquisitr* (April 14, 2012). येथे उपलब्ध: http://www.inquisitr.com/219967/truth-or-consequences-the-two-faces-of-the-muslim-brotherhood-part-two/ (accessed on May 22, 2012).
18. Marwan Bishara, "Islam Cannot Always Be Blamed: It Appears Islam Is Not an Appropriate Scapegoat after All" (January 19, 2010). येथे उपलब्ध: http://www.ikhwanweb.com/article.php?id=22699 (accessed on May 15, 2012).
19. Al-Nas TV, Egypt (May 1, 2012, 04:18). येथे उपलब्ध: http://www.memritv.org/clip/en/3431.htm (accessed on December 7, 2013); BBC News "Muslim Brotherhood Sets up New Party Mohammed al-Mursi Insisted the New Party Would Not be Theocratic" (April 30, 2011). येथे उपलब्ध: http://www.bbc.co.uk/news/world-middle-east-13249434 (accessed on December 7, 2013).
20. Raymond Ibrahim, "The Evils of the Muslim Brotherhood: Evidence Keeps Mounting," *Middle East Forum* (June 25, 2012). येथे उपलब्ध: http://www.meforum.org/3272/muslim-brotherhood-evils (accessed on June 26, 2012).

21. Nathan J. Brown, "Egypt and Islamic Sharia: A Guide for the Perplexed," *Carnegie Endowment* (May 15, 2012). येथे उपलब्ध: http://carnegieendowment.org/2012/05/15/egypt-and-islamic-sharia-guide-for-perplexed/argb (accessed on May 17, 2012).
22. "Syria's Muslim Brotherhood Is Gaining Influence over Anti-Assad Revolt," *Washington Post* (May 12, 2012).
23. Eric Draitser, "Syria, Egypt and Beyond: Unmasking the Muslim Brotherhood," *Counterpunch* (December 13, 2012).
24. येथे उपलब्ध: http://www.fas.org/irp/world/para/mb.htm (accessed on February 24, 2013).
25. Max Fisher, "Mohamed Morsi's Strange Gamble on Iran and Ahmadinejad," *Washington Post* (February 5, 2013).
26. "Kerry Says Egypt's Military Was 'Restoring Democracy' in Ousting Morsi," *New York Times* (August 2, 2013).
27. Raymond Ibrahim, "Muslim Brotherhood: 'Impose Islam…Step by Step,'" *Middle East Forum* (June 26, 2012). येथे उपलब्ध: http://www.meforum.org/2995/muslim-brotherhood-impose-islam (accessed on June 26, 2012).
28. Eric Trager, "The Unbreakable Muslim Brotherhood: Grim Prospects for a Liberal Egypt," *Foreign Affairs* (September/October 2011).
29. Eric Trager, "The Muslim Brotherhood's Long Game: Egypt's Ruling Party Plots its Path to Power," *Foreign Affairs* (July 5, 2012).
30. Seyyed Vali Reza Nasr, *The Vanguard of the Islamic Revolution: The Jamaat-I Islami of Pakistan* (Berkeley: University of California Press, 1994), pp. 3–27, 47–80, 103–147.
31. येथे उपलब्ध: http://www.youtube.com/watch?v+763DfYwyyKQ&sns+em (accessed on December 7, 2013).
32. Oliver Roy, *The Failure of Political Islam* (London: I.B. Tauris Publishers, 1994), pp. 129–130.
33. Abul A'la Maududi, *Haqiqat-i-Jihad* [*The Reality of Jihad*] (Lahore: Taj Company Ltd, 1964), p. 64.
34. Abul A'la Maududi, *The Meaning of the Qur'an* (Lahore: Islamic Publications Ltd, 1993), Vol. 2, pp. 183, 186.
35. Graham E. Fuller, *The Future of Political Islam* (New York: Palgrave-Macmillan, 2004), pp. 33–36.
36. John Mintz and Douglas Farah, "In Search of Friends among the Foes: US Hopes to Work with Diverse Group," *Washington Post* (September 11, 2004).
37. येथे उपलब्ध: http://www.jamaat-e-islami.org/en/aboutus.php (accessed on February 24, 2013).
38. *Kaler Kantho* (Bengali daily) (February 24, 2013).
39. Samir Amin, "Political Islam in the Service of Imperialism," *Monthly Review*, Vol. 59, No. 7 (December 2007).
40. तथैव.
41. Peter Bergen, *Holy War, Inc: Inside the Secret World of Osama Bin Laden* (New York: Free Press, 2001), pp. 195–235; Mark Sageman, *Understanding Terror Networks* (Philadelphia:

University of Pennsylvania Press, 2004), अन्यत्र and *Leaderless Jihad: Terror Networks in the Twenty-First Century* (Philadelphia: University of Pennsylvania Press, 2008), अन्यत्र; Bruce Hoffman, *Inside Terrorism* (New York: Columbia University Press, 2006), अन्यत्र.

42. *9/11 Commission Report*, pp. 55–58; Peter Bergen, *The Osama bin Laden I know: An Oral History of al Qaeda's Leader* (New York: Free Press, 2006), p. 75.
43. Jonathon White, *Terrorism & Homeland Security* (Belmont, California: Wadsworth, 2012), p. 381.
44. *9/11 Commission Report*, pp. 53–54.
45. Jonathon White, *Terrorism & Homeland Security* (Belmont, California: Wadsworth, 2012) pp. 382–389.
46. तथैव.
47. तथैव.
48. "Afrighanistan? The Real Danger Is That the World Turns Its Back on Another Poor Place Threatened by Jihadists," *The Economist* (January 26, 2013). येथे उपलब्ध: http://www.economist.com/news/leaders/21570704-real-danger-world-turns-its-back-another-poor-place-threatened/comments (accessed on January 19, 2014).
49. Anissa Haddadi, "Al Qaeda and the FARC in Drug Alliance," *International Business Times* (November 16, 2011).
50. CCTV and CNN News (June 18, 2012).
51. "Unrest in Yemen: Southern Grumps," *The Economist* (April 13, 2013). येथे उपलब्ध: http://www.economist.com/news/middle-east-and-africa/21576113-which-worse-north-southern-secession-or-al-qaeda-southern-grumps (accessed on January 19, 2014).
52. Anti-Defamation League, "Boko Haram: The Emerging Jihadist Threat in West Africa" (December 12, 2011). येथे उपलब्ध: http://www.adl.org/combating-hate/international-extremism-terrorism/c/boko-haram-jihadist-threat-africa.html (accessed on February 10, 2013); BBC News, "Who Are Nigeria's Boko Haram Islamists?" (January 11, 2012). येथे उपलब्ध: http://www.bbc.co.uk/news/world-africa-13809501 (accessed on February 10, 2013); Andrew Walker, "What Is Boko Haram?" (May 2012), Special Report of the US Institute of Peace. येथे उपलब्ध: http://www.usip.org/publications/what-boko-haram (accessed on February 10, 2013).
53. "Al Qaeda Ties Seen for Nigeria Group," *Wall Street Journal* (August 13, 2011). येथे उपलब्ध: http://online.wsj.com/article/SB10001424053111904332804576540501936480880.html (accessed on February 10, 2013); *Habeeb I. Pindiga, With Agency Report,* "Nigeria: Boko Haram Training Camps Found in Mali," *Daily Trust* (February 6, 2013). येथे उपलब्ध: http://allafrica.com/stories/201302060749.html (accessed on February 10, 2013); *"Afrighanistan," The Economist* (January 26, 2013).
54. Edward Cody, "In Mali, an Islamist Extremist Haven Takes Shape," *Washington Post* (June 7, 2012).
55. Eric Draitser, "Mali, Al Qaeda, and the US Neo-Colonial Agenda," *Global Research* (July 16, 2012). येथे उपलब्ध: http://www.globalresearch.ca/ (accessed on December 7, 2013).

56. तथैव.
57. VoA News (June 7, 2012). येथे उपलब्ध: http://blogs.voanews.com/breaking-news/2012/06/07/ (accessed on December 7, 2013).
58. "Secession in Mali: An Unholy Alliance," *The Economist* (June 2, 2012).
59. Paul Rogers, "The Thinning World: Mali, Nigeria, India," *openDemocracy* (July 12, 2012). येथे उपलब्ध: http://www.opendemocracy.net/paul-rogers/thinning-world-mali-nigeria-india (accessed on July 12, 2012).
60. "Jihad in Africa: The Danger in the Desert," *The Economist* (January 26, 2013).
61. *New York Times* (September 12, 2012).
62. Sebastian Elischer, "After Mali Comes Niger," *Foreign Affairs* (February 12, 2013).
63. Matthew Bey and Sim Tack, "The Rise of a New Nigerian Militant Group," Stratfor: Global Intelligence (February 21, 2013). येथे उपलब्ध: http://www.stratfor.com/weekly/risenewnigerianmilitantgroup?utm_source=freelistf&utm_medium=email&utm_campaign=20130221&utm_term=sweekly&utm_content=title&elq=42ecd02aa31e4a8d887b7f9820d62ae1 (accessed on December 7, 2013).
64. तथैव.
65. BBC News, "Algerian Group Backs al Qaeda" (October 23, 2003); Islamism, Violence and Reform in Algeria, International Crisis Group Report (July 30, 2004).
66. Craig Whitlock, "Al-Qaeda's Far-Reaching New Partner: Salafist Group Finds Limited Appeal in Its Native Algeria," *Washington Post* (October 5, 2006).
67. Craig Whitlock, "U.S. Expands Secret Intelligence Operations in Africa," *Washington Post* (June 13, 2012).
68. Matthew Bey and Sim Tack, "The Rise of a New Nigerian Militant Group."
69. Jonathan R. White, *Terrorism and Homeland Security* (Belmont, California: Wadsworth, 2012), pp. 231–237.
70. *Washington Post* (March 23, 2012); "Pentagon Prepares Military Operation in Mali," *Global Research* (December 25, 2012); Ernst Wolff and Alex Lantier, "France Launches War in Northern Mali" (January 14, 2013). येथे उपलब्ध: http://www.wsws.org/en/articles/2013/01/14/mali-j14.html (accessed on February 10, 2013); Tony Catalucci, "The Geopolitical Reordering of Africa: US Covert Support to Al Qaeda in Northern Mali, France 'Comes to the Rescue,'" *Global Research* (January 15, 2013). येथे उपलब्ध: http://www.globalresearch.ca/geopolitical-reordering-and-dirty-tricks-us-covert-support-to-al-qaeda-in-northern-mali-france-comes-to-the-rescue/5318614 (accessed on February 10, 2013); Nicola Nasser, "Qatar, Sponsor of Islamist Political Movement, Major Ally of America," *Global Research* (January 23, 2013). येथे उपलब्ध: http://www.globalresearch.ca/qatar-sponsor-of-islamist-political-movements-major-ally-of-america/5320105 (accessed on February 10, 2013).
71. Seth G. Jones, "Think Again: Al Qaeda—A Year after Osama bin Laden's Death, the Obituaries for His Terrorist Group Are Still Too Premature," *Foreign Policy* (May/June 2012), pp. 47–48.

72. Ahmed Rashid, *Pakistan on the Brink: The Future of America, Pakistan, and Afghanistan* (New York: Viking Penguin, 2012), p. 4.
73. Seth G. Jones, "Think Again: Al Qaeda—A Year after Osama bin Laden's Death, the Obituaries for His Terrorist Group Are Still Too Premature."
74. Ehsan Ahrari commented on "Al-Qaida versus the Arab Awakening: The Muslim World's Past and Future," Strategic Paradigms, comment posted May 7, 2011. येथे उपलब्ध: http://www.ehsanahrari.com/2011/05/07/al-qaida-versus-the-arab-awakening-muslim-world's-past-and-future/ (accessed on July 4, 2012).
75. Mark Mazzetti, "19 U.S. Diplomatic Missions to Stay Closed This Week over Threat," *New York Times* (August 5, 2013).
76. तथैव; Agence France-Presse, *US Extends Closure of Mideast Missions over Qaeda Fear* (August 5, 2013). येथे उपलब्ध: http://www.globalpost.com/dispatch/news/afp/130805/us-extends-closure-mideast-missions-over-qaeda-fear (accessed on August 5, 2013).
77. "With Embassy Closures, the U.S. Errs on the Side of Caution," Stratfor: Global Intelligence. येथे उपलब्ध: http://www.stratfor.com/analysis/embassy-closures-us-errs-side-caution (accessed on August 5, 2013).
78. AFP, "Interpol Suspects Al-Qaeda in Recent Jailbreaks" (August 3, 2013). येथे उपलब्ध: http://www.foxnews.com/world/2013/08/03/interpol-suspects-al-qaeda-in-recent-jailbreaks/ (accessed on August 5, 2013); CNN News (August 5, 2013).
79. Frederick W. Kagan, Statement before the House Committee on Foreign Affairs Subcommittee on Terrorism, Nonproliferation, and Trade on "Global al-Qaeda: Affiliates, Objectives, and Future Challenges: The Continued Expansion of Al Qaeda Affiliates and their Capabilities" (July 18, 2013). येथे उपलब्ध: http://foreignaffairs.house.gov/hearing/subcommittee-hearing-global-al-qaeda-affiliates-objectives-and-future-challenges (accessed on December 7, 2013).
80. President Jimmy Carter's Interview with Piers Morgan, CNN (February 21, 2013).
81. Angus McDowall, "Iran Nuke Unlikely to Start Mideast Arms Race: Report," Reuters (February 20, 2013). येथे उपलब्ध: http://mobile.reuters.com/article/idUSBRE91J0G820130220?irpc=932 (accessed on February 21, 2013).
82. Vali Nasr, *The Shia Revival: How Conflicts within Islam Will Shape the Future* (New York: W.W. Norton & Company, 2006), Chapters 1 and 2.
83. तथैव, pp. 119–146.
84. Oliver Roy, "Enigma of the Uprising: Foucault and Iran," *Vacarme*, Vol. 29 (2004). येथे उपलब्ध: http://www.vacarme.org/article1366.html (accessed on 2 June, 2013).
85. तथैव.
86. तथैव, pp. 185–226.
87. HNN Staff, "What Is the Difference between Sunni and Shiite Muslims—and Why Does It Matter?" History News Network (September 9, 2002). येथे उपलब्ध: http://hnn.us/articles/934.html (accessed on February 15, 2011).

88. *Foreign Policy*, Morning Brief (June 13, 2012). येथे उपलब्ध: http://www.google.com/#q =Foreign+Policy%2C+Morning+Brief%2C+June+13%2C+2012 (accessed on January 19, 2014).
89. Michel Chossudovsky, "Confronting Iran, 'Protecting Israel': The Real Reason for America's War on Syria," *Global Research* (June 8, 2012). येथे उपलब्ध: http://www.globalresearch.ca/confronting-iran-protecting-israel-the-real-reason-for-america-s-war-on-syria (accessed on December 7, 2013).
90. "Sheikh Al-Habib Calls for a Shia Uprising in the Greater Gulf Region" (February 2, 2012). येथे उपलब्ध: https://www.youtube.com/watch?v=zHtb1Y5OmFg&feature=related (accessed on June 12, 2012).
91. Huma Yusuf, Sectarian Violence: Pakistan's Greatest Security Threat? (July 2012), Report of the Norwegian Peace-Building Resource Centre (NOREF); Hassan Abbas, "Shiism and Sectarian Conflict in Pakistan: Identity Politics, Iranian Influence, and Tit-for-Tat Violence" (September 2010), Occasional Paper, Combating Terrorism Center, Washington, D.C.
92. "Afghan Taliban Reportedly Sends Delegation to Iran for Talks," CBS News (June 3, 2013). येथे उपलब्ध: http://www.cbsnews.com/news/afghan-taliban-reportedly-sends-delegation-to-iran-for-talks/ (accessed on December 7, 2013).
93. Alfred Felix et al., "History of Arabia," *Encyclopaedia Britannica* (online). येथे उपलब्ध: http://www.britannica.com/EBchecked/topic/31568/history-of-Arabia (accessed on February 11, 2013).
94. William Ochsenwald, *The Middle East: A History* (New York: McGraw Hill, 2004), p. 700.
95. Robert Fisk, "Saudis Mobilise Thousands of Troops to Quell Growing Revolt," *The Independent* (March 5, 2011); BBC News, "Saudi Arabia Accused of Repression after Arab Spring" (December 1, 2011). येथे उपलब्ध: http://www.bbc.co.uk/news/world-middle-east-15977980 (accessed on February 11, 2013).
96. *Frontline*, "House of Saud," PBS TV (February 8, 2005). येथे उपलब्ध: http://www.pbs.org/wgbh/pages/frontline/shows/saud/.
97. Ellen Knickmeyer, "Idle Kingdom," *Foreign Policy* (July 19, 2012); Hugh Eakin, "Will Saudi Arabia Ever Change?" *The New York Review* (January 10, 2013).
98. Thomas Hegghammer, *Jihad in Saudi Arabia: Violence and Pan-Islamism since 1979* (Cambridge: Cambridge University Press, 2010), Chapters. 4–8.
99. Hugh Eakin, "Will Saudi Arabia Ever Change?" *The New York Review* (January 2013). येथे उपलब्ध: http://www.nybooks.com/articles/archives/2013/jan/10/will-saudi-arabia-ever-change/?pagination=false (accessed on February 24, 2014).
100. तथैव.
101. Sedat Laciner, "Identity and Terror in Western European Muslim Diasporas," *The Journal of Turkish Weekly* (June 2009). येथे उपलब्ध: http://www.turkishweekly.net/

news/80105/identity-and-terror-in-western-european-muslim-diasporas.html (accessed on February 24, 2014); Jerrold M. Post and Gabriel Shaffer, "The Risk of Radicalization and Terrorism in US Muslim Communities," *The Brown Journal of World Affairs*, Vol. XIII, No. 2 (2007); Robert S. Leiken, "Europe's Mujahedeen: Where Muslim Mass Immigration Meets Global Terrorism," Backgrounder, Center for Immigration Studies, Harvard University (April 2005).

102. Robert S. Leiken, "Europe's Mujahedeen: Where Muslim Mass Immigration Meets Global Terrorism."
103. "Claim Jobseeker's Allowance and Plan Holy War: Hate Preacher Pocketing £25,000 a Year in Benefits Calls on Fanatics to Live off the State," *Daily Mail* (February 17, 2013). येथे उपलब्ध: http://www.dailymail.co.uk/news/article-2279972/Anjem-Choudary-Hate-preacher-pocketing-25-000-year-benefits-calls-fanatics-live-state.html (accessed on February 17, 2013).
104. Michel Chossudovsky, "Hidden US-Israeli Military Agenda: 'Break Syria into Pieces,'" *Global Research* (June 16, 2012). येथे उपलब्ध: http://www.globalresearch.ca/index.php?context=va&aid=31454 (accessed on December 7, 2013); Scott Taylor, "Syria Strategy Looks like Bloody Repeat," *Global Research* (June 18, 2012). येथे उपलब्ध: http://www.globalresearch.ca/index.php?context=va&aid=31476 (accessed on June 22, 2012).

6 "जिहाद" आणि दक्षिण आशियातील छुपी युद्धे: वादळाच्या केंद्रस्थानी

काश्मीरमधील जिहाद लवकरच संपूर्ण भारतात पसरेल. आमचे मुजाहिदीन भारतामध्ये तीन पाकिस्तान निर्माण करतील. काश्मीर लवकरात लवकर मुक्त व्हावे, असे आम्हाला वाटते. त्यामुळे भारताचे विखंडन व्हावे, यासाठी भारतीय मुस्लिमांनी भारतीय संघराज्याविरुद्ध उठून बंड करण्यासाठी प्रवृत्त झाले पाहिजे.

— हफीझ मुहम्मद सईद, लष्कर-ए-तोयबाचा संस्थापक

बराक ओबामांची धोरणे आणि ओसामा बिन लादेनचा मृत्यू यांमुळे पाकिस्तान वादळाच्या अगदी केंद्रस्थानी आहे, हे आता स्पष्ट झाले आहे... दहशतवाद्यांसाठी सर्वांत मोठा निवारा असलेल्या पाकिस्तानसोबत कार्यरत असताना तुम्ही खऱ्या अर्थाने दहशतवादाशी लढूच शकत नाही.

— बर्नार्ड हेन्री लेव्ही, अमेरिकन व्हर्टिगो, 2007 चे लेखक

आढावा

या प्रकरणामध्ये अफगाणिस्तान आणि पाकिस्तानदरम्यान, तसेच पाकिस्तान आणि भारतादरम्यानच्या बहुदेशीय जिहाद, अमली पदार्थांचे जिहाद किंवा नार्को —जिहाद, छुपी युद्धे आणि गुन्हेगारी — दहशतवाद यांमधील धागेदोरे आदींचे मूल्यमापन केले आहे. अलीकडे, दक्षिण आशियाअंतर्गत आणि त्याच्या पलीकडेही नार्को-इस्लामी दहशतवादाचे संधान हा बहुदेशीय सुरक्षेसाठी नवा धोका म्हणून उदयास येत आहे. वायव्य-दक्षिण आशियातील अमली पदार्थ-दहशतवाद-इस्लामींचे लागेबांधे हे अमेरिका आणि रशिया व चीन या दोन महासत्तांच्या, तसेच भारत-पाकिस्तान यांच्यातील चिरंतन संघर्षाच्या नव्या मोठ्या खेळीचे भाग आहेत. अमली पदार्थ-दहशतवाद-इस्लामींच्या वर्तुळाचे संबंध अल कायदा, तालिबान, लष्कर-ए-तोयबा (एलईटी) आणि दक्षिण व मध्य आशियामध्ये बहुदेशीय खिलाफत प्रस्थापित करण्यासाठी कटिबद्ध असलेल्या अन्य इस्लामी संघटनांशी आहेत. पाकिस्तान आणि अफगाणिस्तानातील – अनुक्रमे संरचित आणि स्वाभाविक राजकीय इस्लामचे ऐतिहासिक, समकालीन आणि भविष्यात्मक दृष्टिकोनातून मूल्यमापन केले आहे आणि त्याला इस्लामी कट्टरतावादाच्या उदयातील अमेरिकेची भूमिका, इस्लामी-पाश्चात्त्य संघर्ष आणि त्याचा अमेरिकेच्या एकूणच दक्षिण आशियातील आणि विशेषत: पाकिस्तान आणि अफगाणिस्तानशी असलेल्या संबंधांवर होणारा दीर्घकालीन परिणाम आदींचा विशेष संदर्भ आहे. अखेरीस आणि तितकेच महत्त्वाचे म्हणजे, अफगाणिस्तानमध्ये

भारत आणि पाकिस्तानमध्ये सुरू असलेले छुपे युद्ध आणि एकमेकांवर वार करण्यासाठी भारत आणि पाकिस्तान या दोन्ही बाजूंनी दहशतवाद्यांना आणि घुसखोरांना दिले जाणारे प्रोत्साहन याच्या दीर्घकालीन परिणामांचे मूल्यमापनही या प्रकरणात आहे.

येथे महत्त्वाचे प्रश्न उपस्थित होतात, ते असे की: (अ) अमेरिका, रशिया आणि चीनसारख्या महासत्ता त्यांना धार्जिण्या किंवा अंकित राष्ट्र/गटांना एकमेकांविरुद्ध किंवा दक्षिण आशियातील सर्वांत कमी पसंतीच्या देश/राजवटींविरोधात वापरण्यासाठी अर्थपुरवठा करण्यापासून स्वतःला परावृत्त करतील का? आणि (ब) भारत, पाकिस्तान आणि अफगाणिस्तान त्यांच्यातील परस्पर मतभेद सोडवतील का आणि अल्पसंख्याक व तळागाळातील दुर्लक्षित समाजांना सुप्रशासन, समान संधी, मानवाधिकार आणि मानवी प्रतिष्ठेची हमी देऊन धार्मिक आणि धर्मनिरपेक्ष कट्टरतावादी गटांना आटोक्यात आणण्यास साहाय्य करतील का?

अराजकाच्या सावटाखाली दक्षिण आशिया

पुंड राष्ट्रे आणि सरकारी यंत्रणेतील पुंड घटक हे राष्ट्रेतर घटकांसोबत मिळून शेजारी राष्ट्रांना, तसेच विशिष्ट प्रदेशाबाहेरील देशांना अस्थिर करू शकतात. दक्षिण आशियामध्ये इस्लामी दहशतवादी जाळे, अमली पदार्थ आणि शस्त्रास्त्र व्यापाराचे गट हे प्रदेशातील, तसेच प्रदेशाबाहेरील देशांसमोरही प्रमुख बहुदेशीय धोका आहेत. दक्षिण आशियातील इस्लामी कट्टरवाद आणि अमली पदार्थांच्या माफियाचा उदय होण्यामध्ये विविध जागतिक, प्रादेशिक आणि स्थानिक घटकांचा हातभार लागलेला आहे. कुप्रशासन आणि नेत्यांनी शेजारील देशांविरुद्धच्या युद्धांमध्ये माफिया आणि दहशतवादी गटांचा केलेला संधीसाधू वापर हे दक्षिण आशियात अस्थैर्य निर्माण करणारे प्रमुख घटक राहिले आहेत. शीतयुद्धाच्या अखेरच्या दशकामध्ये (1980–1990) दक्षिण आशियातील आणि त्याबाहेरील देश, विशेषतः पाकिस्तान आणि अमेरिका हे अफगाणिस्तानमध्ये आणि त्याच्या आसपासच्या प्रदेशात अमली पदार्थ माफिया आणि मुजाहिदीन म्हणून उदात्तीकरण करण्यात आलेल्या इस्लामी दहशतवाद्यांच्या जाळ्यांवर मोठ्या प्रमाणात अवलंबून होते. तथाकथित 'दहशतवादाविरुद्धच्या युद्धामुळे' अफगाणच्या सीमांवर सर्वत्र बहुदेशीय गुन्हेगारी आणि बंडखोरी अधिकच तीव्र झाली. पाश्चात्त्य देशांनी प्रामुख्याने पश्तून जमातीतील लोकांकडून चालवल्या जाणाऱ्या तालिबान आणि अल कायदाच्या घटकांविरुद्ध ताजिक आणि उझबेक युद्धटोळ्या आणि गुन्हेगारांना प्रोत्साहन देऊन केवळ दशकानुदशकांच्या वांशिक-राष्ट्रीय संघर्षाला जिवंत ठेवले एवढेच नाही, तर त्याने तालिबानला बहुदेशीय अमली पदार्थ तस्करांच्या टोळ्या आणि माफियांशी संधान बांधण्यासही भाग पाडले. नाटो आणि आयएसएएफच्या फौजांनी अफूची लागवड आणि अफगाण सीमांवरून होणाऱ्या अमली पदार्थांच्या तस्करीला वादग्रस्तरीत्या पाठिंबा आणि अगदी प्रोत्साहनही दिल्यामुळे

बहुदेशीय अमली पदार्थ तस्करीला चालनाच मिळाली आणि विरोधाभास म्हणजे यातून संपूर्ण प्रदेशात नार्को-जिहादींचे जाळे अधिकच मजबूत झाले.[1]

दक्षिण आशियामध्ये अमली पदार्थ व्यापार-इस्लामींचे लागेबांधे तयार होण्यास सुरुवात झाल्यापासून विश्लेषकांनी या नव्या प्रकारच्या बहुदेशीय गुन्हेगारी आणि दहशतवादाचे वर्णन करण्यासाठी 'नार्को-इस्लामवाद' आणि 'नार्को जिहाद' या संज्ञा तयार केल्या. नार्को जिहादला अफगाणिस्तान आणि पाकिस्तानातील अफूशी संबंधित व्यापारव्यवस्थेमधून अर्थपुरवठा केला जात असून पाकिस्तानामध्ये नार्को-जिहादची ताकद अद्यापही वाढते आहे, असे एहसान आहरारी यांना वाटते. नार्को-जिहादच्या कारवायांमध्ये सातत्याने वाढ होण्याचे खापर ते युद्धटोळ्या, भ्रष्ट सरकारी अधिकारी आणि अफगाणिस्तानातील तालिबान-अल कायदा लागेबांधे यांच्यातील 'आयर्न ट्रँगल'च्या (अमेरिकेत काँग्रेस सदस्य-प्रशासन- दबावगट यांच्यातील अभेद्य परस्परसंबंध दर्शवण्यासाठी ही संज्ञा वापरली जाते.) माथी मारतात.[2] या उपखंडातील अमेरिकेने एकतर्फी ड्रोन हल्ले आणि लष्करी कारवाया केल्यामुळे हा प्रदेश बहुदेशीय दहशतवाद्यांसाठी सुरक्षित आश्रयस्थान बनण्याचा थांबणार नाही. दहशतवाद्यांना पराभूत करण्याचा एकमेव मार्ग त्यांना अफूमधून मिळणाऱ्या पैशांपासून वंचित ठेवणे हा आहे. अमेरिकन फौजांनी अफगाणिस्तानातून माघार घेणे हे अमेरिकेच्या उपखंडातील एकतर्फी लष्करी कारवायांइतकेच विनाशकारक ठरणार आहे. तथापि, अमेरिकेने हे त्यांचे सर्वांत लांबलेले युद्ध संपवण्याचा निर्णय घेतला असून तालिबानशी जुळवून घेण्याबाबत अमेरिका आग्रही आहे. दरम्यान पाकिस्तान हा सर्वांत महत्त्वाचा देश म्हणून उदयास येत आहे, परंतु सर्व चुकीच्या कारणांसाठी-पाकिस्तानी लष्कर, पोलीस व प्रशासन आणि नागरिकांवर होणारे तीव्र दहशतवादी हल्ले, काश्मिरी आणि पश्तून दहशतवाद्यांना आयएसआयकडून मिळणारे प्रोत्साहन, पंथीय हत्याकांड आणि वायव्य पाकिस्तानातील बंडखोरी.

सोव्हिएतने 1979 साली अफगाणिस्तानवर आक्रमण केल्यामुळे पुढील दशकभरासाठी हा युद्धआघाडीवरील देश बनला. 9/11 च्या हल्ल्यांनंतर प्रथम तालिबानशी लढण्यासाठी आणि नंतर अफगाणिस्तानमध्ये पुन्हा व्यवस्थेची घडी बसवण्याच्या दृष्टीने अमेरिका आणि तिच्या मित्रराष्ट्रांसाठी हा सर्वांत महत्त्वाचा देश होता. सोव्हिएत महासंघाविरुद्ध प्रतिकार करताना वॉशिंग्टनमध्ये जिहाद आणि मुजाहिदीन हे दोन्ही शब्द लाडके होते; मात्र हे जिहाद संपल्यानंतर अल्पावधीतच जिहाद आणि मुजाहिदीन हे शब्द पाश्चात्त्य जगासाठी सर्वांत नकोसे बनले. तालिबानने सत्ता काबीज करणे आणि परिणामी अफगाणिस्तानमध्ये मानवाधिकारांचे होणारे उल्लंघन हे पाश्चात्त्य जगासाठी धक्कादायक असले, तरी तालिनानने अल कायदाच्या नेत्यांना दिलेला आसरा ही जणू अफगाणिस्तानसाठी पापांचा घडा भरणारी घटना होती. तथापि, अफगाणिस्तानमध्ये तालिबान राजवट उलथवल्यानंतर अल्पावधीतच पाकिस्तानस्थित तालिबान, लष्कर-ए-तोयबा, पाकिस्तानचे तालिबान किंवा पाकिस्तानी

तालिबान, म्हणजेच तेहरिक-ए-तालिबान पाकिस्तान (टीटीपी) आणि अन्य इस्लामी दहशतवादी गटांच्या, प्रामुख्याने अफगाणिस्तान आणि भारतासोबतच्या सीमारेषेवरील, तसेच अगदी युरोप आणि अमेरिकेमधीलही कारवायांमुळे पाकिस्तान पुन्हा अमेरिकेसाठी सर्वांत महत्त्वाचा देश म्हणून उदयास आला. इस्लामी गटांनी पाकिस्तानचा ताबा घेण्याचा बागुलबुवा आणि/किंवा पाकिस्तानी कट्टरवादी घटकांनी पाकिस्तानच्या अण्वस्त्रसाठा मिळवण्याची शक्यता यांमुळे अमेरिका आणि तिच्या सहकारी राष्ट्रांची चिंता आणखीच वाढली. पाकिस्तानमध्ये आयएसआयने लोकनियुक्त सरकारपेक्षा अधिक शक्तिशाली असे अदृश्य सरकार चालवणे आणि भारत, अफगाणिस्तान आणि अगदी अमेरिका व नाटोच्या फौजांनाही पाकिस्तानमध्ये तसेच पाकिस्तानबाहेर नामोहरम करण्यासाठी इस्लामी दहशतवादाला कथित प्रोत्साहन देणे, हे मुद्देही यासंदर्भात महत्त्वाचे आहेत.

काही मुस्लीम धर्मगरूंना उदारमतवादी इस्लाम हा राष्ट्राची विचारधारा म्हणून हवा होता, तर काही देवबंद धर्मगुरू आणि जमात-इ-इस्लामीसारख्या अन्य गटांना पाकिस्तानचे संपूर्ण इस्लामीकरण हवे होते. काही कट्टरवादी वहाबी धर्मगुरूंनी कट्टरतावादी अहल-ए-हदीस (हदीसचे लोक) या पंथाचा प्रसार केला. पाकिस्तानातील एलईटी आणि हुजी-बी किंवा मुव्हमेंट फॉर जिहाद- बांगला देश आणि जेएमबी किंवा पार्टी ऑफ मुजाहिदीन बांगला देश यांसारखे काही मूलतत्त्ववादी इस्लामी दहशतवादी गट हे भारतीय वहाबीवादाच्या अहल-ए-हदीस शाखेच्या उपशाखा आहेत. पाकिस्तान सरकारने 2002 मध्ये एलईटीला बेकायदा ठरवले असून बांगला देशमध्ये सरकारच्या कठोर उपाययोजनांमुळे 2007 नंतर इस्लामी कट्टरतावादी गटांपासून, विशेषतः हुजी-बी, जेएमबी यांच्यापासून देशाला तातडीचा धोका नाही.[3] असे असले तरी, सर्रास भ्रष्टाचार, कुप्रशासन, आणि धर्मनिरपेक्ष आणि इस्लामप्रिय पक्षांमध्ये झालेले टोकाचे ध्रुवीकरण यांमुळे बांगला देश राजकीय आणि आर्थिकदृष्ट्याही तितकासा स्थिर नाही. त्यामुळेच, राजकीयदृष्ट्या अस्थिर आणि आर्थिकदृष्ट्या तकलादू असलेल्या समाजांमध्ये इस्लामी कट्टरवादी शक्ती वेगाने फोफावतात, तशा त्या बांगला देशमध्ये पुन्हा डोके वर काढण्याची शक्यता नाकारता येत नाही.[4]

पाकिस्तानच्या राजकारणाचेही श्रीमंत आणि प्रभावशाली इंग्रजीशिक्षित उच्चभ्रू आणि फारसे श्रीमंत आणि प्रभावशाली नसणारे देशीभाषिक उच्चभ्रू यांच्यामध्ये टोकाचे ध्रुवीकरण झाले आहे. जनरल झिया उल हक यांच्या इस्लामीकरण आणि देशी भाषाविषयक कार्यक्रमांमुळे इंग्रजीशिक्षित उच्चभ्रूंची लष्करी फौजांसह अन्य सरकारी नोकऱ्यांमधील मक्तेदारी नाहीशी झाली आहे; आणि दारूबंदीसह इस्लामी संस्कृतीच्या गुणवैशिष्ट्यांनी सर्व देश व्यापला आहे. इस्लामीकरणाच्या प्रक्रियेचा प्रभाव शिक्षणव्यवस्थेवरही पडला आहे. सरकारपुरस्कृत विवेकहीन जहाल इस्लामीकरणाच्या प्रक्रियेमध्ये सरकारे आणि सत्ताकेंद्रांमध्ये जणू इस्लामप्रति त्यांचे प्रेम सिद्ध करण्यासाठी परस्परांशी स्पर्धा लागली आहे. पहिल्या दोन राज्यकर्त्यांनी अधिमान्यतेसाठी इस्लामवादाला प्रोत्साहन दिले नव्हते,

मात्र झिया-उल-हक (1977–1988) यांना हिरिरीने इस्लामवादाचा प्रसार केला, तर मुशर्रफ (1999–2008) यांनी वायव्य उपखंडातील राजकारण्यांना नेस्तनाबूत करण्यासाठी इस्लामवादाचा पुरेपूर वापर केला.[5] बांगला देश वेगळा झाल्यामुळे पाकिस्तानी राज्यकर्त्यांना वांशिक-राष्ट्रीय आधारावर देशाचे आणखी विखंडन होण्याची चिंता वाटत होती. परिणामतः पाकिस्तानचे धर्मनिरपेक्ष-समाजवादी पंतप्रधान झुल्फिकार अली-भुट्टो (1972–1977) यांनीही देशात वेगाने इस्लामीकरण सुरू केले. ही प्रक्रिया इतकी वाढली की इस्लामी पक्षांना चुचकारण्यासाठी आणि त्यांना गप्प करण्यासाठी 1974 साली त्यांच्या सरकारने लहानशा अहमदिया समाजाला (हा समाज क्वदियानी म्हणूनही ओळखला जातो) मुस्लिमेतर अल्पसंख्याक म्हणून घोषित केले. डिसेंबर 1979 मध्ये सोव्हिएतने अफगाणिस्तानवर केलेल्या आक्रमणामुळे पाकिस्तानमधील इस्लामप्रेमी आणि कट्टर इस्लामवाद्यांच्या हाती मोठे घबाडच लागले.

अफगाण "जिहाद"चा परिपाक:
दक्षिण आशियातील नवी ध्रुवीकरणे आणि संघर्ष

पाकिस्तानच्या निर्मितीपासून त्या देशामध्ये अनेक आश्चर्यजनक गोष्टी घडत आहेत. जवाहरलाल नेहरूंनी वर्तवलेल्या अंदाजानुसार पाकिस्तान निर्माण झाल्यापासून सहा महिन्यांत पुन्हा तुकडे होऊन भारतात विलीन झाला नसला, तरी अस्तित्वात आल्याच्या 25 वर्षांमध्येच पाकिस्तानने आपला पूर्व भाग (पूर्व पाकिस्तान) गमावला, जो स्वतंत्र बांगला देश म्हणून उदयास आला आणि त्यानंतरच्या दोन दशकांमध्ये पाकिस्तान हा जगातील राज्य करण्यासाठी सर्वांत कठीण आणि सर्वांत धोकादायक देशांपैकी एक बनला. पाकिस्तानचा खुद्द त्या देशासाठी, तसेच त्याची शेजारी राष्ट्रे व इतरांसाठी कटू आश्चर्याचे धक्के असलेला चित्रविचित्र इतिहास पाहता, अनपेक्षितता हा त्या देशाचा मुख्य चल घटक म्हणून ग्राह्य धरता येईल. हा देश त्याच्या इतिहासामध्ये 32 वर्षांच्या लष्करी राजवटीमधून गेला आणि आणखी सुमारे तीसएक वर्षे हुकूमशाही पद्धतींच्या, अल्पलोकसत्ताक लोकशाही असलेल्या, आपला कार्यकाळ पूर्ण करणाऱ्या लोकनियुक्त सरकारच्या अमलाखाली राहिला व मे 2013 मध्ये आणखी एक सरकार सत्तेवर आले. लष्करी आणि संरजामशाहीच्या घटणाऱ्या प्रभावाखाली असूनही पाकिस्तानमध्ये कार्यात्मकदृष्ट्या लोकशाही कायम राहील, असे मानता येते. येणाऱ्या वर्षांमध्ये पाकिस्तान हे इस्लामी शिबंदीचे राष्ट्र असेल, नागरी अनुदार लोकशाही राहील की उदारमतवादी लोकशाही म्हणून स्वतःमध्ये परिवर्तन घडवेल हे आजच्या घडीला महत्त्वाचे प्रश्न आहेत. तथापि, 2001 मध्ये अमेरिकेच्या नेतृत्वाखाली अफगाणिस्तानमध्ये झालेल्या अक्रमणापासून पाकिस्तान आणि अमेरिकेतील परस्परसंबंध जितके अवघड बनले आहेत, तितकेच ते येणाऱ्या काही वर्षांमध्येही कायम राहतील, असे दिसते. पाकिस्तानच्या सर्व

संघर्षांच्या मुळाशी असलेला त्याच्या अस्मितेचा पेच हा राष्ट्रपुरस्कृत इस्लामीकरणाची प्रक्रिया आणि नागरी व लष्करी राजवटींमधील देशाचे हेलकावे यांमधून प्रतिबिंबित होतो.

झिया यांच्यानंतर जनरल मुशर्रफ यांनी 2002 मध्ये (पाकिस्तानमध्ये आपली लष्करी सत्ता प्रस्थापित केल्यानंतर दोन वर्षांनी) संकुचित वृत्तीने मुत्ताहिदा मजलिस ए अमल (एमएमए) किंवा संयुक्त कृती परिषद या टोकाच्या सनातनी आणि कट्टर इस्लामी युतीला दिलेले प्रोत्साहन सर्वांत प्रतिगामी भूमिका बजावणारे ठरले, पाकिस्तानच्या राजकारणामध्ये यापुढे दुय्यम भूमिका बजावण्यास तयार नसलेल्या कट्टर इस्लामवाद्यांनाही त्याने धीट केले. एमएमए ही सुन्नी आणि शिया धर्मगुरूंची युती होती, हेसुद्धा नोंद घेण्याजोगे आहे. विशेष म्हणजे, मुशर्रफ यांनी अज्ञानमुक्त नेमस्त किंवा उदारमतवादी इस्लामचा प्रचार केला असला, तरी त्यांनी श्रद्धा किंवा धारणेमुळे नाही, तर निव्वळ राजकीय संधीसाधूपणातून इस्लामी प्रतिगामी शक्तींना सर्वाधिक गोष्टी बहाल केल्या.[6]

पाकिस्तान पीपल्स पार्टीच्या (पीपीपी) बेनझीर भुट्टो आणि पाकिस्तान मुस्लीम लीगचे (पीएमएल) नवाझ शरीफ हे दोन माजी पंतप्रधान मुशर्रफ यांचे मुख्य राजकीय शत्रू राहिले असल्याने त्यांनी या दोघांना भ्रष्टाचारांच्या आरोपांमध्ये अडकवून त्यांच्या राजकीय कार्यावर निर्बंध घातले आणि त्यांना पंतप्रधानपद मिळवण्यासाठी प्रयत्न करण्यास असमर्थ बनवले. प्रांतीय निवडणुकांमध्ये एमएमएचा विजय होईल, याची सर्व खातरजमा मुशर्रफ यांनी केली. एमएमएने वायव्येकडील खैबर पख्तुनख्वा प्रांतामध्ये सरकार स्थापन केले आणि सिंध आणि बलुचिस्तान प्रांतांच्या विधिमंडळांमध्ये दुसऱ्या क्रमांकाच्या सर्वाधिक जागा जिंकल्या. पाकिस्तानच्या राष्ट्रीय विधिमंडळामध्येही त्यांनी 342 पैकी 58 जागांवर विजय मिळवला. एमएमएचे उमेदवार जाहीर सभांमध्ये शरिया कायदा आणण्याच्या बाजूने लाउडस्पीकरवरून (इतरांना लाउडस्पीकर वापरण्याची परवानगी नव्हती) प्रक्षोभक भाषणे करायचे. एमएमएच्या नेत्यांनी 15 कलमी कार्यक्रम मांडला, त्यामध्ये ईश्वर भीती आणि प्रेषित महंमदाप्रति प्रेम पुनरुज्जीवित करणे; पाकिस्तानला बनवण्यासाठी लोकांची सेवा करणे, भ्रष्टाचार नष्ट करणे; लोकांना न्यायाची हमी मिळण्यासाठी पाकिस्तानला इस्लामी कल्याणकारी राष्ट्र बनवणे; सर्व नागरिकांना अन्न, वस्त्र, निवारा, शिक्षण, रोजगार आणि विवाह खर्च मिळण्याची तजवीज करणे आदी गोष्टींचा समावेश होता. शेवटचे आणि तितकेच महत्त्वाचे म्हणजे एमएमएने पाकिस्तानी जनतेला पाश्चात्त्य साम्राज्यवादाशी लढण्याचे आणि जगातील दडपशाहीखाली जगणाऱ्या सर्व, विशेषतः काश्मिरी, पॅलेस्टिनी, अफगाणी आणि चेचेन लोकांना पाठबळ देण्याचे आवाहन केले होते.[7]

खैबर पख्तुनख्वा येथे सरकार स्थापन केल्यानंतर अल्पावधीतच एमएमएच्या नेत्यांनी जाहीरपणे लोकशाहीला, तसेच अमेरिकेच्या नेतृत्वाखाली अफगाणिस्तानातील दहशतवादाविरुद्धच्या युद्धाला पाठिंबा दिल्यामुळे जनरल मुशर्रफ यांनाही दोष दिला. 2003 मध्ये अमेरिकेने इराकवर केलेल्या आक्रमणामुळे एमएमए आणि पाकिस्तानातील अन्य

इस्लामवादी गट आणखीच चिडले. मुशर्रफ हे शत्रूला फितूर झालेले आणि साम्राज्यवादाचे दलाल म्हणून त्यांचे सर्वांत वाईट शत्रू बनले. खैबर पख्तुनख्वा येथे 2002 मध्ये सरकार स्थापन केल्यानंतर तीन वर्षांतच 2005 साली युतीतील नेत्यांमध्ये झालेल्या अंतर्गत मतभेदांमुळे एमएमने सत्ता गमावली. एमएमए ही शिया व सुन्नी, वहाबी व बरेलवी (सुफी इस्लामचे अनुयायी), कट्टरवादी अहल-ए-हदीस आणि जमातचे बहुदेशीय इस्लामवादी, तसेच तालिबान व अल कायदाच्या दहशतवाद्यांचे प्रवर्तक यांची युती होती. त्यामुळे ही युती तुटल्याने शिया आणि सुन्नी, वहाबी/अहल-ए-हदीस आणि बरेलवी, जमात आणि वहाबी यांच्यातील पंथीय संघर्ष आणखी तीव्र झाले. तेव्हापासून पाकिस्तानच्या विविध भागांमध्ये मशिदींवरील बॉम्बहल्ले आणि निरपराध शिया व सुन्नी भक्तांवरील गोळीबार ही नेहमीचे झाले.[8]

त्यानंतर अल्पावधीतच इस्लामवाद्यांनी मुशर्रफ यांच्यावर जीवघेणा हल्ला करण्याचा प्रयत्न केला आणि त्यांच्या सरकारला अमेरिकाधार्जिणे, इस्लामविरोधी आणि पाकिस्तानविरोधी म्हणून एकटे पाडून त्याविरुद्ध द्वेषपूर्ण प्रचार सुरू केला. जुलै 2007 मध्ये काही कट्टरवादी धर्मगुरू आणि त्यांच्या विद्यार्थ्यांनी इस्लामाबादमधील प्रसिद्ध लाल मशिदीमध्ये शस्त्रे गोळा केली होती. पाकिस्तानच्या राजधानीच्या शहरात मध्यवस्तीतील मशिदीशेजारच्या भागामध्ये वेश्याव्यवसाय, मद्यपान आणि मसाज पार्लरविरुद्ध (मसाज पार्लर आणि ब्युटी सॅलॉनविरुद्धच्या हल्ल्यांमध्ये मदरशातील विद्यार्थिनींनी आघाडीची भूमिका घेतली होती) स्वयंघोषित संस्कृतीरक्षकांनी केलेले हल्ले हे सरकारसाठी चांगलेच लांछनास्पद होते. काही दिवसांतच मुशर्रफ यांनी लाल मशीद प्रकरणातील कट्टरवाद्यांविरुद्ध लष्करी कारवाईचे आदेश दिले आणि या कारवाईत बरेच जण मृत्युमुखी पडले. यांमुळे देशभरातील, तसेच देशाबाहेरील इस्लामवादीही खवळले. अगदी अयमान अल झवाहिरीनेही त्याच्या अनुयायांना पाकिस्तान सरकारवर अधिक हल्ले करण्याचे आदेश दिले. लाल मशिदीच्या घटनेनंतर काही काळातच तेहरिक-ए-तालिबान पाकिस्तान या संघटनेने वझिरीस्तान आणि स्वातमधील काही भागांत दहशतीचे राज्य सुरू केले. अनेक पाश्चात्त्य विश्लेषक आणि अगदी अमेरिकेच्या परराष्ट्र मंत्री हिलरी क्लिंटन यांनीही "तालिबानने इस्लामाबादचा ताबा घेण्याच्या संभाव्य संकटाविषयी" चिंता व्यक्त केली.[9]

पद्धतशीर आणि जवळपास अखंडपणे सुरू असलेल्या इस्लामीकरणाच्या कार्यक्रमामुळे, जमाते इस्लामीव तिच्यासारख्या अन्य इस्लामवादी हुकूमशाही पक्षांना आणि राजकारणाचे इस्लामीकरण करण्यास कटिबद्ध असलेल्या असंख्य इस्लामप्रेमी आणि दहशतवादी संघटनांना पाकिस्तानमध्ये विघातक शरिया कायदा आणण्यासाठी आणि पद्धतशीर शुद्धीकरणाची प्रक्रिया सुरू करण्यासाठी ख्रिश्चन, शिया, अहमदिया आणि इतर मुस्लिमांचे त्यांच्या विपथगामी श्रद्धा आणि कथित पाकिस्तानविरोधी कृत्यांकरिता निवडक आणि स्वैर हत्याकांड घडवून आणण्यासाठी पुरेशी ताकद आणि प्रभाव निर्माण

करता आला. केंद्र सरकारने लहानशा अहमदिया समाजाला औपचारिकरीत्या मुस्लिमेतर म्हणून घोषित केले, तर पाकिस्तानी शियांनाही सुन्नी धर्मांधांच्या हल्ल्यांना सामोरे जावे लागत आहे.

प्रसारमाध्यमांमधील वृत्तान्तांच्या आणि लोकप्रिय गृहीतकाच्या पूर्णपणे विपरीत, सध्या सुरू असलेल्या कार्यक्रमाचे संघटक आणि सूत्रधार हे "वेडे आणि विवेकहीन" मुस्लीम नाहीत आणि ही धोक्याची घंटा आहे. कमी दर्जाचे मुस्लीम म्हणजे कमी दर्जाचे पाकिस्तानी असे मुल्ला मानत असल्यामुळे, सुन्नी धर्मांधांना पाकिस्तानच्या राजकारणाचे शुद्धीकरण करण्यासाठी शिया, अहमदिया आणि अन्य मुस्लिमांची हत्या करण्यात काहीच वावगे वाटत नाही.[10] इस्लामवाद हा त्या देशात इतका खोलवर रुजला आहे की सामान्य पाकिस्तानी मुस्लिमांना ते इस्लामच्या नावाने ज्या श्रद्धा बाळगतात किंवा जे आचरण करतात त्यांपेक्षा वेगळा असा अन्य कोणता इस्लामी किंवा धर्मनिरपेक्ष पर्याय आहे का, याचीही माहिती नाही. अनेक मुल्लांना पोलिओ लसीकरण हेसुद्धा मुस्लीम बालकांना वांझ बनवण्याचे पाश्चात्त्यांचे आणखी एक कारस्थान आहे, असे वाटते. एएफपी या वृत्तसंस्थेने जून 2012 मध्ये वझिरीस्तानातून दिलेल्या वृत्तानुसार, तेथील एका टोळीप्रमुखाने त्याच्या लोकांमध्ये पोलिओ लसीकरणाचे अभियान घेण्यावर बंदी घातली होती.[11] वायव्य पाकिस्तानातील काही भागही पाकिस्तानी तालिबानच्या नेतृत्वाखालील बंडखोरी आणि दहशतवादामुळे 2007 पासून अत्यंत अस्थिर आहे.[12]

सिंहावलोकन करताना, पाकिस्तानमध्ये आणि त्याच्या आसपास माजलेल्या बजबजपुरीसाठी कारणीभूत असलेल्या अनेक गोष्टींकरिता पाकिस्तानला दोष देता येईल, ज्यामध्ये इस्लामवाद, दहशतवाद, बंडखोरी, बहुदेशीय संघर्ष, छुपी युद्धे आणि अखेरचे आणि तितकेच महत्त्वाचे म्हणजे अल्पसंख्याक आणि महिलांच्या मानवाधिकारांचे उल्लंघन यांना दिलेले प्रोत्साहन यांचा समावेश आहे. त्यात पुन्हा, सध्या प्रचलित असलेले कुप्रशासन, लोकशाहीचा अभाव, आणि देशातील लष्कर आणि इस्लामी बंडखोरीचे प्राबल्य यांसाठी केवळ पाकिस्तानला दोष देता येऊ शकत नाही. अमेरिकेने 1950 च्या दशकापासून केवळ पाकिस्तानचे सर्व लष्करी हुकूमशहा आणि लोकशाहीवादी नसलेल्या राजवटींनाच पाठिंबा (आणि बऱ्याच प्रमाणात प्रोत्साहनही) दिला नाही, तर अगदी 1979 मध्ये सोव्हिएतने अफगाणिस्तानमध्ये आक्रमण करण्याच्या आधीपासून इस्लामवादी पक्ष आणि अतिरेकी मुजाहिदीन यांनाही प्रोत्साहन देण्यासाठी अमेरिका जबाबदार आहे. अध्यक्ष कार्टर यांचे राष्ट्रीय सुरक्षा सल्लागार बिगनिऊ ब्रेझिन्स्की यांच्या शब्दांत सांगायचे झाल्यास:

> इतिहासाच्या अधिकृत आवृत्तीनुसार सीआयएने 1980 च्या दरम्यान, म्हणजेच सोव्हिएत लष्कराने 24 डिसेंबर, 1979 साली अफगाणिस्तानवर आक्रमण केल्यानंतर मुजाहिदीनना साहाय्य करण्यास सुरुवात केली. मात्र, आतापर्यंत गुप्त ठेवण्यात आलेले वास्तव संपूर्णपणे

> वेगळे आहे: खरेतर अध्यक्ष कार्टर यांनी 3 जुलै, 1979 रोजी काबूलमधील सोव्हिएत समर्थक राजवटीच्या विरोधकांना गुप्तपणे साहाय्य करण्याच्या पहिल्या सूचनापत्रकावर स्वाक्षरी केली होती. आणि त्याच दिवशी मी अध्यक्षांना एक टिपण लिहिले होते, ज्यामध्ये हे साहाय्य सोव्हिएत लष्कराला आक्रमण करण्यासाठी प्रवृत्त करणार आहे, असे माझे मत असल्याचे मी त्यांना स्पष्ट केले होते.[13]

सोव्हिएत महासंघाने अफगाणिस्तानमध्ये आक्रमण केले, त्या दिवशी ब्रेझिन्स्की यांनी कार्टर यांना लिहिलेले टिपणही येथे नोंद घेण्याजोगे आहे: "आपल्याकडे आता यूएसएसआरला व्हिएतनामची परतफेड करण्याची संधी आहे."[14] पुढे जाऊन तालिबान किंवा दहशतवादी म्हणून उदयास आलेल्या इस्लामी अतिरेक्यांना शस्त्रसाठा पुरवण्यात आला, त्याबाबत कोणताही पश्चात्ताप नसल्याचेही ते प्रांजळपणे सांगतात. कारण, तालिबानच्या उदयापेक्षा सोव्हिएत महासंघ ढासळणे अधिक महत्त्वाचे आहे, असा त्यांचा विचार होता.[15] अमेरिका 1980 पासून अफगाणिस्तानमध्ये, विशेषतः सोव्हिएतची माघार आणि 1990 च्या दशकाच्या सुरुवातीस कम्युनिस्टांचा धोका संपुष्टात आल्याच्या पार्श्वभूमीवरही त्यांचे सर्वांत प्रदीर्घ युद्ध का लढत आहे, असा प्रश्न कोणालाही पडू शकेल. एका विश्लेषकाने नोंदवलेल्या निरीक्षणानुसार,

> अफगाणिस्तानपासून अमेरिकेला कोणताही लष्करी धोका नाही. ज्याच्या सहाय्याने ते अमेरिकेवर आक्रमण करू शकतील, असे लष्कर, हवाईदल किंवा नौदलही त्यांच्याजवळ नाही. तरीही अफगाणी हे अमेरिकेसाठी गंभीर लष्करी धोका ठरतात, यावर लोकांचा विश्वास बसावा, यासाठी निष्णात प्रचारकच लागतात.[16]

तथापि, अमेरिकेच्या तथाकथित अफ-पाक उद्देशपत्रिकेने चांगला परतावा दिलेला नाही. अमेरिकेच्या प्रभावाखाली असल्याचे मानले जाणारे अफगाणिस्तानचे अध्यक्ष करझाई हे अलीकडेच अमेरिकेच्या अफगाणिस्तानातील लष्करी डावपेचांचे कडवे टीकाकार बनले आहेत. फेब्रुवारी 2013 च्या मध्यात अमेरिकेच्या हवाई हल्ल्यामध्ये बहुतांश महिला आणि लहान मुले असणारे10 अफगाणी नागरीक मारले गेल्यानंतर करझाई यांनी अमेरिकेला अफगाण क्षेत्रामध्ये हवाई हल्ले थांबवण्याचे आदेश देणारा हवाई-हल्लाबंदीचा हुकूमनामा जारी केला.[17] या हुकूमनाम्यापाठोपाठ करझाई यांनी अमेरिकन सरकारला आणखी एक कठोर इशारा दिला. 24 फेब्रुवारी रोजी करझाईंनी, काबूलला लागून असलेल्या आणि तालिबानपासून राजधानीचे संरक्षण करण्यासाठी महत्त्वाचे क्षेत्र म्हणून पाहिल्या जाणाऱ्या मैदान वारदाकमधून सूत्रे हाताळण्यास अमेरिकेच्या विशेष सुरक्षा दलांना बंदी घातली, कारण याठिकाणी अमेरिकच्या विशेष सुरक्षा दलाच्या फौजा अफगाणी स्थानिकांचा छळ आणि हत्या करत असल्याचे अनेक आरोप होत होते.[18] तालिबानशी शांतताविषयक वाटाघाटी करण्यामध्ये ओबामा यांनी विशेष रस दाखवूनही

करझाई सरकारने दोहा (कतार) येथे जुलै, 2013 मध्ये तालिबानशी चर्चा करण्यास नकार दिला, कारण अफगाणिस्तानमधील तथाकथित इस्लामी आमिरातीचे रक्षणकर्ते म्हणून तालिबानला मान्यता देण्याच्या ते विरोधात होते.[19]

पाकिस्तानचा सर्वांत देशभक्त घटक आणि सर्वांत सुसंघटित राजकीय पक्ष असल्याचा दावा करणारे पाकिस्तानी लष्करही अलीकडच्या काळात बऱ्याच कारणांवरून अमेरिकेवर नाराज आहे. अमेरिकेने अनधिकृतरीत्या पाकिस्तानवर केलेल्या ड्रोन/हवाई हल्ल्यांमध्ये नागरीक आणि सैनिक मारले गेल्यामुळे पाक लष्करामध्ये आपला अपमान आणि उल्लंघन झाल्याची भावना आहे. बिन लादेनची हत्या ही यामध्ये शेवटची काडी ठरली. पाकिस्तानच्या नेत्यांची अनिश्चितता ही त्या देशाबाबतची सर्वाधिक चिंताजनक बाब आहे. पाकिस्तानचे राजकारणी आणि लष्करप्रमुखांनी 1971 मध्ये राष्ट्रीय एकात्मतेच्या नावाखाली बंगाली लोकांमध्ये दहशत निर्माण करून, त्यांच्या हत्या करून आणि त्यांना अपमानित करून ज्या प्रकारे पूर्व पाकिस्तानींवर पाकिस्तानमधून बाहेर पडून बांगला देशची निर्मिती करण्याची वेळ आणली, त्याचे उदाहरण या संदर्भात देता येईल. पाकिस्तानी नेत्यांच्या अविचारी वर्तनाची परंपरा पाहता, ते पाकिस्तानला वाचवण्याच्या किंवा इस्लामचे वैभव जपण्याच्या नावाखाली भारताविरुद्ध आणखी एक युद्ध पुकारण्यापासून ते अगदी अण्वस्त्रांचा प्रसार करण्यापर्यंत कोणत्याही पातळीला जाऊ शकतात, हे नक्की आहे. म्हणून पाकिस्तान हे संपूर्ण मुस्लीम जगतातील सर्वांत अनिश्चित आणि धोकादायक राष्ट्र आहे.

अफगाणिस्तानमधील परिस्थितीही अजिबात सुरळीत नाही. अबोटाबादमधील (बिन लादेनला मारण्याच्या) कारवाईनंतर अफगाणिस्तानात नाटो-आयएसएएफ-अफगाण फौजा आणि नागरिकांवरील दहशतवादी हल्ल्यांमध्ये झालेल्या लक्षणीय वाढीसाठी पाकिस्तान आयएसआयला जबाबदार धरता येऊ शकते. ओसामा बिन लादेनच्या मृत्यूनंतर एका वर्षामध्ये अफगाणिस्तानात अमेरिकेच्या फौजांमधील 367 सैनिक मारले गेले.[20] ओबामा-करझाई यांच्यातील सामंजस्यानुसार 2014पर्यंत अमेरिका आणि सहयोगी राष्ट्रांच्या फौजा मोठ्या प्रमाणावर अफगाणिस्तान सोडतील आणि युद्धोत्तर अफगाणिस्तानमध्ये केवळ काही अमेरिकन फौजा लष्करी सल्लागार म्हणून राहतील; मात्र नेमक्या किती अमेरिकन फौजा तिथे किती काळासाठी राहणार आहेत, याची आपल्याला माहिती नाही.[21] जून 2013 मध्ये दोहा येथे अफगाण सरकार आणि तालिबानमध्ये झालेली शांतताविषयक बोलणी फिसकटल्यानंतर—ज्याचे खापर अध्यक्ष करझाई यांनी अन्याय्यरीत्या अमेरिकेच्या दोषपूर्ण मुत्सद्देगिरीवर फोडले—तालिबान आणि अफगाण सरकारमध्ये कधीतरी शांततेबाबत वाटाघाटी होऊ शकेल का, याची खात्री नाही. अमेरिका आणि नाटो 2014 च्या अखेरीपर्यंत अफगाणिस्तानातून सर्व फौजा परत बोलावेल की सुमारे 12,000 ते 20,000 च्या दरम्यान फौजा तिथे ठेवेल, याबाबतही कोणाला खात्री नाही. पाश्चात्त्य फौजा परतल्यानंतरची अफगाणिस्तानातील परिस्थिती बऱ्यापैकी अंधःकारमय दिसते

आहे. पाश्चात्त्य फौजा, युद्ध साहित्य, हवाई साहाय्य आणि गुप्तचर यंत्रणेशिवाय अफगाणी सैनिक तालिबानला अफगाणिस्तानात पुन्हा सत्ता काबीज करण्यास प्रतिकार करतील, याची शक्यता नगण्य आहे.[22]

अफगाण लष्कर आणि पोलीस यंत्रणा ही सर्वांत कमी भरवशाची असताना, पाकिस्तान हा पाश्चात्त्य फौजांच्या परतीचा सर्वांत मोठा लाभार्थी ठरण्याची शक्यता आहे. पाकिस्तानमधील अशांत बलुचिस्तान आणि वायव्यातील टोळीवाल्यांचे प्रदेश इथे अफगाणिस्तानला हाताशी धरून अस्थिरता निर्माण करण्याचा जुचा खेळ भारताने थांबवला नाही, तर भारत आणि पाकिस्तान यांचे छुपे युद्ध अफगाणिस्तान, बलुचिस्तान, एफएटीए आणि काश्मीरमध्ये चालूच राहील. येणाऱ्या वर्षांमध्ये पाकिस्तानस्थित इस्लामी-नार्को-जिहादी संघटनांकडून मुंबईमध्ये (2008) झालेल्या हल्ल्यांसारखे आणखी हल्ले भारतातील शहरांवर होण्याची शक्यताही नाकारता येत नाही.

तथापि, तकलादू संरक्षणात्मक परिस्थितीमुळे अफगाणिस्तानमधील सत्तासंघर्ष इतक्यात संपणार नाही, हे स्पष्ट आहे. त्यामुळे या खेळातील अखेरचा डाव किंवा अमेरिकन फौजांची देशातून संपूर्ण माघार या गोष्टी 2014 च्या अखेरीपर्यंत घडणार नाहीत. अमेरिकन लष्करी तळ, लढाऊ विमाने, विशेष तुकड्या आणि सल्लागार हे किमान 2024 मध्ये अमेरिका-अफगाण करार संपुष्टात येईपर्यंत तरी तेथे राहतील.[23] अमेरिकापुरस्कृत सरकारच्या व्यक्तिरिक्त अफगाणिस्तानमधील सत्तेचे मुख्य दावेदार आहेत - (अ) फारसे एकसंध नसलेले तालिबानी लढवय्ये; (ब) ड्यूरँड रेषेच्या दोन्ही बाजूंना असलेला हक्कानी गट (जलालुद्दीन हक्कानी आणि त्याच्या मुलाच्या नेतृत्वाखालील पश्तून जमातीतील लोक); (क) दि नॉर्दर्न अलायन्स किंवा अफगाणिस्तानच्या मुक्तीसाठीची संयुक्त इस्लामी आघाडी; (ड) गुलबुद्दीन हिकमतयारच्या नेतृत्वाखालील पश्तून मुजाहिदीन; (ई) पश्तून युद्धटोळ्या, विशेषतः गुल आघा शेरझाईच्या नेतृत्वाखालील गट आणि अखेरचा आणि तितकाच महत्त्वाचा म्हणजे (फ) उपखंडात अल कायदाचे शिल्लक राहिलेले लोक. तालिबानच्या मुख्य गटाला काबूल आणि उर्वरित देश (जरी त्यांना केवळ 30 टक्क्यांच्या आसपास अफगाण आणि दोन तृतीयांश पश्तून जमातीचा पाठिंबा असला तरी) काबीज करायचा असताना, हक्कानी गट ड्यूरँड रेषेच्या (1893 मध्ये आखण्यात आलेली ड्यूरँड रेषा हक्कानी गट मान्य करत नाही) दोन्ही बाजूंच्या प्रदेशात स्थानिक पश्तून स्वायत्तता मिळवण्यासाठी जोरदार प्रयत्न करत आहे. हक्कानी गटाने तालिबानच्या केंद्रीय अफगाण राजवट लादण्याच्या प्रयत्नांना आव्हान देत 1999 आणि 2000 साली तालिबानशी लढाई केली होती. तालिबान आणि हक्कानी गट या दोघांनाही पाकिस्तानचा आश्रय आहे. अमेरिका हा नॉर्दर्न अलायन्स या तालिबानविरोधी आणि प्रामुख्याने ताजिक आणि काही प्रमाणात उझबेक, हाझरा, आणि पश्तून अशा भिन्न प्रकारच्या जमातीतील लोकांची मोट बांधलेल्या गटाचा मुख्य अर्थपुरवठादार राहिला आहे. विशेष म्हणजे, वर उल्लेख केलेल्या

गटांमध्ये आपापसांत मतभेद असले, तरी ते सर्व नॉर्दर्न अलायन्स आणि करझाई सरकारच्या विरोधात तालिबानसोबत आहेत. तालिबानविरोधी युद्धटोळ्यांनी अफगाणिस्तानात केलेल्या अमली पदार्थांच्या प्रसाराकडे अमेरिकेने 1990 च्या दशकापासून कानाडोळा केल्यानेच प्रामुख्याने अफगाणिस्तान ही जगाची अमली पदार्थांची राजधानी बनली आहे. त्यानंतर, तालिबाननेही अमली पदार्थांचे उत्पादन आणि तस्करीला उपखंडामध्ये, तसेच उपखंडाबाहेरही प्रोत्साहन देण्यास सुरुवात केली.

अमेरिकन आणि युरोपियनांचा दूरदृष्टीचा अभाव (ऱ्हस्वदृष्टी) आणि तालिबानला पराभूत करून अफगाणिस्तानमध्ये लोकशाही पुनर्प्रस्थापित करण्याविषयीचा आशावाद यांमुळे अफगाणिस्तानातील परिस्थिती आज अजिबात सामान्य नाही आणि 2014 नंतर किंवा 2024 पर्यंतही ती सुधारण्याची शक्यता कमी आहे. म्हणूनच अमेरिकेने अफगाणिस्तानातून परतीची तयारी करताना स्थित्यंतरातील राजकीय घटकांकडे डोळेझाक करून केवळ सुरक्षेवर लक्ष केंद्रित न करणे, हे अत्यावश्यक आहे. “2014 मध्ये अफगाणिस्तानात स्थिर सरकार मागे ठेवून जाण्यासाठी वॉशिंग्टनला निवडणुकीतील सुधारणांसाठी, तालिबानसोबतच्या वाटाघाटींसाठी आणि पाकिस्तानला सहभागी करून घेऊन प्रादेशिक तोडगा काढण्यासाठी अधिक कसोशीने प्रयत्न करण्याची गरज आहे,” हे काही विश्लेषकांचे मानणे योग्यच आहे.[24] अमेरिका अगदी अफगाणिस्तानातील सहकारीही (करझाई सरकारसह) गमावत असताना, ड्रोन हल्ले करून तालिबानला काबूत ठेवणे आणि त्याच वेळी त्यांच्यासोबत शांततेसंबंधी वाटाघाटी करणे हे धोरण सुरू ठेवल्याने अमेरिकेला काहीच फलित मिळणार नाही. याबाबत नामवंत सुरक्षा विश्लेषक आणि अफगाण-पाकिस्तान घडामोडींविषयीचे तज्ज्ञ अनाटो लिव्हेन यांच्या मताशी आपण सहमत होऊ शकतो: “एकाच वेळी ‘गोळीबार आणि चर्चा’ या सध्याच्या दुटप्पी डावपेचांऐवजी, तिने [अमेरिकेने] ‘गोळीबाराऐवजी चर्चा’ करण्यावर लक्ष केंद्रित केले पाहिजे.”[25]

अफगाणिस्तानमधील इस्लामवादाचे प्रकटीकरण हे पाकिस्तानप्रमाणे संरचित नसून आपसूक आलेले आहे. सोव्हिएत आक्रमण (1979) आणि निरीश्वर साम्यवादाविरोधातील जिहादला अमेरिका व पाकिस्तानचे संयुक्त पाठबळ यांनी अखेरीस अफगाणिस्तानमध्ये इस्लामी कट्टरवादी शक्तींच्या उदयाचा मार्ग आखून दिला. आजमितीला, अफगाण तालिबानचे भवितव्य पाकिस्ताच्या अफगाण धोरणाचे काय होते, यावर अवलंबून आहे. जर पाकिस्तान सरकारने अफगाणिस्तानात युद्धक्षेत्र आणि नागरी क्षेत्र यांच्यामध्ये सुरक्षित अंतर राखणाऱ्या ‘सामरिक खोली’ची (स्ट्रॅटेजिक डेप्थ) अविवेकी मागणी सोडून देऊन स्वतःला अफगाणिस्तानपासून दूर ठेवण्याचा निर्णय घेतला, तर अल्पावधीतच तालिबान विरून जाईल. 1980 च्या दशकामधील जिहादच्या सुरुवातीपासून जनतेचे जे काही सांस्कृतिक इस्लामीकरण घडले आहे, ते सुप्रशासन आणि शैक्षणिक प्रसाराच्या माध्यमातून नाहीसे करता येऊ शकते. तथापि, यासाठी भारताकडून दक्षिण आणि उत्तर अशा दोन्ही

बाजूंनी घेरले जाण्याविषयी पाकिस्तानला असलेल्या भीतीचे शमन भारताने करणे आवश्यक आहे. एक प्रामाणिक मध्यस्थ म्हणून अफगाणिस्तान, पाकिस्तान, भारत आणि चीन यांच्यात संवाद निर्माण करण्यात अमेरिका अतिशय महत्त्वाची भूमिका बजावू शकते. तथापि, असे घडण्याची शक्यता दृष्टिपथातील भविष्यात नगण्य आहे. परिणामतः अफगाणिस्तान आणि पाकिस्तान हे अनिश्चित काळासाठी जागतिक जिहादच्या केंद्रस्थानी राहतील.

अखेरचे आणि तितकेच महत्त्वाचे म्हणजे, फौजा परतल्यानंतरच्या काळातील अफगाणिस्तानचे स्थैर्य हे इस्लामाबादवर कोणाचे नियंत्रण आहे, यावर अवलंबून राहील. पाकिस्तानातील लष्कर-इस्लामवाद्यांची शक्तिशाली युती (ही युती अमेरिकेतील लष्कर-उद्योग युतीला समांतर आहे, असे दिसते) अफगाणिस्तानमध्ये सामरिक खोली निर्माण करण्याच्या प्रयत्नात पुन्हा त्या देशात तालिबान सरकारला सत्तेवर बसवण्याची शक्यता आहे. एका तालिबानी नेत्याने तालिबानच्या पाकिस्तानवरील अवलंबित्वाचे वर्णन मार्मिकपणे केले आहे: रायफलने गोळी झाडण्यासाठी एखाद्याला खांद्याची जितकी गरज असते, तितकेच आपल्यासाठी पाकिस्तान महत्त्वाचे आहे, असे तालिबानचे काही नेते मानतात. 2008 मध्ये पकडण्यात आलेल्या एका तालिबानी नेत्याने त्याला पकडणाऱ्या अमेरिकनांना फौजांच्या आक्रमणानंतरची तालिबानची अफगाणिस्तानातील व्यूहरचना तत्त्वज्ञानाच्या अंगाने समजावून सांगितली होती: "तुमच्याकडे घड्याळे असतील, पण वेळ आमच्याकडे आहे."[26] अफगाणिस्तानात सर्वांत कट्टर गटांना एकटे पाडण्यासाठी तालिबान आणि हेझ्ब-ए-इस्लामी यांच्यात पुन्हा राजकीय ऐक्य होऊन युती सरकार येऊ शकते, असे काही विश्लेषक सुचवतात.[27] ओबामा प्रशासनच्या पाकिस्तान आणि अफगाणिस्तानला संमिश्र संदेश देण्यामुळे तालिबान आणि एलईटीच्या अतिरेक्यांना मदत करू नये, यासाठी पाकिस्तानचे मन वळवण्यात तेसपशेल अपयशी ठरले आहे, असे अहमद रशीद यांना वाटते.[28]

नाटो, ब्रिटिश आणि अमेरिकन मरिनच्या 15000 हून अधिक फौजा हेल्मांद नदीच्या खोऱ्यात मोजक्या तालिबानी लढाऊंचा पराभव करण्यास असमर्थ ठरतात हे अविश्वसनीय आहे. हेल्मांद ही जगाची अमली पदार्थांची राजधानी मानली जाते आणि हेल्मांदस्थित हेरॉइनच्या व्यापारातून तालिबानला प्रचंड नफा मिळतो. आयईडी-सज्ज असलेले मोजके तालिबानी लढवय्ये हे नाटो आणि आयएसएएफसाठी बलाढ्य शत्रू बनून राहिले आहेत. 2010 या एकाच वर्षात तालिबानी लढवय्यांनी तब्बल 14661आयईडी स्फोटके पेरून अमेरिकन फौजांमधील सुमारे 268 जणांना मारले, तर आणखी 3,360 जणांना जखमी केले.[29] अफगाणिस्तान, पाकिस्तान, भारत आणि त्यापलीकडेही असणारे गुन्हेगारी-अमली पदार्थ-इस्लामी यांचे बहुदेशीय जाळे हे दक्षिण आशियापलीकडील (अमेरिकेसह) देश आणि प्रदेशांसाठी सर्वांत मोठा सुरक्षात्मक धोका ठरत आहे. त्याचप्रमाणे तालिबानी लढवय्यांच्या संख्येमध्ये होणारी प्रचंड वाढ हा अफगाणिस्तान आणि पाकिस्तानातील स्थैर्याला नवा धोका म्हणून समोर येत आहे. तालिबानचे माजी परराष्ट्रमंत्री मुल्ला वकील

अहमद मुतवक्किल यांच्याशी झालेल्या वैयक्तिक वार्तालापाच्या आधारे, नवे तालिबान हे जुन्या तालिबानपेक्षा अधिक कट्टरवादी आणि लढण्यास अधिक उत्साही असेल, असे अहमद रशीद उघड करतात.[30] येणाऱ्या काळात अफगाणिस्तानमध्ये अमेरिकेला लष्करी आणि राजनैतिक यांपैकी कोणताच विजय मिळणार नसल्याचे दिसत असताना, पाकिस्तानही अमेरिकेपासून दुरावते आहे.[31]

मुल्ला ओमरच्या भोवती जसे गूढतेचे वलय आहे, तसेच वलय तालिबानच्या उदयासाठी कारणीभूत ठरलेली परिस्थिती, त्यांचे प्रादेशिक आणि आंतरराष्ट्रीय लागेबंधे आणि शेवटी व तितकेच महत्त्वाचे म्हणजे अल कायदासोबतचे त्यांचे संबंध यांभोवतीही आहे. त्यामुळेच तालिबान ही पूर्णपणे मूळची वहाबी राजकीय चळवळ आहे, की दहशतवादी संघटना नसलेला इस्लामी बंडखोरांचा गट आहे, की जनरल मॅकख्रिस्टल यांनी कल्पना केल्याप्रमाणे इराणचे पाठबळ असलेला बहुदेशीय दहशतवाद्यांचा गट होता, याविषयी निश्चित निष्कर्षाप्रत येणे कठीण आहे.[32] त्यात पुन्हा या निराधार आरोपाचे खंडन आपल्याला विकिलिक्सने प्रसिद्ध केलेल्या कागदपत्रांमध्ये सापडते.[33] अमेरिकेचे लष्करी उच्चाधिकारी, तज्ज्ञ आणि नागरी उच्चाधिकाऱ्यांनी तालिबानच्या केलेल्या परस्परविरोधी आणि चुकीच्या मूल्यांकनावरून तथाकथित अफपाक उपखंडाचे स्वरूप आणि एकूण तेथील परिस्थिती यांविषयीच्या त्यांच्या प्राविण्याचा आणि आकलनाचा अभाव उघड होतो. अफपाक उपखंडामध्ये खदखदत आहेत, असे पाकिस्तान सरकारच्या माहिती आणि सोईनुसार किंवा त्याशिवाय, सांगितल्या जाणाऱ्या आणि तिथून उत्पन्न होणाऱ्या तालिबान, अल कायदा, लष्कर-ए-तोयबा आणि तथाकथित जिहादी मुद्द्यांची दखल आपल्याला घेण्याची गरज आहे. आपण सरकारी अहवाल आणि प्रसारमाध्यमांच्या वृत्तान्तांवर, सनसनाटी पुस्तकांवर आणि जनरल मॅकख्रिस्टल यांच्यासारख्या वाचाळ लोकांच्या बेजबाबदार विधानांवर अवलंबून राहू शकत नाही. 9/11 च्या हल्ल्यानंतर तालिबान, अल कायदा आणि जागतिक जिहादच्या विविध पैलूंविषयीचे बरेचसे लेखन, मुलाखती आणि प्रत्यक्षदर्शींचे वृत्तान्त यांनाही कटकारस्थानाचे सिद्धान्त आणि/किंवा क्लृप्त्या आणि प्रचार यांचा वास येतो आणियातून हे मुद्दे मांडणाऱ्यांचे/लेखकांचे पूर्वग्रह आणि अज्ञान प्रतिबिंबित होते.

तालिबानबाबतची सर्वांत अनाकलनीय गोष्टी ही की धर्मनिष्ठ, प्रक्षुब्ध आणि समर्पित पश्तून मदरशातील विद्यार्थी (ज्यांचा रणगाडे आणि तोफखाना यांसारख्या लष्करी साहित्याशी खूप कमी परिचय होता) हे या नागरी सैन्याचे मुख्य आधार असल्याचे सांगितले जाते. त्यांच्या लढाई कौशल्याने अफगाणी लष्करावर आणि काही वेळा नाटोच्या फौजांवरही मात केल्याचे आपल्याला प्रसारमाध्यमांद्वारे समजते. वायव्य पाकिस्तानमध्ये तालिबानी लढवय्यांशी लढणाऱ्या काही पाकिस्तानी लष्करी अधिकाऱ्यांनी मला सांगितले होते की तालिबानी लढवय्ये हे अमेरिकन मरिन्सइतकेच सुप्रशिक्षित असल्याचे दिसत

होते. तालिबान हे केवळ मदरशाच्या विद्यार्थ्यांचे सुमार विस्कळित नागरी सैन्य नव्हते, यावर विश्वास ठेवण्यासाठी आपल्याकडे कारणे आहेत. तालिबानने 1996 मध्ये काबूल आणि त्यानंतर बहुतांश अफगाणिस्तान काबीज करताना ज्या प्रकारे नॉर्दर्न अलायन्सच्या शस्त्रसज्ज सैनिकांचा पराभव केला, तो करण्यासाठी केवळ उत्स्फूर्तता, धार्मिक आवेश आणि धर्मांधता पुरेशी नव्हती. शेवटी आणि तितकेच महत्त्वाचे म्हणजे, नाटोच्या कमांडरनी आशावादी सूर लावला असला तरी तालिबानविरुद्धचे युद्ध संपण्याच्या जवळपासही पोहोचलेले नाही, कारण कोणीच अद्याप तालिबानचा निर्णायकरीत्या पराभव केलेला नाही आणि या समस्येवर कोणताही लष्करी उपाय नाही असे दिसते आहे. (2001 मध्ये तालिबानी राजवट उलथवल्यानंतर) 'तालिबानचे काय करायचे' याबाबतची अमेरिकन आणि अफगाण धोरणकर्त्यांची द्विधा अवस्था अविश्वसनीय आहे. त्यांचा पराभव करणे तर सोडाच, पण त्यांना काबूत ठेवण्यातही अपयश आल्यानंतर अमेरिकेच्या पाठबळावर असलेल्या अफगाण राजवटीने तालिबानशी चर्चा करण्याबाबत विचार बोलून दाखवण्यास सुरुवात केली. करझाई सरकारसाठी शरमेची बाब म्हणजे, 2010 साली त्यांनी तालिबानचा प्रतिनिधी असल्याचा दावा करणाऱ्या तोतयाबरोबर अगोदरच चर्चा सुरूही केली होती.[34] असे दिसते की तालिबान हे इतके बलाढ्य बनले आहे आणि त्यांना पराभूत करण्यास असमर्थ ठरत असल्याबाबत अफगाण सरकार इतके चिंताग्रस्त आहे की जुलै 2012 मध्ये अध्यक्ष करझाई यांनी फरारी असलेल्या मुल्ला ओमरला अफगाण अध्यक्षपदासाठी निवडणूक लढण्याचेही आवाहन केले होते.[35]

अफगाणिस्तानमधील या खेळाला पूर्णविराम देण्यासाठी अफगाणिस्तानामध्ये बऱ्याच काळापासून हस्तक्षेप करत असलेल्या सहा शेजाऱ्यांचा पाठिंबा आवश्यक आहे: इराण, पाकिस्तान, चीन, तुर्कमेनिस्तान, उझबेकिस्तान आणि ताजिकीस्तान, या अहमद रशीद यांच्या विधानाशी सहमत होण्यासाठी आपल्याकडे सबळ कारणे आहेत. पाकिस्तान कशा प्रकारे एकाच वेळी तालिबानला आणि अमेरिकनांना मदत करण्याचा दुटप्पी खेळ खेळत आहे आणि अफगाणिस्तानामध्ये पाकिस्तान भारताविरुद्ध खेळत असलेले छुपे युद्ध हे अफगाणिस्तानमधील दीर्घकाल टिकणाऱ्या शांततेतील सर्वांत मोठा अडथळा कसा आहे, याकडे रशीद यांनी योग्य निर्देश केला आहे.[36] सर्वांत महत्त्वाचे म्हणजे 1989 साली अफगाण जिहाद संपुष्टात येण्याला दोन दशकांहून अधिक काळ उलटल्यानंतरही तालिबान हे अगदी नाटो आणि आयएसएएफच्या फौजांपेक्षा चांगले नाही, तरी नादान त्यांच्यासारख्या तरी युवकांना भरती करून घेणे कसे जमवते, याचेही आश्चर्य वाटल्यावाचून राहवत नाही. यासंदर्भात टॉम फ्रीडमन यांचे निरीक्षण खूप समर्पक आहे. ते म्हणतात (त्याचा गोषवारा सांगायचा झाल्यास):

> अमेरिकनांनी अफगाणांना लढण्याचे प्रशिक्षण देणे हे कोणीतरी ब्राझीलच्या लोकांना फुटबॉल खेळण्याचे प्रशिक्षण देण्यासारखे आहे... तालिबानला कोण प्रशिक्षण देतेय? त्यांच्याकडे साधे नकाशेही नाहीत आणि नकाशा कसा वापरायचा हेसुद्धा त्यांना

> माहीत नाही... अमेरिकेला आपल्या मायभूमीमध्ये राष्ट्रबांधणी करण्याची गरज आहे, अफगाणिस्तानमध्ये आणखी हजारो अब्ज डॉलर्स खर्च करूनही काही उपयोग होणार नाही... इराक आणि अफगाणिस्तानात अमेरिकने गुंतणे म्हणजे बेरोजगार जोडप्याने मूल दत्तक घेण्यासारखे आहे.[37]

"तालिबानला कोण प्रशिक्षण देतेय?" हा जसा महत्त्वाचा प्रश्न आहे, तितकाच महत्त्वाचा प्रश्न "तालिबान म्हणजे कोण?" हासुद्धा आहे. सर्वसामान्य गृहीतकाच्या विरुद्ध म्हणजे, तालिबान हे आता संज्ञेच्या शब्दशः अर्थाने तालिबान नाही, सोव्हिएतोत्तर अफगाणिस्तानच्या तिसऱ्या दशकामध्ये ते आता तसे राहिलेले नाहीत. त्यांच्यापैकी बहुतांश जण आता अमेरिकापुरस्कृत अफगाण सरकारविरुद्धच्या बंडखोरीमध्ये सहभागी झालेले चांगले प्रशिक्षित व्यावसायिक सैनिक आहेत. सर्व तालिबानींना आपण केवळ इस्लामी दहशतवादी मानता कामा नये. शिवाय, काही तालिबानी सैनिक हे अमली पदार्थांच्या माफियांकडे अफूच्या शेतीचे संरक्षण करण्याच्या, तसेच अफूवरील प्रक्रियेच्या आणि अफगाण सीमारेषेवरून होणाऱ्या अमली पदार्थांच्या तस्करीच्या कामावर पगारी नोकर आहेत. त्यांचे वर्गीकरण नार्को-दहशतवादी किंवा नार्को-जिहादी म्हणून केले जाऊ शकते, कारण अफगाणिस्तानमध्ये आणि त्याच्या आसपासच्या प्रदेशात आपली हरवलेली खिलाफत पुनर्प्रस्थापित करण्यास इच्छुक असलेल्या तालिबानी विचारधारेच्या पुरस्कर्त्यांसोबत त्यांचे लागेबंधे आहेत. तालिबान हे अफगाणिस्तानात पाकिस्तानचे भारताविरुद्धचे आणि 2011 च्या अखेरीस अमेरिका-पाकिस्तान संबंध लक्षणीयरीत्या खालावल्यानंतर अमेरिकेविरुद्धचेही छुपे युद्धही लढत आहे. तालिबानचे अल कायदाशी जवळचे संबंध असले, तरी या नागरी सैन्याला आपण केवळ अल कायदाची उपशाखा म्हणून चितारता कामा नये. सौदी वहाबीवादापेक्षा बराच वेगळा असलेल्या आणि पूर्णपणे भिन्न इतिहास, तत्त्वज्ञान आणि उद्दिष्टे असलेल्या पाकिस्तानी/दक्षिण आशियाई वहाबीवादाच्या कृपाछत्राखाली तालिबानची मुळे रुजली.

तरीही, सौदी आणि दक्षिण आशियाई या दोन्ही वहाबींचा अफगाण तालिबानचे नेते आणि लढवय्यांवर सखोल प्रभाव आहे. अल कायदा आणि दक्षिण आशियाई वहाबी विचारधारांच्या मिश्रणातून तयार झालेली ही अद्वितीय अशी संकरीत इस्लामी संघटना आहे. ब्रदरहूड आणि जमात या संघटनांनी हिंसाचाराविषयी तीव्र नापसंती दर्शवल्याने भ्रमनिरास झालेल्या ब्रदरहूड आणि जमातचे माजी सदस्य तालिबान पसंत करतात. परंतु, सौदी आणि दक्षिण आशियाई वहाबींमध्ये काही मतभेद आहेत. सौदी वहाबी हे सुन्नी न्यायतत्त्वशास्त्राच्या हन्बाली शाखेतून (पंथ किंवा *मझहब*) आलेले असून ते परंपरागत पाश्चात्त्य समर्थक राहिले आहेत, तर दक्षिण आशियाई वहाबी हे नेहमीच पाश्चात्त्यविरोधी आणि साम्राज्यवादविरोधी राहिले असून त्यांचे निष्ठावंत हे एकतर सुन्नी मुस्लिमांच्या अधिक उदारमतवादी असलेल्या हनाफी *मझहब*चे किंवा *अहल-ए-हदीस* म्हणजेच

हदीसचे लोक म्हणून ओळखल्या जाणाऱ्या गटाचे अनुयायी आहेत. ते अतिशय धर्मांध आणि कर्मठ आहेत आणि त्यांच्यापैकी काही जण तर हिंसाचाराच्या माध्यमातून जागतिक खिलाफत प्रस्थापित करण्याचे ध्येयही स्वीकारतात.

विशेषतः तालिबानी राजवटीमुळे (1996–2001) निर्माण झालेल्या लोकप्रिय समजुतीच्या विरुद्ध बाब म्हणजे अफगाण लोकांनी पाकिस्तान्यांप्रमाणे कधीच स्वतःची अस्मिता म्हणून इस्लामला पुढे केले नाही. भारतीय वहाबी चळवळीने 1825–1850 च्या दशकात वायव्य भारतामध्ये (आजच्या काळातील वायव्य पाकिस्तान) परमोच्च टोक गाठले असताना अफगाणींनी उत्तर भारतापासून ते बंगालपर्यंत शीखविरोधी आणि ब्रिटिशविरोधी मुजाहिदीनांना पाठिंबा देणे टाळले. बहुतांश पश्तून लोक हे संपूर्ण 19 व्या आणि 20 व्या शतकामध्ये इस्लामी कर्मठवाद, सुधारणा आणि बंडखोरीचे टोकाचे विरोधक होते. अफगाण आणि ब्रिटिशकालीन भारतीय सीमारेषेच्या दोन्ही बाजूंना असलेल्या पश्तून लोकांनी सरहद गांधी म्हणून ओळखल्या जाणाऱ्या खान अब्दुल गफार खान (1890–1988) यांच्या नेतृत्वाखाली अगदी 1947 मध्ये पश्तून प्रदेश पाकिस्तानमध्ये सामील करण्यात आल्यानंतरही धर्मनिरपेक्ष/समाजवादी पश्तून राष्ट्रवाद स्वीकारला होता. अनेक अफगाणी लोकांनी मूलतः साम्यवादातून निर्माण झालेल्या पक्षांना पाठिंबा दिला होता आणि हेच पक्ष 1978 मध्ये अफगाणिस्तानात सत्तेवर आले होते, याकडेही दुर्लक्ष करून चालणार नाही.

इजिप्तमध्ये 2011 साली होस्नी मुबारक यांच्या राजवटीची अखेर होईपर्यंत ब्रदरहूडला एकतर बेकायदा ठरवण्यात आले असताना किंवा हीन स्थान देण्यात आले असताना पाकिस्तान आणि बांगला देशमध्ये मात्र जमातच्या संघटना या राजकीयदृष्ट्या प्रभावी आणि बऱ्याचदा सरकारचा भागही राहिल्या होत्या. शरिया कायद्याचे रक्षणकर्ते म्हणून पाकिस्तानात मुस्लीम धर्मगुरूंना 1950 च्या दशकामध्ये घटनानिर्मितीच्या प्रक्रियेत त्यांचे मत नोंदवण्याचा अधिकार होता व त्यामुळे जमात-ए-इस्लामीने इस्लामी प्रजासत्ताकच्या घटनेमध्ये इस्लामी तत्त्वांचा समावेश करण्यात महत्त्वाची भूमिका बजावली होती. जनरल झिया उल-हक यांनी लष्करी बंड करून औपचारिकरीत्या पाकिस्तानच्या प्रशासनाचा ताबा घेतल्यानंतर 1977 ते 1988 दरम्यान त्यांच्या राजवटीमध्ये देशातील प्रशासनाच्या आणि जीवनाच्या जवळपास प्रत्येक क्षेत्रामध्ये शरिया कायद्याची अंमलबजावणी करण्यात आली. झिया हे जमातचे निष्ठावंत अनुयायी मानले जायचे. त्यांचा लोकशाही, राजकीय पक्ष, धर्मनिरपेक्षता, महिला व अल्पसंख्याकांना समान संधी यांवर विश्वास नसल्यामुळे पाकिस्तानमध्ये जमातला सुगीचे दिवस आले होते. झिया यांच्या मृत्यूनंतरही पाकिस्तान त्याच्या राजकीय क्षेत्रामध्ये पूर्वी जे अस्तित्वात होते त्याकडे आणि जनतेच्या मिश्र संस्कृतीकडे परत गेला नाही. झिया यांच्या कार्यकाळात देशाचे वेगाने इस्लामीकरण करण्यामध्ये जमातने महत्त्वाची भूमिका बजावली. ज्याप्रमाणे, अल कायदाच्या

आघाडीच्या नेत्यांसह अरब जगतातील अनेक कट्टर इस्लामी दहशतवाद्यांचे ब्रदरहूडशी लागेबंधे आहेत, त्याचप्रमाणे जमातमधील दुरावलेल्या आणि अधिक कट्टर सदस्यांची पाकिस्तान आणि बांगला देशातील इस्लामी दहशतवादी संघटनांमध्ये वरपासून खालपर्यंत भरती झालेली आहे. जेएमबी आणि हुजीच्या काही लोकांचे भूतकाळात जमातशी संबंध होते. तथापि, जमातने हिंसक जिहादला विरोध केल्यामुळे आपण त्या संघटनेतून बाहेर पडल्याचे 1999 आणि 2006 मध्ये जेएमबी आणि हुजीच्या काही सदस्यांनी अटक करण्यात आल्यानंतर सांगितले होते.

"भारतीय घटक" आणि अफगाणिस्तानातील छुपे युद्ध

भारतासोबतच्या काही मुद्द्यांवर अद्याप तोडगा न निघाल्याने पाकिस्तान आणि बांगला देश हे दोन्ही देश भारताला त्यांच्या देशांतर्गत आणि परराष्ट्रविषयक काही अडचणींना प्रोत्साहन दिल्याबद्दल आणि/किंवा त्यांना जास्त उठाव दिल्याबद्दल दोष देतात. यामध्ये वांशिक-राष्ट्रीय फुटिरतावाद, दहशतवाद आणि देशाला अस्थिर करणारे अन्य घटक यांसारख्या गोष्टींचा समावेश होतो. भारताचेही या दोन्ही देशांविरुद्ध असेच आरोप आहेत. पाकिस्तानला सदैव भारताविषयी वाटणाऱ्या भयगंडामागे 1947पासूनचा काश्मीर प्रश्न, 1971 साली बांगला देशच्या निर्मितीमधील भारताचा थेट सहभाग आणि अलीकडे पाकिस्तानी तालिबान टीटीपी आणि बलूच फुटिरतावाद्यांना असलेले भारताचे कथित प्रोत्साहन हे प्रमुख घटक मानता येतील. भारताचे त्याच्या जवळच्या शेजारी राष्ट्रांसोबतचे संबंध हे फारसे चांगले नसण्यापासून ते खूप वाईट असण्यापर्यंत आहेत, ही बाबसुद्धा नोंद घेण्याजोगी आहे. हा "भारतीय घटक" भारताचे त्याच्या शेजारी राष्ट्रांसोबत फारसे मैत्रीपूर्ण संबंध नसण्यातील महत्त्वाचा उत्प्रेरक आहे आणि दक्षिण आशियातील गतिशील बहुदेशीय सुरक्षेच्या चर्चेमध्ये अतिशय सुसंगत आहे. पाकिस्तान आणि बांगला देशमधील राजकारणाच्या इस्लामीकरणामागे या दोन्ही देशांचा भारतविषयक भयगंड जसा कारणीभूत आहे, त्याचप्रमाणे दक्षिण आशियातील बहुदेशीय सुरक्षेवर आपल्या अरेरावीने परिणाम करणारा देश, असा त्यांचा भारताविषयी असलेला दृष्टिकोनही कारणीभूत आहे.[38] बांगला देशच्या निर्मितीनंतर लगेचच भारताचा त्या राष्ट्राविषयी भ्रमनिरास होण्यास सुरुवात झाली. भारताच्या सहकार्याने मिळवलेल्या स्वातंत्र्यासोबत करण्यात आलेली आश्वासने पूर्ण न झाल्यामुळे आणि देशात भारतविरोधी कारस्थानांचा प्रसार झाल्यामुळे बांगला देशी हे वेगाने भारतविरोधी बनले.[39]

काश्मीरप्रश्नावरील स्वीकारार्ह तोडग्यामुळे भारत आणि पाकिस्तानदरम्यान सीमेपलीकडून होणाऱ्या दहशतवादाला आळा बसू शकेल का, याची कोणालाच खात्री नाही. भारतीय काश्मीरमधील सामान्य मुस्लीम हे काश्मीरप्रश्नावर उपाय म्हणून संपूर्ण

स्वातंत्र्य किंवा आझादीपेक्षा कमी काहीही स्वीकारायला तयार नाहीत. योगिंदर सिकंद यांचा अलीकडचाच काश्मीरबाबतचा प्रथमपुरुषी अनुभव पुरेसा बोलका आहे: "भारताने जरी काश्मीरचे रस्ते सोन्याने मढवले, तरी आम्ही स्वतःला भारतीय म्हणवून घेणार नाही, असे आग्रही मत माझ्या एका काश्मिरी मुस्लीम मित्राने मांडले होते [तो ना तीव्र इस्लामवादी होता ना जहाल काश्मिरी राष्ट्रवादी होता].[40] केवळ काश्मिरी मुस्लीमच नाही, तर जगातील विविध भागांमधील इस्लामवादीही मोठ्या संख्येने काश्मिरी स्वातंत्र्य सैनिक म्हणून विविध स्तरांवर सहभागी होत आहेत. काही काश्मिरी बंडखोर हे दक्षिण आशियामध्ये बहुदेशीय इस्लामी खिलाफत स्थापन करण्याचे ध्येय अंगीकारतात, तर काश्मीरला मुक्त करण्यासाठी. 1987 साली अस्तित्वात आलेली पाकिस्तानस्थित लष्कर-ए-तोयबा (एलईटी) ही संघटना अमली पदार्थांच्या व्यापारातील बडे प्रस्थ असलेल्या दाऊद इब्राहिमच्या डी-कंपनीशी संबंधित आहे.[41]

मुंबईमध्ये 2008 साली झालेले हत्याकांड, तसेच मुंबई (2006), जयपूर (2008), नवी दिल्ली (2008) आणि पुणे (2010) येथे झालेल्या अन्य दहशतवादी हल्ल्यांसाठी विश्लेषक या प्रदेशातील नार्को-इस्लामी दहशतवादी संधानाला जबाबदार धरतात. भारतातून फरार झालेला अमली पदार्थांचा तस्कर दाऊद इब्राहिमने कराचीहून दिलेल्या आज्ञेवरून नार्को इस्लामींनी 2005 ते 2010दरम्यान 500 हून अधिक भारतीयांना मारले. दाऊदची आयएसआय, तसेच पाकिस्तान, भारत आणि बांगला देशातील विविध जिहादी गटांशी प्राणघातक युती असल्याचे सांगितले जाते.[42] विश्लेषकांच्या विवेचनानुसार, अमली पदार्थ माफिया आणि जिहादी यांच्यामध्ये पाक-अफगाणी उपप्रदेशाअंतर्गत, तसेच त्यापलीकडेही वाढत असलेल्या सामंजस्यामुळे अफगाणिस्तान आणि पाकिस्तानातील डोंगराळ जमातींच्या क्षेत्रांमध्ये सुरू असलेल्या लष्करी कारवायांना धोक्यात आले आहेत. जगातील एकूण अफूच्या पुरवठ्याच्या 90 टक्के उत्पादन हे अफगाणिस्तानात होत असून त्यापैकी एक तृतीयांश अफूची वाहतूक पाकिस्तानातून होते, याकडे लक्ष वेधून हे विश्लेषक सुरक्षेच्या रक्षकांसाठी आणि कायद्याची अंमलबजावणी करणाऱ्यांसाठी सावधानतेचा इशारा देतात. इराण, मध्य आशिया आणि रशिया हे अफूच्या वाहतुकीचे अन्य मार्ग आहेत. अभ्यासातून समोर आलेली आणखी एक बाब म्हणजे, केवळ तालिबान आणि अल कायदाचे कार्यकर्तेच नाही, तर उत्तरेकडील बेभरवशी युद्धटोळ्याही अफगाणच्या सर्व सीमांवरून होणाऱ्या अमली पदार्थांच्या तस्करीत सामील आहेत आणि हा केवळ तेवढ्याशा ठिकाणापुरता कायदा व सुव्यवस्थेचा प्रश्न उरला नसून संपूर्ण प्रदेशासाठी गंभीर सुरक्षाविषयक धोका बनला आहे.[43]

या प्रदेशातील बलुचिस्तान या सर्वांत मागास, विरळ लोकसंख्येच्या आणि सर्वांत मोठ्या पाकिस्तानी प्रांतातील परिस्थितीही अजिबात आश्वासक नाही. बलुचींचे काही गट

स्वातंत्र्यासाठी लढत आले आहेत. पाकिस्तानी सीमारेषेला लागून असलेल्या अफगाणिस्तान आणि इराणमधील असंख्य वकिलातींच्या माध्यमातून भारताकडून होणाऱ्या कथित हस्तक्षेपामुळे परिस्थिती अधिकच गंभीर बनली असल्याचे सांगितले जाते:

> इराणमधील झाहदान येथील भारतीय वकिलातीच्या कार्याला भेट दिल्यानंतर मी खात्रीपूर्वक सांगू शकतो, की व्हिसा देणे हे त्यांचे मुख्य कार्य नाही! त्याहूनही, मझार (जिथून ते नॉर्दर्न अलायन्सला पाठबळ देतात) येथील आपल्या कार्यालयातूनही भारताच्या कारवाया सुरू असून सीमेजवळील जलालाबाद आणि कंदहार येथे पुन्हा सुरू केलेल्या अन्य वकिलातींमधूनही भारत अशाच प्रकारची कामे करत असण्याची शक्यता आहे. आपण बलुचिस्तानात पैसा ओततो असे भारतीय अधिकाऱ्यांनी मला खासगीमध्ये सांगितले आहे... जरी कोणत्या राजनैतिक चमत्काराच्या कृत्याने प्रादेशिक मुद्द्यांवर तोडगे निघाले असते, तरी पाकिस्तान हे कायम असुरक्षित राष्ट्र राहणार आहे... यावरून असे सूचित होते की, कोणत्यातरी मार्गांनी पाकिस्तानला बंडखोरीवरील त्याचे अवलंबित्व सोडून देण्यासाठी भाग पाडल्याखेरीज, तो तिचा वापर करण्याविषयी पूर्वी कधीही नव्हता इतका जास्त रस घेणार आहे आणि बंडखोरांची वाढ पाकिस्तानच्या नियंत्रणापलीकडे सुरू राहण्याची शक्यता आहे.[44]

बलूच फुटिरतावादी चळवळीमध्ये या प्रदेशाला आणखी एक कुर्दीस्तान बनवण्याची क्षमता आहे; बहुदेशीय अतिरेक्यांसाठी तेथे असलेले सुरक्षित आश्रयस्थान हे संपूर्ण प्रदेशाला अस्थिर करू शकते. बलुचिस्तामध्ये केवळ भारताने हस्तक्षेप न करणे हाच या प्रश्नावरील एकमेव उपाय नसून यासंदर्भात भारताच्या सहकार्यामुळे पाकिस्तानच्या या सामरिकदृष्ट्या महत्त्वाच्या प्रांताला लक्षणीय स्थैर्य लाभू शकेल. ब्रहमदाघ बुगती यांच्या नेतृत्वाखालील मोजके बंडखोर सोडले, तर बहुतांश बलुची हे भारताच्या बलुचिस्तानातील हस्तक्षेपाला तुच्छ लेखतात.[45] पाकिस्तानी फौजांनी 2008 मध्ये वझिरीस्तान आणि स्वातमध्ये मारलेल्या टीटीपीच्या लढवय्यांची सुंता करण्यात आली नसल्याने ते भारतातून आलेले बिगरमुस्लीम घुसखोर होते, असा अंदाज बांधण्यावर बऱ्याच पाकिस्तानी लोकांचा विश्वास आहे.[46] भारतीय नेते, प्रसारमाध्यमे आणि विश्लेषकांची आपल्या देशाचा टीटीपीशी कोणत्याही प्रकारचा संबंध आहे, हे स्वीकारण्याची तयारी नाही. "सुंता झालेली असणे ही आता भारतीय हेर ओळखण्याची प्राथमिक चाचणी राहिलेली नाही", अशा आशयाचा मथळा एका भारतीय दैनिकाने दिला होता.[47] पाकिस्तानी सरकारच्या अहवालानुसार: "'रॉ'सह भारताचे गुप्तचर विभाग आणि अफगाणिस्तान हे पाकिस्तानी लष्कराविरुद्ध लढण्यासाठी हत्यारे व अर्थसाहाय्य पुरवत आले असल्याचा कबुलीजबाब अटक करण्यात आलेल्या टीटीपीच्या कमांडरनी दिला आहे."[48]

पाकिस्तानने मे, 2009 मध्ये फाटा आणि स्वात खोऱ्यामध्ये इस्लामी दहशतवाद्यांवर यशस्वी लष्करी कारवाया केल्यानंतर अमेरिका आणि पाकिस्तानदरम्यान अधिक चांगली

द्वीपक्षीय विश्वासबांधणी करण्याच्या दृष्टिकोनातून अमेरिकेच्या पाकिस्तानविषयक धोरणामध्ये जे "उगवते बदल" दिसत होते, त्यांना दोन्ही देशांमधील वाढते गैरसमज आणि अविश्वासाच्या पार्श्वभूमीवर सुरुंग लागला. मे 2011 मध्ये ओसामा बिन लादेनला ठार मारणाऱ्या अबोटाबादमधील अमेरिकेच्या तथाकथित एकतर्फी लष्करी कारवाईने या संबंधांमधील कटुता आणखीच वाढली. दरम्यान, अमेरिकेचे परराष्ट्र उपमंत्री विल्यम बर्न्स यांनी 11 जून, 2009 रोजी नवी दिल्लीमध्ये भारतीय सरकारला जे सांगितले, ते महत्त्वाचे आहे. त्यांनी जाहीरपणे भारताला काश्मीर प्रश्न हा "काश्मिरींच्या आकांक्षांना अनुसरून" सोडवावा, असा जाहीर सल्ला दिला आणि काश्मिरी फुटिरतावादी नेते मीरवाईज उमर फारुख यांच्यासोबत झालेल्या बैठकीच्या दुसऱ्या दिवशी त्यांनी हे विधान केले. अफगाणिस्तानमधील भारताच्या वकिलाती, ज्या वायव्य सरहद प्रांत आणि बलुचिस्तानामध्ये "संकटांना चिथावणी" देत असल्याचे पाकिस्तानने ठामपणे म्हटले होते, त्या बंद किंवा कमी कराव्यात, हा बर्न्स यांचा सल्ला भारताला चांगलाच लाजवणारा ठरला.[49] जनरल मॅकख्रिस्टल यांनीही ऑगस्ट 2009 मध्ये संरक्षण सचिवांना सादर केलेल्या त्यांच्या अहवालामध्ये "भारताचा अफगाणिस्तानमधील वाढता प्रभाव" कसा "प्रादेशिक तणाव विकोपाला नेण्याची आणि त्यातून पाकिस्तानच्या अफगाणिस्तान आणि भारतातील प्रत्युत्तरादाखल कारवायांना प्रोत्साहन मिळण्याची" शक्यता असल्याचे नमूद केले होते.[50] अमेरिकेचे संरक्षण सचिव चक हॅगेल यांनी ओक्लाहामा विद्यापीठामध्ये 2011 साली दिलेल्या भाषणातही भारत हा त्याचा जुना शत्रू पाकिस्तानविरुद्धची दुसरी आघाडी म्हणून अफगाणिस्तानचा वापर करत आला असल्याचे सूचित केले होते.[51]

भारत आणि पाकिस्तानप्रति अमेरिकेची द्विधा मनस्थितीही नोंद घेण्याजोगी आहे. एकीकडे अमेरिकेला भारताने काश्मीरचा संघर्ष हा काश्मिरी जनतेच्या इच्छेला अनुसरून सोडवलेला हवा आहे आणि भारताने अफगाणिस्तानमार्फत पाकिस्तानविरुद्ध "दुसरी आघाडी" उघडू नये, अशी अमेरिकेची इच्छा आहे आणि त्याच वेळी अमेरिका भारतासोबतचे नागरी आणि लष्करी संबंध दृढ करत आहे. पाकिस्तानच्या अफगाणिस्तानातील संशयास्पद भूमिकेबाबत अमेरिकेला किंतू असला, तरी निवृत्त भारतीय लष्करप्रमुख ज्याला "अमेरिकेच्या अफगाणिस्तानातून बाहेर पडण्याच्या डावपेचातील कळीचा घटक" मानतात, त्या "बिगर-नाटो सहकाऱ्याला" अमेरिका सोडून देऊ शकत नाही.[52] भारत-अमेरिका संबंधांच्या भविष्याबाबत पार्थसारथी यांचा सूर भयंकर निराशावादी असला तरी,[53] यासंदर्भात गांगुली आपल्याला अधिक समतोल दिसतात. अमेरिकेचे पाकिस्तानच्या जवळ येणे हे भारताला कसे त्रस्त करणारे आहे, आणि भारताने त्रस्त होणे कसे अमेरिकेला परवडू शकत नाही, या गोष्टी ते अधोरेखित करतात.[54] अमेरिकेने दहशतवाद्यांना मारण्यासाठी पाकिस्तानवर केलेल्या अनधिकृत हल्ल्यांमध्ये बहुतांश पाकिस्तानी नागरीक (आणि 2011 च्या अखेरीस 24 पाकिस्तानी सैनिकही) मारले

गेल्यावरून आणि पाकिस्तानी अधिकारसंस्थांच्या परवानगीशिवाय व त्यांना माहिती न देता अमेरिकेने लादेनला ठार मारण्यावरून अमेरिका आणि पाकिस्तानमधील तणाव वाढल्याच्या पार्श्वभूमीवर हे दोन्ही देश परस्परविरुद्ध दिशांना जाण्याची शक्यता सर्वाधिक आहे.

दरम्यान, पाकिस्तानकडून आयएसआयच्या माध्यमातून तालिबानी लढवय्यांना देण्यात येणाऱ्या कथित प्रोत्साहनामुळे अमेरिकेने जून 2011 मध्ये पाकिस्तानला दिले जाणारे 80 कोटी डॉलर्सचे अर्थसाहाय्य (अमेरिकेकडून पाकिस्तानला देण्यात येणाऱ्या वार्षिक निधीच्या जवळपास एक तृतीयांश रक्कम) रोखून धरल्यामुळे, अमेरिका पाकिस्तानविषयीच्या तिच्या तथाकथित सौम्य दृष्टिकोनापासून खूप दूर गेली असल्याचे सूचित होते. वॉशिंग्टन पोस्ट वृत्तपत्राने जून 2011 मध्ये एक पत्र प्रसिद्ध केले होते. हे पत्र उत्तर कोरियाच्या एका अधिकाऱ्याने 2004 मध्ये पाकिस्तानच्या अणुबॉम्बचे जनक ए. क्यू. खान यांना लिहिले असल्याचा संशय होता आणि त्यामध्ये उत्तर कोरियाला आवश्यक अणुतंत्रज्ञान देण्यासाठी पाकिस्तानच्या दोन निवृत्त जनरलनी उत्तर कोरियाकडून 30 लाख डॉलर्सची लाच स्वीकारल्याचे ध्वनित होत होते. या पत्रामुळे पाकिस्तान-अमेरिका संबंधांमध्ये आणखीच कटुता आली. लादेनचा माग काढण्यात सीआयएसोबत एकत्र काम केल्याच्या आरोपावरून पाकिस्तानी डॉक्टर आफ्रिदी यांना पाकिस्तान सरकारने 2011 मध्ये 33 वर्षांच्या तुरुंगवासाची शिक्षा सुनावल्यामुळे पाक-अमेरिका संबंध आणखी खालावले. डॉ. आफ्रिदी यांना 33 वर्षांच्या कैदेची शिक्षा सुनावल्याचा बदला म्हणून अमेरिकेने पाकिस्तानला करण्यात येणाऱ्या वार्षिक अर्थसाहाय्य निधीमध्ये 3.3 कोटी डॉलर्सची कपात केली. दरम्यान, अमेरिकेच्या हवाई छाप्यामध्ये 24 पाकिस्तानी सैनिकांचा अपघाती मृत्यू झाल्याचा (हे मृत्यू पाकिस्तानी सैन्याच्याच अपघाती गोळीबारात झाल्याचे अमेरिकेने म्हटले होते) परिणाम म्हणून पाकिस्तानने कराची ते अफगाणिस्तान दरम्यानचा नाटोचा पुरवठा मार्ग बंद केला.

परिणामतः, अमेरिकन धोरणांमध्ये वरकरणी दिसणारा पाकिस्तानधार्जिणा बदल, ज्याने कदाचित दोन्ही देशांमध्ये परस्परविश्वास निर्माण करण्याच्या प्रक्रियेला वेग आला असता, तो आता असंबद्ध बनला आहे. पाकिस्तानसोबतच्या संबंधांमधील अमेरिकेची द्विधा स्थितीही नोंद घेण्याजोगी आहे. जोपर्यंत अफगाणिस्तानमध्ये आपले अस्तित्व असण्याची गरज आहे, असे अमेरिकेला वाटते तोपर्यंत अवजड लष्करी साहित्य आणि इंधनाच्या वाहतुकीसाठी अमेरिकेला पाकिस्तानी भूप्रदेशाची गरज आहे, हे आपल्याला माहीत आहे. अमेरिकेने आतापर्यंत पाकिस्तानला दरवर्षी एक अब्ज डॉलर्सचे अर्थसाहाय्य करून हे फायदे उपभोगले आहेत. त्यात पुन्हा अलीकडेच 2013 साली वायव्य पाकिस्तानातील इस्लामी दहशतवाद्यांना ठार मारण्याच्या नावाखाली शेकडो पाकिस्तानी नागरिकांचा जीव घेणारे आणि पाकिस्तानच्या सार्वभौमत्वाचे उल्लंघन करणारे ड्रोन हल्ले करणेही अमेरिकेने थांबवले नाही. "ड्रोनहल्ल्यांमध्ये [2006 ते 2009 दरम्यान] मरण पावलेल्या 746

लोकांच्या यादीतील किमान 147 लोक हे स्पष्टपणे नागरीक बळी आहेत आणि त्यांपैकी 94 लहान मुले असल्याचे सांगितले जाते"[55], असा खुलासा एका गोपनीय अहवालामध्ये करण्यात आला आहे. पाकिस्तानचे राजकीय नेते इम्रान खान यांच्या पत्नी जेमाईमा खान यांनी योग्य प्रकारे नमूद केल्याप्रमाणे: "जगभरात कोठेही तीन वर्षांच्या काळात 94 लहान मुलांची हत्या झाल्याच्या वृत्तामुळे किती आरडाओरडा झाला असता, याची तुम्ही कल्पना करू शकता का?"[56]

चीन आणि पाकिस्तानमधील वाढती लष्करी आणि सामरिक भागीदारी, विशेषतः बलुचिस्तानातील ग्वादार येथे जगातील सर्वांत मोठे खोल सागरातील बंदर बांधण्यासाठी चीनची मदत अमेरिकेला पसंत नाही. पाकिस्तान चीनला देऊ करत असलेला व्यापारी आणि ऊर्जा मार्ग—ग्वादारला चीनच्या शिनजिअँग प्रांतातील काशगरशी जोडणारा पायाभूत सुविधांचा 2000 किलोमीटर लांबीचा कॉरिडॉर – तसेच ग्वादारमधील चीनचा नाविक तळ या गोष्टी अमेरिकेला अजिबात रुचणाऱ्या नाहीत. मध्य पूर्व आणि इराणमधून रस्ते, इंधनवाहिनी किंवा रेल्वेमार्गे तेल व नैसर्गिक वायूची चीनला आयात करण्याच्या आणि चीन व पाकिस्तानला फायदेशीर ठरणाऱ्या ग्वादार येथील तेलशुद्धीकरण प्रकल्प उभारण्याच्या आशा प्रत्यक्षात न येणाऱ्या ठरू शकतात. हे प्रकल्प अव्यवहार्य ठरावेत, याकरिता अमेरिका संपूर्ण प्रदेशात दहशत माजवण्यासाठी बलूच आणि युघुर फुटिरतावादी गटांना अर्थपुरवठा करण्यापर्यंत काहीही करू शकते, असे काही विश्लेषकांना वाटते.[57] अमेरिका बलुचिस्तानमधील (आणि शिनजिअँगमधील) फुटिरतावाद्यांच्या हिंसाचाराला प्रोत्साहन देत असल्याबाबतचा जो चिंताजनक वाटणारा दृष्टिकोन आहे, त्याला सेलिग हॅरिसन अधिक विश्वासार्हता देतात:

> सर्वांत महत्त्वाचे म्हणजे, आयएसआयच्या वाढत्या दडपशाहीला न जुमानता पाकिस्तानपासून स्वतंत्र होण्यासाठी लढणाऱ्या 60 लाख बलुची बंडखोरांना तिने [अमेरिकेने] साहाय्य केले पाहिजे. पाकिस्तानने बलूच प्रदेशाच्या मध्यभागी ग्वादार येथे चीनला तळ दिला आहे. त्यामुळे स्वतंत्र बलुचिस्तानमुळे अमेरिकेच्या इस्लामी शक्तींचा प्रतिकार करण्याच्या तातडीच्या उद्दिष्टाबरोबरच अमेरिकेचे सामरिक हितसंबंध जोपासले जातील.[58]

पाकिस्तान आणि अमेरिकेमध्ये वाढत असलेला बेबनाव आणि अमेरिकेचे 2014पर्यंत अफगाणिस्तानातून सर्व फौजा मागे घेण्याचे निश्चित धोरण यांमुळे अफगाणिस्तान आणि पाकिस्तानच्या पलीकडे जाऊन संपूर्ण प्रदेशच अस्थिर होणार आहे. एका विश्लेषकाने वर्तवलेल्या अंदाजानुसार 2014 मध्ये अफगाणिस्तानातून अमेरिका (आणि नाटोच्या) सर्व फौजा परतल्यानंतर हा देश भारत आणि पाकिस्तान यांच्यामध्ये सुरू असलेल्या छुप्या युद्धांची युद्धभूमी बनेल आणि हे दोन्ही देश एकमेकांविरोधात लढण्यासाठी विविध वांशिक गटांना प्रोत्साहन देतील. पुढील अंदाजाशी पूर्ण सहमत व्हावेसे वाटेल,"नाटोच्या फौजांनी 2001 मध्ये अफगाणिस्तानवर आक्रमण केले, त्या वेळच्या स्वप्नाशी तुलना

करता अफगाणिस्तान हे अपयश असल्यासारखे दिसत आहे. या देशात हिंसाचार आणि बंडखोरीचा प्रादुर्भाव सुरूच राहील... अफूच्या शेतीला बहर येईल आणि भ्रष्टाचार दैनंदिन जीवन गिळंकृत करून टाकेल."[59] अफगाणिस्तानातून नाटो फौजांच्या पूर्ण माघारीतून अफगाणिस्तानमध्ये पाकिस्तानचा अफगाण तालिबानच्या हातून ओढावणारा पराभव सूचित होतो, असे मानणाऱ्या ॲशले टेलिस यांच्या उगाचच घाबरवून टाकणाऱ्या मताशी सहमत होण्याचे कारण दिसत नाही.[60] सर्वांत शेवटी आणि तितकेच महत्त्वाचे म्हणजे, गेला काही काळ भारताबाबत सौम्य असलेली अमेरिकेची दक्षिण आशियाविषयीची द्विधा धोरणे ही चांगलीच समस्याप्रधान आहेत. चीन व पाकिस्तानविरोधातील दीर्घकालीन तटबंदी म्हणून अमेरिकेने भारताला प्रोत्साहन देण्यामुळे कदाचित परिस्थिती आणखी गंभीर होऊन बांगला देश हा भारत व पाकिस्तानदरम्यानच्या छुप्या युद्धाची आणखी एक युद्धभूमी बनेल.

या प्रदेशातील भारताची कथित वर्चस्ववादी संरचना ही त्याच्या लहान शेजाऱ्यांना अस्वस्थ करणारी आहे. याबाबत आपण कुलदीप नायर यांच्याशी सहमत होऊ शकतो:

भारताचे सर्व शेजारी देश हे त्याच्यापासून का दुरावले आहेत, याचा गांभीर्याने विचार भारताने करण्याची गरज आहे. भारताचा आकार त्यांना (जवळ येण्यापासून) प्रतिबंध करतो, यात शंकाच नाही. परंतु त्याहूनही महत्त्वाचे म्हणजे, नवी दिल्ली उदयोन्मुख जागतिक सत्ता म्हणून स्वतःबद्दल अधिकाधिक सजग बनत असल्याची या देशांची भावना आहे. विशिष्ट पद्धतीने आपला प्रभाव टाकण्याच्या भारताच्या प्रवृत्तीमुळे शेजारी देशांना त्याच्या सद्हेतूंबाबत शंका येऊ लागली आहे.[61]

अफगाण घटक: अफू, बंदुका आणि अविवेकी मुल्ला

दक्षिण आशियातील बहुदेशीय सुरक्षाविषयक मुद्द्यांच्या दृष्टीने "अफगाण घटक" किंवा 1947 पासून सुरक्षेच्या दृष्टिकोनातून या देशात जे काही घडले, तो एक महत्त्वाचा उत्प्रेरक आहे. अफगाणिस्तानच्या अपयशी अवस्थेसाठी इस्लामी बहुदेशीय बंडखोरी आणि अफगाण सीमारेषेच्या दोन्ही बाजूंना असलेला नार्को-दहशतवाद या गोष्टींना जबाबदार धरता येऊ शकते. चारही बाजूंनी जमिनीने वेढलेल्या या भिन्न वांशिक-राष्ट्रीयत्वाच्या अस्मितांचा समूह असणाऱ्या देशामध्ये 1970 च्या दशकापासून राजेशाही, मार्गदर्शनाखालील लोकशाही, समाजवाद आणि इस्लामवादाचे प्रयोग एका पिढीत झाले आहेत. पाक-अफगाण सीमारेषेच्या दोन्ही बाजूंना असलेला पश्तून राष्ट्रवाद हा संपूर्ण सीमारेषेवरील बहुदेशीय सुरक्षात्मक धोक्यामधील आणखी एक उत्प्रेरक आहे. संख्यात्मकदृष्ट्या वरचढ आणि 2001 च्या अखेरीपासून राजकीयदृष्ट्या दुर्बल/अंकित असणारे अफगाण पश्तून हे तालिबान-अलकायदा आणि नार्को जिहादींच्या कृपाछत्राखाली आपल्याला अनुकूल असे बदल घडवण्याबाबत निश्चयी आहेत. त्यांच्या पाकिस्तानी समविचारी लोकांचे स्वप्नही तेच आहे: पाकिस्तान व अफगाणिस्तानच्या सीमारेषांना ओलांडणारी तालिबानच्या

नेतृत्वाखालील इस्लामी खिलाफत आणि जगभरातील अमली पदार्थांचे उत्पादन आणि त्याच्या तस्करीवर आपले विनाअडथळा नियंत्रण.

1980 च्या दशकातील अफगाण जिहादचा परिणाम चेचन्यापासून ते दागेस्तानपर्यंत आणि बांगला देशपासून ते दक्षिण थायलंड आणि फिलिपिन्सपर्यंत विस्तृत प्रदेशातील मुस्लिमांवर झाला. सध्याचा पाक-अफगाणी सीमारेवर सर्वत्र सुरू असलेला बहुदेशीय हिंसाचार हे बेरोजगार आणि उत्तरदायित्व नसणाऱ्या हजारो अफगाणांकडे मोठ्या प्रमाणावर बेहिशेबी शस्त्रे असण्याचे उपफलित आहे. विचित्र बाब म्हणजे आपल्या लष्करी गुप्तचर यंत्रणेमार्फत (आयएसआय) पाकिस्तान सरकारने आणि त्याच्या पाश्चात्त्य आणि अरब सहकारी राष्ट्रांनी अफगाणिस्तानमध्ये 1996 साली जे स्थापन केले, तेच त्यांच्यावर उलटले. भारतधार्जिण्या आणि इराणधार्जिण्या ताजिक-उझबेक युद्धटोळ्यांविरुद्ध पाकिस्तानची छुपी युद्धे लढण्यासाठी बदली म्हणून बसवलेली तालिबानी राजवट 9/11 नंतर अल्पावधीतच कोसळली. सत्तापदी बसवण्यात आल्यानंतर काही महिन्यांमध्येच तालिबानी राजवटीने आपल्या पाकिस्तानी आश्रयदात्यांपासून अंतर ठेवण्यास सुरुवात केली, कारण "वांशिक, पंथीय आणि पक्षीय धारांवरील अनेक शत्रुत्वाची परिणती काबूलमध्ये, तसेच काबूलच्या आसपासच्या प्रदेशात सक्रिय आणि अतिशय प्राणघातक संघर्ष उफाळून येण्यामध्ये झाली."[62]

2000 च्या दशकाच्या सुरुवातीसच तालिबान हे त्याच्या जुन्या अर्थपुरवठादारांच्या आवाक्याबाहेर जाण्याइतके शक्तिशाली बनले होते. अफगाणच्या अमली पदार्थांच्या जहागीरदारांचे ग्राहक म्हणून, इराणविरोधी अरब राजवटी, चेचेन आणि अन्य इस्लामी संघटना, पश्तून तालिबान आणि त्यांच्यासोबतीने चेचेन, ताजिक, उझबेक व कदाचित शिनझिआँगचे युघुर फुटिरतावादी हे करझाई राजवट आणि तिच्या दोस्तांशी, एकमेकांना थकवणाऱ्या युद्धात गुंतले आहेत.[63] काही विश्लेषक आणि रिचर्ड हॉलब्रूक यांच्यासह वरिष्ठ अमेरिकन अधिकाऱ्यांच्या मते, 70 टक्के पश्तून बंडखोर हे केवळ मिळणाऱ्या पैशांसाठी किंवा स्थानिक उद्देशांसाठी लढत आहेत आणि त्यामुळेच त्यांना कट्टर धर्मनिष्ठावंतांपासून वेगळे पाडता येऊ शकते. तथापि, अफगाणिस्तानातील प्रथमदर्शी अहवाल काही वेगळीच परिस्थिती कथन करतात. एकूणच तालिबानी लढवय्ये हे आपण नोकरी म्हणून किंवा पैशांसाठी लढत नसल्याचे ठामपणे सांगत असून परकीय फौजा आणि अफगाण सरकार या शत्रूंशी कोणत्याही तहावर स्वाक्षरी करण्यास त्यांचा कडाडून विरोध आहे. त्यांच्यापैकी एक जण म्हणाला, "जर तुम्ही जिहादशी एकनिष्ठ असाल, तर तुम्ही पैशांच्या राशींसाठीही सोडून जाणार नाही." दुसऱ्या एका 18 वर्षीय लढवय्याने सांगितले, "मला वृद्धजर्जर होऊन घरी कांबळे ओढून नाही, तर जिहाद लढून मरायचे आहे."हाच अहवाल असेही सांगतो की तालिबान (अ) आक्रमणकर्त्यांना हुसकावून लावण्यासाठी; (ब) मुल्ला ओमरच्या नेतृत्वाखाली इस्लामी आमिरात प्रस्थापित करण्यासाठी; आणि (क) शत्रूंनी मारलेल्या

पश्तून सहकाऱ्यांच्या मृत्यूचा बदला घेण्यासाठी लढत आहे.[64] काही तालिबानी हे अमली पदार्थांचे उत्पादन आणि व्यापारामध्येही सहभागी आहेत.[65] ते वेगाने बहुदेशीय नार्को-दहशतवादी म्हणून उदयास येत आहेत.[66] या संदर्भात आपल्याला कोलंबियातील नार्को-दहशतवाद्यांचे, तसेच अलीकडेच मेक्सिको जे करण्यास सक्षम बनला आहे, त्याचे दृश्य डोळ्यांसमोर आणता येईल. ते हजारो लोकांना ठार मारू शकतात, देशांवर भळभळते वार करू शकतात आणि बऱ्याच दशकांसाठी प्रदेशांना अस्थिर बनवू शकतात.

पश्तून लोकांशिवाय उझबेक, ताजिक, अरब, चेचेन आणि अन्य जमातींचे लोकही तालिबानमध्ये विविध स्तरांवर मोठ्या संख्येने भरलेले आहेत.[67] विशेष म्हणजे, सोव्हिएत-समर्थक सरकारमधील माजी लष्करी अधिकारी त्यांचा लष्करी विभाग चालवत आहेत. जोपर्यंत पाक-अफगाण सीमारेषेवर सर्वत्र अल कायदाचे जाळे मजबूत आहे आणि देशाचा एक तृतीयांश भाग अफगाण तालिबानच्या ताब्यात आहे, त्याचप्रमाणे जोपर्यंत पाकिस्तानस्थित तालिबान चळवळीला, म्हणजेत टीटीपीला आळा घातला जात नाही, तोपर्यंत संपूर्ण प्रदेशामध्ये शांतता प्रस्थापित करता येणार नाही. अफगाण तालिबान आणि टीटीपी ही आता खालच्या स्तरातील सैनिकांची सुमार टोळी राहिली नसून ते अत्यंत सुप्रशिक्षित, शस्त्रसज्ज आणि युद्धातून तावून सुलाखून बाहेर पडलेले प्रेरित लढवय्ये आहेत. आधीच नमूद केल्याप्रमाणे, लष्करी तज्ज्ञांनी त्यांच्या युद्धकौशल्याची तुलना अमेरिकन मरिन्सच्या कौशल्याशी केलेली आहे.[68] ते काही प्रमाणात अल कायदाशी संलग्न आहेत आणि काही प्रमाणात अफूचे उत्पादक आणि तस्कर आहेत. म्हणूनच उपखंडातील संघटित गुन्हेगार, तसेच बंडखोरांचे वर्गीकरण करण्यासाठी नार्को-जिहादी ही संज्ञा वापरली जाते. त्यात पुन्हा पाक-अफगाण सीमारेषेवर सर्वत्र अल कायदा कोसळण्याच्या बेतात आहे, असे अमेरिकेचे अधिकारी मानतात. तथापि, अल कायदा पुन्हा एकत्र येऊ शकते किंवा अगदी तिच्या संपुष्टात येण्यानेही जास्तकरून तिचे एकेकटे कट्टरवादी आणि आक्रमक सहयोगी संघटना यांच्याकडून चालवल्या जाणाऱ्या दहशतवाद्यांचा धोका संपणार नाही, हे त्यांचे मत योग्य वाटते.

काबूल काबीज केल्यानंतर 1996 मध्ये तालिबानने अफूच्या उत्पादनावर बंदी घातली असली आणि अफूच्या गंजी नष्ट केल्या असल्या, तरीही नंतर त्यांनी उत्पादनास पूर्णपणे आणि विशिष्ट मर्यादेत तस्करी करण्यास मनाई केली नाही. तालिबानच्या काळात अफगाणिस्तानमध्ये दरवर्षी सुमारे 100 टन इतके अफूच उत्पादन होत होते, मात्र अमेरिका आणि नाटोच्या फौजांनी ताबा घेतल्यानंतर सहा वर्षांमध्येच 2007 साली अफगाणिस्तानमध्ये 8000 टन इतके अफूचे उत्पादन करण्यात आले. सद्यस्थितीत अमेरिका आणि आयएसएएफच्या फौजांना तालिबानविरुद्ध कोणताही निर्णायक विजय मिळण्याची चिन्हे दिसत नाहीत, मग अफगाणिस्तानमधील अमली पदार्थ आणि अमली पदार्थ तस्करांविरुद्धच्या संयुक्त युद्धाची चिन्हे तर दूरच राहिली. अमेरिका आणि अफगाणिस्तानमधील प्रस्तावित चर्चा आणि 2014 पर्यंत अफगाणिस्तानमधून पाश्चात्त्य

फौजांची माघारी याविषयी 2011 च्या सुरुवातीपासून आपण अमेरिकन प्रशासनाकडून जे ऐकतो आहोत. त्याउलट, समोर आलेल्या विश्वासार्ह पुराव्यांवरून अमेरिकेच्या नागरी आणि लष्करी अधिकारसंस्थांचे अफगाणी युद्धटोळयांचे प्रमुख आणि अमली पदार्थांचे माफिया यांच्याशी निकटचे संबंध असल्याचे सूचित होत असून त्यामध्ये जून 2011 मध्ये मृत्यू होईपर्यंतची दहा वर्षे सीआयएकडून पगार घेणारा, हमीद करझाई यांचा सावत्र बंधू अहमद वली करझाई याचाही समावेश होता.[69] या पार्श्वभूमीवर अमेरिका अफगाणिस्तानमध्ये तालिबान आणि अमली पदार्थ माफियाकडून लष्करीदृष्ट्या आणि राजनैतिकदृष्ट्याही पराभूत झाल्याचे दिसते. अमेरिका नक्की अफगाणिस्तानमध्ये अफूचे उत्पादन वाढवण्यासाठी गेली होती, की दहशतवाद्यांचा निपटारा करण्यासाठी गेली होती, असा उपहासात्मक प्रश्नही एका विश्लेषकाने उपस्थित केला होता. बर्नी मॅडॉफ आणि अन्य काही भ्रष्ट अमेरिकन व्यावसायिकांनी उत्पन्नाच्या स्रोतांमध्ये अफगाणिस्तानातील बेकायदा अमली पदार्थांच्या पैशांचे स्पष्टीकरण न दिल्याबाबत या विश्लेषकाने त्यांना दोष दिला आहे.[70] दरम्यान, तारिक अली यांनी मांडल्यानुसार,

> मॅनहॅटनमध्ये जे 2746 लोक मृत्युमुखी पडले, त्याच्यापेक्षा मृत अफगाण नागरिकांचा आकडा कैकपटींनी अधिक आहे. बेरोजगारीचा दर साधारणतः 60 टक्के इतका आहे. माता, नवजात बालक आणि लहान मुलांच्या मृत्यूंची पातळी आता जगभरातील सर्वाधिक आहे. अफूची लागवड वाढली आही आणि "नव-तालिबान" वर्षागणिक अधिक शक्तिशाली बनत आहे.[71]

हे सर्व पाहता, उपखंडातील बहुदेशीय अस्थिरतेमागील महत्त्वाचा घटक म्हणून अफगाण बाजारपेठेतील (सावध अंदाजानुसार) 4 अब्ज डॉलर्सच्या अफूच्या व्यापाराचे—ज्याचे संयुक्त राष्ट्रांच्या अंदाजानुसार जागतिक बाजारपेठेतील मूल्य 65 अब्ज डॉलर्सच्या घरात आहे—नियंत्रण मिळवण्यासाठीच्या तीव्र स्पर्धेकडे आपण दुर्लक्ष करू शकत नाही. अफगाणच्या अफूचे आंतरराष्ट्रीय बाजारपेठेतील एकूण मूल्य आणि त्यातील तालिबानचा वाटा याबाबत काही परस्परविरोधी अंदाज आणि तर्क असून त्यांपैकी काही वाजवी, तर काही खूप ताणलेले आहेत. तालिबान दरवर्षी अफगाणी अफूच्या एकूण मूल्यापैकी 25 ते 50 टक्के रक्कम किंवा सुमारे 50 अब्ज अमेरिकन डॉलर कमावते, असे काही विश्लेषक मानतात, तर काहींच्या मते त्यांच्या वार्षिक कमाईचा आकडा हा 10 कोटी डॉलर्सपेक्षा अधिक नाही. संयुक्त राष्ट्रांचे उपसरचिटणीस अँटोनिओ मारिया यांच्या मते अफगाणी अफूचे (हेरॉइन) वार्षिक मूल्य 65 अब्ज डॉलर्सच्या आसपास असले, तरी तालिबान त्यामधून वर्षाकाठी किती रक्कम कमावते, हे त्यांनी स्पष्ट केलेले नाही.[72]

आणखी एका सूत्राच्या माहितीनुसार तालिबान आणि अफगाण युद्धटोळ्या अफूच्या फुलांच्या उत्पादनातून सुमारे 40 कोटी डॉलर्स कमावतात. याच अहवालामध्ये अफूच्या फुलांची शेती आणि बहुदेशीय अमली पदार्थ तस्करीला आळा घालण्याबाबत

अमेरिकेच्या अमली पदार्थविरोधी पथकाच्या अधिकाऱ्यांची असहायता उघड केली आहे. अध्यक्ष करझाई यांचा दुटप्पीपणा आणि त्यांच्या सरकारचे अमली पदार्थ तस्कर आणि युद्धटोळयांच्या प्रमुखांशी असणारे लागेबंधे यांवर नेमके बोट ठेवताना हा अहवाल अमली पदार्थ हे प्रत्यक्षात तालिबान, युद्धटोळ्या आणि अमली पदार्थ माफिया यांच्यासाठी पर्यायी चलन बनले असल्याचे उघड करतो. संयुक्त राष्ट्रांच्या अमली पदार्थ व गुन्हे कार्यालयाच्या (यूएनओडीसी) अधिकाऱ्यांनुसार, "प्रत्येक वेळी आंतरराष्ट्रीय सीमा ओलांडल्यानंतर अमली पदार्थांचे मूल्य दहाच्या पटींमध्ये वाढते," आणि सामान्य शेतकरी गव्हाच्या तुलनेत अफूच्या शेतीतून दहापटीने अधिक पैसे कमावतो.[73]

परदेशी फौजांचे अपुरे संख्याबळ त्यांच्या नियंत्रणाखाली असलेल्या आणि जगभरातील सुमारे 90 टक्के अफूचे उत्पादन करणाऱ्या अफगाणिस्तानातील हेल्मांद प्रांतांतर्गत प्रदेशांमधील अफूचे उत्पादन, प्रक्रिया आणि तस्करी रोखू शकणार नाही, हे जसे खरे आहे, त्याचप्रमाणे अफगाण शेतकरी हा केवळ पैशांसाठी अन्य पिकांपेक्षा अफूला प्राधान्य देत नाही, स्थानिक युद्धटोळ्या आणि अमली पदार्थ माफिया हा बंदुकीच्या धाकाने त्याला अफूची लागवड करण्यास भाग पाडतो, हेसुद्धा तितकेच खरे आहे. प्रसारमाध्यमे नेहमीच अमली पदार्थ जहागीरदारांच्या एके-47 हाती धरलेल्या बंदुकधाऱ्यांना तालिबान म्हणून दर्शवून चूक करतात.[74] "अफगाणिस्तानातील विशिष्ट भागांमधून तालिबानला हुसकावून लावणे सोपे आहे, मात्र, त्यांना कायमचे बाहेर ठेवण्यासाठी अमेरिकन आणि अफगाण अधिकाऱ्यांना या प्रदेशाला अमली पदार्थांवरील अवलंबित्व थांबवण्याची सवय लावावी लागेल", कारण हजारो हेक्टरच्या अफूच्या फुलांच्या शेतीमधून केवळ अमली पदार्थ सम्राट आणि तालिबानचाच फायदा होत नाही, तर हेल्मांदमधील मरजाह येथील सुमारे 70,000शेतकऱ्यांनाही त्यातून लाभ मिळतो, या *टाइम* नियतकालिकाचे पत्रकार मॅकगर्क यांच्या विधानावर विश्वास ठेवण्यासाठी आपल्याकडे कारणे आहेत. या पत्रकाराने तालिबानच्या तस्करांशी असलेल्या अमली पदार्थ संबंधांविषयीचे तज्ज्ञ समजल्या जाणाऱ्या ग्रेलचेन पीटर यांचे मतही उद्धृत केले आहे. त्यांच्या मते: "अमली पदार्थविरोधी कारवाई ही अगदी बंडखोरविरोधी कारवाईप्रमाणेच, म्हणजे 'व्हॅक अ मोल' हा अमेरिकन खेळ खेळण्यासारखी आहे. तुम्ही एके ठिकाणी या गोष्टी हाणून पाडल्या, तर त्या दुसरीकडे कुठेतरी डोके वर काढतात."[75] एका अमेरिकन अहवालाने केलेल्या खुलाशानुसार भ्रष्ट अमेरिकन अधिकारी आणि कंत्राटदार हे अमेरिकन करदात्यांची 2 अब्ज डॉलर्सहून अधिक रक्कम वाहतूक कंत्राटांच्या माध्यमातून तालिबानमध्ये ओतून अफगाणिस्तानातील अमेरिकेच्या युद्धप्रयत्नांनाच धोक्यात घालत आहेत.[76] या पार्श्वभूमीवर, अमेरिकेच्या अफगाणिस्तानातील युद्धप्रयत्नांचे यश आणि नजीकच्या भविष्यात पाक-अफगाण सीमारेषेवरील आणि त्यापलीकडीलही नार्को-जिहादची अखेर यांविषयी साशंक राहण्यासाठी पुरेशी कारणे आहेत.

तथापि, अमेरिकन अधिकारी आणि कंत्राटदारांचा मामुली भ्रष्टाचार ही खरी समस्या नसून अफगाणिस्तानातील अमली पदार्थांच्या अवैध लागवडीतून अमेरिका आणि नाटोचे अधिकारी वर्षाकाठी कमवत असलेला 65 ते 100 अब्ज डॉलर्सहून अधिक नफा ही खरी समस्या आहे. सीआयए, सौदी गुप्तचर संस्था आणि पाकिस्तानची आयएसआय यांनी तालिबानोत्तर अफगाणिस्तानमध्ये 2002 च्या वसंत ऋतूपासून ज्या मोठ्या प्रमाणावर अफूच्या फुलांची लागवड करण्यास सुरुवात केली, त्याने हेल्मांद आणि त्याला लागून असलेल्या ठिकाणांना लवकरच जगाची "अफूच्या फुलांची राजधानी" बनवले. ब्रिटिश अहवालानुसार, सीआयएने 2006 मध्ये हेल्मांदचे गव्हर्नर मोहामेद दाऊद यांना बडतर्फ करण्याची हमीद करझाई यांना सक्ती केली. दाऊद हे ब्रिटनच्या हेल्मांदमधील अमली पदार्थविरोधी मोहिमेतील महत्त्वाचे व्यक्ती होते.[77] तेथील अमली पदार्थांचा व्यापार टिकवण्यात आणि तसाच कायम ठेवण्यामध्ये अमेरिका आणि युरोपमधील मोठ्या बँका आणि वित्तीय संस्थांचे हितसंबंध गुंतले असल्याचे सांगितले जाते.[78]

अफगाणिस्तानमधील अमेरिकन लष्कराच्या अस्तित्वाला अफगाण लोकांमधून मिळणारा पाठिंबा वाढत असला, (2009 च्या अखेरीपर्यंत 68 टक्के लोक या मताचे होते)[79], तरी लोक देशातील शांततेच्या शक्यतेविषयी एकूणच साशंक आहेत, आणि त्यांची ही साशंकता रास्त आहे.[80] सर्व पाश्चात्त्य फौजांच्या 2014 मधील प्रस्तावित माघारीनंतर, अखेर तालिबान काबूलवर ताबा मिळवण्याची शक्यता सर्वाधिक आहे. दरम्यान, 2009 पासून अमेरिकेने तालिबानी नेतृत्वाशी चर्चा करण्याची इच्छा दाखवली असली,[81] तरी कट्टर तालिबान हे कोणत्याही कराराच्या माध्यमातून अमेरिका किंवा पाकिस्तानशी सत्ता वाटून घेण्याबाबत अजिबात उत्साही नाही. बलुचिस्तानमध्ये सुरक्षित आश्रय मिळत असूनही ते पाकिस्तानला मित्र किंवा सहकारी मानत नाहीत आणि आणखी अमेरिकन फौजांना मारण्यात किंवा पाकिस्तानमध्ये दहशत माजवण्यात त्यांना काहीच वावगे वाटत नाही.[82] तथापि, तालिबानचा प्रभावशाली नेता बरादरला 2010 मध्ये अटक झाल्यापासून,[83] अमेरिकेने पाकिस्तानला विश्वासात घेतल्याशिवाय अमेरिका आणि तालिबान हे नजीकच्या भविष्यामध्ये शांतता करारावर स्वाक्षऱ्या करण्याची शक्यता नगण्य आहे. अमेरिका आणि तालिबानमधील चर्चेची शक्यता धूसर असली, तरी अमेरिकेच्या बाजूने दाखवलेला संयम आणि दिलेल्या सवलती यांचे फळ अखेर मिळेल, असे काही विश्लेषक मानतात.

काही तालिबानी लढवय्ये, जे इस्लामसाठी नाही, तर प्राथमिकतः निर्वाहासाठी लढत आहेत, त्यांच्यासाठी हे कदाचित समाधानकारक ठरू शकेल, कारण एका विश्लेषकाच्या भाषेत सांगायचे झाल्यास,"तालिबानची व्याख्या ही... रोजगार नसणारे तरुण अशी आहे."[84] तथापि, अगोदरच चर्चा केल्याप्रमाणे आतल्या गोटातील तालिबान हे जिहादी विचारधारेने आणि पश्तून राष्ट्रवादाने प्रेरित आहे. अफगाण सरकारचा वार्षिक महसूल हा एक अब्ज डॉलर्सपेक्षा कमी आहे, युद्धजर्जर झालेल्या देशाच्या पुनर्बांधणीसाठी ही

रक्कम खूपच तुटपुंजी मानली जाते, मग बंडखोरांचा लष्करीदृष्ट्या पराभव करणे तर दूरच राहिले. दुसरीकडे पाश्चात्त्य सरकारी राष्ट्रे या आव्हानाला सामोरे जाण्यासाठी वार्षिक तीन अब्ज डॉलर्सपेक्षा अधिक रक्कम उभारण्याची शक्यता नाही, तर तालिबान-अल कायदाचे अमली पदार्थांचे जहागीरदार जागतिक स्तरावर अब्जावधी डॉलर्सची कमाई करत आहेत.[85] आग्नेय अफगाणिस्तानमधून तालिबानला सातत्याने मिळणारा पाठिंबा आणि अफगाण सरकारचा कमी होत चाललेला जनाधार व नाटो फौजांशिवाय आपल्याकडील भूभाग कायम राखण्याबाबतची असमर्थता यांकडे पाहता, काही विश्लेषकांना या समस्येवर ना उपाययोजना दिसते, ना अमेरिकेचा अफगाणिस्तानातील विजय.[86] एकुणात, अमेरिका आणि तिच्या सहकारी राष्ट्रांनी लष्करी आणि राजनैतिक या दोन्ही प्रकारे अफगाणिस्तानातील त्यांचे युद्ध गमावल्याचे दिसते आहे. अमेरिका 2014 पर्यंत सर्व फौजा परत बोलावून अफगाणिस्तानातून स्वतःला सोडवण्याच्या प्रयत्नात असताना, फ्रान्स आणि कॅनडासह तिच्या प्रमुख सहकारी राष्ट्रांनी यापूर्वीच या देशातून आपल्या फौजांना माघारी बोलावले असून हे देश पाश्चात्त्यांसाठी वेगाने आणखी एक अजेय प्रदेश बनतो आहे. याचा परिणाम पाकिस्तानधार्जिण्या राजवटीचे प्राबल्य वाढण्यामध्ये आणि उत्तरेकडील युद्धटोळ्या व पश्तून तालिबान यांच्यातील वांशिक-राष्ट्रीय संघर्ष असाच सुरू राहण्यामध्ये, तसेच भारत आणि पाकिस्तान या कट्टर शत्रूंमध्ये पाक-अफगाण सीमारेषेवर सर्वत्र छुपी युद्धे लढली जाण्यामध्ये होणार आहे.

टीटीपी, एलईटी आणि मुंबई हल्ले (2008): राष्ट्रपुरस्कृत की उत्स्फूर्त दहशतवाद?

वायव्य पाकिस्तानातील महसूद जमातीतील जवळपास अशिक्षित आणि पूर्वी एका रेस्टॉरंटमध्ये वेटर असणाऱ्या बैतुल्ला महसूदने (1974–2009) स्थापन केलेल्या टीटीपी, म्हणजेच पाकिस्तानी तालिबान चळवळीशी पाकिस्तान हा देश 2007 सालापासून लढतो आहे.[87] 9/11 च्या हल्ल्यानंतर पाकिस्तानी लष्कराच्या वायव्य प्रांतातील कारवायांमुळे अनेक तालिबानी, पाकिस्तानातील सर्वांत मोठी 'ट्रायबल एजन्सी' (डोंगरी जमातींचा स्वायत्त भूप्रदेश) असणाऱ्या दक्षिण वझिरीस्तानामध्ये पळून गेले. महसूद आणि वझीर जमातीचे लोक हे तालिबानचे प्रमुख समर्थक होते. 2002 साली वझीर जमातीच्या मुल्ला नाझीरने टीटीपीची सहस्थापना केली. तालिबानच्या हक्कानी गटाचा प्रमुख मुल्ला जलालुद्दीन हक्कानीने अफगाणी, तसेच नव्याने स्थापन झालेल्या पाकिस्तानी अशा दोन्ही तालिबान गटांना आश्रय दिला. अल कायदा आणि तिच्यासारख्या अन्य संघटनांविरुद्ध पाकिस्तानच्या फाटा (FATA) प्रदेशात पाकिस्तानी लष्करी कारवाया सुरू झाल्यानंतर 2002 पासून सक्रिय असलेल्या टीटीपीच्या छत्राखाली हक्कानीने 2007 साली विविध इस्लामी दहशतवादी संघटनांना एकत्र आणले.[88]

ऑगस्ट 2009 मध्ये अमेरिकेच्या ड्रोन हल्ल्यात झालेल्या बैतुल्लाच्या मृत्यूमुळे टीटीपीच्या नेतृत्वाला फटका बसला आणि संघटनेअंतर्गत अनेक स्पर्धक गट उदयास आले व ते परस्परांशी लढत आहेत. अमेरिकेच्या उत्तर वझिरीस्तानातील आणखी एका ड्रोन हल्ल्यामध्ये 29 मे, 2013 रोजी टीटीपीचा उपप्रमुख वली-उर-रहमान आणि अन्य चार आघाडीच्या नेत्यांचा मृत्यू झाला.[89] तथापि, या संघटनेला इतक्यात निकालात काढणे घाईचे ठरेल. या संघटनेचे अल कायदाशी असणारे बहुदेशीय लागेबंधे संपूर्ण प्रदेशाला काही काळासाठी अस्थिर करू शकतात. टीटीपी ही छत्ररूपी संघटना राहिली असून त्यामध्ये पाकिस्तानी, तसेच पश्तून, उझबेक, ताजिक, चेचेन, अरब आणि भारतीय हे परदेशी लोक भरलेले आहेत. तिचे बहुदेशीय संबंध आणि पाकिस्तानपासून ते चेचन्यापर्यंत इस्लामी खिलाफत स्थापन करण्याचे उघड ध्येय यांवरून पाकिस्तान आणि अफगाणिस्तानपलीकडेही अधिक दहशतवादी हल्ले आणि बंडखोरीचे संकेत मिळतात. अफगाणिस्तानात जानेवारी 2010 मध्ये सात सीआयए अधिकाऱ्यांचा जीव घेणारा जॉर्डनचा आत्मघातकी बॉम्बर अल-बलावी हा अमेरिका व अल कायदा या दोघांसाठीही काम करणारा दुहेरी हस्तक होता व तोही पूर्वी तालिबानसोबत होता.[90] अफगाणी आणि पाकिस्तानी या दोन्ही तालिबानचे अल कायदाशी संबंध आहेत. टीटीपी ही अफगाण तालिबानच्या साखळीशी संलग्न नाही आणि अफगाण तालिबानच्या विरुद्ध, त्यांना पाकिस्तानविषयी मृदुभाव नाही, पाकच्या सैन्यदलांशी त्यांचे कोणतेही लागेबंधे नाहीत. टीटीपी प्रामुख्याने पाकिस्तानातील लक्ष्यांवर, नाटोच्या फौजांवर हल्ले करते आणि पाकिस्तानमध्ये शरिया कायदा अमलात आणण्याचे ध्येय बाळगते.[91] मलाला युसुफझाई या महिला साक्षरतेचा पुरस्कार करणाऱ्या चौदा वर्षीय पाकिस्तानी मुलीवर ऑक्टोबर 2012 मध्ये आपण हल्ला केल्याचा दावा त्यांनी अगोदरच केला आहे.[92] त्यांनी मे 2010 मध्ये टाइम्स स्क्वेअरमध्येही बॉम्बस्फोट करण्याचा प्रयत्न केल्याचे सांगितले जाते.[93]

वायव्य पाकिस्तानमध्ये सध्या असलेल्या अनिश्चिततांकडे पाहता, पाकिस्तानला अस्थिर करण्यासाठी दहशतवादी गटांना प्रोत्साहन देण्यामध्ये कथित भूमिका बजावल्याबद्दल केवळ भारत आणि अमेरिकेला दोष देता येणार नाही, तर अल कायदा, तालिबान, टीटीपी आणि एलईटी यांसारख्या विविध इस्लामी दहशतवादी गटांना सुरक्षित नंदनवन पुरवत आल्याबद्दल काही प्रमाणात पाकिस्तानकडेही बोट दाखवता येईल. लष्कराचा चावणारा कुत्रा बनून, टीटीपी 2007 पासून पाकिस्तानी नागरीक, लष्कर आणि प्रशासनाला लक्ष्य करत आली आहे. तेहरिक-ए-नफाझ-ए-शरियत-ए-मोहम्मदी (टीएनएसएम), म्हणजेच इस्लामी कायद्याच्या अंमलबजावणीसाठीची चळवळ ही पाकिस्तानातील आणखी एक इस्लामी संघटना असून तिला पाकिस्तानमध्ये शरिया कायदा आलेला हवा आहे. 1992 पासून ही संघटना प्रामुख्याने पाकिस्तानी सैन्यदले आणि राजकीय नेत्यांवर हल्ले करत आली आहे. ही संघटना 1992 मध्ये अस्तित्वात आली आणि 2002 मध्ये जनरल

मुशर्रफ यांनी तिला बेकायदा ठरवले. पाकिस्तानी लष्कराने 2007 साली इस्लामाबादच्या लाल मशिदीमधील टीटीपीच्या तळावर हल्ला केल्यानंतर टीएनएसएम ही टीटीपीसोबत एकत्र आली आहे. 2007 च्या अखेरीस टीएनएसएम ही स्वातच्या काही भागांमध्ये जवळपास पर्यायी सरकार चालवत होती.[94] शरिया नियमांतील कोणत्याही तत्त्वाला विरोध करणारा कोणताही कायदा सरकार आणणार नाही, अशा करारावर स्वाक्षऱ्या करून पाकिस्तानला टीएनएसएमसोबत समझोता करावाच लागला होता.[95]

नवाझ शरीफ यांनी मे, 2013 मध्ये तिसऱ्यांदा पंतप्रधान बनल्यानंतर पाकिस्तानला शांततापूर्ण देश बनवण्यासाठी टीटीपीशी चर्चा करण्यामध्ये स्वारस्य दाखवले होते, मात्र टीटीपीला शांतताविषयक चर्चेमध्ये सहभागी करून घेता येऊ शकेल, याबाबत लष्करप्रमुख जनरल कयानी यांना खात्री नव्हती. "टीटीपीच्या देशभरातील खुनी कारवायांनंतरही" अनेक पाकिस्तानी नागरीक टीटीपी चळवळीला "अमेरिकेच्या नेतृत्वाखालील अफगाणिस्तानातील युद्धाची समजण्याजोगी प्रतिक्रिया" समजतात, असे काही पाकिस्तानी विश्लेषकांना वाटते. पंतप्रधानांच्या पक्षातील बऱ्याच सदस्यांचा दृष्टिकोनही याच्याशी मिळताजुळता असल्याचे सांगितले जाते.[96] नवाझ शरीफ यांनी अमेरिकेच्या अनधिकृत ड्रोन हल्ल्यांचा (जे पाकिस्तानच्या सार्वभौमत्वाचेही उल्लंघन करतात) निषेध केल्यानंतर काही दिवसांमध्येच जून महिन्याच्या सुरुवातीस अमेरिकेच्या ड्रोन हल्ल्यांमध्ये अनेक पाकिस्तानी नागरिकांचा मृत्यू झाल्यामुळे मोठ्या संख्येने पाकिस्तानींमध्ये अमेरिकेबाबत अधिकच वितुष्ट निर्माण झाल्याचे दिसते. सुमारे 90 टक्के पाकिस्तानी अमेरिकेला त्यांचा प्रमुख परकीय शत्रू मानतात, हे आपल्याला माहीत आहे. हे सर्व पाहता, वैचारिक आणि भूसामरिक कारणांमुळे, पाकिस्तानमधील एकापाठोपाठ एक सरकारे आणि लोक कट्टर शत्रू भारताविरुद्ध आणि अलीकडे अमेरिकन हितसंबंधांविरुद्ध वापरता येऊ शकतील, अशा इस्लामी दहशतवाद्यांना पसंती देताना दिसतात. इस्लामी दहशतवादाबद्दलची पाकिस्तानची द्विधा अवस्था समजण्यासारखी आहे. एलईटी, म्हणजेच पवित्रतेचे सैनिक या प्रामुख्याने भारतविरोधी असणाऱ्या आणि अमेरिकन भूमीवरही हल्ला करण्याची क्षमता असल्याचे म्हटले जाणाऱ्या संघटनेबाबत पाकिस्तानला मृदुभाव आहे[97], तर पाकिस्तानी लष्कर आणि नागरी लक्ष्यांवर हल्ले करणाऱ्या टीटीपीबाबत पाकिस्तानला तिरस्कार आहे.

मे 2013 च्या निवडणुकांवरून पाकिस्तानमध्ये धर्मनिरपेक्षतावाद पुनर्प्रस्थापित होत असल्याचे आणि झिया राजवटीच्या सुरुवातीपासून खोलवर रुजलेला इस्लामवादी वृथा धर्माभिमान, तसेच मुस्लिमेतरांविरुद्धच्या पूर्वग्रहापासून देश लांब जात असल्याचे सूचित झाले नाही. या संदर्भात देशातील शालेय पाठ्यपुस्तकांच्या अभ्यासक्रमाचा उल्लेख करता येईल. पख्तुनख्वा आणि सिंध प्रांतातील निर्वाचित सरकारांनी ऑगस्ट 2013 मध्ये त्यापूर्वीच्या सरकारांनी केलेल्या अभ्यासक्रमातील सुधारणा रद्द करून लहान मुलांना जिहाद, इस्लामची

श्रेष्ठता आणि खिलाफतीचे "सद्गुण" शिकवण्यासाठी बदल करण्याचा निर्णय घेतला. काही पाठ्यपुस्तके ही हिंदूंचे वर्णन इस्लाम आणि पाकिस्तानचे "शत्रू" असे करतात.[98]

पाकिस्तानमध्ये 2002 च्या सुरुवातीस एलईटीला बेकायदा ठरवण्यात आल्यापासून ही संघटना जमात उद दवा (जेयूडी) (धावा करणाऱ्यांचा पक्ष) म्हणून ओळखली जात असून ती दक्षिण आशियातील सर्वांत सक्रिय बहुदेशीय दहशतवादी संघटना आहे. इस्लामवाद्यांसाठी काश्मीरची मुक्तता ही भारताच्या ताब्यातून या प्रदेशाची मुक्तता करण्याशी संबंधित नसून मुस्लिमेतरांच्या ताब्यातून मुस्लीम भूप्रदेश मुक्त करण्याशी संबंधित आहे. एलईटी ही दक्षिण आशियामध्ये वहाबी इस्लामी राष्ट्र स्थापन करण्याची पुरस्कर्ती आहे. ती आता केवळ काश्मिरी जिहादी संघटना नाही. लाहोरच्या जवळच या संघटनेचे मुख्य केंद्र असून एलईटी "अद्यापही प्रत्यक्षात उघड्यावर प्रशिक्षण तळ चालवते" आणि काही हजारांच्या घरात सदस्य असणाऱ्या या बळकट संघटनेने मागील 20 वर्षांमध्ये सुमारे दोन लाखांच्या आसपास दहशतवाद्यांना, तसेच युरोप आणि उत्तर अमेरिकेतील शेकडोंना प्रशिक्षण दिले असल्याचा अंदाज आहे. या संघटनेची वैचारिक निष्ठा अहल-ए-हदीस (मुस्लीम कायदेपंडितांचे नाही, तर हदीस म्हणजेच प्रेषितांच्या परंपरांचे पालन करणारे) या टोकाच्या रूढिप्रिय पंथावर भरणपोषण झालेल्या दक्षिण आशियाई वहाबीवादाप्रति असली, तरी एलईटीचे बंदूकधारी हे मोठ्या संख्येने ग्रामीण पंजाब आणि वायव्य सरहद प्रांतातून आलेले असून ते अहल-ए-हदीस पंथाचे अनुयायी नाहीत, तर मोठ्या प्रमाणावर सुफी इस्लामच्या हनाफी पंथाचे आहेत.[99] जेएमबी या दहशतवादी संघटनेचे प्रमुख नेतेही सुन्नी इस्लामच्या अहल-ए-हदीस पंथाचे आहेत, ही बाबसुद्धा नोंद घेण्याजोगी आहे. बांगला देशमध्ये प्रथमच 2005 साली शेकडो बॉम्बहल्ले घडवल्यानंतर आणि आत्मघातकी हल्ल्यांचा उपयोग केल्यानंतर जेएमबी ही संघटना प्रकाशात आली होती.

9/11 च्या हल्ल्यापासून एईटी हाच भासमान आणि झाकोळलेल्या अल कायदाचा खरा चेहरा असल्याचे दिसते आहे. हा पाकिस्तानस्थित दहशतवादी गट जगातील सर्वांत सुसंघटित आणि चांगल्या प्रकारे लागेबंधे असलेली बहुदेशीय दहशतवादी संघटना असल्याचे दिसते. युरोपमध्ये, पर्शियन आखातात, भारतात, नेपाळमध्ये, बांगला देश, आग्नेय आशिया आणि उत्तर अमेरिकेमध्ये या संघटनाची केंद्रे आहेत. एका बाजूला आपल्याला भारतातील दहशतवादी हल्ल्यांवर एलईटीचे ठसे असल्याचे दिसतात आणि त्याच वेळी दुसरीकडे लष्करची माणसे अफगाणिस्तान, इराक, ढाका आणि कोपनहेगनमध्ये दहशत माजवत असल्याचेही आपल्याला पाहायला मिळते. शिकागोस्थित पाकिस्तानी-अमेरिकन नागरीक डेव्हिड हेडलीचा 2008 च्या मुंबई हल्ल्यांमध्ये सहभाग असल्याचे आणि 2005 मध्ये प्रेषित महंमदांचे व्यंगचित्र प्रसिद्ध करणाऱ्या डॅनिश वृत्तपत्राच्या अधिकाऱ्यांना मारण्याचा कट एलईटीने रचल्याचे अहवाल आपल्याकडे आहेत. अलीकडेच ढाक्यामध्ये अटक झालेल्या लोकांकडून (फेब्रुवारी 2010) बांगला देशमधील अमेरिका व ब्रिटनच्या

दूतावासांवर हल्ला करण्याचा एलईटीचा कट उघड झाला.[100] एलईटी ही चांगल्या प्रकारे लागेबंधे असलेली बहुदेशीय दहशतवादी संघटना मानली जाण्याचे कारण जेआय, हिज्ब-ए-इस्लामी आणि हिज्ब-उल-मुजाहिदीन यांसारख्या अल कायदाच्या अफगाणिस्तानातील सहयोगी संघटनांसोबत एलईटीने 1990 च्या दशकापासून जपलेल्या दीर्घ संबंधांमध्ये आहे.[101] जैश-ए-महंमद (जेईएम), म्हणजेच महंमदांचे सैनिक या पाकिस्तानस्थित दुसऱ्या एका इस्लामी गटासोबत एलईटीचा खूप चांगला समन्वय आहे. जेईएमचे हातपाय युरोप आणि अमेरिकेपर्यंतही पसरलेले असून 2002 मध्ये अमेरिकन पत्रकार डॅनिएल पर्लच्या हत्येसाठी जेईएमच जबाबदार होते. न्यूयॉर्कमधील सिनेगॉगमध्ये बॉम्ब ठेवण्याच्या कटात, तसेच 2009 मध्ये अमेरिकन लष्कराच्या विमानावर अमेरिकेतच स्टिंगर क्षेपणास्त्र डागण्यामध्येही त्यांचा सहभाग होता. डिसेंबर 2001 मध्ये जेईएम आणि एलईटीच्या बंदूकधाऱ्यांनी मिळून संयुक्तपणे भारतीय संसदेवर हल्ला केला होता. एलईटी आणि जेईएमला सौदी अरेबिया, आखाती देश, युरोप आणि पाकिस्तानातील श्रीमंत दात्यांकडून पैसे मिळतात.[102] जून 2013 मध्ये तिसऱ्यांदा पाकिस्तानचे पंतप्रधान बनल्यानंतर नवाझ शरीफ यांच्या सरकारने अल्पावधीतच पंजाबमधील जेयूडी किंवा एलईटीकडून चालवल्या जाणाऱ्या समाजकल्याण प्रकल्पांना 9.5 कोटी पाकिस्तानी रुपयांची (दहा लाख अमेरिकन डॉलर्सपेक्षा अधिक) देणगी दिल्याचा आरोप आहे, या गोष्टीचीही येथे नोंद घ्यावी.[103]

मुंबईत नोव्हेंबर 2008 मध्ये झालेले हत्याकांड हे एलईटीचे सर्वांत अलीकडचे धाडस आहे. काही निरीक्षकांनी मुंबई हल्ल्यांमध्ये इस्लामी आणि नार्को-दहशतवादी या दोघांचाही हात असल्याचा माग काढला आहे; एलईटीही दाऊद इब्राहिमसोबत एकत्र आली असल्याचे ते मानतात. यू.एस.वॉर कॉलेजच्या शोधनिबंधामध्ये मुंबईतील हत्याकांडात एलईटी-डी कंपनीचा सहभाग असल्याचे पटण्याजोगे स्पष्टीकरण देण्यात आले आहे.[104] प्रामुख्याने मुस्लीमबहुल काश्मीर भारताकडे असल्यामुळे, एलईटी भारतावर वार करण्यासाठी कटिबद्ध असून तिला जिहादच्या नावाखाली दाऊद इब्राहिमच्या शत्रूंसह अन्य भारतीयांचा जीव घेण्यात कोणतीच अडचण वाटत नाही. येथे इब्राहिमच्या गतकृत्यांकडे कोणीही दुर्लक्ष करू नये. बाबरी मशीद पाडल्याचा आणि मुंबईमध्ये, तसेच भारतात इतरत्र हिंदू धर्मांधांनी मुस्लिमांची हत्या केल्याच्या सूड घेण्यासाठी मुंबईमध्ये 1993 साली बेछूट बॉम्बहल्ले करण्यात आणि हिंदूंना मारण्यामध्ये त्याची महत्त्वाची भूमिका होती. एका भारतीय तपास अहवालानुसार एलईटी-हुजी-दाऊद-अल कायदा यांच्यातील संधान 2003 मध्ये आयएसआयच्या कथित पाठिंब्याने अस्तित्वात आले. पाकिस्तानी लष्कराच्या लोकांनी भारतातून आणि इतर देशांमधून फरारी झालेल्यांना बांगला देश आणि नेपाळमार्गे कराचीत आणल्याचा आरोप असून येथे त्यांना, ज्यामुळे भारतात हिंदू धर्मांधांकडून मुस्लिमांची हत्या झाली, त्या बाबरी मशीद आणि गुजरात दंगलींच्या चित्रफिती दाखवून शिकवण देण्यात आली.[105]

विशेष म्हणजे, मुंबईतील हल्ल्यांदरम्यान दहा मारेकऱ्यांपैकी आठ जणांनी स्वैरपणे मुंबईतील लोकांना ठार मारले, तर दोन जणांनी दाऊदचे शत्रू असलेल्या "अमली पदार्थ माफियामधील रशियन आणि इस्रायली सदस्यांची" ऑबेरॉय हॉटेल आणि नरिमन हाउस येथे "संघटित गुन्हेगारी विश्वामध्ये मारतात, त्याच विशिष्ट पद्धतीने" हत्या केली, असा आरोप आहे.[106] टीव्हीवरील विविध माहितीपटांमधून याला आणखी पुष्टी मिळते. भारतीय संस्थांनी टिपलेले, नरिमन हाउसमधील मारेकरी आणि कदाचित पाकिस्तानात बसलेला त्यांचा मार्गदर्शक यांच्यातील सेलफोनवरील संभाषण आपल्याला सापडते. त्यामध्ये ओलिसांना ताब्यात घेतलेल्या दोघा मारेकऱ्यांना त्यांच्या मार्गदर्शकाने सूचना केली: "तुम्ही स्वतःची काळजी घेण्यापूर्वी त्यांना सरळ बसवा आणि त्यांच्या डोक्याच्या मागच्या बाजूस गोळी झाडा. ईश्वर तुमचे कल्याण करो!"[107] नरिमन हाउस आणि ओबेरॉय हॉटेलमध्ये आढळली, त्या प्रकारची गुन्हेगारी विश्वातील ठार मारण्याची पद्धत ही जिहादींची लोकांना मारण्याची पद्धत नसून तो अमली पदार्थ माफियांचा आपल्या शत्रूंना दूर करण्याचा विशिष्ट मार्ग आहे.

मैत्रा यांच्या मते, ब्रिटिश, रशियन, भारतीय, पाकिस्तानी आणि इस्रायली अमली पदार्थांचे जहागीरदार हे अफगाणी अमली पदार्थांची मुंबई आणि दुबईमार्फत वाहतूक करण्यात गुंतले असून गुप्त शीख फुटिरतावादी हेसुद्धा अमली पदार्थांच्या तस्करीत सामील आहेत. दाऊद इब्राहिम हा या माफिया वर्तुळाचा एक महत्त्वाचा घटक असल्याचे ते मानतात.[108] या प्रदेशातील आणि युरोपमधील अमली पदार्थांचे जहागीरदार, तथाकथित 'डोप आयएनसी' (ब्रिटनमधील अमली पदार्थविश्वाला Dope, Inc. म्हणून संबोधले जाते) आणि लंडनस्थित हिज्बुत ताहरिर आणि इस्लामिक मूव्हमेंट ऑफ उझबेकिस्तान यांसारखे दहशतवादी गट हे चेचन्यापासून पाकिस्तान, भारतापर्यंत आणि त्यापलीकडेही नार्को-दहशतवाद आणि इस्लामवादामध्ये सामील झाले आहेत. अल कायदाच्या बहुदेशीय जाळ्याला अर्थपुरवठा करण्यासाठी ओसामा बिन लादेनचा अमली पदार्थ तस्करीमध्ये व्यक्तिशः सहभाग होता, असे विश्लेषक मानतात.[109] बांगला देश आणि आग्नेय आशियामध्येही यांसारखेच गट सक्रिय आहेत. थोडक्यात, एलईटीची कथा भारत आणि काश्मीरमधील हल्ल्यांपासून सुरू झाली नाही आणि ती नोव्हेंबर 2008 ला मुंबईवर झालेल्या हल्ल्यासह संपणारही नाही. या संघटनेच्या सुरुवातीपासून तिने पाकिस्तानी आणि भारतीय अशा दोन्ही देशांच्या फौजांना कामाला लावले आहे.[110] एलईटी आणि जेईएमच्या बहुदेशीय दहशतवादी संघटना म्हणून झालेल्या उदयावरून परकीय शत्रूंवर वार करण्यासाठी पोसलेला सरकारपुरस्कृत दहशतवाद कशा प्रकारे उलटतो, ते अधोरेखित होते. बांगला देशी बहुदेशीय इस्लामी दहशतवादी गटांच्या विरुद्ध, बहुतांश पाकिस्तानी गट हे राष्ट्रपुरस्कृत आहेत. एकेकाळी इस्लामी दहशतवाद्यांना प्रोत्साहन देणारे पाकिस्तानी आता त्याबाबत काहीही करण्यास घाबरत आहेत का आणि "त्यांनीच तयार केलेल्या व त्यांच्या नियंत्रणाबाहेर गेलेल्या या संघटनांसोबत ही तारेवरची कसरत सुरू आहे का", याबाबत

खात्री देता येणार नाही.[111] तथापि, वेळोवेळी पाकिस्तानी लष्कराला कट्टर शत्रू भारतावर वार करण्यासाठी ही सामरिकदृष्ट्या महत्त्वाची माणसे अत्यंत उपयुक्त ठरतात. 1999 साली कारगील युद्धामध्ये एलईटीचे लढवय्ये हे पाकिस्तानी फौजांसोबत भारताविरुद्ध लढल्याचे सांगितले जाते.

हुजी-बी, जेएमबी आणि बांगला देशमधून चालणारे बहुदेशीय "जिहाद"

अमेरिकेच्या नेतृत्वाखालील अफगाण जिहादच्या समाप्तीनंतर दशकभराच्या आतच, 1999 मध्ये बांगला देश आणि त्याच्या आसपासच्या परिसरात इस्लामी दहशतवादी जाळ्याची उपस्थिती जाणवायला लागली होती. हुजी-बी, म्हणजेच इस्लामी जिहादसाठीची चळवळ (अल कायदाशी लागेबंधे असणारी पाकिस्तानी नमुना संघटना) या संघटनेच्या छत्राखाली 1999 मध्ये बांगला देशच्या सार्वजनिक ठिकाणी काही निरपराध नागरिकांचे जीव घेणाऱ्या तुरळक बॉम्बस्फोटांपासून सुरुवात करणारे हे जाळे 2004 पर्यंत संपूर्ण प्रदेशाच्या स्थैर्यासाठी गंभीर धोका म्हणून उदयास आले होते. लोकांमध्ये दहशत पसरवण्यासाठी हुजी-बी बेछूट बॉम्बहल्ले आणि ग्रेनेड हल्ल्यांचा उपयोग करते. 2004 साली ढाक्यातील जाहीर सभेमध्ये त्यांनी अवामी लीगच्या (स्वतंत्र बांगला देशसाठी पूर्व पाकिस्तानामध्ये फुटिरतावादी चळवळीचे नेतृत्व करणारा राजकीय पक्ष) बऱ्याच नेत्यांची हत्या केली होती. या छायेत वावरणाऱ्या इस्लामी संघटनेमध्ये बांगला देशमधील आणि आसपासच्या प्रदेशातील तिच्यासारख्या इस्लामी गटांपेक्षा खूप जास्त शक्तिशाली बनण्याची क्षमता आहे. अल कायदा पुरस्कृत हुजी-बी ही अन्य भारत-पाकिस्तानस्थित इस्लामी संघटना आणि म्यानमारपासून फिलिपिन्सपर्यंत आग्नेय आशियातील त्यांच्या समकक्ष संघटना यांच्यातील मध्यस्थ असल्यासारखी वाटते. दक्षिण थायलंडमधील मुस्लीम बंडखोरांना इंडोनेशियातील जेमाह इस्लामियापेक्षा हुजी-बीकडून अधिक शस्त्रे व प्रशिक्षण मिळाल्याचे सांगितले जाते.[112]

तथापि, आग्नेय आशियातील इस्लामवाद हा पूर्णपणे वेगळ्या परिस्थितीतील आहे. इंडोनेशियामध्ये काही इस्लामी कट्टरवाद्यांचे पुनर्संघटन होत असल्याचे वृत्त असले, तरी त्यांच्याकडून इतक्यात देशाला आणि प्रदेशाला धोका निर्माण होण्याची शक्यता नाही. क्रायसिस ग्रुपने उघड केलेल्या माहितीनुसार: "इंडोनेशियाच्या सुदैवाने यातील बरेचसे संभाव्य दहशतवादी हे विशेषत्वाने अकार्यक्षम ठरले आहेत... तथापि, धोका अद्याप टळलेला नाही."[113] फिलिपिन्स आणि दक्षिण थायलंडमधील इस्लामी दहशतवादी गट हे प्रामुख्याने वांशिक-राष्ट्रीय फुटिरतावादी गट राहिले आहोत आणि प्रादेशिक/जागतिक परिप्रेक्ष्यामध्ये ते कोणतीही महत्त्वाची भूमिका बजावतील, याची शक्यता नगण्य आहे. थायलंड आणि फिलिपिन्सच्या सरकारनी या गटांना (पूर्णपणे उखडून टाकले नसले तरी) आळा घातला आहे. आग्नेय आशियातील तुलनेने चांगले प्रशासन आणि भरभराट

ही इस्लामी बंडखोरांची उपेक्षा झाली आहे. मग पुन्हा, आग्नेय आशियातील सामान्य मुस्लिमांचा अमेरिकेवर तिच्या परराष्ट्र धोरणासाठी, विशेषतः मुस्लीमजगतातील तिच्या आक्रमण/हस्तक्षेपांमुळे आणि अखेरचे व तितकेच महत्त्वाचे म्हणजे इस्रायलला असलेल्या तिच्या पाठिंब्यामुळे राग आहे.[114]

बांगला देशचे रूपांतर इस्लामी राष्ट्रामध्ये करण्याच्या दृष्टिकोनातून हुजी-बी ही 1992 मध्ये गुप्तपणे नाही, तर उघड संघटना म्हणून अस्तित्वात आली. 1980 च्या दशकामध्ये सोव्हिएत महासंघाविरुद्धच्या जिहादमध्ये सहभागी झालेला मुफ्ती अब्दुल हन्नान हा बांगला देशी अफगाणी या संघटनेचा संस्थापक होता, त्याला 2006 मध्ये अटक करण्यात आली. 1999 ते 2005 च्या दरम्यान देशात बॉम्बस्फोट घडवल्याची आणि अनेक लोकांना ठार मारल्याची कबुली त्याने अटकेनंतर दिली. अरब, पाकिस्तानी, बर्मीज आणि बांगला देशी इस्लामींसोबत संबंध असल्याची आणि म्यानमारच्या रोहिंग्या सॉलिडॅरिटी ऑर्गनायझेशनसह (आरएसओ) बांगला देशबाहेरील अन्य इस्लामी दहशतवाद्यांना सहकार्य केल्याची कबुलीही त्याने दिली.[115] हुजी-बीच्या अर्थपुरवठादारांमध्ये आयएसआय आणि एलईटी व जेईएम यांसारख्या पाकिस्तानी इस्लामी संघटनांचा समावेश होता. या संघटनेने रोहिंग्या, थायलंडमधील फुटिरतावादी इस्लामींना प्रशिक्षण दिल्याचे मानले जाते, त्याचप्रमाणे 22 जानेवारी 2002 रोजी कोलकात्यातील अमेरिकन सेंटरवर झालेल्या बॉम्बहल्ल्यामध्ये आणि 12 ऑक्टोबर, 2005 रोजी दक्षिण भारतातील हैदराबादमध्ये आत्मघातकी स्फोट घडवून आणण्यामध्ये ही संघटना गुंतली आहे. या संघटनेचे काश्मिरी, अफगाणी, आसाममधील इस्लामी फुटिरतावादी, बंदी घालण्यात आलेली स्टुडंट इस्लामिक मूव्हमेंट ऑफ इंडिया (सिमि) आणि भारतातील इतर इस्लामवादी गटांशी खूप जवळचे संबंध असल्याचे सांगितले जाते.[116] बांगला देशातील अनेक मदरश्यांमध्ये बेकायदा लपलेल्या आणि सक्रिय असणाऱ्या बऱ्याच भारतीय इस्लामी धर्मगुरूंना जुलै 2009 मध्ये झालेली अटक ही बऱ्याच गोष्टी उघड करणारी आहे. हुजी धर्मगुरू आणि बांगला देशातील स्थानिक इस्लामी गट यांचे डी कंपनीसाठी काम करणाऱ्या अब्दुल रौफ दाऊद मर्चंट, झाहीद शेख आणि आरिफ यांच्याशी लागेबंधे होते. या तिघांना मे 2009 मध्ये अटक करण्यात आली.

हुजी-बीला आंतरराष्ट्रीय दात्यांकडून देणग्या मिळतात, तसेच गरीब टॅक्सीचालक, रिक्षा ओढणारे आणि कपडे बनवणारे कामगार यांच्याकडून उत्स्फूर्त स्थानिक मदत मिळते. आणखी एका अहवालावरून डी-कंपनी, हुजी-बी आणि एलईटी यांच्याशी लागेबंधे असणारे किमान 50 भारतीय गुन्हेगार हे सातत्याने बांगला देशमध्ये येत असल्याचे उघड झाले आहे. दाऊदच्या टोळीमध्ये त्याच्याखालोखाल दुसऱ्या स्थानावर असलेला आणि पाकिस्तान व दुबईवरून काम पाहणारा छोटा शकील हा बांगला देशमधील आणि त्यापलीकडील नार्को-जिहादी दहशतवादी जाळ्याला अर्थपुरवठा करण्यासाठी मोठ्या

प्रमाणात पैसा पाठवत आहे. पाकिस्तानातील सुन्नी कट्टरवादी संघटना सिपाह-ए-सहाबा आणि अहल-ए-हदीस जेईएम यांनी हुजी-बी आणि जेएमबी यांच्याशी भागीदारी केली आहे.[117] बांगला देशी पोलिसांनी 2007 पासून बांगला देशात जन्मलेल्या दोन ब्रिटिश नागरिकांना बंदुका, स्फोटके आणि जिहाद व स्फोटकांसंबंधीच्या पुस्तकांसहित अटक केली असून त्यांचे हुजीशी लागेबंधे असल्याचे मानले जाते.[118] एलईटीशी लागेबंधे असल्याचे मानले जाणाऱ्या अनेक पाकिस्तानी नागरिकांना 2010 च्या सुरुवातीस अटक करण्यात आली होती. ते प्रामुख्याने हवालामार्फत पैशांची अफरातफर आणि ढाक्यातील भारतीय आणि अमेरिकन केंद्रांवर हल्ल्यांचे कट करण्यात सामील होते.[119]

अफगाणचा मुरब्बी सैनिक शेख अब्दुल रहमानने स्थापन केलेली जेएमबी ही आणखी एक दहशतवादी संघटना असून ती हुजी-बीच्या पावलावर पाऊल ठेवून चालते. हुजी-बी ही अल कायदाची उपशाखा आहे, तर जेएमबी ही स्थानिक आहे. जेएमबीच्या काही कार्यकर्त्यांचे भूतकाळात जेआयशी लागेबंधे असल्याने बऱ्याच बांगला देशींना, विशेषतः आवामी लीगबद्दल (एएल) हळवा कोपरा असणाऱ्यांना, जेएमबीचे वर्णन बीएनपीसमर्थक व जमातसमर्थक संघटना असे करायला आवडते. एएल आणि बीएनपी-जमात समर्थकांमध्ये राजकारणाचे झालेले टोकाचे ध्रुवीकरण पाहता, बीएनपी-जमात युतीशी जेएमबीच्या कथित संबंधांविषयीच्या कोणत्याही बिनबुडाच्या अहवालांना जराही विश्वासार्ह मानता कामा नये. पोलीस कोठडीमध्ये असलेल्या जेएमबीच्या विविध कार्यकर्त्यांनी, जमातच्या हिंसाचारविरोधी आणि दहशतवादविरोधी भूमिकेमुळे आपण जमातशी संबंध तोडल्याचे कबूल केले आहे.[120] थोडक्यात, जेएमबीचे बहुदेशीय लागेबंधे खूप कमी आहेत. टोकाच्या रूढिप्रिय असणाऱ्या अहल-ए-हदीस पंथाच्या भारतातील आणि वायव्य व उत्तर बांगला देशमधील काही सदस्यांशी या संघटनेचे लागेबंधे आहेत. स्थानिक बीएनपी नेते आणि पोलिसांसोबत एकत्र येऊन वायव्य बांगला देशमधील माओवादी बंडखोर आणि गुन्हेगारांविरुद्ध जिहादचे संघटन केल्यामुळे ही संघटना प्रकाशात आली. तातडीने शरिया कायदा लागू करण्याच्या आपल्या मागणीकडे लक्ष वेधण्याच्या दृष्टीने जेएमबीने 17 ऑगस्ट, 2005 रोजी देशभरात सर्वत्र काहीशे बॉम्बस्फोट घडवले. अनेक निरपराध लोकांचा जीव घेणाऱ्या या एकाच वेळी घडवून आणलेल्या बॉम्बस्फोटांनंतर जेएमबीच्या आत्मघातकी हल्लेखोरांनी बांगला देशमधील काही न्यायाधीश, पोलीस अधिकारी आणि सामान्य नागरिकांच्या स्वैर हत्या केल्या. भारतीय वहाबींनी 19 व्या शतकामध्ये वायव्य भारत आणि बंगालमध्ये पुकारलेले "जिहाद" सुरू ठेवण्याबाबत जेएमबी ठाम आहे.[121] 2006 पासून जेएमबीच्या सर्वांत वरच्या नेत्यांना झालेली देहदंडाची शिक्षा आणि मोठ्या प्रमाणावर कार्यकर्त्यांना झालेल्या अटक यानंतरही, जेएमबी भविष्यात दहशतवादी धोका म्हणून पुन्हा उदयास येण्याची शक्यता नाही, असे इतक्यात गृहीत धरणे घाईचे आहे.

बांगला देशच्या सैन्यदलांमधील काही घटकांचेही पाकिस्तानमधील इस्लामवाद्यांसोबत लागेबंधे असल्याचा आरोप आहे. लष्कराचे इस्लामाबादशी असलेले कथित लागेबंधे उघड केल्याबद्दल काही वेळा बांगला देशी पत्रकारांना जीवघेण्या हल्ल्यांना सामोरे जावे लागले आहे. सीएनएनचे वार्ताहर तस्नीम खलील यांचे प्रकरण सर्वांत कुप्रसिद्ध आहे. लष्कराने एकांतकैदेत ठेवून त्यांचा छळ केला आणि 2007 मध्ये त्यांना बांगला देश सोडण्यास भाग पाडले.[122] जेएमबीच्या आघाडीच्या नेत्यांनी त्यांचे बीएनपी आणि लष्कराच्या गुप्तचर संस्थांशी असणारे लागेबंधे उघड करण्यासाठी प्रसारमाध्यमांशी संपर्क साधल्यानंतर बीएनपीचे सरकार आणि लष्कराच्या राजवटीने घाईघाईने त्यांना देहदंडाची शिक्षा दिल्याचे सांगितले जाते.[123] दहशतवाद-अमली पदार्थ यांच्यातील प्रचलित संधानामुळे इस्लामी आणि धर्मनिरपेक्ष दहशतवादी गटांनी अद्यापही अफगाणिस्तान ते मान्यमारदरम्यानच्या विस्तृत प्रदेशासाठी सुरक्षेचा गंभीर धोका निर्माण केला आहे. भारताच्या 28 पैकी 20 राज्यांमध्ये माओवादी बंडखोरी वेगाने वाढत असून पंतप्रधान मनमोहन सिंग यांनी एकदा हा भारताच्या सुरक्षेकरिता सर्वांत गंभीर धोका असल्याचे म्हटले होते.[124]

भारत बांगला देशच्या सीमेला अनेक भगदाडे असल्यामुळे पश्चिम बंगाल आणि वायव्य बांगला देशातील माओवादी बंडखोरांनी 2004 ते 2007 दरम्यान सीमारेषेच्या दोन्ही बाजूंकडील दुर्गम गावांमध्ये अक्षरशः दहशतीचे साम्राज्य प्रस्थापित केले होते.[125] पाकिस्तानस्थित आणि काश्मीरस्थित एलईटीच्या हल्ल्यांव्यतिरिक्त भारताला देशांतर्गत वाढलेल्या इस्लामी दहशतवादी गटांच्या दहशतवादी हल्ल्यांनाही वेळोवेळी तोंड द्यावे लागत असते. या संदर्भात इंडियन मुजाहिदीनचा (आयएम) उल्लेख करता येईल. फेब्रुवारी 2013 मध्ये (दक्षिण भारतातील) हैदराबादमध्ये झालेल्या दोन बॉम्बस्फोटात 16 लोक मृत्युमुखी पडले. या हल्ल्यांसाठी काही वृत्तांनी देशातच वाढलेल्या आयएमकडे बोट दाखवले, तर अन्य काही अहवालांनी याचे धागेदोरे पाकिस्तानस्थित एलईटीशी असल्याचा माग काढला. एलईटीनेच आयएमला प्रोत्साहन दिल्याचे सांगितले जाते.[126] भारताच्या झी न्यूज वाहिनीने पाकिस्तानकडे बोट दाखवले आहे: "या हल्ल्यांमागे युनायटेड जिहाद कौन्सिल (यूजेसी) असू शकते. जमात-उल-मुजाहिदीन (जेयूएम), जैश-ए-मोहम्मद (जेईएम) आणि अल बद्र यांसारख्या दहशतवादी संघटनांचा समावेश असणारे यूजेसी, संसद हल्ल्यातील दोषी अफझल गुरू याला फाशी झाल्याच्या पार्श्वभूमीवर भारतावर सूड घेण्याचे नियोजन करण्यासाठी 13 फेब्रुवारी रोजी भेटले होते."[127]

दरम्यान, या प्रदेशातील इस्लामी कट्टरवादासाठी खालच्या फळीतील सैनिकांचा निर्यातदार म्हणून नव्याने पुढे येण्याची क्षमता बांगला देशने अगोदरच दाखवून दिली आहे.[128] बांगला देशी नागरीक आणि बांगला देशस्थित इस्लामी दहशतवाद्यांनी भारताच्या पश्चिम बंगाल प्रांत आणि ईशान्य भारतामध्ये, तसेच म्यानमार, थायलंड आणि त्यापलीकडेही हातपाय पसरले आहेत. ते बहुदेशीय तस्कर, अमली पदार्थ आणि मानवी

तस्करीतील टोळ्यांशी संबंधित आहेत. काही इस्लामवादी तर बांगला देशचा उपप्रदेश आणि ईशान्य भारताच्या काही भागांमध्ये मिळून इस्लामी खिलाफत किंवा विस्तारित बांगला देशाची स्थापना करण्याचीही स्वप्ने पाहत आहेत.[129] टाइम नियतकालिकामध्ये प्रसिद्ध झालेल्या वृत्ताने भारतातील दहशतवादी हल्ल्यांमध्ये बांगला देशस्थित इस्लामी संघटनांचा हात असण्यावर शिक्कामोर्तब केले आहे. बांगला देशच्या हुजीचे भारतीय इस्लामी कट्टरवाद्यांशी लागेबंधे होते आणि हैदराबादमध्ये 2007 साली झालेल्या 42 जणांचा जीव घेणाऱ्या बॉम्बहल्ल्यांसाठी तेच जबाबदार होते.[130] अखेरचे आणि तितकेच महत्त्वाचे म्हणजे, विश्लेषक आणि अभ्यासक आतापर्यंत जिला पूर्णपणे बिगरराजकीय आणि शांततापूर्ण मानत होते,[131] ती *तबलिघी जमात* (टीजे) ही बहुदेशीय इस्लामी मिशनरी (धर्मप्रचारक) संस्था आता काही तबलिघींच्या दहशतवाद्यांशी असलेल्या कथित संबंधांमुळे तपाससंस्थांच्या निरीक्षणाखाली आलेली आहे.[132] जगभरात सर्वत्र हाहाकार माजवण्यासाठी इस्लामी दहशतवादी दरवर्षी लाहोर आणि ढाक्याजवळ आपल्या लाखो अनुयायांची आंतरराष्ट्रीय संमेलने भरवणाऱ्या या दक्षिण आशियास्थित पुनरुज्जीवित मुस्लीम धर्मतत्त्वांवर आधारित चळवळीच्या विस्तृत जाळ्यामध्ये शिरकाव करू शकतात. या संघटनेचे कोणत्याही दहशतवादी जाळ्याशी लागेबंधे असल्याच्या कोणत्याही विश्वासार्ह पुराव्यांची कमतरता असली, तरी मुक्तहस्ते कोणत्याही मुस्लिमाला संघटनेमध्ये सहभागी करून घेण्याचे त्यांचे धोरण चिंताजनक आहे. टीजे ही भारतस्थित इस्लामी संघटना असून त्याच्या पाकिस्तान, बांगला देश यांबरोबरच जगभरात सर्वत्र अनेक देशांमध्ये शाखा आहेत.

वादळ टाळता येऊ शकते का?

शेजारी राष्ट्रांच्या सक्रिय पाठिंब्याशिवाय कोणताही एकटा देश बहुदेशीय गुन्हेगारी, दहशतवाद आणि बंडखोरीला आळा घालू शकत नाही. दक्षिण आशियातील देशांमध्ये परस्पर सामंजस्य आणि विश्वासाचा अभाव असल्यामुळे त्यांना एकमेकांजवळ आणण्यासाठी या प्रदेशाला प्रामाणिक मध्यस्थाची गरज आहे. यासंदर्भात अमेरिका आणि चीन हे सकारात्मक भूमिका बजावू इच्छितात का, याबाबत जिज्ञासा आहे. अमेरिका ही भारत आणि पाकिस्तानला जवळ आणण्यासाठी (अ) पाकिस्तानला अमेरिकेचा पाठिंबा असल्याचे ध्वनित करून त्याद्वारे भारत आणि अफगाणिस्तानकडून वेढले जाण्याची पाकिस्तानची भीती शमवून; (ब) एलईटीसह सर्व भारतविरोधी दहशतवादी गटांचा पाठिंबा मागे घेण्यासाठी पाकिस्तानचे मन वळवून आणि (क) बांगला देशच्या तक्रारींबाबत अधिक समजूतदार होण्यासाठी भारतावर प्रभाव टाकून, अत्यंत महत्त्वाची भूमिका बजावू शकते. आदर्शरीत्या, चीन हे म्यानमार आणि बांगला देशला एकमेकांच्या जवळ आणण्यासाठी निर्णायक भूमिका बजावू शकते. तथापि, भारतासोबतचे न सुटलेले सीमाप्रश्न, चीनच्या

स्वतःच्या भूप्रादेशिक आकांक्षा आणि अडचणी आणि सर्वांत महत्त्वाचे म्हणजे भारत आणि अमेरिकेमध्ये वाढत्या सामंजस्यामुळे, आपल्या फायद्याकरिता पाकिस्तान आणि म्यानमारचे हुकमी डाव खेळण्यासाठी चीनकडे कारणे आहेत. भारताच्या दबावासमोर टिकाव धरण्यासाठी पाकिस्तान आणि म्यानमारलाही चीनचा पाठिंबा आणि आश्रयाची गरज आहे. दरम्यान पाकिस्तानी आणि बांगला देशी नेत्यांनी राजकीय इस्लामचा प्रसार करणे थांबवले पाहिजे, कारण त्याची परिणती अखेर बहुदेशीय इस्लामी कट्टरवादामध्ये होणार आहे. त्यात पुन्हा, राजकीय इस्लामची आपली स्वतंत्र गतिशीलता आहे. अन्य ठिकाणांप्रमाणेच दक्षिण आशियामध्येही इस्लामवाद टिकून राहण्यासाठी अंतर्गत आणि बाह्य असे दोन्ही घटक कारणीभूत आहेत. यासंदर्भात अमेरिका आणि भारत हे दोन प्रमुख बाह्य घटक आहेत.

दक्षिण आशियामध्ये बहुदेशीय सुव्यवस्था प्रस्थापित करण्याच्या दृष्टीने पहिले महत्त्वाचे पाऊल हे अफगाणिस्तान आणि त्याला लागून असलेल्या वायव्य पाकिस्तानमध्येच उचलावे लागेल. हेल्मांद प्रांतामध्ये अधिकाधिक नाटो फौजा असतानाही ना तालिबानला तेथून हुसकावले ना अफूच्या फुलांची शेती संपुष्टात आली. अमली पदार्थ-दहशतवाद यांच्यातील वाढते संधान आणि (तालिबानप्रमाणे) काही बंडखोरांचे अमली पदार्थ व्यापाऱ्यांशी असलेले थेट लागेबांधे पाहता, दहशतवादी/बंडखोरांना आळा घालण्यासाठी अमली पदार्थ व्यापाऱ्यांविरुद्धचे युद्ध सोडून देण्याने कोणतेच विशेष लाभ होणार नाहीत. लॅटिन अमेरिकेमध्ये हेच घडले असून अफगाणिस्तानमध्येही हेच घडणार असल्याची चिंता आहे. एका विश्लेषकाने उपस्थित केलेल्या पुढील प्रश्नांची आपल्याला उत्तरे हवी आहेत: (अ) अमली पदार्थांच्या व्यापाऱ्यांना त्यांचा व्यवसाय करू देण्याची कल्पना योग्य आहे का; (ब) जागतिकीकरणामुळे वस्तू सहज उपलब्ध होऊ लागल्याने ग्राहकोपयोगी वस्तूंची तस्करी करणे कमी फायद्याचे बनले, त्याचा परिणाम म्हणून अमली पदार्थ, शस्त्रे आणि मानवी तस्करी वाढते आहे का; आणि (क) अमली पदार्थ, शस्त्रे, पैशांची अफरातफर आणि दहशतवाद हे भिन्न प्रकारचे बहुदेशीय धोके आहेत की ते परस्परांपासून वेगळा करता येऊ न शकणारा धोका म्हणून समोर येतात? आपल्याला अद्याप खरे उत्तर माहीत नाही आणि "तातडीची गरज म्हणून निदानाचीच चिकित्सा व्हायला हवी का", याचीही आपल्याला खात्री नाही.[133]

पुन्हा, हे देश आपापसांतील मतभेद सोडवण्यासाठी सहभागी होण्याची चिन्हे ही अजिबात आश्वासक नाहीत. चीनला केवळ भारताबाबत नाही, तर अमेरिकेबाबतही अडचणी आहेत. हे सर्व पाहता, म्यानमार (जरी तो हळूहळू जगासाठी खुला होत असला आणि अमेरिकेकरिता 2012 च्या सुरुवातीपासून खुला झालेला असला तरी) बीजिंगची संमती घेतल्याविना तो कोणासोबतही सहकार्य करण्याची शक्यता नगण्य आहे. त्याचप्रमाणे, दक्षिण आशियाई घडामोडींमध्ये इराणला सहभागी करून घेण्याची शक्यता

नजीकच्या भविष्यात धूसर आहे. दक्षिण आणि मध्य आशिया या दोन्ही ठिकाणी इराणचे हितसंबंध गुंतलेले असल्याने परिस्थिती आणखीच गुंतागुंतीची बनते. इराणच्या कथित अण्वस्त्र कार्यक्रमामुळे त्याच्यावरील नवे निर्बंध आणि संभाव्य हल्ल्याचे धोके यांनी परिस्थिती अधिकच गंभीर होणार आहे. पाकिस्तान भारतीय वर्चस्व स्वीकारण्यासाठी तयार नाही, नेपाळ आणि बांगला देश हेसुद्धा भारतीय संरचनेबद्दल साशंक आहेत. त्यामुळे पाकिस्तान आणि बांगला देशच्या बहुदेशीय सुरक्षात्मक समस्या सोडवण्यामध्ये आंतरराष्ट्रीय सहकार्य मिळण्याची शक्यता अनिश्चित आहे, तर हे देश दीर्घकाळ खेचलेल्या समस्या सोडवण्याकरिता त्यांच्या लगतच्या शेजारी राष्ट्रांसोबत निश्चित द्वीपक्षीय उपाययोजना हाती घेऊ शकतात. दक्षिण आणि आग्नेय आशियामध्ये नवा वर्चस्वधारी बनण्याचा भारताचा प्रयत्न हा जसा या प्रदेशांतील बहुदेशीय सुरक्षा सहकार्याकरिता मारक ठरणार आहे, त्याचप्रमाणे पाकिस्तानचा अफगाणिस्तानमध्ये भारताविरुद्ध सुरू असलेला वर्णन करण्यास कठीण असा सामरिक खोलीचा प्रयत्नही यासाठी मारक आहे. सोव्हिएतोत्तर आणि अमेरिका/नाटोत्तर अफगाणिस्तानमध्ये तुलना करताना अयाझ आमीर यांना अमेरिका/नाटो आक्रमणानंतरचे अफगाणिस्तान हे अनिश्चित काळासाठी अधिक गुंतागुंतीचे आणि पाकिस्तानसाठी अधिक धोकादायक बनले असल्याचे वाटते. ते पुढील प्रश्न उपस्थित करतात: "1) फाटा प्रदेशात वसलेले तालिबान हे मुल्ला ओमरशी अधिक एकनिष्ठ आहे की पाकिस्तान राष्ट्राशी? 2) वास्तविकदृष्ट्या वझिरीस्तान हा पाकिस्तानचा भाग अधिक आहे की अफगाणिस्तानचा?"[134] या प्रदेशातील बहुदेशीय संघर्ष आणि छुप्या युद्धांवर शांततापूर्ण तोडगे काढण्यासाठी केवळ पाकिस्तानलाच नाही, तर दक्षिण आशियालाही या प्रश्नांची ठोस उत्तरे मिळणे गरजेचे आहे.

टिपा आणि संदर्भ

1. Ramtanu Maitra, "Mumbai Massacre Calls for a Probe of British Role" (December 26, 2008). येथे उपलब्ध: Countercurrents.org (accessed on December 8, 2013); Author's interviews with Afghan officials (one Pashtun and one Tajik) who worked for the Karzai Government (October 10, 2010).
2. Ehsan Ahrari, "The Dynamics of 'Narco-Jihad' in the Afghanistan-Pakistan Region," in *Narco-Jihad: Drug Trafficking and Security in Afghanistan and Pakistan* (December 2009), National Bureau of Asian Resarch (NBR) Report.
3. Mumtaz Ahmad, "Ahl-e-Hadith Movement in Bangladesh: History, Religion, Politics and Militancy," Iqbal International Institute for Research & Dialogue (May 2006). येथे उपलब्ध: http://www.iqbalinstitute.com/blog/?page_id=75 (accessed on December 8, 2013); Taj Hashmi, "Islamism beyond the Islamic Heartland: A Case Study of Bangladesh," in Ishtiaq Ahmed (ed.), *The Politics of Religion in South and Southeast Asia* (London: Routledge, 2011).

4. Taj Hashmi, "Transnational Security Dynamics and Exigencies: Pakistan and Bangladesh," *Peace and Security Studies*, Vol. 4, No. 2 (December 2011); Taj Hashmi, "Islamism Beyond the Islamic Heartland: A Case Study of Bangladesh", in Ishtiaq Ahmed (ed.), *The Politics of Religion in South and Southeast Asia* (London: Routledge, 2011) and "Islamic Resurgence in Bangladesh: Genesis, Dynamics and Implications," in Situ P. Limaye, Robert G. Wirsing and Mohan Malik (eds), *Religious Radicalism and Security in South Asia* (Honolulu: Asia-Pacific Center for Security Studies, 2004).
5. Farzana Shaikh, *Making Sense of Pakistan* (New York: Columbia University Press, 2009), Chapters 5–6; Husain Haqqani, *Pakistan: Between Mosque and Military* (Washington, D.C.: Carnegie Endowment for International Peace, 2005), Chapters 5–7.
6. तथैव, Chapters 7–8.
7. तथैव.
8. तथैव.
9. Anatol Lieven, *Pakistan: A Hard Country* (New York: Public Affairs, 2011), Chapters 11–12.
10. तथैव.
11. "Pakistan to Talk with Militants on Anti-Polio Ban," *Daily Star*, Bangladesh (June 21, 2012).
12. Muhammad Zubair, "Army Operation in South Waziristan: The TTP and IDPs," *Daily Times* (June 19, 2012).
13. Zbigniew Brzezinski, "How Jimmy Carter and I Started the Mujahideen," Interview of Brzezinski with *Le Nouvel Observateur* (French newspaper) (January 15–21, 1998) (Translated by Bill Blum) *Counterpunch*. येथे उपलब्ध: http://www.counterpunch.org/1998/01/15/how-jimmy-carter-and-i-started-the-mujahideen/ (accessed on July 13, 2012).
14. तथैव.
15. तथैव.
16. Jack Stevenson, "America's Afghanistan Odyssey: When Will Enough be Enough?" (December 13, 2012). येथे उपलब्ध: http://www.juancole.com/2012/12/americas-afghanistan-odyssey-when-will-enough-be-enough-stevenson.html?utm_source=feedburner&utm_medium=feed&utm_campaign=Feed%3A+juancole%2Fymbn+%28Informed+Comment%29 (accessed on February 25, 2013).
17. "NATO Vows to Respect Karzai's Air-Raid Ban: Afghan President Set to Issue Decree to Prevent Local Forces from Calling for Foreign Raids in Residential Areas," Aljazeera News (February 17, 2013). येथे उपलब्ध: http://www.aljazeera.com/news/asia/2013/02/2013217114747594869.html (accessed on February 25, 2013).
18. "Afghanistan Bars Elite U.S. Troops from a Key Province," *New York Times* (February 24, 2013); "Afghanistan Moves to Curb U.S. Forces," *Wall Street Journal* (February 24, 2013).

19. Amena Bakr, "Afghan Peace Bid Stumbles on Kabul-Taliban Protocol Row" (June 20, 2013). येथे उपलब्ध: http://www.reuters.com/article/2013/06/20/us-afghanistan-taliban-talks-idUSBRE95J05T20130620 (accessed on June 20, 2013).
20. Amy Bingham, "Afghanistan War by the Number: Lives Lost, Billions Spent," ABC News (May 1, 2012). येथे उपलब्ध: http://abcnews.go.com/Politics/OTUS/billions-dollars-thousands-lives-lost-afghanistan-war/story?id=1625; "NATO Soldier Killed by Assailant in Afghan Army Uniform," *New York Times* (May 11, 2012); "Afghanistan: Taliban Insurgents Attack Embassies and NATO Headquarters in Kabul," *Telegraph* (April 15, 2012).
21. CNN News, "In Afghanistan, Obama Pledges Cooperation, Vows to 'Finish the Job'" (May 1, 2012). येथे उपलब्ध: http://articles.cnn.com/2012-05-01/politics/politics_afghanistan-obama_1_afghan-forces-afghan-government-afghan-laws?_s=PM:POLITICS (accessed on December 8, 2013).
22. "Afghanistan after 2014: Why Zero Is Not an Option," *The Economist* (July 20, 2013).
23. *The Telegraph* (19 August 2011); *Dawn* (July 17, 2012).
24. Stephen Hadley and John D. Podesta, "The Right Way out of Afghanistan: Leaving behind a State That Can Govern," *Foreign Affairs* (July/August 2012).
25. Anatol Liven, "Afghanistan: The Way to Peace," *The New York Review of Books* (2013).
26. *Guardian* (October 13, 2008).
27. Gilles Dorronsoro, "Afghanistan: The Impossible Transition," Carnegie Paper (June 2011). येथे उपलब्ध: http://carnegieendowment.org/2011/06/15/afghanistan-impossible-transition/1ij (accessed on July 10, 2012).
28. Ahmed Rashid, *Pakistan on the Brink: The Future of America, Pakistan, and Afghanistan* (New York: Viking Penguin, 2012), pp. 90–97.
29. तथैव, pp. 100–112.
30. तथैव, p. 109.
31. Gilles Dorronsoro, "Afghanistan: The Impossible Transition," Carnegie Paper (June 2011). येथे उपलब्ध: http://carnegieendowment.org/2011/06/15/afghanistan-impossible-transition/1ij (accessed on July 10, 2012).
32. "McChrystal: Evidence Is 'Clear' Iran Aids Taliban," *Washington Times* (May 30, 2010); VOA (May 29, 2010) (a radio broadcast).
33. "Wikileaks Gates: No Iranian Help to Taliban" (November 29, 2010). येथे उपलब्ध: http://www.juancole.com/2010/11/wikileaks-gates-no-iranian-help-to-taliban.html (accessed on December 8, 2013).
34. "Taliban Leader in Secret Talks Was an Impostor," *New York Times* (November 22, 2010).
35. "Afghanistan's Karzai Urges Taliban Leader Omar to Run for President," *Los Angeles Times* (July 12, 2012).
36. Ahmed Rashid, *Pakistan on the Brink: The Future of America, Pakistan, and Afghanistan* (New York: Viking Penguin, 2012), p. 21.
37. CNN, Fareed Zakaria GPS (June 27, 2010).

38. U.S. State Department Classified Papers (released in 2009), *Prothom Alo* (August 16, 2009): Soon after the 1975 military takeover General Ziaur Rahman (later President of Bangladesh up to 1981) told the U.S. Ambassador Davis Boster: "Bangladesh has become pro-Pakistan, pro-Islam, and pro-Western."
39. Basant Chatterjee, *Inside Bangladesh Today: An Eye-Witness Account* (New Delhi: S. Chand & Co., 1973), pp. 68–70; Taj Hashmi, "Failure of the Welfare State: Political Islam and Islamization of Bangladesh," in Shahram Akberzadeh (ed.), *Islam and Political Legitimacy* (London: Routledge, 2003), pp. 106–114.
40. Yoginder Sikand, "Competing Nationalisms and Religions and the Kashmir Conflict" (August 9, 2010). येथे उपलब्ध: Countercurrents.org (accessed on December 8, 2013).
41. *Dawn* (December 3, 2008); BBC News (December 4, 2008) (a radio broadcast).
42. Unnithan, Sandeep, "The Karachi Project," *India Today* (March 1, 2010).
43. Louis Shelley and Nazia Hussain, "Narco-Trafficking in Pakistan and Afghanistan Border Areas and Implications for Security," in NBR Report Narco-Jihad: Drug Trafficking and Security in Afghanistan and Pakistan (December 2009).
44. Christine Fair, "What's the Problem with Pakistan? Washington and the Generals," *Foreign Affairs* (March 31–April 1, 2009).
45. Shaukat Qadir, "Beyond Baitullah," *Daily Times*, Pakistan (August 22, 2009).
46. BBC News (June 6, 2009) (a radio broadcast); Interviews with Pakistani military officers.
47. *Times of India* (April 11, 2009).
48. *Dawn* (September 19, 2009).
49. तथैव.
50. "Commander's Initial Assessment," *Washington Post* (September 21, 2009).
51. BBC News (February 27, 2013). येथे उपलब्ध: http://www.bbc.co.uk/news/world-asia-21601120 (accessed on March 5, 2013).
52. Ashok K. Mehta, "Crisis in Kashmir," *Wall Street Journal* (August 24, 2010).
53. G. Parthasarathy, "Does Mr. Obama Care about India?" *The Wall Street Journal* (April 12, 2010).
54. Sumit Ganguly, "India Is Annoyed by the U.S.," *Newsweek* (April 12, 2010).
55. The Bureau of Investigative Journalism, "Exclusive: Leaked Pakistani Report Confirms High Civilian Death Toll in CIA Drone Strikes" (July 22, 2013). येथे उपलब्ध: http://www.thebureauinvestigates.com/2013/07/22/exclusive-leaked-pakistani-report-confirms-high-civilian (accessed on July 23, 2013).
56. तथैव.
57. William Engdahl, "Pakistan to Become the New 'Major Terror Ground' in Just Six Months" (August 9, 2013). येथे उपलब्ध: http://rt.com/op-edge/pakistan-terrorism-separatism-economy-272/ (accessed on August 24, 2013).
58. Selig S. Harrison, "Free Baluchistan," *The National Interest* (2011). येथे उपलब्ध: http://nationalinterest.org/commentary/free-baluchistan-4799 (accessed on August 24, 2013).
59. "Barack Obama and Afghanistan: A Gamble That May Not Pay Off," *The Economist* (June 25–July 1, 2011).

60. Ashley J. Tellis, "Pakistan's Impending Defeat in Afghanistan," Carnegie Endowment (June 22, 2012). येथे उपलब्ध: http://carnegieendowment.org/2012/06/22/pakistan-s-impending-defeat-in-afghanistan/c6sn (accessed on June 29, 2012).
61. Kuldip Nayar, "Problems Galore in Bangladesh," *Dawn* (Pakistani daily) (September 18, 2009).
62. Rasul Bakhsh Rais, *Recovering the Frontier State: War, Ethnicity, and State in Afghanistan* (Karachi: Oxford University Press, 2008), p. 43.
63. Ahmed Rashid, *Descent into Chaos: The United States and the Failure of Nation Building in Pakistan, Afghanistan and Central Asia* (London: Penguin Books, 2008), Chapters 7, 12, 15–17.
64. *Newsweek* (February 22, 2010).
65. Ahmed Rashid, *Descent into Chaos: The United States and the Failure of Nation Building in Pakistan, Afghanistan and Central Asia*, pp. 317–332.
66. Raymond Whitaker, "Taliban Prepare to Unleash Their Deadliest Weapon: War on Terrorism: Drugs," *The Independent* (October 2, 2001); France 24, International News 24/7 (August 10, 2009).Vol. 4, 8 2011 pp.1–31
67. Anand Gopal, "Deep in the Land of the Taliban." येथे उपलब्ध: www.TomDispathch.com, December 6, 2008 (accessed on December 8, 2013).
68. Author's interviews with Pakistani military officers at the APCSS.
69. "Barack Obama and Afghanistan: A Gamble That May Not Pay Off," *The Economist* (June 25–July 1, 2011); James Risen, "Reports Link Karzai's Brother to Afghan Heroin Trade," *New York Times* (October 4, 2008); "Brother of Afghan Leader said to Be Paid by CIA," *New York Times* (October 27, 2009); Peter Dale Scott, "Opium and the CIA: Can the US Triumph in the Drug-Addicted War in Afghanistan?" *Global Research* (April 9, 2010).
70. Ramtanu Maitra, "Get Rid of Opium, or Perish," *Executive Intelligence Review* (EIR), Vol. 36, No. 8 (February 27, 2009).
71. Tariq Ali, "Mirage of the Good War," *New Left Review,* Vol. 50 (March–April 2008).
72. CNN (October 25, 2009).
73. Paul Zabriskie, "The World's Toughest Job?" *Fortune* (a Special Report), Vol. 160 (October 12, 2009).
74. Maitra, "Get Rid of Opium, Or Perish."
75. Tim McGirk, "Afghanistan Fix," *Time* (March 22, 2010).
76. Karen DeYoung, "U.S. Trucking Funds Reach Taliban, Military-Led Investigation Concludes," *Washington Post* (July 24, 2011).
77. Andrew G. Marshall, "Afghan Heroin & the CIA" (April 1, 2008). येथे उपलब्ध: http://www.geopoliticalmonitor.com/afghhan-heroin-the-cia-519 (accessed on January 11, 2013).
78. तथैव; "Filthy Lucre: Afghan Drug Profits Too Juicy to Resist," RT TV (November 22, 2011). येथे उपलब्ध: http://rt.com/news/afghan-drug-us-money-893/ (accessed on January 11, 2013); "UK Poppy-Growing Program Kept Hush-Hush," RT TV (September 10, 2011). येथे उपलब्ध: http://rt.com/news/uk-afghanistan-poppies-shortage-243/ (accessed on January 11, 2013).

79. *Newsweek* (March 8, 2010).
80. Bobby Ghosh, "Taking It to the Taliban," *Time* (March 8, 2010).
81. Michael Ware, "Official: Pakistan Can Help Broker U.S.–Taliban Talks," CNN (July 11, 2009).
82. Ron Moreau, "America's New Nightmare: If You Thought the Longtime Head of the Taliban Was Bad, You Should Meet His No. 2" and Mullah Baradar's Interview, *Newsweek* (August 3, 2009).
83. BBC News (February 16, 2010).
84. Aryn Baker, "The Afghan Age Divide," *Time* (August 24, 2009).
85. Qantara, "Drugs Money Fills al-Qaeda Coffers." येथे उपलब्ध: http://www.qantara.de.
86. Shahzad Chaudhry, "Why Obama May Fail in Afghanistan," *Daily Times* (Pakistani daily) (August 31, 2009).
87. My interview with LtG (ret.) Tahir Qazi, Pakistan's High Commissioner to Malaysia (June 12, 2009); Shaukat Qadir, "Beyond Baitullah," *Daily Times*, Pakistan (August 22, 2009).
88. Imtiaz Gul, *The Most Dangerous Place: Pakistan's Lawless Frontier* (New York: Viking, 2010), pp. 36–37.
89. "Pakistani Taliban Deputy Leader Reportedly Killed in US Drone Strike," *Guardian* (May 29, 2013).
90. CNN and BBC (January 5, 2010).
91. Hasan Abbas, "A Profile of Tehrik-i-Taliban Pakistan," *CTC Sentinel*, Vol. 1, No. 2 (January 2008). येथे उपलब्ध: http://belfercenter.ksg.harvard.edu/files/CTC%20Sentinel%20-%20Profile%20of%20Tehrik-i-Taliban%20Pakistan.pdf (accessed on May 29, 2013).
92. "Taliban Says It Shot Pakistani Teen for Advocating Girls' Rights," *Washington Post* (October 10, 2012).
93. Mark Mazetti, "Evidence Mounts for Taliban Role in Bomb Plot," *New York Times* (May 5, 2010).
94. "Tehreek-e-Nafaz-e-Shariat-e-Mohammadi," South Asia Terrorism Portal (SATP). Available at http://www.satp.org/satporgtp/countries/pakistan/terroristoutfits/TNSM.htm (accessed on June 12, 2013).
95. BBC News, "Pakistan Agrees Sharia Law Deal" (February 16, 2009). येथे उपलब्ध: http://news.bbc.co.uk/2/hi/south_asia/7891955.stm (accessed on June 12, 2013); Imtiaz Gul, *The Most Dangerous Place: Pakistan's Lawless Frontier* (New York: Viking, 2010), pp. xviii–xix.
96. "Dealing with Pakistan's Extremists: The Hawk and the Dove," *The Economist*, June 1, 2013.
97. Stephen Tankel, "Lashkar-e-Taiba Capable of Threatening U.S. Homeland," Testimony, House Homeland Security Committee, June 12, 2013. Available at http://carnegieendowment.org/2013/06/12/lashkar-e-taiba-capable-of-threatening-u.s.-homeland/g9z7 (accessed on June 12, 2013).

98. Zia ur Rehman, "KP Schools Will Teach Jihad Again"; Ali K. Chishti, "Textbooks and Tolerance," *Friday Times* (August 23–29, 2013).
99. Jeremy Kahn, "Terror Has a New Name: Lashkar-e-Taiba Is Getting Ready to Go Global," *Newsweek* (March 15, 2010).
100. तथैव.
101. Global Security. येथे उपलब्ध: http://www.globalsecurity.org/military/world/para/hum/htm (accessed on March 10, 2010).
102. English Aljazeera. येथे उपलब्ध: http://english.aljazeera.net/news/americas/2009/05/200952144536467973.html (accessed on March 10, 2010); *New York Times* (December 9, 2009).
103. *The Hindu* (June 18, 2013).
104. Ryan Clarke, "Lashkar-i-Taiba: The Fallacy of Subservient Proxies and the Future of Islamist Terrorism in India" (March 2010), The Letort Papers, U.S. Army War College, Carlisle, Pennsylvania, pp. 28–51.
105. Sandeep Unnithan, "The Karachi Project," *India Today* (March 1, 2010).
106. Myra MacDonald commented on "Russia Points Dawood Ibrahim in Mumbai Attacks," Reuters Blogs, comment posted on December 19, 2008. येथे उपलब्ध: http://blogs.reuters.com/pakistan/2008/12/19 (accessed on December 8, 2013); Wayne Madson, Mumbai Attacks More Complicated than Corporate Press Reports." येथे उपलब्ध: http://infowars.net/articles/december2008/031208Mumbai.htm (accessed on December 8, 2013); Ramtanu Maitra, "Afghan Opium and Terror in South Asia." येथे उपलब्ध: Countercurrents.org (accessed on December 8, 2013); Mafiatoday.com, "Crime Boss Dawood Ibrahim May Be behind Mumbai Attacks." येथे उपलब्ध: http://mafiatoday.com/other-mafia-orgs/crime-boss-dawood-ibrahim-may-be-behind-mumbai-attacks/ (accessed on December 8, 2013).
107. GPS Fareed Zakaria Show, CNN (November 15, 2009).
108. Ramtanu Maitra, "Mumbai Massacre Calls for a Probe of British Role" (December 26, 2008). येथे उपलब्ध: Countercurrents.org (accessed on December 8, 2013).
109. तथैव.
110. *Dawn* (December 3, 2008).
111. Jeremy Kahn, "Terror Has a New Name: Lashkar-e-Taiba Is Getting Ready to Go Global," *Newsweek* (March 15, 2010).
112. B. Raman, "Bangladesh & Jihadi Terrorism—An Update," Paper No. 887 (January 7, 2004), South Asia Analysis Group (SAAG). येथे उपलब्ध: http://www.southasiaanalysis.org/papers9/paper887.html (accessed on December 8, 2013); "Bangladesh-Myanmar-Thailand: The Jihadi Corridor," Paper No. 1102 (August 28, 2004). येथे उपलब्ध: http://www.southasiaanalysis.org/papers12/paper1102.html (accessed on December 8, 2013).
113. International Crisis Group Asia Report No. 228, How Indonesian Extremists Regroup (July 16, 2012). येथे उपलब्ध: http://www.crisisgroup.org/en/regions/asia/south-east-asia/indonesia/228-how-indonesian-extremists-regroup.aspx?utm_source=indonesiareport&utm_medium=execsum&utm_campaign=mremail (accessed on July 16, 2012).

114. My interviews with several Indonesian and Malaysian senior military officers and diplomats at my previous work place, APCSS, Honolulu, Hawaii (2007–2011).
115. BD News24 (November 22, 2006).
116. Bibhu Prasad Routray, "HUJI: Lengthening Shadow of Terror," *South Asia Intelligence Review* (*SAIR*), Vol. 5, No. 3 (2006). येथे उपलब्ध: http://www.satp.org/satporgtp/sair/Archives/5_3.htm (accessed on February 24, 2014).
117. *Prothom Alo,* Bangladeshi Bengali daily, August 5, 2009.
118. *Daily Star*, Bangladesh (December 3–5, 2007 and April 17, 2010).
119. *Daily Star* (April 9, 2010).
120. Interviews with Bangladeshi Senior Police Officers, Dhaka (June 30, 2009).
121. International Crisis Group, The Threat from Jamaat-ul Mujahideen Bangladesh (March 1, 2010), Asia Report No. 187.
122. 107 "Bangladesh: Tortured Journalist Describes Surviving Military Beatings," Human Rights Watch (February 15, 2008). येथे उपलब्ध: http://www.hrw.org/en/news/2008/02/13/bangladesh-tortured-journalist-describes-surviving-military-bea (accessed on July 24, 2012).
123. Selig Harrison, "A New Hub of Terrorism? In Bangladesh, an Islamic Movement with Al-Qaeda Ties Is on the Rise," *Washington Post* (August 2, 2006).
124. "India Reiterates Maoist Threat," *Jane's Intelligence Weekly* (September 16, 2009).
125. V. Balachandran, "Insurgency, Terrorism, and Transnational Crime in South Asia," in Amit Pandya and Ellen Laipson (eds), *Transnational Trends: Middle Eastern and Asian Views* (Washington, D.C.: The Henry L. Stimson Center, 2008), p. 126.
126. "Indian Mujahideen Hand Becomes Clearer in Hyderabad Blasts," *Times of India* (February 23, 2013). येथे उपलब्ध: http://timesofindia.indiatimes.com/india/Indian-Mujahideen-hand-becomes-clearer-in-Hyderabad-blasts/articleshow/18635772.cms (accessed on February 23, 2013).
127. "Hyderabad Blasts—'United Jehad Council May Be Behind Operation,'" Zee News (February 23, 2013). येथे उपलब्ध: http://zeenews.india.com/state/news/index775.html (accessed on February 23, 2013).
128. Saleem Samad, "Are Jihadist from Bangladesh a Security Threat to Asian Region?" Paper Presented at Intelligence Summit, Virginia (February 17–20), Bangladesh Watchdog. येथे उपलब्ध: http://by139w.bay139.mail.live.com/ (accessed on July 7, 2007).
129. Jaideep Saikia, "Terror Sans Frontiers: Islamic Militancy in North East India" (July 2003), Occasional Paper, Program in Arms Control, Disarmament, and International Security (ACDIS), University of Illinois at Urbana-Champaign.
130. "Hyderabad Bomb Blasts: Two Deadly Explosions Leave Terror Cloud over India," Time (February 21, 2013). येथे उपलब्ध: http://world.time.com/2013/02/21/hyderabad-bomb-blasts-two-deadly-explosions-leave-terror-cloud-over-india/ (accessed on February 23, 2013).
131. Yoginder Sikand, *The Origins and Development of the Tablighi Jam'aat (1920–2000): A Cross-Country Comparative Study* (New Delhi: Orient Longman, 2002), अन्यत्र.

132. Alex Alexiev, "Tablighi Jamaat: Jihad's Stealthy Legions," *Middle East Quarterly*, Vol. 12, No. 1 (2005); Farzana Shaikh, *Making Sense of Pakistan* (New York: Columbia University Press, 2009), pp. 155–157.
133. Phil Williams, "Cooperation among Criminal Organizations," in Mats Berdal and Monica Serrano (eds), *Transnational Organized Crime and International Security: Business as Usual?* (Boulder: Lynne Rienner, 2002), p. 203.
134. Ayaz Amir, "The Shadow over Pakistan," *The News* (Pakistani daily) (February 15, 2013).

7 वादळाचे आणखी एक केंद्र: मध्य पूर्व आणि वायव्य आफ्रिका

9/11 च्या हल्ल्यानंतर सुमारे दहा दिवसांनी मी पेंटॅगॉनमधून जात होतो... आणि एका जनरलनी मला आत बोलावले. ते म्हणाले, "आम्ही निर्णय घेतला आहे की, आम्ही इराकशी युद्ध करणार आहोत"... मी म्हणालो, "आपण इराकशी युद्ध करणार आहोत? का?"... ते म्हणाले, "मला वाटतं, दुसरं काय करावं हे त्यांना माहीत नाहीये." मग मी म्हणालो, "सद्दामचा संबंध अल-कायदाशी जोडणारी काही माहिती त्यांच्या हाती लागली आहे का?" ते म्हणाले, "असं काहीच नवं हाती लागलेलं नाही. त्यांनी फक्त इराकशी युद्ध करायचं, असा निर्णय घेतलाय." ते पुढे म्हणाले, "हे म्हणजे, आपल्याला दहशतवाद्यांबाबत काय करायचं ते कळत नाहीये, परंतु आपल्याकडे चांगलं लष्कर आहे आणि आपण सरकारे खाली खेचू शकतो." आणि मग ते म्हणाले, "जर तुमच्याकडे असलेलं एकमेव साधन हे हातोडा असेल, तर प्रत्येक समस्या ही खिळ्यासारखीच दिसली पाहिजे."

— जनरल वेल्सी क्लार्क (निवृत्त), यू ट्यूब व्हीडिओ, 2 मार्च, 2007

सीरियन बंडखोरांना असलेला सौदी पाठिंबा हा असद यांची राजवट बदलून कदाचित सलाफी घटकांना समाविष्ट करून घेऊ शकेल, असे सुन्नी-प्रधान प्रशासन आणण्याच्या रणनीतीचा भाग आहे. अल कायदाशी लागेबंधे असलेली निमलष्करी दले सीरियात असणे हे सौदीची योजना पुढे नेण्यासाठी साहाय्यभूत ठरू शकते. आपल्या सीरियन मित्रराष्ट्राला आधार देण्याच्या इराणच्या प्रयत्नांमुळे रियाध-तेहरान शत्रूत्व अधिक मजबूत झाले आहे, तसेच इराणचा प्रभाव कमी करण्याचा अमेरिकेचा निश्चय अधिक दृढ झाला आहे. सीरियन विरोधकांना अमेरिका देत असलेले प्रोत्साहन हे बऱ्याच अंशी लोकशाहीशी संबंधित आहे, या युक्तिवादाविषयी आणखी संशय निर्माण होण्याचे कारण म्हणजे अमेरिकेचा तिच्या सौदी भागीदाराला असलेला भक्कम पाठिंबा.

— पॉल रॉजर्स, "सीरिया, दि प्रॉक्सी वॉर", ओपन डेमोक्रसी, 14 जून, 2012

आढावा

आडमुठी इस्लामी राष्ट्रे आणि मध्यपूर्व व वायव्य आफ्रिकेतील राष्ट्रपुरस्कृत दहशतवाद यांच्या बागुलबुवाने अमेरिकेला पछाडण्याचे मूल्यमापन हे प्रकरण करते. या प्रकरणात आक्रमणांच्या किंवा लहान देशांकडे थोडेसे दुर्लक्ष करण्याच्या माध्यमातून—प्रत्यक्ष वा अप्रत्यक्षरीया—जागतिक संघर्ष तीव्र करण्यामधील अमेरिकेच्या भूमिकेचे मूल्यमापन करण्यात आले आहे. या प्रकरणाचे उद्दिष्ट पुढील मुद्द्यांची उकल करण्याचे आहे: (अ) अमेरिका अखेर तिच्या साम्राज्यवादी नशेतून बरी होईल का; आणि

(ब) मुस्लीम-पाश्चात्त्य संघर्ष हे अमेरिकेच्या साम्राज्यवादाचे साधित आहे का? जागतिक जिहाद ही घासून गुळगुळीत झालेली तीच ती जुनी संकल्पना आहे आणि जागतिक शांततेला इस्लाम आणि मुस्लीम या दोघांपासूनही सर्वांत मोठा धोका नाही; उलट पाश्चात्त्य-पुरस्कृत नव्या जागतिक व्यवस्थेमध्ये जी अंगभूत चूक आहे, ते मानवी संस्कृतीसमोरील सर्वांत मोठे आव्हान आहे, या अभ्यासाच्या मूळ संकल्पनेला हे प्रकरण आधार देते. अमेरिकेच्या तथाकथित "दहशतवादाविरुद्धच्या जागतिक युद्धाला" कोणतीही विश्वासार्हता नाही, कारण दहशतवाद हा अमेरिका आणि पाश्चात्त्य संस्कृतीसाठी कधीच सर्वांत भयंकर धोका नव्हता आणि त्याहूनही महत्त्वाचे म्हणजे काही मोजके देश (यामध्ये उत्तर अमेरिका आणि पश्चिम युरोपातील कोणतेच देश येत नाहीत) वगळता जग हे आधुनिक इतिहासाच्या दहशतवादोत्तर टप्प्यामध्ये वेगाने प्रवेश करत आहे. अल कायदा किंवा निराकार इस्लामी/ इस्लामवादी जागतिक जिहाद हे अमेरिकेच्या स्वातंत्र्य आणि लोकशाहीला धोका निर्माण करत नाही, तर प्रत्यक्षात ही परिस्थिती अगदी उलट आहे. व्हिएतनाम युद्धानंतर, विशेषतः मुस्लीमबहुल देशांमधील अमेरिका आणि पाश्चात्त्य देशांचा लष्करवाद, धमक्या, आणि आक्रमणे ही मानवी संस्कृतीसाठी सर्वांत मोठा धोका ठरली आहेत. 9/11 च्या हल्ल्यापासून अमेरिका आणि तिची सहकारी राष्ट्रे ज्या प्रकारे अज्ञात शत्रूंविरुद्ध युद्धाच्या मार्गावर आहेत, त्यामुळे जगाला येणाऱ्या वर्षांमध्ये जगाच्या विविध भागांमध्ये, विशेषतः मध्य पूर्व, वायव्य आफ्रिका आणि दक्षिण आशियामध्ये पूर्ण ताकदीनिशी लढल्या जाणाऱ्या संपूर्ण युद्धांचे साक्षीदार व्हावे लागणार आहे.

दरम्यान, मुस्लीम जगतामध्ये, तसेच अन्य प्रदेशातील काही भागांमध्ये अशुभ गोष्टी घडत आहेत. अमेरिकेचे वर्चस्व घटत असल्याने तथाकथित एकध्रुवी जग हे आता इतिहास बनत चालले आहे आणि रशिया व चीनसारखे देश फार काळ या बदलापासून अलिप्त राहण्याची शक्यता नाही. त्यात पुन्हा अमेरिकेची लष्कर-उद्योग युती आणि युद्ध व संघर्षांपासून प्रचंड नफा मिळवत असलेले दबावगट हेसुद्धा स्वस्थ राहणार नाहीत. तथाकथित जागतिक जिहाद आणि इराण व उत्तर कोरियासारख्या आडमुठ्या राष्ट्रांच्या धमक्या म्हणजे निव्वळ मुख्य मुद्द्यापासून लक्ष हटवण्याचा प्रयत्न असला, तरी अमेरिका व तिची सहकारी राष्ट्रे असे काहीतरी सिद्ध करण्याच्या जोरदार प्रयत्नात आहेत जे त्यांच्या मध्य पूर्वेतील व अन्यत्र "सत्ताबदलाच्या" कारवायांचे समर्थन करेल. अमेरिकन वर्चस्वाला खरा धोका हा इस्लामी दहशतवादी जाळे किंवा अमेरिकाविरोधी हुकूमशाह्या यांच्याकडून नाही, तर दीर्घकालीन धोका हा मुस्लीम जगतामध्ये उदयास येत असलेल्या लोकशाही राष्ट्रांकडून निर्माण होणार आहे. शेवटी आणि तितकेच महत्त्वाचे म्हणजे, ओसामा बिन लादेनच्या हत्येमुळे अनेकतोंडी, सतत रूप बदलणारी अल कायदा संपुष्टात आली नसून ही जागतिक दहशतवादी चळवळ अद्यापही अमेरिका आणि पाश्चात्त्य राष्ट्रांच्या हितसंबंधांसमोरील मोठा धोका म्हणून उभी आहे. दीर्घकाळामध्ये, अमेरिकेचे मुस्लीम

जगतामध्ये घुसखोरी करण्याचे परराष्ट्र धोरण, विशेषतः तिचे इस्रायल धोरण हे सर्वांत महत्त्वाचे उत्प्रेरक म्हणून कायम राहणार आहे.

"सत्ताबदलाचे" दृष्टिकोन आणि पडसाद

मुस्लीम जगतातील काही विशिष्ट राजवटींनी अमेरिका पछाडलेली आहे. अफगाणिस्तान, इराक, इजिप्त आणि लिबियामध्ये झालेल्या अमेरिका-पुरस्कृत बदलांमधून या पछाडलेपणाचे परिणाम अगोदरच जगाने पाहिले आहेत. अलीकडे अमेरिकेला मध्य पूर्वेतील दोन राजवटींनी पछाडले आहे, इराणमधील इस्लामी राजवट आणि सीरियातील बशर अल-असद यांची बाथिस्ट अल्वाई राजवट. वरवर पाहता इराणचा कथित अण्वस्त्र कार्यक्रम आणि मानवाधिकारांचे उल्लंघन हे अमेरिका-इस्रायल त्या देशावर करणार असलेल्या संभाव्य आक्रमणाचे मुख्य समर्थन राहिले असून इराणमधील अण्वस्त्रे नष्ट करण्यासाठी आणि त्याचे लोकशाहीकरण करण्यासाठी हे देश इराणवर आक्रमण करण्याची शक्यता आहे. सीरियाच्या आपल्या नागरिकांविरुद्ध सुरू असलेल्या वंशहत्येच्या युद्धामुळे अमेरिका सीरियन राजवटीबाबत पछाडलेली आहे. अमेरिकेच्या मुस्लीमजगतातील निवडक सत्ताबदलाच्या कारवाया या जगाला येणाऱ्या दशकांमध्ये प्रदीर्घ राष्ट्रांतर्गत आणि राष्ट्रांमधील परस्पर संघर्षाच्या दिशेने ढकलत आहेत का, हा आजघडीला सर्वांत महत्त्वाचा प्रश्न आहे. या प्रकरणामध्ये पुढील प्रश्नांची उत्तरे देण्याचा हेतू आहे: (अ) मुस्लीम-पाश्चात्त्य संघर्ष हे अमेरिकेच्या साम्राज्यवादाचे साधित आहे का? (ब) लोकशाही आणि मानवाधिकारांच्या नावाखाली मुस्लीमजगतातील देशांवर आक्रमण करण्यापेक्षा चांगले पर्याय अमेरिकेसमोर आहेत का? अमेरिकेच्या नेतृत्वाखालील अफगाणिस्तान व इराकमधील आक्रमणांच्या पार्श्वभूमीवर, मुस्लीम जगतात घुसखोरी करणाऱ्या अमेरिकेच्या धोरणांचे या प्रकरणात मूल्यमापन केले आहे. अरब जगतातील ब्रदरहूड (आणि त्याच्या उपशाखा) आणि पाकिस्तान व बांगला देशातील जमातसारख्या इस्लामवादी पक्षांशी असलेल्या अमेरिकेच्या संबंधांच्या परिप्रेक्ष्यामध्ये अमेरिकेच्या सीरिया व इराणविषयीच्या पछाडलेपणाचे मूल्यांकन हे प्रकरण करते. आपण पुढील प्रश्न उपस्थित करण्याची वेळ आता आली आहे: (अ) सीरियामध्ये अमेरिकेचे अल कायदासोबत एकत्र येणे यामागे काही गूढ अर्थ आहे की ही निव्वळ फसवेगिरी आहे? (ब) अमेरिकेचे इराणबाबतचे पछाडलेपण हे शक्तिशाली इस्रायल दबावगटाचे तुष्टीकरण करण्याशी संबंधित आहे की आखातातील तेलसंपन्न सुन्नी राजेशाह्यांचे संरक्षण करण्याशी संबंधित आहे? एंग्दाल यांच्या अभ्यासातून स्पष्ट होते त्याप्रमाणे, "अमेरिकेचे अंतिम उद्दिष्ट हे चीन व रशियाची आर्थिक प्रगती रोखण्यासाठी आफ्रिका आणि मध्य पूर्वेतील नैसर्गिक संसाधने लष्करी नियंत्रणाखाली आणण्याचे आणि त्यायोगे संपूर्ण युरेशिया आपल्या अधिपत्याखाली आणण्याचे आहे," आणि त्यादृष्टीने "2003 च्या जी-8 परिषदेमध्येच जॉर्ज डब्ल्यू. बुश

यांनी प्रथमतः 'अरब स्प्रिंग'ची योजना जाहीर केली होती व त्या वेळी त्याला 'दि ग्रेटर मिडल इस्ट प्रोजेक्ट' असे संबोधण्यात आले होते."[1]

अमेरिकेचे इतक्या देशांशी युद्धाचे संबंध आहेत की त्याची इथे गणतीही करणे कठीण आहे. अमेरिकेची बहुतांश युद्धे ही बचावात्मक तर नव्हतीच, पण निष्कारण आणि टाळता येण्याजोगी होती. या प्रकरणामध्ये मध्य पूर्व, वायव्य आफ्रिका आणि दक्षिण आशियातील बऱ्याच मुस्लीमबहुल देशांशी अमेरिकेचे वाढते संघर्षात्मक संबंध आणि त्यांचे अल्पकालीन व दीर्घकालीन परिणाम यांचे मूल्यमापन केले आहे. पेंटॅगॉनच्या अधिकाऱ्याने निवृत्त जनरल वेस्ली क्लार्क यांना 9/11 च्या हल्ल्यांनंतर काही दिवसांनी पेंटॅगॉनमध्ये सांगितल्यानुसार, अमेरिका पाच वर्षांमध्ये मुस्लीमजगतातील सात देशांवर आक्रमण करण्याच्या तयारीत आहे का? वेस्ली क्लार्क यांच्या म्हणण्यानुसार त्या संबंधित अधिकाऱ्याने त्यांना सांगितले:

> मला हे [संरक्षण मंत्री रम्सफेल्ड यांचे गोपनीय टिपण] …आज मिळाले… आपण पाच वर्षांमध्ये सात देश कसे घेणार आहोत, याचे वर्णन करणारे हे टिपण आहे. सुरुवात इराकपासून आणि नंतर सीरिया, लेबनॉन, लिबिया, सोमालिया, सुदान आणि शेवट इराणमध्ये… त्यांनी थेट इराकशी युद्ध करायचं, असा निर्णय घेतलाय… मला वाटतं, हे म्हणजे, आपल्याला दहशतवाद्यांबाबत काय करायचं ते माहीत नाहीये, परंतु आपल्याकडे चांगलं लष्कर आहे आणि आपण सरकारांना खाली खेचू शकतो… मला वाटतं, जर तुमच्याकडे असलेलं एकमेव साधन हे हातोडा असेल, तर प्रत्येक समस्या ही खिळ्यासारखीच दिसली पाहिजे.[2]

हे सर्व पाहता, अमेरिकेचे मुस्लीमजगतातील सत्ताबदलाबाबतचे झपाटलेपण हे तिच्या परराष्ट्र धोरणातील प्रमुख कलम राहिले आहे, असे दिसते. येणाऱ्या वर्षांमध्ये अमेरिका तिचे विकसनशील देशांमधील सत्ताबदलाचे जुने-पुराणे धोरण सोडून देईल की जगाच्या विधिलिखितामध्ये आणखी एका शतकभराच्या युद्धातून जाणे आहे, याबाबत जिज्ञासा आहे.

तथाकथित अरब स्प्रिंगने अरब जगतामध्ये नव्या प्रारंभाची वर्दी दिली. अमेरिका आणि अरब जगताची अरब स्प्रिंगबाबतची द्विधा स्थिती आणि दुटप्पीपणामुळे संपूर्ण मुस्लीम जगतामध्ये समस्या निर्माण झाल्या आहेत. अरब राजेशाह्या आणि अमेरिका या अरब जगतातील सत्ताबदलांच्या चळवळींना पाठिंबा देण्याबाबत चोखंदळ राहिल्या असल्या, तरी सीरिया आणि इराणमधील राजवटी या मुबारक-गदाफी यांच्या मार्गाने गेलेल्या पाहायला त्यांना आवडेल. अरब जगतातील सौदी अरेबिया, बहारिन आणि अन्य राजेशाह्यांबाबत असे बदल घडून येण्यास त्यांचा विरोध आहे. दुसरीकडे सीरियामधील कोणत्याही सत्ताबदलाच्या चळवळीला इराणचा गंभीर आक्षेप आहे. मुस्लीमजगतातील लोकशाही अमेरिका आणि अरब राजेशाह्यांना फायदेशीर ठरणार नाही, हे कदाचित अमेरिकन धोरणकर्त्यांना माहीत आहे. विरोधाभास म्हणजे, तरीही त्यांनी इजिप्त, लिबिया आणि सीरियामधील सत्ताबदलाच्या चळवळींना अनुकूलता दर्शवली.

इजिप्तमधील सत्ताबदलाला अमेरिकेच्या दिलेला पाठिंबा परंपरावादी आखाती राजेशाह्यांना रुचला नव्हता. इस्रायललाही इजिप्तमधील सत्ताबदल आवडलेला नाही, कारण इजिप्तचे दिवंगत हुकूमशहा अन्वर सादत यांनी 1978 मध्ये इस्रायलसोबत केलेल्या शांतता कराराचा आदर लोकशाहीवादी इजिप्त दीर्घ काळामध्ये करणार नाही, हे इस्रायलला माहीत आहे. आपण सत्तेवर निवडून आल्यानंतर हा करार रद्दबातल करू, अशी घोषणा मुस्लीम ब्रदरहूडने केली होती, ही बाबही नोंद घेण्याजोगी आहे. इजिप्तमधील इस्लामवादाची वाढती लोकप्रियता पाहता, इस्लामवादी सत्तेवर येतील की नाही, हा आता प्रश्न राहिला नसून ते किती लवकर इजिप्तमधील सत्ता हाती घेतील, इतकाच प्रश्न आहे. सर्वांत महत्त्वाचे म्हणजे, अरब स्प्रिंगने केवळ मोजक्या अरब राजवटींना उलथवून टाकले असले, तरी सौदी अरेबिया, कुवेत, बहारिन आणि संयुक्त अरब आमिरात (यूएई) येथील अगोदरच अधिमान्यता गमावलेल्या अरब हुकूमशाह्यांना कमकुवत करण्यासाठी बदलाचे वारे वेगाने वाहू लागले आहेत. कच्च्या तेलाचा पैसा आणि त्यांना पाठबळ देण्यासाठी अमेरिकन फौजा असेपर्यंतच त्या सत्तापदी राहणार आहेत. युवा बेरोजगारीचा सुमारे 25 टक्के इतका दर, वाढत्या लोकसंख्येचे दडपण आणि अमेरिकेबद्दल अरब जनतेमधील सार्वत्रिक नापसंती असल्याने येणाऱ्या वर्षांमध्ये अमेरिकाधार्जिण्या हुकूमशाही अरब राजवटींसाठी फारसे चांगले संकेत नाहीत. ब्रुकिंग या संस्थेने इजिप्त, मोरोक्को, जॉर्डन, लेबनॉन आणि यूएई या पाच अरब देशांत ऑक्टोबर, 2011 मध्ये घेतलेल्या जनमत चाचणीद्वारे समोर आलेल्या माहितीनुसार 70 टक्क्यांहून अधिक नागरिकांचा अरब स्प्रिंगला पाठिंबा होता आणि त्यांच्यामध्ये अमेरिकेबाबत नापसंती होती. केवळ 35 टक्क्यांच्या आसपास अरब नागरीक हे इराणला धोका मानत होते, तर त्यांच्यापैकी बहुतांश लोक हे तुर्कस्तानला आदर्शवत मानत होते.[3]

दरम्यान, तथाकथित अरब स्प्रिंगने अरब जगतातील लोकशाहीच्या पुरस्कर्त्यांसाठी फारसे चांगले फळ दिले नाही. ट्युनिशिया हा अरब स्प्रिंगचा एकमेव लाभार्थी ठरला, असे दिसते. काँग्रेस फॉर दि रिपब्लिक आणि एट्टाकाटोल यांसारख्या मध्यम-डाव्या पक्षांचा समावेश असलेल्या बिगरइस्लामी भागादारांसह स्थापन झालेल्या इस्लामवादी एन्नाहदा पक्षाच्या नेतृत्वाखालील आघाडीच्या सरकारला 2012 च्या सुरुवातीस लक्षणीय जनाधार मिळाला. 19 टक्के बेरोजगार ट्युनिशियन नागरिकांसाठी पुरेसे रोजगार निर्माण करण्यास सरकारला कालावधी लागणार असला, तरी देशात शरिया कायदा लागू करण्याच्या सलाफी मागणीला सरकारने आतापर्यंत प्रतिरोध केला आहे. तथापि, एन्नाहदाचे बरेच नेते कट्टरवादी इस्लामी सलाफींशी गुपचूप चर्चेत सहभागी होत आले आहेत. त्यामुळे, ट्युनिशियन लोकशाही किती काळ टिकून राहील, याची खात्री नाही.[4] लिबिया आणि इजिप्तमधील चित्रही सुरम्य नाही. इजिप्तमध्ये जानेवारी 2012 साली संसदीय निवडणुका झाल्या. त्यामध्ये निवडून आलेले बहुतांश लोकप्रतिनिधी हे सौम्य ब्रदरहूड (47 टक्के) आणि

कट्टर इस्लामवादी सलाफी (साधारणतः 23 टक्के) पक्षांचे होते. तथापि, अल्पावधीतच इजिप्शियन लष्कराने या निवडणुका रद्दबातल केल्याचे जाहीर केले आणि संसद विसर्जित केली. दरम्यान, इस्लामवादी आणि बिगरइस्लामवादी यांच्यामध्ये इजिप्त देशाचे पूर्णपणे ध्रुवीकरण झाले आहे. बहुतांश इजिप्शियन नागरिकांना शरिया कायदा आणि "इस्रायल व पाश्चात्त्य जगाचा सहाय्यक असण्यापासून" इजिप्तची मुक्तता झालेली हवी आहे.[5] इजिप्तच्या जनतेने "5000 हजार वर्षांमध्ये प्रथमच"[6] त्यांचा नेता निवडला असला, तरी संसाधनांची कमतरता असलेल्या दाट लोकसंख्येच्या या देशामध्ये अमेरिकाविरोधी आणि इस्रायलविरोधी इस्लामी पक्ष सत्तेवर निवडून येणे हे पाश्चात्त्य हितसंबंध आणि या प्रदेशाच्या शांततेसाठी चांगले चिन्ह नाही. गदाफी यांची सत्ता उलटल्यानंतर लिबिया हा शांतता, प्रगती आणि समृद्धीचे नंदनवन ठरलेला नाही. 2012 मध्ये 9/11 च्या हल्ल्याच्या अकराव्या स्मृतिदिनी ट्रिपोली येथे लिबियन, अरब आणि आफ्रिकन दहशतवादी-वजा-बंडखोरांनी अमेरिकन राजदूताची केलेली हत्या सर्वांसाठीच डोळ्यांतील अंजन ठरावी. आणि अमेरिका व तिच्या सहकारी राष्ट्रांनी इराक व अफगाणिस्तानची जुलूमशाहीतून सुटका करून दशकभराहून अधिक काळ लोटल्यानंतरही त्या देशांमधील अराजकता आणि गदारोळाची स्थिती आपल्याला माहीत आहे. एप्रिल ते जून 2013 दरम्यान दहशतवाद्यांच्या बॉम्बहल्ल्यांमध्ये 2000 हून अधिक इराकी नागरिकांचा मृत्यू झाला, तर अफगाणिस्तानमध्ये येऊ घातलेल्या अयोग्य माघारीपूर्वी तालिबानशी शांततेबाबत वाटाघाटी करण्यासाठी अमेरिकेचे हरप्रकारे प्रयत्न सुरू आहेत.

सत्ताबदलाच्या चळवळींनी एका बाजूला अरब हुकूमशाह्यांची भक्कम पकड खिळखिळी केली आणि दुसऱ्या बाजूला क्रांत्योत्तर इजिप्त आणि ट्युनिशियामध्ये लोकांना धैर्य दिले. लोकशाही आणि मानवाधिकारांसाठी झटणारे अरब तुर्कस्तानकडे आदर्श म्हणून पाहत आहेत. ते आता इराणकडे शत्रू म्हणून पाहत नाहीत, तर अरब हुकूमशाहीमध्ये आपल्याला मिळतात, त्यापेक्षा अधिक स्वातंत्र्य आणि चांगले अधिकार उपभोगणाऱ्या इराणमधील स्त्रीपुरुषांचा त्यांना हेवा वाटतो. अमेरिकेच्या वर्चस्ववादावर आणि अमेरिकाधार्जिण्या इस्रायली व अरब राजवटींवर इराण सतत करत असलेली टीका हासुद्धा या संदर्भातील महत्त्वाचा उत्प्रेरक राहिला आहे. हे सर्व पाहता, अरब जगतातील क्रांतींच्या यशस्वितेबाबत शंका घेणारे हेन्री किसिंजर बरोबर होते, असे दिसते. अरब स्प्रिंग ही उलट नुकसानच करणारी आहे, असे त्यांना वाटत होते आणि अमेरिकेने "मानवतावादी हस्तक्षेपाच्या" नावाखाली या देशांमध्ये पुन्हा लष्कर तैनात करण्यावर त्यांनी टीका केली होती.

> अरब स्प्रिंग ही उदारमतवादी लोकशाही तत्त्वांसाठी झालेली प्रादेशिक, युवकांच्या नेतृत्वाखालील क्रांती म्हणून मोठ्या प्रमाणावर सादर करण्यात येते. तरीही लिबियामध्ये अशा शक्ती सत्तेवर नाहीत; ते राष्ट्र म्हणून कसेबसे शाबूत आहे. निवडणुकीतील बहुमत (कदाचित कायमसाठी) प्रचंड प्रमाणात इस्लामवाद्यांना असलेल्या इजिप्तमध्येही तीच

> स्थिती आहे. सीरियातील विरोधकांमध्येही लोकशाहीवादी गट प्रबळ असल्याचे दिसत नाही. सीरियाविषयीचे अरब लीगचे एकमत हे लोकशाही व्यवहार किंवा तिचा पुरस्कार करण्यासाठी पूर्वी मान्यता मिळवलेल्या देशांनी घडवलेले नाही. किंबहुना, त्यामध्ये हजार वर्षे जुना शिया-सुन्नी यांच्यातील संघर्ष आणि शिया अल्पसंख्याकांकडून पुन्हा वर्चस्व मिळवण्याचा सुन्नींचाप्रयत्न प्रतिबिंबित होतो... या क्रांतीची पारख तिच्या अंतिम साध्यावरून व्हायला हवी, मुळांवरून नाही; फलितावरून व्हायला हवी, तिच्या पूर्वघोषणांवरून नाही.[7]

सर्वांत महत्त्वाचे म्हणजे, अरब स्प्रिंगचे कारण असलेली स्वातंत्र्य आणि लोकशाहीची पाश्चात्त्य विचारधारा बाहेरील असली, तरी या चळवळीची पाळेमुळे त्या भूमीतील आहेत. अरब स्प्रिंगचे उपफलित म्हणून मोर्सींची राजवट उलटणे आणि अद्याप वसंताचा क्षण (स्प्रिंग मूमेंट) मिळवण्यात यशस्वी न झालेल्या सीरियातील गदारोळ हा 'अरब विंटर'ची (क्रांतीनंतरच्या टप्प्यामध्ये पुन्हा एकाधिकारशाही आणि इस्लामवादी हुकूमशाही सत्तेवर येण्याचे सूचक म्हणून वापरली जाणारी संज्ञा) चाहूल आहे, असे मानण्याचे कोणतेही कारण नाही. अरब विंटरला मूर्खपणाची घोषणा म्हणून ती नाकारणाऱ्या बर्नार्ड- हेन्री लेव्हींचे बरोबरच आहे.[8] अरब स्प्रिंगची अभिमुखता ही अजिबात इस्लामवादी, ईश्वराचे सार्वभौमत्व किंवा मुस्लिमांचे ईश्वराप्रति उत्तरदायित्व प्रस्थापित करण्यासाठी नव्हती. अरब स्प्रिंग ही इस्लामवादोत्तर घटना असून तिचा भर कर्तव्यांपेक्षा अधिक हक्क, एकट्या अधिकारवाणीच्या जागी जनमत, निश्चित धर्मग्रंथांऐवजी ऐतिहासिक सत्यता आणि भूतकाळाऐवजी भविष्य आदींवर आहे. अखेरचे आणि तितकेच महत्त्वाचे म्हणजे, उत्तर-इस्लामवादाचे अनुयायी हे शेख मुहम्मद अब्दुह (1849–1905) यांनी इजिप्तमध्ये सुरू केलेल्या इस्लामिक आधुनिकतावादाकडे परतत असल्याचे दिसते.[9]

इजिप्तमधील ताहरिरनंतरचा गदारोळ: बंड आणि त्यानंतर

ट्युनिशियाच्या युवकांनी जानेवारी 2011 मध्ये रस्त्यावर उतरून यशस्वीपणे हुकूमशहा अध्यक्ष बेन अली यांची राजवट उलथवल्यानंतर अल्पावधीतच इजिप्शियन युवावर्गाने होस्नी मुबारक यांची भ्रष्ट हुकूमशाही राजवट उलथवण्यासाठी कैरोतील ताहरिर चौक आणि नंतर देशभरात सर्वत्र प्रचंड मोठे मोर्चे आणि निदर्शने सुरू केली. अखेर 18 दिवसांच्या आंदोलनानंतर 11 फेब्रुवारी रोजी मुबारक यांना अध्यक्षपदाचा राजीनामा देण्यासाठी भाग पाडण्यात त्यांना यश आले. ताहरिरनंतरच्या इजिप्तमध्ये गोष्टी फार वाईट आणि अनिश्चित झाल्या. इजिप्तचे पहिले लोकशाहीनियुक्त अध्यक्ष म्हणून मुस्लीम ब्रदरहूडचे मोहामेद मोर्सी यांना अध्यक्षस्थानी बसवणाऱ्या निवडणुकीनंतर वर्षभराच्या आतच, 3 जुलै 2013 रोजी लष्कराने सरकार उलथवले आणि मोर्सी व त्यांच्या समर्थकांना अटक केली. अल्पावधीतच लष्कराने मोर्सी यांच्या समर्थकांचे केलेले हत्याकांड जगाने पाहिले. 14 ऑगस्ट रोजी

लष्कराने बडगा उगारल्यानंतर एका आठवड्याभरात हजारहून अधिक नागरीक ठार झाले. या बंडामागे सौदी अरेबिया आणि तिची सहकारी राष्ट्रे होती, त्याचप्रमाणे जगभरात कोठेही लष्कराने सत्ता हाती घेण्यास अमेरिका उघडपणे विरोध करत असली, तरी तीही या बंडामागे होती, हे स्पष्ट आहे. येथे अमेरिकेची अरब जगतातील भू-राजकारण – यात अमेरिकाविरोधी आणि इस्रायलीविरोधी राजवटींना निष्प्रभ करणे आणि प्रदेशात सर्वत्र तेलविहिरींवर नियंत्रण मिळवणे यांचा समावेश होतो – लोकशाही व मानवाधिकारांप्रति अमेरिकेच्या असलेल्या कटिबद्धतेपेक्षा वरचढ ठरल्याचे दिसते. या बंडाने अरब लोकशाही राष्ट्रे असण्याची आशा बाळगणाऱ्या मध्य पूर्वेतील लोकशाहीवादी शक्तींचा भ्रमनिरास केला आहे आणि ते आता प्रदेशात सर्वत्र लोकशाही आणि मानवाधिकारांचे प्रवर्तक म्हणून पाश्चात्त्यांवर विश्वास ठेवण्याची शक्यता नगण्य आहे.

तथापि, मोर्सींचे कोसळणे अटळ होते. ते लोकशाही मार्गाने निवडून सत्तेवर आले असले, तरी त्यांची राजवट ही मुबारक यांच्या राजवटीपेक्षा अधिक हुकूमशाही निघाली. "इजिप्शियन जनतेने हुकूमशाही राजवट पुन्हा निर्माण करण्यासाठी मुस्लीम ब्रदरहूडला निवडून दिले नव्हते, तर अनेक निषिद्ध गोष्टी मोडीत काढणाऱ्या क्रांतीच्या ध्येय व आकांक्षांची पूर्तता करण्यासाठी निवडले होते", असे एका विश्लेषकाला वाटते.[10] अध्यक्ष मोर्सी यांच्या सरकारच्या वर्षभराच्या कार्यकाळातील विजेचा तुटवडा आणि वाढत्या महागाईच्या विरोधात ताहरिर चौक आणि इजिप्तमध्ये इतरत्र तीन दिवस सुरू असलेल्या जन आंदोलनांनंतर 3 जुलै, 2013 रोजी इजिप्तचे उपपंतप्रधान आणि संरक्षण प्रमुख जनरल अब्देल फतेह अल-सिसी यांनी देशात सौदीधार्जिणी (आणि अमेरिकाधार्जिणी) लष्करी सत्ता लागू केली. विशेष म्हणजे, जगभरातील प्रसारमाध्यमे आणि विश्लेषकांनी मोर्सी यांना अध्यक्षपदावरून दूर करण्याला लष्करी बंड मानले असताना, अमेरिकेने मात्र सरकार उलटवणे हे बंड नसून सत्ताबदल असल्याचे मानले होते. इजिप्त लवकरच नागरी सरकार पुनर्प्रस्थापित करेल आणि नव्याने लोकशाही निवडणुका घेईल, असे ओबामा प्रशासनाने जगाला सांगितले होते.[11] काही अमेरिकन विश्लेषकांनी तर इजिप्तमधील बंडाचे वर्णन लोकशाहीवादी लष्करी बंड असेही केले होते.[12]

कैरोमध्ये 14 ऑगस्ट रोजी मोर्सी समर्थक निदर्शकांवर लष्कराने केलेली निर्घृण कारवाई ही "मुस्लीम ब्रदरहूडने हिंसाचाराला चिथावणी द्यावी...म्हणजे इजिप्तच्या विस्तृत सामान्य जनतेच्या नजरेमध्ये इस्लामवादी राक्षसी ठरतील.. यासाठी... लष्करनियुक्त सरकारने मोजूनमापून खेळलेली हेतुपुरस्सर खेळी होती, असे दिसते."[13] लष्करी कारवाईची तीव्रता, त्यामध्ये ब्रदरहूडचे नेते आणि कार्यकर्त्यांच्या निवडून झालेल्या आणि बेछूट हत्या व धरपकडी, तसेच मोर्सी आणि पक्षाचे अध्यक्ष मोहामेद बादी यांना झालेली अटक पाहता हा इस्लामवादी पक्ष इतिहासातील सर्वांत वाईट टप्प्यामधून जात आहे. जुलैचे बंड आणि लष्करी कारवाईपासून इजिप्त हा ध्रुवीकरण आणि विखंडित राजकारणाचे प्रातिनिधिक

चित्र झाला आहे. ख्रिश्चन आणि इस्लामवादी हे अनुक्रमे पंथीय आणि लष्करी हिंसाचाराचे सर्वांत वाईट बळी ठरले आहेत. यानंतर काही दिवसांमध्येच इजिप्तच्या कोर्टाने सत्तापदावरून हटवण्यात आलेले हुकूमशहा मुबारक यांच्या सुटकेचा आदेश दिला. हा देश पुन्हा भूतकाळाकडे जात असल्याचे दिसते. तथापि, मोर्सी यांनी देशाला पुढे वाट नसलेल्या अंताकडे नेले होते. हा अंत इतका भीषण होता की 30 जून रोजी इजिप्तची जनता रस्त्यांवर उतरली आणि तिने मोर्सी यांना हटवण्यासाठी लष्कराकडे जवळपास भीक मागितली.[14] जुलैमधील बंड आणि ऑगस्टमधील हजारो मोर्सी समर्थकांना ठार मारणाऱ्या हत्याकांडानंतर इजिप्तमध्ये पंथीय, धार्मिक आणि विचारधारांच्या भेदांवर संपूर्ण ध्रुवीकरण झाले आहे. इजिप्त हा तुर्कस्तान किंवा पाकिस्तान बनण्याची शक्यता नगण्य आहे, मात्र येणाऱ्या वर्षांमध्ये तो आणखी एक सोमालिया, इराक किंवा सीरिया बनू शकेल. फेब्रुवारी 2011 मध्ये मुबारक यांना हटवणे हा पूर्णपणे लोकशाहीवादी शक्तींचा विजय नव्हता, हे आपण समजून घेण्याची गरज आहे. आपल्यानंतर मुलगा गमाल मुबारक याला अध्यक्ष म्हणून आणण्याची मुबारक यांची योजना सत्ताकांक्षी लष्कराला फारशी रुचली नाही.[15] त्यामुळे या तथाकथित लष्करी प्रभाव असणाऱ्या राष्ट्राने मुबारक यांच्या गच्छंतीला अनुकूलता दर्शवली आणि वर्षभरानंतर गमावलेली सत्ता पुन्हा मिळवली, असे दिसते. तरीही, या देशामध्ये अनिश्चित काळासाठी लष्कर सत्तेवर राहील, असा अंदाज बांधणे सध्या खूप घाईचे आहे. प्रचंड जनउद्रेक, ज्याची परिणती होस्नी मुबारक यांना उलथवण्यामध्ये झाली, तो केवळ बुडबुडा होता, असे मानण्याचे आपल्याला काहीच कारण नाही. तथापि, इकॉनॉमिस्ट नियतकालिकाने नोंदवलेल्या निरीक्षणानुसार "जनरल यांनी लावलेला हत्यांचा सपाटा म्हणजे अरब स्प्रिंगपासून धडा शिकण्यास दिलेला अविवेकी नकार आहे", आणि सामान्य जनता ही मानवी प्रतिष्ठा आणि आत्मसन्मानासाठी तळमळत आहे, हाच तो धडा आहे.[16]

जुलैमधील बंड हा उदारमतवादी लोकशाही आणि इस्लामवादी दुराग्रह यांच्यातील संघर्षाचा शुद्ध परिपाक होता. मोर्सी-विरोधी विद्रोही गटाला असलेल्या अमेरिकेच्या आर्थिक आणि नैतिक पाठबळाने यामध्ये महत्त्वाची भूमिका बजावली.[17] या बंडामधून ब्रदरहूड विरोधातील सौदीधार्जिण्या इस्लामवाद्यांचा विजयही प्रतिबिंबित झाला.[18] मोर्सी यांना उलथवल्यानंतर अल्पावधीतच सौदी अरेबिया, कुवेत आणि यूएईने इजिप्तमधील लष्करी राजवटीला 12 अब्ज अमेरिकन डॉलर्सची मदत करण्याचे वचन दिले.[19] लष्करी राजवट मोर्सी समर्थकांच्या सामूहिक हत्याकांडात गुंतली असताना अमेरिकेने प्रतिसाद म्हणून मौन पत्करले. ओबामा प्रशासनाने केवळ इजिप्तला देण्यात येणारी एफ-16 विमाने आणि अॅपाचे हॅलिकॉप्टर रोखून धरली, मात्र अमेरिकेकडून प्रामुख्याने इजिप्शियन लष्कराला दरवर्षी देण्यात येणारी 1.3 अब्ज डॉलर्सची मदत अमेरिकेने थांबवली नाही.[20] 256 अब्ज डॉलर्सच्या अर्थव्यवस्थेसाठी अमेरिकेची 1.3 अब्ज डॉलर्सची मदत अगदीच

किरकोळ वाटली, तरी इजिप्तला अमेरिकेकडून अद्ययावत लष्करी साहित्य आणि शस्त्रसाठ्यातील सुटे भाग घेण्यासाठी ही मदत महत्त्वाची आहे.[21]

दरम्यान, या प्रदेशातील अमेरिकेचे सहकारी, ग्राहक आणि भागीदार, म्हणजेच सौदी अरेबिया, इस्रायल आणि इजिप्शियन लष्कर यांनी मोर्सी यांना सत्तेवरून हटवण्यामधील त्यांच्या भूमिका व्यवस्थित पार पाडल्या. सौदी अरेबिया ही अरब जगतातील इराणी/शिया प्रभावाचा प्रतिकार आणि पराभव करण्यासाठी विनाशवादी सांप्रदायिकतेच्या माध्यमातून इराक, लेबनॉन, सीरिया आणि लिबियातील इस्लामी बंडखोरीला खतपाणी घालत आली आहे;[22] इजिप्तमध्ये सौदी अरेबियाने इस्लामवाद्यांच्या विरोधात असलेल्या होस्नी मुबारकना पाठिंबा दिला. त्यानंतर, सौदी अरेबियाने मोर्सींचे ब्रदरहूड सरकार उलथवण्यास अनुकूलता दर्शवली. मोर्सी हे सौदीधार्जिणे, अमेरिकाधार्जिणे आणि इस्रायलधार्जिणे असते, तर सौदी अरेबिया, अमेरिका आणि त्यांच्या सहकारी राष्ट्रांनी इजिप्शियन कायदेमंडळाप्रति भिन्न धोरण राबवले असते.

इस्लामवादी मोर्सींच्या गच्छंतीमुळे सीरियातील असदविरोधी बंडखोर आणि गाझातील इस्रायलविरोधी हमास कमकुवत झाल्याचे दिसते. हमासने सौदीधार्जिण्या सीरियन बंडखोरांना दिलेल्या पाठिंब्यामुळे इराणही या सुन्नी इस्लामवादी संघटनेपासून दुरावले, ही बाब नोंद घेण्याजोगी आहे.[23] इजिप्शियन लष्करी राजवटीने बोगद्यातून होणाऱ्या तस्करीविरोधात कारवाई केल्याचा परिणाम म्हणून गाझामध्ये अचानक अन्न आणि इतर आवश्यक वस्तूंची टंचाई निर्माण झाली. इराणने या परिस्थितीचा पुरेपूर फायदा घेतला. इस्लामिक जिहाद या इराणधार्जिण्या दहशतवादी गटाने गाझामधील पॅलिस्टिनी गटांना मुक्तहस्ते मदत केली. हमासचे अनेक अतिरेकी या इराणधार्जिण्या इस्लामवादी संघटनेमध्ये विविध स्तरांवर भरती झाले. इस्लामिक जिहादने सीरियामध्येही प्रभाव निर्माण केला. हमास ज्याप्रमाणे सीरियन अध्यक्ष असद यांच्याविरोधात जाऊन सीरियामधून निघून गेली, तसे न करता इस्लामिक जिहाद असद यांच्या राजवटीचे संरक्षण करण्यासाठी सीरियामध्येच राहिली.[24]

विशेष म्हणजे, ज्यांनी मोर्सी समर्थक किंवा विभाजनवादी शक्तींच्या हत्याकांडाला धार्मिक कर्तव्य संबोधून त्याचे जाहीर समर्थन केले होते, त्या ग्रँड मुफ्ती अली गोमा यांच्यासह अन्य मुस्लीम धर्मगुरूंचा वापर ब्रदरहूडविरोधी इजिप्शियन लष्करी राजवट करत आहे, तर ओबामा आणि अमेरिका हेच मोर्सी आणि ब्रदरहूडचे खरे आश्रयदाते असल्याचे सूचित करणाऱ्या कारस्थानाच्या सिद्धान्तावर अनेक ब्रदरहूडविरोधी इजिप्शियन विश्वास ठेवत आहेत.[25] इजिप्तमध्ये इस्लामवाद आणि अमेरिकाविरोध हे दोन्ही मुस्लीम विचारधारेचे अविभाज्य घटक बनले असल्याचे दिसते. दरम्यान, राजकीय इस्लाम आणि अमेरिकाविरोध हे इजिप्शियन राजकारणाच्या मानसिकतेचेही अविभाज्य भाग

बनले आहेत. बेरोजगारी, निरक्षरता आणि दारिद्र्याचा उंचावलेला दर ही या देशासाठी चांगली चिन्हे नाहीत. इजिप्तमध्ये सुमारे एक चतुर्थांश लोक दारिद्र्यरेषेखाली जगतात. त्यातील 70 टक्के लोक हे ग्रामीण भागातील आहेत, त्याचप्रमाणे देशाच्या ग्रामीण भागात जवळपास 70 टक्क्यांहून अधिक लोक निरक्षर आहेत.[26]

इजिप्त हा देश गदारोळ आणि वर्गीय युद्धातून जात असून पुढे जाऊन याचे रूपांतर संपूर्ण नागरी युद्धात आणि अमेरिकन, इस्रायली आणि पाश्चात्त्य हितसंबंधांना जोराचा फटका बसणाऱ्या प्रादेशिक संघर्षामध्ये होण्याची शक्यता आहे. "इजिप्तमध्ये जे घडते आहे, ती जगातील उच्चभ्रू आणि जगातील गरीब यांच्यातील विस्तारित जागतिक युद्धाची नांदी असून घटत जाणारी संसाधने, तीव्र बेरोजगारी व न्यून रोजगार, अति लोकसंख्या, हवामान बदलामुळे पीकउत्पादनात होणारी घट आणि अन्नधान्याच्या वाढत्या किमती या कारणांमुळे हे युद्ध घडत आहे", असा युक्तिवाद ख्रिस हेजेस मांडतात.[27] कट्टरवादी इस्लाम हे अनेक गरीब मुस्लिमांचे अखेरचे आश्रयस्थान असून येथून पुढे त्यांच्या प्रथा व श्रद्धाच त्यांच्यापैकी लाखो लोकांना निराशेपासून दूर ठेवणार आहेत. मुबारक आणि मोर्सी या दोघांची सत्ता उलथवण्यामध्ये महत्त्वाची भूमिका बजावणारे बहुसंख्य इजिप्शियन हे दुराग्रही इस्लामवादाचे आचरणकर्ते नसून उत्तर-इस्लामवादाचे अनुयायी आहेत.

अरब लोकांच्या ज़डणघडणीमध्ये अमेरिकाद्वेष नसला, तरी अरब जगतातील खरीखुरी लोकशाही आणि स्वातंत्र्याला अमेरिकेकडून पाठिंबा मिळत नसल्याबद्दल बहुसंख्य अरब चिंतित आहेत. अमेरिकने तेलसंपन्न अरब राजेशाही देशांमधील मध्यमवर्ग आणि इजिप्त, सीरिया, येमेन, ट्युनिशिया आणि अल्जीरिया या तुलनेने गरीब देशांतील मध्यमवर्ग यांच्या मानसिकतेतील फरक समजून घेतला पाहिजे. तेलसंपन्न अमेरिकाधार्जिण्या अरब राष्ट्रांमधील मध्यम व उच्च वर्ग हे राष्ट्राकडून मिळणाऱ्या कृपाछत्राचे उपभोक्ते असल्याने ते बहुतांशकरून अमेरिकाधार्जिणे आहेत, तर तेलउत्पादक नसलेल्या हुकूमशाही राष्ट्रांमधील मध्यम आणि निम्न वर्ग हे राष्ट्रांच्या कृपाछत्रापासून वंचित असून ते प्रामुख्याने अमेरिकाविरोधी, इस्लामवाद आणि उत्तर-इस्लामवादाविषयी मृदुभाव असणारे आहेत. या कारणामुळे तेलसंपन्न राजेशाही देशांमधील हुकूमशाही ही तेलउत्पादक नसलेल्या इजिप्त, येमेन आणि सीरियातील हुकूमशाहीच्या तुलनेत जवळपास अजिंक्य बनते.[28] इजिप्तच्या लष्करप्रमुखांचा दीर्घकाळ आश्रयदाता राहिलेल्या अमेरिकेला इजिप्तमधील तिच्या सर्वोत्तम वित्तपुरवठा मिळणाऱ्या ग्राहकांचे अर्थसाहाय्य कमी करून वास्तववादी राजनीती कौशल्यामध्ये अधिक चांगली भूमिका बजावता आली असती. अमेरिकेने इजिप्तच्या हुकूमशहांना आपल्या छत्राखाली घेतल्यामुळे बहुसंख्य इजिप्तशियन नागरीक अमेरिकेचा द्वेष करतात, याची जाणीव अमेरिकनांना व्हायला हवी. एकुणात, अमेरिका प्रभाव विकत घेण्याच्या नावाखाली, त्याऐवजी स्वत:साठी अडचणीच विकत घेते आहे.[29]

सीरियातील असद राजवट आणि अमेरिका

अमेरिका, इस्रायल, सौदी अरेबिया, कतार, अल कायदा आणि अन्य पाश्चात्त्य, अरब आणि इस्लामवादी सहकारी हे सीरियामध्ये आणखी एक सत्ताबदल घडवून आणण्याच्या दृष्टिकोनातून 'फ्री सीरियन आर्मी' आणि अन्य बंडखोरांना अर्थपुरवठा व शस्त्रपुरवठा करत आले आहेत, हे अविश्वसनीय असले, तरी खरे आहे. अमेरिकेने सद्दाम हुसेन यांची राजवट उलथवण्यासाठी इराकमध्ये ज्याप्रमाणे आक्रमण केले त्याच्याउलट आणि अमेरिकेने लिबियामध्ये जे केले त्याचप्रमाणे, यावेळी अमेरिका सीरियामध्ये थेट आक्रमण करणार नाही. देशांतर्गत इस्रायल दबावगटामुळे अमेरिकेचे 1940 च्या दशकापासून सीरियासोबतचे संबंध समस्यापूर्ण राहिले आहेत. 1943 मध्ये पाच वर्षांच्या कार्यकाळासाठी निवडून आलेले सीरियाचे लोकनिर्वाचित अध्यक्ष शुरे अल-कुवात्ली यांना सत्तेवरून हटवण्यासाठी अमेरिकेने सर्वप्रथम मार्च 1949 मध्ये सीरियात हस्तक्षेप केला होता. सीआयएच्या अर्थपुरवठ्याने अचानक झालेल्या बेकायदेशीर राज्यक्रांतीने अमेरिकेचा वरदहस्त लाभललेल्या कर्नल हुस्नी अल-झाएम यांना सत्तापदावर बसवले. अमेरिकेच्या मार्गानुसार न जाणाऱ्या राष्ट्रवादी कुवात्ली यांच्याउलट अल झाएम हे अमेरिकेच्या इच्छा पूर्ण करण्यासाठी खूपच अनुरूप होते. त्यांनी इस्रायलसोबत युद्धविरामाच्या करारावर स्वाक्षरी करून इस्रायलला अधिमान्यता दिली आणि अरेबियन-अमेरिकन ऑइल कंपनीला (एआरएएमसीओ) सौदीतील तेल सीरियामधून वाहिनीद्वारे भूमध्य समुद्राच्या किनाऱ्यावर आणण्यास परवानगी दिली. 1949 ते 1955 या काळात अमेरिकने सीरियातील लोकशाही उखडून टाकण्याची प्रक्रिया पूर्ण करसाठी या देशात पाच लष्करी बंडे घडवली.

नव्याने सापडलेल्या कागदपत्रांमधून 1957 मध्ये पाश्चात्त्यविरोधी सीरियन राजवट उलथवण्यासाठी इंग्लंड-अमेरिकेचा संयुक्त कट उघड होतो. विशेष म्हणजे, 2011 पासून असद यांची राजवट उलथवण्यासाठी अमेरिका 'फ्री सीरियन आर्मी'च्या माध्यमातून जे करते आहे, अगदी त्याचप्रमाणे अध्यक्ष आयसेनहॉवर आणि पंतप्रधान मॅकमिलन यांना 'फ्री सीरिया कमिटी'च्या नावाने सीरियामध्ये सत्ताबदल झालेला हवा होता. सीआयए आणि एसआयएस (एमआय-6) यांनी सीरियाच्या शेजारी राष्ट्रांना आक्रमण करण्याचे निमित्त म्हणून सीरिया आणि तिच्या पाश्चात्त्यधार्जिण्या शेजारी राष्ट्रांमधील (तुर्कस्तान आणि जॉर्डन) सीमारेषेवर बनावट युद्धप्रसंग घडवण्याचे नियोजन केले होते. ही योजना केवळ रशियासमर्थक राजवट उलथवण्याचीच नव्हती, तर सीरियन सरकारमधील काही महत्त्वाच्या व्यक्तींना आपल्या मार्गातून बाजूला करण्याचीही होती. त्यानंतर युनायटेड अरब रिपब्लिकचा भाग (1958–1961) म्हणून इजिप्तसोबत अल्पकाळासाठी एकत्र येऊन सीरिया हळूहळू स्वत:ला पाश्चात्त्य देशांपासून दूर ठेवू लागले आणि उघडपणे पाश्चात्त्यविरोधी/इस्रायलविरोधी अरब सोशालिस्ट बाथ पार्टीच्या राजवटीखाली आले. अमेरिकेने 9/11 नंतर सीरियाप्रति अधिक शत्रुत्वाचे धोरण अवलंबले आणि 2003 मध्ये

सद्दाम हुसेनला हटवल्यानंतर अमेरिकेच्या नेतृत्वाखाली सीरियामध्येही सत्ताबद्दल होणार असल्याचे अंदाज व्यक्त करण्यात येत होते. अमेरिकेच्या इराकवरील आक्रमणाला बशर असद यांचा असलेला विरोध, इराकमधून फरार झालेल्यांना त्यांनी दिलेला आसरा आणि शस्त्रसज्ज सीरियन/अरब लढवय्यांना अमेरिकनांविरुद्ध लढण्याकरिता इराकमध्ये प्रवेश करण्याचे उत्तेजन देण्यासाठी खुली केलेली सीरियाची सीमा या गोष्टींमुळे बुश प्रशासन प्रक्षुब्ध झाले होते. एकुणात, अमेरिकेचे सीरिया आणि इराणबाबतचे पछाडलेपण तिच्या अल-कायदाबरोबरच्या सख्याचे स्पष्टीकरण देते.

फेब्रुवारी 2012 मध्ये अमेरिका आणि इस्रायलकडून शस्त्र आणि सौदीकडून अर्थपुरवठा करण्यात आलेल्या अरब लीगच्या भाडोत्री सैन्याने 'फ्री सीरियन आर्मी'चे सोंग घेऊन सीरियामध्ये प्रवेश केला. विशेष म्हणजे, सीरियामध्ये असद राजवटीविरोधात ते अल कायदाच्या लढवय्यांसोबत लढत होते. परराष्ट्र मंत्री हिलरी क्लिंटन यांनी नंतर सीरियन लष्कराविरुद्ध असदविरोधी बंडखोर आणि अल कायदा एकत्र लढले असल्याची कबुली दिली. मार्च, 2012 पर्यंत अमेरिका आणि अरब लीग-पुरस्कृत बंडखोरी उलटली. संयुक्त राष्ट्रे, अमेरिका आणि अरब लीग यांनी शस्त्रसंधीसाठी संमती दर्शवली आणि संयुक्त राष्ट्रांचे माजी सरचिटणीस कोफी अन्नान यांच्या मध्यस्थीने सीरियाशी शांततेच्या वाटाघाटी केल्या. तथापि, सीरिया-इराण-हिज्बुल्ला यांचे संधान तोडण्यात आणि इराक, अफगाणिस्तान व बहारिनमध्ये इराणचा वाढता प्रभाव कमी करण्यामध्ये अमेरिकेला स्वारस्य असल्यामुळे अमेरिकेच्या पाठबळावरील सीरियाविरुद्धच्या युद्धाची शक्यता ही अद्यापही तितकीच दाट आहे.[30] मोसादच्या (इस्रायलची गुप्तचर संस्था) माजी संचालकांनी लिहून ठेवल्याप्रमाणे, "इराणचा त्याच्या प्रतिनिधींशी (लॅबेनॉनमधील हिज्बुल्ला आणि गाझामधील हमास) संपर्क तोडण्यासाठी पाश्चात्त्य देशांनी इराणला सीरियामधून हुसकावून लावणे गरजेचे आहे... आणि इस्रायल व पाश्चात्त्य देशांना कोणतीही किंमत मोजून याला प्रतिबंध करावाच लागेल."[31]

सीरियाचे संकट समजून घेण्यासाठी अरब स्प्रिंगचे आकलन होणे आवश्यक आहे. ट्युनिशिया, इजिप्त, लिबिया, येमेन, सीरिया आणि बहारिनमध्ये लोकशाहीसाठी जनआंदोलने झाली. तथापि, ज्याप्रमाणे ट्युनिशियन क्रांती ही लिबिया आणि इजिप्तमधील क्रांतीपेक्षा वेगळी होती, त्याचप्रमाणे सीरियामधील असंतोष हा अरब जगतातील अन्य ठिकाणच्या आंदोलनांपेक्षा खूप वेगळा होता. इजिप्तमधील मुबारक राजवटीच्या उलट, सीरियामधील असद राजवटीचे ना इस्रायलशी शांततापूर्ण संबंध होते ना अमेरिकेशी मैत्रीपूर्ण संबंध होते. सीरियाने इराणसोबत संरक्षण परस्परसहकार्य करारही केला आहे आणि आपल्या प्रदेशामध्ये रशियन तळाला परवानगीही दिली आहे. अमेरिकेतील इस्रायल दबावगट हा प्रथम संयुक्त राष्ट्रपुरस्कृत निर्बंधांच्या माध्यमातून आणि नंतर उघडपणे देशात आक्रमण करून गदाफी यांच्याप्रमाणे बशर असद यांना उलथवण्याच्या माध्यमातून सीरियाला एकटे पाडण्याचा आणि निष्प्रभ करण्याच्या प्रयत्नात आहे. इस्रायलचा शत्रू

असणारा आणि इराण व हिज्बुल्लाचा जवळचा सहकारी असणारा, तीन लाखांचे नियमित सैन्य आणि दोन लाखांचे राखीव दल बाळगणारा सीरिया हा इराणबाबतच्या इस्रायली संरचनेला अडथळा ठरतो आहे. इराणमध्ये जाण्याचा मार्ग दमास्कसमधून जातो, असे इस्रायलला वाटत असल्याचे दिसते. जून 2013 च्या सुरुवातीस हिज्बुल्लाने लेबनॉनमध्ये असदविरोधी सुन्नी बंडखोरांवर हल्ले करून सीरियातील असद राजवटीसोबतच्या आपल्या ऐक्याचे प्रदर्शन केले होते, यामुळे कदाचित हा देश अखेर आणखी एका प्रदीर्घ नागरी युद्धामध्ये खेचला जाऊ शकतो.[32] युद्धाचा अनुभव असलेले 65,000 हून अधिक सैनिक, हजारो कत्युषा-122 क्षेपणास्त्रे आणि दीर्घपल्ल्याची शेकडो स्कड क्षेपणास्त्रे असलेली हिज्बुल्ला ही संघटना सीरियन बंडखोरांसाठी बलाढ्य शत्रू आहे.

इराणला निष्प्रभ करण्यापूर्वी सीरियाचा पाडाव झालाच पाहिजे, हे अमेरिका, इस्रायल आणि सौदी अरेबियाला चांगलेच माहीत आहे. इराणचा कथित अणुकार्यक्रम निष्फळ करण्यासाठी इराणवर हल्ला करण्याच्या इस्रायलने दिलेल्या इशाऱ्यांकडे अमेरिकेने कानाडोळा केला असताना 12 जानेवारी, 2012 रोजी अमेरिकेचे अध्यक्ष ओबामा यांनी इराणच्या नेतृत्वाला पत्र लिहिले, हे विशेष आहे. या पत्रामध्ये त्यांनी अमेरिकेची भूमिका विशद केली, जी इराणी अधिकाऱ्यांच्या मते अमेरिकेच्या कमकुवतपणाचे चिन्ह आहे. "अमेरिकेला इराणविरुद्ध युद्ध करणे परवडणारे नाही", असा निष्कर्ष त्यांनी काढला. तथापि, वास्तव बरेच वेगळे आहे. "इराणला सीरियापासून दूर करण्याचा मार्ग म्हणून वॉशिंग्टन त्याच्यावर मानसिक दबाव आणत आहे, जेणेकरून संयुक्त राष्ट्रे आणि तिच्या लष्करी तुकड्या त्यावर झडप घालू शकतील.", असे निरीक्षण एक विश्लेषक नोंदवतात.[33] सौदी अरेबियाचे राजे अब्दुल्ला 2011 मध्ये म्हणाले होते की "सीरिया गमावण्यापेक्षा अधिक इराणला कमकुवत करणारे काहीही नाही."[34] अमेरिका, तुर्कस्तान आणि सौदी अरेबिया यांचा समावेश असलेल्या "सीरियाच्या तथाकथित मित्रांनी" 1 एप्रिल, 2012 रोजी इस्तंबूलमध्ये सीरियातील बंडखोरांना शस्त्रे देण्याविषयी निर्णय घेतला. अरब राष्ट्रांनी बंडखोरांना 10 कोटी डॉलर्स देण्याचे वचन दिले.[35] एका विश्लेषकांनी केलेल्या सविस्तर मांडणीनुसार,

> त्यांचे [जीसीसी सदस्य राष्ट्रांचे] स्वारस्य हे उघडच मानवतावादी नसून त्यांचा कट्टर शत्रू इराणच्या सहकारी राष्ट्राचा पाडाव करण्यामध्ये आहे... यामध्ये पणाला लागलेल्या गोष्टी खूप मोठ्या आहेत... आणि भीषण परिणाम असलेल्या मोठ्या चुकांची पुनरावृत्ती होत आहे... सीरियाच्या नागरिकांच्या हाती अधिक शस्त्रे आल्याने सीरिया हा 1970 च्या दशकातील लेबनॉन, 1980 च्या दशकातील अल्जीरिया आणि 2003 सालचा इराक यांचे मिश्रण होण्याच्या दिशेने जाणार आहे.[36]

फेब्रुवारी 2012 मध्ये परदेशी निरीक्षकांचे रक्त सांडण्यासाठी आपले आशीर्वाद देणाऱ्या सलाफी धार्मिक नेत्याचे प्रक्षेपण सौदी टीव्ही वाहिनीने केले होते. अल कायदाचा नेता आयमान अल-झवाहिरीने 'ऑनवर्डस्लायन्स ऑफ सीरिया' या चित्रफितीमध्ये सीरियन

नागरीक, तसेच तुर्कस्तान, इराक, लेबनॉन आणि जॉर्डन येथील मुस्लिमांना कसाबकरणी बशर बिन हफीझ यांच्या तशाच कसाई मुलाला उलथवण्यासाठी लढणाऱ्यांना मदत करण्याचे आवाहन केले होते, हे अनेक लोकांना माहीत नाही.[37] सलाफी, अल कायदा, अमेरिका आणि तिच्या सहकारी राष्ट्रांना सीरियामध्ये सामाईक मित्र व शत्रूंचा शोध लागला का, हा प्रश्नच आहे. लिबियाच्या बाबतीत, अमेरिकेच्या दबावगटाने फारशी न झुकणारी गदाफी राजवट उलथवण्यासाठी त्या देशावर केलेल्या संपूर्ण आक्रमणाचे समर्थन करण्यासाठी लिबियाविरुद्ध संयुक्त राष्ट्रपुरस्कृत निर्बंध लादून, बऱ्याच काळापासून जे हवे होते ते – बेंगाझी येथील तेलविहिरींचे नियंत्रण – मिळवले. आपला अनुभव आपल्याला असे सांगतो की अमेरिका सीरियाला त्याच्या मार्गाने जाऊ देणार नाही. अमेरिकेतील बलाढ्य इस्रायल दबावगटाने असद यांचीच राजवट उलथवण्याचा निश्चय केला आहे असे नसून, मायकेल लेडिन यांचे म्हणणे वेगळ्या शब्दांत मांडायचे झाल्यास "दर दहा वर्षांनी अमेरिकेला कोणत्यातरी किरकोळ लहान देशामध्ये आक्रमण करणे गरजेचे असते." तथापि, अरब जगतातील सत्ताबदलाने आतापर्यंत इस्लामवाद्यांनाच बळ दिले असून सीरियाही यासंदर्भात अपवाद ठरणार नाही.

अखेर इराणवर हल्ला करण्यासाठी इराण, सीरिया आणि हिज्बुल्ला यांच्यातील "प्रतिकाराचा अक्ष" (Axis of resistance) कमकुवत करण्याची पाश्चात्त्यांची संरचना एका विश्लेषकाने योग्यरीत्या स्पष्ट केली आहे:

> ही रणनीती सोपी, स्पष्ट आणि वापरून, तपासून झालेली आहे. ही रणनीती केवळ लिबियाविरुद्धच नाही, तर कोसोव्होविरुद्धही (1999 साली) यशस्वीरीत्या वापरण्यात आली होती आणि सीरियामध्येही ती वेगाने वापरली जात आहे. ही रणनीती पुढीलप्रमाणे काम करते: आपल्या प्रतिनिधींना शस्त्रसज्ज उठाव करण्यासाठी प्रशिक्षण द्यावे; या उठावांविरुद्ध राष्ट्राने केलेल्या कारवाईवर वंशहत्येचा शिक्का मारावा; "काहीतरी केले पाहिजे" यावर संमत होण्यासाठी संयुक्त राष्ट्रांच्या सुरक्षा परिषदेला दटावणी करावी; विखंडनात्मक बॉम्ब आणि हेलफायर क्षेपणास्त्रांनी संबंधित देशाचे लष्कर आणि अन्य कोणताही प्रतिकार जाळून खाक करावा; आणि अखेर नव्या कंत्राटांवर स्वाक्षऱ्या करण्यासाठी सहज नमणारे कमकुवत सरकार बसवावे आणि तो देश स्वतःच्या चिंध्या करून घेत असताना लंडन, पॅरिस आणि वॉशिंग्टन येथे बसून करार तयार करावेत.[38]

समीर आमीन यांच्या मते,

> "विरोधक" म्हणून उभे राहण्याच्या संधीचा मुस्लीम ब्रदरहूडने फायदा उठवला. म्हणूनच साम्राज्यवाद आणि त्याच्या सहकाऱ्यांच्या नेतृत्वाखाली एक संगतवार योजना आखण्यात आली, ज्यामध्ये "सीरियन जनतेला हुकूमशहापासून मुक्त करण्याचा" प्रयत्न नव्हता, तर अमेरिकेच्या इराक व लिबियातील कार्यानुसार आकारली गेलेली ही सीरियन राष्ट्राला नष्ट करण्यासाठीची योजना होती.[39]

त्यांना असेही वाटते की:

> या प्रदेशासाठी (मध्य पूर्वेचा वरचा भाग) समकालीन साम्राज्यवादाच्या रणनीतीचे उद्दिष्ट कोणत्याही स्वरूपात "लोकशाही"ची स्थापना करण्याचे अजिबात नाही. तथाकथित इस्लामी राजवटींच्या पाठिंब्याच्या माध्यमातून देश आणि समाज नष्ट करण्याचे उद्दिष्ट ही रणनीती बाळगते, ज्याद्वारे "पोकळ विकास" (माझे दिवंगत मित्र ए. जी. फ्रँक याचे शब्द वापरायचे झाल्यास) सुरू राहण्याची म्हणजेच सातत्यपूर्ण दारिद्र्याची हमी मिळेल.[40]

आमीन यांनी सौदी अरेबिया आणि कतारच्या हुकूमशाही सरकारचा सीरियातील लोकशाहीला असलेल्या पाठिंब्याविषयी योग्यरीत्या प्रश्नचिन्ह उपस्थित केले आहे: "आता आपल्याला ज्याप्रमाणे कतारचे आमीर आणि सौदी अरेबियाचे राजे हे 'लोकशाही'च्या सर्वांत बोलक्या समर्थकांपैकी असल्याचे दिसते आहे, ती कुतूहलाची बाब नाही का? ही किती हास्यास्पद गोष्ट आहे!"[41]

सीरिया-इस्रायली वादावर तोडगा काढण्यासाठी अमेरिकेने प्रामाणिक प्रयत्न केले असते, तर त्यामुळे अमेरिकेची "नवसाम्राज्यवादी क्रुसेडर सत्ता ही काळवंडलेली प्रतिमा" पुसली जाऊन मध्य पूर्वेतील तिचे स्थान उंचावू शकले असते आणि अमेरिका-सीरिया संबंधही स्थिर होऊ शकले असते.[42] त्याऐवजी, जॉर्ज डब्ल्यू. बुश यांनी 2006 आणि 2007 मध्ये इस्रायलसोबत शांतता चर्चेसाठी संमती देण्यासाठी सीरियावर दबाव आणला. अण्वस्त्रसज्ज इस्रायलसाठी सीरिया हा गंभीर लष्करी धोका नसूनही, अमेरिकेने सीरियाबाबत संघर्षाचे धोरण ठेवण्याचे इस्रायल दबावगटाचे प्रयत्न आहेत. त्यात पुन्हा, सीरिया हा इस्रायली दबावाचा सामना करण्याच्या परिस्थितीत नसला, तरी तो हिज्बुल्ला, हमास आणि इस्लामी जिहादच्या माध्यमातून इस्रायलसाठी अडचणी निर्माण करू शकतो. तथापि, अमेरिकेची सीरियाबाबतची युद्धप्रियता असमर्थनीय आणि नुकसानकारक आहे. उलट, सीरिया 1991 च्या पहिल्या आखाती युद्धामध्ये सद्दाम हुसेनविरोधात अमेरिकेसोबत लढला होता, हे अमेरिकेने लक्षात ठेवायला हवे होते. इस्रायलने सीरियाला गोलन टेकड्या परत करण्याची तयारी न दर्शवल्यामुळे परिस्थिती अधिक गुंतागुंतीची बनली आहे. अमेरिका आणि इस्रायलपासून स्वतःला दूर केल्यामुळे सीरिया आपसूकच इराणच्या जवळ आला आहे. विशेष म्हणजे, क्लिंटन प्रशासनाच्या काळात इस्रायल आणि सीरियामध्ये काही प्रमाणात सामंजस्य होते, मात्र बुश प्रशासनाने 9/11 च्या हल्ल्यानंतर ते उधळून लावले.[43] तेहरानला जाण्याचा मार्ग दमास्कसमधून जात असल्याने एका विश्लेषकाने निरीक्षण नोंदवले आहे की: "सीरिया हा व्हाइट हाउससाठी [इराणी राजवट उलथवण्याकरता] महत्त्वाचा टेकू बनल्याचे दिसत असून एका बाजूला उघडपणे लष्करी हस्तक्षेपाचा पर्याय असून दुसरीकडे मुत्सद्देगिरी आणि छुपी कारवाई चालू ठेवण्याचा पर्याय आहे."[44]

पंथीय आणि विचारधारांच्या स्तरांवर ध्रुवीकरण झालेला आणखी एक विखंडित देश बनण्याच्या सर्व संभाव्यता सीरियामध्ये आहेत. 2012 च्या सुरुवातीपासून अमेरिका आणि अरब लीगपुरस्कृत भाडोत्री सैन्य (यांमध्ये अल कायदाच्या दहशतवाद्यांचाही समावेश होतो) व असद यांचे निष्ठावंत यांच्यामध्ये रक्तरंजित संघर्ष सुरू आहे. सीरियन नागरिकांच्या बेसुमार हत्याकांडाचे खापर सरकारी फौजा, परकीय लढवय्ये आणि सीरियन बंडखोर यांच्यावर फोडता येऊ शकेल. तथापि, या राजवटीला केवळ देशांतर्गत आणि रशिया व चीन या शक्तिशाली सहकाऱ्यांचाच लक्षणीय पाठिंबा आहे असे नाही, तर शेजारील इराक, जॉर्डन, लेबनॉनमधील हिज्बुल्ला आणि अखेरचे व तितकेच महत्त्वाचे म्हणजे पाश्चात्त्य-सौदी-इस्रायली या त्रिकुटाला तिरस्करणीय असलेल्या इराणचाही या राजवटीला पाठिंबा आहे. विशेष म्हणजे, इराणच्या अध्यक्षांचे निकटवर्तीय असणारे इराकचे पंतप्रधान नौरी अल मलिकी यांनाही असद राजवट हटवणे नको आहे आणि त्यांनी इराणच्या ताफ्याला इराकच्या भूभागावरून सीरियामध्ये जाण्याची परवानगी दिली आहे. फवाझ गार्गेझ यांनी म्हटल्याप्रमाणे, अलीकडे तेहरान बगदाद महामार्ग ही प्रत्यक्षात सीरियासाठी जीवनवाहिनी बनली आहे.[45] त्यामुळे असद राजवट ही सीरियन बंडखोर आणि परकीय भाडोत्री सैन्यापुढे असुरक्षित नाही, असे दिसते.

दरम्यान, मे-जून 2012 मध्ये सीरियात झालेल्या शेकडो नागरिकांचा जीव घेणाऱ्या हौला हत्याकांडानंतर, या हत्याकांडासाठी कोण जबाबदार होते, याविषयी आपण परस्परविरोधी विधाने ऐकली. सीरियन सरकारी प्रसारमाध्यमे आणि अन्य प्रसारमाध्यमे यांनी या हत्याकांडाविषयी पूर्णपणे परस्परविरोधी कथा प्रसिद्ध केल्या. या हत्याकांडाबाबतचा बीबीसीचा पुढील वृत्तान्त आपण विश्वासार्ह मानू शकतो: “25–26 मे रोजी झालेल्या हत्यांसाठी सीरियन राजवट जबाबदार होती, हे ते [हे हौलापासून फार दूर नसणाऱ्या सीरियन फौजांची उपस्थिती] निर्णायकपणे सिद्ध करत नाहीत.” हाच अहवाल त्या वेळी आसपास असणाऱ्या असदविरोधी शबिहा बंडखोरांचे वर्णन “शस्त्रसज्ज निमलष्करी गुंड... ज्यांना हौलामध्ये मोठ्या संख्येने शिरकाण केल्याबद्दल सर्वत्र दोष देण्यात येतो”, असे करतो.[46] एकुणात, सीरिया बऱ्याच अंशी, अमेरिका व रशिया आणि इराण व सौदी अरेबिया यांच्यातील दोन छुप्या युद्धांची रणभूमी बनला आहे. सीरियाचे तुकडे करण्यातही अमेरिका-इस्रायल दबावगटाला स्वारस्य आहे. ते सीरिया राजवटीविरोधात कुर्द फुटीरतावादी आणि अल कायदा व वहाबींसह अन्य असदविरोधी घटकांचा वापर करून घेत आहेत.[47] जानेवारी 2012 मध्ये अस्तित्वात आलेली आणि अल कायदाशी संलग्न असलेली ‘जभात अल नुस्रा’, म्हणजेच उत्तर सीरियाच्या लोकांसाठीची *संरक्षण आघाडी* ही असदविरोधी ‘फ्री सीरियन आर्मी’चा आणखी एक महत्त्वाचा भाग आहे. या संघटनेचा संपूर्ण प्रदेशामध्ये सुन्नी खिलाफत स्थापन करण्यावर विश्वास आहे.[48]

सीरियातील संयुक्त राष्ट्रपुरस्कृत शांतता योजना अपयशी ठरल्यानंतर कोफी अन्नान यांनी विशेष जोर देऊन जे सांगितले होते, ते अमेरिका आणि तिच्या सहकाऱ्यांनी समजून घेण्याची ही वेळ आहे: "सीरिया म्हणजे लिबिया नाही. तो आतल्या आत कोसळणार नाही, तर आपल्या सीमांपलीकडे त्याचा स्फोट होईल." संयुक्त राष्ट्रांचे सरचिटणीस बान की मून-एका विश्लेषकाच्या मते, जे सातत्याने वॉशिंग्टनचे हितसंबंध प्रतिबिंबित करतात- यांनी सीरियाबाबत घेतलेल्या भूमिकेच्या उलट, सौदी अरेबिया, कतार, तुर्कस्तान आणि सीआयए हे प्रामुख्याने सीरियातील संकटासाठी जबाबदार आहेत.[49] ज्यूडी बेलो यांचा सीरियासंबंधीचा तथ्य संशोधन अहवाल पाहता, अमेरिका सीरियामधील आगीत तेल ओतत आहे, असे वाटल्यामुळे त्यांनी अमेरिकेवर केलेली टीका ही बरीच समर्पक आहे. "या पृथ्वीवरील लोक आणि संपत्तीवर नियंत्रण मिळवण्याच्या निश्चयाबाबत अमेरिका कोडगी आहे", असे त्या नमूद करतात. अमेरिका आणि इस्रायलने सहा दशके इतका प्रदीर्घ काळ सीरिया आणि पॅलेस्टाईनमध्ये हस्तक्षेप केल्याबद्दल, पॅलेस्टिनी आणि कुर्द यांच्यासारख्या लोकांना अगदी त्यांच्या स्वतःच्या देशामध्येही निर्वासित आणि निराधार बनवल्याबद्दल त्या अमेरिका व इस्रायलला दोष देतात आणि असद यांच्या राजवटीखालील सीरियन जनतेपेक्षा इजिप्तची आणि जॉर्डनची जनता चांगल्या परिस्थितीत आहे का, असा प्रश्नही त्या उपस्थित करतात. हिंसाचाराच्या किंवा सीरियातील संयुक्त राष्ट्रपुरस्कृत आक्रमणाच्या माध्यमातून असद यांची राजवट उलथवण्याच्या शक्यतेबाबत अमेरिका, इस्रायल, सौदी अरेबिया आणि इस्लामवाद्यांचा अतिउत्साह यांसारखे मुद्देही त्यांनी उपस्थित केले. असद यांच्या नेतृत्वाखाली सीरियात शिया-अल्वाई अल्पसंख्याक राजवट नव्हती, तर शिया-सुन्नी-ख्रिश्चन-कुर्दीश यांची संयुक्त राजवट होती, हे त्यांनी दाखवले. त्यांच्या तथ्य संशोधनाचा सारांश पुढीलप्रमाणे:

1. सीरियातील परिस्थितीबाबत प्रसारमाध्यमांनी सादर केलेल्या अनेक बाबी या कागदोपत्री उल्लेख नसलेल्या आहेत आणि सत्याची खातरजमा करणे कठीण आहे. "सीरियातील अत्याचारांच्या अहवालांचा सातत्यपूर्ण ओघ हा कालांतराने चुकीचा आणि सत्याचा विपर्यास करणारा असल्याचे दिसून आले आहे." "पहिल्या दिवसापासून सीरियन संकटाबाबतच्या माहितीचा महत्त्वाचा स्रोत असणाऱ्या दि लंडन ऑब्झर्व्हेटरी या संस्थेचा प्रत्यक्षात सीरियाच्या भूमीवर एकही प्रतिनिधी नाही आणि त्यांची गुणवत्ताही संशयास्पद आहे."
2. "तथापि, पाश्चात्त्य प्रसारमाध्यमांमध्ये ही बाब प्रसिद्ध करण्यात आली नसली, तरी अगदी वर्षभरापूर्वीही एकूण मृतांपैकी एक तृतीयांश जण हे पोलीस व लष्कराचे सदस्य होते. दमास्कस आणि अलेप्पोमध्ये सरकारी इमारतींवर झालेल्या आत्मघातकी बॉंबस्फोटांमध्ये मोठ्या संख्येने लोक मृत्युमुखी पडले असून शेकडो

जखमी झाले आहेत. हुला आणि हामा येथील अलीकडील हत्याकांडे कोणी घडवली, हा प्रश्न अनुत्तरित राहिला आहे. याचा तपास पूर्ण झालेला नाही."

3. "फ्री सीरियन आर्मी ही एकच संघटना नसून, तो सीरियन लष्कर सोडून आलेले लोक, सीरियामधील, तसेच शेजारी राष्ट्रांमधील इस्लामिक लढवय्ये, त्याचबरोबर अल कायदा व लिबिया, लेबनॉन आणि इराक या मध्य पूर्वेतील अन्य युद्धांमधून आलेले आणि नव्या युद्धाच्या शोधात असलेले सैनिक या सर्वांचा समावेश असलेल्या बंडखोरांचा समूह आहे."
4. "मुस्लीम ब्रदरहूडच्या लढवय्यांनी ख्रिश्चन, अल्वाई आणि द्रुझ लोकांच्या, तसेच या समाजांच्या नेत्यांच्या हत्या केल्या आहेत.
5. सीरियातील आंदोलनांना सुरुवात होण्यापूर्वी काहीच काळ येथे आलेले अमेरिकेचे राजदूत रॉबर्ट फोर्ड हे सीरियाच्या भूमीवर पाय ठेवल्याच्या दिवसापासून सीरियातील विरोधी गटांच्या सदस्यांना भेटत होते आणि त्यांना सल्ले देत होते. सीरियन अध्यक्षांनी पायउतार व्हावे, अशी मागणी अमेरिका आंदोलनाच्या पहिल्या दिवसापासून करत आली आहे. अमेरिका सीरियातील लष्करी बंडखोरीला प्रशिक्षण आणि शस्त्रास्त्रे देत आहे. या बंडखोरीने सुरुवातीला शांततापूर्ण आंदोलकांच्या मागे आडोसा घेतला आणि आता त्यांनी या आंदोलकांना रस्त्यांवरून हटवले आहे. सीरियन बंडखोरांना साहाय्य करणारे सीआयएचे हस्तक तुर्कस्तानच्या भूमीवर असल्याची कबुली अमेरिका देते.[50]

पॉल रॉजर्स मांडतात त्याप्रमाणे, सीरिया (हुबेहूब शीतयुद्धोत्तर अफगाणिस्तानप्रमाणेच) हा 2011 मध्ये बशर असद यांच्याविरुद्ध उघड बंड झाल्यापासून, सौदी अरेबिया व इराण आणि अमेरिका-इस्रायल ही जोडगोळी व इराण यांच्यातील प्रदीर्घ काळ चाललेल्या युद्धाची रणभूमी बनला आहे. जुन्या शीतयुद्धातील शत्रू अमेरिका आणि रशिया यांचेही सीरियामध्ये हितसंबंध राहिले आहेत आणि हे दोघेही या देशांमध्ये आपल्यापुढे नमणारी राजवट आणण्यासाठी प्रयत्न करत आहेत. सीरियन नागरी युद्ध हा याचाच परिपाक आहे. असदविरोधी युतीमध्ये कट्टर इस्लामी लढवय्यांचे अस्तित्व पाहता, रॉजर्स यांनी सीरियाची अवघड समस्या योग्यरीत्या स्पष्ट केली आहे, असे मला वाटते:

> सीरियन बंडखोरांना असणारा सौदीचा पाठिंबा हा असदविरोधी राजवट बदलून त्यांजागी सुन्नीप्रधान शासन, ज्यामध्ये कदाचित सलाफी घटकांचाही समावेश असू शकेल, आणण्याच्या रणनीतीचा भाग आहे असा ध्वन्यर्थ आहे. अल कायदाशी संबंध असणाऱ्या निमलष्करी दलांचे सीरियातील उपस्थिती या सौदी योजनेला पुढे नेण्यासाठी मदत करू शकते. इराणने त्याच्या सीरियन सहकाऱ्याला पाठिंबा देण्यासाठी केलेले प्रयत्न हे रियाध-तेहरान शत्रुत्व पुनर्प्रस्थापित करण्याबरोबरच अमेरिकाला इराणच्या

> प्रभावाला आळा घालण्यासाठी अधिक निश्चयी बनवणारे आहे. अमेरिकेचा तिच्या सौदी भागीदाराला असलेल्या भक्कम पाठिंब्यामुळे, सीरियातील विरोधकांना अमेरिकेचे असलेले प्रोत्साहन हे बऱ्याच अंशी लोकशाहीशी संबंधित आहे, या युक्तिवादाविषयी आणखी संशय निर्माण होतो.[51]

जून 2013 मध्ये ओबामा प्रशासनाने सीरियन बंडखोरांना शस्त्रास्त्रे देण्याबाबत अनुकूलता दर्शवली असताना, जवळपास 70 टक्के अमेरिकन जनतेचा या निर्णयाला विरोध असल्याचे प्यू मतचाचणीतून उघड झाले. असद हे सीरियन बंडखोरांविरुद्ध करत असलेला रासायनिक शस्त्रांचा कथित वापर हे ओबामांचे सीरियन बंडखोरांना शस्त्रे देण्यासाठीचे समर्थन होते. विशेष म्हणजे, असद रासायनिक शस्त्रे वापरत असल्याचा ओबामांचा बिनबुडाचा दावा संयुक्त राष्ट्रांना पटला नव्हता, तर रशियाचे अध्यक्ष पुतीन यांनी "जे आपल्या शत्रूंना मारून त्यांचे अवयव खातात, त्यांना [सीरियन बंडखोरांना] शस्त्रास्त्रे देणे ही युरोपच्या मानवतावादी तत्त्वांची अवहेलना आहे", असे शब्दांत बंडखोरांना शस्त्रे देण्याच्या पाश्चात्त्य कल्पनेची खिल्ली उडवली होती.[52] आपल्याला अगोदरच मित्रदेशांकडून शस्त्रांचा पुरवठा झाल्याचा दावा 22 जून 2013 रोजी फ्री सीरियन आर्मीच्या प्रतिनिधीने केला होता व त्यामुळे लवकरच युद्धाचा रोख बदलणार असल्याचेही त्याने सांगितले होते.[53]

असद यांच्यानंतर अमेरिका आणि अरब लीगच्या पाठिंबा असलेल्या राजवटीखालील सीरिया हा स्थिर देश असणार नाही. रशिया व चीन आणि त्यांच्यासोबतीने इराण व हिज्बुल्ला हे सीरियामधील त्यांचे हितसंबंध सोडून देणार नाहीत. त्यांचे सीरियात भिन्न हितसंबंध आहेत. रशिया सीरियामध्ये पाश्चात्त्यधार्जिणी राजवट स्वीकारणार नाही. सीरियामध्ये रशियाचे एक लाखांहून अधिक सल्लागार आहेत. अगोदरच चर्चा केल्याप्रमाणे सीरियामधील आपल्या सामरिक हितसंबंधांचे रक्षण करण्यासाठी रशिया कोणत्याही थराला जाईल. अमेरिकेला वरवर दिसणारे फायदे हे त्यांच्यावरच उलटतील, कारण सीरियामध्ये कट्टर इस्लामीवादी निर्णय घेतील, ज्यामुळे सीरिया एका हिंसक नागरी युद्धातून जाईल आणि या युद्धात सीरियाच्या दोन कोटी लोकसंख्येपैकी तब्बल चाळीस लाख लोकांचा जीव जाऊ शकतो. तुर्कस्तानलाही यामुळे काहीही फायदा होणार नाही. तुर्कस्तान यापेक्षा अधिक हस्तक्षेप करण्याची शक्यता नाही, कारण तो रशियावर अवलंबून आहे; तुर्कस्तानच्या नैसर्गिक वायूपैकी 80 टक्क्यांहून अधिक वायू हा रशियातून येतो. इस्रायलचे सर्वांत जास्त नुकसान होण्याची शक्यता आहे, कारण असद यांच्यानंतरच्या कोणत्याही अमेरिकाधार्जिण्या राजवटीचे हिज्बुलावर कोणत्याही प्रकारचे नियंत्रण असणार नाही. आणि इस्लामवादी हे दीर्घकाळामध्ये इस्रायलशी मैत्रीपूर्ण संबंध ठेवणार नाहीत.[54] द *इकॉनॉमिस्ट*ने म्हटल्याप्रमाणे:

> ज्यांना सीरियाच्या भल्याची इच्छा आहे, त्यांनी केवळ श्रीयुत असद यांना वेगाने सत्तेवरून खाली कसे पाडता येईल, यावर लक्ष केंद्रित करण्याची गरज आहेत, त्याबरोबर, असद यांच्यानंतरच्या सीरियाला खून आणि अंदाधुंदीपासून कसे वाचवता येईल आणि या

ज्वालाग्राही प्रदेशात सर्वत्र हिंसाचार पसरण्यास कसा प्रतिबंध करता येईल, यावरही लक्ष केंद्रित करणे गरजेचे आहे.[55]

अमेरिकेला मारक ठरणारा "आणखी एक इराक" बनण्याच्या सर्व संभाव्यता सीरियामध्ये आहेत, असे मानणाऱ्या अमेरिकन विश्लेषकांकडे अमेरिका लक्ष देण्याची शक्यता नाही:

> वॉशिंग्टनने चार मुख्य उद्दिष्टांवर लक्ष कायम ठेवले पाहिजे: बाहेरील गटांना सत्तेच्या पोकळीचा फायदा घेण्यापासून रोखणे; अतिरेक्यांना शस्त्र नाकारणे; गरजूंना मानवतावादी दृष्टिकोनातून मदत पुरवणे; आणि विरोधकांमध्ये ऐक्य निर्माण करण्याच्या प्रयत्नांना मदत करणे. साहित्य, तंत्रज्ञान, संपर्कसाधने आणि अन्य निःशस्त्र सहकार्य करण्याच्या माध्यमातून अमेरिकेने सहकाऱ्यांसोबत आणि शेजारी राष्ट्रांसोबत, जे राजवटीविरोधात धाडसी अंतर्गत प्रतिकाराचे संघटन आणि क्रांतीचे नेतृत्व करत आहेत, त्यांना नव्या सीरियाच्या स्थित्यंतरामध्ये महत्त्वाची भूमिका मिळावी, याची खातरजमा करण्यासाठी काम केले पाहिजे.[56]

ऑगस्ट 2013 च्या उत्तरार्धापर्यंत सीरियामधील घटनांनी नाट्यमय वळण घेतले. 21ऑगस्ट रोजी दमास्कस येथील रासायनिक हल्ल्यामध्ये काहीशे सीरियन बंडखोर आणि 400 हून अधिक महिला व मुलांचा मृत्यू झाला. लवकरच अमेरिकेने असद राजवटीवर लोकांना मारण्यासाठी रासायनिक शस्त्रांचा अवैध वापर केल्याचा दोषारोप केला आणि "लाल रेषा" ओलांडल्याबाबत लवकरच सीरियाविरुद्ध दंडात्मक कारवाई करणार असल्याचे जाहीर केले. असद यांनी कोणत्याही प्रकारे केलेला रासायनिक शस्त्रांचा वापर हा "लाल रेषा" ओलांडण्यासमान असेल आणि त्यांच्या राजवटीविरोधात अमेरिकेच्या दंडात्मक कारवाईचे समर्थन करणारा असेल, असे अध्यक्ष ओबामा यांनी 2012 मध्ये जाहीर केले. त्यानंतर काही दिवसांमध्येच संपूर्ण अमेरिकन प्रशासन म्हणू लागले की, सीरियन सरकारने नागरिकांविरुद्ध प्राणघातक रासायनिक शस्त्रांचा वापर केल्याबाबत "खूप कमी शंका" आहे.[57] अल्पावधीतच संपूर्ण अमेरिकन प्रशासन आणि पाश्चात्त्य प्रसारमाध्यमांमधील काही घटकांनी असदविरोधी द्वेषपूर्ण अभियान सुरू केले आणि लाल रेषा ओलांडल्यामुळे, "बेकायदेशीर असले तरी" सीरियावर बॉम्बहल्ले करण्यास अनुकूलता दर्शवली. असद यांनी केलेल्या संहारक शस्त्रांच्या (वेपन्स ऑफ मास डिस्ट्रक्शन – डब्ल्यूएमडी) वापरासाठी शिक्षा म्हणून सीरियावर "थोडक्यात, पण गंभीर" हल्ले करणार असून अमेरिकेचा असद यांची राजवट उलथवण्याचा कोणताही हेतू नसल्याचे वॉशिंग्टनने जाहीर केले.[58]

विषारी वायूच्या हल्ल्यांसाठी असद राजवटीकडे नाही, तर सीरियन बंडखोरांकडे अंगुलीनिर्देश करणाऱ्या वृत्तान्तांवर अमेरिका व तिच्या मोजक्या सहकाऱ्यांनी अजिबात विश्वास बाखवला नाही. सौदी अरेबियाचे अमेरिकेतील माजी राजदूत राजपुत्र बांदर बिन सुलतान (यांचा उल्लेख सीरियातील अल कायदासमर्थक बंडखोर हबीब म्हणजेच मित्र असा करतात) हे सीरियन बंडखोरांचे मुख्य शस्त्र पुरवठादार असल्याचे सांगितले जाते.[59]

सीरियन बंडखोरांना मारण्यासाठी असद यांनी 'सरीन वायू'चा कथित वापर केल्यावरून वाद निर्माण होण्याच्या काही महिने आधी, मे 2013 मध्ये, संयुक्त राष्ट्रांच्या सीरियावरील स्वतंत्र आंतरराष्ट्रीय चौकशी आयोगाच्या सदस्य कार्ला डेल पाँटे यांनी स्विस टीव्हीला सांगितले होते: "बळींचे जबाब ठामपणे असे सुचवतात की या क्रांतीजर्जर देशात घडलेल्या अलीकडील घटनेत सरीन गॅसचा वापर करणारे सीरियन सरकार नाही, तर बंडखोर होते."[60] विशेष म्हणजे, ओबामा प्रशासनाने संयुक्त राष्ट्रांच्या निरीक्षकांचे (ज्यांनी दमास्कसमधील गॅस हल्ल्या च्या घटनास्थळाची पाहणी केली केली होती) ऐकण्याचीही वाट पाहिली नाही आणि विषारी वायू हल्ल्यानंतर काही दिवसांतच असद यांना शिक्षा करण्यासाठी अमेरिकेने आपल्या नौदल आणि हवाई दलाला एकत्र आणले. असद यांनी बंडखोरांविरुद्ध रासायनिक शस्त्रांचा वापर केला नव्हता, कारण असे केल्याने ते युद्ध "जिंकत" असताना पाश्चात्त्य जगाला सीरियामध्ये हस्तक्षेप करण्यासाठी अनावश्यक चिथावणी मिळाली असती, असे बरेच विश्लेषक मानतात.[61]

ओबामा प्रशासन हे रासायनिक शस्त्रांच्या कथित वापरासाठी असद यांना शिक्षा करण्यावर हटून बसल्याचे दिसत असताना, 9 सप्टेंबर 2013 रोजी काही नाट्यमय घडामोडी घडल्या. आंतरराष्ट्रीय निरीक्षकांना सीरियामधील रासायनिक शस्त्रांचा ताबा घेण्यास असद परवानगी देतील, याबाबत रशियाचे अध्यक्ष पुतीन यांनी दिलेल्या हमीवर ओबामा यांनी संपूर्ण जगाला आश्चर्याचा धक्का देत सीरियावरील लष्करी हल्ला रोखण्याचा रशियाचा प्रस्ताव मान्य केला. असद राजवटीने हा प्रस्ताव मान्य केल्याचे दिसले आणि लष्करी संघर्ष टाळण्यात आला.[62] ओबामांनी सीरियावर आक्रमण करण्याच्या मुद्द्यावर काँग्रेसप्रतिनिधींची मंजुरी न घेण्याचा ऐनवेळी घेतलेला निर्णय आणि रशियाचे अध्यक्ष पुतीन यांच्या "शांतता सूत्राचा" त्यांनी केलेला स्वीकार यांनी सीरियाला संभाव्य अमेरिकन हवाई हल्ल्यांपासून वाचवले. त्यानंतर तीनच दिवसांत असद यांनी, अमेरिकेने सीरियन बंडखोरांना शस्त्रास्त्रे पुरवणे थांबवेपर्यंत आणि आपल्या राजवटीप्रति असलेले शत्रुत्व सोडून देईपर्यंत, रासायनिक शस्त्रे देणार नाही, असे ठामपणे बजावले, हेसुद्धा येथे उल्लेख करण्याजोगे आहे.[63] विशेष म्हणजे, ओबामांना सीरियन लक्ष्यांवर क्रुझ क्षेपणास्त्रे डागण्यापासून थांबवल्यामुळे ज्यांनी जागतिक नेता म्हणून ओबामांना झाकोळल्याचे म्हटले जाते,[64] त्या अध्यक्ष पुतीन यांनीही सीरियन बंडखोरांवर असद यांनी गॅसहल्ला केल्याची कल्पना धुडकावून लावली आणि अमेरिकेने "बळाची भाषा करणे थांबवावे व राजनैतिक व राजकीय तोडग्याच्या सुसंस्कृत मार्गावर परतावे", असे सांगितले.[65] जिनिव्हा येथील तीन दिवसांच्या प्रदीर्घ बैठकीनंतर अमेरिकेचे परराष्ट्रमंत्री जॉन केरी आणि रशियाचे परराष्ट्रमंत्री सर्गेई लावरोव यांनी सप्टेंबरच्या मध्यात पुढील योजनेला संमती दर्शवली: (अ) आपला रासायनिक शस्त्रसाठा संयुक्त राष्ट्राला हस्तांतरित करण्यासाठी सीरियन सरकारकडे एक आठवड्याची मुदत आहे; (ब) अशा प्रकारची सर्व शस्त्रास्त्रे 2014 च्या

मध्यापर्यंत नष्ट करण्यात यावीत; (क) सीरियाने संयुक्त राष्ट्रांशी सहकार्य करण्यास नकार दिला, तर संयुक्त राष्ट्र सनदेतील सातव्या प्रकरणानुसार या जागतिक संघटनेला सीरियाविरुद्ध लष्करी हस्तक्षेप करण्याचा अधिकार राहील; (ड) रासायनिक शस्त्रांचे उत्पादन आणि वापर करणे बेकायदा ठरवणाऱ्या रासायनिक शस्त्रास्त्र प्रतिबंधक संस्थेतही (ओपीसीडब्ल्यू) सीरिया एक पक्ष असेल. या करारातील अटी सीरियाने मान्य केल्यानंतर ओबामा प्रशासनाने सीरियाविरुद्ध बळाचा वापर करण्याचा इशारा मागे घेण्यास संमती दर्शवली. त्यात पुन्हा "श्रीयुत असद यांच्या रासायनिक शस्त्रांसाठीच्या पायाभूत सुविधांवर लष्करी हल्ले करण्याची शक्यता कायम आहे" आणि "हे हल्ले संयुक्त राष्ट्रांच्या नाही, तर आंतराष्ट्रीय युतीच्या मार्गदर्शनाखाली होतील", असेही अमेरिकेच्या अधिकाऱ्यांनी जिनिव्हामध्ये रशियन अधिकाऱ्यांना स्पष्ट केले होते.[66]

या प्रदेशातील सीरिया आणि अन्य देशांबाबत अमेरिका इतकी द्विधा स्थितीत का आहे, असे कोडे पडू शकते. एकीकडे अमेरिका स्वतःची प्रतिमा स्वातंत्र्य आणि लोकशाहीचे पुरस्कर्ते अशी साकारते आणि दुसऱ्या बाजूला खरे हेतू लपवण्यामध्ये अपयशी ठरते. असद यांची राजवट उलटल्याने अमेरिकेला काहीही फायदा होणार नाही आणि "दोन्हीपैकी कोणत्याही बाजूचा विजय हा अमेरिकेसाठी तितकाच अनिष्ट असणार आहे"[67] हे अमेरिकेला पूर्णपणे समजलेले असल्याने वॉशिंग्टनला या प्रदेशातील त्यांचे प्रादेशिक सहकारी, विशेषतः इस्रायल, सौदी अरेबिया आणि अन्य आखाती राष्ट्रांच्या दीर्घकालीन भूराजकीय हितसंबंधांकडे दुर्लक्ष करणे परवडू शकत नाही. झिऑनिस्ट इस्रायल आणि हुकूमशाही अरब राज्ये यांचा इराण हा सामाईक शत्रू आहे. इस्लामशी वैचारिकदृष्ट्या एकनिष्ठ असलेली इराणची राजवट हा इस्रायलसाठी त्याच्या अस्तित्वालाच संभाव्य धोका आहे, तर तेलसंपन्न सुन्नी अरब राजेशाह्या दोन कारणांसाठी इराणला घाबरतात; (अ) इराण मुस्लीम जगतामध्ये करत असलेला बंडखोर शियावाद आणि खोमेनीवादाचा प्रसार, ज्याचा आत्मा निश्चित सुन्नीविरोधी आणि राजेशाहीविरोधी आहे; (ब) आपले तेल आणि नैसर्गिक वायू विकण्यासाठी युरोप, दक्षिण आशिया आणि चीन यांना जोडण्याची इराणची दीर्घकालीन इंधनवाहिनीविषयक मुत्सद्देगिरी. आखाती राजेशाह्यांना, इराणला त्याचे तेल आणि नैसर्गिक वायू विकण्यासाठी सीरिया आणि तुर्कस्तानमार्गे युरोपपर्यंत इंधनवाहिनी नेण्यास परवानगी देणारी इराणधार्जिणी राजवट दमास्कसमध्ये नको आहे. जगात इराण आणि रशियाखालोखाल तिसऱ्या क्रमांकाचा सर्वाधिक नैसर्गिक वायुसाठा असणाऱ्या कतारने ऑगस्ट 2013 मध्ये असद राजवट उलथवण्यासाठी सीरियन बंडखोरांना शस्त्रे पुरवण्याकरिता 3 अब्ज डॉलर्स का खर्च केले, याचे स्पष्टीकरण यातून मिळते.[68]

अन्य सूत्रांनी उघड केल्यानुसार, 2011 मध्ये असदविरोधी चळवळ सुरू होण्याच्या खूप आधी 2007 मध्येच ब्रिटन आणि अमेरिका असद राजवट उलथवण्यासाठी सीरियामध्ये हस्तक्षेप करण्याची योजना आखत होते. "मध्य पूर्वेतील तेल, वायू वाहिन्यांचे नियंत्रण

मिळवण्यासाठी सुरू असलेल्या संकुचित भू राजकीय स्पर्धेपोटी [सीरियातील] नागरिकांचे हत्याकांड करण्याचे साहस केले जात आहे", असे निरीक्षण एक विश्लेषक नोंदवतात.[69] मे 2007 मध्ये बुश प्रशासनाने इराणविरोधी सीआयए कारवायांना परवानगी दिली, तर दुसरीकडे सीरियाविरोधी कायवाया सौदी अरेबियाच्या सक्रिय सहकार्याने संपूर्ण वेगात सुरू होत्या. सौदी अरेबिया ही असद राजवट कमकुवत करण्यासाठी अल कायदाशी लागेबंधे असणाऱ्या सुन्नी कट्टरवाद्यांना आणि सीरियातून हद्दपार झालेल्या ब्रदरहूडच्या नेत्यांना एकत्र आणत होती. असद यांनी अधिक सलोखा जपावा आणि इस्रायलशी वाटाघाटी करण्याची तयारी दाखवावी, त्याचप्रमाणे इराण व हिज्बुल्लालाही दुर्बल करावे अशी त्यांची अपेक्षा होती.[70] सीरियामध्ये 2011 साली संकटाचा उद्रेक होण्यापूर्वी दोन वर्षे ब्रिटिश सरकारने सीरियामधील इराणच्या वाढत्या प्रभावाला आळा घालण्यासाठी असद राजवट उलथवण्याकरिता सीरियामध्ये युद्ध करण्याची तयारी केली होती आणि हे "प्राथमिकतः इंधनवाहिनीच्या भूराजकारणाशी संबंधित होते", असे फ्रान्सचे माजी परराष्ट्रमंत्री रोनाल्ड डुमास यांनी फ्रेंच वाहिनीला 18 जून 2013 रोजी दिलेल्या मुलाखतीमध्ये सांगितले होते.[71] कतारला तुर्कस्तानमार्गे युरोपला वायुपुरवठा करण्यासाठी सीरियामार्गे एलएनजी वायूवाहिनी बांधण्याची परवानगी असद यांनी नाकारली—ही वाहिनी रशियाला मारक ठरली असती—कतार व त्याची सहकारी राष्ट्रे प्रक्षुब्ध झाली होती.

दीर्घकाळामध्ये, असद राजवट विजयी ठरली, तर इराण आणि हिज्बुल्लाचा वाढता प्रभाव हा या प्रदेशातील अमेरिकेचे मित्र असलेल्या सुन्नी अरब राष्ट्रांसाठी आणि इस्रायलसाठी थेट धोका ठरला असता. बंडखोरांचा विजयही "अमेरिका आणि युरोप व मध्य पूर्वेतील तिच्या सहकाऱ्यांसाठी अतिशय धोकादायक ठरला असता", कारण काही बंडखोर हे अल कायदासारख्या कट्टरवादी गटांशी संलग्न आहेत. जर बंडखोर जिंकले तर ते अमेरिका व इस्रायलशी शत्रुत्व पत्करणारे सरकार स्थापन करण्याचा जवळपास निश्चित प्रयत्न करतील.[72]

असद यांच्यानंतरच्या सीरियामध्ये अल कायदाच्या घटकांचे प्राबल्य वाढेल, अशी भीती असद राजवटीच्या धर्मनिरपेक्ष विरोधकांना वाटते, तर असद राजवट उलथवल्यानंतर अमेरिका आपल्या पाठीमागे लागेल, असा विचार इस्लामी बंडखोर करतात.[73] अमेरिकेने सीरियन संकटात अति-गुंतणे अयोग्य असल्याचे मार्मिक वर्णन ब्रेझिन्स्की यांनी करतात. अमेरिका अल कायदाशी अफगाणिस्तान, येमेन आणि अन्यत्र का भांडते आहे आणि सीरियामध्ये त्याला पाठिंबा का देते आहे, असा प्रश्न त्यांना पडतो.[74] सीरिया हे आणखी एक इराक किंवा लिबिया नाही, हे समजून घेण्यात वॉशिंग्टनला अपयश आल्याचे दिसते. सीरिया हा रशियाचा भूमध्य समुद्रातील नाविक तळ आहे. त्यामुळे सीरियन संकटातील रशियाच्या भूमिकेबाबत सदोदित संतुष्ट राहण्याचे काही कारण नाही; दीर्घकाळामध्ये रशिया हा सुरक्षा परिषदेमध्ये सीरियावर आक्रमण करण्याच्या अमेरिकेच्या प्रस्तावावर

नकाराधिकार वापरण्याच्याही पलीकडे जाऊ शकतो. *कोमेसोमोलस्काया प्रावदा* या लोकप्रिय रशियन वृत्तपत्राने अमेरिकेला इशारा दिला आहे की: "रशियाने इराक व युगोस्लाव्हियाच्या बाबतीत जे केले, त्याप्रमाणे ती केवळ सूचना देण्याची किंवा राग व्यक्त करण्याची मर्यादा स्वत:ला घालून घेईल, असे जर पेंटॅगॉनमधील आशावाद्यांना वाटत असेल, तर ती त्यांची मोठी चूक ठरू शकेल." दरम्यान, माकडाच्या हाती कोलीत, तसे पाश्चात्त्य देश इस्लामी जगताशी खेळत आहेत, असे रशियाच्या उपपंतप्रधानांना वाटते.[75] सीरियावरून रशिया-अमेरिका यांच्यामध्ये लष्करी संघर्ष होण्याची शक्यता नसली, तरी रशियाचे मध्यपूर्वेतील उघडउघड अमेरिकाविरोधी धोरण—ज्याला अमेरिकेच्या सीरियातील हस्तक्षेपामुळे अचानक वेग आला – या प्रदेशाला आणखी अस्थिर करण्याची शक्यता आहे. मॉस्को दमास्कसला शस्त्रांचा पुरवठा वाढवण्याची, इराणशी संबंध अधिक घनिष्ठ करण्याची आणि अमेरिकेसोबतचे अगोदरच ताणलेल संबंध आणखी ताणण्याची शक्यता आहे.

अमेरिकेने खालील गोष्टींकडे लक्ष द्यावे आणि केवळ इराणला शिक्षा देण्याकरिता सीरियन संकट वाढवण्यापासून स्वत:ला परावृत्त करावे: (अ) रेड क्रॉस संघटनेने सीरियन संघर्षाला सीरियन सरकारने सुरू केलेला वंशच्छेद नाही, तर असदसमर्थक आणि असदविरोधी गटांमधील नागरी युद्ध मानले आहे;[76] आणि (ब) "बिल्डिंग दि सीरियन स्टेट" या सीरियास्थित लौआय हुसेन यांच्या नेतृत्वाखालील असदविरोधी गटाने सरकार आणि विरोधक या दोघांनाही सीरियामध्ये निंदनीय निष्फळ खेळ खेळत असल्याबद्दल दोष दिला आहे, तिथे असद राजवटीला एकतर अधिकार किंवा अराजकता हवी आहे, तर विरोधक "असद राजवटीचा पाडाव होईपर्यंत देश पेटवण्याची" मागणी करत आहेत.[77]

असद यांच्यानंतरचा सीरिया हा स्थिर देश असणार नाही. तो शत्रू पंथ, धर्म आणि वांशिक संप्रदायांचा तुकडे झालेला देश किंवा त्याहूनही वाईट म्हणजे पाच प्रमुख पंथ/वांशिक गटांनी चालवलेली पाच भिन्न राजकीय अस्तित्वे बनू शकेल. "मागील पाच हजार वर्षांपैकी बहुतांश काळ सीरिया हा एक सार्वभौम देश नव्हता." असद यांची बळजबरीने गच्छंती झाल्याची घटना घडल्यास, सीरिया हा किमान पुढील पाच युद्धसज्ज देशांमध्ये विखंडित होण्याची शक्यता आहे: समुद्राजवळील डोंगररांगांमध्ये असलेले अल्वाई (यांचे लोकसंख्येतील प्रमाण 12 टक्के इतके आहे), दक्षिणेकडील डोंगररांगांमधील ड्रुझ, माउंट लेबनॉन येथील मोरोनाइट ख्रिश्चन, उत्तरेकडील कुर्द आणि देशात इतरत्र राहणारे सुन्नी बहुसंख्य (यांचे प्रमाण लोकसंख्येच्या 60 टक्के इतके आहे). हा देश सद्दामनंतरच्या इराकची प्रतिकृती किंवा त्याहूनही वाईट म्हणजे अपयशी राष्ट्र बनू शकतो. येथील संघर्ष लेबनॉन, तुर्कस्तान आणि इराकमधील कुर्द व अन्य समाजांमध्ये पसरण्याची शक्यता आहे. सीरियन कुर्दही स्वायत्ततेसाठी प्रयत्न करू शकतात. सीरियन पंथीय संघर्ष पसरण्याचा परिणाम म्हणून इराक आणखी अस्थिर होईल. लेबनॉनमधील हिज्बुल्ला ही सीरियाच्या पाठबळावर अवलंबून असल्याने, तेथील सुन्नी इस्लामवादी राजवट ही या शिया सैन्याप्रति

कोमट ते जहाल शत्रू अशी काहीही होऊ शकते. असद यांच्यानंतरचा सीरिया हा इराण आणि हिज्बुल्लासोबत मैत्रीपूर्ण राहू शकेल का, याबाबतही खात्री नाही. तथापि, इराण बरीच दशके इराकला नियंत्रणाखाली ठेवण्याची शक्यता असून इराणच्या माध्यमातून तो सीरियावर डोळे ठेवून सीरियन जनतेवर प्रभाव निर्माण करण्याची शक्यता आहे. तथापि, दोन वर्षांच्या नागरी युद्धानंतर असद यांना मिळणारा पाठिंबा वेगाने वाढल्याचे सांगितले जात असून, मे 2013 मध्ये 70 टक्के सीरियन जनतेने त्यांच्या देशामध्ये इस्लामवाद्यांनी सत्तेचा ताबा घेण्याऐवजी असद यांच्या राजवटीला पसंती दिली होती.[78]

दरम्यान, अमेरिका आणि अरब लीगच्या अर्थपुरवठ्यामुळे अल कायदा ही संघटना आणि मुस्लीम ब्रदरहूडचे बंडखोर समर्थक हे सीरियामध्ये इस्लामवादी सत्ता स्थापण्याचा प्रयत्न करण्याची शक्यता आहे. सीरियन इस्लामी राजवट ही बाकी कशीही असली, तरी अमेरिकाधार्जिणी आणि इस्रायलशी मैत्रीपूर्ण संबंध ठेवणारी अजिबात नसेल. हिज्बुलाला रोखून समतोल कायम ठेवणाऱ्या असद यांची गच्छंती होणे ही इस्रायलसाठी डोकेदुखी ठरणार आहे. सीरियाची रासायनिक आणि जैविक शस्त्रास्त्रेही इस्रायलसाठी धोका ठरू शकतात, कारण हिज्बुल्लाची 30 ते 40 हजार क्षेपणास्त्रे ही इस्रायलपर्यंत रासायनिक शस्त्रे घेऊन जाण्यासाठी सक्षम आहेत.[79] अल कायदाचा दहशतवादी आणि ओसामा बिन लादेनचा लिबियन साथीदार अब्देलहकीम बेलहाद्ज याचे शेकडो भाडोत्री इस्लामवादी सैनिक असदविरोधात लढत आहेत, हाच माणूस अमेरिकासमर्थक/नाटोसमर्थक लढवय्यांसोबत गदाफीविरोधात लढला होता.[80] शेजारी इराकमध्येही काही सुरळीत नाही. दहशतवाद्यांचे बॉम्बहल्ले नियमितपणे इराकी नागरीक आणि सैनिकांचे प्राण घेत आहेत. धर्मनिरपेक्ष राजकीय पक्ष हे इस्लामवादी आणि इराणधार्जिण्या अल मालिकी सरकारला वाट मोकळी करून देत आहे.[81]

इराण, आणखी एक अजेय शत्रू

इराणमधील 1976 च्या इस्लामी क्रांतीपासून अमेरिका आणि तिच्या मित्रराष्ट्रांनी या देशामध्ये राजवटबदलासाठीचे प्रयत्न करणे सोडून दिलेले नाहीत. इराणमध्ये तथाकथित जमवून आणलेल्या संसदीय निवडणुकींनंतर 2009 च्या मध्यात लोकशाहीसाठी झालेली "जनचळवळ" अपयशी ठरल्यानंतर अमेरिका पुन्हा जिथल्या तिथे आली. अमेरिकेने इराणमधील "राष्ट्रवादाच्या अस्सल शक्तीला" कमी लेखले होते आणि ती शक्ती म्हणजे, सामान्य इराणी नागरीक अमेरिकेला मित्र म्हणून स्वीकारायला तयार नव्हता.[82] तेव्हापासून अमेरिका इराणची प्रतिमा 'इस्रायल आणि प्रदेशातील अन्य देशांसाठी संभाव्य अण्वस्त्र धोका' अशी हिरिरीने रंगवत आहे. इराणवर पांगळे करणारे निर्बंध लादून काम होते आहे का, हे थांबून पाहण्याचा सल्ला ओबामा यांनी नेतान्याहू यांना मार्च 2012 मध्ये दिला. मार्च 2012 मध्ये वॉशिंग्टन येथील एआयपीएसीच्या बैठकीमध्येही ओबामांनी इराणला

इशारा दिला होता: "इराणच्या नेत्यांनी हे समजून घ्यावे की माझे धोरण आळा घालण्याचे नाही... इराणला अण्वस्त्रे मिळवण्यापासून रोखण्याचे माझे धोरण आहे... अमेरिका आणि तिच्या हितसंबंधांचे संरक्षण करण्यासाठी आवश्यक असेल, तेव्हा बळाचा वापर करण्यास मी कचरणार नाही."[83] 2012 च्या सुरुवातीस इस्रायलने जाहीरपणे इराणच्या "अणु प्रकल्पांवर" बॉम्बहल्ले करण्याचा इशारा दिला असताना, ओबामांनी "अमेरिकेच्या निवडणुकीनंतर, 2013 पर्यंत" इराणवर हल्ला न करण्याबाबतच्या इस्रायलच्या संमतीच्या बदल्यात त्यांना खंदक उद्ध्वस्त करणारे बॉम्ब आणि हवेत इंधनभरणा करू शकणारी विमाने यांच्यासह अन्य अत्याधुनिक युद्धसाहित्य देऊ केले होते.[84] दरम्यान, इराणवरील आपल्या हल्ल्याचे समर्थन करण्यासाठी इस्रायल पुराव्यांची मोडतोड करत असल्याचा आरोप असून इस्रायलचे हेर अगोदरच इराणी सैनिकांचे सोंग घेऊन इराणमध्ये कार्यरत आहेत.[85] गेली बरीच वर्षे इराणच्या अणु संशोधकांची अज्ञात मारेकऱ्यांकडून हत्या होत असल्याच्या विविध घटनांचा उल्लेख या संदर्भात करता येऊ शकतो. या हत्यांसाठी इराणी आणि परदेशी तज्ज्ञांकडून इस्रायलकडे बोट दाखवण्यात येत आहे.[86]

आपल्याला माहीत असल्याप्रमाणे, पाश्चात्त्य देश—प्रत्यक्ष वा अप्रत्यक्षरीत्या—1979 च्या इस्लामी क्रांतीपर्यंत इराणवर नियंत्रण ठेवून होते. सरकारने 1951 मध्ये अँग्लो-इराणीयन ऑइल कंपनीचे राष्ट्रीयीकरण करण्याने इराणमधील ब्रिटिश वर्चस्वाचा अंत झाल्याचे सूचित झाले असले, तरी सीआयए-पुरस्कृत लष्करी बंडाने 1953 मध्ये पंतप्रधान मोस्सादेघ यांचे लोकनियुक्त राष्ट्रवादी सरकार उलथवून टाकण्याबरोबरच इराणचे हे अल्पजीवी स्वातंत्र्य संपुष्टात आले. विशेष म्हणजे, आयातोल्ला काशानी (सीआयएने आयातोल्लांना लाच दिल्याचे सांगितले जाते) यांच्या नेतृत्वाखालील इराणमधील शिया धर्मगुरूंनी मोस्सादेघविरोधी बंडाला सक्रिय पाठिंबा दिला होता. या बंडापाठोपाठ शाह यांच्या नेतृत्वाखालील 25 वर्षांच्या जुलूमशाहीचा कालखंड आला, तेव्हा एकूण तेल महसुलापैकी 80 टक्के महसूल हा अमेरिका आणि ब्रिटिश तेल कंपन्यांच्या मालकीचा होता. त्यानंतर, 1979 पर्यंत इराण हा वास्तवात अमेरिकन संरक्षणाखालील प्रदेश होता. तथापि, त्यानंतर इराणच्या उघडपणे अमेरिकाविरोधी आणि इस्रायलविरोधी भूमिकेमुळे आपल्याला क्वचितच या देशाबद्दल काही सकारात्मक ऐकायला मिळाले आहे. 2002 मध्ये जॉर्ज डब्ल्यू. बुश यांनी त्यांच्या 'ॲक्सिस ऑफ एव्हिल'मध्ये इराक व उत्तर कोरियासोबत अचानक इराणचे नाव घेतले. त्याआधीच्या पाच वर्षांमध्ये दोन्ही देशांतील संबंध लक्षणीयरीत्या सुधारले असल्याने इराणला अमेरिकेकडून याची अजिबात अपेक्षा नव्हती. 1998 मध्ये इराणचे अध्यक्ष खतामी यांनी अमेरिकेस समेटासाठी हात पुढे करत "दोन संस्कृतींमध्ये संवाद" होण्याची गरज ठामपणे व्यक्त केली होती. ब्रेझिन्स्की आणि स्कोरॉफ्ट यांच्यासारख्या माजी वरिष्ठ धोरणकर्त्यांनीही इराणसोबत सुसंवाद सुरू करण्यास अनुकूलता दर्शवली होती.[87]

सद्दाम हुसेनसारख्या आक्रमकांना (सद्दामने 1980 साली इराकवर आक्रमण केले होते आणि 1988 मध्ये इराण-इराक युद्धाची अखेर होईपर्यंत पाश्चात्त्यांचा त्याला छुपा पाठिंबा मिळत होता) आणि मुजाहिदीन-ए-खाल्क (एमईके) या मार्क्सवादी-इस्लामवादी गटासारख्या देशांतर्गत असंतुष्टांना पाश्चात्त्यांनी पाठिंबा देऊनही अयातोल्लांना उथलवण्यात यश आले नाही. पुलित्झर पारितोषिक विजेते शोधपत्रकार सेमूर हेर्श यांनी अमेरिकन फौजा एमईकेच्या गनिमी दहशतवाद्यांना नेवाडा वाळवंटामध्ये (2005 आणि 2008 मध्ये) प्रशिक्षण देत असल्याचे दस्तावेजीकरण केले आहे.[88] विशेष म्हणजे, 1997 साली अधिकृतरीत्या दहशतवादी गट म्हणून जाहीर करण्यात आलेल्या एमईकेला अमेरिका पाठबळ देत आहे. 1979 मध्ये झालेल्या इराणी क्रांतीनंतर अल्पावधीतच, एमईकेचे लढवय्ये तेहरानमधील अमेरिकन दूतावासात घुसले आणि त्यांनी राजनैतिक अधिकारी आणि कर्मचारी वर्गाला 444 दिवसांसाठी ओलीस ठेवले होते. एमईके लढवय्ये हे सद्दाम हुसेन यांच्यासाठी लढले होते आणि 2003 मध्ये अमेरिकन फौजांनी त्यांना ताब्यात घेतले होते. हे युद्धकैदी (पीओडब्ल्यू) नाहीत, तर संरक्षित व्यक्ती (आंतरराष्ट्रीय मानवाधिकार कायद्यानुसार विशेष संरक्षण मिळणाऱ्या व्यक्तींसाठी वापरली जाणारी संज्ञा) आहेत, असे मानून 2004 मध्ये संरक्षणमंत्री रम्सफेल्ड यांनी त्यांची सुटका करण्याचा निर्णय घेतला. 2007 साली, अध्यक्ष बुश यांनी इराणी राजवट उलथवण्यासाठी असलेल्या 40 कोटी डॉलर्सपैकी काही वाटा हा एमईकेसाठी बाजूला काढून ठेवला होता.[89]

वरील पार्श्वभूमीवरून अमेरिकेचे शस्त्रसंघर्षासाठी उत्सुक राजकारणी आणि नवपुराणमतवादी हे इराणच्या इस्लामी राजवटीशी लढण्यासाठी हटवादी आहेत, हे स्पष्ट होते. या राजवटीचे वर्णन ते "मूलतत्त्ववादी हुकूमशाही" आणि फॅसिझम आणि साम्यवादाच्या धर्तीवरील "अधिकेंद्रित एकपक्षीय राष्ट्र" असे करतात. 2002–2003 या काळात वॉशिंग्टनमध्ये पसरलेला विनोद होता: "बगदादला सर्वांनाच जायची इच्छा आहे; मात्र खऱ्या मर्दांना तेहरानला जायचे आहे."[90] समीर आमीन यांनी नमूद केल्याप्रमाणे, अमेरिका आणि इस्रायल यांना "त्याच्या [इराणच्या] अण्वस्त्र विकासाची सबब सांगून" तो देश उद्ध्वस्त करायला आवडेल, कारण "या संपूर्ण प्रदेशावर अमेरिकचे लष्करी नियंत्रण बसवण्यामध्ये तो अडथळा ठरतो आहे. त्यामुळे तो देश नष्ट झालाच पाहिजे."[91] इराणी जनता ही अयातोल्लांचा द्वेष करते, त्यापेक्षा अधिक तीव्रतेने अमेरिकेचा द्वेष करते, याची जाणीव अमेरिकनांना होण्याची वेळ आता आली असली, तरी अमेरिकन विश्लेषक आणि धोरणकर्ते इराणवर हल्ला करण्याची सर्वोत्तम वेळ कोणती असेल, यावरच चर्चा करताना आपल्याला दिसतात. इराणविरोधातील लष्करी कारवाईबाबत शंका उपस्थित करणाऱ्यांना नाकारून, इराणचा अणुकार्यक्रम उद्ध्वस्त केल्यामुळेच जगाला अण्वस्त्रसज्ज इराणपासून वाचवणे शक्य होणार असल्याचे अमेरिकेचे युद्धोत्सुक विश्लेषक आणि

धोरणकर्ते मानतात.[92] काही जण तर छोट्याशा इराणला अमेरिकेसमोरील गंभीर धोका न मानल्याबद्दल ओबामा यांना मूर्ख ठरवतात.[93]

तथापि, नजीकच्या भविष्यामध्ये अमेरिका इस्रायलवर हल्ला करण्याची शक्यता नगण्य आहे. इस्रायलचे मानवाधिकार कार्यकर्ते उरी अव्नेरी यांना वाटते की,

> अमेरिका [इराणवर] हल्ला करणार नाही. या वर्षी नाही आणि येणाऱ्या काही वर्षांमध्येही नाही. यामागचे कारण निवडणूककेंद्री विचार किंवा लष्करी मर्यादांपेक्षा खूप जास्त महत्त्वाचे आहे. अमेरिका हल्ला करणार नाही कारण, हा हल्ला अमेरिकेसाठी राष्ट्रीय आपत्ती ठरेल, तसेच संपूर्ण जगासाठीही ती सर्वंकष आपत्ती असेल.[94]

इस्रायलही इराणवर हल्ला करण्याची शक्यता नाही असे अव्नेरींना वाटते, कारण अशा हल्ल्याचा परिणाम म्हणून इराणने होर्मूझची सामुद्रधुनी बंद करणे हे संपूर्ण जगासाठी आपत्तीजनक ठरू शकेल.[95] अमेरिकन आणि इस्रायली युद्धखोरांच्या इराणविषयक पछाडलेपणासंबंधीच्या[96] चर्चेचा समारोप करताना आपण म्हणू शकतो की, दृष्टिपथातील भविष्यामध्ये अमेरिका किंवा अन्य कोणती नाटो सत्ता तर दूरच, इराण हा या प्रदेशातील कोणासाठीही धोका नाही. इराणला अण्वस्त्रे तयार करण्याचे (त्यांना तसे करणे भाग पाडल्याशिवाय) काहीही कारण नाही, यावर विश्वास ठेवण्यासाठी आपल्याकडे कारणे आहेत. इराणने "त्याची अलीकडील जवळपास सर्व युद्धे एकही गोळी न झाडता अगोदरच जिंकली आहेत", कारण अमेरिका आणि नाटोने सद्दाम हुसेनचा पराभव करून आणि हजारो सुन्नी दहशतवाद्यांना ठार करून "इराणच्या इराकमधील कट्टर शत्रूंना" उद्ध्वस्त केले, या रॉबर्ट फिस्क यांच्या मताशी आपण सहमत होऊ शकतो. आखातातील अरब राष्ट्रांना शस्त्रपुरवठा करणे हे नुकसानकारच आहे, कारण या देशांची लष्करे "जेमतेम तलवारी हातात धरू शकतात", मग इराणशी लढणे तर दूरच राहिले, असे फिस्क यांना वाटते.[97] अखेरचे आणि तितकेच महत्त्वाचे म्हणजे इराकप्रमाणे इराण हा अमेरिकेसाठी आणखी एक सहजसाध्य विजय ठरणार नाही. इराण हा पर्शियन आखातामध्ये "अमेरिका आणि तिच्या लष्करासाठी आपत्तीजनक" ठरू शकतो, असे मानणारे काही लोक पेंटॅगॉनमध्ये आहेत.[98] तथापि, अमेरिकेचे "इराणविषयक पछाडलेपण" इतके तीव्र आहे की काही प्रभावशाली अमेरिकनांनी 9/11 च्या हल्ल्याला दहा वर्षे उलटून गेल्यानंतरही, 11 सप्टेंबर, 2011 रोज इराणचे सरकार आणि त्याचे आघाडीचे नेते हे हल्ल्यामध्ये सहभागी होते, असे औपचारिकरीत्या सूचित केले.[99]

दरम्यान, इराणने इराकसोबत महासंघ स्थापन करण्याच्या प्रयत्नांना शह म्हणून एप्रिल 2012 मध्ये सौदी अरेबिया आणि बहारिन यांनी 'अरेबियन गल्फ युनियन' नावाचा महासंघ स्थापन करण्याचा निर्णय घेतला.[100] दरम्यान, अमेरिका ही सौदी अरेबिया, बहारिन, यूएई, कुवेत आणि कतार यांसारख्या पुराणमतवादी आखाती राजेशाह्यांना शस्त्रपुरवठा

करत आली आहे. क्षेपणास्त्रप्रसाराबाबतही अमेरिकेचा दुटप्पीपणा नोंद घेण्याजोगा आहे. "अमेरिका [आखाती देशांमधील] क्षेपणास्त्रप्रसार रोखण्यासाठी कसोशीने प्रयत्न" करत असल्याचे अमेरिकेच्या परराष्ट्र मंत्रालयातील एका अधिकाऱ्याने 2012 च्या सुरुवातीस सांगितले होते. "अशी दांभिकता निराशाजनक ठरू शकते", कारण याचा मूलतः अर्थ शहाण्या मुलांकडे (राजेशाह्या) क्षेपणास्त्रे असली तरी चालतात, परंतु वाईट मुलांकडे (इराण) क्षेपणास्त्रे असता कामा नयेत, हा आहे, असे अनुमान विजय प्रसाद काढतात.[101] इस्रायलची अण्वस्त्रक्षमता पाहता, अण्वस्त्रसज्ज इराण हा संपूर्ण प्रदेशासाठी स्थैर्य घेऊन येईल, या किनेथ वॉल्ट्झ यांच्या मताशी सहमत होता येऊ शकते.[102]

रशियाचे इराणमधील आणि संपूर्ण दक्षिण कॉकेशस प्रदेशातील हितसंबंध आणि इराणवर अमेरिका-इस्रायलने आक्रमण केल्यास रशिया काय करण्याची शक्यता आहे, याकडे अमेरिकेचे धोरणकर्ते लक्ष देतात का, याबाबत शंकाच आहे. ब्रेझिन्स्की यांनी त्यांच्या 1998 साली आलेल्या '*दि ग्रँड चेसबोर्ड*' या पुस्तकात लिहिल्याप्रमाणे "जगातील सुमारे एक तृतीयांश ज्ञात ऊर्जा संसाधनांच्या" नियंत्रणासाठी इराण महत्त्वाचा आहे. रशिया कोणत्याही परकीय शक्तीला इराणचा आणि या प्रदेशातील तेल व नैसर्गिक वायूंच्या विहिरींचा ताबा घेऊ देण्याची शक्यता नगण्य आहे. रशियन फौजा आणि क्षेपणास्त्र विभागांनी अगोदरच इराणमध्ये आणि आर्मेनिया व कॅस्पियन समुद्रासह इराणच्या अवतीभवती ठाण मांडले आहे. 2011 च्या अखेरीस झालेल्या सीरियातील संघर्षाच्या पार्श्वभूमीवर कुझ्नेत्सोव्ह ही रशियाची विमानवाहू नौका सातत्याने टार्टस या सीरियन बंदराला भेट देत असते. अकादमी ऑफ जिओपॉलिटिकल सायन्सचे अध्यक्ष जनरल लिओनिड इव्हाशोव यांनी एप्रिल 2012 मध्ये "इराणविरुद्धचे युद्ध म्हणजे रशियाविरुद्धचे युद्ध" असे लिहिले होते आणि स्थिर इराण व सीरियासाठी चीन आणि भारतासोबतही निकटच्या संबंधांची गरज त्यांनी व्यक्त केली होती, हे नोंद घेण्याजोगे आहे. अमेरिकेने अझरबैजानमधील हवाईतळांचा इराणविरुद्ध वापर केल्यास रशियाला हस्तक्षेप करण्यासाठी चिथावणी मिळू शकते आणि त्यामुळे दक्षिण कॉकेशस प्रदेशात आणि त्यापलीकडेही मोठ्या युद्धाचे संकेत मिळतात.[103] दरम्यान, पूर्व युरोपातील नाटोच्या क्षेपणास्त्र संरक्षक सुविधांबाबत रशिया बरीच चिंताग्रस्त आहे. क्षेपणास्त्र संरक्षक यंत्रणेबाबत रशिया आणि अमेरिका यांच्यामध्ये सहमती होऊ न शकल्यास, रशिया लष्करीदृष्ट्या प्रतिकार करेल, असे तत्कालीन अध्यक्ष मेदवेदेव यांनी 2011 मध्ये नाटोला सुनावले होते, तर रशियाचे लष्करप्रमुख निकोलाय माकारोव्ह हे त्यांच्याही पुढे गेले होते. परिस्थिती आणखी खालावल्यास रशिया हल्ला होण्यापूर्वीच नाटोविरुद्ध आपले विध्वंसक बळ वापरण्याबाबत कचरणार नाही, असे माकारोव्ह यांनी 3 मे 2012 रोजी एका आंतरराष्ट्रीय परिषदेमध्ये अमेरिका आणि नाटोच्या अधिकाऱ्यांना सांगितले होते.[104]

रशिया मध्यपूर्वेतील आपल्या सामरिक हितसंबंधांसाठी सीरिया आणि इराण या दोन्ही देशांना महत्त्वाचे मानत असल्यामुळे या देशांवर अमेरिका-नाटो आणि/किंवा इस्रायलकडून होणारा कोणताही हल्ला रशियाला या संघर्षक्षेत्रामध्ये खेचू शकतो. "सर्वत्र जाणीव आहे, त्यापेक्षा कितीतरी अधिक गांभीर्याने अमेरिका इराणविरुद्ध लष्करी कारवाईची तयारी करते आहे", असे काही विश्लेषक मानतात. इराणच्या अणुकार्यक्रमाविषयी, जून 2012 मध्ये इराण आणि पी5 + 1 गट (संयुक्त राष्ट्रांच्या सुरक्षा परिषदेचे पाच सदस्य अधिक जर्मनी) यांच्यातील चर्चेची तिसरी फेरी निष्फळ ठरल्यानंतर अमेरिका 2013 च्या सुरुवातीस इराणवर हल्ला करण्याचा विचार करत होती.

हे काम इस्रायलने करावे असे अमेरिकेला वाटत नाही कारण "इस्रायलने त्याच्या तुलनेने खूपच लहान असणाऱ्या फौजांसह आघाडीवर राहण्यापेक्षा अमेरिकेने व्यवस्थितपणे ही कामगिरी पार पाडणे अधिक चांगले राहील, असे अमेरिकेन ससाणे मानतात. पेंटॅगॉनने अगोदरच इराणवरील आक्रमणामध्ये कोणत्या प्रकारची विमाने, बॉम्ब आणि क्षेपणास्त्रे, कोणत्या तळावरून वापरायची – इंग्लंडच्या ग्लूस्टरशायरमधील फेअरफोर्ड आणि अधिक अचूक सांगायचे झाल्यास दिएगो गार्सिया येथून – याची नोंद करून ठेवली आहे. अमेरिका बी-2 (रडारच्या कक्षेत न येता बॉम्बहल्ले करणारे विमान) आणि एफ-22, एफ-15 आणि एफ-16 ही लढाऊ विमाने, तसेच हवेतून जमिनीवर मारा करणारी स्टँडऑफ क्षेपणास्त्रे (जेएएसएसएमएस) यांचा वापर करण्याची शक्यता आहे.[105] तथापि, "दोन प्रदीर्घ आणि रक्तरंजित युद्धांच्या अनुभवातून [अमेरिका] काहीच शिकली नाही, आणि हे खरे चिंतेचे कारण आहे", असे निरीक्षण पॉल रॉजर्स नोंदवतात.[106]

यापूर्वी चर्चा केल्याप्रमाणे, अमेरिकेला सुमारे दर दहा वर्षांनी एखाद्या मोठ्या युद्धाची गरज असून ज्यांना अमेरिकेच्या लष्कर-उद्योग युतीचे गणित समजते त्यांना यांमागील कारणे माहीत आहेत. अमेरिकेचे निवृत्त जनरल वेस्ली क्लार्क यांनीही, पेंटॅगॉनने सप्टेंबर 2001 पासून आक्रमण करण्यासाठी तयार केलेल्या सात देशांच्या गोपनीय यादीचा पुनरुच्चार केला होता, हेसुद्धा आपल्याला माहीत आहे. या यादीमध्ये इराक, सीरिया आणि इराणचाही समावेश होता. इराणवरील आक्रमणाचे समर्थन करण्यासाठी अमेरिकन राजकारणी, प्रसारमाध्यमे आणि विचारगट हे इस्लामी क्रांतीपासून अथकपणे इराणचे राक्षसीकरण करत आले आहेत. दरम्यान, अमेरिकन प्रशासनाने संपूर्ण प्रदेशातील आपल्या दीर्घकालीन सामरिक हितसंबंधांच्या दृष्टीने, दोघांनी एकमेकांवर वार करून एकमेकांना दुर्बल करावे, यासाठी आठ वर्षे लांबलेल्या युद्धात (1980–1988) सद्दाम हुसेनला इराणविरुद्ध मनापासून पाठिंबा दिला होता. अलीकडे, अमेरिकेची प्रतिष्ठित वृत्तपत्रे, नियतकालिके आणि विचारगटांच्या अहवालांमध्ये (त्याचबरोबर राजकारण्यांच्या विखारामध्येही) इराणविरोधी अभियान लक्षणीयरीत्या वाढले असल्याचे आपल्याला दिसते. *वॉशिंग्टन पोस्ट* आणि

अमेरिकेतील बाकी बऱ्याच मुद्रित आणि इलेक्ट्रॉनिक प्रसारमाध्यमांनी असोसिएटेड प्रेस या वृत्तसंस्थेच्या हवाल्याने 2012 च्या जूनअखेरीस आणि जुलैच्या सुरुवातीस अमेरिका, ब्रिटन, इस्रायल किंवा सौदी अरेबियाच्या केनियातील हितसंबंधांवर हल्ला करण्याच्या इराणच्या कथित दहशतवादी योजनेसंबंधीचे (हा कट केनियाच्या अधिकाऱ्यांनी दोन इराणी हेरांना अटक करून उघड केल्याचे सांगितले जाते) वृत्त प्रसिद्ध केले होते.[107] प्रतिष्ठित टाइम नियतकालिक आणि फॉरेन पॉलिसी यांनीही इराण हा इस्रायलला लक्ष्य करण्यास सक्षम असणाऱ्या दीर्घ पल्ल्याच्या क्षेपणास्त्रांची चाचणी करत असल्याचे सनसनाटी वृत्त प्रसिद्ध केल्याचे आपल्याला आढळते. (या वृत्तामध्ये इराणसह या प्रदेशातील देशांवर अण्वस्त्रहल्ला करण्याच्या इस्रायलच्या क्षमतेचा उल्लेख नव्हता.)[108] आपल्या कथित अणुकार्यक्रमासाठी सातत्याने इस्रायल आणि/किंवा अमेरिकेच्या धोक्याखाली असणारा इराणसारखा देश हा अमेरिका किंवा इस्रायलला प्रतिकारात्मक हल्ल्यांसाठी चिथावणी देणाऱ्या दहशतवादी हल्ल्यांना अर्थपुरवठा करण्याची शक्यता नगण्य आहे.

तरीही, अमेरिका आणि तिची मित्रराष्ट्रे इराणच्या अण्वस्त्र महत्त्वाकांक्षेला अगोदरच प्रतिबंध करण्यासाठी सीरियावर आक्रमण करण्याबाबत ठाम आहेत. राज्यकर्ते आणि विचारवंतांबरोबरच पाश्चात्त्य प्रसारमाध्यमांनीही या आक्रमणाचे समर्थन केले आहे. इराणचे नवे अध्यक्ष म्हणून नेमस्त धर्मगुरू हसन रूहानी यांनी निवड झाल्यानंतर काही दिवसांतच इकॉनॉमिस्टने आपल्या मुखपृष्ठ वृत्तान्तामध्ये रूहानी आणि त्यांच्या देशाचे राक्षसीकरण केले होते:

> हसऱ्या रौहानी यांच्या जाहीर घोषणा आशावादाला प्रोत्साहन देतात, कारण या घोषणांवरून ते त्यांच्या आधी अध्यक्षपदी असणारे विनोदी खलनायक महमूद अहमदीनेजाद यांच्यापेक्षा वेगळे अध्यक्ष असल्यासारखे वाटतात. तरीही, अगदी त्यांची निवड हे इराणी जनतेसाठी जरी सुचिन्ह असले, तरी ती उर्वरित जगासाठी तितकीच आश्वासक ठरणे आवश्यक नाही. इराणचा प्रादेशिक खंबीरपणा आणि त्याची अण्वस्त्र क्षमता यांचा अर्थ तो यापूर्वी कधीही नव्हता, त्यापेक्षा अधिक धोकादायक ठिकाण बनला आहे, असा होतो.[109]

इराणने अण्वस्त्रसज्ज होऊ नये, यासाठी पाश्चात्त्य राष्ट्रांच्या वाटाघाटींच्या फेऱ्यांचे वर्णन 'निरर्थक' असे करून इकॉनॉमिस्टने सुचवले होते की: "केवळ बंडखोरांना शस्त्र देऊनच नाही, तर सीरिया हे उड्डाणबंदी क्षेत्र ठरवून पाश्चात्त्य राष्ट्रांनी सीरियामध्ये निर्णायक हस्तक्षेप का केला पाहिजे, याचे एक कारण इराणने अण्वस्त्रसज्ज होण्याचा वाढता धोका हे आहे." दरम्यान जून 2013 नुसार इराणमधील महागाई दर हा 30 टक्क्यांच्या वर चालला होता, अर्थव्यवस्था आकुंचन पावत होती आणि बेरोजगारीच्या चढ्या आकड्यांमुळे विषमता वाढत होती, सुमारे 40 टक्के इराणी दारिद्र्यरेषेखाली होते. मे 2013 मध्ये पाशात्त्य

देशांच्या निर्बंधांमुळे इराणची तेलनिर्यात प्रतिदिनी केवळ 7 लाख बॅरल्सपर्यंत, म्हणजे पूर्वी होती, त्यांच्या एक तृतीयांशपर्यंत कमी झाली आहे.[110]

दरम्यान, इराणच्या आतल्या गोटातील होसैन मौसाव्हियन यांच्या मानण्याप्रमाणे, इस्रायल किंवा अमेरिकेकडून हल्ला झाल्यास, आधीच अस्वस्थ आणि दुरावलेले इराण निश्चितपणे एनपीटीमधून बाहेर पडून अण्वस्त्रांचा पर्याय स्वीकारेल.[111] आता, पाकिस्तानमधील वाढत्या अण्वस्त्र सुविधा आणि इराण अण्वस्त्रशक्ती बनण्याची संभाव्यता पाहता, अमेरिका या घडामोडींना कसा प्रतिसाद देण्याची शक्यता आहे, हे कुणालाही ओळखता येईल. अमेरिका ही वेगाने "विशेष कारवायांच्या सुवर्णयुगाच्या" दिशेने वाटचाल करत असल्यामुळे प्रत्यक्षात त्या प्रदेशामध्ये दाखल होण्याचे (बूट्स ऑन दि ग्राउंड) धोरण सोडून[112] देऊन मोठ्या प्रमाणावर ड्रोन कारवाया किंवा रिमोटवर खेळली जाणारी युद्धे हा येणाऱ्या वर्षांमध्ये आणि प्रामुख्याने मुस्लीमजगतातील अमेरिकेची नवी युद्धे लढण्याचा नवा मार्ग असेल. तथापि, अमेरिकेने अद्याप आपल्यापुढे न झुकणाऱ्या राजवटींशी लढण्यासाठी, त्यांना कमकुवत करण्यासाठी आणि त्या उलथवण्यासाठी इस्लामी दहशतवादी, अराजकतावादी आणि भाडोत्री सैन्य यांसारख्या स्वातंत्र्य सैनिकांना वापरण्याची कल्पना सोडून दिलेली नाही. आतापर्यंत ही कल्पना केवळ लिबियामध्ये यशस्वी झाली असून इराक आणि अफगाणिस्तानातील राजवटींना उलथवण्यासाठी अमेरिकेला स्वतःच्या सशस्त्र फौजा वापराव्या लागल्या. अमेरिका व तिच्या मित्रराष्ट्रांना इराण मोहीम हाती घेण्यापूर्वी सीरियन राजवट उलथवायची आहे, असे दिसत असून इराण 2013 च्या अखेरीपर्यंत अण्वस्त्रसज्ज होणार आहे, असे या देशांना वाटते. दरम्यान, आखातातील उपप्रदेश, अफगाणिस्तान आणि पाकिस्तान यांचे सुन्नीसमर्थक आणि शियासमर्थक शक्तींमध्ये टोकाचे ध्रुवीकरण झाले आहे. अरब स्प्रिंगच्या सुरुवातीनंतर अल्पावधीतच आखातातील सुन्नी राजवटींचा प्रमुख आश्रयदाता असलेल्या सौदी अरेबियाने आपली संरक्षण तरतूद लक्षणीयरीत्या वाढवून 46 अब्ज डॉलर्स इतकी केली असून मुस्लीम जगतामधील ही सर्वाधिक संरक्षण तरतूद आहे.[113]

मालीमधील युद्ध आणि आफ्रिकॉमचा कार्यक्रम

यापूर्वी चर्चा केल्याप्रमाणे, अमेरिकेचे जनरल (निवृत्त) वेस्ली क्लार्क यांनी 2007 मध्ये उघड केलेल्या, डोनाल्ड रम्सफेल्ड यांच्या 9/11 नंतर पाच वर्षांमध्ये अमेरिका आक्रमण करणार असलेल्या सात देशांच्या यादीत मालीचा समावेश नसला, तरी अलीकडे अमेरिकेच्या आफ्रिकॉमने माली आणि काही वायव्य आफ्रिकन देशांमध्ये रस घेतला आहे. विशेष म्हणजे, अमेरिका तिच्या फ्रान्स आणि ब्रिटन या नाटोतील दोस्तांमार्फत वायव्य आफ्रिकेमध्ये आपले वर्चस्ववादी धोरण राबवते आहे. पाचव्या प्रकरणामध्ये

चर्चा केल्याप्रमाणे जानेवारी 2013 मध्ये फ्रान्सने मालीवर आक्रमण केले आणि त्यानंतर अन्य काही नाटो आणि आफ्रिकन महासंघाच्या (एयू) देशांनी मालीला लागून असलेल्या उपप्रदेशातील इस्लामी बंडखोर आणि दहशतवाद्यांचा पिच्छा पुरवला. विरळ लोकसंख्या असलेला माली, जर्मनीच्या साडेतीन पट भूक्षेत्रामध्ये 1.2 कोटी लोकसंख्या (त्यांपैकी 90 टक्क्यांहून अधिक मुस्लीम आहेत) असलेला, पश्चिम आफ्रिका किंवा *माघ्रिब*मधील चारही बाजूंनी जमिनीने वेढलेला, सहारा वाळवंटातील, शेती हे उदरनिर्वाहाचे साधन असणारा, निरक्षरता आणि गरिबीने ग्रासलेला हा देश अचानक दहशतवादाविरुद्धच्या नव्या जागतिक युद्धाचे केंद्र बनला, हे दखल घेण्याजोगे आहे. यापूर्वी चर्चा केल्याप्रमाणे, डिसेंबर 2012 मध्ये जागतिक दहशतवाद निर्देशांकामध्ये 158 देशांच्या यादीत 63 व्या स्थानी असलेल्या फ्रान्सने मालीमधील आक्रमणाचे समर्थन 'पश्चिम आफ्रिकेतील इस्लामी दहशतवाद्यांपासून स्वत:चे रक्षण करण्यासाठी', असे केले. विख्यात अमेरिकन इतिहासकार आणि जागतिक घडामोडींचे विश्लेषक फ्रेडरिक विल्यम एंगदाल यांच्याशी आपण सहमत होऊ शकतो. त्यांच्या मते,

> समाजवादी अध्यक्ष फ्रान्सवा ओलांद यांच्या फ्रेंच सरकारच्या (आणि त्याला शांतपणे संपूर्ण पाठिंबा देणाऱ्या ओबामा प्रशासनाच्या) नेतृत्वाखालील नाटो सत्तांनी, ज्याला काही जण दहशतवादाविरुद्धचे नवे तीस वर्षांचे युद्ध म्हणतात, ते सुरू करण्यासाठी माली हे प्रथमदर्शनी सर्वांत असंभाव्य ठिकाण वाटते.[114]

2003 मध्ये अमेरिकेच्या नेतृत्वाखाली इराकमध्ये दुसरे आक्रमण झाल्यानंतर अल्पावधीतच प्रसिद्ध झालेल्या त्यांच्या प्रभावी पुस्तकामध्ये जगातील तेलसंपन्न राष्ट्रांचे नियंत्रण मिळवण्याच्या अमेरिकेच्या आराखड्याविषयी त्यांनी विस्ताराने चर्चा केली आहे.[115]

जानेवारी, 2013 मध्ये अमेरिकेच्या पाठिंब्याने मालीमध्ये झालेल्या अँग्लो-फ्रेंच आक्रमणात आक्रमकांना सहज विजय मिळाला हे आपण जाणतो (प्रकरण 5 मध्ये याची चर्चा केली आहे). अध्यक्ष फ्रान्सवा ओलांद यांनी अल कायदाशी संलग्न असलेल्या अन्सार अल-दीन संघटनेतील मालीस्थित दहशतवाद्यांपासून फ्रान्सचे संरक्षण करण्याच्या नावाखाली फ्रान्सने तौरेग जमातीतील जिहादींच्या छोट्याशा गटावर (ज्यांच्याकडून प्रत्यक्षात फ्रान्सला काहीही धोका नव्हता) मात करण्यासाठी केलेल्या आक्रमणाचे समर्थन केले, हेसुद्धा आपल्याला माहीत आहे. फ्रान्सचे परराष्ट्र मंत्री ले ड्रियन यांना त्यांचा देश मालीमध्ये खऱ्याखुऱ्या युद्धात सहभागी झाला आहे, असे वाटले होते.[116] अमेरिका, ब्रिटन, फ्रान्स आणि त्यांच्या नाटो सहकाऱ्यांनी दावा केला असला, तरी मालीमधील त्यांचा कार्यक्रम हा "अजिबात मानवतावादी नव्हता." ले ड्रियन यांनी निष्काळजीपणे, "माली पुन्हा

संपूर्ण पादाक्रांत करण्याचे ध्येय आहे", अशी कबुली दिली होती. माली हा खनिज संसाधने, सुवर्ण, युरेनियम आणि तेल यांनी समृद्ध आहे. मालीचे लोकनियुक्त अध्यक्ष अमादोऊ तोरी यांनी मालीतील विस्तृत खनिजसंपत्तीचा पद्धतशीर आराखडा तयार करण्याचे काम हाती घेतल्यानंतर त्यांना उलथवण्यासाठी पाश्चात्त्य राष्ट्रांनी मालीतील लष्करी बंडाला माफी दिली. हे सर्व पाहता, एंगदाल यांच्या "मालीमध्ये आणि आफ्रिकॉम व नाटो देशांचे नक्की काय चालले आहे, याबाबतचे सत्य... हे काहीसे भूराजकीय 'व्हिक्टोरियाज् सिक्रेट' प्रमाणे आहे—तुम्ही जे पाहता आहात, असे तुम्हाला वाटते ते निश्चितच तुम्हाला मिळत नाही," या मताशी आपण सहमत होऊ शकतो. आफ्रिकॉम आणि नाटोचे आफ्रिकेतील नवे तीस वर्षांचे युद्ध हे पश्चिम आफ्रिकेतील अल कायदा इन इस्लामी माग्रिब (एक्यूआयएम) या संघटनेचा तथाकथित प्रभाव वाढत असल्याबाबतच्या बनावट सिद्धान्तांवर आधारित आहे. एक्यूआयएम ही शस्त्रसज्ज गुन्हेगारांच्या टोळीपेक्षा जराशी बरी संघटना असून तिचे लॅटिन अमेरिकेतील अमली पदार्थांच्या माफियाशी लागेबंधे आहेत. ही संघटना आफ्रिका आणि युरोपमध्ये अमली पदार्थ तस्करी आणि मानवी तस्करीमध्ये गुंतलेली असून युरोप व अमेरिकेच्या सुरक्षेला तिचा काहीही धोका नाही.[117]

एकुणात, येणाऱ्या वर्षांमधील मालीच्या भवितव्याविषयी काहीही खात्रीशीररीत्या सांगता येत नाही. माली, लिबिया आणि वायव्य आफ्रिकेतील इस्लामवादी आणि फुटिरतावादी बंडखोर, अतिरेकी व दहशतवादी हे कोणत्या मार्गाने जातात आणि सर्वांत महत्त्वाचे म्हणजे मालीतून सैन्य मागे घेण्याचा निर्णय फ्रान्स घेते का, यावर सर्व काही अवलंबून आहे. दहशतवादी धोका अद्याप संपला नसल्याने माली सुरक्षित आहे, असा अंदाज बांधणे खूप घाईचे आहे. केवळ लोकनियुक्त सरकार एकटे या देशामध्ये शांतता पुनर्प्रस्थापित करू शकत नाही. उत्तरेकडील तौरेग बंडखोरांना मालीपासून संपूर्ण स्वातंत्र्य मिळणार नसले, तरी ते त्यांचा स्वायत्ततेसाठीचा संघर्ष सोडून देण्याची शक्यता नाही. ऑगस्ट 2013 पर्यंत सुमारे 2 लाख माली निर्वासित शेजारी राष्ट्रांमध्ये राहत होते, तर आणखी 2 लाख हे देशांतर्गत विस्थापित झाले होते. इस्लामवाद्यांना पराभूत करण्यात आले आहे, त्यांना अद्याप निष्प्रभ करण्यात आलेले नाही, या एका आफ्रिकन तज्ज्ञाच्या मताशी आपण सहमत होऊ शकतो. हे इस्लामवादी उत्तर नायगर, दक्षिण ट्युनिशिया आणि लिबियाच्या दक्षिण भागात लपले असून "हे भाग आजघडीला पूर्णपणे नियंत्रणाबाहेर आहेत" आणि इस्लामी दहशतवादी हे अत्यंत लवचीक आणि अंदाज बांधता न येण्याजोगे आहेत. अखेरचे आणि तितकेच महत्त्वाचे म्हणजे, उत्तर मालीला स्वायत्तता दिल्यामुळे देशातील या देशातील दहशतवाद आणि बंडखोरी संपणार नाही, कारण अन्य उपप्रदेशही अधिक स्वायत्तता आणि स्वातंत्र्य मागतील, जे देशाला संपूर्ण विखंडनाकडे नेऊ शकते.[118]

निष्कर्ष

अमेरिका, फ्रान्स, सौदी, कतार आणि अल्जीरियाकडून अल कायदाला सीरिया, लिबिया आणि मालीसारख्या अन्य देशांमध्ये होणारा अर्थपुरवठा आपल्याला माहीत आहे.[119] त्यामुळे, फ्रान्सने त्यांच्या मालीवरील आक्रमणाचे समर्थन करण्यासाठी तौरेग बंडखोरांना कथित शस्त्र आणि अर्थपुरवठा केला, तसेच अमेरिकेचा फ्रान्सला आफ्रिकॉमच्या हातातील बाहुले म्हणून पूर्ण पाठिंबा होता, या मताशी आपण सहमत होऊ शकतो. इस्लामी माघ्रेबमध्ये आणि आफ्रिकेत अन्यत्र, तसेच अरेबियन द्वीपकल्पामध्ये अल कायदाचा वाढता प्रभाव हा अखेर या विस्तृत प्रदेशांतील देशांमध्ये नाटोच्या संपूर्ण लष्करी हस्तक्षेपास कारणीभूत ठरू शकतो.[120] अखेरचे आणि तितकेच महत्त्वाचे म्हणजे, अमेरिकेच्या परराष्ट्र विभागाचे सल्लागार डॉ. पीटर फाम यांनी अगदी सुरुवातीला म्हणजे 2007 मध्येच आफ्रिकॉमच्या सामरिक उद्दिष्टांवर टिप्पणी केली होती,

> आफ्रिकेत विपुल प्रमाणात असलेल्या हायड्रोकार्बन आणि अन्य व्यूहरचनात्मक संसाधनांचे रक्षण करणे हे आफ्रिकॉमचे उद्दिष्ट असून या कामगिरीमध्ये ही नैसर्गिक संपत्ती असुरक्षित होणार नाही याची खातरजमा करणे आणि यामध्ये स्वारस्य असणारे चीन, भारत, जपान किंवा रशिया यांसारखे त्रयस्थ पक्ष मक्तेदारी किंवा स्वतःसाठी प्राधान्य निर्माण करणार नाहीत, याची तजवीज करण्याचाही समावेश होतो.[121]

अमेरिका आणि नाटो हे आफ्रिका पुन्हा काबीज करण्यासाठी त्या खंडाची 'बाल्कन-गत' करत आहेत, असे दिसते. जॉन पिल्गर यांच्या मानण्यानुसार,

> संपूर्ण शक्तीनिशी आक्रमणाची तयारी सुरू आहे. लिबिया, सुदान, अल्जीरिया आणि नायगरपासून सुरुवात करून अमेरिका 35 आफ्रिकन देशांमध्ये फौजा तैनात करत आहे... या आक्रमणाचा "इस्लामवादाशी" जवळपास काहीही संबंध नाही आणि त्याचा सर्व संबंध हा संसाधने, विशेषतः खनिजे ताब्यात घेण्याशी आणि चीनशी असणारे शत्रुत्व वाढवण्याशी आहे. चीनच्या उलट अमेरिका आणि तिची सहकारी राष्ट्रे ही इराक, अफगाणिस्तान, पाकिस्तान, येमेन आणि पॅलेस्टाईनमध्ये दिसला, त्याप्रमाणात हिंसाचाराचा वापर करण्याच्या तयारीत आहेत.[122]

अमेरिकेच्या आफ्रिकेतील दीर्घकालीन लष्करी महत्त्वाकांक्षा हा आता तर्क लढवण्याचा मुद्दा राहिलेला नाही. फेब्रुवारी, 2013 मध्ये अमेरिकेने अधिकृतरीत्या नायगरमध्ये आपला ड्रोन तळ उभारला.[123]

हिरोशिमापासून व्हिएतनामपर्यंत, रुवांडा-बुरुंडीपासून इराकपर्यंत, अफगाणिस्तान आणि पाकिस्तानमध्ये अमेरिकापुरस्कृत हिंसाचाराला अगोदरच लाखो लोक बळी पडले आहेत आणि येणाऱ्या दशकांमध्ये, विशेषतः मुस्लीम जगतामध्ये आणखी अनेक

जण, बळी पडणार आहेत. अमेरिका मुस्लीम जगताला आणखी सत्ताबदल, तसेच "स्वातंत्र्य, लोकशाही आणि दहशतवादाचा प्रतिकार" आदी नावांखाली होणाऱ्या कारवाया या सगळ्यांपासून मुक्त करण्याची शक्यता नगण्य आहे. येणाऱ्या दशकांमध्ये अमेरिका इस्रायली दबावगट आणि लष्करी-उद्योग युतीचा आत्यंतिक प्रबळ प्रभाव झटकून टाकण्याची शक्यता आहे, असे मानण्याचे काही कारण नाही. युद्धातून नफा कमावणाऱ्या शक्तिशाली दबावगटांपासून अमेरिका मुक्त झाला आणि आफ्रिका, मध्य पूर्व व आशिया-पॅसिफिक प्रदेशातील फौजा अमेरिकेने मागे घेतल्या, तर मुस्लीम जगत आणि त्यापलीकडील इतर बरीच युद्धप्रिय राष्ट्रे येणाऱ्या दशकांमध्ये आपले जुने हिशेब चुकते करण्याची शक्यता आहे. नीट हाताळले नाहीत, तर हे संघर्ष पसरत जाऊन चीन, रशिया, भारत, जपान, पाकिस्तान आणि इराण यांच्यासह इतर अनेक देशांना गिळून टाकतील. सारायेव्हो घटनेसारख्या क्षुल्लक गोष्टीने पहिल्या महायुद्धाला आणि हिटलरच्या पोलंडवरील आक्रमणाने दुसऱ्या महायुद्धाला तोंड फोडले होते, हे कायम लक्षात ठेवले पाहिजे. दुर्दैवाने, 9/11 चा हल्ला, इराक व अफगाणिस्तानातील बेकायदा आक्रमणे यांच्या रूपाने आपण अगोदरच त्यांसारख्या अनेक घटनांचा उंबरठा ओलांडला आहे. अमेरिका ही सीरिया आणि इराणशी कशा प्रकारचे वर्तन करते, हा यासंदर्भात महत्त्वाचा उत्प्रेरक ठरणार आहे.

तथापि, इस्रायल त्याच्या नजीकच्या शेजाऱ्यांशी, इराणशी आणि सर्वांत महत्त्वाचे म्हणजे इस्रायलमधील, तसेच 1967 मध्ये इस्रायलने काबीज केलेल्या प्रदेशातील कोंडीत सापडलेल्या लाखो पॅलेस्टिनींशी कशा प्रकारे वागते, हा येणाऱ्या वर्षांतील जागतिक युद्ध आणि शांततेसाठी सर्वांत महत्त्वाचा उत्प्रेरक ठरणार आहे. 2009 मध्ये बेंजामिन नेतान्याहू दुसऱ्यांदा पंतप्रधान झाल्यापासून इस्रायल हा पॅलेस्टिनींच्या हातून निसटणाऱ्या पॅलेस्टाईन राष्ट्राचे नागरीक म्हणून जगण्याचा कोणताही हक्क नाकारत आहे. नेतान्याहू हे अरब-इस्रायल वादावरील तथाकथित "द्विराष्ट्र तोडगा" मानत नसल्यामुळे त्यांचे सरकार इस्रायलने 1967 मध्ये अरबांकडून बळकावलेल्या प्रदेशांवर ज्यू वसाहती उभारत आहे. परिणामतः, जरी इस्रायलचे युद्धसंघर्षोत्सुक नेतृत्व आणि अमेरिका यांनी इस्रायल आणि हमासदरम्यान शांततेच्या वाटाघाटी करण्याचा प्रयत्न केला, तरी त्याचा काही उपयोग होणार नाही. पॅलेस्टिनी हे वेगाने इस्लामी कट्टरवादी बनत असून इजिप्तमध्ये इस्लामवादी मोहामेद मोर्सी यांचा निवडणुकीत विजय झाल्यामुळे पॅलेस्टिनींचे, तसेच अरब जगतातील व त्याबाहेरील अन्य इस्लामवाद्यांचे धैर्य वाढले आहे.[124]

मी या पुस्तकात स्पष्ट केल्याप्रमाणे, जागतिक जिहाद आणि शतकभराचे युद्ध या संकल्पना आणि त्याचे परिणाम हे जागतिक मुस्लिमांचा अमेरिका आणि एकूणच पाश्चात्त्य विश्वाबद्दलचा भ्रमनिरास प्रतिबिंबित करतात एवढेच नाही, तर वांशिक-राष्ट्रीय,

पंथीय, जमातींच्या, वर्गीय आणि विचारधारांच्या मुद्द्यांवर मुस्लिमांमधील वाढते अंतर्गत विरोधाभास आणि आपापसांतील संघर्ष यांचेही ते प्रतिबिंब उमटवतात. मुस्लीम जगत हे प्राथमिकतः वसाहतोत्तर जगाचे प्रतिनिधित्व करत असल्याने बहुतांश मुस्लीम-बहुल देश ही विखंडित राष्ट्रे आहेत[125] किंवा वसाहतींच्या राज्यकर्त्यांनी तयार केलेली कृत्रिम अस्तित्वे आहेत, जेथे भिन्न इतिहास, वंश, भाषा, पंथ आणि अन्य अस्मिता व आकांक्षा असलेल्या लोकांना, माली, नायजेरिया, नायगर, सुदान, इराक, सीरिया, जॉर्डन, इस्रायल, लेबनॉन, अफगाणिस्तान यांसारख्या देशांमध्ये आणि अन्य देशांपैकी पाकिस्तान, इंडोनेशिया आणि मलेशिया येथे वसाहतींमधील जनता म्हणून कोंबण्यात आले होते. इस्लामी जिहादच्या रूपात सातत्याने उफाळून येणाऱ्या वांशिक, भाषिक, जमातींच्या आणि पंथीय भेगांकडे लक्ष देण्यात बहुतांश वेळा अभ्यासक आणि जागतिक नेते अपयशी ठरतात. हे जिहाद म्हणजे प्राथमिकतः विशिष्ट वांशिक, भाषिक, जमातींच्या आणि पंथीय अस्मितांचे प्रतिनिधित्व करणाऱ्या भिन्न लोकांना एकत्र आणण्याचे उद्दिष्ट बाळगणाऱ्या फुटिरतावादी चळवळी आहेत. एकूणच मुस्लिमांमध्ये उदारमतवादी आणि लोकशाहीवादी परंपरांचा अभाव असल्याने इस्लामला त्यांची प्रमुख आणि एकमेव अस्मिता म्हणून अधिमान्यता मिळाली आहे. वांशिक-राष्ट्रीय फुटिरतावाद्यांनी त्यांचे इतरांसोबतचे मतभेद अधोरेखित करण्यासाठी इस्लाम ही त्यांची प्रमुख अस्मिता म्हणून वापरल्याच्या पुढील उदाहरणांचा उल्लेख आपण करू शकतो: तुर्कस्तान, इराक आणि सीरियातील कुर्द फुटिरतावाद; पॅलेस्टिनी इस्लामवादी चळवळी, विशेषतः हमास; (उत्तर मालीमधील) तौरेग जमातीचे जिहाद किंवा फुटिरतावादी चळवळ; (नायजेरिया, नायगर, चाड आणि कॅमेरुनमधील) बोको हरमच्या नेतृत्वाखालील कानुरी जमातीची बहुदेशीय स्वातंत्र्य चळवळ.

आपण जागतिक जिहाद हे पाश्चात्त्यविरोधी, झिओनिस्टविरोधी आणि भारतविरोधी विचारप्रदर्शन आणि कारवायांच्या संदर्भात समजून घेणे जसे महत्त्वाचे आहे, त्याचप्रमाणे जगातील बहुतांश मुस्लीम समाजांमध्ये गोंधळ आणि अव्यवस्थेच्या स्थितीमागील मुख्य घटक म्हणून या घडामोडीचे आपण मूल्यमापन करणेही तितकेच महत्त्वाचे आहे. जिहाद, किंवा मुस्लीम व मुस्लिमेतर ज्याचा पवित्र युद्ध असा चुकीचा अर्थ लावतात, त्याने 1980 च्या दशकाच्या सुरुवातीपासून मुस्लिमेतर किंवा इस्लामच्या शत्रूपेक्षा अधिक मुस्लीम मारले आहेत. सुन्नी आणि शिया मुस्लिमांच्या विविध शाखांच्या जिहादच्या स्वतंत्र आवृत्ती आहेत आणि बहुतांश वेळा ते अन्य मुस्लिमांना इस्लामचे प्रमुख शत्रू म्हणून ठार मारतात. एकूणच मुस्लीम अमेरिकेचा द्वेष करतात, म्हणूनच अमेरिकेविरुद्ध जिहाद पुकारण्याचे ते समर्थन करतात, असे म्हणणे अतिसुलभीकरण ठरेल. ते अमेरिकन लोकशाही किंवा जीवनमार्गाचा द्वेष करत नाहीत; ते निव्वळ मुस्लीमजगतातील लोकशाही आणि स्वातंत्र्याच्या वाढीसाठी मारक असणाऱ्या अमेरिकेच्या परराष्ट्र धोरणाचा द्वेष करतात.

ट्युनिशिया, इजिप्त, इराक, सीरिया, माली, अल्जीरिया, लिबिया, नायजेरिया या देशांमधील प्रक्षुब्ध स्थिती आणि मोरोक्को, जॉर्डन, इराण आणि तुर्कस्तान या आफ्रो-आशियाई उपखंडातील अन्य मुस्लीम-बहुल देशांच्या भवितव्याविषयीच्या सार्वत्रिक अनिश्चितता पाहता, आपण येणाऱ्या दशकांमध्ये या प्रदेशांत केवळ अधिक अस्थैर्याचीच अपेक्षा करू शकतो. सीरियातील असद राजवटीचे आणि इराण जर व जेव्हा अण्वस्त्रशक्ती बनेल तेव्हा त्याचे काहीही होवो, एक गोष्ट स्पष्ट आहे: युवकांची प्रचंड संख्या आणि शिक्षित बेरोजगार/न्यून रोजगार असणाऱ्या युवावर्गाचा फुगणारा आकडा (सौदी अरेबियात हे प्रमाण 40 टक्के इतके आहे) हे मुस्लीम जगतासाठी शांतता आणि स्थैर्याचे अग्रदूत ठरणार नाहीत. वर्ग, पंथ आणि जमातींच्या मुद्द्यांवर नागरी युद्ध भडकण्याची शक्यता आहे. अमेरिका/पाश्चात्त्य जग, इस्रायल आणि अरब हुकूमशहा हे वाढत्या संख्येने भ्रमनिरास झालेल्या निम्नवर्गीय मुस्लिमांच्या हल्ल्यांचे मुख्य लक्ष्य ठरण्याची शक्यता आहे. आता सर्वाधिक छळणारे दोन प्रश्न म्हणजे: (अ) अमेरिका तिच्या मुस्लीमजगतातील हितसंबंधांचे रक्षण करू शकते का? (ब) येणाऱ्या दशकांमध्ये मुस्लीम हुकूमशाह्या टिकाव धरू शकतील का?

जागतिक जिहाद किंवा दहशतवादाच्या ताकदीबाबत चिंता व्यक्त करणारे पाश्चात्त्य दृष्टिकोन प्रचलित असूनही डिसेंबर 2012 मध्ये तरी दहशतवादाचे प्रमुख लक्ष्य ना अमेरिका आहे, ना तिची युरोपियन मित्रराष्ट्रे, हे आपल्याला माहीत आहे. त्यामुळे नजीकच्या भविष्यात इस्लामी बंडखोर अरब जगतातील अमेरिकाधार्जिण्या राजवटींचा ताबा घेण्याची शक्यता आहे, असा तर्क मांडण्याचे काहीच कारण नाही. तेलसंपन्न राष्ट्रांना जिहादींपासून घाबरण्यासारखे काहीही नाही. जोपर्यंत त्यांच्याकडे कच्चे तेल आहे आणि अमेरिकन फौजा त्यांच्या भूमीवर आहेत, तोपर्यंत किमान नजीकच्या भविष्यात तरी पाश्चात्त्यधार्जिण्या अरब हुकूमशाह्यांना जिहादींपासून फारसे घाबरण्याचे कारण नाही. तथापि, पुढे जाऊन कट्टरवादी सुन्नी आणि शिया क्रांतिकारकांपासून त्यांच्या सुरक्षिततेची हमी देता येऊ शकत नाही. जॉर्डन हा सर्वांत असुरक्षित अरब राजेशाह्यांपैकी एक आहे. त्याच्या सत्तर लाखांपेक्षा कमी लोकसंख्येमध्ये वीस लाख पॅलेस्टिनी आणि अडीच लाखांहून अधिक इराकी निर्वासित आहेत. आतापर्यंत राजे अब्दुल्ला द्वितीय यांनी राजकीय कौशल्य आणि मर्यादित सुधारणांच्या माध्यमातून बाह्यरूपाने तरी सुव्यवस्था कायम राखली आहे, मात्र "त्यांच्या देशाचे गंभीर आर्थिक भवितव्य, कायम चालणारा सरकारी भ्रष्टाचार आणि वेगाने वाढती लोकसंख्या यांकडे पाहता त्यांना नव्या आव्हानांना" सामोरे जावे लागण्याची शक्यता आहे, असे निरीक्षण एक विश्लेषक नोंदवतात.[126]

बहारिनमधील परिस्थिती खूपच नाजूक आहे. मार्च 2011 मध्ये सौदी लष्कराने थेट हस्तक्षेप केल्यामुळे सुन्नी राज्यकर्त्यांना उलथवण्यात अस्वस्थ शिया बहुसंख्याकांना

अपयश आले. या छोट्याशा राष्ट्रात अमेरिकेचा 'फिफ्थ फ्लीट' हा तळ असणे, हासुद्धा बहारिनमध्ये सुन्नी हुकूमशाही टिकून राहण्यामधील महत्त्वाचा घटक आहे. अमेरिकेने सौदीचा स्पष्टपणे निषेध न करता त्याच्या [बहारिनमधील] कारवाईवर टीका केली, ही बाबसुद्धा दखल घेण्याजोगी आहे.[127] ब्रुकिंग्ज दोहा सेंटरचे एक ज्येष्ठ विश्लेषक ली नोलान यांनी मांडल्याप्रमाणे, "बहुतांश सौदी उच्चभ्रूंना राजवटीने सामावून घेतले" असताना "विरोधकांमध्ये फूट आहे आणि राजे अब्दुल्लांची लोकप्रियता कायम आहे". परंतु नोलान यांनी म्हटल्याप्रमाणे, "तेलामुळे अल-सौद राजवटीला जनतेच्या असंतोषापासून सुरक्षितता मिळत नाही." त्या इशाराही देतात, "सत्ताधारी कुटुंब काही काळ असंतोषाला प्रतिबंध करू शकते, मात्र त्यामध्ये त्यांना अपयश आल्यास सध्या अस्तित्वात असलेल्या व्यवस्थेचे ढासळणे अचानक, हादरवणारे आणि हिंसक असेल. राजवट तरीही चालू राहू शकते, मात्र त्यासाठी मोजावी लागणारी किंमत खूप मोठी असेल[128]

सीआयए सौदी अरेबियामध्ये मानवरहीत ड्रोन्सचा गुप्त हवाईतळ चालवते[129], त्याखेरीज अमेरिकेचे सौदी अरेबिया, कतार आणि बहारिन येथे तळ आहेत, तसेच अरब जगतामध्येही तिचे भक्कम अस्तित्व आहे, तरीही या प्रदेशासाठी किंवा अमेरिकेसाठी सर्व काही आलबेल नाही. एका विश्लेषकाने अरब जगतातील जागतिक जिहादच्या यशाविषयीचे सर्व गोष्टींचा अंत दाखवणारे चित्र उभे केले आहे:

> अरब स्प्रिंगच्या पुढील लाटेमध्ये अमेरिका कदाचित फारशी सुदैवी ठरणार नाही. ओमान आणि जॉर्डनमधील राजकीय उठाव किंवा अगदी क्रांती ही अमेरिकन हितसंबंधांसाठी नुकसानकारक असली, तरी बहुधा संकटमय ठरणार नाही. सौदी अरेबियाचा विषय मात्र खूप वेगळा असेल. सौदी राजवट पडली किंवा तिला प्रचंड अंतर्गत संघर्षाचा सामना करावा लागला, तर त्यापाठोपाठ अमेरिकेच्या 'फिफ्थ फ्लीट'चा यजमान असणाऱ्या बहारिनची पाळी असेल. संयुक्त अरब अमिरात, कतार, ओमान आणि अगदी कुवेतलाही स्थिर राहणे अधिकाधिक अवघड जाणार आहे. स्पष्टपणे मांडायचे झाल्यास आज अमेरिकेची जी व्यूहरचना अस्तित्वात आहे, ती सौदी राजवट कोसळल्यास बिघडेल, त्यामुळे जागतिक आर्थिक स्थैर्याला आधार देणाऱ्या कच्च्या तेलाचा प्रवाहही धोक्यात येण्याचा संभव आहे... अमेरिकेकडे त्यापुढे या प्रदेशात मोठ्या लष्करी कारवाया चालू ठेवण्याची किंवा संघर्षाचे फलित निश्चित करण्याची क्षमता राहणार नाही. एका जुन्या म्हणीनुसार.. आशा ही रणनीती नसते.[130]

सद्दाम हुसेन सत्तेवर येण्याच्या खूप आधी, 1950 च्या दशकापासून अमेरिकेने इराकच्या अंतर्गत घडामोडींमध्ये हस्तक्षेप करण्यास सुरुवात केली होती, हे नोंद घेण्याजोगे आहे. 1960 च्या दशकाच्या सुरुवातीपर्यंत सद्दाम हुसेन हा सीआयएचा पगारी होता आणि

त्यानंतरही त्याचे रेगन आणि थोरले बुश यांच्याशी उत्तम संबंध होते. नंतर 1990 मध्ये कुवेतवरील आक्रमणामध्ये अमेरिकन राजदूतांनी त्याला एकप्रकारे फसवले. इराक-इराण युद्धादरम्यान (1980–1988) अमेरिकेने सद्दाम हुसेनला इराणविरुद्ध गुप्त माहिती आणि साहित्य पुरवले होते. युद्धादरम्यान डोनाल्ड रम्सफेल्ड यांना बगदादमध्ये सद्दाम हुसेनची भेट घेताना अख्ख्या जगाने पाहिले. तथापि, इराण-इराक युद्ध शिंगे अडकलेल्या स्थितीत थांबल्यानंतर अल्पावधीतच सद्दाम हुसेन मध्य पूर्वेतील अमेरिकेच्या मित्रांना घातक ठरण्याइतका "धोकादायकरीत्या शक्तिशाली" बनला आणि मग अमेरिकेने त्याचे पंख छाटून टाकले. अमेरिकेचे इराकमधील राजदूत एप्रिल ग्लास्पी यांनी काहीशी हेतुपुरस्सर सद्दाम हुसेनची दिशाभूल केली आणि त्याला एकप्रकारे हिरवा कंदिल दाखवला. इराकने कुवेतवर ऑगस्ट 1990 मध्ये केलेल्या आक्रमणाची परिणती अमेरिकेच्या नेतृत्वाखाली 1991 च्या सुरुवातीस इराकवरील 'ऑपरेशन डेझर्ट स्टॉर्म' या आक्रमणात झाली, ज्याचे वर्णन सद्दाम हुसेनने 'सर्व लढायांचा बाप' (मदर ऑफ ऑल बॅटल्स) असे केले होते. अमेरिकेच्या राजदूतांनी सद्दाम हुसेनला जे सांगितले होते, असे म्हटले जाते, ते केवळ त्याला कुवेतवर आक्रमण करण्यास प्रोत्साहन देण्यासाठीच होते, असे दिसते: "तुमच्या कुवेतसोबतच्या सीमावादासारख्या अरब-अरब संघर्षामध्ये आमचे काहीही म्हणणे नाही."[131]

ओबामा प्रशासनाचे सीरिया आणि इराणबाबतचे युद्धोत्सुक धोरण पाहता, अमेरिकेला जगात कुठेही चुकीचे काहीही घडल्यासारखे वाटत असेल, तर ते दुरुस्त करण्यासाठी अमेरिकेला हातोडा (तिचे लष्कर) वापरायला खरोखर आवडते, जनरल वेस्ली क्लार्क यांचे म्हणणे बरोबरच असल्याचे दिसते. अमेरिकेला देशांमध्ये आक्रमण करायलाही आवडते, कारण सरकारे खाली खेचणे त्यांच्या लष्कराला खूपच चांगले जमते.[132] इमॅन्युएल वॉलरस्टाइन हे मध्य पूर्वेतील (अमेरिका व पाश्चात्त्य युरोपच्या) आक्रमक धोरणांच्या संदर्भात "जगातील प्रबळ शक्तींसाठी उभयपक्षी नुकसानाच्या परिस्थितीचे" स्पष्टीकरण करतात. "हा पाश्चात्त्यांसाठी दोन्ही बाजूंनी पराजय असताना, त्याच वेळी तो मध्य पूर्वेतील लोकांसाठीही 'विजय' ठरत नाही.[133] शेवटचे आणि तितकेच महत्त्वाचे म्हणजे, मध्य पूर्व आणि वायव्य आफ्रिकेमध्ये अरब आणि इस्रायली, सुन्नी व शिया, धर्मनिरपेक्ष व पुराणमतवादी, लोकशाहीवादी व घराणेशाही शक्ती, अरबधार्जिण्या आणि इराणधार्जिण्या शक्ती, पाश्चात्त्यधार्जिण्या आणि पाश्चात्त्यविरोधी शक्ती यांच्यामधील अनेकविध भेगा आणि उघडउघड शत्रुत्वामुळे हा विस्तृत प्रदेश, ज्याची सुरुवात 1948 च्या पहिल्या अरब-इस्रायल युद्धाने झाली असे आपण मानतो, त्या प्रदीर्घ लांबलेल्या शतकभराच्या युद्धामधील आणखी एक "वादळाचे केंद्रस्थान" म्हणून उदयास येण्याची शक्यता आहे.

टिपा आणि संदर्भ

1. F. William Engdahl, "Arab Spring Is about Controlling Eurasia," Russia Today News (November 1, 2011). येथे उपलब्ध: http://rt.com/news/arab-engdahl-us-africa-273/ (accessed on February 18, 2013).
2. "General Wesley Clark: Wars Were Planned—Seven Countries in Five Years," YouTube Video (October 3, 2007). येथे उपलब्ध: http://www.youtube.com/watch?v=9RC1Mepk_Sw&feature=player_embedded (uploaded on September 11, 2011 and accessed on February 18, 2013).
3. Shibly Telhami, "The 2011 Arab Public Opinion Poll," Brookings Institution (November 2011). येथे उपलब्ध: http://www.brookings.edu/reports/2011/1121_arab_public_opinion_telhami.aspx (accessed on May 10, 2012).
4. "Tunisia's Islamists Have Survived a Shaky First 100 Days in Power," *The Economist* (April 7, 2012).
5. "Egypt's Presidential Race: Battle of the Beards," *The Economist* (April 7, 2012).
6. Headline in London's *Daily Telegraph* (May 23, 2012).
7. Henry A. Kissinger, "A New Doctrine of Intervention?" *Washington Post* (March 30, 2012).
8. "Epiphanies," Bernard-Henri Levy's Interview by Eric Pape, *Foreign Policy* (January/February 2013), p. 21.
9. Asef Bayat, "Post-Islamism at Large," in *Post-Islamism: The Changing Faces of Political Islam* (New York: Oxford University Press, 2013), Chapter 1, pp. 3–30.
10. Azmi Ashour, "Islamist Clash with Society," *Al-Ahram* (August 25, 2013).
11. Bradley Klapper, "Obama Administration Officials: No Coup in Egypt," *Huffington Post* (July 25, 2013). येथे उपलब्ध: http://www.huffingtonpost.com/2013/07/25/obama-egypt_n_3653775.html?view=print&comm_ref=false (accessed on July 26, 2013).
12. Joshua Keating, "Was Egypt a 'Democratic Coup?'" *Foreign Policy* (July 17, 2013). येथे उपलब्ध: http://8.foreignpolicy.com/posts/2013/07/17/democratic_coups_revisited (accessed on July 26, 2013).
13. Rick Gladstone, "Attacks on Protesters in Cairo Were Calculated to Provoke, Some Say," *New York Times* (August 16, 2013).
14. Thomas Friedman, "Egypt's Three Revolutions," *New York Times* (July 24, 2013).
15. Larbi Sadiki, "Like Father, Like Son: Dynastic Republicanism in the Middle East," Carnegie Endowment for International Peace. येथे उपलब्ध: http://carnegieendowment.org/files/dynastic_republicanism.pdf (accessed on August 25, 2013); Gregory Aftandilian, "Presidential Succession Scenarios in Egypt and their Impact on U.S.-Egypt Strategic Relations," External Research Associate Program Monograph, Strategic Studies Institute (September 2011). येथे उपलब्ध: http://www.strategicstudiesinstitute.army.mil/pubs/display.cfm?pubID=1084 (accessed on August 25, 2013); Walter Russell Mead, "Our Failed Grand Strategy," *Wall Street Journal* (August 24–25, 2013).
16. "The Battle for Egypt," *The Economist* (August 17, 2013).

17. "Exclusive: US Bankrolled Anti-Morsi Activists: Documents Reveal Us Money Trail to Egyptian Groups That Pressed for President's Removal," *Aljazeera English* (July 10, 2013). येथे उपलब्ध: http://www.aljazeera.com/indepth/features/2013/07/201371011352248980l.html (accessed on July 27, 2013).
18. James M. Dorsey, "The Struggle for Egypt: Saudi Arabia's Regional Role," *RSIS Commentary #130*, Nanyang Technological University, Singapore (July 16, 2013).
19. "Egypt after the Coup: The Struggle to Restore Calm," *The Economist* (July 20, 2013).
20. "White House Response Muted to New Mass Killing of Egyptian Protesters," *New York Times* (July 29, 2013).
21. Eric Schmitt, "Cairo Military Firmly Hooked to U.S. Lifeline," *New York Times* (August 21, 2013).
22. Finian Cunningham, "Saudi Rulers Pour Money into Arming Militants in Region," Press TV (Ireland) (August 10, 2013). येथे उपलब्ध: http://www.presstv.ir/detail/2013/08/10/318030/saudi-rulers-sponsor-militants-in-region/ (accessed on August 20, 2013).
23. "Pressure Rises on Hamas as Patrons' Support Fades: Islamists' Sudden Ouster in Egypt Ruptures Lifeline for Gaza's Militant Rulers," *New York Times* (August 24, 2013); Lihi Ben Shitrit, Mahmoud Jaraba, "Hamas in the Post-Morsi Period," *Sada*, Carnegie Endowment for International Peace. येथे उपलब्ध: http://carnegieendowment.org/sada/2013/08/01/hamas-in-post-morsi-period/gh2c (accessed on August 1, 2013).
24. "In Gaza, Iran Finds an Ally More—Agreeable Than Hamas," *New York Times* (August 1, 2013).
25. "Egypt Military Cites Religion to Quell Ranks: Seeking to Justify Attacks on Civilians," *New York Times* (August 26, 2013).
26. "Poverty Rate Rises in Egypt, Widening Gap between Rich and Poor: CAPMAS," *Ahram Online* (November 29, 2012). येथे उपलब्ध: http://english.ahram.org.eg/NewsContent/3/12/59433/Business/Economy/Poverty-rate-rises-in-Egypt,-widening-gap-between-.aspx (accessed on August 26, 2013); Chris Hedges, "Murdering the Wretched of the Earth," (August 14, 2013). येथे उपलब्ध: http://www.truthdig.com/report/item/murdering_the_wretched_of_the_earth_20130814/ (accessed on August 26, 2013).
27. Chris Hedges, "Murdering the Wretched of the Earth," *Truthdig*, August 14, 2013, येथे उपलब्ध: www.truthdig.com/report/item/murdering_the_wretched_of_the_earth_20130814 (accessed on March 29, 2014).
28. Amaney A. Jamal, "Can Washington Win over the Arab Street? The Sources of Middle Eastern Anti-Americanism;" "It's Not Who We Are, It's What We Do," *Foreign Affairs* (September–October 2013), p. 152.
29. Ross Douthat, "Let Our Client Go," *New York Times* (August 18, 2013).
30. Chris Marsden, "Pentagon Plans US-Backed War Against Syria" (February 10, 2012). येथे उपलब्ध: (www.WSWS.org) (accessed on February 12, 2012); Ben Schreiner, "War: Marching towards Syria: Eyes Cast on Iran" (March 7, 2012). येथे उपलब्ध:

www.globalresearch.ca (accessed on March 10, 2012); Finian Cunningham, "Syria: The Western Deception Over Regime Change Unravels: NATO Prepares for All Out War," *Global Research* (8 March 2012). येथे उपलब्ध: www.globalresearch.ca (accessed on March 10, 2012); Michel Chossudovsky, "Syria: NATO's Next 'Humanitarian' War?" *Global Research* (February 11, 2012). येथे उपलब्ध: www.globalresearch.ca (accessed on February 15, 2012).

31. Efraim Halevy, "Iran's Achilles' Heel," *New York Times* (February 7, 2012).
32. "Syrian Rebels, Hezbollah I Deadly Fight in Lebanon," Reuters (June 2, 2013); "War Next Door Challenges Hezbollah Role in Lebanon," *Wall Street Journal* (June 5, 2013).
33. Mahdi Darius Nazemroaya, "Obama's Secret Letter to Tehran: Is the War against Iran on Hold? 'The Road to Tehran Goes through Damascus,'" *Global Research* (January 20, 2012).
34. John Hannah, "Responding to Syria: The King's Statement, the President's Hesitation," *Foreign Policy* (August 9, 2011).
35. Mariano Aguirre, "Syria's Crisis: Weapons vs Negotiations," *openDemocracy* (April 7, 2012). येथे उपलब्ध: http://www.opendemocracy.net/mariano-aguirre/syrias-crisis-weapons-vs-negotiations (accessed on April 8, 2012).
36. तथैव; Finian Cunningham, "Syria—The Western Deception Over Regime Change Unravels: NATO Prepares for All Out War," *Global Research* (March 8, 2012). येथे उपलब्ध: www.globalresearch.ca (accessed on March 15, 2012).
37. *Daily Star*, Bangladesh (February 12, 2012).
38. Dan Glazebrook, "The West's Greatest Fear," Al-Ahram Weekly Online (May 3–9, 2012). येथे उपलब्ध: http://weekly.ahram.org.eg/2012/1096/op8.htm (accessed on December 8, 2013).
39. Samir Amin, "The Arab Revolutions: A Year After," *Interface* (May 2012).
40. तथैव.
41. तथैव.
42. Moshe Ma'oz, "Damascus vs Washington: Between the 'Axis of Evil' and 'Pax Americana,'" in Bruce Cumings, Ervand Abrahamian, and Moshe Ma'oz (eds), *Inventing the Axis of Evil: The Truth about North Korea, Iran and Syria* (New York: The New Press, 2004), pp. 157–158 and 208–209.
43. John J. Mearsheimer and Stephen M. Walt, "Taking Aim at Syria," in *The Israel Lobby and U.S. Foreign Policy* (New York: Farrar, Straus and Giroux, 2007), Chapter 9, pp. 263–279.
44. Evan Taylor, "Militarizing the Conflict in Syria," *Z Magazine*, Vol. 25, No. 4 (April 2012).
45. Fareed Zakaria, GPS Show, CNN (June 3, 2012).
46. BBC News Middle East (May 31, 2012). येथे उपलब्ध: http://www.bbc.co.uk/news/world-middle-east-18274542 (accessed on June 22, 2012).
47. Michel Chossudovsky, "Hidden US-Israeli Military Agenda: 'Break Syria into Pieces,'" *Global Research* (June 16, 2012). येथे उपलब्ध: http://www.globalresearch.ca/index.

php?context=va&aid=31454 (accessed on December 8, 2013); Scott Taylor, "Syria Strategy Looks like Bloody Repeat," *Global Research* (June 18, 2012). येथे उपलब्ध: http://www.globalresearch.ca/index.php?context=va&aid=31476 (accessed on June 22, 2012).

48. Agence France-Presse (AFP), "Qaeda in Iraq Confirms Syria's Nusra Is Part of Network" (April 9, 2013); "Inside Jabhat al Nusra—The Most Extreme Wing of Syria's Struggle," *Daily Telegraph* (December 2, 2012).
49. Phyllis Bennis, "Syria: No to Intervention, No to Illusions," Mondoweiss (June 30, 2012). येथे उपलब्ध: http://mondoweiss.net/2012/06/syria-no-to-intervention-no-to-illusions.html (accessed on July 3, 2012).
50. Judy Bello, "Who Is Driving the Syrian Uprising? Hands off Syria!" *Counterpunch* (June 30–July 02, 2012). येथे उपलब्ध: http://www.counterpunch.org/2012/06/29/hands-off-syria/print (accessed on July 2, 2012).
51. Paul Rogers, "Syria, The Proxy War," *openDemocracy* (June 14, 2012). येथे उपलब्ध: http://www.opendemocracy.net/paul-rogers/syria-proxy-war (accessed on June 19, 2012).
52. *Guardian* (June 16, 2013); RT News (June 22, 2013).
53. Al Jazeera English. येथे उपलब्ध: http://www.aljazeera.com/news/middleeast/2013/06/201362113326945851.html (accessed on June 22, 2013).
54. George Friedman, "Consequences of the Fall of the Syrian Regime," Stratfor (July 24, 2012). येथे उपलब्ध: http://www.stratfor.com/weekly/consequences-fall-syrian-regime?ut...gweekly&utm_content=readmore&elq=f1368d7a587748358f420156494daec7 (accessed on July 25, 2012); F. William Engdahl, "Putin's Geopolitical Chess Game with Washington in Syria and Eurasia," *Global Research* (July 23, 2012). येथे उपलब्ध: www.globalresearch.ca/PrintArticle.php?articleId=32019 (accessed on July 25, 2012).
55. "Towards the End Game," *The Economist* (July 19, 2012).
56. Katherine Wilkens, "Avoiding the Iraq Experience in Syria," *National Interest*. येथे उपलब्ध: http://carnegieendowment.org/2012/08/02/avoiding-iraq-experience-in-syria/d5c1 (accessed on August 2, 2012).
57. Kimberly Dozier, "Syria Chemical Attack: 'Very Little Doubt' Assad Regime Used Weapons, U.S. Official Says," *Huffington Post* (August 25, 2013). येथे उपलब्ध: http://www.huffingtonpost.com/2013/08/25/syria-chemical-attack-us_n_3812796.html (accessed on August 28, 2013).
58. Thom Shanker, C.J. Chivers, and Michael R. Gordon, "Obama Weighing 'Limited' Strikes on Syrian Forces," *New York Times* (August 28, 2013); Ian Hurd, "Bomb Syria. Even if It Is Illegal," *New York Times* (August 28, 2013); "Syria: A Step Too Far," *The Economist* (August 24, 2013); Michael Weiss, "How to Oust Assad: And Why the United States Should Try," *Foreign Affairs* (August 28, 2013). येथे उपलब्ध: http://www.foreignaffairs.com/articles/139874/michael-weiss/how-to-oust-assad?cid=nlc-this_week_on_foreign_affairs-082913-how_to_oust_assad_4-082913&sp_mid=42434740&sp_rid=dGFqX2hhc2htaUBob3RtYWlsLmNvbQS2 (accessed on August 30, 2013); "Hit Him Hard," *The Economist* (August 31, 2013).

59. Dale Gavlak and Yahya Ababneh, "Syrians in Ghouta Claim Saudi-Supplied Rebels behind Chemical Attack" (August 31, 2013). येथे उपलब्ध: http://original.antiwar.com/Dale-Gavlak/2013/08/30/syrians-in-ghouta-claim-saudi-supplied-rebels-behind-chemical-attack/ (accessed on December 8, 2013).
60. Shaun Waterman, "Syrian Rebels Used Sarin Nerve Gas, Not Assad's Regime: U.N. Official," *Washington Times* (May 6, 2013). येथे उपलब्ध: http://www.washingtontimes.com/news/2013/may/6/syrian-rebels-used-sarin-nerve-gas-not-assads-regi/#ixzz2dJ1NugCW (accessed on December 8, 2013).
61. "Arab League Rejects Attack against Syria," *New York Times* (August 28, 2013); Tim Stanley, "Syria: Why Would Assad Invite a Western Intervention by Using WMDs in a War He Was Winning?" *The Telegraph* (August 27, 2013). येथे उपलब्ध: http://blogs.telegraph.co.uk/news/timstanley/100232698/syria-why-would-assad-invite-a-western-intervention-by-using-wmds-in-a-war-he-was-winning/ (accessed on December 8, 2013); Peter Osborne, "The Rush to Judgment on Syria Is a Catastrophic and Deadly Error," *Telegraph* (August 29, 2013).
62. *New York Times*, "Obama Embraces Russian Proposal on Syria Weapons," *New York Times* (September 10, 2013).
63. CNN News (September 12, 2013).
64. *New York Times*, "As Obama Pauses Action, Putin Takes Center Stage," *New York Times* (September 12, 2013).
65. Vladimir V. Putin, "A Plea for Caution from Russia," *New York Times* (September 12, 2013).
66. Peter Baker and Michael Gordon, "U.S.-Russia Talks on Syria's Arms Make Progress," *New York Times* (September 14, 2013); Jay Solomon and Carol Lee, "U.S. Holds Fire As Syria Talks Move Forward," *The Wall Street Journal* (2013); Michael Gordon, "Deal Reached to Destroy Syria's Chemical Arsenal," *New York Times* (September 15, 2013).
67. Edward N. Luttwak, "In Syria, America Loses if Either Side Wins," *New York Times* (August 24, 2013).
68. Michael Snyder, commented on "Is the United States Going to Go to War With Syria over a Natural Gas Pipeline?" The Economic Collapse Blog (comment posted on September 3, 2013). येथे उपलब्ध: http://theeconomiccollapseblog.com/archives/is-the-united-states-going-to-go-to-war-with-syria-over-a-natural-gas-pipeline (accessed on September 13, 2013).
69. Nafeez Ahmed, "Syria Intervention Plan Fueled by Oil Interests, Not Chemical Weapon Concern," *The Guardian* (August 30, 2013). येथे उपलब्ध: http://www.theguardian.com/environment/earth-insight/2013/aug/30/syria-chemical-attack-war-intervention-oil-gas-energy-pipelines (accessed on September 12, 2013).
70. तथैव.
71. Roland Dumas, "The British Prepared for War in Syria 2 Years before the Eruption of the Crisis in 2011" (June 18, 2013). येथे उपलब्ध: http://www.youtube.com/watch?v=jeyRwFHR8WY (accessed on September 14, 2013).

72. Edward N. Luttwak, "In Syria, America Loses if Either Side Wins," *New York Times* (August 24, 2013).
73. David D. Kirkpatrick, "Looming Airstrikes in Syria Test for Egypt's Leaders and Opposition," *New York Times* (August 29, 2013); Michael R. Gordon, "Aim of a U.S. Attack on Syria: Sharpening a Blurred '*Red Line*,' " *New York Times* (August 30, 2013).
74. Fareed Zakaria, GPS Show, CNN (September 1, 2013).
75. Steven Rosenberg, "Syria Crisis: Gauging Russia's Reaction to Strike Scenario," BBC News, Moscow (August 28, 2013). येथे उपलब्ध: http://www.bbc.co.uk/news/world-europe-23865053 (accessed on December 8, 2013).
76. "Red Cross Classifies Syrian Conflict as Civil War," *Foreign Policy* (July 16, 2012). येथे उपलब्ध: https://bay165.mail.live.com/default.aspx?id=64855#n=641914279&fid=1&fav=1&mid=a6708d60-cf43-11e1-9e09-00215ad7e1ca&fv=1 (accessed on July 16, 2012).
77. Louay Hussein, "Saving the Syrian Homeland," *Monthly Review*, Vol. 64, No. 3 (2012). येथे उपलब्ध: http://mrzine.monthlyreview.org/2012/syria130712.html (accessed on July 17, 2012).
78. "NATO Data: Assad Winning the War for Syrians' Hearts and Minds," Special to WorldTribune.com (May 31, 2013). येथे उपलब्ध: http://www.worldtribune.com/author/admin/ (accessed on June 2, 2013).
79. Karl Vick, "Five Ways Life after Assad Could Get Much, Much Worse," *Time* (August 6, 2012).
80. "Profile: Libyan Rebel Commander Abdel Hakim Belhadj," BBC News, Africa (July 4, 2012). येथे उपलब्ध: http://www.bbc.co.uk/news/world-africa-14786753 (accessed on December 8, 2013); Ruth Sherlock, "Leading Libyan Islamist Met Free Syrian Army Opposition Group," *Telegraph* (November 27, 2011).
81. "Iraq's Secular Opposition: The Rise and Decline of Al-Iraqiya," International Crisis Group—New Report, Baghdad/Brussels (July 31, 2012).
82. Fareed Zakaria, "The Wall Isn't Falling: Historical Parallels Don't Work in Iran," *Newsweek* (July 13, 2009).
83. *The Telegraph* (March 4, 2012).
84. *New York Post* (March 8, 2012).
85. Julie Levesque, "Fabricating a 'Smoking Gun' to Attack Iran? Israeli Spies Disguised as Iranian Soldiers on Mission inside Iran," *Global Research* (March 27, 2012). येथे उपलब्ध: www.globalresearch.ca (accessed on April 15, 2012).
86. "Target Iran: Assassinations, Cyber attacks, Sabotage—Has the War against Tehran Already Begun?" *Newsweek* (December 20, 2010); Christopher Dickey et al., "Someone Is Killing Iran's Nuclear Scientist: But a Computer Worm May Be the Scarier Threat"; Ronen Bergman, "Killing the Killers: Israeli Hit Teams Have a History of Eliminating Weapons Scientists," *Newsweek* (December 20, 2010).
87. Bruce Cumings, Ervand Abrahamian, and Moshe Ma'oz, *Inventing the Axis of Evil: The Truth About North Korea, Iran and Syria* (New York: The New Press, 2004), pp. 94–95.

88. Seymour Hersh, "Training Terrorists in Nevada: Seymour Hersh on U.S. Aid to Iranian Group Tied to Scientist Killings" (April 10, 2012). येथे उपलब्ध: http://www.democracynow.org/2012/4/10/training_terrorists_in_nevada_seymour_hersh (accessed on December 8, 2013); Seymor M. Hersh, "Our Men in Iran?" *The New Yorker* (April 6, 2012). येथे उपलब्ध: http://www.newyorker.com/online/blogs/newsdesk/2012/04/mek.html (accessed February on 24, 2014).
89. Jonathan R. While, *Terrorism & Homeland Security* (Belmont, California: Wadsworth, 2012), pp. 358–359.
90. Bruce Cumings, Ervand Abrahamian, and Moshe Ma'oz, *Inventing the Axis of Evil: The Truth about North Korea, Iran and Syria* (New York: The New Press, 2004), pp. 100–101.
91. Samir Amin, "The Arab Revolutions: A Year After," *Interface* (May 2012).
92. Matthew Kroenig, "Time to Attack Iran—Why a Strike Is the Least Bad Option," *Foreign Affairs* (January–February 2012).
93. Carl Rove and Ed Gillespie, "How to Beat Obama: The President Is Far More Vulnerable Than He Thinks On Foreign Policy," *Foreign Policy* (March–April 2012).
94. Uri Avnery, "Israel Will Not Attack Iran," *Outlook* (March 13, 2012). येथे उपलब्ध: http://outlookindia.com (accessed on March 31, 2012).
95. तथैव.
96. S.P. Seth, "US's Iranian Obsession," *Daily Times* (December 14 and 15, 2011).
97. Robert Fisk, "We've Been Here Before—And It Suits Israel That We Never Forget 'Nuclear Iran,'" *The Independent* (January 25, 2012).
98. Mahdi Darius Nazemroya, "The Geo-Politics of the Strait of Hormuz: Could the U.S. Navy be defeated by Iran in the Persian Gulf?" *Global Research* (January 8, 2012).
99. United States District Court, Southern District of New York, Case 1:03-cv-09848-GBD Document 294, Filed 12/22/11, Civil Action No. 03 MDL 1570 (GBD), IN RE Terrorist Attacks on September 11, 2011. येथे उपलब्ध: http://information.iran911case.com/Havlish_Findings_of_Fact_and_Conclusions_of_Law_Signed_12-22-11.pdf (accessed on June 22, 2012).
100. "Bahrain, Saudi Arabia to Form 'Arabian Gulf Union' Next Month," *Ya Libnan* (April 26, 2012). येथे उपलब्ध: http://www.yalibnan.com/2012/04/26/bahrain-saudi-arabia-to-form-gulf-arab-union-next-month/ (accessed on April 29, 2012).
101. Vijay Prashad, "Washington Bets on the Gulf Royals" (April 26, 2012). येथे उपलब्ध: *Counterpunch*.org (accessed on April 28, 2012).
102. Kenneth N. Waltz, "Why Iran Should Get the Bomb: Nuclear Balancing Would Mean Stability," *Foreign Affairs* (July–August 2012).
103. Clara Weiss, "Russia Prepares for a US–Israeli Military Strike against Iran." येथे उपलब्ध: World Socialist website; Michael Chossudovsky, "The Iran War Theater's 'Northern Front': Azerbaijan and the US Sponsored War on Iran," *Global Research* (April 9, 2007).

104. "Russia's Military Threatens Pre-Emptive Strike if NATO Goes Ahead with Missile Plan," Associated Press (May 3, 2012). येथे उपलब्ध: http://www.foxnews.com/world/2012/05/03/russian-military-ups-ante-on-missile-defense/ (accessed on May 10, 2012).
105. Paul Rogers, "America's War on Iran: The Plan Revealed," *openDemocracy* (June 30, 2012). येथे उपलब्ध: http://www.opendemocracy.net (accessed on July 2, 2012).
106. तथैव.
107. Stephen Manual, "Two Iranian Agents in Kenya Planned Attack on US, Israeli Targets," *All Voices* (July 2, 2012). येथे उपलब्ध: http://www.allvoices.com/contributed-news/12508330-two-iranian-agents-in-kenya-planned-attack-against-us-israeli-targets (accessed in February 2014); "Iranian Charged in Kenya with Planning an Attack Says Israeli Agents Interrogated Him," *Washington Post* (June 27, 2012); "Kenya: Iranians Held in Bomb Plot: Target Israeli?"Associated Press (July 2, 2012). येथे उपलब्ध: http://www.sfgate.com/world/article/Kenya-Iranians-held-in-bomb-plot-target-Israeli-3680359.php (accessed on July 3, 2012).
108. "Iran Tests Long-Range Missile," Foreign Policy, *Morning Brief*. येथे उपलब्ध: www.foreignpolicy.com (accessed on July 3, 2012).
109. "Persian Power: Can Iran Be Stopped?" *The Economist* (June 22, 2013), p. 11.
110. तथैव.
111. Carnegie Endowment for International Peace, "Insider's Account of Iran's Nuclear Negotiations," Video Q&A (May 29, 2012). येथे उपलब्ध: http://carnegieendowment.org/2012/05/29/insider-s-account-of-iran-s-nuclear-negotiations/bOFT (accessed on June 6, 2012).
112. Paul Rogers, "America's New Wars, and Militarized Diplomacy," *openDemocracy* (May 31, 2012). येथे उपलब्ध: http://www.opendemocracy.net (accessed on June 2, 2012).
113. *The Economist* (April 7, 2012).
114. F. William Engdahl, "The War in Mali and AFRICOM's Agenda: Target China," *Global Research* (February 10, 2013). येथे उपलब्ध: http://www.globalresearch.ca/the-war-in-mali-and-africoms-african-agenda-target-china/5322517 (accessed on February 11, 2013).
115. F. William Engdahl, *A Century of War: Anglo-American Oil Politics and the New World Order* (London: Pluto Press, 2004).
116. "France Action in Mali Is Real War, Says Le Drian," BBC News, Africa (February 6, 2013). येथे उपलब्ध: http://www.bbc.co.uk/news/world-africa-21348335 (accessed on February 19, 2013).
117. F. William Engdahl, "The War in Mali and AFRICOM's Agenda: Target China," *Global Research* (February 10, 2013). येथे उपलब्ध: http://www.globalresearch.ca/the-war-in-mali-and-africoms-african-agenda-target-china/5322517 (accessed on February 11, 2013).
118. "Mali's Uncertain Future," *Qantara.de*. येथे उपलब्ध: http://en.qantara.de/content/interview-with-mali-expert-marie-rodet-malis-uncertain-future (accessed on August 18, 2013).

119. Ernst Wolff and Alice Lantier, "France Launches War in Northern Mali," Countercurrents (January 14, 2013); Nicola Nasser, "Qatar, Sponsor of Islamist Political Movements, Major Ally of America," *Global Research* (January 23, 2013). येथे उपलब्ध: http://www.globalresearch.ca/qatar-sponsor-of-islamist-political-movements-major-ally-of-america (accessed on January 24, 2013); Tony Cartalucci, "The Geopolitical Recording of Africa: US Covert Support to Al Qaeda in Northern Mali, France 'Comes to the Rescue,'" *Global Research* (January 15, 2013). येथे उपलब्ध: http://www.globalresearch.ca/geopolitical-reordering-and-dirty-tricks-us-covert-support-to-al-qaeda-in-northern-mali-france-comes-to-th (accessed on January 17, 2013).
120. F. William Engdahl, "The War in Mali and AFRICOM's Agenda: Target China," *Global Research* (February 10, 2013). येथे उपलब्ध: http://www.globalresearch.ca/the-war-in-mali-and-africoms-african-agenda-target-china/5322517 (accessed on February 11, 2013).
121. Julie Lévesque, "America's Secret War in Africa," Alexander's Oil and Gas Connections (October 13, 2012). येथे उपलब्ध: http://www.gasandoil.com/oilaround/geostrategy/792e35e7d5243c33fe1dbc279dd55a21 (accessed on February 19, 2013).
122. John Pilger, "The Real Invasion of Africa and Other Not-Made-for-Hollywood Holy Wars," *Truthout* (February 1, 2013). येथे उपलब्ध: http://www.truth-out.org/author/itemlist/user/44655 (accessed on February 19, 2013).
123. Eric Schmitt and Scott Sayare, "New Drone Base in Niger Builds U.S. Presence in Africa," *New York Times* (February 22, 2013).
124. Peter Beinart, "Israel's Fatal Game: Bombing Hamas Won't Stop the Violence—Why Washington and Jerusalem Desperately Need a New Strategy," *Newsweek* (November 26 and December 3, 2012).
125. Evelyn Farkas, *Fractured States and U.S. Foreign Policy: Iraq, Ethiopia and Bosnia in the 1990s* (London: Palgrave-Macmillan, 2003); David McDowall, *A Modern History of the Kurds* (London: I.B. Tauris, 2010); Robert G. Wirsing and Ehsan Ahrari (eds), *Fixing Fractured States: The Challenge of Ethnic Separatism in the Asia-Pacific* (London: Palgrave-Macmillan, 2010).
126. Steven Metz, "Strategic Horizons: American Defense and Arab Monarchies," *World Politics Review*. येथे उपलब्ध: http://www.worldpoliticsreview.com/articles/print/12714 (accessed on February 13, 2013).
127. David Sanger and Eric Schmitt, "U.S.-Saudi Tensions Intensify with Mideast Turmoil," *New York Times*, March 14, 2011.
128. Steven Metz, "Strategic Horizons: American Defense and Arab Monarchies," *World Politics Review*. येथे उपलब्ध: http://www.worldpoliticsreview.com/articles/print/12714 (accessed on February 13, 2013).
129. "CIA Operating Drone Base in Saudi Arabia, US Media Reveals," BBC News, Middle East (February 6, 2013). येथे उपलब्ध: http://www.bbc.co.uk/news/world-middle-east-21350437?print=true (accessed on February 13, 2013).

130. Metz, "Strategic Horizons: A U.S. Strategic Pivot to Nowhere," Column in *World Politics Review* (October 9, 2013). येथे उपलब्ध: http://www.worldpoliticsreview.com/articles/13286/strategic-horizons-a-u-s-strategic-pivot-to-nowhere (accessed on February 24, 2014).
131. *New York Times* (September 23, 1990).
132. General Wesley Clark's Interview with Amy Goodman, *Democracy Now* (March 2, 2007).
133. Immanuel Wallerstein, "Syria: No Win for the West," Commentary No. 353 (May 15, 2013). येथे उपलब्ध: http://www.iwallerstein.com/syria-win-west/ (accessed on June 3, 2013).

8 निष्कर्ष

जागतिक राजकारणामध्ये प्रबळ भूमिका बजावल्यामुळे आयुष्य सोपे होत नसते. अगदी अत्यंत शक्तिशाली राष्ट्रांनाही त्यांना सोडवता येऊ न शकणाऱ्या समस्यांना, आणि टाळाव्याशा वाटणाऱ्या परिस्थितींना तोंड द्यावे लागते. परंतु, मॅकबेथने चेटकिणींना पाहून टिप्पणी केली होती, त्याप्रमाणे "वर्तमानातील भय हे भयानक कल्पनांपेक्षा कमीच असते." अमेरिकन परराष्ट्र धोरण भाष्यकारांना वाटणारी भीती ही खरेतर कोणत्याही तातडीच्या निराशा किंवा धोक्याबद्दलची नसून दीर्घकालीन घसरणीबाबतची आहे.

— रॉबर्ट ओ. किओहेन, (फॉरेन अफेअर्स, जुलै/ऑगस्ट 2012)

आपण शाश्वत सरकार निर्माण करतो आहोत का? आपण योग्य राजकारण करतो आहोत का? आपण हा देश सोडून जाऊ, तेव्हा सूत्रे स्वीकारण्यासाठी अफगाण लष्कर आणि नागरी सेवा असणार आहेत का की आपण खोलीबाहेर पडताना दिव्याचे बटण बंद केल्यासारखे हा देश सोडून जाणार आहोत?

— अहमद रशीद यांच्याशी वार्तालाप करणारा काबूलमधील एक पाश्चात्त्य राजदूत (नोव्हेंबर, 2010)

आढावा

"जागतिक जिहाद" हे मिथक आहे. केवळ इस्लामी धर्मांध, चुकीची माहिती मिळालेले लोक आणि सर्वांत महत्त्वाचे म्हणजे इस्लामविषयी भयगंड असणाऱ्या लोकांच्या शब्दसंग्रहात असलेल्या गोष्टीचा अभ्यास आपण करू शकत नाही. मग मी वापरली आहे, त्याप्रमाणे ही संज्ञा का वापरावी? मी वापरलेली जागतिक जिहाद ही संज्ञा तथाकथित दहशतवादाविरुद्धच्या युद्धाइतकीच असंतुलित आणि अतिशयोक्तीपूर्ण आहे. 'जागतिक' या उपसर्गाने केवळ या धार्मिक युद्धाची व्याप्ती एक तर उदात्तीकरण करण्यासाठी किंवा त्याला राक्षसी ठरवण्यासाठी विस्तारली आहे. एकुणात, सर्व मुजाहिदींना दहशतवादी म्हणून राक्षसी ठरवणे जितके सहज-सोपेपणाचे आहे, तितकेच स्वातंत्र्यसैनिक म्हणून त्यांचे उदात्तीकरण करणेही चुकीचे आहे. या दोन्हींमध्ये एक बारीकशी सीमारेषा आहे. आपण स्वातंत्र्य आणि लोकशाहीवरील संभाव्य धोके म्हणून विविध देश आणि धर्मांना गोवायचे थांबवण्याची वेळ जशी आता आली आहे, त्याचप्रमाणे जागतिक शांतता आणि सुव्यवस्थेसाठी दहशतवादाविरुद्धच्या युद्धाच्या वाहनाचा वेगही मंदावण्याची ही वेळ आहे. आणि अमेरिकेने आपला साम्राज्यवादी कैफ किंवा जगातील एकमेव महासत्ता म्हणून उदयास येण्याचा प्रयत्न (दरम्यान, तिच्या वर्चस्वामध्ये सातत्याने घट होते आहे) टाळल्याखेरीज अन्य कोणत्याही मार्गाने थोरले बुश यांनी 1991 मध्ये आश्वासन दिल्याप्रमाणे नवी जागतिक व्यवस्था दिसू शकणार नाही.

हिंसक इस्लामी आणि त्यांचे प्रशंसक हे दहशतवादाला त्यांच्या जिहाद जिंकण्यातील रणनीती मानत असले, तरी ज्या क्षणी तथाकथित जिहाद हिंसक होते, मानवी आयुष्यास, मालमत्तेस आणि प्रतिष्ठेस धोका निर्माण करते, त्याक्षणी आपण त्याचे वर्गीकरण दहशतवाद म्हणून करू शकतो. जागतिक जिहाद आणि राष्ट्रपुरस्कृत छुपी युद्धे व नागरिकांवरील हिंसक हल्ले या दोन्ही गोष्टी एकाच वर्गवारीमध्ये येतात. दहशतवाद हे कमजोरांचे शस्त्र असून काही वेळा तो दहशतवाद्यांना/स्वातंत्र्यसैनिकांना त्यांचे ध्येय प्राप्त करण्यासाठी मदत करतो, तर काही वेळा तो कोणतीही गोष्ट साध्य करण्यात अपयशी ठरतो आणि संपुष्टात येतो, हे आपल्याला माहीत आहे. बहुसंख्यांचा पाठिंबा आणि राष्ट्रयंत्रणेवर मात करण्यासाठी आवश्यक साहित्य लाभल्याशिवाय, आपले ध्येय साध्य करण्यात अपयशी ठरलेल्या भूतकाळातील अनेक दहशतवादी संघटनांपेक्षा जागतिक जिहादींचे विधिलिखितही फारसे वेगळे असणार नाही. तरीही, जागतिक जिहाद हे अमेरिकेसाठी संकट आहे. एकट्या 9/11 च्या हल्ल्यांमुळे अमेरिकेचे किमान 3000 अब्ज डॉलर्सचे नुकसान झाले असून इतर खर्चांचा अंदाज जमेत धरल्यास 2011 पर्यंतचा एकूण तोटा 15 हजार अब्ज डॉलर्सच्या घरात आहे. तथापि, जगाने अगोदरच इतिहासाच्या दहशतवादोत्तर टप्प्यामध्ये प्रवेश केला असल्याने आणि मूलभूत हक्क व स्वातंत्र्यसन्मुख उत्तर-इस्लामवादापुढे इस्लामी दहशतवाद व युद्धखोरीला माघार घ्यावी लागत असल्याने, लोकशाही आणि वांशिक-राष्ट्रीय अस्मिता या मुस्लीम जगात सर्वत्र मुस्लीम राजकारणाला आकार देणार आहेत.

आणि पुन्हा, दहशतवाद कधीही जिंकत नसतो. एकेकाळी जगातील सर्वांत कार्यक्षम दहशतवादी संघटना म्हणून ओळखली जाणारी एलटीटीई किंवा श्रीलंकेतील तमिळ वाघही अखेर श्रीलंका सरकारविरुद्धच्या विजोड युद्धामध्ये पराभूत झाली आणि 2009 पासून विरून गेली. एलटीटीई 26 वर्षे टिकून राहिली होती, तिने लाखो लोकांमध्ये दहशत माजवली होती आणि काहीही दयामाया न दाखवता हजारोंची हत्या केली होती. या संघटनेनेच आत्मघातकी कमरपट्ट्याचा (सुसाइडव्हेस्ट) पहिल्यांदा वापर सुरू केला, ज्याची पुनरावृत्ती अल कायदा आणि बाकीच्या बऱ्याच संघटनांनी इराक, अफगाणिस्तान, पाकिस्तान आणि अन्यत्र केली व आजही करत आहेत. पुन्हा, अल कायदा आणि तिच्यारख्या अन्य संघटनांची तुलना सर्वांत यशस्वी दहशतवाद्यांपैकी काहींशी म्हणजेच नॅशनल लिबरेशन फ्रंटसाठी (एफएनएल) काम करणाऱ्या स्वातंत्र्यसैनिकांशी करता येऊ शकेल. या दहशतवाद्यांनी 1962 मध्ये अल्जीरियाला मुक्त करण्यासाठी फ्रेंच वसाहतींच्या सत्ताधाऱ्यांविरुद्ध दहा वर्षांचा प्रदीर्घ हिंसक संघर्ष पुकारला होता. अल कायदा, हिज्बुल्ला, एलईटी आणि अन्य बऱ्याच इस्लामी दहशतवादी गटांची पुन्हा उभे राहण्याची वृत्ती पाहता, इतक्यात त्यांना रद्दबातल ठरवणे खूप घाईचे आहे. या पुस्तकाच्या मजकुरात मी चर्चा केल्याप्रमाणे अल कायदा 9/11 च्या हल्ल्यांपूर्वी जशी होती, त्यापेक्षा बदलली असून जागतिक दहशतवाद्यांची चळवळ आणि फ्रँचायझी बनली आहे.

इस्लामवाद्यांचे उठाव आणि आक्रमणे या पूर्णपणे बंडखोरांचे हितसंबंध, अस्मिता आणि विचारधारेशी संबंधित असून त्या कोणत्याही विशिष्ट व्यवस्थेनुसार असत नाहीत. इस्लामवाद ही उपेक्षित मुस्लिमांसाठी नवी विचारधारा आणि अस्मिता आहे. लोकांच्या हितसंबंधांच्या उलट, त्यांच्या विचारधारा आणि अस्मितांमध्ये शाश्वत असे काही नसते. इस्लामवादी आक्रमणे हा तळागातील राजकीयपूर्व हिंसाचार किंवा नेतृत्वहीन जिहाद नाही. आधुनिकपूर्व समाजांमध्ये, लोकांचे वर्तन हे नेहमीच त्यांचे आर्थिक हितसंबंध जपण्यासाठी नाही, तर त्यांचे सामाजिक स्थान, सामाजिक दावे आणि सामाजिक मालमत्ता आदींचे संरक्षण करण्यासाठी असते.[1] भांडवलशाहीपूर्व समाजांमधील वर्गीय जाणिवा या प्रामुख्याने बिगरआर्थिक असतात.[2] ब्रिटीशकालीन भारतातील सर्वांत मोठ्या उठावामागे (1857–1858) धर्म हा मुख्य घटक कसा होता, याचे स्पष्टीकरण डालरिंपल यांनी दिले आहे: "या उठावाचे धार्मिक स्वरूप लगेचच उघड होऊ लागले. इस्लाममध्ये धर्मांतर केलेल्या ब्रिटिश पुरुष व स्त्रियांना न चुकता सोडून देण्यात आले, परंतु ख्रिश्चन धर्मात धर्मांतर करणाऱ्या भारतीयांना... शोधून काढण्यात आले आणि ठार मारण्यात आले."[3]

धर्माचा धर्मनिरपेक्ष पैलू हा उठावासाठी जनाधार एकवटण्यामध्ये महत्त्वाची भूमिका बजावू शकतो. इस्लामवाद्यांचे पुनरुत्थान, आक्रमणे आणि हिंसाचारासाठी, चिथावणीखोर धर्मनिरपेक्ष कारणांना जबाबदार धरता येऊ शकते. ग्रामस्कीच्या शैलीमध्ये हा प्रश्नही उपस्थित करता येऊ शकतो: "परंतु, श्रद्धेच्या या ऐक्याला 'धर्म' का म्हणावे आणि 'विचारधारा' किंवा अगदी स्पष्टपणे 'राजकारण' का म्हणू नये?"[4] यासंदर्भात पार्थ चटर्जी यांची निरीक्षणे खूप समर्पक आहेत, बळींसाठी आणि उपेक्षितांसाठी धर्म ही निव्वळ श्रद्धा नसते; धर्म त्यांना राजकीय नीतिशास्त्रासह तात्त्विक आचारसंहिता पुरवतो. आधुनिकपूर्व काळातील लोक हे संघटित राष्ट्रामध्ये एकात्म झालेले नव्हते, त्यांच्या जाणिवांमध्ये राष्ट्र ही लांबची, एकमेकांची दखल घेण्याची विशिष्ट मानके वगळता जिच्याशी आपला काही संबंध नाही अशी संकल्पना होती.[5] धर्म हा तत्त्वप्रणाली म्हणून विविध वर्गातील लोकांसाठी वेगवेगळा असतो. काही वेळा ही तत्त्वप्रणाली 'धर्म हे ध्येय' असणाऱ्या चळवळींबाबत लोकांमध्ये विश्वास निर्माण करण्यासाठी असते, तर 'धर्म हे कारण' असणाऱ्या चळवळींमध्ये ती उठावाची चौकट बनते. धर्म-हे-ध्येय असणाऱ्या प्रकारातील चळवळी अनुयायांना त्यांच्या श्रद्धेच्या शत्रूंविरोधात पवित्र युद्धांमध्ये, जिहाद किंवा क्रुसेडमध्ये ओढतात. भिन्न श्रद्धांचे पालन करणाऱ्या शोषणकर्त्या वर्गाच्या हातून जेव्हा लोकांना धार्मिक छळ सोसावा लागतो, तेव्हा त्या विशिष्ट वर्गातील किंवा प्रकारातील शत्रूंचे रूपांतर सहजपणे त्या श्रद्धेच्या शत्रूंमध्ये होते.[6]

सामान्य जनता केवळ धार्मिक झेंड्यांखालीच हक्कांसाठी लढण्याकरिता तयार असते असे नाही, तर धर्मनिरपेक्ष नेतृत्वाखाली धर्मनिरपेक्ष कार्यक्रम/समस्यांसाठी लढण्याकरिताही तयार असते, ही बाबसुद्धा नोंद घेण्याजोगी आहे. याचे उदाहरण म्हणून कॅथलिक फ्रेंच

शेतकऱ्यांनी 1790 च्या दशकातील 'डिख्रिश्चनायझेशन' चळवळीला दिलेल्या पाठिंब्याचा उल्लेख करता येईल. दुसरे उदाहरण 1940 च्या दशकातील ब्रिटिशकालीन बंगालचे देता येऊ शकते. या वेळी धर्मनिष्ठ मुस्लिमांनी त्यांच्या वर्गीय शत्रूंविरुद्ध असलेल्या साम्यवादी नेतृत्वाच्या चळवळीमध्ये भाग घेतला होता.[7] मी सुरुवातीलाच सूचित केल्याप्रमाणे, सर्व इस्लामवादी हे इस्लामच्या शिकवणीनुसार कृती करत नाहीत आणि त्यांच्यापैकी सर्वांनाच शरिया कायद्याअंतर्गत जागतिक इस्लामी व्यवस्था पुनर्प्रस्थापित करायची इच्छाही नाही. ज्या इस्लामींना मी अराजकतावादी-विनाशवादी म्हणून वेगळे काढतो, त्यांना काहीच पुर्नप्रस्थापित करायचे नाही, मात्र त्यांना इस्लामी नसलेली प्रत्येक गोष्ट नष्ट करायची आहे. ते मनोरुग्ण किंवा एकामागोमाग एक हत्या करणाऱ्या खुन्यांपेक्षा वेगळे नाहीत, त्यांना केवळ हत्येसाठी हत्या करायला आवडते.

काही अभ्यासक हे हिंसाचाराला, तो अधिक युद्धासारखा असल्यामुळे राजकारणाच्या परिप्रेक्ष्यातून, वगळत असले, तरी बहुदेशीय इस्लामी बंडखोर हे राजकीयदृष्ट्या प्रेरित असून त्यांची लूटमार ही या संज्ञेचा हॉब्सबॉमिन यांनी लावलेला अर्थ घेतल्यास सामाजिक लूटमार आहे, असे आम्हाला वाटते.[8] पुन्हा, काही वेळा मुक्तीचे धर्मशास्त्र पंडित हे सामाजिक न्याय आणि धर्माच्या नावाने बंडखोरीचे संघटन करतात.[9] बाहेरचे लोक, प्रवासी मुल्ला, शिक्षक, धार्मिक आणि धर्मनिरपेक्ष महाविद्यालयीन विद्यार्थी हे बंडखोरीला जनाधार मिळवण्यासाठी टोळ्यांसोबत आणि गटातटांच्या प्रमुखांसोबत एकत्र येऊन कार्य करतात. मुस्लीम जगतात सर्वत्र मुजोर शेतकरी आणि शहरी गरिबांपेक्षा टोळ्यांचे लोक हे सर्वांत एकनिष्ठ बंडखोर आणि सामाजिक लुटारू आहेत. टोळ्यांमध्ये तुलनेने असलेली एकसंधता आणि टोळीप्रमुख व टोळीतील सामान्यजन यांच्यामध्ये असणारे उभे रेषीय संबंध हे यासंदर्भातील प्रमुख घटक असल्याचे दिसतात. अफगाणिस्तान, वायव्य पाकिस्तान, इराक, लिबिया आणि मुस्लीमजगतातील अन्य ठिकाणच्या इस्लामी दहशतवादाच्या आपल्या आकलनामध्ये हा टोळ्यांचा घटक समजून घेणे खूप प्रसंगोचित आहे. मुस्लीमजगतामध्ये आपल्याला लोकांच्या लहान, परंतु अत्यंत परिणामकारक अशा नागरी सैन्यांची अनेक उदाहरणे सापडतात. हिज्बुल्ला, तालिबान, एलईटी, आणि इराकमधील माहदी सैन्य हे अशाच गटांपैकी असून ते अमेरिका आणि तिच्या सहकारी राष्ट्रांकरिता बलाढ्य शत्रू बनले आहेत. अमेरिकेला तालिबान आणि हिज्बुल्ला यांसारख्या कठीण राष्ट्रेतर घटकांबाबत चिंता करण्याची कारणे आहेत, कारण अमेरिका अद्याप त्यांचा निर्णायक पराभव करू शकलेली नाही.

बंडखोरांकडून धर्माचा प्रतीकात्मक वापर करण्यात आल्यामुळे बंडखोरी धार्मिक बनत नसते. आपण हे समजून घेतले पाहिजे की: (अ) सर्व चळवळी/बंडखोरी या प्राथमिकतः स्थानिक मुद्द्यांवर आधारित असतात; (ब) स्थानिक बंडखोर, उठावकर्ते आणि दहशतवादी हे सामाईक दृष्टिकोन असणाऱ्या त्यांच्या प्रदेशाबाहेरील व्यक्ती आणि

गटांशी संबध प्रस्थापित करतात; आणि (क) उपेक्षित लोक जेव्हा इतरांना बंड करताना पाहतात, तेव्हा तेसुद्धा बंड करतात. जागतिकीकरणाच्या प्रक्रियेमुळे दूरदूरचे प्रदेश आणि लोक एकमेकांच्या जवळ आले असल्यामुळे दहशतवाद किंवा बंडखोरीसाठी जमवाजमव करणे अधिक सोपे बनले आहे. परिणामतः दक्षिण फिलिपिन्समधील काही मुस्लीम बिन लादेनचा अराजकतावाद-विनाशवाद अंगीकारतात आणि काही सोमाली अमेरिकन हे सोमालियास्थित हरकत अश-शबाब अल-मुजाहिदीनच्या (युवा मुजाहिदीन चळवळ) ध्येयाचा अमेरिकेमध्ये पुरस्कार करतात. बाहेरील (उच्चभ्रू) नेतृत्व किंवा विचारधारेशिवाय तळागाळातील लोक स्वतःच्या प्रयत्नांनी त्यांना हवी असलेली परिस्थिती निर्माण करण्यासाठी स्वतःहून एकत्र येऊ शकत नाहीत.[10] म्हणूनच माओ किंवा खोमेनी, बिन लादेन किंवा मुल्ला ओमर, मार्क्सवाद-लेनिनवाद, सहस्रकालीन शियावाद किंवा अल कायदा या संघटनाचे घटक ठरलेल्या बाहेरील व्यक्ती किंवा विचारधारांचे महत्त्व आहे. जिहादबाबत उत्स्फूर्त, राजकारणपूर्व किंवा नेतृत्वहीन असे काहीही नाही.[11]

पुन्हा, इस्लामी दहशतवादी हे आधुनिक संस्कृतीचे एकमेव शत्रू नाहीत. मुस्लीम जगतामध्ये, तसेच त्यापलीकडेही पाश्चात्त्यविरोधी इस्लामी श्रेष्ठत्ववादी (फॅसिस्ट/अंध देशप्रेमी) आणि शांतता आणि सुव्यवस्थेला मारक असणाऱ्या अराजकतावादी संकल्पनांचा प्रसार करणारे अन्य लोक आहेत. शेवटचे आणि तितकेच महत्त्वाचे म्हणजे नार्को-जिहाद हे अफगाणिस्तान आणि त्याच्या आसपासच्या प्रदेशामध्ये दीर्घकालीन शांततेला असलेल्या प्रमुख धोक्यांपैकी एक म्हणून समोर येत आहे. अफगाणिस्तानातील बेकायदा अमली पदार्थांना प्रोत्साहन देण्यामधील पाश्चात्त्य जगाचा दुटप्पीपणा आणि सोयीस्करपणाची चर्चा मी केली आहे. विस्तृत अरब जग, सीरिया, इराण, अफगाणिस्तान आणि पाकिस्तानातील अस्थिरतेसाठी आणि त्याचप्रमाणे आफ्रिकेतील काही भाग, दक्षिण आशिया आणि त्यापलीकडेही पंथ, जमात आणि वांशिक-राष्ट्रीय मुद्द्यांवर देशांतर्गत, तसेच आंतरदेशीय संघर्ष वाढवण्यासाठी मी अमेरिका आणि तिच्या सहकारी राष्ट्रांकडे बोट दाखवले आहे.

किमान दुसऱ्या महायुद्धाच्या अखेरीपासून तरी अमेरिका व तिची सहकारी राष्ट्रे अनभिज्ञ, संधीसाधू, लघुदृष्टी बाळगणारी, आणि लोकशाही व युद्धासंदर्भात फसवणूक करणारी राहिली आहेत. "अफगाणिस्तानमध्ये मूलभूत परिवर्तन घडवून आणण्यासाठी पाश्चात्त्य जगाकडे नेहमीच ज्ञान, शक्ती किंवा अधिमान्यतेचा अभाव होता", असे ब्रिटिश हुजूर पक्षाचे नेते आणि लेखक रॉरीस्टुअर्ट (त्यांनी फौजांच्या आक्रमणानंतर इराक आणि अफगाणिस्तानमध्ये काम केले आहे) यांना वाटते.[12] रायन कॉर्पोरेशनचे सेथ जी. जोन्स यांच्या मते: "[अफगाणिस्तानमध्ये] पाश्चात्त्य देश जे काही करण्याचा प्रयत्न करत होते, ते त्यांना करणे शक्य झाले नाही आणि ते जे काही करण्याचा प्रयत्न करत होते, ते त्यांना करण्याची गरज नव्हती." पाश्चात्त्य देश अफगाणिस्तानमध्ये अशक्य गोष्ट करण्याचा प्रयत्न

करत आले आहेत आणि "युद्धटोळयांशी झटापट करणे" किंवा "पाकिस्तानला ताळ्यावर आणणे" यांसारख्या गोष्टी हे कोणत्याही अर्थाने अफगाणिस्तानातील समस्या सोडवण्याचे योग्य मार्ग कधीच नव्हते, असे ते स्पष्टपणे मांडतात. "अफगाणिस्तान हा आंतरराष्ट्रीय सुरक्षेला मूलभूत धोका कधीच ठरला नव्हता"[13], या त्यांच्या मताशी आपण पूर्णपणे सहमत होऊ शकतो. तथापि, आक्रमणानंतरच्या अफगाणिस्तान आणि इराक या दोन्ही देशांमधील परिस्थिती खूप वेगळी आहे. अमेरिका आणि तिच्या सहकारी राष्ट्रांसाठी उपरोधाची बाब म्हणजे, अफगाणिस्तान आणि इराकचे पाश्चात्त्य निर्बंधांमध्ये अडकवून वाळीत टाकल्या गेलेल्या इराणशी अत्यंत मैत्रीपूर्ण संबंध असून इराण हा 2016 पर्यंत शिया बॉम्ब बाळगणारा देश म्हणून उदयास येण्याची शक्यता आहे.

महत्त्वाची बाब म्हणजे अमेरिकन धोरणकर्ते जाहीरपणे मान्य करत नाहीत की: (अ) अमेरिकेचे आक्रमण आणि अमेरिकन कंत्राटदारांच्या बेलगाम भ्रष्टाचारामुळे बहुतांश इराकी आणि अफगाण नागरीक अनुक्रमे सद्दाम हुसेन आणि तालिबानच्या राजवटीखाली होते, त्यांपेक्षा वाईट अवस्थेत आहेत; (ब) अफगाणिस्तानला जगाची अमली पदार्थांची राजधानी बनवण्यासाठी अमेरिका आणि नाटोच्या फौजा कारणीभूत आहेत; (क) अमेरिकेच्या आक्रमण/हस्तक्षेपामुळे पाकिस्तान, अफगाणिस्तान आणि इराणमधील इस्लामी कट्टरवाद्यांनी अमेरिका आणि इस्रायलच्या हितसंबंधांचे नुकसान करण्यासाठी आता इराकी, सीरियन आणि इजिप्शियन कट्टरवाद्यांशी लागेबंधे प्रस्थापित केले आहेत. इराक आणि अफगाणिस्तानच्या लोकांना सहभागी करून घेण्यात अमेरिकेला आलेल्या अपयशामुळे या ठिकाणी गुन्हेगार आणि दहशतवादी जोमाने वाढताहेत. उपरोधाची बाब म्हणजे तालिबान हे आता (2001 मध्ये होते तसा) धोका राहिलेले नाही, परंतु 2014 नंतर ते सरकारमध्ये येणार आहे. 9/11 नंतरच्या जगाने आपल्याला किमान दोन गोष्टी शिकवल्या आहेत: (अ) जिहादीवाद आणि राष्ट्र व राष्ट्रेतर घटक यांच्यातील एकमेकांना थकवणाऱ्या विजोड युद्धांसोबत कसे जगायचे, हे आपल्याला शिकावे लागेल आणि (ब) अमेरिका किंवा पाश्चात्त्य जगामध्ये इतरत्र 9/11 सारखे आणखी महाहल्ले होण्याच्या शक्यता आपण फेटाळू शकत नाही. दरम्यान, अमेरिकेची घुसखोर धोरणे, हुकूमशहांना पाठिंबा, द्विधा अवस्था, जनतेच्या युद्धाबाबत आकलनाचा अभाव आणि सर्वांपेक्षा अधिक अमेरिकन सरकारची लष्कर-उद्योग युती आणि इस्रायली दबावगट यांच्या पुढील सपशेल शरणागती यांनी संपूर्ण जगाला आणखी एका शंभर वर्षांच्या युद्धामध्ये खेचले आहे.

पूर्वीच्या लष्करी दुःसाहसांकडून काहीही न शिकण्याची अमेरिकेची प्रवृत्ती विलक्षण आहे. 'नोमोअर व्हिएतनाम' या आपल्या पुस्तकात मांडल्याप्रमाणे, अमेरिकेने आपले परराष्ट्र धोरण आणखी एका व्हिएतनामच्या भीतिपोटी दुर्बल होऊ देऊ नये, याची जाणीव निक्सन यांना काहीशी उशिराच झाली. अमेरिकेच्या परराष्ट्र धोरणामध्ये जादुटोण्यासारखे

काहीतरी आहे, असे 1960 च्या दशकातच लिहून ठेवणारे सिनेटर फुलब्राइट यांचा उल्लेख मी यापूर्वीच केला आहे. अमेरिकेची लष्करी तत्त्वप्रणालीही फारशी वेगळी नाही. विशेष म्हणजे दुसऱ्या महायुद्धापासून अमेरिकेचे लष्करप्रमुख हे त्यांच्या शत्रूंच्या लष्करी क्षमतांना उत्तर म्हणून आपल्या लष्करी साहित्यावर विसंबून राहिले. या लष्करप्रमुखांनी शत्रूंच्या गनिमी डावपेचांबाबत आणि त्यांना लोकांच्या पाठिंब्यावर असलेल्या विश्वासाबाबत जराही आदर दाखवला नाही. बंडखोरीचा प्रतिकार हा 80 टक्के राजकीय आणि 20 टक्के लष्करी असतो व हा प्रतिकार पूर्णपणे बंडखोरांची हृदये आणि मने जिंकून घेण्याशी संबंधित असतो, या डेव्हिड गॅलुला यांच्या सिद्धान्तावर त्यांनी विश्वास ठेवला नाही. त्याउलट अमेरिकन जनरल वेस्टमोअरलँड आणि पेट्रॉ यांनी बंडखोर आणि गनिमी योद्ध्यांना पराभूत करण्यासाठी आणलेल्या अनुक्रमे "फायरपॉवर" (शस्त्रांचे सामर्थ्य) आणि "मनी इजॲम्युनिशन" (पैसा हेच शस्त्र) या तत्त्वप्रणाली आपल्याला आढळतात. वेस्टमोअरलँड यांच्या फायरपॉवर तत्त्वप्रणालीला व्हिएतनाममध्ये दारुण अपयश पाहावे लागले. अमेरिकेने व्हिएतनाममध्ये 58000 सैनिक गमावले आणि व्हिएतनामी फौजांचे सहा लाख सैनिक आणि 32 लाख नागरिकांची हत्या करूनही अमेरिकेला 19 साली या युद्धात पराभव पत्करावा लागला. पेट्रियस यांची तत्त्वप्रणाली खूपच खर्चीक होती. अमेरिकेने इराकी बंडखोरांना हरप्रकारे लाच देऊन त्यांनानिष्प्रभ बनवले. दरम्यान, अमेरिकेच्या आक्रमणामुळे प्रत्यक्ष आणि अप्रत्यक्षरीत्या दहा लाखांहून अधिक इराकी आणि काही लाख अफगाण मारले गेले आहेत. केवळ दोन महिन्यांमध्ये (एप्रिल-जून 2013) 2000 हून अधिक इराकी नागरीक दहशतवादाला बळी पडले आहेत. कोरिया युद्धानंतरच्या काळात केवळ आयसेनहॉवर आणि रिगन हे दोनच अमेरिकन अध्यक्ष व्यावहारिक असल्याचे दिसते. हे दोघेही मोठ्या संख्येने अमेरिकन फौजा प्रदीर्घ काळासाठी परदेशामध्ये ठेवण्याच्या विरोधात होते.

विरोधाभास म्हणजे, वरिष्ठ अमेरिकन सुरक्षा विश्लेषक रिचर्ड बेट्स यांनी नोंदवलेल्या निरीक्षणानुसार: "जेव्हा अमेरिका अधिक सुरक्षित बनली... तेव्हा अमेरिकेने अन्य कोणत्याही देशांपेक्षा बराच अधिक खर्च सुरक्षेवर केला आहे... राष्ट्रीय सुरक्षेला अधिक मोठा धोका असणाऱ्या काळामध्ये पाठवल्या होत्या, त्यापेक्षा अधिक सातत्याने अमेरिकेने आपल्या फौजा लढण्यासाठी पाठवल्या आहेत." अमेरिका ही "जगातील लष्करीदृष्ट्या सर्वांत सक्रिय राष्ट्र" आहे आणि अमेरिकेला कायमस्वरूपी युद्धाच्या मार्गावर ठेवणे हे सर्व संबंधितांसाठी आपत्तीजनक ठरू शकेल, हे त्यांनी व्यक्त केले मत योग्यच आहे.[14] ते अमेरिकेला "धोक्यांविषयी चुकीची मूल्यमापने, इतिहासाविषयी विसरभोळेपणा आणि ऱ्हस्वदृष्टी असलेली धोरणनिर्मिती" न करण्याचा सल्ला देतात. इराणच्या अण्वस्त्रसज्ज होण्याला "आळा" घालण्याऐवजी त्याने अण्वस्त्रसज्ज होणे "टाळण्या"विषयीचे ओबामा यांचे इराण धोरण यशस्वी होणार नाही आणि "इराणबरोबर युद्ध केल्याने त्याच जुन्या प्रतिबंधात्मक धोरणविषयक समस्या हाताळताना आहे, त्यापेक्षा अधिक सुरक्षा लाभणार

असल्याचे कोणतीही वास्तविक पुरावे नाहीत", असे त्यांना वाटते. चीनसंदर्भात अमेरिकेने "बीजिंगला अटकाव करण्याजोग्या धोक्याप्रमाणे वागवावे की सामावून घेता येण्याजोग्या सत्तेप्रमाणे वागवावे", हे ठरवले पाहिजे, असे त्यांना वाटते.[15]

अमेरिकेने स्वतःला स्वातंत्र्याचे साम्राज्य असल्याचे मानणाऱ्या, थॉमस जेफरसन यांच्या काळापर्यंत मागे घेऊन जाणाऱ्या संकल्पना आणि 1945 नंतरच्या काळातील आपण "मुक्त जगाचे नेते आहोत" हा कैफ टाकून दिला पाहिजे. त्याऐवजी, आयसेनहॉवर यांना जानेवारी1961 मध्ये अगदी त्यांच्या अध्यक्षपदाच्या अखेरीस ज्याची जाणीव झाली, त्या लष्कर-उद्योग युतीच्या विध्वंसक भूमिकेकडे अमेरिकेने लक्ष दिले पाहिजे. विसाव्या शतकामध्ये अमेरिकेने लढलेल्या सर्व युद्धांमध्ये या युतीचे प्रमुख योगदान असल्याचे आयसेनहॉवर यांनी विशद केले आहे. उर्वरित जगाच्या संदर्भात आपल्याला पारदर्शक, सौम्य आणि हुशार अमेरिकेची गरज आहे. अमेरिकेचा दुटप्पीपणा अजिबात नकोसा आहे. येणाऱ्या वर्षांमध्ये चीन, अमेरिका आणि अन्य काही देश हे अमेरिकेचे शत्रू म्हणून उदयास येत असताना मुस्लीम-पाश्चात्त्य संघर्ष हा अमेरिका आणि तिचे जुने शत्रू रशिया व चीन यांच्यातील हितसंबंधांच्या वाढत्या संघर्षाचा भाग बनता कामा नये. इजिप्तमधील ब्रदरहूडसारख्या इस्लामवादी पक्षांना प्रोत्साहन देणे अमेरिकेने टाळले पाहिजे आणि मुस्लीम जगतामध्ये नवे शत्रू निर्माण करणे थांबवले पाहिजे. जुलै 2012 मध्ये इजिप्तच्या लोकांनी ज्या प्रकारे हिलरी क्लिंटन यांचे स्वागत केले, ते अमेरिकेसाठी स्तुतीपर निश्चितच नव्हते. टॉमेटो आणि बूट फेकणारे इजिप्तचे नागरीक अमेरिकेच्या परराष्ट्र मंत्र्यांना सांगत होते: (अ) "इजिप्त हे पाकिस्तान नाही" आणि (ब) "मुस्लीम ब्रदरहूड ही लोकशाहीवादी शक्ती नाही."

एकीकडे इराक हा अशांतता माजलेला आणि जगातील दहशतवादग्रस्त देशांच्या यादीमध्ये पहिल्या क्रमांकावर असताना, अफगाणिस्तान हा भारत आणि पाकिस्तान (आणि त्यांचे प्रवर्तक) यांच्यातील छुप्या युद्धांची पुढील प्रमुख युद्धभूमी बनणार आहे आणि येणाऱ्या वर्षांमध्ये अण्वस्त्रसज्ज असलेला विखंडित पाकिस्तान कोणत्या मार्गाने जाईल, याची आपल्याला माहिती नाही. त्याच्या अत्याधुनिक अण्वस्त्रसाठ्याचे काय होईल, हा पेचप्रश्न बनून राहिला आहे. इस्लामीकरण झालेले लष्कर अखेर या देशाचा ताबा घेईल का, आणि त्याचा परिणाम म्हणून अण्वस्त्र प्रसार आणि भारताविरुद्ध अण्वस्त्रांचा अगदी अविवेकी (आत्मघातकी) वापर होईल का, याची कोणालाच खात्री नाही. लष्कराने सत्ता काबीज करणे, 1971 मध्ये पूर्व पाकिस्तानचे तुटणे (बांगला देशची निर्मिती), पुन्हा उलट फिरवता न येणारे पाकिस्तानचे इस्लामीकरण, कारगिलचे दुःसाहस, देशांतर्गत व देशाबाहेरही, विशेषतः भारतात आणि अफगाणिस्तानमध्ये इस्लामी दहशतवादाला प्रोत्साहन, पाकिस्तानमधील राजकीय अस्थैर्य इत्यादी पाकिस्तानी लष्कराच्या 1950 च्या दशकापासून अविवेकी आणि अनपेक्षित वर्तनाच्या उदाहरणांच्या

पार्श्वभूमीवर पाकिस्तानी लष्कराकडून संपूर्ण प्रदेशाला अणुयुद्धामध्ये खेचण्याबरोबरच आणखी अप्रिय आश्चर्याच्या धक्क्यांची अपेक्षा बाळगण्याची सर्व कारणे आपल्याकडे आहेत. शेजारच्या बांगला देशमध्ये गोष्टी वेगाने अनपेक्षित आणि अस्थिर बनत आहेत. इस्लामप्रेमी आणि भारतधार्जिण्या लोकांमध्ये या देशाचे टोकाचे ध्रुवीकरण होते आहे. या देशात दीर्घकाळ चालणाऱ्या नागरी युद्धाची शक्यता पूर्णपणे फेटाळता येत नाही. दरम्यान, जगभरात सर्वाधिक दहशतवादग्रस्त देशांमध्ये चौथ्या स्थानावर 2012 च्या अखेरीपासून) असणाऱ्या भारताला देशात वाढलेल्या, तसेच पाकिस्तान-पुरस्कृत असलेल्या आणखी इस्लामी दहशतवाद्यांचा सामना करावा लागण्याची शक्यता आहे. वर्चस्ववादी वर्तन आणि मुस्लीमबहुल काश्मीरचा देशातील समावेश, यामुळे भारताच्या विधिलिखितामध्ये भविष्यात इस्लामी दहशतवाद्यांच्या आणखी वारंवार हल्ल्यांचा सामना करणे आहे.

मोजक्या देशांत किंवा उपप्रदेशांत होणारे तुरळक दहशतवादी हल्ले किंवा आक्रमणांपेक्षा मुस्लीमजगतातील क्रांतिकारी बदल किंवा "फॉलिंग ऑफ डॉमिनोज्" (डॉमिनो या सोंगट्यांच्या खेळाप्रमाणे एकापाठोपाठ कोसळत जाणाऱ्या अरब जगतातील राजकीय सत्तांसाठी वापरली जाणारी संज्ञा) हे दीर्घकाळामध्ये पाश्चात्त्य आणि इस्रायली वर्चस्ववादापुढे मोठा धोका निर्माण करू शकतात. मध्यपूर्वेतील अमेरिकन प्रभाव वेगाने कमी होत असल्याबद्दल रूढमतवादी विश्लेषक पॅट बुकानन यांनी आपल्या चिंता नोंदवल्या आहेत. "ज्याप्रमाणे ब्रिटिशांनी ऑट्टोमन तुर्कांना ढकलून बाजूला केले आणि सुएझच्या बांधणीनंतर (1956) अमेरिकेने ब्रिटिशांना धक्का देऊन बाजूला केले, त्याचप्रमाणे आता मध्य पूर्वेमध्ये अमेरिका ही घटत चाललेली शक्ती असून तुर्कस्तान ही उदयोन्मुख सत्ता असल्याचे दिसत आहे."[16] एखाद्याला बुकानन यांची मते उगाचच भीती निर्माण करणारी आणि किशोर माहबुबानी यांचा अमेरिकेची संभाव्य घसरण आणि आशिया-पॅसिफिक राष्ट्रांच्या उदयासंबंधीचा सिद्धान्त फारसा न पटणारा वाटू शकतो. परंतु, या प्रदेशातील इराण आणि तुर्कस्तानचा वाढता प्रभाव पाहता (युरोपच्या इस्लामगंडामुळे नाही, तरी हटवादीपणामुळे तुर्कस्तानला आता युरोपियन महासंघाचे सदस्यत्व तितके आकर्षक वाटत नाही) मुस्लीमजगतातील अमेरिकन मुत्सद्देगिरीमध्ये सर्व काही आलबेल नसल्याचे स्पष्ट होते. भविष्यात ज्याच्यावर लक्ष ठेवावे, असा तुर्कस्तान हा देश आहे. जून 2013 मध्ये एर्दोगनविरोधी निदर्शकांनी जी साहजिक बाब समोर आणली, त्यानुसार अनेक तुर्क नागरीक हे त्यांच्या सरकारने अमेरिकाधार्जिण्या/सौदीधार्जिण्या सीरियन बंडखोरांना दिलेल्या पाठिंब्याबाबत नाराज आहेत. तुर्कस्तानने अमेरिका-सौदीच्या कक्षेतून बाहेर पडून वेगाने उदयास येणाऱ्या मुस्लीम ऐक्याच्या बाजूला येऊन मिळणे, हा आता अवघ्या काही कालावधीचा प्रश्न उरला आहे. अगदी इजिप्तप्रमाणेच तुर्कस्तानही स्वतःला इस्रायलपासून दूर ठेवेल. सीरियन राजवटीने कुर्द अल्पसंख्याकांवरील नियंत्रण गमावले, तर इराकमध्ये सद्दाम हुसेनची राजवट उलटल्यानंतर जे घडले होते, अगदी त्याचप्रमाणे सीरियनकुर्द

ही सीरिया, तुर्कस्तान, इराक आणि इराणच्या सीमा ओलांडणाऱ्या संपूर्ण प्रदेशातील कुर्दराष्ट्रवाद्यांमध्ये सामील होतील.

दहशतवाद किंवा जागतिक जिहाद हा अद्यापही अमेरिका/पाश्चात्त्य हितसंबंधांपुढील मोठा धोका ठरत असल्यामुळे, मुस्लिमांचा पाश्चात्त्य जगताबद्दलचा राग आणि वैफल्य समजून घेण्यासाठी पाश्चात्त्य जगतामधून प्रयत्न झाल्याशिवाय, हा संघर्ष सोडवण्याचा कोणताही मार्ग नाही. अतिउत्साही मुस्लीम हे अखंड आणि शक्तिशाली उम्माहवर विश्वास ठेवतात. त्यांच्या कल्पनारम्य विचारांमुळे, आपण वॉशिंग्टन, लंडन, जेरुसलेम आणि नवी दिल्ली ताब्यात घेऊ शकतो आणि स्पेनपासून सिसिलीपर्यंत आणि पॅलेस्टाईनपासून ते फिलिपिन्सपर्यंत आपली गमावलेली साम्राज्ये "पुन्हा जिंकू" शकतो, असे त्यांना वाटते. शिया मुस्लिमांचाही ईश्वराच्या राज्याविषयीच्या त्यांच्या आवृत्तीवर विश्वास असून हे राज्य बारावे इमाम (ते इसवी सन 941 मध्ये अदृश्य झाल्याचे मानले जाते) परतल्यानंतर जगावर वर्चस्व गाजवण्यासाठी प्रस्थापित करणार आहेत. म्हणूनच, इस्लामी-श्रेष्ठतावादी अराजकतावादी/विनाशवादी कट्टरवादाबाबत कोणत्याही आत्मसंतुष्टतेला वाव नाही. केवळ अमेरिका आणि पाश्चात्त्य देशच नाही, तर अन्य देशही अद्याप राष्ट्रेतर दहशतवादी हल्ल्यांपासून सुरक्षित नाहीत. मुस्लीमजगतामध्येही सुन्नी बहुसंख्य आणि शिया अल्पसंख्याकांदरम्यान; पहिल्या महायुद्धानंतर युरोपियन साम्राज्यवाद्यांच्या सहकार्याने कुर्दिस्तानाचे विभाजन करून तो प्रदेश आपापसांमध्ये बळकावणाऱ्या तुर्कस्तान, इराक, सीरिया आणि इराण या देशांमधील कुर्द अल्पसंख्याकांमध्ये; अफगाणिस्तानातील पश्तून आणि पश्तूनेतर जमातींमध्ये; पाकिस्तानातील शिया-सुन्नी, बलुची, गैरबलुची, पंजाबी-बिगरपंजाबी आणि इस्लामवादी व उदारमतवादी मुस्लिमांमध्ये; अरब जगतातील वहाबी आणि बिगरवहाबींमध्ये, अशा बऱ्याच दुभंगरेषा आहेत. त्याचप्रमाणे जमातींमधील, पंथीय, वांशिक-भाषिक आणि वर्गीय असे चिरंतन भेदभावही आहेत. अरब-इस्रायली आणि काश्मिरी-भारतीय यांसारख्या दुभंगरेषांनी मध्यपूर्व आणि दक्षिण आशियाला दशकानुदशके धगधगते ठेवण्यासाठी पुरेसे तुकडे करणारे साहित्य पुरवले आहे.

मोठ्या संख्येने दहशतवादी हे अन्य पर्यायाविना दहशतवादी बनल्याचे हा अभ्यास दाखवतो. ते परकीय अमलाखाली किंवा जुलूमी राजवटीखाली होते आणि त्यांच्यासारख्यांची परिस्थिती सुधारण्यासाठी त्यांनी हिंसाचाराचा वापर केला. काही इस्लामीकट्टरवाद्यांनी निवड म्हणून दहशतवाद स्वीकारला आहे. काही इस्लामी दहशतवादी हे सामाजिक-राजकीय आणि आर्थिक वंचितांचे; प्रक्षुब्ध आणि बाजूला पडलेल्या एकेकट्या लोकांचे प्रतिनिधित्व करतात आणि ते कोणतीही पर्यायी व्यवस्था प्रस्थापित करण्याचे ध्येय बाळगून नाही, तर अराजकतावादी किंवा विनाशवादी विचारधारा म्हणून इस्लामीकट्टरवादाचा वापर करतात. दुर्मीळ अपवाद सोडल्यास या अराजकतावादी/विनाशवादी गटांचे नेते आणि अनुयायी हे इस्लामी अभ्यासक किंवा धर्मगुरू नसून तंत्रज्ञ,

बहुतकरून अभियंते आणि वैद्यकीय डॉक्टर (तंत्र-धर्मगुरू) आहेत. ओसामा बिन लादेन, आयमान अल-झवाहिरी, अन्वरऔलाकी, खालिद शेख महंमद, रम्झीयुसूफ आणि अन्य दहशतवादी सूत्रधार हे अभियंते किंवा तंत्रज्ञ म्हणून उच्चशिक्षित होते, त्यांनी इस्लामी अभ्यासक म्हणून शिक्षण घेतलेले नव्हते. एकीकडे, कुराण हे वैश्विक प्रेमाचा प्रसार करते, हिंसाचाराचा निषेध करते, आत्महत्येला मनाई करते आणि अगदी मुस्लिमेतरांनाही त्यांचे जीवन, मालमत्ता, प्रतिष्ठा आणि प्रार्थनास्थळांचे संरक्षण करण्यासाठी जिहाद पुकारण्याची परवानगी देते, तर इस्लामी अराजकतावादी मात्र द्वेषाची तत्त्वप्रणाली, सर्वांविरुद्धचे संपूर्ण युद्ध आणि इस्लामी श्रेष्ठत्त्वाची विचारधारा आदींचा प्रसार करतात.

या अभ्यासात मी मांडल्याप्रमाणे, पाश्चात्त्य जगताच्या आणि मुस्लीमजगतातील काही भागांच्या 'लांडगा आला रे आला' प्रवृत्तीमुळे युद्धपिपासू, दहशतवादी आणि धर्मांधांना बळ मिळाले आहे. पाश्चात्त्य जगतातील इस्लामगंड हा उलट परिणाम देणारा आहे, त्याचप्रमाणे मुस्लीमजगताचा तथाकथित पाश्चात्त्यगंडही उलट परिणाम देणारा आहे, असे मला वाटते. आश्चर्याची बाब म्हणजे, पाश्चात्त्य देशात स्थायिक झालेल्या मुस्लिमांच्या दुसऱ्या/तिसऱ्या पिढीतील सदस्यही पाश्चात्त्य संस्कृतीविरुद्धच्या द्वेषाचा प्रसार करतात आणि चुकीच्या पद्धतीने मांडले जाणारे जागतिक जिहाद किंवा अराजकाचे ध्येय अंगीकारतात. अमेरिका आणि पाश्चात्त्य जगताबद्दलचा मुस्लिमांमध्ये वाढणारा द्वेष हे शांततेच्या दृष्टीने सुचिन्ह नाही. मुस्लिमांमध्ये अमेरिका/पाश्चात्त्यविरोधी लाट निर्माण करण्यासाठी ज्याप्रमाणे इस्लामीधर्मांध जबाबदार आहेत, त्याचप्रमाणे मुस्लीमजगतातील अमेरिका/पाश्चात्त्य देशांची आक्रमणे व हस्तक्षेपही यासाठी कारणीभूत आहेत. अमेरिका, पाश्चात्त्य देश आणि इस्रायल यांच्यामुळे अपमानित आणि अंकित झाल्याच्या मानसिकता आणि भावना मुस्लिमांमध्ये दीर्घकाळ घर करून राहिल्या आणि मुस्लीम आणि पाश्चात्त्य जगतातील दरी विस्तारत आल्या आहेत. जागतिक जिहाद नाही, तर जागतिकीकरणाची समस्याप्रधान प्रक्रिया हा अस्थिरतेचा प्रमुख घटक आहे आणि श्रीमंत व प्रभावशाली उत्तरेकडचे आणि गरीब व दुर्बल दक्षिणकडचे यांच्यातील दरी वाढवून तथाकथित नव्या जागतिक व्यवस्थेमधून लोकांना दूर फेकण्यासाठी हाच घटक जबाबदार आहे, असा युक्तिवाद मी मांडला आहे. यामध्ये मुस्लीम हे दक्षिणेचे प्रतिनिधित्व करतात. पाश्चात्त्यांपासून मुस्लिमांचे दूर होणे हे रशिया, चीन आणि अन्य उदयोन्मुख सत्तांसाठी फायदेशीर ठरू शकते व अखेर या सत्ता येणाऱ्या दशकांमध्ये अमेरिका/पाश्चात्त्य जगाच्या वर्चस्वाला आव्हान देतील, असेही मी मांडले आहे. सीरिया आणि इराणचे संकट आणि अमेरिका व इस्रायलपासून सामान्य पाकिस्तानी व इजिप्शियन (आणि मुस्लीम) नागरिकांचे दुरावणे हे रशिया-चीन युती आणि तिच्या सहकारी राष्ट्रांच्या बाहूंना बळ देण्यामध्ये महत्त्वाची भूमिका बजावणार आहे.

जगभरात सर्वत्र मुस्लीम हे प्रचंड अस्मितासंकट, बढाईखोरपणा आणि बळी बनवण्यात येण्याला सामोरे जात आहेत, असेही मी मांडले आहे. पाश्चात्त्य, ज्यू आणि हिंदू

"कारस्थानांमुळे", मुस्लीम हे उपेक्षित राहिले आहेत आणि संस्कृतीचे तोटे त्यांना सहन करावे लागले असे त्यांना वाटते. याचा माग मी मुस्लीमजगताच्या वसाहतवादी भूतकाळात काढला आहे. ब्रिटिश, फ्रेंच किंवा डच वसाहतींच्या आश्रयदात्यांचे/मालकांच्या अंकितांचे वंशज आणि एकूणच मुस्लीम समाज हा पाश्चात्त्यांच्या सर्व गोष्टींचा द्वेष करत वाढला आहे. आणि त्यांच्या या मनोवृत्तीसाठी त्यांना दोषही देता येऊ शकत नाही. आधुनिक संकल्पना, विज्ञान आणि तंत्रज्ञान—संरचित आणि स्वाभाविक अशा दोन्ही प्रकारे—आदी गोष्टींशी त्यांचा परिचय होऊ न शकल्यामुळे साधारणपणे मुस्लीम हे तर्कनिष्ठ विचारांसाठी योग्य नाहीत. हे ठरावीक "कुठलेच-नसलेले लोक" प्रचंड अस्मितासंकट आणि दिशाहीनतेचा सामना करत आहेत. त्यामुळे ब्रदरहूड आणि जमातसारख्या तथाकथित इस्लामवादी संघटना (जे भ्रमनिरास झालेल्या निम्नस्तरीय मुस्लिमांचे प्रति-फॅसिस्टवादी पक्ष आहेत) मुस्लीमजगताची उदारमतवादी लोकशाहीशी भेट घडवणार आहेत, यावर विश्वास ठेवण्याचे कोणतेही कारण नाही. थोडक्यात, मुस्लीम जगत आणि इतरत्र असलेल्यांपैकी बहुतांश मुस्लीम हे मध्ययुगीन आणि आधुनिक युगाच्या सुरुवातीच्या काळातील युरोपियनांपेक्षा फारसे वेगळे नाहीत. ते ख्रिश्चन असण्यापेक्षा, युरोपियन असण्यापेक्षा किंवा अगदी मानवही असण्यापेक्षा अधिक प्रोटेस्टंट किंवा कॅथलिक होते. त्यामुळे ज्यू आणि प्रोटेस्टंटना, चेटूक करणाऱ्या स्त्रियांना, तसेच कृष्णवर्णीय आफ्रिकन लोकांना किंवा मूळ अमेरिकन आणि ऑस्ट्रेलियन भूमिपुत्रांना जमावाने मिळून ठार मारणे ही अतिशय सामान्य बाब होती. केवळ आधुनिक संकल्पना, लोकशाही आणि धर्मनिरपेक्षतेशी न झालेला परिचय यांमुळेच मुस्लिमांच्या प्रगतीला खीळ बसलेला नाही, तर त्यांची प्रगती खुंटण्यासाठी युरोपियन वसाहतवादी धोरणेही तितकीच कारणीभूत होती, हेसुद्धा या अभ्यासामधून दर्शवण्यात आले आहे.

सौदी अरेबिया, सीरिया, इराक, इराण आणि पाकिस्तान यांसारख्या मुस्लीम जगातील अनेक भागांमध्ये लोकशाही आणि सभ्यतेचा अभाव असण्यासाठी अमेरिकेची विभाजनवादी धोरणे आणि मुस्लीम हुकूमशाह्यांना अमेरिकेने दिलेले प्रोत्साहनही जबाबदार आहे. अमेरिकेचे दुसऱ्या महायुद्धानंतरचे मुस्लीमजगताविषयीचे धोरण हे लोकशाही, धर्मनिरपेक्षता आणि सुप्रशासन बळकट करण्याचे राहिलेले नाही. हे धोरण पूर्णपणे अमेरिकेचे अल्पकालीन भूप्रादेशिक हितसंबंध जपण्यासंबंधीचे होते. अमेरिकेच्या परराष्ट्र मंत्रालयाकडे, किमान तिसऱ्या जगासाठी तरी दीर्घकालीन दृष्टिकोन आणि कार्यक्रम नाही. अमेरिका अकार्यक्षम तज्ज्ञांवर अवलंबून राहिल्यामुळे इराणमध्ये 1979 साली झालेल्या क्रांतीच्या काही महिन्यांपूर्वीपर्यंत अमेरिकेचे परराष्ट्र खाते आणि सीआयए यांपैकी कोणालाच इराणमध्ये इस्लामवाद्यांनी सत्ता काबीज करण्याविषयी काहीच कल्पना नव्हती. त्यामुळे खोमेनी यांचे फेब्रुवारी 1979 मध्ये तेहरान येथे विजयी पुनरागमन झाल्यानंतर, सीआयएने आयातोल्लांविषयी "या मुल्लांची कोणतीच राजकीय महत्त्वाकांक्षा नाही",

असे त्याच त्या घासून गुळगुळीत झालेल्या शब्दांत मूल्यमापन केले, त्यात काहीच आश्चर्यजनक नव्हते. उपरोधाची बाब म्हणजे अमेरिका ही सौदी बहाबी, ब्रदरहूड आणि अन्य इस्लामी पक्षांना, ते साम्यवाद आणि इतर अतिरेकी पाश्चात्त्यविरोधी विचारधारांपेक्षा कमी वाईट असल्याचे मानून प्रोत्साहन देत आली आहे. अमेरिकेने सौदी अरेबिया आणि मुस्लीम जगतात अन्यत्र असणाऱ्या हुकूमशाही राजवटींना दिलेल्या प्रोत्साहनावरून तिचे उत्तर अमेरिका आणि पश्चिम युरोपापलीकडील देशांबाबतचे तेच जुने औदासीन्य आणि अज्ञान प्रकट होते. बहारिनमध्ये सौदी अरेबियाच्या पाठिंब्याने अल्पसंख्याक सुन्नीराजे शाहीने स्वातंत्र्यप्रेमी शिया बहुसंख्यांचा छळ आणि हत्या करण्याकडे अमेरिकेने कानाडोळा करण्यावरून केवळ तिची अल्पकालीन संरक्षण आणि ऊर्जा धोरणे प्रतिबिंबित होतात. बहारिनमध्ये अमेरिकेचा 'फिफ्थफ्लीट' हा नाविक तळ असून हा देश अमेरिकेसाठी स्वस्त कच्च्या तेलाचा स्रोत आहे. परिणामतः सुप्रशासनाचे आश्वासन आणि पाश्चात्त्य वर्चस्ववादाला आव्हान देणाऱ्या कट्टरवादी इस्लामींना किंवा अन्य कोणालाही उपेक्षित मुस्लिमांचा पाठिंबा लाभण्यामध्ये काहीच आश्चर्यजनक नाही.

शेवटचे आणि तितकेच महत्त्वाचे म्हणजे इस्लामवाद्यांनी मुस्लीमजगताचा ताबा घेण्यामध्ये काहीही अटळ नाही. आपली मुस्लीमविषयक धोरणे नव्या स्वरूपात सादर करून अमेरिका सकारात्मक भूमिका बजावू शकते. (आणि अमेरिकेने ती बजावली पाहिजे.) मुस्लीमबहुल देशांवर धोका निर्माण होण्यापूर्वीच आक्रमणे आणि अनधिकृत ड्रोन हल्ले करणे, त्याचप्रमाणे मध्यपूर्वेतील सत्ताबदलाला निवडक पाठिंबा देणे या गोष्टी अमेरिकेला मुस्लिमांची मने जिंकून घेण्यासाठी मदत करणार नाहीत. सीरिया आणि इराण हे दोन्ही देश लिबियाप्रमाणे नसून ते आतल्या आत कोसळणार नाहीत, आणि त्यांना आत्यंतिक परिस्थितीत ढकलल्यास त्यांच्या सीमारेषांपलीकडे त्यांचा विस्फोट होईल, हे अमेरिका आणि तिच्या सहकारी राष्ट्रांनी समजून घेण्याची वेळ आता आली आहे. रशिया आणि चीन यांचे सीरिया आणि इराणमध्ये हितसंबंध असल्यामुळे अमेरिकेने रशियाशी युद्ध करण्याचा धोका पत्करू नये.इराण आणि अरब जगतादरम्यानचा संघर्ष पूर्णपणे विकसित होणेही आपत्तीजनक ठरेल. इस्रायल ही अरब आणि ज्यू यांच्यातील मुख्य समस्या आहे, याचे आकलन होण्यासाठी अमेरिकेने सुमारे 50 वर्षे घेतली. आता या समस्येचा उपाय समजण्यासाठी अमेरिकेला आणखी 50 वर्षे लागू नयेत, अशी आशा आहे. इजिप्त, लिबिया, सीरिया आणि इराणमध्ये सत्ताबदल होण्यास अमेरिकेचा असलेला पाठिंबा आणि मुस्लीमजगतातील बहारिन आणि इतर पाश्चात्त्यधार्जिण्या देशांमध्ये उत्स्फूर्त सत्ताबदलाच्या चळवळींना अमेरिकेचा विरोध हा समस्यापूर्ण आहे. अमेरिका या प्रदेशात सर्वत्र केवळ आपल्या लष्करी तळांच्या साहाय्याने प्रतिक्रियावादी अरब राजेशाह्यांना, विशेषतः सौदी अरेबियातील इस्लामी राजवटीला अनिश्चित काळासाठी जोपासण्यास सक्षम ठरू शकेल

का, याची कोणालाच खात्री नाही. जे एकाबाबत खरे आहे, ते इतरांबाबतही तितकेच खरे आहे, हे अमेरिकेने लक्षात ठेवले पाहिजे.

माली आणि वायव्य आफ्रिकेतील त्याच्या आसपासच्या देशांमध्ये 2012 च्या सुरुवातीपासून सुरू असलेल्या इंग्लिश-फ्रेंच-जर्मन हस्तक्षेपांना अमेरिकेचा मूक आणि काही वेळा फारसा मूक नसणारा पाठिंबा हे मुस्लीम आणि पाश्चात्त्य जगतांदरम्यान शांततेसाठी फारसे चांगले चिन्ह नाही. अमेरिका ज्या प्रकारे आफ्रिका, मध्य पूर्व आणि दक्षिण आशियामधील ड्रोन हल्ले तीव्र करत आहे, त्यावरून तथाकथित 'लष्करी खर्च गोठवण्याची प्रक्रिया' (sequestreation), ज्याद्वारे लष्करी खर्चात आपोआप कपात होणार असून पुढील दहा वर्षांमध्ये अमेरिकेचा संरक्षण खर्च 8 टक्क्यांनी, म्हणजेच 500 अब्ज डॉलरपर्यंत कमी करण्याची योजना आहे (1 मार्च, 2013 पासून लागू झाली), त्यामुळे अमेरिकन लष्कराला काहीतरी धक्का लागणार आहे का, याची खात्री नाही. एका विश्लेषकाने केलेल्या मूल्यमापनानुसार,

> लष्कराची परिणामकारकता ही त्याच्या संभाव्य विरोधकांविरुद्ध मोजली जाते आणि याबाबतीतील प्रचंड तफावतीचा लाभ अमेरिकेने दशकानुदशके उपभोगला आहे. तथापि, जर लष्कर स्वतःच्या क्षमता वाढवत नसेल, आणि अन्य देशांचे लष्कर किंवा इतर गट आपल्या क्षमता वाढवत असतील, तर लष्कराचे तौलनिक सामर्थ्य कमी होत आहे. याचा अर्थ, गोठवण्याच्या प्रक्रियेची अंमलबजावणी झाल्यानंतर किंवा सध्याचा ठराव कायम ठेवण्यात आल्यानंतरही येणाऱ्या वर्षांमध्ये अमेरिकन लष्कर हे वरचढच राहील, मात्र तौलनिकदृष्ट्या ते इतर फौजांपेक्षा जितके वरचढ आहे, तितके वरचढ राहणार नाही.[17]

अमेरिकेच्या लष्करी खर्चकपातीला इस्लामीदहशतवाद्यांनी सकारात्मक प्रतिसाद देण्याचे कोणतेच कारण नाही, कारण गोठवण्याच्या प्रक्रियेनंतरही अमेरिका हे पृथ्वीवरील सर्वांत शक्तिशाली राष्ट्र राहणार आहे. नजीकच्या भविष्यात अरब जगतातून अमेरिकन फौजांनी संपूर्णपणे माघार घेण्याची संभाव्यता आपल्याला दिसत नसल्याने लोकशाहीप्रेमी आणि स्वातंत्र्यप्रेमी अरबांना त्यांचे ध्येय साध्य करता येण्याची शक्यता नगण्य आहे, मग सौदी अरेबिया, बहारिन किंवा इजिप्तसारख्या देशांमध्ये लोकशाही आणि मानवाधिकारांसाठी सुरू असलेल्या त्यांच्या संघर्षाला अमेरिकेकडून कोणतीही मदत मिळणे तर दूरच राहिले. केवळ मुस्लीम हुकूमशहाच नाही, तर मुस्लीमजगतातील अल्जीरियापासून ते अफगाणिस्तान आणि पाकिस्तानपर्यंत बहुतांश लोकनियुक्त सरकारेसुद्धा वॉशिंग्टनचे मित्र आहेत, हे त्यांना माहीत आहे. म्हणूनच भविष्याकडे पाहता, येणाऱ्या दशकांमध्ये मुस्लीम आणि पाश्चात्त्य जगतांदरम्यान दीर्घकालीन सामंजस्य तर सोडाच, पण भिजत पडलेल्या संघर्षांशिवाय आपल्याला काहीही दिसत नाही.

टिपा आणि संदर्भ

1. Karl Polanyi, "Primitive, Archaic and Modern Economics," in George Dalton (ed.), *Essays of Karl Polanyi* (Boston, 1971), p. 7.
2. Eric Hobsbawm, "Class Consciousness in History," in Istvan Meszaros (ed.), *Aspects of History and Class Consciousness* (London, 1971), pp. 8–9.
3. William Dalrymple, *The Last Mughal—The Fall of a Dynasty: Delhi, 1857* (New York: Alfred A. Knopf, 2007), pp. 143, 251–252.
4. Antonio Gramsci, *Selections from the Prison Notebooks of Antonio Gramsci* (edited and translated by Quintin Hore and Geoffrey Smith) (London: 1971), p. 326.
5. Partha Chatterjee, "Bengal Politics and Muslim Masses 1920–1947," *Journal of Commonwealth and Comparative Politics*, Vol. 20 (March 1982): 32–33.
6. Janos M. Bak et al., *Religion and Rural Revolt* (Manchester: Macmillan Press, 1984), pp. 2–5.
7. Taj Hashmi, *Pakistan as a Peasant Utopia* (Boulder: Westview Press, 1992), Chapter 7.
8. Eric Hobsbawm, *Bandits* (London: The New Press, 2000) (revised edition), अन्यत्र.
9. Ranajit Guha, *Elementary Aspects of Peasant Insurgency in Colonial India* (New Delhi: Oxford University Press, 1983), pp. 34–35; A. Gramsci, *Selections from the Prison Notebooks of Antonio Gramsci*, p. 326.
10. Charles Tilly, *From Mobilization to Revolution* (Random House, 1978), pp. 7–10.
11. Marc Sageman, Introduction to *Leaderless Jihad: Terror Networks in the Twenty-first Century* (University of Pennsylvania Press, 2008).
12. Rory Stewart, "Mistakes Were Made," *Foreign Policy* (March/April 2013).
13. Rory Stewart, "Trying to Do the Impossible," *Foreign Policy* (March/April 2013).
14. Richard K. Betts, "From Cold War to Hot Peace: The Habit of American Force," *Political Science Quarterly*, Vol. 127, No. 3 (2012).
15. Richard K. Betts, "The Lost Logic of Deterrence: What the Strategy That Won the Cold War Can—and Can't—Do Now," *Foreign Affairs* (March/April 2013).
16. Patrick J. Buchanan, "A Middle East without America?" *The American Conservative* (February 17, 2011). येथे उपलब्ध: http://www.amconmag.com/blog/2011/02/17/a-middle-east-without-america (accessed on February 21, 2011).
17. "U.S.: What the Sequester Will Do to the Military," *Stratfor Global Intelligence Report* (March 1, 2013). येथे उपलब्ध: http://www.stratfor.com/sample/analysis/us-what-sequester-will-do-military (accessed on March 2, 2013).

लेखकाविषयी

ताज हाश्मी यांचा जन्म 1948 साली भारतात आसाममध्ये झाला. त्यांनी ढाका विद्यापीठातून इस्लामी इतिहास आणि संस्कृती या विषयामध्ये बी. ए. (ऑनर्स) आणि एम. ए. चे शिक्षण पूर्ण केले आणि वेस्टर्न ऑस्ट्रेलिया विद्यापीठातून 'आधुनिक दक्षिण आशियाई इतिहास' या विषयामध्ये पीएच. डी. पूर्ण केली.

हाश्मी हे ऑस्टिन पे स्टेट युनिव्हर्सिटी, क्लार्क्सव्हिल, टेनेसी, येथून इतिहास आणि संरक्षण या विषयाचे प्राध्यापक म्हणून निवृत्त झाले आहेत. त्यांनी कर्टिन युनिव्हर्सिटी (1987–1988), ढाका युनिव्हर्सिटी (1972–1981), नॅशनल युनिव्हर्सिटी ऑफ सिंगापूर (1989–1998) आणि युनिव्हर्सिटी ऑफ कोलंबिया (2003–2004) या विद्यापीठांसह बांगला देश, ऑस्ट्रेलिया, सिंगापूर आणि कॅनडामधील विविध विद्यापीठांमध्ये इस्लामी व आधुनिक दक्षिण आशियाई इतिहास आणि सांस्कृतिक मानववंशशास्त्र या विषयांचे अध्यापन केले आहे. हाश्मी यांनी अमेरिकेच्या संरक्षण विभागात, तसेच हवाईतील होनोलुलू येथे आशिया-पॅसिफिक सेंटर फॉर सिक्युरिटी स्टडीज् या केंद्राअंतर्गत कॉलेज ऑफ सिक्युरिटी स्टडीजमध्येही संरक्षण अभ्यास विषयाचे प्राध्यापक म्हणून चार वर्षे काम केले आहे.

हाश्मी बऱ्याच दक्षिण आशियाई आणि इस्लामी भाषांमध्ये पारंगत आहेत. मुद्रित आणि इलेक्ट्रॉनिक प्रसारमाध्यमांमधून ते चालू घडामोडी आणि जागतिक संघर्षांविषयी नियमितपणे भाष्य करत असतात. ते रॉयल एशियाटिक सोसायटी ऑफ ग्रेट ब्रिटन अँड आयर्लंडचे (1997 पासून) अभ्यासवृत्तीधारक आहेत. ऑक्सफर्ड विद्यापीठाचे सेंटर ऑफ इंटरनॅशनल स्टडीज् आणि ऑस्ट्रेलियातील मोनाश विद्यापीठाचे नॅशनल सेंटर फॉर साउथ एशियन स्टडीज् या केंद्रांचे ते अभ्यागत अभ्यासवृत्तीधारक होते. हाश्मी 'कंटेपररी साउथ एशिया' आणि 'दि जर्नल ऑफ साउथ एशियन स्टडीज्' या दोन आंतरराष्ट्रीय नियतकालिकांच्या संपादकीय मंडळांवर आहेत. सेज प्रकाशन आणि रॉटलेज प्रकाशन यांबरोबरच अन्य काही प्रकाशन संस्थांसाठी ते नियमितपणे हस्तलिखितांचे पुनरीक्षण करतात.

हाश्मी यांनी दक्षिण आशिया, मध्य पूर्व, आशिया-पॅसिफिक आणि उत्तर अमेरिकेतील इतिहास, समाज, धर्म, राजकारण, संस्कृती आणि सुरक्षाविषयक मुद्द्यांवर विपुल प्रमाणात शैक्षणिक आणि लोकप्रिय निबंध व लेख लिहिले आहेत. त्यांची महत्त्वाची प्रकाशित पुस्तके खालीलप्रमाणे:

- विमेन अँड इस्लाम इन बांगला देश: बियाँड सब्जेक्शन अँड टिरॅनी (2000).
- पाकिस्तान अॅज ए पिझंट युटोपिया: दि कम्युनलायझेशन ऑफ क्लास पॉलिटिक्स इन इस्ट बेंगाल, 1920–1947 (1992).

- कॉलोनियल बेंगाल (बंगाली भाषेत) (1985).
- इस्लाम, मुस्लीम्स अँड दि मॉडर्न स्टेट (सहसंपादक) (1994 आणि 1996).

त्यांचे 'विमेन अँड इस्लाम इन बांगला देश' हे पुस्तक आशियाई अभ्यास विभागातील 'बेस्टसेलर' ठरले असून या पुस्तकास 2001 सालचे 'जस्टिस इब्राहिम सुवर्णपदक' (बांगला देश) प्रदान करण्यात आले आहे.